ഗ്രീൻ ബുക്സ്

ബാർബറോസ: ഒരു ഇതിഹാസം

ഇസ്കന്ദർ പാല

നോവലിസ്റ്റ്, അധ്യാപകൻ, ചരിത്രകാരൻ.
ഇസ്കന്ദർ പാലാ തുർക്കിയിലെ ഉസാക്കിൽ 1958ൽ ജനിച്ചു.
1979ൽ ഇസ്തംബൂൾ സർവകലാശാലയിൽ നിന്ന് സാഹിത്യബിരുദം നേടി, അവിടെ നിന്ന് തന്നെ 1983ൽ ഓട്ടോമാൻ ദിവാൻ സാഹിത്യത്തിൽ ഡോക്ടറേറ്റും കരസ്ഥമാക്കി. അദ്ദേഹത്തിന്റെ ചെറുകഥകൾ, ഉപന്യാസങ്ങൾ, ഗവേഷണ പ്രബന്ധങ്ങൾ എന്നിവയിലൂടെ ദിവാൻ സാഹിത്യത്തിന് പുതിയ മാനങ്ങളും ജനപ്രീതിയും നേടിക്കൊടുത്തു. ഇന്ന് അദ്ദേഹം ദിവാൻ സാഹിത്യത്തിന്റെ തികഞ്ഞ ഉപജ്ഞാതാവാണ്. ഡെത്ത് ഇൻ ബാബിലോൺ, ലവ് ഇൻ ഇസ്തംബൂൾ, കട്രേഇമട്ടം, ദി കിംഗ് ആൻഡ് ദി സുൽത്താൻ, ഓട് ആൻഡ് മിഹ്മന്ദർ എന്നീ കൃതികൾ പ്രശസ്തമാണ്. ടർക്കിഷ് റൈറ്റേഴ്സ് അസോസിയേഷൻ പ്രൈസ് (1989), ടർക്കിഷ് ലാംഗ്വേജ് ഫൗണ്ടേഷൻ AKDTYK പ്രൈസ് (1990), ടർക്കിഷ് റൈറ്റേഴ്സ് അസോസിയേഷൻ എസ്സേ പ്രൈസ് (1996) എന്നിവ നേടി. ഇസ്കന്ദർ പാലയുടെ സംഭാവനകളും ജനപ്രിയതയും മാനിച്ച് ടർക്കിഷ് പേറ്റന്റ് അസോസിയേഷൻ ഇസ്കന്ദർ പാല ഒരു ബ്രാൻഡ് നെയിം ആയി പ്രസിദ്ധപ്പെടുത്തി. 2013ൽ സാഹിത്യത്തിലെ പ്രെസിഡിഡീഷ്യൽ കൾച്ചർ ആൻഡ് ആർട്സ് ഗ്രാൻഡ് അവാർഡ് ലഭിച്ചു. തുർക്കിയിലെ ജനകീയ കവി ആയി തിരഞ്ഞെടുക്കപ്പെട്ട ഇസ്കന്ദർ പാല ഇപ്പോൾ കുൽടൂർ സർവകലാശാലയിൽ പഠിപ്പിക്കുന്നു.

സച്ചിൻദേവ് പി.എസ്.: തൃശ്ശൂർ ജില്ലയിൽ ജനനം. യൂണിവേഴ്സിറ്റി ഓഫ് ഹൈദരാബാദിൽനിന്ന് ബിരുദാനന്തരബിരുദം. ഇപ്പോൾ ഹൈദരാബാദ് ഇംഗ്ലീഷ് & ഫോറിൻ ലാംഗ്വേജസിൽ ഡിപ്പാർട്ട്മെന്റ് ഓഫ് ഫിലിം സ്റ്റഡീസ് & വിഷ്വൽ കൾച്ചറിൽ ഗവേഷണ വിദ്യാർത്ഥി.

ഗ്രീൻ ബുക്സ് പ്രസിദ്ധീകരിച്ച
ഇസ്കന്ദർ പാലയുടെ ഇതരകൃതി

ഇസ്താംബൂളിലെ പ്രണയപുഷ്പമേ

നോവൽ

ബാർബറോസ: ഒരു ഇതിഹാസം

ഇസ്കന്ദർ പാല

വിവർത്തനം
സച്ചിൻദേവ് പി.എസ്.

ഗ്രീൻബുക്സ്

green books private limited
gb building, civil lane road, ayyanthole,
thrissur- 680 003, kerala, ph: +91 487-2381066, 2381039
website: www.greenbooksindia.com
e-mail: info@greenbooksindia.com

english title
barbarossa : the story of a legend
novel
by
iskender pala

malayalam
barbarossa: oru ithihasam

translated by
sachindev p.s.

published october 2022

منحة الترجمة
Translation Grant
صندوق منحة الشارقة للترجمة
Sharjah Translation Grant Fund

cover design : rajesh chalode

printed in india
manipal technologies ltd

branches:
thrissur 0487-2422515
thiruvananthapuram 0471-2335301
calicut 0495 4854662

isbn : 978-93-95878-00-5

₹ 420.00
GBPL/1257/2022

മുഖക്കുറി

തുർക്കി സാഹിത്യത്തിൽ നിറഞ്ഞു നിൽക്കുന്ന, പതിനഞ്ചാം നൂറ്റാണ്ടിലെ മെഡിറ്ററേനിയൻ നാവിക സേനാപതിയായ ബാർബറോസയുടെ ഇതിഹാസതുല്യമായ ജീവിതകഥ, മലയാളത്തിൽ ആദ്യമായി വായനക്കാരുടെ മുന്നിലേക്ക് എത്തിക്കുകയാണ് ഗ്രീൻ ബുക്സ്. ബാർബറോസയെക്കുറിച്ച് പല ഐതിഹ്യകഥകളിൽനിന്നും വ്യത്യസ്തമായി മാനുഷികമൂല്യങ്ങൾക്ക് വില കല്പിക്കുന്ന കഥാപുരുഷനെയാണ് ഇസ്കന്ദർ പാല ഈ കൃതിയിൽ ആവിഷ്കരിച്ചിട്ടുള്ളത്. ഗ്രീൻബുക്സ് പ്രസിദ്ധീകരിക്കുന്ന ഇസ്കന്ദർ പാലയുടെ രണ്ടാമത്തെ നോവലാണിത്.

എഡിറ്റർ

ബാർബറോസ ഹയറുദ്ദീൻ പാഷയുടെയും
കടലിൽ ജീവൻ കൈവിട്ടുപോയ
അനേകം മനുഷ്യരുടെയും
സ്മരണയ്ക്ക്

വിവർത്തകന്റെ കുറിപ്പ്

മധ്യകാല യൂറോപ്പിലേക്ക് എടുത്തെറിയപ്പെട്ട അനുഭവമായിരുന്നു ഇസ്കന്ദർ പാലയുടെ ഓരോ വരികളും വിവർത്തനം ചെയ്യുമ്പോൾ എനിക്ക് ലഭിച്ചിരുന്നത്. സമുദ്രയാത്രയുടെ സാങ്കേതികഭാഷ, ടർക്കിഷ് ഇതിഹാസം, കാവ്യപാരമ്പര്യം, എന്നിവയെപ്പറ്റി അവശ്യമായ ധാരണയുണ്ടാക്കാനായിരുന്നു ഏറെ പണിപ്പെട്ടത്. ആ ശ്രമം മൂലകൃതിയോട് നീതി പുലർത്തിയിട്ടുണ്ട് എന്ന് വിശ്വസിക്കുന്നു. പാശ്ചാത്യ എഴുത്തുകാരിൽ നിന്നും ധാരാളമായി, പക്ഷപാതപരമായിത്തന്നെ കേൾക്കുന്ന ഒരു കാലത്തെക്കുറിച്ചും ആ കാലത്തിന്റെ ഗതി നിർണ്ണയിച്ച ചില മനുഷ്യരെക്കുറിച്ചുമുള്ള, ഒരു അപാശ്ചാത്യ ആഖ്യാനത്തിന്റെ ഭാഗമാകാൻ കഴിഞ്ഞതിൽ സന്തോഷം.

സച്ചിൻദേവ് പി.എസ്.

ഒരു പീരങ്കിയുടെ മുഴക്കമാണോ
കടലിൽ നിന്ന് കേട്ടത്?
എങ്കിലത് ബാർബറോസയുടെ
യുദ്ധം കഴിഞ്ഞുള്ള വരവാകാം.
ദ്വീപുകൾ, ടുണീഷ്യ, അതോ അൾജീരിയയോ
എവിടെ നിന്നാണാ വരവ്?
അതാ അതിരില്ലാത്ത ചക്രവാളത്തിൽ
ഇരുനൂറു പടക്കപ്പലുകൾ
ഒരു നവജാതചന്ദ്രനിൽ നിന്ന്
അവർ ഒഴുകിയെത്തുകയാണ്
രാത്രിയുടെ അന്ത്യത്തിൽ ഉദിക്കുന്ന
ആ ധന്യനൗകകൾ.

യാഹ്യ കമാൽ ബയാത്ത

ഈ ലോകത്തിൽ, ഏതു രാജ്യമെടുത്താലും ആർക്കു വേണ്ടിയാണ് ചരിത്രം നുണകളേതുമില്ലാതെ അവതരിപ്പിക്കപ്പെട്ടിട്ടുള്ളത്? ബ്രിട്ടീഷുകാർ വസ്തുനിഷ്ഠരാകാൻ ശ്രമിക്കുന്നു. എന്നാൽ പരാജയപ്പെടുന്നു. സ്പാനിയേർഡ്സിന്റെ സത്യസന്ധതയാകട്ടെ, മതം കലർന്ന് മലീമസമാകുന്നു.

ഇറ്റലിക്കാർ അവരുടെ വശ്യതയാകുന്ന പുകമറയ്ക്കുള്ളിൽ ഒളിക്കുന്നു. ഫ്രഞ്ചുകാർ (ഈ അധ്യായത്തിന്റെ അവസാനത്തോട് കൂടി തുർക്കികളുമായി അവർ ചേരും) നാണമില്ലാതെ നുണ പറയുന്നു. അമേരിക്കയ്ക്കാരും റഷ്യയ്ക്കാരും അവർക്കു മുന്നേയുള്ള ചരിത്രത്തെ അപ്രസക്തമാക്കുന്നു. എന്നാൽ, മെഡിറ്ററേനിയൻ ചരിത്രം വളരെ സുപ്രധാനമായതാണ്. കാരണം പാശ്ചാത്യ സംസ്കാരം പൂർണമായും ഈ കടലിൽനിന്നും അതിനെ ചുറ്റിയുള്ള കരയിൽ നിന്നും ഉടലെടുത്തതാണ്. മെഡിറ്ററേനിയൻ സംസ്കാരത്തെയും അതിന്റെ സാങ്കേതിക യോഗ്യതകളെയും വെറും യൂറോപ്യനായി കാണുന്നത് 'വൈദ്യുതിക്ക് പോസിറ്റീവ് മാത്രമേയുള്ളൂ നെഗറ്റീവ് ഇല്ല' എന്ന് പറയുന്നതുപോലെ വ്യാജമാണ്. മെഡിറ്ററേനിയന്റെ പ്രത്യേകതയെന്തെന്നാൽ, പാശ്ചാത്യവും പൗരസ്ത്യവും തമ്മിലുള്ള പരസ്പരബന്ധവും അകൽച്ചയും ഏറ്റവും ശക്തമായി അനുഭവപ്പെടുന്നത് ഇവിടെയാണ് എന്നതാണ്. അത് തന്നെയാണ് ഇവിടെ നിന്നുത്ഭവിച്ച സംസ്കാരത്തിന്റെ കഥയും.

The Sultan's Admiral: Barbarossa Pirate and Empire Builder എന്ന ഏൺലെ ബ്രാഡ്ഫോർഡിന്റെ പുസ്തകത്തിൽ നിന്ന്.

1511

ലെസ്ബോസ് കടൽത്തീരത്ത് രണ്ടു സഹോദരന്മാർ, കല്ലിന്മേൽ കയറി നിന്ന് ചക്രവാളത്തിലേക്ക് നോക്കി. പുലർച്ചെയുടെ വെളിച്ചക്കീറ് അവരെ വിദൂരതയിലേക്ക് നോക്കാൻ പ്രേരിപ്പിച്ചു.

ഇതിഹാസനായകന്മാർ ഉരുവെടുക്കുന്നത് കടലിലാണ്.

ഈ സഹോദരന്മാർ, ഒരുനാൾ എഫ്സെയ്ൻ: സമുദ്രനായകന്മാർ എന്നറിയപ്പെടും. ആ നാൾ പക്ഷേ ഇന്നല്ല. ഇന്ന് ഹിസീറിനും ഇല്യാസിനും അവർക്ക് സൗഭാഗ്യം കൊണ്ടുവരാനിരിക്കുന്ന ഗാലിയറ്റ് പായ്ക്കപ്പലുകളെക്കുറിച്ച് യാതൊരു പൂർവസൂചനയും ഇല്ല, അവരുടെ ജീവിതത്തിൽ ഏറ്റവും നിർണായകമായ പങ്കുവഹിക്കാനിരിക്കുന്ന വലിയ പങ്കായക്കപ്പലുകളെക്കുറിച്ച് അവർ സ്വപ്നം പോലും കണ്ടിട്ടുണ്ടായിരുന്നില്ല. പക്ഷേ ആ കപ്പലുകൾ സന്ധ്യയ്ക്ക് നങ്കൂരമിടാനും പുലർച്ചെ തുറമുഖം വിടാനും അവരുടെ വിധിയുടെ വഴി തിരിക്കാനും ഒരുങ്ങിയിരിക്കുകയായിരുന്നു.

അവരുടെ മൂത്ത ചേട്ടന്മാരായ ഇഷാഖിനും ഒരൂച്ചിനും പുറം കടലിൽ ആറാടുന്ന പലതരം കപ്പലുകളെക്കുറിച്ച് അറിയാമായിരുന്നു. രാജകീയ സൈക്കുകൾ, ബ്രിഗേന്റീനുകൾ, കരാക്കുകൾ, തുഴകളുള്ള ഗാലിയറ്റുകൾ, ഗാലികളും ഫ്രിഗേറ്റുകളും ചിലപ്പോൾ, അവർ കടലിൽ ഗാല്ലീസുകളും ഗാലിയോണുകളും കണ്ടു. പുതിയ കപ്പലുകൾ. അവർക്ക് അവയുടെ പേരുകളും നിറങ്ങളും കൊടിമരത്തിലും അണിയത്തിലും പാറുന്ന കൊടികളും കാണാപ്പാഠമായിരുന്നു. മറ്റു ചിലപ്പോഴവർ കപ്പലുകളുടെ അണിയങ്ങളിൽ കൊത്തിവച്ച ഭീതിജനകമായ സിംഹത്തെയും വ്യാളിയെയും കണ്ടു. ഓരോ കപ്പലിലും എത്ര തുഴയുണ്ട്, ഓരോ തുഴയ്ക്കും എത്ര നാവികരുണ്ട്, ഒരു കപ്പലിൽ എത്ര മേൽത്തട്ടുണ്ട് എന്നിവയെല്ലാം പ്രശ്നോത്തരിയാക്കുന്നത് അവർക്കൊരു വിനോദമായിരുന്നു. ഓ, അത് മാത്രമല്ല, ഓരോ കപ്പലിലും എത്ര പീരങ്കികളുണ്ട് എന്നതും അവരിലെ ഒരു പ്രധാന ചോദ്യമായിരുന്നു.

ദ്വീപിലെ എല്ലാവർക്കും ഈ നാലു ധീരസഹോദരരെ വലിയ മതിപ്പായിരുന്നു. ഗ്രീക്കുകാരും തുർക്കികളും അവരെ ഒരുപോലെ മാനിച്ചു. അവർ യാക്കൂപ്പ് ആഗയുടെ മക്കളായിരുന്നു. ഈ ദ്വീപിലെ പലരും മുസ്ലീമായാലും ക്രിസ്ത്യാനിയായാലും തുറമുഖ വ്യാപാരികളായാലും പാടത്തെ അടിമകളായാലും ആ നാലു സഹോദരന്മാർ, ഈ ദ്വീപിന്റെ കാവൽ മാലാഖാമാരായിത്തീരും എന്ന് വിശ്വസിച്ചു.

ദിഗ്‌വിജയിയായ മെഹമേത്തിന്റെ (ആത്മാവിന് ശാന്തി നേരുന്നു) കോൺസ്റ്റാന്റിനോപ്പിൾ കീഴടക്കിയ പടയിലെ അശ്വസേനാനിയായിരുന്നു യാക്കൂപ്പ് ആഗ. ശക്തിക്കും ധീരതയ്ക്കും പേരുകേട്ട തവിട്ടു മുടിയുള്ള ഒരു സുമുഖനായിരുന്നു യാക്കൂപ്പ്. സൈനികനിയോഗത്തിനു ശേഷം അയാൾ ലെസ്ബോസിൽ വന്ന് ആ ദ്വീപിലെ ഏറ്റവും സുന്ദരിയായ സ്ത്രീയെ വിവാഹം കഴിച്ചു. മൂന്നു വർഷം ഇടവിട്ട് അവർക്ക് നാലു മക്കളുണ്ടായി. അച്ഛന്റെ വലിയ കറുത്ത കണ്ണുകളും അമ്മയുടെ ചുവന്ന മുടിയും അവർക്ക് കിട്ടിയിരുന്നു.

യാക്കൂപ്പ് ആഗയ്ക്ക് തന്റെ മക്കൾ എന്തെങ്കിലും തൊഴിൽ ചെയ്ത് ജീവിക്കണം എന്നായിരുന്നു ആഗ്രഹം. ഒരിക്കലും കടക്കരുതാത്ത ഒരു കടമ്പയായി അയാൾ കടലിനെ കണ്ടു. അതിന്റെ ആകർഷണച്ചുഴിയിൽ പെട്ടുപോയാൽ ഒരിക്കലും തിരിച്ചു വരാനാവില്ല എന്നയാൾ വിശ്വസിക്കുന്നു. ആ വിശ്വാസം മക്കളിലേക്ക് പകരാനും ശ്രമിച്ചു. അതിനാൽ, കടലിന്റെ പ്രതികാരശീലത്തെപ്പറ്റിയും മെഡിറ്ററേനിയൻ ദ്വീപുകളിലെ കടൽക്കൊള്ളക്കാരെപ്പറ്റിയും ആഗ നിരന്തരം അവരോട് സംസാരിച്ചു. പകരം അയാൾ അവരോട് അവരുടെ ശ്രേഷ്ഠനായ നേതാവ് സുൽത്താൻ ബെയാസിദ് തിരുമേനിയെക്കുറിച്ചും (സർവശക്തൻ സുൽത്താന് ദീർഘായുസ്സും ശാശ്വതാധിപത്യവും നൽകട്ടെ) സാമ്പത്തികനയവും ദ്വീപുകൾ തമ്മിലുള്ള കച്ചവടത്തിൽ നിന്ന് ക്രിസ്ത്യാനികളെ വിലക്കുകയും അതിലൂടെ ആ വരുമാനം സ്വന്തം ഭണ്ഡാരം നിറയ്ക്കാനുമുള്ള വിപുലമായ പദ്ധതിയെക്കുറിച്ചും മറ്റും സംസാരിച്ചു.

കടൽവ്യാപാരികളുടെ വരുമാനം തുച്ഛമാണെന്ന് അയാൾ മക്കളെ പറഞ്ഞു മനസ്സിലാക്കാൻ ശ്രമിച്ചു. ആ ദ്വീപിലെ പലരെയുംപോലെ അയാളും കൊള്ളപ്പടകളെ ഓർത്ത് ആധി പൂണ്ടു.

അദ്ദേഹം പറഞ്ഞുകൊണ്ടിരുന്നു.

''റോഡ്സിലെ നൈറ്റ്സിന്റെ നേതൃത്വത്തിലുള്ള പടയും പിന്നെ സിസിലിയൻ, ജനോയ്സ്, കാറ്റാലൻ, ഫ്ളോറന്റീൻ എന്നിവരുടെ

കടൽക്കൊള്ള സംഘങ്ങളും തുർക്കി കപ്പലുകളെ ഏതു നിമിഷവും ആക്രമിക്കുമെന്നും സ്വത്തുക്കൾ കവരാനായി, ഡാർഡനെല്ലിലും ലെസ്ബോസിനും ഏറെ ദൂരെയല്ലാതെയും പതിയിരിക്കുന്നുണ്ട് എന്നും മറ്റും. മാത്രമല്ല, തെമ്മാടികളായ ഈ നാവികർ ഇപ്പോൾ ലക്കുകെട്ടവരും അഹങ്കാരികളുമായി തീർന്നിരിക്കുന്നു. അവർ നമ്മുടെ സുൽത്താന്റെ അധീനതയിലുള്ള സമുദ്രത്തിൽ നിയന്ത്രണങ്ങളില്ലാതെ നീങ്ങുന്നു. അവർ തീരപ്രദേശത്തെ കൊള്ളയടിക്കുകയാണ്. അവിടുത്തെ ആണുങ്ങളെയും പെണ്ണുങ്ങളെയും കടത്തിക്കൊണ്ടുപോയി ജീനോയ്സിലെ അടിമച്ചന്തകളിൽ വിൽക്കുന്നു.''

ഒരു ദിവസം യാദൃച്ഛികമായി തന്റെ മകൻ ഹിസീറിനെ അടുത്ത കിട്ടിയപ്പോൾ യാക്കൂപ്പ് ആഗ പറഞ്ഞു.

''മകനേ, അവർ ആഗ്രഹിക്കുന്നത് ഒരു തെന്നലാണെങ്കിൽ, അവർക്ക് ലഭിക്കുന്നത് ഒരുപക്ഷേ കൊടുങ്കാറ്റായിരിക്കാം. അതിന്റെ അന്ത്യത്തിൽ അവരെ ഇല്ലാതാക്കാൻ ആരെങ്കിലും ഉയർന്നു വരികയും അവരുടെ അടിച്ചമർത്തൽ അവസാനിപ്പിക്കുകയും ചെയ്യും.''

മറ്റു ദ്വീപുകളിലെപോലെ ലെസ്ബോസിലെ ജീവിതവും സമാധാനപരമായിരുന്നു. അവിടെ മാതാപിതാക്കൾ പറയുന്നത് കേട്ട് മക്കൾ ജീവിച്ചു.

യാക്കൂപ്പിന്റെ മൂത്ത മകൻ ഇഷാഖ് മികച്ച ഒരു തച്ചനായിത്തീരുകയും ചെറിയ ഒരു കട തുടങ്ങുകയും ചെയ്തു. യാക്കൂപ്പിന്റെ ഏറ്റവും ഇളയ മകൻ ഇല്യാസിന് ഒരു ഇമാം ആകാനായിരുന്നു ആഗ്രഹം. അതിനുവേണ്ടി അയാൾ ഖുറാൻ മനപ്പാഠമാക്കിക്കൊണ്ടിരുന്നു.

ഹിസീറിനെയാകട്ടെ, ഒരു കുശവനാക്കാനായിരുന്നു യാക്കൂപ്പിന്റെ ലക്ഷ്യം. അതിനായി അയാൾ ഹിസീറിനെ പേരുകേട്ട ഒരു കുശവന്റെ ശിഷ്യനായി അയയ്ക്കുകയും അവൻ അതിൽതന്നെ തുടരാൻ വേണ്ട പ്രാർത്ഥനകൾ ചൊല്ലാൻ പള്ളിയിലെ സഭയോട് അപേക്ഷിക്കുകയും ചെയ്തു.

രണ്ടാമത്തെ മകൻ ഒരൂച്ച് പിതാവിന്റെ ആഗ്രഹത്തെ മാനിച്ചില്ല. അയാൾ നിരന്തരം ജോലി മാറിക്കൊണ്ടിരുന്നു, ഒന്നിലും ഉറച്ചു നിൽക്കാത്ത അവനോട് പിതാവിന് ദ്വേഷ്യവുമായി. അയാൾ കടപ്പുറത്തു സ്ഥിരമായി അലഞ്ഞു നടക്കുകയും രാത്രികാലങ്ങളിൽ നാവികരുടെ കൂടെ സമയം ചെലവാക്കുകയും ചെയ്തുകൊണ്ടിരുന്നു. ഒരൂച്ച് പള്ളിയിലും വീട്ടിലും പോകാതായതോടെ യാക്കൂപ്പ്

തകർന്നു. അയാളുടെ പ്രതീക്ഷ, ഒരൂച്ച് മറ്റുള്ളവർക്ക് മാതൃകയാകും എന്നായിരുന്നു എന്നാൽ അത് സഫലമാകാത്ത ഒരു സ്വപ്നമായി.

ഒരുനാൾ ദ്വീപിലെ എല്ലാവരും കൂടി ഒരൂച്ചിനെക്കുറിച്ച് സംസാരിക്കാൻ തുടങ്ങി. അയാൾ എവിടെനിന്നോ ഒരു ഗാലിയോൺ കൈവശപ്പെടുത്തിയെന്നും അതിൽ പുതിയൊരു കടൽ ജീവിതം ആരംഭിക്കുകയാണെന്നും ഒക്കെയായിരുന്നു സംസാരം.

ചിലർ അവരുടെ അതിഭാവന ഉപയോഗിച്ചാണോ എന്തോ ഒരൂച്ച്, എട്ടു നാവികരുടെ മേലാളനായെന്നോ ഇരുപത്തിനാലു തുഴക്കാരായ അടിമകളെ സ്വന്തമാക്കിയെന്നോ അവർ ഇപ്പോൾ അയാളെ കപ്പിത്താൻ റയീസ് എന്നാണ് വിളിക്കുന്നതാണെന്നോ ഒക്കെ പറയാൻ തുടങ്ങി.

എന്തൊക്കെയായാലും അയാളുടെ കടലിനെയും അതിലെ കപ്പലുകളെയും കുറിച്ചുള്ള ജ്ഞാനം എല്ലാവരേയും അസൂയപ്പെടുത്തുന്നതായിരുന്നു. ദ്വീപിലെ ചെറുപ്പക്കാർക്ക് നാവികരോടും കടലിന്റെ ഭാഷ അറിയുന്നവരോടും പ്രത്യേകമായിത്തന്നെ ഒരു ബഹുമാനം ഉണ്ടായിരുന്നുതാനും.

അങ്ങനെ, പിതാവിന്റെ ആഗ്രഹങ്ങളുടെ വിപരീതദിശയിൽ ഒരൂച്ച് സഞ്ചരിക്കുകയും ഒരു വർഷത്തിനുള്ളിൽ മികച്ച ഒരു 'റയീസ്' ആയി പേരെടുക്കുകയും ചെയ്തു. ഒരൂച്ച് ഇപ്പോൾ ഒന്നല്ല, മൂന്നു ഗാലിയോണുകളുടെ അധിപനാണെന്നും ഈ ലോകത്തിന്റെ നാലു കോണുകളുടെയും നാഥനായ സുൽത്താൻ ബെയാസിദിന്റെ അധീനതയിലുള്ള പുറംകടലുകൾ ഒരൂച്ചിന് ഇപ്പോൾ ഉള്ളംകൈയിലെന്നപോലെ അറിയാമെന്നുമാണ് ജനസംസാരം. ദീർഘമായ സമുദ്രസഞ്ചാരങ്ങളുടെ അവസാനം അയാൾ ലെസ്ബോസിൽ വരികയും പിതാവ് കാണില്ലെന്ന ഉറപ്പിൽ അയാളുടെ അമ്മയെ കണ്ടു അവരുടെ കൈയിൽ ചുംബിക്കുകയും ചെയ്തു. കല്ലുകൾ പാകിയ ലെസ്ബോസിലെ പട്ടണപ്പാതയിലൂടെ അയാളുടെ നടത്തം കണ്ടാലറിയാമായിരുന്നു അയാളൊരു ഒത്ത കപ്പിത്താനാണിപ്പോൾ എന്ന്.

ഇത്തവണ വന്നപ്പോൾ, ഒരൂച്ച് തന്റെ സഹോദരന്മാർക്ക് ഒരു വിരുന്നൊരുക്കി. അവർക്ക് ഒരൂച്ചിന്റെ സമ്മാനങ്ങളും കടൽക്കഥകളും വലിയ ഇഷ്ടമായിരുന്നു. ചിലപ്പൊഴൊക്കെ ഒരൂച്ച് അവരെ തന്റെ ഗാലിയോണിൽ, പൂർണചന്ദ്രരാത്രിയിൽ ഒരു കടൽസർക്കീട്ടിനും കൊണ്ടുപോകുമായിരുന്നു. അങ്ങനെയൊരു രാത്രി, അയാൾ ഹിസീറിനെയും ഇല്യാസിനെയും കൊണ്ടുപോയി. അയാൾ അവരോട് കപ്പിത്താന്റെ മുറിയിൽ ഇരുന്ന് അതുവരെ ആരോടും പറയാത്ത ഒരു കഥ പറഞ്ഞു. അവരുടെ പിതാവ് പറയുന്ന കഥകൾ

പോലെ അല്ലായിരുന്നു ആ കഥകൾ. മകൻ ടെസോസിന്റെ കഥയായിരുന്നു അത്.

ടെസോസിനു ഇരുപത്താറു വയസ്സുള്ളപ്പോഴാണ് അവന്റെ അച്ഛൻ എയ്ജിയൻ കടൽ കീഴടക്കുന്നത്. ക്രീറ്റിലെ കോട്ട കീഴ്പ്പെടുത്തിയ ശേഷം അയാൾ ഒന്നുകൂടി ശക്തി പ്രാപിച്ചു പിന്നീട് മെഡിറ്ററേനിയൻ മുഴുവൻ കൈയടക്കി.

ഹിസീറിനു അറിയാമായിരുന്നു തന്റെ സഹോദരനപ്പോൾ ഇരുപത്തിയാറു വയസ്സാണെന്നും അയാളുടെ അലക്സാണ്ഡ്രിയയിൽ നിന്നും തിരിച്ചുമുള്ള യാത്രകളിൽ നിന്നും സിറിയയിൽ നിന്നും അയാൾ ഒളിവും സോയ്പ്പും മരവും തുകലും മാത്രമല്ല, വീരസാഹസികകഥകളും കൈമാറ്റം ചെയ്യുന്നുണ്ട് എന്ന്.

ആ രാത്രി ഹിസീറിനു ഉറങ്ങാനായില്ല.

ക്രീറ്റിലെ ഒരു ഐതിഹ്യത്തിലെ കഥാനായകനായി അയാൾ സ്വയം സങ്കല്പിച്ചു. അജയ്യയായ മെഡീയ (ഗ്രീക്ക് ദേവത)യുടെ ചിന്ത അവനെ വലച്ചു.

പിറ്റേന്ന് പുലർച്ചെ ക്രീറ്റിന്റെ ദിശയിലേക്ക് ഹിസീർ നോക്കി. അവന്റെ മനസ്സിൽ ഒരൂച്ച് ഇപ്പോൾ ടെസോസായിരുന്നു. വരാനിരിക്കുന്ന കൊടുംവർഷങ്ങളെ കിഴക്കു മെഡിറ്ററേനിയൻ കരകളിൽ അടിച്ചു തെറിക്കുന്ന തിരമാലകളിൽ അവൻ കണ്ടു. സ്വയം ഒരു കപ്പിത്താനായി അവൻ സങ്കല്പിച്ചു. സ്വന്തം കപ്പലിന്റെ മേൽത്തട്ടിൽ കൈവരി പിടിച്ചു നിൽക്കുന്ന, കെട്ടുകളും കൊളുത്തുകളും ഒറ്റനോട്ടത്തിൽ പരിശോധിക്കുന്ന, ചക്രവാളത്തിൽ കണ്ണുള്ള അജയ്യനായ കപ്പിത്താൻ. അന്നാദ്യമായി അവൻ സ്വപ്നം കാണുകയായിരുന്നു. മെഡിറ്ററേനിയനിൽ ഒരു ഇതിഹാസമായിത്തീരേണ്ട ഒരു കഥയിലെ നായകനായി അവൻ സ്വയം ദർശിച്ചു. ലെസ്ബോസിലെ ജനിസ്സാരീയുടെയും കുതിരപ്പടയാളിയായ യാക്കൂപ്പിന്റെയും മകനായ ഹിസീറിന്റെ ഗാഥ ആരംഭിക്കുകയായിരുന്നു. ഒരു തെന്നലിനു വേണ്ടി കുതിച്ചവർക്ക് തിരിച്ചു കൊടുങ്കാറ്റ് നൽകുന്ന ഗാലിക്കപ്പലുമായി വരുന്ന അവൻ, പീഡകരെ വാളാൽ ശിക്ഷിക്കുന്ന അവൻ, ഭാവിയിൽ റയീസ്, ബാർബറോസ ഹിസീർ ഹയറുദ്ദീൻ റയീസ് എന്നറിയപ്പെടും.

എന്റെ പേര് സീതി അൽക്കാല, അവർ എന്നെ സയ്യദ് മൂറത്ത് എന്നു വിളിക്കും. ബാർബറോസ ഹിസീർ, ഹയറുദ്ദീൻ റയീസിന്റെ കൂടെയുണ്ടായിരുന്ന സമയത്തിനുശേഷം വർഷങ്ങൾ കഴിഞ്ഞാണ് ഞാൻ നേരിട്ട് കണ്ടതും മറ്റുള്ളവർ പറഞ്ഞറിഞ്ഞതുമായ അദ്ദേഹത്തിന്റെ

കഥ കടലാസിലേക്ക് പകർത്താൻ എനിക്ക് സാധിക്കും എന്ന് തോന്നിയത്. ഞങ്ങളുടെ സുൽത്താൻ ഗ്രാൻഡ് സിഞ്ഞോർ സുലൈമാൻ ചക്രവർത്തി, അദ്ദേഹത്തെ ദൈവം നീണാൾ വഴിക്കട്ടെ, അദ്ദേഹം ഒക്ടോബറിലെ ഒരു ദിവസം ഹിസീർ റയീസിനെ വിളിപ്പിച്ചിട്ടു പറഞ്ഞു,

''പ്രിയ ഹയറുദ്ദിൻ, എന്റെ കഥ നീ എഴുതണം. മറ്റു പലരും നമ്മുടെ സാഹസികചരിത്രം എഴുതിയിട്ടുണ്ട്. ഞാൻ നിന്നോട് ചോദിക്കുന്നത് എന്താണെന്ന് വെച്ചാൽ നിന്റെയത്ര ഓർമ്മ, ആ സംഭവങ്ങളെക്കുറിച്ച് മറ്റാർക്കും കാണില്ല എന്നത് കൊണ്ടാണ്. നിന്റെ ഓർമ്മ അതീവ സൂക്ഷ്മമാണ്. ഞാൻ ജീവിച്ച ജീവിതം, നാം പോയ അനേക യാത്രകൾ എല്ലാം പൊടിപ്പൊ തൊങ്ങലോ ഇല്ലാതെ സത്യം മാത്രമായി നീ എഴുതണം. വരാനിരിക്കുന്ന തലമുറകൾക്ക് അനുകരിക്കാനാവുന്ന ഒരു പാഠപുസ്തകമാണെന്റെ ലക്ഷ്യം. കാർലോസ് രാജാവിന്റെയും എന്റെയും യത്നങ്ങളെകുറിച്ചും അതിലുള്ള നിന്റെ അതുല്യമായ സംഭവനയെക്കുറിച്ചും നീ എഴുതണം.''

ഹയറുദ്ദിൻ പറഞ്ഞു.

''പ്രഭോ, ഇതൊരു ആജ്ഞയാണെന്നറിയാം പക്ഷേ കേവലം അങ്ങയുടെ അടിമ മാത്രമായ ഞാൻ ഇതിനു പ്രാപ്തനല്ല. എന്റെ വീരകൃത്യങ്ങളുടെ അന്ത്യങ്ങൾ ദുഃഖഭരിതമാണ്, വീണ്ടും അവയ്ക്ക് എന്റെ ഓർമ്മയിലൂടെ ജീവൻ കൊടുക്കുകയെന്നു പറഞ്ഞാൽ അത് അത്യന്തം കഠിനമാണ് പ്രഭോ. പക്ഷേ അങ്ങയുടെ ആജ്ഞ ഞാൻ നിരാകരിക്കില്ല എന്നറിയാമല്ലോ. അതുകൊണ്ടു നമ്മുടെ സമുദ്ര മാർഗദർശിയും ലേഖകനുമായ സയ്യദ് മൂറത്തിനെ ഈ കർത്തവ്യം ഏല്പിക്കാൻ താൻ ആഗ്രഹിക്കുന്നു. സയ്യദ് എന്റെ പ്രിയസുഹൃത്തും എന്റെ രഹസ്യങ്ങളുടെ സൂക്ഷിപ്പുകാരനും എനിക്ക് സഹോദരതുല്യനുമാണ്, പ്രത്യേകിച്ചും എന്റെ സ്വന്തം സഹോദരനെ നഷ്ടപ്പെട്ടതിനു ശേഷം. എന്റെ കപ്പലിലെ എന്റെ വിശ്വസ്തനാണ് സയ്യദ്. ഞാൻ അങ്ങേക്ക് വേണ്ടി എഴുതിയേക്കാവുന്ന എല്ലാ സത്യങ്ങളും സയ്യദ് സത്യമായി എഴുതും. എനിക്ക് തെറ്റ് പറ്റാം, പക്ഷേ അവനു തെറ്റ് പറ്റില്ല എന്നെനിക്ക് ഉറപ്പുണ്ട്. അതുകൊണ്ട്, അങ്ങ് ആജ്ഞാപിക്കുമെങ്കിൽ ഈ കഥ അവൻ എഴുതട്ടെ. അവൻ അവന്റെ ഹൃദയത്തിൽ നിന്ന് പരിപൂർണമായ ഒരു ഇതിഹാസം എഴുതുമെന്നാണ് എന്റെ വിശ്വാസം. ഓർമ്മകൾ വലയിട്ടു പിടിക്കാൻ എന്റെ സഹായവും അവനുണ്ടാകും. സത്യസന്ധമായി അവൻ എഴുതും, കൂട്ടത്തിൽ അവൻ സ്വന്തം കഥയും പറയട്ടെ.''

അങ്ങനെ ഹിസീർ ഹയറുദ്ദിൻ റയീസിന്, സുൽത്താന്റെ അനുഗ്രഹത്തോടു കൂടിയ അനുമതി ലഭിക്കുകയും എനിക്ക് എന്റെ ഓർമകളുടെ

മഷി താളുകളിലേക്ക് പകരാൻ അവസരം ലഭിക്കുകയും ചെയ്തു. റയീസ് പറഞ്ഞതെല്ലാം ഞാൻ എഴുതി. എനിക്ക് തെറ്റു പറ്റുമ്പോൾ റയീസ് തിരുത്തുകയും ചെയ്തു.

1542 ഒക്ടോബറിലെ ഒരു സായാഹ്നത്തിൽ എഴുത്ത് തീർന്നു. അടുത്ത ഒരു മാസത്തിനുള്ളിൽ കൈയെഴുത്തുപ്രതിയും തയ്യാറായി. ബാർബറോസയുടെ കൂടെയുള്ള എന്റെ ദിനങ്ങൾ മാത്രമേ നിങ്ങളീ പുസ്തകത്തിൽ കാണുകയുള്ളൂ എങ്കിലും ചരിത്രത്തെ മാറ്റിമറിക്കുന്നതിൽ അദ്ദേഹം വഹിച്ച പങ്ക് മനസ്സിലാക്കാൻ അത് ധാരാളമാണ്. എന്റെയീ വിവരണത്തിലൂടെ നിങ്ങൾക്ക് മനസ്സിലാകും മെഡിറ്ററേനിയനെ സ്നേഹിച്ചവരുടെ, അതിലൂടെ തങ്ങളുടെ ജീവിതം മാറ്റിമറിക്കപ്പെട്ടവരുടെ കഥകൾ. ഞാൻ ഒരൂച്ചിൽ നിന്ന് തുടങ്ങട്ടെ.

ഒരൂച്ചിന്റെ കടലിനോടുള്ള ഭ്രമം അതിരുകടക്കുന്നു എന്ന് തോന്നിയതോടെ അവന്റെ പിതാവ് മറ്റു മൂന്നു മക്കളെ കടൽത്തീരത്തു നടക്കാൻ പോലും വിടാതായി. പിതാവിന്റെ ആജ്ഞ പക്ഷേ ഹിസീർ ചെവികൊണ്ടില്ല. ഹിസീർ തന്റെ സഹോദരൻ ഇല്യാസിനെക്കുറിച്ച് ഒരിക്കൽ എന്നോട് പറഞ്ഞു.

“ഞാനും അവനും ജനിച്ചത് ഒരേ ദിവസമാണ്, മൂന്ന് വർഷങ്ങളുടെ ഇടവേളയിലാണെന്നു മാത്രം. കുഞ്ഞാടുകൾ പാലുകുടിക്കുന്ന വസന്തകാലത്തിലെ ഒരു ദിനത്തിൽ. ഹിത്യരല്ലെസ് (പ്രവാചകരായ അൽ ഖിദ്ർ, എലൈജാഹ് എന്നിവർ കണ്ടുമുട്ടിയ ആഘോഷ ദിവസം) ആയിരുന്നു അന്ന്. ദ്വീപിലെ എല്ലാവരും - ഗ്രീക്കുകാർ, തുർക്കികൾ, ക്രിസ്ത്യാനികൾ, മുസ്ലീങ്ങൾ എല്ലാവരും പച്ചപ്പുകളിലേക്ക് വസന്തത്തെ വരവേൽക്കാനായി ഒഴുകിയെത്തി. എല്ലാ ഹിത്യരല്ലെസും പോലെ അന്നും അത്രയും സന്തോഷം നിറഞ്ഞതായിരുന്നു. മോഹങ്ങൾ മനസ്സിൽ ഒളിപ്പിച്ച് ആളുകൾ കളിമൺപാത്രങ്ങളിലേക്ക് കല്ലുകളെറിഞ്ഞു, തങ്ങളെ ആര് വിവാഹം കഴിക്കും എന്നറിയാനായി പെൺകുട്ടികൾ അവരുടെ ഭാഗ്യരേഖ നോക്കിപ്പിച്ചു. അങ്ങനെ എന്റെ പേരു ഹിദീറിൽ നിന്ന് ഉരുവായ ഹിസീർ എന്നും അവന്റെ പേര് എല്ലെസ് നിന്നും വന്ന ഇല്യാസ് എന്നും ഉറപ്പിച്ചു.

എന്റെ അമ്മ ഞങ്ങൾക്ക് പറഞ്ഞു തരുന്ന ഐതിഹ്യകഥകളിൽ ഞങ്ങൾക്ക് എനിക്ക് ഏറ്റവും പ്രിയം ഹിസീറിന്റെയും ഇല്യാസിന്റെയും ആയിരുന്നു. എല്ലാവർഷവും ഒരിക്കൽ അമ്മ ഈ കഥ പറയാറുണ്ടായിരുന്നു. ഓരോ കൊല്ലവും അതിനു നിറങ്ങൾ കൂടി വന്നു. അല്ലെങ്കിൽ എനിക്കങ്ങനെ തോന്നിയതാകാം. എന്തായാലും ഓരോ പ്രാവശ്യവും പൊടിപ്പും തൊങ്ങലും കൂടി വരുമെങ്കിലും

കഥാന്ത്യം ഒന്നായിരിക്കും. അവസാനം ഹിസീറും ഇല്യാസും ചൈനാ വന്മതിലിൽ വെച്ചു അടുത്ത ഹിത്യരല്ലെസിനു കണ്ടുമുട്ടുകയും ഹിസീർ ഇല്യാസിനോട് കടലിൽ നടന്ന മഹാസംഭവങ്ങൾ പറയുകയും ചെയ്യുന്നു.

താൻ സേവിച്ച പാവങ്ങളെക്കുറിച്ചും മുങ്ങാതെ രക്ഷിച്ചെടുത്ത കപ്പലുകളെക്കുറിച്ചും മുക്കിക്കളഞ്ഞ ക്രൂരന്മാരുടെ കപ്പലുകളെക്കുറിച്ചും അണുവിട തെറ്റാതെ പറഞ്ഞു കേൾപ്പിക്കുന്നു. ഈ കഥ മനസ്സിലാക്കാൻ പ്രായമായപ്പോൾ ഇല്യാസ് കഥയുടെ അന്ത്യം അല്പം മാറ്റി. ഒരു വർഷം കഴിഞ്ഞു അവർ ചൈനാ വന്മതിലിൽ വെച്ച് കണ്ടുമുട്ടുന്നു, ഹിസീർ കടലിലെ പരാക്രമങ്ങളെക്കുറിച്ച് പറയുന്നതോടെ, പക്ഷേ കഥ അവസാനിക്കുന്നില്ല. മറുപടിയായി ഇല്യാസ് ദ്വീപിൽ വെച്ച് താൻ രക്ഷിച്ച പരാധീനരെയും ശിക്ഷിച്ച ഹീനരെയും വിവരിക്കുന്നു, എന്നിട്ട് അടുത്ത വർഷം കാണാമെന്ന ഉറപ്പോടെ പിരിയുന്നു.

ഇല്യാസ് തന്റേതായ ഈ കഥ പറഞ്ഞവസാനിക്കുമ്പോൾ, അവരുടെ അമ്മ ആകാശത്തേക്ക് കൈകളുയർത്തി ''സർവ്വശക്തനായ ദൈവമേ ഇവരെ കാത്തുകൊള്ളണേ, ദ്വീപിലെ ജനത ഇവർക്ക് ഭാഗ്യം കൊണ്ടുവരാണേ'' എന്ന് പ്രാർത്ഥിക്കുകയും ചെയ്യും. എന്നും രാവിലെ ഞാൻ ഖുർആൻ വായിച്ചതിനു ശേഷം എന്റെ മാതാപിതാക്കൾക്ക് ദൈവാനുഗ്രഹം ഉണ്ടാകാൻ പ്രാർത്ഥിക്കാറുണ്ട്.'' ഹിസീർ തന്റെ ഓർമ്മ പറഞ്ഞവസാനിപ്പിച്ചു.

ഹിസീറിന്റെ പിതാവ് കടലരികിൽ പോകുന്നതുപോലും വിലക്കിയപ്പോൾ അവനു ജീവിതം മടുത്തുതുടങ്ങി. ദ്വീപിലാണ് ജീവിതമെങ്കിലും അവൻ കടൽത്തീരത്തുപോലും പോകാറില്ലായിരുന്നു അക്കാലത്ത്. അധികസമയവും അവൻ തുകലിന്റെ ചട്ട ഉണ്ടാക്കികൊണ്ട് കുതിരക്കോപ്പിന്റെ കടയിലായിരിക്കും. അമ്മയുണ്ടാക്കുന്ന ഭക്ഷണം അവരുടെ അടിമകൾക്ക് കൊണ്ട് വന്നു കൊടുക്കുക, വൈകുന്നേരം അവരെ അവരുടെ ആലയിൽ പൂട്ടിയിടുക, അവരെ കൊണ്ട് പണിയെടുപ്പിക്കുക ഇതൊക്കെയായിരുന്നു അവന്റെ ജോലികൾ.

ദ്വീപിൽ ഏറ്റവും കൂടുതൽ അടിമകൾ ഉണ്ടായിരുന്നത് അവർക്കായിരുന്നു. അവന്റെ മനസ്സ് മുഴുവൻ പക്ഷേ കടലിലായിരുന്നു. അവന്റെ പ്രായത്തിലുള്ള ആൺകുട്ടികൾ, അവർ കെട്ടാൻ പോകുന്ന പെൺകുട്ടികളെ സ്വപ്നം കണ്ടു നടക്കുമ്പോൾ ഹിസീർ, കയറിന്റെ പിന്നാലെ പോയി. പല തരം കെട്ടുകൾ, നാവികർ ഉപയോഗിക്കുന്ന തരത്തിലുള്ളവ പരിശീലിക്കലായിരുന്നു അവന്റെ വിനോദം. മൺ

പാത്രങ്ങൾ കഴുതയുടെ മേൽ കെട്ടുമ്പോൾ പോലും അവൻ മൻ റോപ്പും മറക്കെട്ടും പുള്ളിബ്ലോക്കും ആയിരിക്കും ഇടുന്നത്.

പെട്ടെന്നാണ് സമാധാനപരമായിരുന്ന ആ വർഷത്തിന്റെ സ്വഭാവം മാറുന്നത്.

അവരുടെ അമ്മ മരിച്ചു. താനൊരു വെളിച്ചം കയറാത്ത കിടങ്ങിൽ പെട്ടതുപോലെ ഹിസീറിനു തോന്നി. പക്ഷേ കാര്യങ്ങൾ അതിലും മോശമാവുകയായിരുന്നു. അടുത്ത വർഷം ഇല്യാസും ഒരൂച്ചും അലക്സാണ്ഡ്രിയയിൽ നിന്ന് മടങ്ങുമ്പോൾ അവരെ റോഡ്സിലെ നൈറ്റ്സ് പിടികൂടി. ഇല്യാസ് അല്ലാഹുവിന്റെ നാമത്തിൽ മരണപ്പെടുകയും ഒരൂച്ച് ഒരു അടിമയായിത്തീരുകയും ചെയ്തു. ഹിസീറിന് ഈ ദുരന്തവാർത്തകൾ അമ്മ മരിച്ച സമയത്ത് പിതാവിനോട് പറയാനായില്ല. മാത്രമല്ല, ഒരു പർവതത്തിന്റെ കരുത്തുണ്ടെങ്കിലും ലോലഹൃദയനായിരുന്നു അദ്ദേഹം. ഇല്യാസ് മരിച്ചു, ഒരൂച്ച് ഒരു ഗാലിയിലെ അടിമയായി എന്ന് കേട്ടാൽ വാളെടുത്തു യുദ്ധത്തിനിറങ്ങും. അപ്പോൾ അദ്ദേഹം തനിക്ക് എഴുപത് വയസ്സായെന്ന് ഓർക്കില്ല. മെഡിറ്ററേനിയനിലെ ഏറ്റവും കഠിനശിക്ഷയാണ് ഒരു ഗാലിക്കപ്പലിലെ അടിമയാവുക എന്നത്. അതുകൊണ്ട് ഹിസീർ ഇതെല്ലം ഒളിപ്പിച്ചു വച്ചു. പക്ഷേ വാർത്ത വൈകാതെ ദ്വീപിൽ പരന്നു. യാക്കൂപ്പ് ആഗ അത് കേട്ടതും കുഴഞ്ഞു വീണു മരിച്ചു.

മൂന്നു വർഷത്തിനിടയിൽ, ഹിസീറിന് തന്റെ അച്ഛനും അമ്മയും ഒരു സഹോദരനും നഷ്ടമായി. ഇനിയൊരു സഹോദരൻ അടിമയായി ജീവിക്കുന്നുവെന്ന ചിന്ത അവനെ രാപകൽ അലട്ടി. ദുഃഖവും നിരാശയും അവനെ കാർന്നുതിന്നു. മൂന്നു വർഷങ്ങൾ മുപ്പതു വർഷങ്ങളെ പോലെ തോന്നി. പക്ഷേ അവസാനം അതിനൊരു മാറ്റം വന്നു. ഇരുണ്ടു തണുത്ത അന്തരീക്ഷം മാറി വേനൽക്കാറ്റു വീശി. ഒരൂച്ച് രക്ഷപ്പെട്ടു, അവൻ ഒരു ഓട്ടോമാൻ റയീസായി ദ്വീപിലേക്ക് തിരിച്ചു വന്നു. ആളുകൾ അവനെ കണ്ട്, അമ്പരന്നു. ഒരു വ്യാപാരിയെ പോലെയല്ല, ഒരു കടൽക്കൊള്ളക്കാരന്റെ വസ്ത്രങ്ങളായിരുന്നു ഒരൂച്ച് ധരിച്ചിരുന്നത്. അവന്റെ കണ്ണുകളിൽ ഉണ്ടായിരുന്ന കരുണ മാഞ്ഞുപോയിരുന്നു. മൂന്നു വർഷം തന്നെ അടിമയാക്കിയ നൈറ്റ്സിനോട് പകരം ചോദിക്കാൻ അവൻ വെമ്പി.

വളരെ പെട്ടെന്ന് ഒരൂച്ചിന്റെ പേര് പൈറേറ്റുകൾ ഉച്ചരിക്കാൻ തുടങ്ങി. അവൻ ഈജിപ്തിലെ സുൽത്താന്റെ രണ്ടു ഗാലിയറ്റുകൾ സ്വന്തമാക്കി. ടെക്കേയിലായിരുന്ന കോർകുട്ട് രാജകുമാരനും അവന്റെ സ്റ്റീവാർഡ് പിയാലെ ബെയുമായി സ്വയം ധന്യനാണെന്ന്

പ്രഖ്യാപിച്ച ആ യാത്ര ആരംഭിച്ചു. രണ്ടു വർഷം അവർ മെഡിറ്റ റേനിയനിൽ കുതിച്ചു. അളവറ്റ സ്വത്ത് കൈക്കലാക്കി. കോർകുട്ട് ഗവർണർ സറൂഹാന്റെ അടുത്ത് പോയപ്പോൾ ഒരൂച്ച് അനറ്റോളിയൻ കടലോരങ്ങൾ വിട്ടു പടിഞ്ഞാറേ മെഡിറ്ററേനിയനിൽ ചുവടുറപ്പിച്ചു ശത്രുക്കളെ തുരത്തി, ഗാലിക്കപ്പലുകൾ സ്വന്തമാക്കി, സ്വത്തുക്കൾ മുഴുവൻ വീട്ടിലേക്കു കൊണ്ടുവന്നു.

ഒരൂച്ചിന്റെ വീരകഥകൾ കേട്ട് ഹിസീർ കടലിൽ പോകാൻ തീവ്ര മായി ആഗ്രഹിച്ചു.എന്നാൽ അവനത് സാദ്ധ്യമാകുമായിരുന്നില്ല.

പണ്ട് കേട്ട കടൽക്കഥകൾ അവന്റെ മനസ്സിൽ നിറഞ്ഞു. ഇഷാവ് പക്ഷേ, ഹിസീറിനു സാധിക്കാത്തത് ഇതിനകം ചെയ്തു. ഒരൂച്ചിന്റെ ജേർബ ദ്വീപിലെ ആസ്ഥാനത്ത് നങ്കൂരമിട്ട കപ്പലിലെ, എഴുപത്തെ ട്ടാമത്തെ നാവികനായി.

ഹിസീർ ലെസ്ബോസ് വിട്ടില്ല. തന്റെ പിതാവിന്റെ വീട്ടിൽ, കട ലെടുത്ത സഹോദരന്റെ ഓർമകളുമായി നാളുകൾ കഴിച്ചുകൂട്ടി. പിതാവ് പോയതിനു ശേഷം ജീവിതം മാറിപ്പോയെങ്കിലും അവനു തോന്നി, ഇപ്പോൾ ഒരുപക്ഷേ അദ്ദേഹം ഉണ്ടായിരുന്നെങ്കിൽ അവനെ കടലിൽ വിടുമായിരുന്നു എന്ന്. അങ്ങനെയാണെങ്കിൽ അത് അദ്ദേഹ ത്തിന്റെ കല്പന ലംഘിക്കലാവില്ല. ഹിസീറിനു വലിയ വലിയ ആഗ്രഹങ്ങൾ ഉണ്ടായിരുന്നില്ല. കടലുമായി അടുക്കണം. ചെറിയ തോതിൽ കച്ചവടം, ജേർബയിൽ പോയി സഹോദരന്മാരെ കാണണം ഇത്രയൊക്കെയേ ഉണ്ടായിരുന്നുള്ളൂ.

കുറച്ചു കാലത്തിനുശേഷം അവൻ കച്ചവടത്തിന് പറ്റിയ ഒരു ഈജിപ്ഷ്യൻ കറാക്കും ഒരു ബാർക്കും സ്വന്തമാക്കി. അതിന് അവൻ 'ഫീനിക്സ്' എന്ന് പേരിട്ടു. കാരണം അതിന്റെ സ്റ്റെർൺ പോസ്റ്റിൽ ഒരു ഫീനിക്സ് പക്ഷിയെ വരച്ചു വെച്ചിരുന്നു. ക്യാപ്റ്റന്റെ ക്വാർ ട്ടേഴ്സിന് പകരം അവൻ മെയിൻ ഡെക്കിൽ ഒരു ടെന്റ് ഉയർത്തി.

ഈ മാസങ്ങളിലായിരുന്നു സലിം രാജകുമാരൻ സുൽത്താൻ ബെയസീദിനെ കാണാൻ എദിർനെയിൽ പോയിരുന്നത്. ഹിസീ റിനു കൂടെക്കൂടെ ഇല്യാസിന്റെ സാമീപ്യം അനുഭവപ്പെട്ടു. അമ്മ പറയാറുള്ള കഥകളിലെല്ലാം ഈ രണ്ടു സഹോദരരുടെ വിധി ഇഴപിണഞ്ഞു കിടന്നു. അവരെ പിരിക്കാനാവുമായിരുന്നില്ല. എങ്കിലും ഇല്യാസ് പോയി. ഹിസീർ താമസിയാതെ ആഴക്കടലിലേക്ക് ഇറങ്ങി, ഇല്യാസിന്റെ ആത്മാവിനെ തേടാനെന്നതുപോലെ.

മരണത്തിനു കുറച്ചു കാലം മുൻപാണ് ഇല്യാസ് ഖുർആൻ കാണാതെ പഠിച്ചു കഴിഞ്ഞതും പള്ളിയിയിൽ അവന്റെ മനോഹര

സ്വരത്തിൽ ആളുകൾ, പുണ്യപാരായണം കേൾക്കാൻ തുടങ്ങിയതും. ഭക്തിപൂർവ്വമായ അവന്റെ വായന ദ്വീപിലെ വിശ്വാസികളുടെ ഹൃദയത്തെ സ്പർശിക്കുമായിരുന്നു. ഇപ്പോഴും ഹിസീറിനു അവന്റെ പ്രാർത്ഥന, കണ്ണടച്ചാൽ കേൾക്കാമായിരുന്നു.

ഹിസീർ ലെസ്ബോസ് വിട്ടത്, ഇല്യാസിന്റെ ശബ്ദം മറക്കാനും കൂടിയാണെന്ന് അവൻ ആരോടും പറഞ്ഞില്ല. അല്ലെങ്കിൽ അവന്റെ സ്വരം തിരമാലകളുടെ കൂടെ ചേർത്ത് വെക്കാനാകാം. എന്തായാലും ലെസ്ബോസിൽ തനിക്കിനി ഒന്നുമില്ലെന്ന് ഹിസീർ ഉറപ്പിക്കുകയും തന്റെ ആളുകളെ കൂട്ടി കടലിൽ കപ്പലിറക്കുകയും ചെയ്തു.

തുടക്കത്തിൽ അവർ സെസ്മെ, കിര്യാക്കോസ്, അയ്ദിൻ ദ്വീപുകളിൽ വ്യാപാരം നടത്തി. പിന്നീട് റോഡ്സ്, ക്രീറ്റ് എന്നിവിടങ്ങളിലും പോയതിനുശേഷം അവർ പ്രേവേസ് കടലിലുള്ള ജേർബയിലേക്ക് പുറപ്പെട്ടു. ആദ്യ ദിവസം തന്നെ തന്റെ നാവികർ തന്നെ റയീസ് എന്ന് വിളിക്കും എന്നവൻ കരുതിയില്ലെങ്കിലും അവർ അങ്ങനെ വിളിച്ചു. കേൾക്കണമെന്ന് ആഗ്രഹമുണ്ടായിരുന്നു ഹിസീർ റയീസ് എന്ന പേര്.

നാലാം ദിവസം അവർ ശാന്തമായി തുഴയുന്ന നേരം, നാവികർ ഒരു തുർക്കി നാടോടിഗാനം പാടാൻ തുടങ്ങി. അത് ഓളങ്ങളുടെ ശബ്ദവുമായി ലയിച്ചു. ഹിസീറിനു ഇല്യാസിന്റെ സ്വരം കേൾക്കുന്ന പോലെ തോന്നി. പക്ഷേ, കാവൽ പാമരത്തിന്റെ മുകളിൽ നിന്ന് അവന്റെ കാവൽനാവികന്റെ അലർച്ച ആ ശാന്തതയെ കീറിമുറിച്ചു.

“കൊള്ളക്കാർ, സ്റ്റാർബോർഡ് ബോ(കപ്പലിന്റെ ദക്ഷിണഭാഗം) യുടെ അവിടെ. ”

വല്ലാത്തൊരു കൂട്ടക്കരച്ചിലായിരുന്നു പിന്നെ കേട്ടത്. മിസ്എൻ മാസ്റ്റിൽ (ഏറ്റവും ഉയരം കൂടിയ പാമരം) നിന്നായിരുന്നു അത്. അവർ ഗാലി അടിമകളായിരുന്നു. ഈ മെഡിറ്ററേനിയനിലെ ഏറ്റവും ദുരിതപൂർണമായ വിധിയായിരുന്നു അവരുടെ മുന്നിലുണ്ടായിരുന്നത്. തീരവാസികൾക്കെല്ലാം അറിയാവുന്ന ഒരു കാര്യം തുഴകളുള്ള കപ്പൽ, പായക്കപ്പലുകളെ വേട്ടയാടും എന്നതാണ്. കഴുകനും കുരുവിയും പോലെയായിരുന്നു ഗാലിയും ഗാലിയോണും. തുഴകൾ ഉയർന്നു വീഴുന്നത് പാമരം തകർത്തുകൊണ്ടായിരിക്കും. വേട്ടക്കാരനും ഇരയും. എല്ലാ വേട്ടക്കഥകളും വേട്ടക്കാരന്റെ വിജയത്തെക്കുറിച്ചുള്ളതാണല്ലോ.

ഹിസീർ പക്ഷേ കുലുങ്ങിയില്ല. വളരെ പെട്ടെന്ന് അവന് അക്രമികളുടെ കപ്പലുകളെ മനസ്സിലായി. ഒരു ബ്രിഗാന്റീനും ഫ്രിഗേറ്റും ഒരു ഗാലിയറ്റുമായിരുന്നു ഉണ്ടായിരുന്നത്. ചെറുപ്പത്തിൽ അവൻ

ലെസ്ബോസിൽ കണ്ടു പരിചയിച്ചവ. മെലിഞ്ഞു നീണ്ട ഗൺ വെയ്ലൊടു കൂടിയവയായിരുന്നു അവ മൂന്നും. അതിവേഗം അവ അടുത്തെത്തുന്നുണ്ട്. രണ്ടായി പിളർന്ന, കൂർത്ത പതാക്കങ്ങളിൽ നിന്ന് മനസ്സിലാക്കാം, ഇത് ജെനോയ്സ് പൈറേറ്റുകളാണ്.

പൈറേറ്റ് പീരങ്കികൾ വെടിയുതിർക്കാൻ തയ്യാറാണ്. ആദ്യയാത്ര യിൽ കൊള്ളയടിക്കപ്പെടുന്നത് കര കയറാനാവാത്ത അപകീർത്തിക്ക് വഴി വെക്കും. തന്റെ നാവികരുടെ ജീവന്റെ ഭാരം ഹിസീറിനു തന്റെ ചുമലിൽ അനുഭവപ്പെട്ടു. പലരും കടലിൽ ആദ്യമായാണ്. ചിലർ ലെസ്ബോസിലെ തന്നെ പരിചയക്കാർ. തങ്ങളെല്ലാവരും അടിമ കളായി തടങ്കലിൽ കഴിയുന്ന ചിത്രം ഹിസീറിന്റെ കണ്ണിൽ മിന്നി മറഞ്ഞു. അവൻ അവരുടെ റയീസാണ്. അവരെ രക്ഷിക്കേണ്ട കപ്പി ത്താൻ. പക്ഷേ ഇത്രയും വേഗത്തിൽ വരുന്ന, ഭാരം കുറഞ്ഞ പെട്ടെന്ന് ആക്രമിക്കാൻ പറ്റുന്ന തുഴക്കപ്പലുകളെ എങ്ങനെ നേരിടണം എന്ന് ഹിസീറിനു അറിയില്ലായിരുന്നു. എന്നാലും അവൻ ഏകദേശം കണക്കുകൂട്ടി.

അവരുടെ ഗാലി ഇരുനൂറ്റി നാല്പത് അടി നീളവും തൊണ്ണൂറ് അടി വീതിയും ഉള്ളവയാണ് എന്നവൻ അളന്നു. എത്ര തുഴയുണ്ട് എന്ന് മനസ്സിലായില്ലെങ്കിലും ഓരോന്നിനും ഇരുപത്തഞ്ചു തുഴക്കാർ ഉണ്ടെന്നു കണ്ടു. അവരുടെ ഇരിപ്പും മറ്റും കണ്ടിട്ട് ഓട്ടോമൻ അടിമ കളാണെന്ന് തോന്നി. അവർക്ക് ഉടനെ ഫീനിക്സിലേക്ക് ഇടിച്ചു കയറാനാകും. അവരുടെ ലക്ഷ്യം എന്തെന്ന് മനസ്സിലാക്കണം. ഒന്നു കിൽ അവർ ഫീനിക്സിനെ മുക്കും അല്ലെങ്കിൽ, വെടിവെച്ച് കീഴ ടക്കും.

അവരുടെ അടുത്ത നീക്കത്തിനായി ഹിസീർ കാത്തു. അവർ ക്കിടയിൽ ഇപ്പോൾ മുന്നൂറടി ദൂരമേയുള്ളൂ. ഹിസീറിനു മനസ്സി ലായി തീരുമാനം എടുക്കാറായി എന്ന്. അവർ അടുത്തെത്തി. കൂടി യാൽ നൂറ്റിയെൺപത് അടി ദൂരം കാണും. ചില നാവികർ എന്തെ ങ്കിലും ചെയ്യാൻ ആവശ്യപ്പെട്ട് ഡെക്കിലെത്തി. ഒരു കപ്പിത്താന്റെ സ്ഥാനം എന്തെന്ന് ഹിസീറിനു വ്യക്തമായി. പൈറേറ്റുകൾ ഇപ്പോൾ ഇടിച്ചു കയറും. പക്ഷേ ഹിസീറിനു എന്ത് ചെയ്യണം എന്ന് അറി യില്ലായിരുന്നു. രക്ഷപ്പെടാനാവില്ല, കാറ്റ് അവർക്കനുകൂലമല്ല. ചര ക്കെല്ലാം കളഞ്ഞാലും കപ്പലിന് വേണ്ട വേഗത കിട്ടില്ല. ഒലിവെണ്ണ, വൈൻ, തുകൽ, കൃഷിയുപകരണങ്ങൾ എന്നിവയാണ് അവരുടെ പക്കലുള്ളത്. ഹിസീർ ആകെ കുഴഞ്ഞു.

പെട്ടെന്നതാ, ഒരു ശബ്ദം. അയാളുടെ തുഴക്കാരാണ്. ‘‘ഹേയ് യാ മേവ്ലാ.’’

ഒരാൾ വിളിച്ചു, മറ്റുള്ളവർ ഏറ്റുപാടി. ആന്റലൂഷ്യൻ, ആഫ്രിക്കൻ മുസ്ലീങ്ങളുടെ യുദ്ധകാഹളമായിരുന്നു അത്. അവരുടെ ജീവന്മരണ നിമിഷത്തിൽ പുറപ്പെട്ടതാണത്. “ഹേയ് യാ മേവ്ലാ ഹെ അമോല...”

ഒറ്റ സ്വരത്തിൽ ആ മന്ത്രം ഉയർന്നു. ഹിസീർ ഉണർന്നു, അവൻ ദൈവത്തോട് അപേക്ഷിച്ചു “എന്റെ ദൈവമേ, നിനക്കറിയാം എന്റെ മുന്നിൽ എന്താണെന്ന്. ഞാൻ വെറുമൊരു വ്യാപാരി, പക്ഷേയിതാ, യുദ്ധത്തിന്റെ വക്കിൽ. എനിക്ക് ഇവർ ആരാണെന്ന് അറിയില്ല ശത്രുവോ മിത്രമോ? എനിക്ക് ശക്തി തരൂ, എന്റെ കൂട്ടരെ രക്ഷിക്കണം, അർഹിക്കുന്നെങ്കിൽ വിജയിപ്പിക്കണം.”

അപ്രകാരം പ്രാർത്ഥിച്ചതോടെ ഹിസീറിന്റെ നെഞ്ചിലെ ഭാരം കുറഞ്ഞതായി തോന്നി. അവനിലെ വീരൻ ഉണർന്നു. മരണം പോലും നിസ്സാരമായി തോന്നി. രക്തക്കുതിപ്പ് തലയിലെത്തി. വാളുയർത്തി അവൻ പ്രഖ്യാപിച്ചു.

“സർവശക്തനായ ദൈവമേ, ഞാൻ ജീവനോടെയിരുന്നാൽ മരിക്കുന്നവരുടെ മക്കളെയും വേണ്ടപ്പെട്ടവരെയും നോക്കാൻ നീയെന്റെ കൂടെയുണ്ടാകണം.”

അവന്റെ ചുറ്റും നിന്നവർ അതേറ്റു പറഞ്ഞു. ശത്രുക്കൾ ഇങ്ങെത്തി. ഏതാനും നിമിഷങ്ങൾക്കുള്ളിൽ അവർ ഇടിച്ചു കയറും. പക്ഷേ ഹിസീറിന്റെ പടയാളികൾ ആവേശത്തിലായിരുന്നു. അവർ ദൈവത്തിനു സ്തുതി പറഞ്ഞ് ഉറച്ചു നിന്നു.

കടലിനു ചൂട് പിടിച്ചതുപോലെ തോന്നി ഹിസീറിന്. തിരമാലകളിൽ പ്രാർത്ഥനയുടെ പ്രതിഫലനം. ആദ്യത്തെ വെടി പൊട്ടി. പക്ഷേ ഹിസീർ വിദഗ്ധമായി കപ്പൽ തിരിച്ചു. അപ്പോൾ അവർക്ക് ഉന്നം തെറ്റി. പിന്നെ അവർ ഉന്നമിട്ടത് ഫീനിക്സിന്റെ മൂന്നാം പാമരത്തെയാണ്, അഥവാ മിസ്സെൻ മാസ്റ്റ്. അത് തകർന്നാൽ കപ്പൽ നിൽക്കും. ശത്രുവിന്റെ ലക്ഷ്യം അവരെ കീഴടക്കുക എന്നതാണ്. കപ്പലിനെ മുക്കുകയല്ല. അത് നല്ലതാണ്, ഹിസീർ കണക്കുകൂട്ടി.

ഹിസീർ, തന്റെ അനുയായിയായ അയാദിനെ വിളിച്ചു. ലെസ്ബോസിൽ നിന്നുള്ള അയാദിന് പല ഭാഷകളും അറിയാം. തികഞ്ഞ ഗാംഭീര്യത്തോടെ, ആ ഭാഷകളെല്ലാം സംസാരിക്കുകയും ചെയ്യും. എന്നാൽ, അയാദിന്റെ അനുനയപ്രഖ്യാപനങ്ങൾ പൈറേറ്റുകളെ ഏശിയതേയില്ല. പാരിതോഷികങ്ങളിൽ തൃപ്തരാവുമായിരുന്നില്ല അവർ. കപ്പലുകൾ കൂട്ടിയിടിച്ചു.

ഹിസീർ അലറി.''ഇതാണ് നമ്മുടെ സമയം. യോദ്ധാക്കളേ, മരണം, അല്ലെങ്കിൽ വിജയം...''

കടലിലെ ഭീകരത എന്താണെന്ന് ഹിസീറിനു മനസ്സിലാവുകയായിരുന്നു. ഭയാനകമായ കാഴ്ച തന്നെയായിരുന്നു അത്. ഒരു നിമിഷം കണ്ണടച്ചു നിന്നു. അടുത്ത നിമിഷം അയാൾ അലറി.

'യുദ്ധം ആരംഭിക്കട്ടെ യോദ്ധാക്കളേ, ദൈവത്തിന്റെ നാമത്തിൽ, മുന്നോട്ട്.''

അതോടെ അവർ ആക്രമണത്തിലേക്ക് ആണ്ടുപോയി. ഹിസീറിന്റെ തുഴക്കാർ തുഴ വിട്ട് വാളെടുത്തു. പൈറേറ്റുകളെ വെട്ടാൻ പാഞ്ഞടത്തു. ''അള്ളാഹു അക്ബർ, ഹെഅമോല'' വിളികൾ, പീരങ്കി വെടി, ചങ്ങലക്കിലുക്കം, ചെണ്ടകൾ എന്നിവയോടു ചേർന്ന് വിസ്മയാവഹവും ഭീകരവുമായ ഒരു അന്തരീക്ഷം അവിടെ സൃഷ്ടിക്കപ്പെട്ടു. കപ്പലിലേക്ക് കൊളുത്തുകൾ വന്നുകൊത്തുന്നുണ്ടായിരുന്നു. വളരെ പെട്ടെന്ന് കൊളുത്തുകൾ എല്ലായിടത്തും എത്തി.

ഹിസീറിനു മനസ്സിലായി, ഇത് യുദ്ധത്തിന്റെ രണ്ടാം ഘട്ടമാണ്. പൈറേറ്റുകൾ, അപ്പോഴേക്കും കയറുകൊണ്ട് ഒരു പാലം തീർത്തിരുന്നു. അതിലൂടെ അതാ, തീർത്തും നഗ്നരായ ഗോലിയത്തുകൾ ഒരു കൈയിൽ വാളും വായിൽ ഒരു വളഞ്ഞ കത്തിയും കടിച്ചു പിടിച്ചു ഭീകരതയുടെ തനിരൂപമായി ഇറങ്ങി വരുന്നു. മുഖത്ത് വെട്ടേറ്റ പാടുള്ളവരും ചെവിയോ മൂക്കോ ഇല്ലാത്തവരുമായ കടൽ മനുഷ്യരായിരുന്നു അവർ. ഹിസീറിന്റെ തുഴക്കാർ ലോകാവസാനമെന്ന പോലെ പൊരുതി. എങ്ങും രക്തം ഒഴുകിക്കൊണ്ടിരുന്നു.

ഹിസീറിനു കടലിലേക്ക് വന്നതിൽ ആദ്യമായി, പശ്ചാത്താപം തോന്നി. മുറിഞ്ഞു കിടന്നു പിടയ്ക്കുന്ന തലകളും കാലുകളും ആരുടെയും മനസ്സിൽ ഇരുട്ട് നിറയ്ക്കും. അയാൾ മരവിച്ചു പോയി. ഇതൊരു അധർമ്മയുദ്ധമായി അയാൾക്ക് തോന്നി. ആരറിഞ്ഞു ലെസ്ബോസിൽ നിന്നുള്ള എഴുപത് ഗ്രാമീണർ ഈ ക്രൂരയുദ്ധം ജയിക്കുമെന്ന്?

ആക്രമണത്തിന്റെ നടുവിലും ഹിസീറിന്റെ ഉള്ളിൽ ഒരു പദ്ധതി ഉരുത്തിരിയുന്നുണ്ടായിരുന്നു. ഹിസീർ അപ്പുറത്തെ ഗാലിയിലേക്ക് നോക്കി. അവിടെ പീരങ്കിക്കാർ മാത്രമേ ഉള്ളൂ. ബാക്കിയെല്ലാവരും ഇപ്പോൾ അയാളുടെ കപ്പലിലാണ്. ഒരു അലർച്ചയോടെ ഹിസീർ തന്റെ ആ പദ്ധതി പ്രഖ്യാപിച്ചതും അയാളുടെ തുഴക്കാർ കയർപ്പാലത്തിലൂടെ അപ്പുറത്തെത്തിയതും ഒരുമിച്ചായിരുന്നു. ഹിസീർ കപ്പൽ മാറി. പീരങ്കിക്കാർ മറ്റു വഴിയില്ലാതെ കടലിലേക്ക് ചാടി.

കാറ്റിന്റെ ദിശയും വെള്ളത്തിന്റെ ഗതിയും അവർക്കനുകൂലമായിരുന്നു. ഹിസീറിന്റെ ഗാലിയറ്റിൽ നിന്ന് പൈറേറ്റ് ഗാലി അകന്നുപോയി. ഹിസീർ യുദ്ധം ജയിച്ചു. അപ്പോൾ താഴെ നിന്നൊരു നിലവിളി കേട്ടു. തുഴയിൽ എന്നേക്കുമായി ബന്ധിക്കപ്പെട്ട മുസ്ലീങ്ങളായ അടിമകളായിരുന്നു അവർ. ഭയം കൊണ്ട് തുർക്കിഷിലും അറബിയിലും അവർ ഉറക്കെ പ്രാർത്ഥിച്ചുകൊണ്ടിരുന്നു. ചങ്ങല പൊട്ടിക്കാൻ പല ശ്രമങ്ങളും നടത്തി. ഹിസീർ ഒരു കൊളുത്തെടുത്ത് എറിഞ്ഞു. അത് ചങ്ങലയുടെ അറ്റത്ത് കൊളുത്തി. ഒറ്റവലിക്ക് ചങ്ങല അഴിയുകയും ചെയ്തു. അതോടെ, എല്ലാ അടിമകളുടെയും കാലിലെ ചങ്ങല അയഞ്ഞു. അവർ അത് എടുത്തു മാറ്റി, അത്ഭുതത്തോടെ മുകളിലേക്ക് നോക്കി. കണ്ണീരോടെ ''പുണ്യവാനായ പോരാളി, ഇതാ ഹിസീർ റയീസ് ബാബാ'' എന്ന് അവർ ഉറക്കെ നിലവിളിച്ചു. മുകളിലാകട്ടെ, നാവികർ പായ നിവർത്തുന്ന തിരക്കിലായിരുന്നു.

മറ്റുള്ളവർ നേരത്തെ 'റയീസ്' എന്ന് വിളിക്കുമെങ്കിലും ഇപ്പോഴാണ് ഹിസീറിനു ശരിക്കുമൊരു റയീസായി സ്വയം തോന്നിയത്. സ്വന്തമായി ഒരു ഗാലിയുള്ള റയീസ്. ഇനി കാര്യങ്ങൾ എളുപ്പമാണ്. ഗാലിയറ്റിൽ നിന്ന് തന്റെ ആളുകളെ രക്ഷിക്കണം, അതിനായി ആദ്യം പീരങ്കി ഉപയോഗിച്ച് പൈറേറ്റുകളുടെ ബ്രിഗേന്റീനും ഗാലിയോണും തകർക്കണം.

ഇപ്പോൾ മോചിപ്പിച്ച തുഴക്കാരിൽ മൂന്നു നാവികരും രണ്ടു പീരങ്കിക്കാരും ഉണ്ടായിരുന്നു, അവർ പൊടുന്നനെ കർത്തവ്യനിരതരായി. വീപ്പകൾ നിറയെ വെടിമരുന്നും പീരങ്കിയുണ്ടകളും ഉണ്ടായിരുന്നു. എന്തും സാധ്യമാണെന്ന് തോന്നിയ നിമിഷം.

ഹിസീർ അല്ലാഹുവിനെ സ്തുതിച്ചു.

അന്ന് വൈകുന്നേരമാകുമ്പോഴേക്കും ഹിസീറും കൂട്ടരും ധനികരായി മാറി. ഗാലിയിൽ പിടിച്ചടക്കിയ സ്വർണം വീതിച്ചാൽതന്നെ ഓരോരുത്തർക്കും ഇരുപത് സ്വർണനാണയങ്ങൾ കിട്ടുമായിരുന്നു. പിടികൂടി അടിമകളാക്കിയ ജെനോയ്സ് പൈറേറ്റുകളെയും പിടിച്ചടക്കിയ ഗാലിയോണും കൂടാതെയാണത്.

ഒറ്റ ദിവസം കൊണ്ട് കാര്യങ്ങൾ മാറിമറിഞ്ഞു. എത്ര കാലം കച്ചവടം ചെയ്താലും ലഭിക്കാത്ത അത്രയും സമ്പത്ത് ഒരു ദിവസം കൊണ്ട് റയീസ് നേടിയിരിക്കുന്നു. ആ ദിവസത്തെ അവസാന സൂര്യകിരണത്തിൽ മെഡിറ്ററേനിയൻ തിളങ്ങുമ്പോൾ പലതും മാറിമറിഞ്ഞിരുന്നു.

കപ്പലുകളുടെയും പീരങ്കികളുടെയും സ്വർണത്തിന്റെയും ഉടമസ്ഥൻ മാറി, പഴയ അടിമകൾ സ്വതന്ത്രരാകുകയും പുതിയവരുടെ കാലിൽ ചങ്ങല വീഴുകയും ചെയ്തു.

സംഭവിച്ചത് പൂർണമായും വിശ്വസിക്കാൻ ഹിസീറിനായില്ല. ദൈവത്തിനു നന്ദി പറയുകയല്ലാതെ മറ്റെന്ത് ചെയ്യാൻ? കടലിലെ ആദ്യത്തെ ദിവസം തന്നെ താൻ പല കപ്പലുകളുടെയും ഉടമയായ ഒരു റയീസ് ആയിത്തീർന്നിരിക്കുന്നു. അയാൾക്ക് സന്തോഷം കൊണ്ട് കരച്ചിൽ വന്നു.

പടിഞ്ഞാറൻ കാറ്റ് പതിയെ രാത്രിയുടെ തണുപ്പിലേക്ക് മാറിയതോടെ അവർ ക്രീറ്റ് കടന്ന് ഡോൾഫിൻ ദ്വീപിൽ നങ്കൂരമിട്ടു. അവർക്കിപ്പോൾ കടൽജീവിതം എന്താണെന്ന് ഒരു ധാരണ കിട്ടിയെന്ന് തോന്നി. എന്നിട്ടും ആ സംഭവങ്ങൾ ഇപ്പോഴും അവർക്ക് വിശ്വസിക്കാനായതേയില്ല.

അന്ന് വൈകിട്ട്, സ്വതന്ത്രരാക്കിയ മുസ്ലീങ്ങൾക്ക് വസ്ത്രം നൽകി. ചിലർ മൂന്നു വർഷത്തോളമായി അടിമകളായിരുന്നു, വിവസ്ത്രരും ലജ്ജിതരുമായിരുന്നു.

ഹിസീർ റയീസ് അന്ന് നാവികരുടെ തമ്പിൽ തന്നെ തങ്ങി. അവർക്കെല്ലാം അദ്ദേഹത്തിന്റെ അളവറ്റ കരുണ ഒരു അനുഗ്രഹമായി തോന്നി. സാധാരണ കാലാവസ്ഥയാണെങ്കിൽ നാവികർ അപ്പർ ഡെക്കിൽ തന്നെയാണ് കിടക്കാറുള്ളത്. ഇന്ന് പക്ഷേ അവർ ഗാലിയിൽ നിന്ന് ലഭിച്ച പരുത്തിത്തുണി വിരിച്ച്, സൂര്യനുദിക്കുന്നതുവരെ, തങ്ങളുടെ വർഷങ്ങളായുള്ള വലച്ചിൽ തീരുംവരെ കൂർക്കം വലിച്ചുറങ്ങി.

രാവിലെ അവർ ലെസ്ബോസിലേക്ക് തിരിച്ചു. ചക്രവാളത്തിലേക്ക് നോക്കി നിൽക്കുമ്പോൾ ഹിസീറിനു ഇത്രയധികം സൗഭാഗ്യം ഇത്ര വേഗത്തിൽ കൈവരുമോ എന്ന് സംശയം തോന്നി. ആറു മാസത്തോളം കഷ്ടപ്പെട്ടാൽ മാത്രം ലഭിച്ചേക്കാവുന്ന സമ്പാദ്യം ഇപ്പോഴേ ലഭിച്ചിരിക്കുന്നു. മൂന്നാഴ്ചത്തെ യാത്ര നാലു ദിവസം കൊണ്ട് തീർത്ത് അവർ ലെസ്ബോസിൽ എത്തി.

അടിമകളെ ചന്തയിൽ കൊണ്ടുപോകാം. പിടിച്ചെടുത്ത ഗാലിയും ഗാലിയോണും തുറമുഖത്തു തന്നെ വിൽക്കാം. പക്ഷേ ഇതിനെല്ലാം കൊടുക്കേണ്ടി വന്ന വില വളരെ വലുതാണ്.

കടലിൽ നഷ്ടപ്പെട്ട നാവികരുടെ ഭാര്യമാരോടും മക്കളോടും എന്ത് പറയും? പെട്ടെന്ന് ഇല്യാസിന്റെ പ്രാർത്ഥന ദൂരെ നിന്ന് കേട്ടതുപോലെ. അവന്റെ ശബ്ദത്തിനുള്ളിൽ ഈ വിജയത്തിന്റെ രഹസ്യം ഒളിഞ്ഞിരിക്കുന്നതുപോലെ ഹിസീറിനു തോന്നി.

1511

ഈ ഭൂമിയിൽ ആദ്യമായി കരഞ്ഞത് അവളാണ്, ബിയാട്രിസ്. സ്വർഗത്തിൽ നിന്ന് വീണപ്പോൾ. തന്റെ മകളുടെ തലമുടി തലോടി പിതാമഹൻ ഓജെയ്ഡ പറഞ്ഞു. പതറുന്ന ശബ്ദത്തിൽ അയാൾ തുടർന്നു

"ആദ്യത്തെ മനുഷ്യൻ, മനുഷ്യസ്ത്രീ. ആദ്യം സ്വർഗത്തെ മറന്നതും അവളാണ്"

തന്റെ തന്നെ സ്വരം ആസ്വദിക്കുന്നതു പോലെ അയാൾ തുടർന്നു "അതുതന്നെയാണ് എല്ലാ മനുഷ്യരുടെയും വിധിയും കഥയും. അതുകൊണ്ട് കരയരുത്, മറക്കുക, പ്രിയ ബില്ലൂർ."

അവളുടെ പേര് പറഞ്ഞത് മറ്റാരും കേട്ടില്ലെന്നുറപ്പ് വരുത്തി അയാൾ തന്റെ നീണ്ട താടി ഉഴിഞ്ഞു. ഇത്രയും ഹൃദയഭേദകമായ ഒരു സംഭവം അയാൾ ഇതിനു മുന്നേ കേട്ടിട്ടില്ലായിരുന്നു. അവൾ പറഞ്ഞ ആ സംഭവം അയാളെ വിഷമിപ്പിച്ചു, അതുമാത്രമല്ല, അവളുടെ പേരും.

മലാഗയിലെ കുന്നിൻചെരുവിലെ ഒരു പൂന്തോട്ടത്തിലായിരുന്നു അവർ. അവിടെ നിന്നാൽ ചക്രവാളം കാണാമായിരുന്നു. ഫെർഡിനന്റ് രാജാവ് അദ്ദേഹത്തിന്റെ മകൾ ഹുആനക്ക് വേണ്ടി പണി കഴിപ്പിച്ചതായിരുന്നു ആ ഉദ്യാനം. പക്ഷേ രാജകുമാരി വളരെ ചെറുപ്പത്തിലേ മരിച്ചുപോയി. രാജാവ് തന്റെ അഞ്ചു മക്കൾക്കായി ആ ഉദ്യാനം നൽകി. കുട്ടികളെ നോക്കാനായി പരിശീലിക്കുന്ന അടിമകൾക്കും ആ ഉദ്യാനം ഉപയോഗിക്കാൻ അനുമതിയുണ്ടായിരുന്നു. രാജ്ഞി അറഗോണിലെ ഇസബെല്ലയ്ക്ക് കൊടുത്ത വാക്കായിരുന്നു അത്. പക്ഷേ ടോളിഡോ രാജകൊട്ടാരത്തിലെ പുതിയ രാജ്ഞി ജെർമാന ദേ ഫൗസ് കുട്ടികളെ കാര്യമായി എടുത്തില്ല, അത് പഴയ രാജ്ഞിയുടെയായാലും തന്റേതായാലും.

പതിയെ മലാഗ ഉദ്യാനം അവഗണിക്കപ്പെട്ടു. പിന്നെ ഉദ്യാനം രാജകീയ വിദ്യാലയമായി മാറ്റി. ആ കുന്നിൻ ചെരുവിലിരിക്കാൻ പറ്റിയ സമയമായിരുന്നു അത്. കുട്ടികളുടെ ചിരികളും ചെറിയ ആൽമണ്ട് മരങ്ങളുടെ ഇടയിലൂടെ വരുന്ന സൂര്യകിരണങ്ങളുമെല്ലാം ആ സ്പാനിഷ് കൊട്ടാരത്തെ മനോഹരമാക്കി. ഓജെയ്ഡ ബിയാട്രിസിന്റെ കഥ കേട്ട് ദുഃഖിതനായിരുന്നു. താഴെ കടൽകാക്കകൾ പരസ്പരം വിളിച്ചു പറന്നു നടന്നു. അയാൾ ഒന്ന് നെടുവീർപ്പിട്ട് അവളുടെ തലയിൽ കൈവെച്ചു പറഞ്ഞു.

"നിന്റെ കൂട്ടുകാരുടെ അടുത്തേക്ക് പൊക്കോളൂ."

മുന്തിരിത്തോട്ടത്തിൽ നിന്ന് കടലിലേക്ക് നീളുന്ന, കല്ലുപാതയുടെ അടുത്തുള്ള കുളത്തിനരികെ മറ്റു വിദ്യാർഥികൾ മതിലിലൂടെ അപ്പുറത്തേക്ക് നോക്കുകയായിരുന്നു. അവരുടെ കണ്ണുകൾ അകലെ തിരകളിലൂടെ കടൽക്കാക്കകളെ പോലെ തെന്നി വരുന്ന മൂന്നു ഗാലിയറ്റുകളുടെയും അവയെ പിൻപറ്റി വരുന്ന പതിനൊന്നു ഗാലികളിലും ആയിരുന്നു. അവയിൽ നിന്ന് ഉയർന്നു വരുന്നതാണോ എന്ന് തോന്നുന്ന വിലാപങ്ങളുടെ സംഗീതം ആ കണ്ണുകളെ ഭയപ്പെടുത്തി.

അവർ ചെറുവഞ്ചികളെ നോക്കി. അവയിൽ തടിയും വൈക്കോലും കൊണ്ടുണ്ടാക്കിയ മെത്തയിൽ ശ്രേഷ്ഠരായ നാവികരുടെ ജഡങ്ങൾ. കരയിൽ രാജാവിന്റെ അമ്പെയ്ത്തുകാർ, അസ്തമയസൂര്യന്റെ ദിശയിലേക്ക് നീങ്ങുന്ന ചെറുവഞ്ചികളിലേക്ക് തീയ്യമ്പുകൾ എയ്യാൻ കല്പന കാത്തു നിന്നു. അവസാന വഞ്ചിയും ചക്രവാളത്തിൽ മാഞ്ഞതിന് ശേഷമേ കുട്ടികൾ ഉറങ്ങാൻ കിടന്നുള്ളൂ.

ഉറങ്ങുന്നതിനു മുൻപ് അവർ മരിച്ച നാവികർക്ക് വേണ്ടി പ്രാർത്ഥിച്ചു. അഗ്നി വിഴുങ്ങിയ വഞ്ചികളിൽ നിന്ന് വന്ന പുകയുടെ പ്രതിബിംബം അവരുടെ മനസ്സുകളിൽ തങ്ങി നിന്നു. അവരുടെ അദ്ധ്യാപകന് അവർ ഈ കാഴ്ച കാണണം എന്നുണ്ടായിരുന്നു. അത് അവരിൽ ഒരുതരം ആവേശവും അതേ സമയം ദുഃഖവും നിറച്ചു. ബിയാട്രിസ് മറ്റു കുട്ടികളെക്കാൾ കൂടുതൽ ആ കാഴ്ചയോർത്ത് വേദനിച്ചു. അതിൽ നിന്ന് കേട്ടെന്ന് തോന്നിയ വിലാപം അവളെ വലച്ചു.

മൂന്നു വർഷങ്ങൾക്കു മുന്നേയായിരുന്നു റോഡ്സിലെ നൈറ്റ്സ് ഡാകുയിലെ മെന്റീസ് പ്രവിശ്യയിലെ അവളുടെ ഗ്രാമമായ യാസിക്കോയ് കൊള്ളയടിച്ചത്. അവർ വന്നതും ഇതുപോലുള്ള ഗാലികളിലായിരുന്നു. അവർ തന്റെ അച്ഛനെ കൊല്ലുകയും തന്നെയും തന്റെ അമ്മയെയും തടവിലാക്കുകയും ചെയ്തു. അവരെ ഇന്ന് കണ്ടപോലുള്ള ബിയർ എന്ന ചെറുവഞ്ചികളിലാക്കി വലിയ ഗാലിയറ്റിനോട് ബന്ധിച്ചു, അവ സ്പെയിൻ ലക്ഷ്യമാക്കി തുഴഞ്ഞു. അന്നും അവർ അവരുടെ ജീവൻ വെടിഞ്ഞ നാവികരെ കടലിൽ അടക്കുകയും വിലാപഗാനങ്ങൾ ആലപിക്കുകയും ചെയ്തു. ഇന്ന് കേട്ടതുപോലെ. ബിയാട്രിസ് തന്റെ കുഞ്ഞു സഹോദരൻ യൂസഫിനെക്കുറിച്ചോർത്തു. അവനിപ്പോൾ ജീവനോടെയുണ്ടോ എന്നുപോലും അവൾക്കറിയില്ല. ഉണ്ടെങ്കിൽ അവൻ ആരുമില്ലാതെ യാസിക്കോയിൽ എന്ത് ചെയ്യുകയായിരിക്കും?

അന്നവൾ ചുവന്ന വരയിട്ട വെള്ള ഗാലിയറ്റ് കണ്ടിരുന്നു. അവളെ അടിമച്ചന്തയിലേക്ക് കൊണ്ടുവന്ന അതെ കപ്പൽ. അപ്പോൾ നാളെ

അടിമച്ചന്ത തുറക്കുമായിരിക്കും. മനുഷ്യാവശിഷ്ടത്താൽ നിറഞ്ഞ ആ അടിത്തട്ടിൽ എത്ര പാവങ്ങളെയാണോ അവർ കെട്ടിയിട്ടിട്ടുണ്ടായിരിക്കുക. അവരെ ഇറക്കുമ്പോൾ അവർ വെളിച്ചം സഹിക്കാതെ കണ്ണുപൊത്തും. ചന്തയിൽ വാഗ്വാദവും വിലപറച്ചിലും ചിലപ്പോൾ കൊലയും നടക്കും. അവൾ ഓർത്തു.

അവർ വന്നിറങ്ങിയപ്പോഴേക്കും അവളുടെ അമ്മയുടെ മാനസിക നില വളരെ മോശമായിരുന്നു. അന്ന് വൈകുന്നേരം അമ്മ ഒരു കാവൽഭടന്റെ കത്തി വലിച്ചൂരി സ്വന്തം കഴുത്തറുത്തു മരിച്ചു. അന്ന് ബിയാട്രിസിനു എട്ടു വയസ്സായിരുന്നു. അവൾ അമ്മയുടെ ശരീരം കെട്ടിപ്പിടിച്ചു കരഞ്ഞു. ആ കത്തിയെടുത്തു പൈറേറ്റുകളെ ആക്രമിക്കാൻ ശ്രമിച്ചു. ഒരാൾ അവളുടെ തലയിൽ ഒരു കുപ്പിയെടുത്ത അടിക്കാനോങ്ങിയപ്പോഴാണ് രാജാവിന്റെ മുഖ്യകാര്യസ്ഥൻ സാൽവദോർ ഡോമിംഗോയുടെ ആജ്ഞ കേട്ടത് 'ഇരുപത് റിയാൽ'.

കുപ്പി താണു. അവൾ ഫെർഡിനന്റ് രാജാവിന്റെ കൊട്ടാരത്തിലെത്തി. അന്ന് ഡോമിംഗോ വാങ്ങിയ അടിമകളിൽ ഏറ്റവും ഇളയതും ഏറ്റവും സുന്ദരിയും ബിയാട്രിസായിരുന്നു. ദിവസങ്ങളോളം അവൾ മൗനിയായി നടന്നു. പിന്നീടവൾ എപ്പോഴോ ടോളിഡോ കൊട്ടാരത്തിലെത്തി. അവിടെ വെച്ചാണ് അവൾക്ക് ബിയാട്രിസ് എന്ന പേര് ലഭിച്ചത്. അവൾ ഒന്നിനെയും ചോദ്യം ചെയ്യാതെ തന്റെ വിധിയെ അംഗീകരിച്ചു കഴിഞ്ഞുകൂടി.

അവൾ വൈകുന്നേരം വരെ ബീസ് വാക്സ് ഉണ്ടാക്കുന്നതിനായി ടാലോ (മൃഗക്കൊഴുപ്പ്) കുഴച്ചു. വൈകിട്ട് മറ്റു അടിമകളുടെ കൂടെ തുണി നനച്ചു. അവൾ ഒരു വർഷംവരെ മൗനവ്രതത്തിലായിരുന്നു. പക്ഷേ ചുറ്റും നടക്കുന്നതെല്ലാം- കേട്ടതും കണ്ടതുമെല്ലാം ആ മിടുക്കി ഉള്ളിലേക്ക് ആവാഹിച്ചു. മുഖ്യ സെമ്മാശൻ, പിതാമഹൻ ഒജെയ്ഡ അവളെ കണ്ടെത്തി മലാഗയിലെ സ്കൂളിൽ എത്തിക്കും വരെ, എല്ലാവരും ധരിച്ചിരുന്നത് അവൾ ജന്മനാ മൂകയാണ് എന്നായിരുന്നു. കൊട്ടാരത്തിലെ കുട്ടികൾക്കും പ്രായമാകുമ്പോൾ രാജാവിനെയും രാജ്ഞിയേയും പരിചരിക്കാനുള്ള പരിശീലനത്തിനും വേണ്ടിയുള്ളതായിരുന്നു ആ വിദ്യാലയം. ബിയാട്രിസ് ഇപ്പോഴവിടെ എഴുത്തും വായനയും മാത്രമല്ല, കുതിരസവാരി, അമ്പെയ്ത്ത്, കഥപറച്ചിൽ, കണക്ക്, ഉപചാരം, തുന്നൽ എന്നിവയും പഠിക്കുന്നുണ്ടായിരുന്നു. മുൻപത്തെ ബീസ് വാക്സ് നിർമാണം വച്ച് നോക്കുമ്പോൾ ഇവിടം അവൾക്ക് സ്വർഗ്ഗമായിരുന്നു. അപ്പോൾ അവൾ കിടന്നിരുന്നത് ബീസ് വാക്സ് വീപ്പകളുടെ അടുത്ത് പുല്പായയിലായിരുന്നില്ല ഇപ്പോഴാകട്ടെ, സ്വന്തമായ ചെറിയ ഒരു മുറിയിൽ പതുപതുത്ത മെത്തയിലായിരുന്നു. തണുപ്പുള്ള രാത്രികളിൽ തീ കായാനും ഇവിടെ

സൗകര്യമുണ്ടായിരുന്നു. അവൾക്ക് വിദ്യാലയം വളരെ ഇഷ്ടമായിരുന്നു. ആ മുന്തിരിത്തോപ്പും ഒലീവ്തോപ്പുമെല്ലാം അവളെ യാസീക്കോയെ ഓർമപ്പെടുത്തി.

ആദ്യത്തെ വർഷം തന്നെ അവൾ രാജകുമാരിമാരായ ഇസല്ലെ, ജോഹാന്ന, മരിയ എന്നിവരെ കണ്ടിരുന്നു ദൂരത്തു നിന്ന്. ഹുവാൻ രാജകുമാരൻ അവളെ ഒരിക്കൽ അവഹേളിച്ചെങ്കിലും അവൾ അവരോടെല്ലാം ബഹുമാനത്തോടെ തന്നെ പെരുമാറി. ഒരിക്കൽ ഏറ്റവും ചെറിയ രാജകുമാരി കാതറീന്റെ കരച്ചിൽ മാറ്റി സന്തോഷിപ്പിക്കാൻ ബിയാട്രിസിനെയാണ് ചുമതലപ്പെടുത്തിയത്. എന്നിരുന്നാലും അവൾക്ക് നഷ്ടബോധങ്ങൾ പലതായിരുന്നു. ടർക്കിഷ് സംസാരിക്കുന്നത്, അവളുടെ അമ്മയുടെ ശബ്ദം എന്നിവയായിരുന്നു അവയിൽ പ്രധാനം. പക്ഷേ അമ്മയെ ഓർമ്മ വരുമ്പോൾ, മറ്റൊന്നും ചെയ്യാനാവാതെ അവൾ തലയിണയിൽ മുഖം പൊത്തി കരയുകയിരുന്നു പതിവ്.

ഞാൻ ബില്ലൂറിനെ കാണുമ്പോൾ എനിക്ക് പതിനഞ്ചു വയസ്സായിരുന്നു. അവൾക്ക് പതിമൂന്നും. ഒരു ദിവസം, മതപഠനക്ലാസ്സിൽ വെച്ച് അവളോട് എത്ര ഭാഷ അറിയാമെന്നു ചോദിച്ചപ്പോൾ, ഞാൻ അഞ്ചെന്ന് പറഞ്ഞു. ടർക്കിഷ് അറിയാമോ എന്ന ചോദ്യത്തിന് ഞാൻ പറഞ്ഞത് ഇല്ല, എന്നാൽ ടർക്കിഷിലെ അക്ഷരമാല അറിയാം എന്നും. കാരണം അത് അറബിക്കിലെ അക്ഷരമാലതന്നെയാണ് എന്നും പറഞ്ഞു.

സ്പാനിഷ് സാമ്രാജ്യത്തിൽ, പല രാജ്യത്തും പല ഭാഷകളായിരുന്നു. ഉയർന്ന കുടുംബങ്ങളിലെ ആളുകൾ അഞ്ചും ആറും ഭാഷകൾ സംസാരിക്കും. അവർക്ക് അതൊരു കളിയായിരുന്നു. പല നാടുകളിൽ പോയി വ്യാപാരം നടത്താൻ, കച്ചവടക്കാർക്കും പല ഭാഷകൾ അറിഞ്ഞിരിക്കേണ്ടത് അത്യാവശ്യമായിരുന്നു. സ്പാനിഷ് കഴിഞ്ഞാൽ അറബിക് ആയിരുന്നു ഏറ്റവും പ്രചാരമുള്ള ഭാഷ. സ്പെയിൻ അന്ന് വളരെ വലിയ സാമ്രാജ്യമായിരുന്നു.

കാസ്റ്റീൽ, സിസിലി, ആരഗോൺ, നേപ്പിൾസ്, വാലെൻസിയ, സാർഡീനിയ, എന്നിവ ഫെർഡിനന്റ് രാജാവിന് കീഴിലായിരുന്നു. കൂടാതെ, അദ്ദേഹം നവാരെയിലെ കൗണ്ടും ആയിരുന്നു. യൂറോപ്പ് മുഴുവൻ അദ്ദേഹത്തിന്റെയായിരുന്നു എന്ന് മാത്രമല്ല മെഡിറ്ററേനിയനിൽ അദ്ദേഹത്തിന്റെ പേര് കേട്ടാൽ ആളുകൾ വിറയ്ക്കും. മുൻ രാജ്ഞി ആരഗോണിലെ ഇസബെല്ല സ്പെയിനിലെ മുസ്ലീം സമുദായത്തെ തുടച്ചു നീക്കി അവർ ഒരു ക്രിസ്ത്യൻ സാമ്രാജ്യം തന്നെ സൃഷ്ടിച്ചു. കാര്യങ്ങൾ ഇങ്ങനെയാണെങ്കിലും എല്ലാവരും പല

ഭാഷകളും സംസാരിച്ചു. സൂര്യനസ്തമിക്കാത്ത ആ രാജ്യത്തെ കൊട്ടാരത്തിൽ പല ഭാഷകൾ അറിയുന്ന ഭൃത്യരുള്ളത് ഒരു ആർഭാടം തന്നെയായിരുന്നു.

ഞാൻ ബിയാട്രിസുമായി ഒരു രഹസ്യ ഉടമ്പടി ഉണ്ടാക്കി. എന്റെ മുസ്ലീം ചുവയുള്ള പേര് അവൾക്ക് ഇഷ്ടമായി. സെയിന്റ് അൽക്കാല. അവൾ എനിക്ക് ടർക്കിഷ് പഠിപ്പിച്ചു തരും. ഞാൻ അവൾക്ക് ജർമൻ വ്യാകരണവും അറബിക്കും പഠിപ്പിക്കും, ഇതായിരുന്നു ഉടമ്പടി. അങ്ങനെ ഞാൻ എന്റെ ആറാമത്തെ ഭാഷ പഠിക്കാൻ പോകുകയായിരുന്നു. കലയും കരകൗശലവും പഠിപ്പിക്കുന്ന മുറിയിലായിരുന്നു ഞങ്ങൾ ഭൂപടനിർമാണത്തിലാണെന്ന വ്യാജേനയാണ് ഭാഷ പഠിക്കാൻ തീരുമാനിച്ചത്.

എനിക്ക് ഭൂപടം ഉണ്ടാക്കാനും കോമ്പസ് തയ്യാറാക്കാനും ആസ്ട്രോലെബ് വായിക്കാനും കടലിൽ ദിശ മനസ്സിലാക്കാനും അറിയാമായിരുന്നു. ഇതിലെല്ലാം ബിയാട്രിസിനും കൗതുകമുണ്ടായിരുന്നു, എനിക്ക് ടർക്കിഷിലും. മെഡിറ്ററേനിയനിൽ ആളുകൾ എങ്ങനെ ഒരു ഭാഷ പഠിച്ചു എന്ന് ചോദിക്കാറില്ല, അറിഞ്ഞാൽ ചിലപ്പോൾ ആ സൗഹൃദം തന്നെ ഇല്ലാതായേക്കും. അതുകൊണ്ട് ആരും അതേക്കുറിച്ചു ചോദിക്കാത്തത് ഒരു അലിഖിത നിയമമായി. പക്ഷേ ബിയാട്രിസിനു അതറിയാൻ അതിയായ ആഗ്രഹമുണ്ടെന്ന് ഞങ്ങളുടെ ആറുമാസത്തെ പഠനവേളയ്ക്കിടയിൽ എനിക്ക് മനസ്സിലായി. എനിക്കും അത് അറിയണമെന്ന് ആഗ്രഹം ഉണ്ടായിരുന്നു.

ആറു മാസം കൊണ്ട്, ഞങ്ങൾ നല്ല സുഹൃത്തുക്കളായിത്തീർന്നതുകൊണ്ട് ഇപ്പോൾ തമ്മിൽ തമ്മിൽ കൂടുതൽ അറിയണമെന്ന് തോന്നുന്നത് സ്വാഭാവികമാണല്ലോ. പതിമൂന്ന് വയസ്സ് കഴിഞ്ഞപ്പോൾ അവൾ കുറച്ചു കൂടി അന്തർമുഖിയാകുന്നുണ്ടോ എന്നും എനിക്ക് സംശയം തോന്നി. ഞങ്ങൾ അറബിക്ക് പഠിക്കുമ്പോൾ ആ സത്യം പുറത്തു വന്നു. ഒരു വാക്യം എങ്ങനെയുണ്ടാക്കാം എന്ന് നോക്കുന്ന സമയത്ത് ഞാൻ പറഞ്ഞു.

“ബിയാട്രിസ്, എല്ലാ അലിഫ് അക്ഷരത്തിന്റെയും നാമരൂപം വരുമ്പോൾ അവ പറയുന്നത് ഇങ്ങനെ ആയിരിക്കും മിൻ എൽ കിത്താബ് ഇ, ഇല താരിക്ക് ഐ, ഫില്ലായിൽ ഐ എന്നിങ്ങനെ.”

അവൾ എല്ലാം പെട്ടെന്ന് പഠിക്കും. അവൾ ചോദിച്ചു.

“ഓ, അപ്പോൾ അൽക്കാല, ഫതീഹ് കാവ്യത്തിലെ എൽഹംദുലില്ലാഹിറബ്ബി ലലാമിൻ എന്ന പോലെ തന്നെ അല്ലേ”

അത് കേട്ടതോടെ ജീവിതകാലം മുഴുവൻ അവളുടെ അടിമയായതായി എനിക്ക് തോന്നി. എനിക്ക് ഒന്നും പറയാനായില്ല. ആ നിശ്ശബ്ദത മുറിയിൽ നിറഞ്ഞു.

എന്താണവൾ ഇപ്പോൾ പറഞ്ഞത്. എനിക്ക് വിശ്വസിക്കാനായില്ല. എന്റെ പ്രതികരണം അറിയാൻവേണ്ടി, അവൾ ഇനി ഇത് മനപ്പൂർവം പറഞ്ഞതാണോ?

എന്റെ മനസ്സിൽ ചോദ്യങ്ങളും അവൾ പറഞ്ഞതിന്റെ ഭാരവും കൂടി. എങ്ങനെ ഈ രഹസ്യം ഞാൻ സൂക്ഷിക്കും? മുസ്ലീം സമുദായത്തെ തുടച്ചു നീക്കി ആന്റലൂഷ്യയെ ഇല്ലാതാക്കിയ ഫെർഡിനന്റ് രാജാവിന്റെ കൊട്ടാരത്തിൽ ഇതാ, ഒരു മുസ്ലീം ബാലിക. എവിടെയെങ്കിലും ഒരു മുസ്ലീം ഉണ്ടെന്ന് അറിഞ്ഞാൽ, അത് കൊട്ടാരത്തിൽ അറിയിച്ചില്ലെങ്കിൽ കഠിനശിക്ഷ ലഭിക്കത്തക്ക നിയമം പുതിയതായി ഉണ്ടാക്കിയതാണ്.

''ഓ, എന്റെ നാവ് പുഴുത്തു പോകട്ടെ.''

ഒടുവിൽ അവൾ പറഞ്ഞു. അവളുടെ മനസ്സിൽ ഇപ്പോൾ ഇനി സംഭവിക്കാൻ പോകുന്ന ഭീകരതകൾ രൂപമെടുക്കുകയായിരിക്കും. മറ്റൊരാൾ ഇതറിഞ്ഞാൽ അവളുടെ ജീവന് ആപത്താണ്. മറ്റു കുട്ടികൾ ആരായാലും അത് സംഭവിക്കുമായിരുന്നു പക്ഷേ ഞാൻ അവളെ ഒരു അടിമയായിട്ടല്ല കണ്ടതും അവളോട് പെരുമാറിയതും. പക്ഷേ ഇനി ഞാൻ എന്ത് ചെയ്യും? ഇത്തരമൊരു അറിവ് കുപ്രസിദ്ധ സ്പാനിഷ് ഇൻക്വിസിറ്റർമാർ അറിയാതെ പോയാൽ അതിനു കാരണക്കാരാണ് കിട്ടുന്ന ശിക്ഷ വലുതാണ്. മുസ്ലീങ്ങൾ മാത്രമല്ല, സെഫർദിക് ജൂതന്മാർ, മോറിസ്കോസ്, മുദേജർ എന്നിവരെയും ആ മതഭ്രാന്തന്മാർ വേട്ടയാടുകയാണ്. എനിക്ക് എന്താണ് ഇവളോട് പറയേണ്ടത് എന്ന് അപ്പോഴും അറിയുമായിരുന്നില്ല.

നിശ്ശബ്ദതയുടെ ഭാരത്താൽ അവളുടെ തല കുനിച്ചിരിക്കുന്നു. എന്റെ ശരീരം തളരുന്നപോലെ തോന്നി. ഞാൻ ചോദിച്ചു.

''എന്താണ് നിന്റെ ശരിയായ പേര്?''

ഒരുപക്ഷേ അവൾ ജീവിതത്തിൽ നേരിട്ട ഏറ്റവും കഠിനമായ ചോദ്യമായിരിക്കാം അത്. അവളൊരിക്കലും അവൾക്ക് എങ്ങനെ ടർക്കിഷ് അറിയാം എന്ന് എന്നോട് പറഞ്ഞിട്ടില്ല. പക്ഷേ ഈ ചോദ്യത്തിന് അവളെന്തു മറുപടി പറയും? അവൾ പക്ഷേ മനസ്സറിഞ്ഞു തന്നെ പേര് പറഞ്ഞു.

''ബില്ലൂർ.'

''ഓ ബില്ലൂർ, നിന്റെ യഥാർത്ഥ പേര് അതാണോ?''

''അതെ, അതെ.''

എന്റെ തലയിലെ ഭാരം വർദ്ധിച്ചു. അവൾക്കെന്നോട് കള്ളം പറയാമായിരുന്നു. ഇപ്പോൾ ഞാൻ അവളുടെ സങ്കീർണമായ വിധിയുടെ

ഭാഗമായിക്കഴിഞ്ഞിരിക്കുന്നു. അവളെ ബിയാട്രിസായിതന്നെയാണ് അറിഞ്ഞിരുന്നതെങ്കിൽ എനിക്ക് യാതൊരു പ്രശ്നവുമില്ലായിരുന്നു. എനിക്കന്നേരം എന്നോടുതന്നെ പുച്ഛം തോന്നി. അവൾ അനുഭവിക്കുന്നതു പോലെ ഗാഢമായ വിഭ്രമത്തിലായിരുന്നു ഞാനും.

വിറയലോടെ ഞാൻ ചോദിച്ചു.

''നിന്റെ കുടുംബം, അവരിന്നുണ്ടോ?''

''എന്റെ സഹോദരൻ യുസൂഫ് ഉണ്ട്. പക്ഷേ ഇവിടെയല്ല.''

''എന്റെ കണ്ണിൽ നോക്കിപ്പറയൂ.''

അവൾ മുഖമുയർത്തി എന്നെ നോക്കി. ഹോ, ആ കണ്ണുകൾ. അവ എന്റെ നെഞ്ചിൽ തറച്ചു. കടലിന്റെ നീലിമയുള്ള അഗാധമായ കണ്ണുകൾ, എന്നെ എവിടേക്കോ വിളിച്ചുകൊണ്ടുപോയി. ഞാൻ ഒന്നും പറയാനോ ആലോചിക്കാനോ ആകാതെ അസത്യത്തിന്റെ ലാഞ്ഛന പോലുമില്ലാത്ത ആ കണ്ണുകളിലേക്ക് തന്നെ നോക്കിയിരുന്നു. എന്റെ കൈയിൽ നിന്ന് എഴുത്താണിയും ഭൂപടവും വഴുതി താഴെ വീണു. തളർച്ചയെ മറികടന്ന് ഞാൻ എങ്ങനെയോ എഴുന്നേറ്റു തിരിഞ്ഞു നടന്നു. പക്ഷേ കതകടച്ചു പുറത്തു കടക്കും മുൻപ് അവളുടെ ശബ്ദം എന്നെ പിടിച്ചു നിർത്തി.

''ഞാൻ നിന്നോട് യാചിക്കുന്നു, അൽക്കാല.''

എന്റെ തല കറങ്ങുന്നുണ്ടായിരുന്നു. ഇനി ടർക്കിഷ് പഠിക്കാൻ ശ്രമിക്കുന്നത് ആപത്താണ്. അടുത്ത രണ്ടു ദിവസം ഞാൻ ആ വഴി പോയില്ല. പക്ഷേ പോകണമെന്ന് അതിയായ ആഗ്രഹമുണ്ടായിരുന്നു. ഞങ്ങൾ ഒരുമിച്ചുള്ള ക്ലാസ്സുകളിലേക്ക് ഞാൻ ഓടി. ഒന്നുമില്ലെങ്കിലും അവളെ നോക്കിയിരിക്കാമല്ലോ എന്നു കരുതി. അവൾ ഒന്നും പറഞ്ഞില്ല. ഒരുപക്ഷേ ഞാൻ ആദ്യം സംസാരിക്കട്ടെ എന്ന് വിചാരിച്ചിട്ടാകും. ഭീഷണിയാണോ പിന്തുണയാണോ എന്നറിയാനാകും.

ദിവസങ്ങൾ കടന്നു പോയി. ഒന്നും സംഭവിച്ചില്ല. ഒരു ദിവസം ഞങ്ങൾ അവളുടെ വാതിലിൽ മുട്ടി. അവൾ ദുർബ്ബലമായ ശബ്ദത്തിൽ ചോദിച്ചു.

''ആരാ?''

''ഇത് സെമ്മാശൻ ഒഡെയ്ജയാണ് മോളേ.''

അവൾ വാതിൽ തുറക്കാൻ ഏറെ നേരമെടുത്തു. ഭയന്നിട്ടാകാം. ഞങ്ങൾ അകത്തു കടന്നു. എന്നെ കണ്ടതോടെ അവളുടെ മുഖം ചുവന്നു. എനിക്ക് ദുഃഖം തോന്നി. എത്ര രാത്രികളിൽ, ഇതെല്ലം ഒന്ന് മാഞ്ഞുപോവാൻ അവൾ പ്രാർത്ഥിച്ചുകാണും. ഇപ്പോൾ എല്ലാം

ഉപേക്ഷിച്ചിറങ്ങി വരാൻ അവൾ തയ്യാറായി നിൽക്കുന്നതുപോലെ തോന്നി. നിർവികാരമായിത്തീർന്ന ആ കണ്ണുകൾ വിധിയെ അംഗീ കരിച്ചതു പോലെ തിളക്കമറ്റു നിന്നു. അവൾ, ഇടനാഴിയിൽ ചുവന്ന പട്ടാളവേഷം ധരിച്ച ഇൻക്വിസിഷൻ സൈനികരുണ്ടോ എന്ന് നോക്കുക യാണോ? ഞങ്ങൾക്ക് രണ്ടുപേർക്കുമറിയാം അവളൊരു മുസ്ലീമാ ണെന്ന്. ഇതൊരു ചെറിയ മുറിയായതിനാൽ അവളുടെ ശ്വാസവും ചിന്തയും ഞങ്ങൾക്ക് കേൾക്കാവുന്നതുപോലെ. എല്ലാം നന്നായി വരാൻ തന്നെയായിരിക്കും അവൾ പ്രാർത്ഥിക്കുന്നത്. ഒടുവിൽ ഒജെയ്ഡ സംസാരിച്ചു. പതുക്കെ, അധികം ശബ്ദം പുറത്തു കേൾപ്പി ക്കാതെ.

‘‘എന്റെ പ്രിയ ബിയാട്രിസ്, എനിക്കുറപ്പാണ്, നിനക്ക് അറിയാം ഇവിടെ ആന്റലൂഷ്യയിൽ ജീവിക്കുന്നത് എത്ര അപകടകരമാണെന്ന്. പ്രത്യേകിച്ചും മോറിസ്കോകൾ അനുഭവിക്കേണ്ടി വന്നതെല്ലാം ഓർ ത്താൽ..’’

‘‘അറിയാം സെമ്മാശാ, പക്ഷേ ഞാനെന്താണ് ചെയ്യേണ്ടത്?’’

‘‘ദൈവം എല്ലാത്തിനും ഒരു പോംവഴി കാണിച്ചു തരും കുഞ്ഞേ.’’

‘‘പക്ഷേ അടിമകൾക്ക് ആ ഭാഗ്യം ഉണ്ടാകും എന്ന് തോന്നു ന്നില്ല. എത്ര നാളായി ഞാൻ അങ്ങനെയൊന്ന് അന്വേഷിക്കുന്നു. ഞാൻ ജീവിക്കുന്നത് എന്റെ യഥാർത്ഥ വിശ്വാസം ഉള്ളിലെവിടെയോ ഒളിപ്പിച്ചു വെച്ചിട്ടല്ലേ?’’

‘‘എന്റെ അഭിപ്രായത്തിൽ നീ ബില്ലൂർ ആയിത്തന്നെ ജീവിക്കണം കാരണം നിന്റെയും എന്റെയും അവരുടെയും ദൈവം ഒരാളാണ്. പക്ഷേ അവർക്ക് അക്കാര്യം അറിയില്ല. അവരുടെ കണ്ണിൽ അവ രുടെ ദൈവമല്ലാത്ത അവർക്കെല്ലാം മരണമാണ് അവർ വിധിക്കുന്നത്. അവർ യഥാർത്ഥത്തിൽ അന്ധരാണ്.’’

‘‘അവർ എന്നെ എന്ത് ചെയ്യും? നാടുകടത്തുമോ? ഞാൻ ഇപ്പോഴേ നാട് കടത്തപ്പെട്ട ഒരു അടിമയല്ലേ?’’

അവൾ എന്ത് ചെയ്യാനും മടിക്കാത്ത ഒരു അവസ്ഥയിലെത്തി എന്നെനിക്കു മനസ്സിലായി. ഇപ്പോൾ ഭ്രാന്തൻ സൈനികർ വന്നിരു ന്നെങ്കിൽ അവൾ അവരുടെ കൂടെ ഒന്നും മിണ്ടാതെ മരണത്തിലേക്ക് നടന്നേനേ. പക്ഷേ ഞങ്ങൾക്ക് മറ്റൊരു പദ്ധതി ഉണ്ടായിരുന്നു. ഞാൻ അത് വിശദീകരിക്കാൻ തുടങ്ങി.

‘‘നിന്നെ നാടുകടത്തില്ല ബിയാട്രിസ്, ഇസബെല്ല രാജ്ഞിയുടെ നിയമപ്രകാരം നിന്നെ ജീവനോടെ അവർ കത്തിക്കും.’’

അവളുടെ മൗനം ദൃഢമായിരുന്നു. ഞാൻ മിണ്ടാത്തതിന്റെ ദേഷ്യ മായിരിക്കാം. അവൾ പറഞ്ഞു.

''പക്ഷേ ദുഷ്ടയും നിന്ദ്യയുമായ ഇസബെല്ല മരിച്ചില്ലേ, അതോ സ്പാനിഷുകാർ മുഴുവൻ മുസ്ലീങ്ങൾ ചുട്ടെരിക്കാൻ താല്പര്യപ്പെടുന്നുണ്ടോ? എത്രയോ കാലം തികഞ്ഞ സ്നേഹത്തോടെ കഴിഞ്ഞവരല്ലേ അവർ രണ്ടുകൂട്ടരും. അങ്ങനെയല്ലേ പുണ്യവാനായ അൽക്കാല? അതോ താങ്കളും എന്നെ ജീവനോടെ ദഹിപ്പിക്കാനാണോ വന്നത്?''

ഒജെയ്ഡ പറഞ്ഞു

''പ്രിയ ബിയാട്രിസ്, സെയിന്റ് അൽക്കാല നിന്നെ ഒറ്റുകൊടുക്കാൻ വന്നതല്ല. പിന്നെ ഒരു രഹസ്യം ഒരാളറിഞ്ഞാൽ മൂന്നാമതൊരാൾ കൂടി അതിലേക്ക് വരും എന്ന് നിനക്കറിയാമല്ലോ.''

എന്നിട്ടും അവളൊന്നും മിണ്ടിയില്ല.

''ഇനി മുതൽ, സുഹൃത്തേ, നീ ബിയാട്രിസായി ജീവിക്കണം. ബില്ലൂർ എന്ന പേര് നീ മറക്കണം. ബിയാട്രിസായിരിക്കുന്ന അത്രയും കാലം നിനക്ക് യാതൊരു ആപത്തും വരില്ല. ഞാൻ പഠിപ്പിച്ചത് നീ മറന്നുപോയോ? ദൈവം എല്ലാ ഭാഷയിലുമുണ്ട്, ഇല്ലേ?''

''തീർച്ചയായും സെമ്മാശാ, ദൈവത്തിനെ ഞാൻ സംശയിക്കില്ല. പക്ഷേ എന്റെ അമ്മ ആത്മഹത്യ ചെയ്തത് ഞാൻ എങ്ങനെ മറക്കും? ക്രിസ്തീയതയുടെ പേരിൽ അവർ കാട്ടിക്കൂട്ടിയ നരകപാപങ്ങളെ ഞാൻ എങ്ങനെ ന്യായീകരിക്കും? എന്റെ അച്ഛനെ അവർ വെട്ടിക്കൊന്നില്ലേ? എനിക്ക് ഇസ്ലാമിനെക്കുറിച്ച് ജ്ഞാനമില്ല. എനിക്ക് മുപ്പത്തിരണ്ട് സുന്നയും ഖുറാനിലെ ഏതാനും പ്രാർത്ഥനകളും മാത്രമേ അറിയൂ. പക്ഷേ എനിക്ക് ക്രിസ്ത്യൻ മതത്തെക്കുറിച്ച് പഠിക്കണ്ട, ഇസ്ലാം മതി.''

''ഇത് വളരെ കടന്നുപോകുന്നു. നീ ഇനി ഇസ്ലാം എന്ന വാക്ക് തന്നെ ഉച്ചരിക്കരുത്.''

''നീയെന്ത് ചെയ്യും അൽക്കാല? എന്നെ ആന്റലൂഷ്യയിലെ മറ്റു മുസ്ലീങ്ങളെ പോലെ ദണ്ഡനം ചെയ്യുമോ? എന്റെ തലയറുത്ത് രാജാവിന് സമർപ്പിക്കുമോ?''

''ഞാനതൊന്നും ചെയ്യില്ല ബിയാട്രിസ്, പക്ഷേ ആരെങ്കിലും എന്നെങ്കിലും കണ്ടുപിടിക്കും, പിടിക്കപ്പെട്ടാൽ നിന്നെ അവർ കഷ്ണം കഷ്ണമാക്കും.''

''ഓ, നിനക്ക് അവരുടെ മുറകളൊക്കെ നന്നായി അറിയാമല്ലോ.''

''പ്രിയ ബിയാട്രിസ്, അൽക്കാലയോട് ദേഷ്യം കാണിച്ചതുകൊണ്ടു നിന്റെ മുന്നിലുള്ള അപകടം ഇല്ലാതാകുന്നില്ല. അവൻ പറഞ്ഞത് ശരിയാണ്. ഞങ്ങൾ നിന്നെ രക്ഷിക്കാൻ വന്നത് അവർ മുസ്ലീങ്ങളോടും

ജൂതരോടും എന്താണ് ചെയ്യുന്നത് എന്നറിയാവുന്നത് കൊണ്ടാണ്. ഇസ്ലാം എന്ന പദം കേട്ടാൽ അവർ നിന്നെ കൊല്ലും. ഞങ്ങൾ വന്നത് നീ സൂക്ഷിക്കണം എന്ന് പറയാനാണ്.''

ഞാൻ പറഞ്ഞു.''ഞങ്ങളെ വിശ്വസിക്കുകയല്ലാതെ നിനക്ക് മറ്റു വഴിയില്ല. ഇനി സലാം അലൈക്കും ഇല്ല, മെർഹബ ഇല്ല. എന്താണാ ടർക്കിഷ് വാക്ക്, 'എസ്എൻലിക്ക്'. അതെ, ഇത് നിന്റെ രക്ഷയ്ക്ക് വേണ്ടിയാണ്.''

ആ രാത്രി ഒരിക്കലും അവസാനിക്കാത്തതുപോലെ തോന്നി. ഞങ്ങൾ വരുംവരായ്കകളെക്കുറിച്ചാലോചിച്ച് പല കാര്യങ്ങളും സംസാരിച്ചു. അവളുടെ വസ്ത്രങ്ങൾ പോലും അവളുടെ യഥാർത്ഥ വ്യക്തിത്വം തിരിച്ചറിയാത്ത തരത്തിലാവണം എന്നും പറഞ്ഞു പുലർച്ചെ ഒജെയ്ഡ ഇറങ്ങി. എന്ത് വന്നാലും ഞങ്ങൾ കൂടെയു ണ്ടെന്നും പറഞ്ഞു. ഞാൻ അവളെ ഒരു നോക്ക് നോക്കി, ചിരിച്ചു. അവളുടെ മുഖം വിളറിയും ദുഃഖം നിറഞ്ഞതുമായിരുന്നു.

ഞങ്ങളുടെ സ്വകാര്യ പഠനം നിന്നതോടെ ജീവിതത്തിന്റെ രസം നഷ്ടപ്പെട്ടു. എന്നും രാവിലെ എഴുന്നേൽക്കുമ്പോൾ ഒരു വിഷമം. അവൾക്കും അങ്ങനെ തന്നെയായിരിക്കും. അവളുടെ കൂടെ സമയം ചിലവഴിക്കാൻ സാധിക്കുന്നില്ല. അവൾ എന്നെ ഒഴിവാക്കുകയാണ്. എന്തുകൊണ്ടാണ് അവൾക്കെന്നോട് നീരസം? അവളുടെ ജീവിത ത്തിൽ നിന്നെന്നെ എഴുതിത്തള്ളിയോ? ഒരു നിമിഷമെങ്കിലും സംസാ രിക്കാൻ സാധിച്ചെങ്കിൽ അനുഗ്രഹമായേനേ. അവളുടെ രഹസ്യം ഞാൻ ചോരാതെ സൂക്ഷിക്കുന്നുണ്ട് എന്ന അവൾ അറിയണമായി രുന്നു. അവൾക്കെന്തും എന്നോട് പറയാനുള്ള സ്വാതന്ത്ര്യമുണ്ട് എന്ന് അവൾ അറിയണമായിരുന്നു. പക്ഷേ ഒരു കാര്യം എനിക്ക് മനസ്സിലായി ഞാൻ അവളുടെ രഹസ്യം അറിഞ്ഞയുടനെ എങ്ങ നെയാണോ പെരുമാറിയത് അങ്ങനെതന്നെയാണ് അവൾ പെരു മാറുന്നത്. എന്നെ കാണാനും മിണ്ടാനും അവൾക്കും ആഗ്രഹമു ണ്ടായിരിക്കണം. ഈ തിരിച്ചറിവുണ്ടായപ്പോൾ ഞാൻ ദൈവത്തോട് പ്രാർത്ഥിച്ചു.

''സ്വർഗ്ഗസ്ഥനായ ദൈവമേ, ഒന്നുകിൽ അവളുടെ മനസ്സിൽ അല്പം ദയ ഉളവാക്കണേ. അല്ലെങ്കിൽ എനിക്ക് കുറച്ച് ശക്തി തരണേ. അവളുടെ മനസ്സിൽ സ്നേഹത്തിന്റെ ഒരു ഇതളോ എനിക്ക് അവളുടെ നിസ്സംഗതയുടെ ഒരു തരിയോ തരണേ. ദൈവമേ, ഏതെ ങ്കിലും ഒന്ന് നല്കി അനുഗ്രഹിക്കണേ.''

ഒരു മാസത്തിനു ശേഷം ഒരു ദിവസം പുലർച്ചെ ഞാൻ ഉറങ്ങാ നാവാതെ കിടക്കുമ്പോൾ ഒരു കാലൊച്ച കേട്ടു.

''ആരാണത്?'' ഞാൻ ചോദിച്ചു.

''ഇത് ഞാനാണ് മകനെ ഒജെയ്ഡ.''

ബിയാട്രിസിനെയും കൊണ്ടാണ് ഒജെയ്ഡ വന്നത്. അവൾ വേദന കലർന്ന ഭാവത്തോടെ ചിരിച്ചു. എന്തോ പ്രശ്നമുണ്ടെന്ന് എനിക്ക് മനസ്സിലായി. കിടക്കവിരിപ്പ് എടുത്ത് ഞാൻ നിലത്തു വിരിച്ചു, ഞങ്ങൾ ഇരുന്നു. ഒജെയ്ഡ പറഞ്ഞു തുടങ്ങി.

''അൽക്കാല, നമ്മൾ അപകടത്തിലാണെന്ന് തോന്നുന്നു. ഫെർഡിനന്റ് രാജാവ് കൊട്ടാരസേവകരായി പത്തു പെൺകുട്ടികളെ ആവശ്യപ്പെട്ടിട്ടുണ്ട്. നാളെ വിദ്യാർത്ഥികളെ കാണാൻ, അദ്ദേഹത്തിന്റെ സ്വകാര്യപരിചാരകനും ലേഡി ഓഫ് ദി മാനറും വരുന്നുണ്ട്. അപ്പോൾ പൂർവ്വകാലത്തെക്കുറിച്ച് തീർച്ചയായും അവരുടെ ചോദ്യങ്ങളുണ്ടാകും. നമുക്ക് അതിനെ എങ്ങനെ നേരിടണമെന്ന് അറിയുന്നില്ല. നാളെ പിടിച്ചു നിൽക്കാനാവില്ല എന്നു തോന്നുന്നു. അതുകൊണ്ട് ഞാനൊരു തീരുമാനമെടുത്തു. ബിയാട്രിസ് ഇന്ന് സ്കൂൾ വിട്ടേ പറ്റൂ. അതിനുള്ള ഏർപ്പാടുകൾ ചെയ്തു കഴിഞ്ഞു. നാളെ ഉച്ചയ്ക്ക് നമ്മൾ വിദ്യാർത്ഥികളുമായി. നടക്കാൻ പോകുന്നു. ചെറിയ നടത്തം. പിന്നെ, ബിയാട്രിസ് തിരിച്ചു വരില്ല. നീ അവളെ, ഒരു ഒളിത്താവളത്തിൽ കൊണ്ടുപോയി കിട്ടുന്ന ആദ്യത്തെ അവസരത്തിൽ ഹൽകുവാദിലേക്കോ ട്യൂണിഷ്യയിലേക്കോ കപ്പൽ കയറ്റി അയയ്ക്കണം. ദൈവത്തിന്റെ സഹായം ഉണ്ടെങ്കിൽ അവൾക്ക് ഒരു മുസ്ലീം ഗാലി തന്നെ ലഭിക്കും. ഇവിടത്തെ കാര്യം ഞാൻ നോക്കിക്കൊള്ളാം.''

ബിയാട്രിസിനെ പ്രചോദിപ്പിക്കാനായിരിക്കണം അദ്ദേഹം വളരെ ഉത്സാഹത്തോടെയാണ് ഇതെല്ലം പറഞ്ഞത്. ഞാൻ ഇപ്പോഴവളെ ബില്ലൂർ എന്ന് തന്നെ വിളിക്കണ്ടതാണ്. ഈ പദ്ധതി മോശമല്ല. വേറെ വഴിയില്ല. ബിയാട്രിസ് ഇവിടെത്തന്നെ നിന്നാൽ ഒടുക്കം ഞാനോ ഒഡെയ്ജയോ എന്തായാലും കുടുങ്ങും. നല്ലത് അവൾ അപ്രത്യക്ഷയാവുകയാണ്. ഒജെയ്ഡ മൂന്നു നാലു കുട്ടികളുമായി നടക്കാൻ പോകുന്നു, തിരിച്ചു വരുമ്പോൾ ബിയാട്രിസ് സമുദ്രത്തിൽ വീണു കാണാതായി, ഞാൻ സാക്ഷി. അപ്പോൾ എല്ലാവരും വിശ്വസിക്കും. നാളെ കൊട്ടാരത്തിലെ ആളുകൾ വരുന്നത് കൊണ്ട് മൃതശരീരം തിരയാൻ ആർക്കും സമയം കാണില്ല. അല്ലെങ്കിലും ഒരു അടിമപ്പെൺകുട്ടി പോയാൽ മറ്റൊരാൾ. ഒരു വീപ്പ വൈനിന്റെ വിലയെ ഉള്ളൂ ചന്തയിൽ അവർക്ക്. കൊട്ടാരപരിചാരകർ ഭംഗിയുള്ള മറ്റൊരു പെൺകുട്ടിയെ തന്നെ കൊണ്ടുപോകും.

പുലർച്ചെ ആകുമ്പോഴേക്കും ഞങ്ങൾ ഈ പദ്ധതി നടപ്പാക്കാനുള്ള തീരുമാനത്തിലെത്തി. പക്ഷേ ഞങ്ങൾക്ക് ഒരു സന്തോഷമില്ലായിരുന്നു. ഒജെയ്ഡ ഒരു കുഞ്ഞു സഞ്ചി പുറത്തെടുത്ത് അതിൽ നിന്ന് മൂന്നു ചെറുപ്രതിമകൾ എടുത്തു. നീല, മഞ്ഞ, തവിട്ടുനിറങ്ങളിലുള്ളതും റോമൻ സെനറ്റർമാരുടെത് പോലെയുള്ള ഷെയ്പ്പ് ഉള്ളതും ആയിരുന്നു അവ. ഒജെയ്ഡ പറഞ്ഞു.

‘‘ഇതെന്റെ ഒരു സുഹൃത്ത് തന്നതാണ്. ഇവ നിനക്കാണ് പ്രിയ ബിയാട്രിസ്. എന്റെ സുഹൃത്ത് പറഞ്ഞത് ഇവയ്ക്ക് പല രഹസ്യങ്ങളുമുണ്ട്, അവയ്ക്ക് സംസാരിക്കാനുമാകും എന്നാണ്. നീ നിന്റെ ജീവിതകാലം മുഴുവൻ ഇവയെ സൂക്ഷിക്കണം, അവരുടെ രഹസ്യങ്ങൾ മനസ്സിലാക്കണം. നിനക്ക് ഇവ, നമ്മൾ മൂന്നുപേരും ആണെന്നും വിശ്വസിക്കാം. നമ്മൾ നമ്മുടെ രഹസ്യം എക്കാലവും സൂക്ഷിക്കും. ഇവ വിൽക്കരുത്, നിന്റെ ജീവന് ആപത്ത് വരുന്നതുവരെ. ഇത് ഒരാൾ ശരത്കാലവും ഒരാൾ ഭൂമിയും ഒരാൾ ആകാശവുമാണ്.’’

ബിയാട്രിസ് ഒജെയ്ഡയുടെ വാക്കുകൾ ശ്രദ്ധിച്ചു കേട്ടു. തന്റെ വിധി എന്തുതന്നെയായാലും അത് പൂർണമായും അംഗീകരിക്കാം എന്ന തീരുമാനത്തിലായിരുന്നു അവൾ എന്ന് തോന്നി. ഞങ്ങൾ അവളെ ഒരു തരത്തിലും ഉപദ്രവിക്കില്ല എന്ന് അവൾക്ക് ബോധ്യമായതോടെ അവൾ പഴയ ഉത്സാഹം വീണ്ടെടുത്തു.

മുൻപദ്ധതിപ്രകാരം ഞങ്ങൾ രാജകീയോദ്യാനം വിട്ടിറങ്ങി. ബിയാട്രിസ് അവളുടെ വസ്ത്രത്തിനുള്ളിൽ അവൾ യാസിക്കോയിൽ ഇടുന്ന വസ്ത്രവും ഇട്ടിരുന്നു. അതുകൂടാതെ അവളുടെ കൈയിൽ ഒരു തോൽക്കടലാസും മൂന്ന് പ്രതിമകളും മറ്റു സാമാനങ്ങളും ഉണ്ടായിരുന്നു. അവൾ തിരിഞ്ഞു നോക്കി പറഞ്ഞു അവൾക്ക് യാസിക്കോയ് പോലെതന്നെയാണീ ഇടവും എന്ന്. അവളുടെ കണ്ണുകൾ നിറഞ്ഞിരുന്നു. അവളുടെ കണ്ണുനീർ ഞങ്ങളിൽ നിന്ന് മറച്ചു പിടിക്കാൻ ശ്രമിച്ചുകൊണ്ട്, പതിമൂന്നു വർഷത്തെ യാതനകൾ പുറകിലാക്കികൊണ്ട് അവൾ നടന്നു. ഇനി മുതൽ ഞാനവളെ ബില്ലൂർ എന്നേ വിളിക്കൂ, അതേ ഓർക്കൂ. മലാഗയുടെ അറ്റത്തുള്ള വീടുകൾ വരെ ഒജെയ്ഡ ഞങ്ങളുടെ കൂടെ വന്നു. പിരിയാറായപ്പോൾ അവളുടെ തലയിൽ കൈവെച്ച് അദ്ദേഹം ‘വിശുദ്ധമേരി നിന്നെ അനുഗ്രഹിക്കട്ടെ’ എന്ന് പറഞ്ഞു. അപ്പോൾ ഒരു തണുത്ത കാറ്റ് വീശി. മറ്റൊന്നും പറയാതെ അദ്ദേഹം തിരിഞ്ഞു നടന്നു. അദ്ദേഹത്തെ അത്രയും ദുഃഖിതനായി ഞാൻ കണ്ടിട്ടേയില്ല ഇതിനു മുൻപ്. ആ രഹസ്യം എന്നെപോലെതന്നെ അദ്ദേഹത്തെയും വേദനിപ്പിക്കുന്നുണ്ട്.

ഞങ്ങൾ നടന്നു. ബില്ലൂറിനു കരച്ചിൽ അടക്കാനായില്ല. എനിക്ക് ഈ വഴികളെല്ലാം പരിചയമുള്ളതിനാൽ ഞങ്ങൾ മലാഗ കടന്ന്

മരങ്ങൾ നിറഞ്ഞ വഴികളിലൂടെ നടന്നു. ഞാനൊരു നല്ല വഴികാട്ടി യായിരുന്നു. അവൾക്ക് ഏതൊക്കെ വഴികൾ ഒഴിവാക്കണമെന്നെല്ലാം ഞാൻ പറഞ്ഞു കൊടുത്തു. അവൾക്കൊപ്പം നടക്കാൻ സാധിച്ചതിൽ എനിക്ക് സന്തോഷമുണ്ടായിരുന്നെങ്കിലും അത്, വളരെ പെട്ടെന്ന് തീരാത്ത ഒരു കാത്തിരിപ്പിന്റെ സങ്കടമായിത്തീരുമെന്ന എനിക്ക് അറിയാം, അതുകൊണ്ട് ഇപ്പോൾ ഒരുമിച്ചു ചിലവഴിക്കാൻ കിട്ടിയ ഈ സമയം ആവോളം നുകരുകയല്ലാതെ മറ്റെന്ത് വഴി? അവളെ ആശ്വസിപ്പിക്കാൻ എനിക്ക് വാക്കുകൾ കിട്ടിയില്ല എങ്കിലും പരമാ വധി ഞങ്ങൾ ചേർന്നു നടന്നു.

"ബില്ലൂ... അല്ല, ബിയാട്രിസ്, നമുക്ക് ഇവിടെയാണ് താമസി ക്കേണ്ടത്."

ഞാൻ പേരുവിളിച്ചതുകൊണ്ടാണോ അതോ താമസിക്കാനുള്ള സ്ഥലം കണ്ടിട്ടാണോ അവൾ അമ്പരന്നത് എന്നെനിക്ക് മനസ്സിലാ യില്ല. ഞങ്ങൾ നിന്ന സ്ഥലം ഇടിഞ്ഞുപൊളിഞ്ഞ ഒരു കോട്ടയുടെ പരിസരമായിരുന്നു. ഈ കോട്ട ഇൻക്വിസിഷന്റെ സമയത്ത് ഒരുപാട് ജൂതന്മാരെയും മുസ്ലീങ്ങളെയും രക്ഷിച്ചതാണ് പക്ഷേ ഇന്നിവിടെ ആരുമില്ല, ജീവന്റെ തരി പോലുമില്ല. എങ്ങും കാട്ടിലെപോലെ കനത്ത നിശ്ശബ്ദത. മരങ്ങളും മരങ്ങൾ പൂവിടാൻ തുടങ്ങുന്നു.

ഞങ്ങൾ നടന്ന് വാതിലുള്ള ഒരു കെട്ടിടം കണ്ടുപിടിച്ചു. അകത്തു കടന്നു ഞാൻ ബില്ലൂറിനോട് അകം വൃത്തിയാക്കാമോ എന്ന് ചോദിച്ചു. ഞാൻ ചുറ്റും നടന്ന് പഴകിയ കുറച്ചു വീട്ടുസാമാനങ്ങൾ സംഘടി പ്പിച്ചു. ഒരു കട്ടിൽ തപ്പിപിടിച്ചു വൃത്തിയാക്കി അതിൽ പുല്ലും വൈ ക്കോലും നിറച്ചു ഒരു മെത്തയാക്കി ഒരുക്കിയെടുത്തു. അവൾക്ക് പഴങ്ങളും മറ്റു ഭക്ഷണസാധനങ്ങളും കൊടുത്തശേഷം കോട്ടയുടെ താഴെക്ക് ഞാൻ നടന്നു. ഞാനാണ് അവളെന്ന നിധിയുടെ കാവൽ ക്കാരൻ.

പോകുമ്പോൾ ഞാൻ ടർക്കിഷിൽ പറഞ്ഞു. "ബില്ലൂർ ഞാൻ പുലർച്ചെ മടങ്ങിവരാം. ഈ രാത്രി എങ്ങനെയെങ്കിലും കഴിയണം. അത് കഴിഞ്ഞാൽ എല്ലാം നേരെയാകും. എനിക്ക് എന്തായാലും ഇനിയുമേറെയുണ്ട് ടർക്കിഷിൽ പഠിക്കാൻ."

അത്ഭുതം, അവൾക്ക് ഞാൻ പറഞ്ഞതെല്ലാം മനസ്സിലായി. ഈ വരികൾ ഞാൻ ഇങ്ങോട്ടുള്ള വഴി മുഴുവൻ പരിശീലിച്ചതാണ്. ആദ്യ മായിട്ടാണ് ടർക്കിഷിൽ ഒരു മുഴുവൻ വാചകം ഞാൻ പറയുന്നത്. എനിക്കതിൽ ഏറെ അഭിമാനം തോന്നി.

അപ്പോൾ ടർക്കിഷ് അത്ര കഠിനമല്ല. ഞാൻ ആശ്വസിച്ചു. അവൾക്ക് ഇഷ്ടപ്പെട്ടത്, അവളുടെ പേര് വിളിച്ചതാണ് എന്നെനിക്ക് തോന്നി. കാരണം, അവൾ എന്നെ നോക്കി പതിയെ ചിരിച്ചല്ലോ. അവൾ

ആത്മാർത്ഥമായി സന്തോഷിച്ചതാണെന്ന് മനസ്സിലായി. എന്നിൽ അവൾ ഒരു കൂട്ടാളിയെ കണ്ടിരിക്കുന്നു. ചിലപ്പോൾ അവളുടെ കുടുംബത്തെ അവൾക്ക് തിരിച്ചു കിട്ടിയ പോലെ തോന്നിയായിരിക്കാം. ടർക്കിഷ് സംസാരിച്ചാൽ അവളെന്നെ കൂടുതൽ വിശ്വസിക്കുമായിരിക്കാം. വേദനയുടെ കോട്ടയിലായിട്ടും അവൾ ആഹ്ലാദത്തിന്റെ കൊടുമുടിയിലെത്തിയിരിക്കുന്നു. ഞാൻ തിരിഞ്ഞു നടന്നു താഴെയെത്തി. എന്നിട്ട് ഞാൻ ഉറക്കെ ടർക്കിഷിൽ വിളിച്ചു പറഞ്ഞു.

‘‘ബില്ലൂർ, ഞാൻ ഒരു മുദേജർ ആണ്, ക്രിസ്ത്യാനിയല്ല.’’

അവൾ മോചിതയായിരിക്കുന്നു. ടർക്കിഷ് അവളെ സ്വാതന്ത്ര്യയാക്കിയിരിക്കുന്നു. ഇവിടെ ഞങ്ങളെ കേൾക്കാൻ ആരുമില്ല. ഉണ്ടെങ്കിൽ തന്നെ ടർക്കിഷ് ആർക്ക് മനസ്സിലാകാനാണ്?

അവളുടെ മുഖം തിളങ്ങുന്നത് ഞാൻ കണ്ടു. അവൾ കൈകൾ ആകാശത്തേക്കെറിഞ്ഞു പറഞ്ഞു.

‘‘ഞാനൊരു തുർക്കിയാണ്, അൽക്കാലാ’’

ഒരർത്ഥത്തിൽ ഞാനവളെ ഒറ്റയ്ക്കാക്കിയല്ല പിരിഞ്ഞത്. അവൾക്ക് ഒരിത്തിരി സന്തോഷവും കുറച്ചു പ്രതീക്ഷയും കൊടുക്കാൻ കഴിഞ്ഞു. ഒരുപക്ഷേ ഒരു ചോദ്യവും. സെയിന്റ് അൽക്കാല എന്ന പേര് അവളുടെ മനസ്സിൽ നിറഞ്ഞിട്ടുണ്ടാകും. അതിനെ ചുറ്റിപ്പറ്റി ആയിരം ചോദ്യങ്ങളും. അതൊരുപക്ഷേ ഇങ്ങനെയൊക്കെയായിരിക്കാം.

‘‘സെയിന്റ് അൽക്കാല, നീയൊരു മുദേജർ ആണെങ്കിൽ നീയൊരു സേഫാർദിക്ക് അല്ല, പിന്നെ എങ്ങനെയാണു നീ രാജാവിദ്യാലയത്തിൽ എത്തിയത്? അപ്പോൾ നീ മോറിസ്കോയാണോ? ആണെങ്കിൽ നീ ഒരു ഉമ്മയാദ് അറബിയോ അതോ ബെർബെറോ? നീയൊരു കറ്റാലൻ കുടുംബത്തിൽ നിന്നാണോ? എനിക്കറിയാം, നീയൊരു തൊഴിലാളിയുടെ മകനല്ല. പക്ഷേ നീ പ്രഭുജാതനുമല്ല. അപ്പോൾ നീ ആരാണ്? നീ എങ്ങനെ ഇവിടെയെത്തി? എങ്ങനെ ഇൻക്വിസിഷനെ അതിജീവിച്ചു? നീ ക്രിസ്ത്യൻ അല്ലെങ്കിൽ റിക്കോൺക്വിസ്റ്റ. നീ എങ്ങനെ അതിജീവിച്ചു? അപ്പോൾ നീ വിശുദ്ധയുദ്ധം അതിജീവിച്ചു, ഒരു പോറൽ പോലുമേൽക്കാതെ രാജാവിദ്യാലയത്തിൽ ഇത്രയും കാലം ഇത്രയും വിദ്യാഭ്യാസം നേടി. അസഹിഷ്ണുതയ്ക്ക് കുപ്രസിദ്ധമായ ആ കൊട്ടാരത്തിൽ നിന്നെ ആരാണ് സംരക്ഷിച്ചത്? നിനക്ക് ക്രിസ്ത്യൻ ബന്ധുക്കളുണ്ടോ കൊട്ടാരത്തിൽ? പക്ഷേ എത്ര വലിയ പണ്ഡിതരായാലും ക്രിസ്ത്യൻ അല്ലെങ്കിൽ ചുട്ടെരിക്കപ്പെടുന്ന അവിടെ നീയെങ്ങനെ മുന്നേറി?

നിന്നെ ഒരു വേലക്കാരനായിട്ടല്ല അവിടെ പഠിപ്പിക്കുന്നത് ഒരു അധികാരസ്ഥാനത്തേക്ക് വേണ്ടിയാണ്. ചിലപ്പോൾ നീയൊരു

സേഫാർദിക്ക് ജൂതനായിരിക്കാം, അതെ, ഒരു മുസ്ലീമാണെങ്കിൽ നീയിന്ന് അവിടെ കാണില്ല. നീയൊരു ഉന്നതകുലജാതനാണോ? നിന്റെ പിതാവ് പേരുകേട്ട പണ്ഡിതനാണോ? നിന്റെ ഭൂപടനിർമാണ ത്തിലുള്ള കഴിവ് കണ്ടപ്പോൾ ഞാൻ മനസ്സിലാക്കേണ്ടതായിരുന്നു. ഓ, പിടികിട്ടി. ഞാൻ കേട്ടിട്ടുണ്ട് ഫെർഡിനന്റ് രാജാവ് ഗ്രെനാഡ, കോർഡോബ, ടോളിഡോ എന്നിവ കീഴടക്കിയപ്പോൾ മുസ്ലീം കലാ കാരന്മാരെയും വിദ്വാന്മാരെയും രാജ്യം വിടാൻ അനുവദിച്ചില്ല കാരണം അവരില്ലെങ്കിൽ കലയും ശാസ്ത്രവും ഇല്ലാതെയെന്നേ. അപ്പോൾ നിന്റെ പിതാവ് എവിടെയാണ് അൽക്കാല? നിന്നെ ആരെ ങ്കിലും കൈവശപ്പെടുത്തി വച്ചിരിക്കുകയാണോ? അതെ, അതിനു ഒരുപക്ഷേ പണവും കൈപ്പറ്റുന്നുണ്ടാകും. അപ്പോൾ നീ സെഫർ ദിക്ക് ആയിരിക്കും. കാരണം സ്പെയിനിൽ അവർക്ക് മോരിസ്കോ കളെക്കാളും വിലയുണ്ട്. നീ ഒരു സുഷുവാ ആണോ ഇനി? ഓ, അൽക്കാല, എന്റെ തല കറങ്ങുന്നതതെന്തുകൊണ്ട്? എന്തുകൊണ്ടാണ് എനിക്ക് നിന്നോടീ പ്രണയം?''

1512

ഒരു വർഷത്തിനുശേഷം

''പൊരുതാൻ മനസ്സുള്ളവർ വിജയിക്കും.''

ജെനോയ്സ് കപ്പിത്താൻ ആൻഡ്രിയ ഡോറിയ അലറി.

മൂന്നു മാസങ്ങൾക്കു മുൻപ് അയാൾ കീഴടക്കിയ ഗാലിയിൽ തുഴയുന്ന അടിമയാണ് ഞാൻ. ഇയാൾ ഇത് എപ്പോഴും പറഞ്ഞു കൊണ്ടിരിക്കും. ഞങ്ങളുടെ കാലിലെ ചങ്ങല അഴിഞ്ഞില്ലെങ്കിലും ഞങ്ങളും യുദ്ധം കാത്തിരിക്കുകയാണ്. ഈ യുദ്ധാവേശം ഞങ്ങ ളെയും പൊതിഞ്ഞിരിക്കുന്നു. ഞങ്ങൾക്കും പൊരുതണം. അയാൾക്ക് വേണ്ടിയാണെങ്കിലും കഴുമരത്തിൽ കെട്ടിയിട്ടിരിക്കുകയാണെങ്കിലും പൊരുതണം എന്ന ചിന്ത മാത്രമേ ഞങ്ങൾക്കുള്ളൂ.

പോപ്പ് ഇന്നൊസെന്റിയാസിന്റെ ഏറ്റവും വിശ്വസ്തനായ കപ്പി ത്താൻ ആദ്യം അർബിനോയിലെ ഡ്യൂക്കിന്റെ കൊട്ടാരത്തിലെ സേവകനായിരുന്നു. പക്ഷേ അയാളുടെ മനസ്സിൽ പണ്ടേ കടൽ മാത്രമേ ഉണ്ടായിരുന്നുള്ളൂ. അയാളൊരു പടയാളിയെക്കാളുപരി ഒരു രാഷ്ട്രീയക്കാരനായിരുന്നു. സ്പെയിനിലെ ജനങ്ങൾക്ക് വേണ്ടിയോ പോപ്പിന് വേണ്ടിയോ അല്ല, സ്വന്തം നേട്ടത്തിന് വേണ്ടിയാണയാൾ

പണിയെടുത്തിരുന്നത്. അയാൾ ഉന്നതസ്ഥാനങ്ങൾക്കായി മത്സരിച്ചു. ദയ അയാൾക്കില്ലാത്ത ഒരു ഗുണമായിരുന്നു. മെഡിറ്ററേനിയനിൽ എത്ര ശക്തമായ കാറ്റ് വീശിയാലും മൂന്നു മാസമായി ഞങ്ങൾ അടിമകൾ തുഴഞ്ഞുകൊണ്ടിരിക്കുന്നു.

അയാൾക്ക് സമുദ്രത്തിന്റെ ശാസ്ത്രം അറിയാമായിരുന്നു. ആളുകൾ വിശ്വസിച്ചിരുന്നത് അയാൾ സ്വന്തമായി ഒരു കോമ്പസ്സുണ്ടാക്കുകയും മണിക്കൂറുകളോളം ഭൂപടങ്ങളിൽ ചിലവഴിക്കുകയും ചെയ്തിരുന്നു എന്നാണ്. ഒരു മേൽനോട്ടക്കാരൻ വഴി ഞാൻ അയാളെ എന്റെ ഭൂപടമുണ്ടാക്കാനുള്ള നൈപുണ്യം അറിയിച്ചു. പക്ഷേ അയാൾ അത് ചെവികൊണ്ടില്ല.

''എല്ലാവർക്കും അവരവരുടെ സ്ഥാനമുണ്ട്. ഞാൻ നയിക്കും, അടിമ തുഴയും.''

അയാളുടെ ഈ പരുക്കൻ സ്വഭാവം അടിമകളെയും മറ്റു ജോലിക്കാരെയും കപ്പലിലെ യാത്രക്കാരെയും വല്ലാതെ ഭയപ്പെടുത്തി. ദീർഘനിശ്വാസത്തോടെ ഒരു അടിമ പറഞ്ഞു.

''പക്ഷേ സ്ത്രീകൾക്ക് അക്കാര്യം ബാധകമല്ല. അവർ അയാളെ ഗ്രീക്ക് ദേവനായ പ്രോട്ടിയാസിനോടാണ് ഉപമിക്കുന്നത്.''

അതിലും കേമം പോസിഡോണാണ്. പ്രസിദ്ധ ചിത്രകാരൻ ബ്രോൻസിനോ ഇയാളുടെ ഛായാചിത്രം വരച്ചതാണ് നഗ്നനായ നെപ്ട്യൂണസിനെപോലെ. ഇയാൾക്ക് പക്ഷേ പോസിഡോണാണ് പ്രിയം.

ഞാനൊരിക്കൽ അയാളൊരു പ്രഭ്വിയോട് പറയുന്നത് കേട്ടു, അയാൾ ഒരു ലെഫ്ടനന്റ് ആയിരുന്നപ്പോൾ തന്നെ അലക്സാണ്ഡ്രിയയിൽ പോയെന്നും അവിടെ ആയിരത്തി അറനൂറ് വർഷമായി നിലകൊണ്ട ദൈവത്തിന്റെ ശില്പത്തിനോട് പറഞ്ഞു. ''ഞാൻ നിന്നെ ഒരുനാൾ കടത്തിവെട്ടും.''

അന്ന് തുടങ്ങിയതാണ് കടലിലെ അയാളുടെ ജൈത്രയാത്ര. ആ പറഞ്ഞത്, സാക്ഷാൽ ഗ്രീക്ക് സമുദ്രേശ്വരൻ പോസിഡോണിനോടാണ്.

അപ്പോൾ മറ്റൊരുവൻ പറഞ്ഞു കടലിൽ എപ്പോൾ എങ്ങനെ വേണമെങ്കിലും കാര്യങ്ങൾ മാറിമറിയും എന്ന്. ഞാനപ്പോൾ ബില്ലൂറിനെക്കുറിച്ചോർത്തു. ഞാൻ എങ്ങനെയെങ്കിലും ഈ സഹനത്തിൽ നിന്ന് രക്ഷപ്പെടുമെന്നും. ഞങ്ങൾ അതിഭീകരമായ കൊടുങ്കാറ്റിലൂടെയായിരുന്നു അപ്പോൾ പൊയ്ക്കൊണ്ടിരുന്നത്.

കപ്പൽ ആടിയുലഞ്ഞു കൊണ്ടിരുന്നു, മേൽനോട്ടക്കാർ എങ്ങനെയാണ് നിലത്തുറച്ചു നിന്ന് ചാട്ടവാർ ചുഴറ്റുന്നത്? ഞങ്ങൾ തുഴയിൽ മുറുകെപ്പിടിച്ചിരിക്കുകയാണെങ്കിലും ആടിയുലയുകയാണ്. എല്ലായിടത്തും വെള്ളം കേറിയിരിക്കുന്നു. എങ്കിലും ഞങ്ങൾ യുദ്ധസന്നദ്ധരായിരുന്നു. ഞങ്ങളുടെ മേൽ ഡോറിയയുടെ യുദ്ധക്കൊതി പ്രവേശിച്ചിരുന്നു.

കൂടുതൽ ദൂരം പോകും മുമ്പേ വല്ലാത്തൊരു അലർച്ച കേട്ടു. കണ്ടത് വ്യാളിത്തലയുള്ള ഒരു ഗാലിയാണ്. ഞാൻ ചങ്ങല അഴിക്കാൻ ഒരു ശ്രമം നടത്തി. ദൈവമേ, എങ്ങനെ രക്ഷപ്പെടും? ഇനിയും ഈ സഹിക്കാൻ വയ്യ. എങ്ങനെയെങ്കിലും ഈ ദുഷ്ടൻ തന്നെ ജയിക്കട്ടെ. അല്ലെങ്കിൽ കൂടുതൽ പരിതാപകരമായ അവസ്ഥയിലാണ് ഞാനെത്തുക. ഒക്ടോബറിൽ കടൽ ക്ഷോഭിച്ചതോടെ എല്ലാവരും ശൈത്യകാലം ഈ അടിമക്കൊട്ടകയിൽ തന്നെ കഴിച്ചുകൂട്ടേണ്ടി വരുന്ന ഗതികേടിനെക്കുറിച്ചോർത്ത് ആകുലരാകുമായിരുന്നു. എനിക്കാണെങ്കിൽ മലാഗയിൽ നിന്ന് ഏറെദൂരം പോകാനായിരുന്നു പേടി. കാരണം എല്ലാ വർഷവും ഞാൻ എങ്ങനെയെങ്കിലും ബില്ലൂറിനെ പിരിഞ്ഞ നാൾ അവിടെപ്പോയി നിൽക്കുമായിരുന്നു. അവളും ആ നാൾ ഓർത്തു് വെച്ച് വരുമെന്ന അന്ധമായ പ്രതീക്ഷയിൽ.

സത്യം പക്ഷേ, ഞങ്ങളെല്ലാം ചങ്ങലകളാൽ ബന്ധിക്കപ്പെട്ട ദിവസങ്ങൾ തുഴഞ്ഞു തീർക്കാൻ വിധിക്കപ്പെട്ട അടിമകളാണ് എന്നതാണ്. ഭക്ഷണം കഴിക്കുന്നതും വെള്ളം കുടിക്കുന്നതും വിസർജ്ജനവും എല്ലാം ഈ പടിയിലിരുന്നു തന്നെ. അതിന്റെ അർത്ഥം നല്ലൊരു കാറ്റ് വീശിയാൽ ദുർഗന്ധം മുകളിലേക്കെത്തും എന്നതാണ്. ആ മണം കേട്ടാൽ ഈ മേൽനോട്ടക്കാർക്ക് സഹിക്കില്ല. അപ്പോഴവർ ചാട്ടവാർ കൊണ്ട് ഞങ്ങളെ ആഞ്ഞടിക്കും. എന്റെ കൂടെയുള്ള അടിമ പറഞ്ഞത്, കാലം കഴിയുംതോറും ഈ ദുർഗന്ധം ഒരു ഗന്ധമേ അല്ലാതാകും എന്നാണ്. പിന്നെ തുഴയുമ്പോഴുണ്ടാകുന്ന 'വൂഷ്' ശബ്ദം കേൾക്കാതെയും ആകുമത്രെ.

ഇരുനൂറ്റി അറുപത് പേരുണ്ടായിരുന്നു ഞങ്ങൾ. ചിലപ്പോഴത് മുന്നൂറ്റി എട്ടാകാം. മുൻ ഗാലി അടിമകൾ കടലിനെ തീർത്തും ഒഴിവാക്കുമെങ്കിലും തുഴ വെള്ളത്തിലടിക്കുന്ന ശബ്ദം കേൾക്കാൻ കൊതിക്കുമത്രെ. 'വേറെയെന്താണ് ഒരു ഗാലിയടിമയ്ക്ക് നഷ്ടപ്പെടാനുള്ളത് അൽക്കാല?'' അവൻ ചോദിച്ചു.

''ചാട്ടവാറടിയോ അതോ വൈനിൽ മുക്കിത്തരുന്ന ഉണക്കമീനോ? അത് നമ്മൾ തലകറങ്ങിവീഴാതിരിക്കാൻ മാത്രമല്ലേ? ഹോ, അതിന്റെ ചവർപ്പ്.''

ഞങ്ങളങ്ങനെ കഷ്ടപ്പാടുകൾ പറഞ്ഞു സ്വന്തം തുഴയുടെ ശബ്ദം കേട്ടിരിക്കുമ്പോൾ ഡോറിയയുടെ ഒച്ച കേട്ടു.

''കഴുകന്മാരേ, ചിറകു വിടർത്തൂ, ഇരയിതാ മുന്നിൽ.''

ഇതും പറഞ്ഞയാൾ മൂന്നു കുറ്റിയുള്ള കൊളുത്ത് ഒരൊറ്റയേറ്. അത് ചെന്ന് അപ്പോഴേക്കും ഞങ്ങളുടെ തൊട്ടടുത്ത് എത്തിയ ഗാലിയറ്റിന്റെ പാമരത്തിൽ തറച്ചു. എന്നിട്ട് അയാൾ കയറിന്റെ അറ്റം ഒരു നാവികന് കൊടുത്തു. അവർ ഒരു കടത്തുവഞ്ചി ഇറക്കി കയർ അങ്ങോട്ടും ഇങ്ങോട്ടും വലിച്ചു കെട്ടി കപ്പൽ ഇളകാതെ നിർത്തി. ഇത് നടക്കുമ്പോൾ തീർച്ചയായും ഒരു ശ്രദ്ധ തിരിക്കൽ അത്യാവശ്യമായിരുന്നു. അതിനായിരിക്കാം, ഡോറിയ, യുദ്ധകാഹളം മുഴക്കി അയാളുടെ ശബ്ദം കൊണ്ട് തന്നെ,

''വെള്ളക്കഴുകന്മാരെ, ചിറക് വിടർത്തൂ, വേട്ട തുടങ്ങി.'' എന്ന് അലറിയത്. അത് കേട്ടതോടെ എല്ലാവരും ഉണർന്നു. കഴുകാനും ഇരയും കൂട്ടിമുട്ടാൻ പോകുകയാണ്. വാളുയർത്തി നാവികർ കയറിലൂടെയും ഇടവള്ളത്തിലൂടെയും ഗാലിയറ്റിൽ ഇരച്ചുകയറി. വാളുകളും അലർച്ചകളും അന്തരീക്ഷത്തെ ഭയാനകമാക്കി. ഞങ്ങൾ ആഞ്ഞു തുഴഞ്ഞു കഴുകൻ കോഴിയെ പിന്തുടരുന്നപോലെ. പക്ഷേ വളരെ പെട്ടെന്ന് ഞങ്ങൾക്ക് മനസ്സിലായി, അതൊരു കോഴിയല്ലെന്ന്. അവർ പോയ പോക്ക് കണ്ടിട്ട് തോന്നുന്നത്, അതൊരു പരുന്തോ ഒരു കഴുകനോ ആണെന്ന്. എന്തുകൊണ്ടോ എനിക്കെന്റെ അച്ഛനെ ഓർമ്മ വന്നു.

അദ്ദേഹം ഒരിക്കൽ എന്റെ തലയിൽ വിരലോടിച്ചു പറഞ്ഞിരുന്നു. ''നമുക്ക് നമ്മുടെ വിധിയെ കാണാനാവില്ല. പക്ഷേ അതിന്റെ അർത്ഥം അതവിടെ ഇല്ലെന്നല്ല, തീർച്ചയായും ഉണ്ട്.''

ഞാൻ കാര്യങ്ങൾ സുഖകരമായി മാറാൻ ദൈവത്തിനോട് പ്രാർത്ഥിച്ചതും എന്റെ ചുറ്റുമുള്ളതെല്ലാം ഇരുട്ട് വന്ന് മൂടിയതും മാത്രം എനിക്കോർമ്മയുണ്ട്. ബോധം മറയുമ്പോൾ വിധിയുടെ കാര്യങ്ങൾ എന്റെ മേൽ വരിയുന്നതുപോലെ അനുഭവപ്പെട്ടു.

അദ്ദേഹം ഗാലിയുടെ മേൽത്തട്ടിൽ നിൽക്കുകയായിരുന്നു. ഡോറിയയുടെ ശബ്ദത്തേക്കാൾ ഉറച്ച ശബ്ദം.

''താക്കോൽ കണ്ടുപിടിക്കാനാകുന്നില്ലെങ്കിൽ നിങ്ങളുടെ ചങ്ങലയെ കുറ്റം പറയരുത്.''

അദ്ദേഹം ആലങ്കാരികമായി പറഞ്ഞതാണോ അതോ ഞങ്ങൾ അടിമകളോട് അനുകമ്പ തോന്നി പറഞ്ഞതാണോ എന്ന് എനിക്ക് മനസ്സിലായില്ല. എന്തായാലും എന്റെ കൈയിലെ കടുത്ത വേദന

കാരണം കൂടുതൽ കടന്നു ചിന്തിക്കാൻ വയ്യായിരുന്നു. എന്നാലും കുറച്ചു കാര്യങ്ങൾ വ്യക്തമായി. പ്രാവ് കഴുകനെ മലർത്തിയടിച്ചിരിക്കുന്നു. ചെറിയ മീൻ വലിയ മീനിനെ വിഴുങ്ങിയെന്നു മാത്രമല്ല, വലുതിന്റെ കൂടെയുള്ള രണ്ടു കുഞ്ഞു മീനുകളെയും സ്വന്തമാക്കിയിരിക്കുന്നു.

കടൽക്ഷോഭവും കെട്ടടങ്ങിയിരിക്കുന്നു. ശവശരീരങ്ങൾ പൊങ്ങിയിരിക്കുന്നു. ആളുകൾ വേദന കൊണ്ട് നിലവിളിക്കുന്നു. ആരാണ് ജയിച്ചതെന്ന് സംശയം തോന്നും ഇതു കണ്ടാൽ. കൊള്ളമുതൽ എണ്ണിത്തിട്ടപ്പെടുത്താൻ കുറച്ച ദിവസങ്ങൾ വേണ്ടി വരും. ഒരു ഗാലിയറ്റും ഗാലിയോണും കയറുകെട്ടി ഈ ഗാലിയുടെ പിന്നാലെതന്നെയുണ്ട്. മറ്റൊരു ഗാലിയോണും ബ്രിഗേന്റീനും കടലിൽ താഴ്ന്നുപോകുന്നു. ഡോറിയയുടെ കൊടി പാറുന്ന, ചെറിയ ഗാലിയറ്റ് അകലെ ചക്രവാളത്തിൽ മറയുന്നു.

ഞാൻ ഇപ്പോൾ താക്കോൽ തപ്പണോ അതോ ചങ്ങലയെ പഴിക്കണോ?

ഈ മനുഷ്യൻ പറയുന്നത് എന്റെ ഹൃദയത്തിലാണ് വന്നു തറച്ചത്. ഡോറിയയുടെ ശബ്ദത്തിൽ ക്രൗര്യമായിരുന്നെങ്കിൽ ഇയാളുടെ ശബ്ദത്തിൽ കാരുണ്യമായിരുന്നു. അദ്ദേഹം പറഞ്ഞപ്പോൾ ചങ്ങല എന്റെ കാലിലല്ല നെഞ്ചിനകത്താണ് എന്ന് തോന്നി. അസ്തമയ സൂര്യൻ അദ്ദേഹത്തിന്റെ തലയ്ക്ക് പുറകിലായതുകൊണ്ട് എനിക്ക് ആ മുഖം കാണാൻ സാധിച്ചില്ല. എനിക്കാണെങ്കിലോ എങ്ങനെയെങ്കിലും രക്ഷപ്പെട്ട്, ബില്ലൂറിനെ കടത്തിക്കൊണ്ടുപോയി ആളുകളെ കണ്ടുപിടിക്കണമായിരുന്നു എന്നാണ് തോന്നുന്നത്. അതിനുവേണ്ടി മരിക്കാനും ഞാൻ തയ്യാറായിരുന്നു. ചങ്ങലയ്ക്കുള്ളിൽ ഇനി അധികം ജീവിച്ചിരിക്കാൻ ഇടയില്ല. ബെർബെർമാരുടെയോ സുസുവയുടെയോ മറ്റു വടക്കൻ ആഫ്രിക്കക്കാരെപ്പോലെയോ അതിനുള്ള ശക്തി എനിക്കില്ല.

ബോധം പോകും മുൻപ് എന്ത് സംഭവിച്ചു എന്ന് ഞാൻ ഓർത്തെടുക്കാൻ ശ്രമിക്കുകയായിരുന്നു ഞാൻ. ഗാലിയറ്റ് അടുത്തെത്തിയതോടെ തുഴയിലെ പിടിവിട്ടു. എനിക്ക് രക്ഷപ്പെടാൻ സാധിക്കും എന്ന തോന്നലുകൊണ്ടായിരുന്നു അത്. അപ്പോഴാണ് എല്ലാ ശരത്കാലത്തും മെഡിറ്ററേനിയനെ ശിക്ഷിക്കുന്നു ചുവന്ന കൊടുങ്കാറ്റ് അഥവാ 'ടെംപെസ്റ്റ് ഓഫ് ദി റെഡ് പ്ലം' വീശിയടിക്കുന്നത്. അത് തുഴയെ ഓടിക്കുമെന്ന് തോന്നി. പാമരം ആടിയുലഞ്ഞു. അതോടെ ചാട്ടവാറടി കൂടി. ഗാലിയറ്റ് അടുത്തെത്തിയതോടെ ഞാൻ ടർക്കിഷ് കേട്ടു, അപ്പോൾ ബില്ലൂറിനെ ഓർത്തു. ഇവർക്ക് ഈ ഓട്ടോമാൻ

ബസ്റ്റാർടിനെക്കാളും വഴക്കവും വേഗവുമുണ്ട്. അപ്പോഴാണെന്റെ കൈ തുഴയിൽ ഇടിച്ചത്. അപ്പോഴേക്കും അടിമകൾ കൂട്ടപ്രാർത്ഥനയിലായി. കൈ പിടിച്ചതോടെ എന്റെ ബോധം മറഞ്ഞു. തലയിൽ ടർക്കിഷ് നിറഞ്ഞു. ബില്ലൂറിനെ അടിമച്ചന്തയിൽ ഞാൻ കാണുന്ന സ്വപ്നം കണ്ടു. അവളെന്റെ കൂടെത്തന്നെയുള്ളതു പോലെ. മരിക്കുന്നതിന്മുൻപ് അവളെ ഒന്ന് കാണാൻ പറ്റിയിരുന്നെങ്കിൽ.

യുദ്ധം മുറുകി. പീരങ്കിവെടികൾ ഇടതടവില്ലാതെ പ്രവർത്തിച്ചു. തീയമ്പുകൾ തയ്യാറായിരിക്കുന്നു.

എന്റെ കൈയിൽ തുഴയുടെ പിടി ഇല്ലെങ്കിലും കാലിൽ ഇപ്പോഴും ചങ്ങലയുണ്ട്. ചുറ്റും അലർച്ചകൾ. കുടുതലും അടിമകളുടെയാണ്. വീണുപോയവരെ പിടിച്ചുകയറ്റുന്നു. പലരും ചങ്ങലയോടെയാണ് കടലിൽ വീണത്. ഒരാളുടെ ഭാരം മറ്റൊരുവനെ കടലിലാഴ്ത്തും. എങ്ങനെയോ കുറച്ചു പേർ രക്ഷപ്പെട്ടു. ഇവരെല്ലാം പല തുഴകളുടെ പല സ്ഥലങ്ങളിലായതുകൊണ്ട് ഇതുവരെ ശരിക്ക് കാണാൻ കഴിഞ്ഞിട്ടില്ലായിരുന്നു. ഇപ്പോൾ നനഞ്ഞു നിൽക്കുന്ന അവരുടെ ദേഹത്തെ പാടുകൾ പേടിപ്പെടുത്തുന്നതായിരുന്നു. തൊലി കീറിയവർ, കൈയോ കാലോ ഇല്ലാത്തവർ, കാഴ്ചയോ കേൾവിയോ നഷ്ടപ്പെട്ടവർ, എല്ലാവരുടെയും മുഖത്ത് ഭയവും ദുഃഖവും തളം കെട്ടിനിന്നതിന്റെ തെളിവുകൾ. ദൈവമേ, മെഡിറ്ററേനിയനിലെ ഏറ്റവും ക്രൂരമായ വൃത്തി ഇതുതന്നെ, അടിമസംസ്കാരം.

ഒരു ഗാലിയോണിലെ തീ അണയ്ക്കാൻ അടിമകൾ കഷ്ടപ്പെടുന്നത് കണ്ടു. ചിലർ അതിനിടയിലൂടെ ചങ്ങല മുറിക്കാനും ചിലർ അവരെ തടയാനും ശ്രമിക്കുന്നു. ഞങ്ങളുടെ ഗാലിയിൽ മേൽത്തട്ടിൽ നിന്ന് റയീസ് ആജ്ഞ പുറപ്പെടുവിച്ചു. കടലിൽ വീണ എല്ലാവരെയും ആദ്യം രക്ഷിക്കാൻ. ആരാണിദ്ദേഹം? സൂര്യരശ്മിയുടെ പാതയിൽ നിന്ന് കപ്പൽ മാറിയപ്പോൾ ഞാൻ കണ്ടു.

മുപ്പതുവയസ്സായിക്കാണും. എന്തൊരു ആജ്ഞാശക്തി. അദ്ദേഹത്തിന്റെ മുഖം ഞാൻ ആവാഹിച്ചു. കട്ടിയുള്ള പുരികങ്ങൾ, ചുവന്ന താടി, വളർന്ന മുടി വെട്ടിയൊതുക്കി തലപ്പാവിന്റെ ചുറ്റും ഭംഗിയായി വിന്യസിച്ചിരുന്നു. കണ്ണുകളിലെ ആജ്ഞാശക്തി. ഇതാണ് ഞാൻ അന്വേഷിച്ചു നടന്ന മനുഷ്യൻ. എന്തോ എനിക്കങ്ങനെയാണ് തോന്നിയത്.

അദ്ദേഹം ഞങ്ങളുടെ അടുത്തേക്ക് വന്നു, ഇതാണോ പ്രസിദ്ധ റയീസ്, സാക്ഷാൽ ബാർബറോസ? എങ്കിൽ ദൈവം കനിഞ്ഞു. എനിക്ക് ബില്ലൂറിനെ കണ്ടുമുട്ടാനാകുമെന്ന പ്രതീക്ഷ വീണ്ടും ഉള്ളിലുണർന്നു.

ഇത് ബാർബറോസ തന്നെയാകണേണേ എന്ന് ഞാൻ പ്രാർത്ഥിച്ചു. എന്റെ ചങ്ങലയുടെ താക്കോൽ എന്റെ കൈയിൽ ഇല്ലെങ്കിലും ഭാഷ ചിലപ്പോൾ പല പൂട്ടുകളും തുറന്നേക്കാം. മറ്റു അടിമകളോട് ചേർന്ന് ഞാൻ ഞങ്ങളുടെ മതവിശ്വാസം അദ്ദേഹത്തെ അറിയിച്ചു. അദ്ദേഹം പുഞ്ചിരിച്ചു. രക്ഷപ്പെട്ടു എന്ന് മനസ്സിലായതോടെ പലരുടെയും കണ്ണുകൾ നിറഞ്ഞു. ഞങ്ങളുടെ മുൻയജമാനന്മാർ ഉടനെ ചങ്ങലയുടെ തണുപ്പ് അറിയും. അന്ന് വൈകുന്നേരത്തോടെ അടിമകൾ ഉടമകളാകും. മെഡിറ്ററേനിയനിൽ എന്തും സംഭവിക്കും എന്നു മാത്രമല്ല, അത് സംഭവിക്കാൻ വേണ്ടത് നിമിഷങ്ങൾ മാത്രം.

മെഡിറ്ററേനിയനിൽ പോരാട്ടങ്ങളിലൂടെയാണ് പൈറേറ്റുകൾ പേരെടുക്കുന്നത്. ആരാണ് അടുത്ത യജമാനൻ എന്ന അതിന്റെ അന്ത്യം കഴുത്തിന് മുകളിൽ തലയുണ്ടെങ്കിൽ മനസ്സിലാകും. ഇപ്പോഴത്തെ പോലെ, അടിമജീവിതത്തിനു പകരം പലരും ജീവത്യാഗമാണ് തിരഞ്ഞെടുക്കുക.

കപ്പിത്താന്റെ അറയിലേക്ക് അഥവാ ക്രിസ്ത്യാനികൾ പറയുന്ന പോലെ ക്യാബിനിലേക്ക് എന്നെ വിളിപ്പിച്ചപ്പോൾ പുലർച്ചെയായി. മുറിയിൽ നാവികരുടെ ബഗ്ലാമ അഥവാ സാസ് എന്ന് പറയുന്ന ടർക്കിഷ് സംഗീതോപകരണം വെച്ചുള്ള പാട്ട് കാരണം പരസ്പരം കേൾക്കാൻ ബുദ്ധിമുട്ടായിരുന്നു. അവർ വിജയം ആഘോഷിക്കുകയാണ്. പിന്നിലെ മേൽത്തട്ടിലായിരുന്നു ക്യാബിൻ . അകത്ത് മങ്ങിയ വെളിച്ചം മാത്രം. ആ വെളിച്ചത്തിൽ അവിടെ മറ്റാരൊക്കെ ഉണ്ടെന്ന് മനസ്സിലാക്കാൻ സാധിക്കില്ലായിരുന്നു. എന്നെക്കൊണ്ട് ഫാത്തിഹ ചൊല്ലിച്ച് മുസ്ലീമാണെന്ന് ഉറപ്പുവരുത്തി റയീസ് പറഞ്ഞു.

''കേൾക്കട്ടെ നിന്റെ കഥ.''

''എന്റെ പേര്, ബഹുമാനപ്പെട്ട ബാർബറോസ, എന്റെ പേര്.''

''ഒരു നിമിഷം, നീ ബാർബറോസയെ മുൻപ് കണ്ടിട്ടുണ്ടോ?''

''ഇല്ല ബഹുമാനപ്പെട്ട ബാർബറോസ, പക്ഷേ...''

എന്റെ എതിരെ ഇരുന്ന ആൾ മുഖം താഴ്ത്തി കാൽ കയറ്റി വെച്ച് ഒന്നമർന്നിരുന്നു. ഒരു സിംഹം തന്നെ. പക്ഷേ ഈ ചോദ്യം എന്നിൽ സംശയം ജനിപ്പിച്ചു. ഇത് തന്നെയാണോ ആൾ?

''എന്നാൽ നിന്റെ കഥ മാത്രം പറയൂ.''

അദ്ദേഹം കൈകൊണ്ട് നെഞ്ചിൽ വൃത്തം വരച്ച് ആജ്ഞാപിച്ചു.

''എന്റെ പേര് സീദി അൽക്കാല. ഞാൻ ആന്റലൂഷ്യയിൽ നിന്നുള്ള ഒരു മോറിസ്കോയാണ്. ക്രിസ്ത്യാനികൾ ഇസ്തംബൂളിൽ നിന്ന്

ഒളിച്ചോടുന്ന കാലത്ത് സ്പെയിനിൽ നിന്ന് അടിച്ചിറക്കപ്പെട്ടവരാണ് എന്റെ പൂർവികർ. അബ്ദുള്ളാഹ് ഖലീഫ വിടവാങ്ങിയപ്പോൾ ഫെർഡിനന്റ് രാജാവും ഇസബെല്ലാ രാജ്ഞിയും എന്റെ കുടുംബത്തെ ഇല്ലായ്മ ചെയ്തു. ഇൻക്വിസിഷൻ പടയാളികൾ ആരെയും കൊല്ലാതെ വിട്ടില്ല. ഞാനപ്പോൾ എന്റെ സുഹൃത്തിന്റെ കൂടെ മീൻ പിടിക്കുകയായിരുന്നു.''

''നിനക്ക് അന്നെത്ര വയസ്സായിരുന്നു?''

''അഞ്ച് വയസ്സാണ് പ്രഭോ. എന്റെ കുടുംബത്തിൽ ഞാനും എന്റെ അപ്പൂപ്പനും മാത്രമേ ജീവനോടെ ബാക്കിയായുള്ളൂ. ഒരു വർഷം ഞങ്ങൾ ഒളിച്ചു ജീവിച്ചു. അതുകഴിഞ്ഞു എന്റെ അപ്പൂപ്പൻ എന്നെ രാജകീയവിദ്യാലയത്തിൽ ഏല്പിച്ചു. അവിടുത്തെ സെമ്മാശൻ ഒജെയ്ഡയെ അപ്പൂപ്പന് വിശ്വാസമായിരുന്നു. ഒജെയ്ഡ എന്നെ സ്വന്തം മകനെപോലെയാണ് നോക്കിയത്. പക്ഷേ ഞാൻ ഒരു മുസൽമാനാണെന്ന് ഒരിക്കലും പറഞ്ഞില്ല. അദ്ദേഹമാകട്ടെ, അക്കാര്യം അറിയാത്തതുപോലെ ഭാവിക്കുകയും ചെയ്തു. ഒജെയ്ഡ, എനിക്ക് അവിടെ ഒരു സ്ഥാനവും വിദ്യാഭ്യാസവും തന്നു. പവിത്രമായ ഒരു കടമ നിർവഹിക്കുന്നതുപോലെ അദ്ദേഹം എന്നെ വളർത്തി. എനിക്ക് ഇന്ന് അറിയുന്നതെല്ലാം അദ്ദേഹത്തിന്റെ കാരുണ്യമാണ്. ഞാൻ ഒജെയ്ഡയോട് അങ്ങേയറ്റം കടപ്പെട്ടിരിക്കുന്നു.''

''നീയെന്താണ് പഠിച്ചത്?''

''എന്തൊക്കെ പഠിക്കണോ അതെല്ലാം, പ്രഭോ. പ്രധാനമായും കടലിന്റെ കല (സമുദ്രയാത്രയെക്കുറിച്ചും ഭൂപടങ്ങളെക്കുറിച്ചും ഉള്ള സമഗ്രമായ ശാഖ)''

''അവിശ്വാസികളെ അവർ കടലിന്റെ കല പഠിപ്പിക്കുമോ?'

''ഇല്ല പ്രഭോ. ഒജെയ്ഡ ലഭ്യമാക്കിയ ആന്റലൂഷ്യയിലെ പണ്ഡിതന്മാരുടെ പുസ്തകങ്ങളിൽ നിന്നാണ് ഞാൻ പഠിച്ചത്. കപ്പിത്താൻ ആൻഡ്രിയ ഡോറിയ കടലിന്റെ കല പഠിച്ചത് സ്കൂളിൽ നിന്നാണെന്ന് കേട്ടിട്ടുണ്ട്.''

''ആര്?''

''ഡോറിയ, പ്രഭോ. ആൻഡ്രിയ ഡോറിയ, ഈ കപ്പലിന്റെ മുൻ കപ്പിത്താൻ.''

''ഓ, ആ ഭീരു. അവൻ പാഞ്ഞത് നരകത്തിലേക്കാണ്.''

''നിനക്ക് കടലിനെക്കുറിച്ച് എന്തറിയാം? അത് പറയൂ.''

''അങ്ങേക്ക് എന്താണറിയണ്ടത്, അതെല്ലാം.''

''വെറുതെ നിരങ്ങാതെ കൃത്യമായി പറയൂ.''

''തീർച്ചയായും പ്രഭോ. എനിക്ക് കടലിന്റെ ശാസ്ത്രമറിയാം, ഭൂപടവും വടക്കുനോക്കിയന്ത്രവും നിർമിക്കാൻ അറിയാം. നക്ഷത്ര ങ്ങളുടെ സ്ഥാനം നോക്കി ഒരു ആസ്ട്രോലാബ് (നക്ഷത്രദൂരമാപക യന്ത്രം, വടക്കുനോക്കിയന്ത്രത്തിൽ നിന്ന് വ്യത്യസ്തം) ഉപയോഗിച്ച് ഗതി നിർണയിക്കാനുള്ള ലക്ഷ്യം അറിയാം. പിന്നെ യുദ്ധസന്നാഹം...''

''നിനക്കെത്ര വയസ്സായി?''

ഞാൻ പറഞ്ഞതൊന്നും അദ്ദേഹത്തിന് വിശ്വാസമായില്ലെന്ന് എനിക്ക് മനസ്സിലായി.

''എനിക്ക് പതിനാറു വയസ്സാണ് പ്രഭോ പക്ഷേ പത്തു വർഷ മായി ഞാൻ...''

അദ്ദേഹം മുന്നോട്ടാഞ്ഞു. നെഞ്ചിനകത്ത് നിന്നെന്നപോലെ ഒരു ആസ്ട്രോലാബ് പുറത്തെത്തെടുത്തു. അതിന്റെ മുകളിലുള്ള ആണി ഊരിയെടുത്ത് പല ഭാഗങ്ങളാക്കി നിരത്തി വെച്ചു.

''ഇനി പറ, സുബഹ് വിളിക്കാൻ ഇനി എത്ര സമയമുണ്ട്?' ഓ, അദ്ദേഹം എന്നെ പരീക്ഷിക്കുകയാണ്, കാരണം അടിയിലുള്ള വൃത്തത്തളിക ഉപയോഗിച്ചാണ് നക്ഷത്രങ്ങളുടെ സ്ഥാനം അളക്കു ന്നത്. മറ്റൊരു സൂചിക ഉപയോഗിച്ചാണ് സമയം അളക്കുന്നതും പ്രാർത്ഥനാസമയം കണക്കാക്കുന്നതും. വിറച്ചുകൊണ്ട് ഞാൻ തളിക തിരിച്ചുവെച്ചു സമയം പറഞ്ഞു. അദ്ദേഹത്തിന് ആസ്ട്രോ ലാബ് ഉപയോഗിക്കാൻ അറിഞ്ഞുകൂടായിരുന്നു. അതിന്റെ ജാള്യ തയും ഉണ്ടായിരുന്നു. അതുകൊണ്ട് മൗനം പാലിച്ചു. അദ്ദേഹത്തിന്റെ ക്ഷമ എനിക്കും അത്യാവശ്യമാണ്. എനിക്കാണെങ്കിൽ ആസ്ട്രോ ലാബിനെക്കുറിച്ച് എല്ലാമറിയാം, അതിനെക്കുറിച്ച് ഹറാൻ സർവ കലാശാലയിൽ എഴുതപ്പെട്ട ആദ്യത്തെ പുസ്തകത്തെക്കുറിച്ചുവരെ. ഇതിന്റെ ശാസ്ത്രം വളർന്നത് ബാഗ്ദാദിലാണെന്നും ഇത് വിപു ലീകരിച്ചത് ഡാമസ്ക്കസിലെ അലി ഇബ്ൻ ഇസയാണെന്നും.

ഇസ്ലാമിക ലോകത്ത് ഇത് ആദ്യം ഉപയോഗിച്ചത് എബു ഇഷാക്ക് എൽ ഫേസാരി, പിന്നെ ബിറൂണി, നാസിറുദ്ദീൻ തുസി, ഹാബേ സുൽ ഹസീബ് എന്നിവരും ഈ ഉപകരണത്തെക്കുറിച്ച് എഴുതി യിട്ടുണ്ട്. മുസ്ലീം പണ്ഡിതന്മാരായ സാമിനും സെർക്കാലിയും യന്ത്ര ഘടികാരത്തിന്റെ നിർമാണത്തിനായി ആസ്ട്രോലാബിന്റെ തത്ത്വം ഉപയോഗിച്ചിട്ടുണ്ടെന്ന് ഞാൻ പറഞ്ഞില്ല, കാരണം, ഞാൻ ഈ പരീക്ഷ ജയിച്ചു കഴിഞ്ഞിരുന്നു. അതിനു ശേഷം അദ്ദേഹം മേശ മേൽ നിവർത്തി ഭൂപടങ്ങൾ ഞങ്ങൾ സസൂക്ഷ്മം പഠിക്കുകയായി രുന്നു സൂര്യനുദിക്കുന്നതുവരെ. എനിക്ക് മെഡിറ്ററേനിയൻ എന്റെ ഉള്ളംകൈപോലെ അറിയാമെന്നു മനസ്സിലായതോടെ അദ്ദേഹത്തിന് എന്നോട് വലിയ മതിപ്പായി.

പ്രഭാതപ്രാർത്ഥനയ്ക്കു ശേഷം അദ്ദേഹം എനിക്കെന്റെ സ്വാതന്ത്ര്യം ഔപചാരികമായി അനുവദിച്ചു തരികയും അദ്ദേഹത്തിന്റെ ഭൂപട നിർമാതാവായി എന്നെ നിയമിക്കുകയും ചെയ്തു. ഞങ്ങൾ മണിക്കൂറുകളോളം മെഡിറ്ററേനിയനെക്കുറിച്ചു സംസാരിക്കുമായിരുന്നു. ഇപ്പോൾ കടലിലിറങ്ങിയ ഒരു പൈറേറ്റിന്റെ ആവേശമായിരുന്നു ഈ വിഷയത്തിൽ റയീസിന്. പക്ഷേ ഡോറിയയെ യുദ്ധം ചെയ്ത് ആട്ടിപ്പായിച്ചത് കണ്ട എനിക്ക്, ഇദ്ദേഹം ഒരു തികഞ്ഞ യുദ്ധതന്ത്ര വിദഗ്ധനാണ് എന്ന കാര്യത്തിൽ സംശയമില്ല. ധൈര്യം സംഭരിച്ചു ഞാൻ പറഞ്ഞു. ''കടലിൽ പണ്ടത്തേതിനേക്കാളും കൂടുതൽ ക്രൂരത നിറഞ്ഞിരിക്കുന്നു.''

അപ്പോൾ റയീസ് പറഞ്ഞു. ''ഗ്രനാഡയുടെ പതനത്തിനു ശേഷം മുസ്ലീങ്ങൾ മഗ്രിബിലേക്ക് പലായനം ചെയ്യുകയും വടക്ക് ക്രിസ്ത്യാനികൾക്കെതിരെ നിൽക്കുകയും ചെയ്യുകയാണ്.''

ഇതൊരു അപകടകരമായ പിളർപ്പാണ്. ഞാൻ ഫെർഡിനന്റ് രാജാവിന്റെയും ഇസബെല്ലാ രാജ്ഞിയുടെയും മതാന്ധതയുടെ ഫലമായുള്ള അക്രമങ്ങളെക്കുറിച്ചു പറഞ്ഞു. എഴുനൂറോളം വർഷമായി ഒരു സ്ഥലത്തു ജീവിച്ച മുസ്ലീം സമുദായങ്ങൾ അവിടം വിട്ടുപോയി. പോകാത്തവർ നരകയാതന അനുഭവിച്ചു.

ഇത് കേട്ട് റയീസ് വികാരാധീനനായി. റയീസ് സത്യസന്ധനും അകമേ ദയാലുവുമാണെന്ന് മനസ്സിലായി. അദ്ദേഹത്തെ ആശ്വസിപ്പിക്കാനായി ഞാൻ പറഞ്ഞു

''വിഷമിക്കേണ്ട പ്രഭോ, ഒരുനാൾ വരും, അന്ന് നാടുവിട്ടു പോകേണ്ടി വന്നവർ തിരിച്ചെത്തും ആന്റലൂഷ്യയിൽ, ഐശ്വര്യത്തോടെ.''

പതിനാറു വയസ്സായ ഒരു ചെറുക്കൻ ഇത്ര വലിയ രാഷ്ട്രീയ കാര്യം പറയുന്നത് കേട്ട് റയീസ് അത്ഭുതപ്പെട്ടു.

''സീദി, കടൽ നീചന്മാരുടെ കൈയിലായ ഈ സമയത്ത് അത് സാധ്യമാണോ?''

''ബാർബറോസ പ്രഭോ,''

ഞാൻ ശബ്ദം താഴ്ത്തി പറഞ്ഞു തുടങ്ങി. എനിക്ക് ഞങ്ങളുടെ ഇടയിൽ ഉണ്ടായെന്ന് തോന്നിയ അടുപ്പം അൽപ്പം ധൈര്യം തന്നിരുന്നു, മാത്രമല്ല ഇപ്പോൾ എനിക്ക് ഇത് ബാർബറോസ്സ തന്നെയാണെന്നും ഉറപ്പായിക്കഴിഞ്ഞിരുന്നു.

''ഞാനിത് ചെറുപ്പത്തിൽ എന്റെ പിതാവിൽ നിന്ന് കേട്ടതാണ്. ഗോൺസാലസ് ഡി മെൻഡോസ എന്ന അന്നത്തെ കാലത്ത് ടോളിഡോയിലെ ഏറ്റവും വലിയ പൈറേറ്റ്, രാജാവിന്റെ അടുത്ത

ആളായിരുന്നു, അദ്ദേഹമാണ് മുസ്ലീങ്ങളെ ക്രിസ്തീയതയിലേക്ക് മതം മാറ്റാനുള്ള രാഷ്ട്രീയ സാഹചര്യം ഉണ്ടാക്കിയത്. രാജാവിനെ അയാൾ, ഇത് ദൈവം രാജാവിന് കൊടുത്ത സൗഭാഗ്യങ്ങളുടെ പ്രത്യുപകാരം ആയിരിക്കും എന്ന് ധരിപ്പിച്ചു. അതിനു വേണ്ട പ്രത്യേ കാധികാരങ്ങളും രാജാവിന് ദൈവത്തിൽ നിന്ന് ലഭിച്ചിട്ടുണ്ട് എന്നും. മതപരിവർത്തനത്തിലൂടെയേ മുസ്ലീങ്ങളുടെ ആത്മാവ് പരിശുദ്ധ മാകൂ, ഇസ്ലാം തുടച്ചുനീക്കാതെ ആന്റലൂഷ്യയിൽ സമാധാനം ഒരിക്കലും ഉണ്ടാകില്ല എന്നെല്ലാം. അതേസമയം ഹെർമാൻഡോ ദേ ഡെല വേര എന്ന ഇസബെല്ലാ രാജ്ഞിയുടെ പുരോഹിതൻ, സത്യത്തിൽ ഒരു നല്ല മനുഷ്യൻ, പക്ഷേ ഗ്രാനഡയിലെ ആർച്ച് ബിഷപ്പിനാൽ നിയമിതനായ അദ്ദേഹം പരിപൂർണമായും ഈ ഇസ്ലാം പദ്ധതിയിൽ നിമഗ്നനായിരുന്നു. തന്റെ പ്രഭാഷണങ്ങളിലൂടെ, ഡെലവേര ഒരു പാട് പേരെ പരിവർത്തനം ചെയ്യുകയും ചെയ്തു.''

''എങ്ങനെയാണയാൾ അത് സാധിച്ചത്, അയാളുടെ രഹസ്യം എന്തായിരുന്നു?''

''പ്രഭോ, ഡെലവേര ആദ്യം അറബി പഠിച്ചു. അവരുടെ ഭാഷ യിൽ സംസാരിക്കുകയും താൻ ഹിംസയ്ക്കെതിരെയാണെന്നു പ്രഖ്യാപിക്കുകയും ചെയ്തു. ക്രിസ്തീയതയെക്കുറിച്ച് പഠിക്കാൻ ആഗ്രഹമുള്ളവർ പഠിപ്പിച്ചു. എന്റെ പിതാവ് പറഞ്ഞത് ഇതാണ് ഡെലവേരയുടെ രഹസ്യമെന്നാണ്.''

''എന്നിട്ട് ഈ പരിവർത്തിതർ എവിടെയാണ്?''

''അവർ ഗ്രാനഡയിലും ടോളിഡോയിലും അതിജീവനത്തിനു വേണ്ടി കഷ്ടപ്പെടുന്നു.''

''തീർച്ചയായും. ഇങ്ങനെയൊരു കർമത്തിൽ നിന്ന് നല്ലതൊന്നും ഉരുത്തിരിയില്ല. ഇസ്ലാമിന്റെ വെളിച്ചം ഉള്ളിൽ കടന്നാൽ പിന്നെ വേറെ ഏതു വഴി പോയാലും രക്ഷപ്പെടില്ല.''

''പ്രഭോ, അവർ കടലിൽ അടിയുമെന്നാണ് ഗ്രാനഡയിലെ മൊഴി. ഞങ്ങളെ വിദ്യാലയത്തിൽ പഠിപ്പിക്കുന്നത് മഗ്രിബുകാരെ വിശ്വസി ക്കരുത് എന്നാണ്.''

''ഇതുകൊണ്ടാണ് ഈ കടലിലെ എല്ലാ കപ്പലുകളും ഒന്നുകിൽ വേട്ടയാടുന്നവരോ വേട്ടയാടപ്പെടുന്നവരോ ആയിമാറുന്നത്, അൽ ക്കാല. കഴുകനെ വാനമ്പാടിയാക്കുന്ന അമൃത് കുപ്പിയിൽത്തന്നെ യിരുന്നിട്ട് കാര്യമില്ല.''

''റോമൻ, ബൈസന്റൈൻ സാമ്രാജ്യങ്ങളിൽ നിന്ന് ഉയർന്നു വന്ന ക്രിസ്തീയത ഇന്നൊരു ക്രൂരസാമ്രാജ്യമാണ്. അത് അയൽ ക്കാരനെ സ്നേഹിക്കാൻ പഠിപ്പിക്കുന്നില്ല. പക്ഷേ ഇസ്ലാം മറിച്ചാണ്.

പാവപ്പെട്ടവനെ വരവേൽക്കുന്നു, എല്ലാ രാജ്യക്കാരെയും സ്വീകരിക്കുന്നു. കഴുകനെ വാനമ്പാടിയാക്കുന്നു. ഇന്ന് ക്രൈസ്തവധർമ്മം പ്രവാചകനായ യേശുദേവൻ ലോകത്തിനു നൽകിയ നന്മയല്ല, അത് യൂറോപ്യൻ രാജ്യങ്ങൾക്ക് അവരുടെ അധികാരപരിധി വർദ്ധിപ്പിക്കാനുള്ള ഒരു ഉപകരണം മാത്രം. ഇതിനാൽ നാമിന്ന് മെഡിറ്ററേനിയന്റെ രണ്ടറ്റത്തും ശത്രുത മാത്രം കാണുന്നു. പണ്ട് റോമാക്കാരും കാർത്തിജിനിയൻസും യുദ്ധത്തിലായിരുന്നപോലെ ഇന്ന് ഒരു വശത്തു സെഹ്സെൽ, ഒരാൺ, ജിദിൽ. മറുപക്ഷത്ത് ജെനോവ, കാറ്റലോണിയ, സ്പെയിൻ. അയൽക്കാരനോട് ബഹുമാനമില്ല. കരാറുകൾക്ക് അർത്ഥമില്ല. ആരാണ് വലിയവൻ എന്നത് മാത്രമാണ് പ്രസക്തം.'' ഞാൻ പറഞ്ഞു.

''എത്ര വലിയവന്റെ മുകളിലും അതിലും വലിയ ഒരുവനുണ്ട് കുഞ്ഞു സീദി.''

അദ്ദേഹം ചക്രവാളത്തിലേക്ക് നോക്കി പറഞ്ഞു.

''പ്രധാനം എന്തെന്നാൽ നിങ്ങളുടെ വലുപ്പം, ലക്ഷ്യം എന്നിവയെക്കുറിച്ചുള്ള ധാരണയാണ്. നിങ്ങൾ ഒരു സൂര്യനാണെങ്കിൽ ഈ വിളക്കിന്റെ ആവശ്യം ഇവിടെയില്ല.''

അതും പറഞ്ഞദ്ദേഹം വിളക്കൂതി.

''പിന്നെ നിങ്ങൾ എവിടെച്ചെന്നാലും സൂര്യവെളിച്ചമായിരിക്കും. എന്റെ നാവികരെ നോക്ക്. നിനക്കറിയാമോ എന്തുകൊണ്ടാണ് അവർ എന്റെ കൂടെയുള്ളതെന്ന്?''

''അവർ ജിഹാദികളാണെന്ന് (ഹൃദയത്തിന്റെ പരിശുദ്ധിക്കായി ദീർഘയത്നത്തിൽ ഏർപ്പെട്ടിരിക്കുന്നവർ എന്ന അർത്ഥത്തിൽ) തോന്നുന്നില്ല.''

''ആണെങ്കിൽ നന്നായിരുന്നു, പക്ഷേ അവർ സ്വർണത്തിന്റെ പുറകെയാണ്, നമ്മെപ്പോലെ തന്നെ.''

''പക്ഷേ അതിനവരെ കുറ്റപ്പെടുത്താനാവുമോ പ്രഭോ?''

''ഒരിക്കലുമില്ല. അവരുടെ സ്വർണത്തിന്റെ ആവശ്യം ന്യായമാണ്, പക്ഷേ അവർ യഥാർത്ഥ സത്യത്തെ തിരിച്ചറിഞ്ഞിരുന്നെങ്കിൽ എന്ന് ഞാൻ ആശിക്കുന്നു.''

''ആ സത്യം എന്താണ് പ്രഭോ?''

''ജീവിതം, സീദി, ജീവിതം! മനുഷ്യായുസ്സ് ദിവസങ്ങളിലോ മാസങ്ങളിലോ വർഷങ്ങളിലോ അല്ല, പശ്വാസത്തിലാണ്. നമുക്ക് അനുവദിച്ചു തന്നിട്ടുള്ള അത്രയും ലക്ഷം ശ്വാസോച്ഛ്വാസങ്ങൾ. അവ തീർന്നാൽ നാം തീർന്നു, പിന്നെ നാം സമയത്തിനപ്പുറത്തേക്ക് നീങ്ങുന്നു.''

''ഈ സത്യം നമുക്കെല്ലാവർക്കും ഒരുപോലെയാണെന്നിരിക്കെ...''

''തീർച്ചയായും നാമെല്ലാവരും തുല്യരാകണം. സ്വർണവേട്ടക്കാരും നന്മ പരത്തുന്നവരും. സത്യമെന്തെന്നാൽ നാം സ്വർണത്തിനും സ്വമനസ്സിനും ഇടയിലുള്ള ഒരു വഴി കണ്ടുപിടിക്കണം എന്നാൽ മാത്രമേ മനുഷ്യവംശത്തിനു സന്തുലിതാവസ്ഥ കൈവരികയുള്ളൂ. എപ്പോൾ ഭൗതികവും ആത്മീയവും തമ്മിലുള്ള തുല്യത നഷ്ടപ്പെടുന്നുവോ അപ്പോൾ നമ്മൾ ആത്മീയതയുടെ ദിശയിൽ നീങ്ങിയാൽ ദൈവത്തിങ്കലേക്കും ഭൗതികത്തിന്റെ നേരെ പോയാൽ പിശാചിന്റെ അടുത്തേക്കും ആണെത്തുക. ആത്മീയതയ ആവശ്യങ്ങളെക്കുറിച്ചുള്ള അജ്ഞത മെഡിറ്ററേനിയനിലെ മനുഷ്യരെ പിശാചിന്റെ അനുചരന്മാരാക്കിയിരിക്കുന്നു.''

''എന്താണീ ആത്മീയ ആവശ്യങ്ങൾ പ്രഭോ?''

''ശ്രദ്ധിക്കൂ യുവാവേ, മനുഷ്യശരീരം നാല് കപ്പലുകളെ നിയന്ത്രിക്കുന്നു. വയറിന്, ഹൃദയത്തിന്, ബുദ്ധിക്ക്, ആത്മാവിന്. ഇതിനെല്ലാം ഓരോന്ന്. ആദ്യത്തേത് ഭൗതികലോകത്തിനു വേണ്ടി. മറ്റു മൂന്നും നമ്മുടെ ആത്മീയസൗഖ്യത്തിനാണ്. ദൈവം നമ്മെ സൃഷ്ടിച്ചത് ആത്മീയതയിലേക്ക് നീങ്ങി മനുഷ്യവംശത്തെ നിലനിർത്താനാണ്. സമയമെന്ന കടലിലൂടെ സഞ്ചരിക്കുമ്പോൾ നാം ഏതു കപ്പലാണ് മുന്നിൽ പോകേണ്ടത് എന്ന് നിശ്ചയിക്കണം. സത്യത്തെ, അതെത്ര കേവലമായാലും മറച്ചുവെക്കുന്നത് ന്യായീകരിക്കാനാവില്ല. അതുപോലെതന്നെ ഒരു കപ്പൽ മറ്റൊരു കപ്പലിന്റെ വഴി മറയ്ക്കാനും പാടില്ല.

വിശപ്പിന്റെ, ഭൗതികതയുടെ കപ്പൽ മറ്റു കപ്പലുകളുടെ പിന്നിൽ സഞ്ചരിക്കുന്നതാണ് മനുഷ്യർക്ക് നല്ലത്. സമ്പത്തിനെത്തേടി വിശപ്പിന്റെ കപ്പൽ മുന്നേ പോയാൽ, ബാക്കി കപ്പലുകൾ അതിന്റെ പുറകെ പിശാചിന്റെ വഴിയിലേക്ക് പോകും. ഹൃദയത്തിന്റെ കപ്പൽ മുന്നിലാണെങ്കിലും സന്തോഷമുണ്ടാകും. ആത്മാവിന്റെയാണെങ്കിൽ, ഈ ജന്മത്തിലും അടുത്തതിലും സമാധാനമുണ്ടാകും. ബുദ്ധി തേടി തുഴഞ്ഞാൽ ജ്ഞാനവും സന്തോഷവും ഉണ്ടാകും. വിശപ്പിന്റെ കപ്പലാണ് നിങ്ങൾ നയിക്കുന്നതെങ്കിൽ, മറ്റു മൂന്നെണ്ണം പാറയിലിടിച്ചു തകരുകയും നാം പിശാചിന്റെ പരിചാരകനാകുകയും ചെയ്യും. ഇനി ചുറ്റും നോക്കി ആര് ഏതു കപ്പലാണ് മുന്നിലോടിക്കുന്നത് എന്ന് നോക്ക്'.

ഞാൻ സ്തബ്ധനായിപ്പോയി.

''നീ ഗ്രഹപ്പിഴയുള്ള കപ്പലാണോ ഓടിക്കുന്നത്?''

''അല്ല പ്രഭോ, ഞാൻ സ്വർണത്തിന്റെ പുറകെയല്ല.''

‘‘മറ്റെന്താണ് നീ അന്വേഷിക്കുന്നത്?’’

‘‘സ്വർണത്തേക്കാളും വിലയുള്ളത്. ഞാൻ ഹൃദയത്തിന്റെ കപ്പലായിരിക്കാം മുന്നിലോടിക്കുന്നത്.’’

‘‘നിനക്കു തേടുന്നത് കണ്ടുപിടിക്കാനാകുമോ?’’

‘‘അറിയില്ല പ്രഭോ. പക്ഷേ എന്നെ കണ്ടുപിടിക്കാൻ അവളുടെ കൈയിൽ ഒരു ഭൂപടമുണ്ട്.’’

‘‘ഹഹ, നീയൊരു കടംകഥയാണല്ലോ സീദി. അപ്പോൾ ആ നിധി നിന്നെ അന്വേഷിക്കുകയാണോ ഈ കടലിൽ?’’

‘‘ആ നിധിക്ക് രണ്ടു കാലുകളും ഒരു ഹൃദയവുമുണ്ട് പ്രഭോ.’’

‘‘ആഹാ നോക്കൂ! കടലിൽ നിന്നെ കണ്ടെത്താൻ സഹായിക്കുന്ന ഒരു ഭൂപടം അവൾ വഹിക്കുന്നു. ശരിയാണോ?’’

‘‘ഇല്ല, പ്രഭോ, ഇല്ല. എന്നെ എപ്പോഴും അവളോടൊപ്പം ചേർക്കുന്ന ഒരു ഭൂപടം എന്ന് നമുക്ക് ഇതിനെ വിളിക്കാം. കടലിന്റെ ഭൂപടമല്ല, ഒരു പഴയ കോട്ടയുടെ ഭൂപടം.’’

‘‘ഇപ്പോൾ നിങ്ങൾ എന്നോട് കടങ്കഥകളിലാണ് സംസാരിക്കുന്നത്, യുവാവേ. എനിക്ക് മനസ്സിലാക്കാൻ കഴിയുന്നത് ഒരു നിധി ഭൂപടം, കടലിന്റെ ഭൂപടം. പക്ഷേ ഒരു പഴയ കോട്ടയുടെ ഭൂപടം...’’

‘‘ആന്റലൂഷ്യയിലെ ഒരു കോട്ട, അതിൽ ഞങ്ങൾ കഴിഞ്ഞ വർഷം അഭയം പ്രാപിച്ച, ഒന്നായ ഒക്ടോബറിലെ അവസാന ദിവസം.’’

‘‘നിങ്ങൾ പ്രണയത്തിലാണെന്ന് എന്നോട് പറയൂ.’’

‘‘പക്ഷേ പ്രഭോ, എന്റെ ഹൃദയത്തിന്റെ കപ്പലിനെ മുന്നോട്ടാക്കണം എന്നാണോ അങ്ങ് പറയുന്നത്?

അദ്ദേഹം നിശ്ശബ്ദനായി.

‘‘പ്രഭു എന്റെ കഥ ചോദിച്ചു, ഞാൻ അത് പറഞ്ഞു.’’

‘‘ശരി. ഈ ഭൂപടത്തെക്കുറിച്ചു പറയൂ?’’

‘‘അര അടി നീളവും ഒരടി വീതിയുമുള്ള തിളക്കം വരുത്തിയ ആന്റലോപ്പ് (കൃഷ്ണമാൻ) കണ്ടുകിട്ടിയതിൽ ഞാൻ ഒരു ഭൂപടം ഉണ്ടാക്കി. അക്കാലത്ത് മലാഗയിൽ ലഭ്യമായിരുന്ന വിവിധ പെയിന്റുകളും മഷികളും ഉപയോഗിച്ചു. അതിൽ അടയാളപ്പെടുത്തിയ എല്ലാ സ്ഥലങ്ങളുടെയും വിശദമായ വിവരണങ്ങൾ ഞാൻ എഴുതി. അവൾ ഭൂപടം കണ്ടെത്തിയ ദിവസം, അവളെ അത്ഭുതപ്പെടുത്തുന്ന രണ്ട് വ്യത്യസ്ത സവിശേഷതകൾ ഉണ്ടായിരുന്നു അതിൽ. ആദ്യം, ഞങ്ങൾ രണ്ടുപേരും ദിവസങ്ങളോളം ഒരുമിച്ച് നടന്നിടത്തെല്ലാം നോക്കിയാൽ കാണാമായിരുന്നെങ്കിലും ഞാൻ കടലോ തീരമോ

ഉൾപ്പെടുത്തിയിരുന്നില്ല എന്നതാണ്. എന്തായാലും പിറ്റേന്ന് ഞങ്ങൾ ഭൂപടം നിർമിക്കാൻ ഉപയോഗിക്കുന്ന മണൽ ശേഖരിക്കാൻ തീരത്തേക്ക് ഇറങ്ങി. രണ്ടാമതായി, ഭൂപടത്തിലെ ഓരോ വിവരണവും ഞങ്ങൾ രണ്ടുപേരും ഞങ്ങളുടെ ഹൃദയത്തിൽ പങ്കുവച്ചിരുന്ന ഒന്നായിരുന്നു. അവൾക്ക് മനസ്സിലാക്കാൻ എളുപ്പമാകാൻ വേണ്ടിയാണത് ചെയ്തത്.''

''എനിക്ക് മനസ്സിലാകുന്നില്ല.''

''പ്രഭോ, അരുവിയുടെ അരികിൽ ഞാൻ എഴുതി.

''നമ്മൾ ഒരുമിച്ച് നടന്ന അരുവി.''

കുന്നുകൾക്ക് മുകളിൽ ഞാൻ എഴുതി.

''നാം സൂര്യാസ്തമയം വീക്ഷിച്ച കുന്നുകൾ.''

കാറ്റാടിയുടെ മുകളിൽ പച്ച പെയിന്റിന് കീഴിൽ, ഞാൻ എഴുതി.

''നമ്മുടെ വീട് പണിയാൻ പോകുന്ന താഴ്വര.''

ഭൂപടത്തിലുടനീളം ഞാൻ അത്തരം എഴുത്തുകൾ നിറച്ചു.

''ഞാൻ അവളുടെ കൈപിടിച്ച പാത.''

''ഞങ്ങൾ ഇരുന്ന മരത്തണൽ.''

''ഞങ്ങൾ അഭയം പ്രാപിച്ച ഗുഹ.''

''നമ്മുടെ ദാഹം തീർത്ത നീരുറവ.''

''അവൾ എന്നെ നോക്കി പുഞ്ചിരിച്ച പാറയിൽ നിന്ന്.''

അങ്ങനെ പലതും.

''മുഴുവൻ ഭൂപടവും ഇങ്ങനെയാണോ?'' അദ്ദേഹം ചോദിച്ചു.

''തീർച്ചയായും. ഇതിലും കൂടുതൽ ഉണ്ടായിരുന്നു പ്രഭോ. ഭൂപടത്തിന്റെ അടിയിൽ ഞാൻ 'ഹൃദയത്തിന്റെ ഇടം' എന്നെഴുതി.

മധ്യഭാഗത്ത്, ഞാൻ മൂന്ന് പ്രതിമകളുടെ ചിത്രം വരച്ചു, ഒന്ന് നീലനിറത്തിൽ, മറ്റൊന്ന് മഞ്ഞയിൽ, മറ്റേത് തവിട്ട് നിറത്തിലും. ഓരോ പ്രതിമയുടെയും നടുവിൽ കറുപ്പിൽ ഒരു അടയാളവും അവയിൽ നിന്ന് ഒരു അമ്പും ഞാനുണ്ടാക്കി, അത് താഴെ 'സുവേദ' എന്ന വാക്കിലേക്ക് എത്തിച്ചു.

''സുവേദ, അല്ലേ, അപ്പോൾ അതാണോ നിങ്ങളുടെ ഭൂപടത്തിന്റെ രഹസ്യം?''

''എന്റെ പ്രഭോ, എന്റെ ഭൂപടത്തിന്റെ രഹസ്യം മൂന്ന് പ്രതിമകളിലാണുള്ളത്. അത് സ്വർണ്ണത്തേക്കാൾ വിലയേറിയ ഒരു രഹസ്യമാണ്.''

''അപ്പോൾ രഹസ്യം പരിഹരിക്കുന്നവൻ പ്രതിമകൾ കണ്ടെത്തുമെന്ന് ആണോ നീ പറയുന്നത്?''

''അതെ''

''പ്രതിമകൾ സ്വർണ്ണമാണോ?''

''അതെ പ്രഭോ!''

''ശരി, പിന്നെ എന്തിനാണ് നിങ്ങൾ അത്തരമൊരു ഭൂപടം അവൾക്ക് നൽകിയത്?''

''ഞാൻ കൊടുത്തതല്ല, അവൾ അത് വാങ്ങി പോയി. അവൾ പ്രതിമകൾ എടുക്കേണ്ടതായിരുന്നു, പക്ഷേ അവൾ ഭൂപടവുമായി പോയി. പ്രതിമകളുടെ രഹസ്യം കണ്ടെത്താൻ ഞങ്ങൾ രാത്രി മുഴുവൻ ശ്രമിച്ചു. അവൾ എന്നോട് പറഞ്ഞു.

''അൽക്കാല, നീലനിറം എന്റെ ഭൂതകാലത്തെയും തവിട്ട്നിറം എന്റെ വർത്തമാനത്തെയും മഞ്ഞ എന്റെ ഭാവിയെയും പ്രതിനിധീകരിക്കുന്നതായി തോന്നുന്നു.''

സെമ്മാശൻ ഒജെയ്ഡ എന്നെ പഠിപ്പിച്ചത് ചേർക്കാതിരിക്കാൻ എനിക്ക് കഴിഞ്ഞില്ല നിറങ്ങളുടെ പ്രതീകാത്മകതയെക്കുറിച്ച്.

''നീലനിറം ആകാശത്തെയും തവിട്ട് ഭൂമിയെയും മഞ്ഞ ഭാവിയെയും പ്രതിനിധാനം ചെയ്യുന്നില്ലേ?''

''കോട്ടയിൽ അഭയം പ്രാപിച്ച ദിവസങ്ങളിൽ ഞങ്ങൾ പരസ്പരം അടുത്തു. അൾജീരിയയിലേക്ക് പോകുന്ന ഒരു ബോട്ട് കണ്ടെത്തിയാൽ എനിക്ക് അവളെ നഷ്ടപ്പെടുമെന്ന് ഞാൻ മനസ്സിലാക്കിയത് ആ ദിവസങ്ങളിലൊന്നായിരുന്നു. അവൾ പോകുന്നതിനെക്കുറിച്ചുള്ള ചിന്തയിൽ ഞാൻ വളരെയധികം വിഷമിച്ചു, പക്ഷേ അവൾ അത് അറിയാൻ ഞാൻ ആഗ്രഹിച്ചില്ല. എന്നാൽ അവൾ അത് അറിഞ്ഞിരുന്നു.''

''പ്രതിമകൾ സംസാരിക്കുമ്പോൾ അവ എന്നെ നിങ്ങളുടെ അടുക്കൽ തിരികെ കൊണ്ടുവരും, ഞാൻ നിന്റേതാകും.''

''അവൾ ഇതിനകം പ്രതിമകളുടെ രഹസ്യം കണ്ടെത്തിയെന്ന് ഞാൻ മനസ്സിലാക്കി. അതുകൊണ്ടാണ് ഞാൻ അവയെ ഭൂപടത്തിൽ വരച്ച് സുവേദയുടെ മധ്യഭാഗത്ത് സ്ഥാപിച്ചത്. പക്ഷേ അവൾക്ക് എന്റെ ഭൂപടത്തെക്കുറിച്ച് ഒന്നും അറിയില്ലായിരുന്നു.''

''എന്നാൽ അങ്ങനെയൊരു ഭൂപടം ഉള്ളതുപോലെയായിരുന്നു അവളുടെ പെരുമാറ്റം.''

''ഞാൻ പ്രണയപരവശനാണെന്ന് അവൾ അറിയാതിരിക്കാൻ ഞാൻ എപ്പോഴും ഭൂപടം അവളിൽ നിന്ന് മറച്ചുവെച്ചു.''

''സ്ത്രീകൾക്ക് അത്തരം കാര്യങ്ങളെല്ലാം അറിയാം, നമുക്ക് അറിയുന്നതിനേക്കാൾ കൂടുതൽ...''

''അതെ അതെനിക്കും തോന്നിയിട്ടുണ്ട് പ്രഭോ. അവൾ ഗാഢ നിദ്രയിലായിരുന്ന അവളുടെ അരികിൽ ഞാൻ നിശ്ശബ്ദനായി കട്ടിലിൽ കിടന്നുറങ്ങിയ ഒരു രാത്രി ഉണ്ടായിരുന്നു. ഞാൻ ഭൂപടം ഞങ്ങളുടെ ശരീരങ്ങളുടെ ഇടയിൽ വച്ചു. അവൾ ഉണരുമോ അതോ അവിടെ എന്റെ സാന്നിധ്യം അവൾക്ക് അനുഭവപ്പെടുമോ എന്ന് സംശയിച്ചു. തിരിഞ്ഞ് അവളെ നോക്കാൻ തീവ്രമായി ആഗ്രഹിച്ചു ആ രാത്രി ഞാൻ ഉറങ്ങിയതേയില്ല. പക്ഷേ ഞങ്ങൾക്കിടയിലുള്ള ഭൂപടം എന്നെ തടഞ്ഞു. അതിൽ നിറഞ്ഞുനിന്ന സ്നേഹത്തിന്റെ പരിശുദ്ധിയും സത്യസന്ധതയും വല്ലാത്ത ആഗ്രഹത്തോടെ തൊണ്ടയിൽ കുരുങ്ങി. അക്കാര്യം അവൾ അറിയണമെന്ന് ഞാൻ ആഗ്രഹിച്ചു, എന്നാൽ എനിക്ക് അത്ര ധൈര്യമില്ലായിരുന്നു.

അടുത്ത ദിവസം അവളെ കൊണ്ടുപോകാനുള്ള വഞ്ചി തേടി കടവിലേക്ക് പുറപ്പെട്ടു, എന്നാൽ ഞാൻ തിരിച്ചെത്തിയപ്പോഴേക്കും അവൾ പോയിരുന്നു. അവളുടേതായി യാതൊന്നും അവശേഷിപ്പിക്കാതെ. ഞങ്ങൾ തീരത്തു നിന്ന് കൊണ്ടുവന്ന, സ്വർണ്ണനിറമുള്ള മണലിൽ അവൾ വരച്ച ഒരു ഹൃദയത്തിന്റെയും അമ്പിന്റെയും ചിത്രം മാത്രമേ ഉണ്ടായിരുന്നുള്ളൂ. അമ്പടയാളത്തിന്റെ ദിശ എന്നെ അത്ഭുതപ്പെടുത്തി.

സാധാരണയായി അവ ഹൃദയത്തിലൂടെ ഇടത്തുനിന്ന് വലത്തോട്ട് ഓടുന്നു. ചിലപ്പോൾ മുകളിൽ നിന്ന് താഴേക്ക് ഒരു കോണിലൂടെ. എന്നാൽ അവളുടെ അമ്പ് ഹൃദയത്തിൽ നേരിട്ട് മുകളിലേക്ക് പ്രവേശിച്ച് താഴേക്ക്. അവൾ എന്നോട് എന്തോ പറയാൻ അതിലൂടെ ശ്രമിക്കുന്നതായി എനിക്ക് തോന്നി.

ഞങ്ങൾ പ്രതിമകൾ സൂക്ഷിച്ചിരുന്ന സ്ഥലത്തേക്കായിരുന്നു ആ അമ്പടയാളം. ഞാൻ അവയുടെ അടുത്തേക്ക് ഓടി. അവ അവിടെ ഉണ്ടായിരുന്നു. മാത്രമല്ല, ചെറിയ ഒരു കടലാസിൽ ഒരു കുറിപ്പ് എഴുതി വെച്ചിരുന്നു അതിൽ,

''ഈ മൂന്ന് പ്രതിമകളും എന്റെ ഭൂതകാലവും വർത്തമാനവും ഭാവിയുമാണ്. ഇപ്പോൾ അവയെല്ലാം നിന്റേതാണ്.''

എന്നെ അവിടേക്ക് നയിക്കാൻ അവൾ അത്തരമൊരു അടയാളം വരയ്ക്കേണ്ട ആവശ്യമില്ലാത്തതിനാൽ അത് വിചിത്രമായി എനിക്ക് തോന്നി. എന്നാൽ അവളുടെ സന്ദേശം വ്യക്തമാണ്:

അവൾ തന്നെത്തന്നെ പൂർണ്ണമായും എനിക്ക് നൽകുകയായിരുന്നു. അപ്പോൾ അവൾക്കും എന്നെ ഇഷ്ടമായിരുന്നു.

അപ്പോൾ, അപ്പോൾ മാത്രം ഞാൻ വിചാരിച്ചു. ഒരിക്കലെങ്കിലും ഞങ്ങൾ ഞങ്ങളുടെ വികാരങ്ങൾ പരസ്പരം പ്രകടിപ്പിച്ചിരുന്നെങ്കിൽ എന്ന്.

‘‘അപ്പോൾ നീ അവൾക്കായി ഒരു കപ്പൽ കണ്ടെത്തിയോ?’’

‘‘അത് ശൈത്യകാലത്തിന്റെ തുടക്കമായിരുന്നു. ഞങ്ങൾ ഒക്ടോബറിലെ അവസാന നാളുകളിൽ ആയിരുന്നു. ഒരു ജെനോയിസ് ഗാലിയും പത്ത് ഗാലിയോണുകളും തുറമുഖത്ത് നങ്കൂരമിടാൻ തയ്യാറെടുക്കുന്നുണ്ടായിരുന്നു. അവയുടെ യാത്രാപരിപാടികളെക്കുറിച്ച് എനിക്ക് ഉറപ്പില്ലായിരുന്നു, മാത്രമല്ല, അവരുടെ ഉദ്ദേശ്യങ്ങൾ പൂർണ്ണമായും ശുദ്ധമാണ് എന്ന് തോന്നിയില്ല.’’

‘‘അവളെ അവർ കൊണ്ടുപോയി അല്ലേ?’’

‘‘അതെ പ്രഭോ.’’

‘‘ഇപ്പോൾ പ്രതിമകൾ എവിടെയാണ്?’’

‘‘സുവേദയിൽ. ഭൂപടത്തിൽ ഞാൻ രേഖപ്പെടുത്തിയ സ്ഥലത്ത്, അവളെക്കുറിച്ചുള്ള എന്റെ ഓർമ്മകൾ നിറഞ്ഞ ഒരു സ്ഥലത്ത്, അവൾ എനിക്കായി അവശേഷിപ്പിച്ച കുറിപ്പിനൊപ്പം ഞാൻ പ്രതിമകൾ അടക്കം ചെയ്തു.’’

‘‘കുറിപ്പിൽ മറ്റൊന്നും ഉണ്ടായിരുന്നില്ലേ?’’

‘‘പ്രതിമകൾ സംസാരിക്കുമ്പോൾ അവ നിന്നെ എന്റെ അടുക്കൽ കൊണ്ടുവരും, നിന്നെ അവ വീണ്ടെടുക്കുമ്പോൾ നീ എന്റേതായിരിക്കും.’’ എന്ന് മാത്രമാണ് അവൾ എഴുതിയത്.

‘‘മിടുക്കിയായ പെൺകുട്ടി. ഇനി പറയൂ ഈ പെൺകുട്ടി ആരാണെന്ന്.’’

‘‘അവളുടെ പേര് ബില്ലൂർ എന്നാണ് പ്രഭോ. അവർ അവളെ ബിയാട്രിസ് എന്ന് വിളിച്ചു.’’

‘‘അവൾ ആരാണ്, അവളുടെ കുടുംബം?’’

‘‘അവൾക്ക് ഒരു ഇളയ സഹോദരനുണ്ടെന്ന് എന്നോട് പറഞ്ഞിട്ടുണ്ട്. യൂസഫ്. പക്ഷേ അവൻ ജീവിച്ചിരിപ്പുണ്ടോ എന്ന് അവൾക്കറിയില്ല.’’

‘‘ഏതു ഭാഷയിലാണ് ഭൂപടം?’’

‘‘ഞങ്ങൾ സ്കൂളിൽ പരസ്പരം സംസാരിച്ച ഭാഷയിൽ.’’

‘‘‘അപ്പോൾ അവിശ്വാസികളുടെ ഭാഷ.’’

‘‘അതെ.’’

‘‘അപ്പോൾ നീ ടർക്കിഷ് സംസാരിക്കും അല്ലേ?’’

"നിങ്ങളുടെ വിവർത്തകനായി എന്നെ ഉപയോഗിക്കുന്നതല്ലേ എളുപ്പം, ബാർബറോസ?"

"ഞാൻ ഈ ഭാഷകൾ പഠിക്കുന്നത് നിന്റെ നിധി കണ്ടെത്താനല്ല, മറിച്ച് ഈ മെഡിറ്ററേനിയൻ മുഴുവൻ ഒരു നിധിയാക്കി മാറ്റാനാണ്. നിനക്ക് എന്നെ വിശ്വസിക്കാം."

അദ്ദേഹം എന്നോട് തുറന്നു സംസാരിക്കുന്നതിലും അടുപ്പത്തോടെ വിളിക്കുന്നതിലും അഭിമാനം തോന്നി. ഞാൻ ധൈര്യം സംഭരിച്ചു ചോദിച്ചു.

"പ്രഭോ! അങ്ങയുടെ പേര് യഥാർത്ഥത്തിൽ ഒരൂച്ച് എന്നാണോ?"

"അല്ല സിദീ. എന്റെ പേര് ഹിസിർ, ചുവന്ന താടിയുള്ള ഒരൂച്ചിന്റെ സഹോദരൻ."

"അപ്പോൾ മെഡിറ്ററേനിയന് രണ്ട് ബാർബറോസകളെ നേരിടേണ്ടിവരും."

ആ പറഞ്ഞത് അദ്ദേഹത്തിനിഷ്ടപ്പെട്ടു.

"നിനക്ക് ഒരുപാട് കാര്യങ്ങൾ അറിയാമെന്ന് തോന്നുന്നു യുവാവേ, അതോ നീ എല്ലാം അറിയുന്ന ആളാണോ?"

"ഒരുപാട് അറിയുക എന്നതിനർത്ഥം നന്നായി അറിയുക എന്നല്ലല്ലോ പ്രഭോ."

"എങ്കിൽ നിങ്ങൾക്ക് ഏറ്റവും നന്നായി അറിയാവുന്നത് എന്താണെന്ന് പറയൂ."

എനിക്ക് ഏറ്റവും നന്നായി അറിയാവുന്ന കാര്യങ്ങളെക്കുറിച്ച് ഞാൻ മുമ്പ് ചിന്തിച്ചിട്ടില്ല. ഒക്ടോബറിലെ അവസാന ദിവസം എല്ലാ ശരത്കാലത്തിന്റെ അവസാനത്തിലും സ്പെയിനിൽ ഉണ്ടായിരിക്കണമെന്ന് എനിക്കറിയാമായിരുന്നു, ആ കോട്ടയിൽ ബില്ലൂറിനായി കാത്തിരിക്കാനും ഞാൻ എടുത്ത പ്രതിജ്ഞ നിറവേറ്റാനും എന്റെ സർവഞെരമ്പുകളും തുടിച്ചു.

എല്ലാ വർഷവും ആദ്യത്തെ മഞ്ഞുവീഴ്ചയിൽ സ്പെയിനിൽ ഉണ്ടാകുക, അതിനായി മരിക്കാൻവരെ ഞാൻ തയ്യാറായിരുന്നു. കോട്ടയ്ക്ക് ചുറ്റുമുള്ള നിർജ്ജീവവും വിസ്മൃതിയിലാണ്ടതുമായ വീടുകളിലേക്ക് നോക്കി ഈ പ്രതിജ്ഞയെടുക്കുമ്പോൾ എന്റെ മനസ്സ് നിറയെ അവളായിരുന്നു. എല്ലായിടത്തും ചിതറിക്കിടന്ന മൃതദേഹങ്ങളും എന്റെ ഇളയ സഹോദരൻ എന്റെ ചെവിയിൽ എന്തോ മന്ത്രിച്ചതും ഞാൻ ഓർത്തു. ഞാൻ ഒരു നേർച്ച നേർന്നിരുന്നു. ദൈവവുമായുള്ള ഒരു ഉടമ്പടി. ഒരിക്കലും മറക്കാതിരിക്കാനും ഒരിക്കലും കൈവിടാതിരിക്കാനും. ആദ്യത്തെ മഞ്ഞു വീഴുമ്പോൾ എനിക്ക്

സ്പെയിനിൽ എത്തണം. എന്നാൽ ഞാൻ അന്ന് ഹിസീർ റെയ്സു മായി ഈ ലക്ഷ്യം പങ്കിട്ടില്ല. ഞാൻ കണ്ണുകൾ താഴ്ത്തി. അപ്പോൾ മുറിയുടെ മൂലയിൽ ഒരു ചതുരംഗം ബോർഡ് ഞാൻ ശ്രദ്ധിച്ചു. 'ചതുരംഗം'. ഞാൻ പതുക്കെ പറഞ്ഞു,

''അതാണ് എനിക്ക് നന്നായി അറിയാവുന്നത് പ്രഭോ.''

അദ്ദേഹം ചിരിച്ചുകൊണ്ട് എന്നോട് 'നിനക്ക് പോകാം' എന്ന് ആംഗ്യം കാണിച്ചു. പക്ഷേ ഞാൻ എഴുന്നേൽക്കുന്നതിനു മുമ്പ് അദ്ദേഹം പറഞ്ഞു.

''നാവികൻ സീദി, മറ്റുള്ളവരെപ്പോലെ നീ എന്നെ റയീസ് എന്ന് വിളിച്ചാൽ മതി. ഹിസീർ റയീസ.''

നാവികൻ സീദി എന്ന വിളി ആത്മവിശ്വാസം നൽകി. അദ്ദേഹ ത്തോടൊപ്പമായാൽ എന്റെ ജീവിതം എളുപ്പമാകുമെന്നും. ഒരുപക്ഷേ കൂടുതൽ വേഗത്തിൽ ലക്ഷ്യത്തിലെത്താൻ എന്നെ സഹായിക്കു മെന്നും തോന്നി. എന്നാൽ എന്റെ ഹൃദയവികാരങ്ങൾ എന്നെ മുഴു വനായി കീഴ്പെടുത്തിയോ എന്നെനിക്ക് സംശയമായി.

രാവിലെ സൂപ്പ് കഴിക്കുമ്പോൾ, ഞാൻ എപ്പോഴെങ്കിലും ബില്ലൂറിനെ കണ്ടെത്തുമോ ഇല്ലയോ എന്ന അതേ പഴയ ചോദ്യം എന്റെ മന സ്സിൽ സൂചി കോർക്കാൻ തുടങ്ങി.

അവൾ എവിടെയാണ് ഒളിച്ചിരിക്കുന്നതെന്ന് ജെനോയ്സ് കൊള്ള ക്കാരോട് പറഞ്ഞത് ഞാനാണെന്ന് അവൾ കരുതുന്നുണ്ടോ എന്ന് ആലോചിച്ചു. അങ്ങനെയാണെങ്കിൽ, ഞാൻ അവളെ വിലയ്ക്ക് വിറ്റുവെന്ന് അവൾ അനുമാനിക്കും. അവൾ ജീവിച്ചിരിപ്പുണ്ടെങ്കിൽ മാത്രം, അവളെ കണ്ടുപിടിച്ച് അവളോട് ചോദിക്കണം, എന്തു കൊണ്ടാണ് അവൾ സ്വർണ്ണപ്രതിമകൾ എടുക്കാതെ ഭൂപടം എടുത്ത തെന്ന്. അവളോട് തോന്നിയത് സ്നേഹമല്ലെങ്കിൽ, ഈ ജിജ്ഞാസ എന്നെ ഭ്രാന്തനാക്കും.

ആ തീയതി ഒരിക്കലും മറക്കില്ല. ഒക്ടോബറിലെ അവസാന ദിവസമായിരുന്നു അത്. അവൾ ജനിച്ച ദിവസം. പിന്നെ അവളെ എനിക്ക് നഷ്ടപ്പെട്ട ദിവസം. ആ ദിവസം ഒരിക്കലും മറക്കാൻ കഴി യില്ലെന്ന് എനിക്കറിയാമായിരുന്നു. ഞങ്ങൾ ഒരുമിച്ച് കോട്ടയിൽ ചെലവഴിച്ച ഒരു വേനൽക്കാലത്തിന്റെ അവസാന ദിവസവും ആ യിരുന്നു അത്. എല്ലാം പെട്ടെന്ന് അവസാനിച്ച ദിവസം. ഞാൻ അവൾക്കായി ഉരുകാൻ തുടങ്ങിയ ദിവസം. നക്ഷത്രങ്ങളിൽ എഴു തിയിട്ടുണ്ടെങ്കിൽ, ഞാൻ അവളെ വീണ്ടും കാണുന്ന ദിവസം.

വിധി, ഒരു ദിവസം ഞങ്ങളെ ഒന്നിപ്പിക്കുമെന്ന് എനിക്കറിയാം. വേർപിരിഞ്ഞ നാൾ മുതൽ ഞാൻ ആശിച്ചതും ഉള്ളിൽ കെട്ടിക്കിട ക്കുന്നതുമായ എല്ലാം ഒരു ദിവസം ഒഴുകിയെത്തുമെന്ന് ഹൃദയം

എന്നോട് പറഞ്ഞു. എന്നെ അവൾ അന്വേഷിക്കുന്ന അവസ്ഥയിലാണെങ്കിൽ, അവൾ ആഗ്രഹിക്കുന്നുവെങ്കിൽ, അവൾ ആ ദിവസം ഓർക്കുകയും ഞാൻ അവിടെ ഉണ്ടായിരിക്കുമെന്ന് അറിയുകയും അവൾ വരുകയും ചെയ്യും.

എന്റെ പ്രതീക്ഷയും അവളും ഒന്നാണ്.

1512

അവൻ, എവിടെ നിന്നാണെന്ന് എത്രവട്ടം ചോദിച്ചിട്ടും അവൾ ഒന്നും പറഞ്ഞില്ല. സ്പെയിനിയിൽ എത്തിയ ആദ്യ കാലം പോലെ അവൾ മൗനവ്രതം ആരംഭിച്ചിരുന്നു. പക്ഷേ ഒജെയ്ഡ എന്ന പേര് കേട്ടപ്പോൾ അവളൊന്ന് അയഞ്ഞു. മാത്രമല്ല, ഈ മനുഷ്യന്റെ കരുണഭാവം ഒജെയ്ഡയെ ഓർമിപ്പിച്ചു. അദ്ദേഹത്തിന്റെ പേര് കേട്ടതോടെ അവളുടെ ഉള്ളിലെ രോഷവും അലിഞ്ഞു. എത്രവട്ടം എവിടുന്നാണെന്ന് അവൻ ചോദിച്ചിട്ടും അവൾ ഒന്നും പറഞ്ഞില്ല.

പെരുമാറ്റത്തിൽ എവിടെയാണ് ഒജെയ്ഡയുടെ ഭാവഹാവാദികളുള്ളത് എന്ന് അയാളിൽ, അവൾ തിരയുകയായിരുന്നു. എന്തിനാണ് ആ പേര് പറഞ്ഞതെന്നും അവൾ അത്ഭുതപ്പെട്ടു. പക്ഷേ ഇരുപതു രാത്രികളും പകലുകളും നീണ്ട ദുരിതയാത്രയുടെ അന്ത്യത്തിൽ കരുണയുണ്ടെന്നു തോന്നിക്കുന്ന രൂപവും സംസാരവും ഒരു ആശ്വാസം തന്നെ. ഒരു അച്ഛന്റെ സാന്നിധ്യമാണ് ബില്ലൂറിന് അപ്പോൾ അനുഭവപ്പെട്ടത്. മറ്റു തടവുകാരുടെ അടുത്തും അയാൾ സൗഹൃദത്തോടെയാണ് പെരുമാറുന്നത് എന്നും അവൾ കണ്ടു. ഒജെയ്ഡയുടെ ജെനോയ്സ് രൂപമായിത്തോന്നി അയാൾ. ആ വലിയ തുറമുഖത്ത് കൊണ്ടുവന്ന രണ്ടായിരത്തോളം അടിമകളിൽ മുപ്പത്തിനാല് കന്യകമാരെ ഒറ്റച്ചങ്ങലയിൽ ആയിരുന്നു പൂട്ടിയിരുന്നത്. അദ്ദേഹം അവളോട് പറഞ്ഞത് അദ്ദേഹത്തിന്റെ പേര് ജൂലിയാനോ എന്നാണെന്നാണ്. പക്ഷേ ചുവന്ന ളോഹയിട്ട അദ്ദേഹത്തെ വന്ദിച്ചു കടന്നുപോയ പുരോഹിതർ അദ്ദേഹത്തെ വിളിച്ചത് 'വിശുദ്ധ ജൂലിയാനോ' എന്നാണ്. ക്രിസ്തുവിന്റെ പാത പിന്തുടരുന്ന പ്രസിദ്ധനായ സെയിന്റ് ജൂലിയസ്.

അദ്ദേഹത്തിന്റെ അടുത്തേക്ക് ബില്ലൂർ നടന്നു. കണ്ണിൽ നോക്കിയാൽ അറിയാം, അദ്ദേഹം ഒരു പുരോഹിതനാണെന്ന്. അവൾ മൗനം അവസാനിപ്പിക്കാൻ തീരുമാനിച്ചിരുന്നു. ഓജെയ്ഡയുടെ സുഹൃത്താണെങ്കിൽ അവളെ ഉപദ്രവിക്കില്ലെന്നത് ഉറപ്പായിരുന്നു. ക്രിസ്തീയ ലോകത്തെ ഒരു ഖലീഫയാണോ ഇദ്ദേഹം? ആയിരിക്കാനിടയില്ല.

മുസ്ലീം, ജൂതഅടിമകളെ കപ്പലിൽ നിന്നിറക്കുമ്പോൾ അദ്ദേഹം അവരെ ഒരു ധൂപക്കുറ്റി വച്ച് അവരുടെ ആത്മാവ് പരിശുദ്ധമാക്കാനുള്ള അനുഷ്ഠാനം ചെയ്തു. ഒരു മുസ്ലീം ഖലീഫയായിരുന്നെങ്കിൽ, മറ്റു മതക്കാരോട് കുറച്ചു കൂടി സഹിഷ്ണുത കാണിക്കുമായിരുന്നു. അവൾ അങ്ങനെയായിരുന്നു കേട്ടിരുന്നത്. പിന്നീട് അവൾ മനസ്സിലാക്കി സെയിന്റ് ജൂലിയസ് അഞ്ചാമത് ലുതെറൻ സഭയിൽ പങ്കെടുക്കാൻ റോമിലേക്ക് പോകുന്ന വഴി ക്രിസ്ത്യൻ അടിമകളെ കണ്ട്, അവരോടൊപ്പം പ്രാർത്ഥിക്കാൻ വേണ്ടി ഇറങ്ങിയതാണെന്ന്. അവരെ പിശാചിൽ നിന്ന് രക്ഷിക്കാൻ. അവർ അദ്ദേഹത്തെ ബിഷപ്പ് എന്ന് വിളിച്ചു, അലറിവിളിച്ചു പ്രാർത്ഥിച്ചു.

അദ്ദേഹം എല്ലാവരോടും കരുണയോടെ പെരുമാറാൻ അഭ്യർത്ഥിച്ചിരുന്നില്ലെങ്കിൽ എല്ലാ പത്താമത്തെ അടിമയെയും അവർ തീ കൊളുത്തി കൊന്നേനേ, ആത്മാവിനെ ശുദ്ധീകരിക്കാൻ. തുറമുഖത്ത് സമ്പന്നരായ വിശ്വാസികൾ ഒരുപാടു പേരുണ്ടായിരുന്നു, അവർ മുസ്ലീങ്ങൾ, അവരുടെ കണ്ണിൽ അവിശ്വാസികളെ ഇങ്ങനെ കുറഞ്ഞ വിലയിൽ വാങ്ങി ജീവനോടെ ദഹിപ്പിക്കാൻ തയ്യാറായി നിൽക്കുകയായിരുന്നു. മുപ്പത്തിനാല് കന്യകമാരെ അദ്ദേഹത്തിന്റെ അനുഗ്രഹത്തിനായി മുന്നിൽത്തന്നെ നിർത്തിയിരുന്നു. ജെനോയ്സിലെ പാവപ്പെട്ടവരും മധ്യവർഗ്ഗവും ദഹനം കാണാൻ തടിച്ചുകൂടിയിരുന്നു. അവർക്ക് അടിമകളെ വാങ്ങാൻ ശേഷിയില്ലെങ്കിലും ചടങ്ങ് കാണണമല്ലോ.

പേപ്പൽ കപ്പലുകൾ (പോപ്പിന്റെ കപ്പലുകൾ) തുറമുഖത്ത് എത്തിയതറിഞ്ഞു ജനം അവരുടെ ജോലികൾ ഉപേക്ഷിച്ചു കാഴ്ച കാണാൻ ഇറങ്ങിയതാണ്. മനുഷ്യജീവനുകളെ പച്ചയ്ക്കെരിക്കുന്ന കാഴ്ച. അടിമകൾ, കപ്പലിൽ നിന്നിറങ്ങുന്നത് അവർ നോക്കി നിന്നു. സെയിന്റ് ജൂലിയസ് അവരോട് കരുണ കാണിക്കാൻ അപേക്ഷിക്കുന്ന തിരക്കിലായിരുന്നു. ബില്ലൂറിനെ അതിനകം ആശ്രമത്തിൽ മറ്റു കുട്ടികളോടൊപ്പം പഠനത്തിനായി തിരഞ്ഞെടുത്തിരുന്നു. ആ ആശ്രമത്തിൽ നിന്നാൽ പോൾചേവേറ നദിയുടെ പോഷകനദികളെയും മലമുകളിൽ നിന്നാൽ തുറമുഖവും കാണാമായിരുന്നു. സെയിന്റ് ജൂലിയസിന്റെ വാക്കുകൾ അവളുടെ കാതുകളിൽ മുഴങ്ങി.

''കന്യാമറിയത്തിന്റെ നാമത്തിൽ, ഈ മാലാഖമാരെ പരിശുദ്ധപിതാവിനു സമർപ്പിക്കാം, ആശ്രമത്തിലെ അവരുടെ പ്രാർത്ഥനകൾ ആഴക്കടലിൽ നിങ്ങളെ കാക്കും. മൂന്ന് സ്വർണനാണയങ്ങൾ ഇവരുടെ വിലയായി പള്ളിയിൽ നിന്ന് നിങ്ങൾക്ക് ലഭിക്കും.''

അതോടെ ബില്ലൂറിന് ശരത്ക്കാല സമുദ്രത്തിലൂടെയുള്ള കഠിന യാത്രയ്ക്ക് ശേഷം ശിശിരം ചിലവഴിക്കാൻ മറ്റു കുട്ടികളോടൊപ്പം

ഒരു ആശ്രമം കിട്ടി. കടലിൽ വെച്ച് കേട്ട ഭയപ്പെടുത്തുന്ന കഥകൾക്ക് പകരം സങ്കടം നിറഞ്ഞതെങ്കിലും നല്ല ഓർമ്മകളായിരിക്കാം അവളെ കാത്തിരിക്കുന്നത്. പ്രതീക്ഷയറ്റ, ദുഃഖിതരായ മുപ്പത്തിനാല് കുട്ടികൾ മുസ്ലീങ്ങളും ജൂതരും ഒമ്പതിനും പതിന്നാലിനുമിടയ്ക്ക് പ്രായമുള്ളവർ. തുടക്കത്തിൽ ബില്ലൂർ തന്റെ ഓർമ്മകളിൽ അഭയം തേടാൻ ശ്രമിച്ചു.

ഒരു ദിവസം ഒരു കുട്ടിക്ക് അവളോട് എന്തോ ഒരു അടുപ്പം തോന്നി, നീലക്കണ്ണുകളുള്ള ഒരു കുട്ടി. കറുത്ത മുടിയും ചുവന്ന കവിളും. അവൾക്ക് എല്ലാത്തിനോടും ആവേശവും എല്ലാവരോടും സ്നേഹവുമായിരുന്നു. ധാരാളം സംസാരിക്കും, നല്ല ബുദ്ധിയും.

അവൾ ബില്ലൂറിനെ അവളുടെ തമാശകൾ കൊണ്ടും സംസാരം കൊണ്ടും ആനന്ദിപ്പിച്ചു. ആശ്രമത്തിലെ ആളുകളെ അനുകരിച്ചു കാണിച്ച് ബില്ലൂറിനെ ചിരിപ്പിച്ചു. കഥകൾ പറഞ്ഞു. അവളുടെ പേര് കോൺറാഡിന എന്നായിരുന്നു. ബില്ലൂർ 'ബിയാട്രിസായി' സ്വയം പരിചയപ്പെടുത്തി.

"എന്റെ പേര് ബിയാട്രിസ്, ഞാൻ പടിഞ്ഞാറേ മെഡിറ്ററേനിയനിൽ നിന്ന് വരുന്നു. തന്റെ പേര് കോൺറാഡിന എന്നല്ലേ?"

അവർ ഉറ്റസുഹൃത്തുക്കളായി. വിശ്വാസം കൊണ്ട് അവർ എല്ലാം കൈമാറി. ശിശിരത്തിലെ നീണ്ട രാത്രികളിൽ, അവരുടെ സൗഹാർദ്ദത്തിന്റെ ചൂടിൽ, അവർ സ്വപ്നങ്ങൾ പങ്കുവച്ചു. ഭൂതകാലത്തിലെ ദുരനുഭവങ്ങൾ മറക്കാൻ ശ്രമിച്ചു. ആ ഋതുവിന്റെ അവസാനമായപ്പോഴേക്കും കോൺറാഡിനയ്ക്ക് 'സെയിന്റ് അൽക്കാല' എന്ന പേര് പരിചിതമായിരുന്നു, ആ പേരിന്റെ ഉടമയെ നേരിട്ടറിയുന്ന പോലെ. ആ കോട്ടയിൽ വെച്ച് അവർക്കിടയിൽ എന്ത് സംഭവിച്ചു എന്നറിയാൻ അവൾ വെമ്പി. പക്ഷേ ബിയാട്രിസ് മുഴുവൻ കഥയും പറഞ്ഞിരുന്നില്ല.

ഒരു വിഷാദാസന്ധ്യയിൽ ബിയാട്രിസ് അത് പറയാൻ തീരുമാനിച്ചു. തന്റെ സുഹൃത്ത് ഇക്കാര്യം ആലോചിച്ചു തല പുണ്ണാക്കുന്നത് നിർത്താനും അവൾക്ക് ഒരിത്തിരി സമാധാനം കൊടുക്കാനുമായിരുന്നു അത്. പിന്നെ നിരന്തരമായ ചോദ്യങ്ങളും നിർത്തുമല്ലോ. ഈ സന്ധ്യ, അൽക്കാലയെ പിരിഞ്ഞ സന്ധ്യപോലെ ഇരുളടഞ്ഞിരിക്കുന്നു. പക്ഷേ പറയാൻ തുടങ്ങിയപ്പോൾ ഒരു കാറ്റ് വീശുകയും ചെറുതായി മഴ പൊടിയാനും തുടങ്ങി.

"എന്നിട്ട്?"

"എന്നിട്ട് കോൺറി, അൽക്കാല രഹസ്യമായി ഉണ്ടാക്കിക്കൊണ്ടിരുന്ന ഭൂപടം ഞാൻ കണ്ടുപിടിച്ചു. അവൻ എപ്പോൾ പുറത്തുപോയാലും

ഞാൻ അതെടുത്ത് നോക്കി, ഞങ്ങളുടെ ഒന്നിച്ചുള്ള ഭാവി സ്വപ്നം കണ്ടിരിക്കും. അതെനിക്ക് ആ സമയത്ത് എല്ലാം നേരിടാനുള്ള ശക്തി തന്നിരുന്നു. അവൻ ആ ഭൂപടത്തിൽ കൂടുതൽ വിവരങ്ങൾ ചേർത്ത് കൊണ്ടിരുന്നു. ഒക്ടോബറിലെ ആദ്യ ദിവസം, എന്റെ പതിമൂന്നാം പിറന്നാൾ. ഞങ്ങൾ അന്നും മലാഗ തീരത്തു പോയി മോറിസ്കോകളെ രക്ഷിച്ചു കടത്തുന്ന കപ്പലുകൾ തിരഞ്ഞിരുന്നു.

ഞങ്ങൾ ഒളിച്ചിരുന്ന പഴയ കോട്ടയ്ക്ക് ചുറ്റുമുള്ള, ഉപേക്ഷിക്കപ്പെട്ട വീടുകൾക്കിടയിൽ ഞാൻ അലഞ്ഞു. പുതുതായി പൂക്കുന്ന ആൽമണ്ട് മരങ്ങളുടെ ചുവട്ടിൽ കുറച്ച് നേരം ഇരുന്നു. അൽക്കാല മറ്റൊരു കുന്നോ പുഴയോ ഭൂപടത്തിൽ വരച്ചിട്ടുണ്ടോ എന്ന് നോക്കാൻ പോയി. എനിക്ക് ഭൂപടത്തെക്കുറിച്ച് അറിയാമെന്ന് അവന് അറിയില്ലായിരുന്നു. അവൻ എഴുതിയോ വരച്ചോ ചേർത്ത പുതിയ വിശദാംശങ്ങളിലെല്ലാം എന്റെ കൈ സ്പർശിക്കുന്നത് അവനറിഞ്ഞില്ല.

അവന്റെ പുഞ്ചിരി, അവന്റെ സങ്കടവും സന്തോഷവും അവന്റെ ഭാഷയും മൗനവും പകലും രാത്രിയും എന്റെ സ്വപ്നങ്ങളിൽ നിറഞ്ഞു. പക്ഷേ ഒരു ദിവസം അവനെ വിട്ടുപോകേണ്ടിവരുമെന്ന് എനിക്കറിയാമായിരുന്നു. എനിക്കായി ഒരു കപ്പൽ കണ്ടെത്താമെന്ന പ്രതീക്ഷയോടെ അവൻ എല്ലാ ദിവസവും തുറമുഖത്തേക്ക് ഇറങ്ങി. അവൻ പരാജയപ്പെടാൻ ഞാൻ പരിശുദ്ധപിതാവിനോട് പ്രാർത്ഥിക്കും. അവൻ എന്നിലേക്ക് മടങ്ങിവരുന്നതും കാത്ത്.

ഞങ്ങൾ സ്കൂളിൽ ഒരുമിച്ച് ചിലവഴിച്ച സമയങ്ങളെക്കുറിച്ചും ആ മുറിയിൽ ഞങ്ങൾ പഠിച്ച പാഠങ്ങളെക്കുറിച്ചും ഞാൻ ചിന്തിച്ചു, അതെല്ലാം അന്നത്തെപ്പോലെ എനിക്ക് ഇപ്പോഴും വ്യക്തമായി ഓർക്കാൻ കഴിയും. ഞങ്ങൾ ഒരുമിച്ച് കഴിഞ്ഞിരുന്ന നല്ല സമയങ്ങൾ. അവന്റെ രഹസ്യഭൂപടം നോക്കുമ്പോഴും തൊട്ടുനോക്കുമ്പോഴുമെല്ലാം എനിക്ക് ഇതേ അനുഭൂതിയായിരുന്നു. മിക്കവാറും എല്ലാ ദിവസവും അത് ഒരു ആചാരം പോലെയായിരുന്നു ഞാൻ അവൻ ഒളിപ്പിച്ചയിടത്തു നിന്ന് ഭൂപടം എടുത്ത് അവൻ വരുത്തിയ മാറ്റങ്ങൾ നോക്കും. ഞാൻ അത് തിരികെ വെക്കാൻ മണിക്കൂറുകൾ കഴിയും. ആ സമയത്ത്, ഭൂപടം നോക്കാനാണ് എന്റെ ആവേശം എന്ന് ഞാൻ കരുതി, പക്ഷേ ഇപ്പോൾ ആലോചിക്കുമ്പോൾ അവന്റെ വിരൽ പതിഞ്ഞ കടലാസ്സിൽ എന്റെ വിരലുകൾ ഓടിക്കുന്നതാണ് അതിലും രസം എന്ന് തോന്നി. എന്റെ പേര് ഉൾപ്പെടെയുള്ള വിവരണങ്ങൾ, പുതിയ ചിത്രങ്ങൾ, ഇവയെല്ലാം നോക്കിയിരിക്കുന്നത് ആ വിജനമായ കോട്ടയിൽ എനിക്ക് ആശ്വാസം പകരുന്നതായി തോന്നിയിരുന്നു. എന്റെ ഏകാന്തതയുടെ ഭാരം അത് കുറച്ചു. എന്നെ സന്തോഷിപ്പിച്ചു നിരാശയ്ക്കും ദുഃഖത്തിനും പകരമായി പ്രതീക്ഷയും സന്തോഷവും ഞാൻ ആഗ്രഹിച്ചിരിക്കാം.

ഞങ്ങൾ ഒരു വേനൽക്കാലം മുഴുവൻ അങ്ങനെ ഒളിവിൽ ചില വഴിച്ചു. ആഴ്ചയിൽ മൂന്നാം ദിവസം അവൻ എന്നെ കാണാൻ ഓടി വരും, വൈകുന്നേരം മനസ്സില്ലാമനസ്സോടെ അവൻ സ്കൂളിലേക്ക് മടങ്ങും. പക്ഷേ, എല്ലാ ദിവസവും ഞാൻ അവനുവേണ്ടി കാത്തി രിക്കും, അവന്റെ പേര് തന്നെ ഒരുതരം പ്രതീക്ഷയുടെ പ്രകാശമായി മാറി. തീർച്ചയായും എന്നെ കൊണ്ടുപോകുന്ന ഒരു കപ്പലിനായി ഞാനും കാത്തിരിക്കുകയായിരുന്നു, എന്റെ സ്വാതന്ത്ര്യത്തിനായി ഞാൻ കാത്തിരിക്കുകയായിരുന്നു, പക്ഷേ ഞാൻ അവനുവേണ്ടിയും കാത്തിരിക്കുകയായിരുന്നു. ഞാൻ ശരിക്കും മലാഗ വിടാൻ ആഗ്ര ഹിക്കുന്നുണ്ടോ എന്ന് ചിന്തിക്കാൻ തുടങ്ങി. അപ്പോൾ തൊട്ട് ഞങ്ങൾ ഒരിക്കലും ഒരു കപ്പൽ കണ്ടെത്തരുതേ എന്ന് ഞാൻ പ്രാർത്ഥി ക്കാൻ തുടങ്ങി. അവന്റെ ഭൂപടത്തിൽ ഞാൻ കണ്ടെത്തിയ ഓരോ പുതിയ വിശദാംശവും അൽക്കാല എന്നോട് എത്രമാത്രം അർപ്പണ ബോധമുള്ളയാളാണെന്നും ഞാൻ അവനിൽ എത്രമാത്രം അനു രക്തയാണെന്നും എനിക്ക് കാണിച്ചുതന്നു. വിവരണങ്ങൾ വായി ക്കാൻ ഞാൻ ഇഷ്ടപ്പെട്ടു:

''ഞങ്ങൾ ഒരുമിച്ച് ഇരുന്ന മരത്തണൽ.''

''നമ്മൾ നടന്ന നദിതീരം.''

പക്ഷേ ഭൂപടം എന്നിൽ നിന്ന് മറച്ചുവെച്ചതാണ് എന്നെ ഏറ്റവും സ്പർശിച്ചത്.

''ഈ അൽക്കാല എന്തൊരു കുലീനനാണ്. എനിക്കായി അങ്ങനെ ഒരാളെ കണ്ടെത്താൻ കഴിഞ്ഞിരുന്നെങ്കിൽ.''

''നീ ഒരു കന്യാസ്ത്രീയാണെന്ന കാര്യം നീ വീണ്ടും മറന്നു പോകുന്നു, കോൺറി!''

''അൽക്കാലയെപ്പോലെയുള്ള ഒരാൾ നൂറ് കന്യാസ്ത്രീകളെ അവരുടെ തിരുവസ്ത്രം ഉപേക്ഷിപ്പിക്കും! ഈ ഭൂമിയിൽ അത്തര ത്തിലുള്ള എത്ര ആണുങ്ങളുണ്ടെന്നാണ് നീ വിചാരിക്കുന്നത്?''

''എനിക്കറിയില്ല. എന്നേക്കാൾ നന്നായി നിനക്ക് അറിയാമായി രിക്കും, അല്ലേ?''

'ശരി ശരി. നിന്റെ കഥ പറ.''

''അവൻ കോട്ടയിൽ വന്ന ഒരു ദിവസം, സ്കൂളിലെ വർക്ക്ഷോ പ്പിൽ എനിക്ക് പഠിപ്പിച്ചു തന്ന അതേ ഭൂപട പാഠങ്ങൾ പറഞ്ഞു തന്നു. കടലാസിൽ വ്യത്യസ്ത നിറങ്ങൾ എങ്ങനെ ഉപയോഗിക്കാ മെന്ന് അവൻ ശ്രദ്ധാപൂർവ്വം വിശദീകരിച്ചു. അവൻ എന്റെ അരികിൽ ശ്വസിക്കുന്നത് എനിക്ക് അനുഭവപ്പെട്ടു അവൻ അത്ര അടുത്താ യിരുന്നു ഞങ്ങൾ നിർമിക്കുന്ന ഭൂപടങ്ങളെക്കുറിച്ചും അതിന്റെ

സാങ്കേതികതകളെക്കുറിച്ചും പർവതങ്ങളും മരങ്ങളും എങ്ങനെ വരയ്ക്കാം എന്നതിനെക്കുറിച്ചും എന്നോട് സംസാരിച്ചപ്പോൾ, അവൻ എന്റെ കണ്ണുകളിലേക്ക് ആഴത്തിൽ നോക്കി. എന്നാൽ അവൻ തന്റെ ഭൂപടം പരാമർശിച്ചതേയില്ല. ഞാൻ അവനു ഭാഷാപാഠങ്ങൾ പറഞ്ഞു കൊടുക്കുകയും ചെയ്തു.''

''ഏത് ഭാഷ?''

ഇങ്ങനെയൊരു ചോദ്യം ബിയാട്രിസ് ഒരിക്കലും പ്രതീക്ഷിച്ചിരുന്നില്ല. അവൾ തന്നെക്കുറിച്ച് കോൺറാഡിനയോട് ഒരുപാട് പറഞ്ഞിട്ടുണ്ടെങ്കിലും അവൾ തുർക്കിക്കാരിയാണെന്ന് അവളോട് പറഞ്ഞിരുന്നില്ല. പറഞ്ഞാൽ എണ്ണിയാലൊടുങ്ങാത്ത ചോദ്യങ്ങളുണ്ടാകുമെന്ന് അവൾക്കറിയാമായിരുന്നു. ഒജെയ്ഡയും അൽക്കാലയും ചോദിച്ചതിനേക്കാൾ കൂടുതൽ കോൺറാഡിന ചോദിക്കും. അവളോട് പറഞ്ഞാൽ യഥാർത്ഥ പേര് വെളിപ്പെടുത്തേണ്ടിയും വരും. തന്റെ മാതൃഭാഷ മാത്രമല്ല, മതം, സംസ്കാരം, പാരമ്പര്യങ്ങൾ തുടങ്ങിയവ. അവളുടെ ഏക സുഹൃത്തും വിശ്വസ്തയുമായ കോൺറിയോട് കള്ളം പറയാൻ അവൾ ആഗ്രഹിച്ചില്ല, പക്ഷേ അവൾക്ക് അവളോട് സത്യം പറയാൻ കഴിഞ്ഞില്ല. ജിജ്ഞാസയാൽ ചുളിഞ്ഞ കോൺറാഡിനയുടെ മുഖഭാവം അവൾ കണ്ടു. അവളോട് പിന്നീട് പറയാമെന്ന് അവൾ തീരുമാനിച്ചു.

''ഏത് ഭാഷയെന്നത് ഒരു ചോദ്യമാണോ കോൺറി?''

മെഡിറ്ററേനിയനിലുള്ള എല്ലാവർക്കും രഹസ്യങ്ങളുണ്ട്. അത് സൗഹൃദങ്ങളെ ബാധിക്കുമായിരുന്നില്ല. ബില്ലൂറിനും കോൺറാഡിനയ്ക്കും അവരുടെ രഹസ്യങ്ങൾക്കിടയിലും സുഹൃത്തുക്കളായി തുടരാൻ കഴിഞ്ഞു. ചോദിച്ചതിൽ കോൺറാഡിനയ്ക്ക് അൽപ്പം നാണം തോന്നി. അത് നികത്താൻ ശ്രമിച്ചുകൊണ്ട് അവൾ പറഞ്ഞു:

''എന്റെ പ്രിയപ്പെട്ട ബിയാട്രിസ്, നീ എന്താണ് പറയുന്നതെന്ന് ചിലപ്പോൾ എനിക്ക് മനസ്സിലാവുന്നില്ല. അതുകൊണ്ടാണ് ഞാൻ ചോദിച്ചത്... അത് പോകട്ടെ, നീയും അൽക്കാലയും എന്താണ് പറഞ്ഞതാണെന്ന് എന്നോട് പറയൂ.''

''ഞങ്ങൾ എന്തിനെക്കുറിച്ചാണ് സംസാരിക്കാത്തത്? ഞങ്ങൾ എപ്പോഴും നല്ല കാര്യങ്ങളിൽ ശ്രദ്ധ കേന്ദ്രീകരിക്കാൻ ശ്രമിച്ചു. കപ്പൽ തുറമുഖത്ത് വന്ന് എന്നെ കൊണ്ടുപോകുന്നതിനെക്കുറിച്ചും എനിക്ക് സ്വാതന്ത്ര്യം ലഭിക്കുന്നതിനെപ്പറ്റിയും പറഞ്ഞു, എന്നാൽ ഇത് എത്രത്തോളം സാധ്യമാണോയെന്ന് ഞങ്ങൾ സംശയിച്ചു. ആ ദിവസം ഉണ്ടാകാനിടയുള്ള കയ്പേറിയ, എന്നാൽ മധുരമുള്ള ദുഃഖത്തെക്കുറിച്ച് ഞങ്ങൾ ഒരിക്കലും സംസാരിച്ചില്ല.

വേനൽക്കാലത്ത് ഒരിക്കൽ മാത്രം അവൻ എന്നോടൊപ്പം കോട്ട യിൽ എന്റെ താൽക്കാലിക മുറിനിൽ താമസിച്ചു. കോട്ടമതിലുകളി ലൊന്നിൽ മണിക്കൂറുകളോളം ഞങ്ങൾ ഒരുമിച്ച് ഇരിക്കും. കടലിന്റെ ഗന്ധം ഞങ്ങൾക്ക് സമ്മാനിക്കുന്ന, മൃദുവായ വേനൽക്കാറ്റ് ഉണ്ടാ യിരുന്നു. ചെറിയ തണുപ്പുണ്ടായിരുന്നു. കിടക്കാൻ സമയമായെന്ന് ഞാൻ അവനോട് പറഞ്ഞു. അവൻ മറുത്തു പറഞ്ഞില്ല. രാത്രിയിൽ തനിച്ചാകാൻ ഞാൻ ഭയപ്പെടുന്നുവെന്നും ഒരു രാത്രിയെങ്കിലും അവൻ എന്നോടൊപ്പം നിൽക്കണമെന്നും എനിക്ക് അപ്പോഴും അവ നോട് പറയാൻ കഴിഞ്ഞില്ല. ആ സുരക്ഷിതത്വം ഒരു വട്ടമെങ്കിലും അനുഭവിക്കാൻ ഞാൻ ആഗ്രഹിച്ചു. മുറിയുടെ മറുവശത്ത് ഞാൻ അവനുവേണ്ടി തയ്യാറാക്കിയ വൈക്കോൽപായ ഒരിക്കലും അവനെ കാണിച്ചില്ല.

‘‘കോൺറി, ഒളിച്ചുപാർക്കുമ്പോൾ കുറുക്കനെപ്പോലെ പാതി മാത്രം ഉറങ്ങുന്നത് എങ്ങനെയെന്ന് അറിയില്ലേ? ആ വേനൽക്കാലത്ത് ഞാൻ അങ്ങനെയായിരുന്നു. ചെറിയ പല്ലിക്ക് പോലും എന്നെ ഉണർ ത്താൻ കഴിയും. അന്ന് രാത്രി പൂന്തോട്ടത്തിൽ കാലൊച്ച കേട്ടു. മങ്ങിയ കാലൊച്ചകൾ. അത് അൽക്കാലയായിരുന്നു.

അവന്റെ കാലൊച്ച, അവന്റെ കാൽക്കീഴിലെ പുല്ലിന്റെ ശബ്ദം ഞാൻ അറിഞ്ഞു. അവൻ എന്നെ കാണാൻ വരുന്നു. വാതിലില്ല, ഞാൻ അവനെ കാത്ത് പുറം തിരിഞ്ഞു കിടന്നു. ഉറക്കം നടിച്ച് കണ്ണടച്ച് കാത്തിരുന്നു. ഹൃദയം വല്ലാതെ മിടിക്കുന്നുണ്ടായിരുന്നു. അവൻ എന്നിലേക്ക് അടുത്ത ഓരോ ചുവടിലും ഞാൻ കൂടുതൽ കൂടുതൽ ആവേശഭരിതയായി. എന്റെ വികാരങ്ങൾ മനസ്സിലാക്കാൻ ഞാൻ പാടുപെട്ടു. എനിക്ക് പരിഭ്രമമോ ഭയമോ തോന്നിയില്ല. പക്ഷേ എന്റെ ഹൃദയം അതിവേഗം മിടിക്കുന്നുണ്ടായിരുന്നു.

ഞാൻ അപ്പോൾ പൂർണ്ണമായും ഉണർന്നിരുന്നു. അവന്റെ കാൽ ച്ചുവടുകളിൽ എനിക്ക് ഒരുതരം ആർദ്രത അനുഭവപ്പെട്ടു. അവന് എന്നെ ഉണർത്താൻ താൽപര്യമില്ല എന്നെനിക്ക് മനസിലായി. പക്ഷേ അവൻ എന്റെ അടുത്തിരിക്കാനും ഞാൻ ഉറങ്ങുന്നത് കാണാനും ആഗ്രഹിക്കുന്നുണ്ടാവാം. അവന്റെ സാമീപ്യം എന്റെ മനസ്സിൽ നിറവ് പകർന്നു.

ഒരിക്കലും ഉറങ്ങുകയോ വിശപ്പോ ദാഹമോ അനുഭവപ്പെടുകയോ ഇല്ല, മിടിക്കുന്ന എന്റെ ഹൃദയം ഇതിലും വേഗത്തിലായിരുന്നെ ങ്കിൽ. അവൻ എന്നെ സമീപിക്കുമ്പോൾ സമയവും സ്ഥലവും അനന്ത മായിത്തീരുന്നു. ആ രാത്രി ഒരിക്കലും അവസാനിക്കാതിരുന്നെങ്കിൽ, സമയം അനന്തമായിരുന്നെങ്കിൽ; ദിവസങ്ങളും മാസങ്ങളും വർഷ ങ്ങളും അനക്കമറ്റിരുന്നെങ്കിൽ. കോൺറി, ഒരു നിമിഷം കഴിഞ്ഞ്

ഞാൻ ചുരുണ്ടുകിടക്കുന്ന കട്ടിലിന്റെ അറ്റത്ത് അവന്റെ കാൽ പതിഞ്ഞതായി തോന്നി. എന്റെ കണ്ണുകൾ അടഞ്ഞിരിക്കുന്നതായി കണ്ടിട്ടാവണം, അവൻ പുതപ്പ് എന്റെ മേൽ വലിച്ചിട്ടു.

അതെന്നെ അൽപ്പം പരിഭ്രാന്തിയിലാഴ്ത്തി. അൽക്കാലയെ എനിക്കറിയാം, പക്ഷേ അവൻ രാത്രിയുടെ നടുവിൽ എന്റെ അടുത്തേക്ക് ഇങ്ങനെ വന്നല്ലോ എന്നോർത്ത് ഒരു നിമിഷം ഞാൻ ഞെട്ടി. എന്റെ ആവേശമെല്ലാം ഭയമായി മാറി. അവൻ എന്നെ സ്പർശിച്ച നിമിഷം ഞാൻ കിടക്കയിൽ നിന്ന് ചാടാൻ തീരുമാനിച്ചു, മുഷ്ടി ചുരുട്ടി ഞാൻ കാത്തിരുന്നു. അപ്പോൾ അവൻ പുതപ്പ് അവന്റെ നേരെ വലിക്കുന്നതായി തോന്നി. ഓരോ ശബ്ദവും ശ്രദ്ധയോടെ കേട്ടു. അവന്റെ ശ്വാസത്തിൽ നിന്ന് മനസ്സിലായി, അവൻ അപ്പോൾ എന്റെ അരികിൽ എന്റെ പുറകിൽ കിടക്കുകയാണെന്ന്. എനിക്ക് അപ്പോഴൊരു സമാധാനം തോന്നി.''

''എന്നിട്ട്?''

''ഒരുപക്ഷേ പുറത്തെ തണുപ്പ് അവനു സഹിക്കാനാവാതെ അകത്തു വന്നതായിരിക്കാം. അവൻ മെല്ലെ പുതപ്പ് അവന്റെ മേൽ വലിച്ചിട്ട് എന്നെപ്പോലെ കട്ടിലിൽ ചുരുണ്ടുകൂടി; തൊട്ടടുത്താണെങ്കിലും അവൻ എന്നെ തൊട്ടില്ല. ഞാൻ കണ്ണുകൾ ഇറുകെ അടച്ചു, പക്ഷേ അവന്റെ കണ്ണുകൾ തുറന്നിരിക്കുന്നതും അവൻ മുറിയിലെ നിലാവെളിച്ചം നോക്കികിടക്കുന്നതും ഞാൻ സങ്കൽപ്പിച്ചു. ഞാൻ കാത്തിരുന്നു. എന്റെ കണ്ണുകൾ അടഞ്ഞു.''

''ഞാൻ വിശ്വസിക്കില്ല.''

''അതെ കോൺറി, ഞങ്ങളുടെ ഭൂപടം ഉണ്ടാക്കിയ ആ കൈയിൽ പിടിച്ച് അവന്റെ നെഞ്ചിൽ തല ചായ്ച്ച് ഹൃദയത്തിന്റെ ശബ്ദം കാതോർത്ത് ആൽമണ്ട് മരങ്ങളുടെ ഗന്ധം ശ്വസിച്ചുകൊണ്ട് അവന്റെ മുടിയിൽ തൊടാൻ ഞാൻ ആഗ്രഹിച്ചു. ഞാനങ്ങനെ ചെയ്യാൻ പലവട്ടം ആഞ്ഞു. പക്ഷേ ചെയ്തില്ല. ഞാൻ ഒരു ഇഞ്ച് പോലും അനങ്ങിയില്ല. ഞങ്ങൾ മുഖാമുഖം ആയിരുന്നെങ്കിൽ പരസ്പരം എന്ത് പറയുമായിരുന്നെന്നോ അല്ലെങ്കിൽ ഞങ്ങൾ എന്ത് ചെയ്യുമായിരുന്നു എന്നോ ചിന്തിച്ച് എനിക്ക് ഒരു എത്തും പിടിയും കിട്ടിയില്ല. പക്ഷേ ആ കിടപ്പ് എനിക്ക് സന്തോഷം തരുന്നതായിരുന്നു. രാത്രിയുടെ അന്ത്യത്തിൽ അവൻ നിശ്ശബ്ദനായി കിടക്കയിൽ നിന്ന് ഇറങ്ങിപ്പോയപ്പോൾ, ഞാൻ അവനെ പൂർണ്ണഹൃദയത്തോടെ സ്നേഹിക്കുന്നുവെന്നും ഈ സ്നേഹം കേവലം അനുകമ്പയും സംരക്ഷണവും മാത്രമല്ലെന്നും ഞാൻ അറിഞ്ഞു: അതൊരു വികാരാധീനമായ സ്നേഹമായിരുന്നു. ഞാൻ അവനു എന്റെ ഹൃദയം കൊടുത്തതു പോലെ എനിക്ക് തോന്നി.

അടുത്ത ദിവസം ഞാൻ ഞങ്ങളുടെ ഭൂപടത്തിൽ നോക്കിയപ്പോൾ ഒരു പുതിയ വാക്യം ഉണ്ടായിരുന്നു: 'ഞങ്ങൾ ഒരുമിച്ച് കിടന്നുറങ്ങിയ മുറി.'

എന്നാൽ അവൻ പറഞ്ഞ ആദ്യത്തെയും അവസാനത്തെയും ഒരേയൊരു നുണയും ഇതാണ്: കാരണം ആ രാത്രി മുഴുവൻ ഞാൻ ഉറങ്ങിയില്ല, അവനും ഉറങ്ങിക്കാണില്ല.

പിന്നെ ഒരു ദിവസം ഞാൻ മനസ്സിലാക്കി, കോട്ടയിൽ എത്തിയാൽ അൽക്കാല വേറൊരു മനുഷ്യനാവുമായിരുന്നു. നഷ്ടപ്പെട്ട എന്തോ ഒന്ന് തിരിച്ചുപിടിക്കാൻ വന്നതുപോലെയുള്ള ഒരു അഭിനിവേശമോ ആഗ്രഹമോ അവനെ പിടികൂടിയതായി തോന്നി. നിശ്ശബ്ദമായി പഴയ വീടുകളുമായി ആശയവിനിമയം നടത്തുന്ന പോലെയും അയാൾ എന്തോ വലിയ ആലോചനയിലാണെന്നും തോന്നി. ചില ആളുകൾ, എങ്ങനെ ഒരു വാഗ്ദാനം നൽകുമെന്നും അത് പാലിക്കാൻ തങ്ങളാൽ കഴിയുന്നതെല്ലാം ചെയ്യുമെന്നും കേട്ടിട്ടില്ലേ? അൽക്കാല അങ്ങനെയാണെന്ന് തോന്നി.

തീർച്ചയായും അവന് മറ്റാരെയും പോലെ സ്വന്തം രഹസ്യങ്ങൾ ഉണ്ടായിരുന്നു. പക്ഷേ ഇല്ല, അവൻ എന്നിൽ നിന്ന് മനപ്പൂർവ്വം മറച്ചുവെക്കുന്ന ഒരു കാര്യമുണ്ട്. അവനു കോട്ടയെക്കുറിച്ച് എന്തൊക്കെയോ ഓർമകളുണ്ടെന്ന് എനിക്ക് ഉറപ്പുണ്ട്. പക്ഷേ എനിക്ക് ചോദിക്കാൻ കഴിഞ്ഞില്ല. ഞാൻ പറഞ്ഞതുപോലെ, അത് ഒക്ടോബറിലെ അവസാന ദിവസമായിരുന്നു. കാറ്റ് ശക്തി പ്രാപിച്ചു, കുന്നിന് മുകളിലൂടെ കാറ്റ് അലറുമ്പോൾ കോട്ട ഒരു ഭീകരരൂപിയായി മാറും. അൽക്കാല അന്ന് രാവിലെ അസ്വസ്ഥനായിരുന്നു. ചില കാരണങ്ങളാൽ കഴിഞ്ഞ കുറച്ച് ദിവസങ്ങളായി അവൻ അങ്ങനെയായിരുന്നു. അവന്റെ ഹൃദയത്തിൽ ശരിക്കും എന്താണ് നടക്കുന്നത് എന്ന് എനിക്കറിയില്ലായിരുന്നു.

ശരത്കാലത്ത് തുറമുഖത്ത് കപ്പലുകൾ എങ്ങനെയാണ് ഇത്രയും കുറഞ്ഞിരിക്കുന്നുവെന്ന് അവൻ ചിന്തിച്ചിരിക്കാം. ഈ സമയത്ത് മെഡിറ്ററേനിയൻ അടയ്ക്കുന്ന പോലെയാണെന്ന് ഞാൻ കേട്ടിട്ടുണ്ട്. ശൈത്യകാലത്ത് ഞങ്ങൾക്ക് കോട്ടയിൽ താമസിക്കാൻ കഴിയില്ല. അതുകൊണ്ടായിരിക്കാം അവൻ അസ്വസ്ഥനായത്. അവൻ എന്നെ നോക്കി പുഞ്ചിരിച്ചു. എന്നെ കൊണ്ടുപോകാൻ സാധ്യതയുള്ള ഒരു കപ്പൽ തിരയാൻ തീരത്തേക്ക് പോയി. വൈകുന്നേരം തിരിച്ചു വരാമെന്ന് പറഞ്ഞു.

ഉച്ചകഴിഞ്ഞ് ഞാൻ വിറക് ശേഖരിക്കാൻ പോയി. എന്നിട്ട് പഴയ ഒരു പാത്രത്തിൽ വെള്ളം തിളപ്പിക്കാൻ തുടങ്ങി. കോട്ടമതിലിനോട് ചേർന്ന് വളർന്ന കാട്ടുചെടികൾ കൊണ്ട് ഒരു സൂപ്പ് ഉണ്ടാക്കാൻ

പോവുകയായിരുന്നു. അവൻ ഉച്ച കഴിഞ്ഞിട്ടും തിരിച്ചു വന്നില്ല. ഞാൻ കോട്ടമതിലിലേക്ക് കയറി. അവന്റെ ഒരു അടയാളത്തിനായി വഴി നിരീക്ഷിക്കാൻ തീരുമാനിച്ചു. ആരോ വരുന്നു. എന്നാൽ ഇത്തവണ അത് അവനായിരുന്നില്ല. എന്റെ വയറിന്റെ അടിയിൽ ഒരു പൊള്ളൽ അനുഭവപ്പെട്ടു. കോട്ടയിലേക്കുള്ള വഴിയിലൂടെ താഴേക്ക് നോക്കിയപ്പോൾ ഒരു കൂട്ടം പുരുഷന്മാരും സ്ത്രീകളും. ആരൊക്കെയോ ഞങ്ങളെപ്പറ്റി അറിഞ്ഞിട്ടാകണം, എന്നെ കൂട്ടിക്കൊണ്ടുവരാൻ വന്ന കൊട്ടാരം കാവൽക്കാരാണെന്നാണ് ആദ്യം തോന്നിയത്. പക്ഷേ അല്ല, അടുത്തെത്തിയപ്പോൾ അവർ നാവികരാണെന്ന് അവരുടെ വസ്ത്രധാരണത്തിൽ നിന്ന് മനസ്സിലായി. അവരോടൊപ്പം മൂന്ന് സ്ത്രീകളും ഉണ്ടായിരുന്നു. അവരെല്ലാം ലജ്ജയില്ലാതെ കൂവിവിളിക്കുകയും ബഹളം വയ്ക്കുകയും ചെയ്തു. അവർ കടൽക്കൊള്ളക്കാരാണെന്ന് എനിക്ക് അപ്പോൾ തന്നെ അറിയാമായിരുന്നു. എന്നാൽ പിന്നെ എന്തുകൊണ്ട് അൽക്കാല അവരുടെ കൂടെ ഉണ്ടായിരുന്നില്ല? എന്തിനാണ് അവർ കോട്ടയിലേക്ക് വന്നത്?

എന്റെ ഹൃദയമിടിപ്പ് കൂടി. എനിക്ക് പെട്ടെന്നൊരാശയം തോന്നി. ഞാൻ താമസിച്ചിരുന്നത് കോട്ടയുടെ വളപ്പിലെ ഉള്ളതിൽ വെച്ചേറ്റവും നല്ല വീട്ടിലാണ്. അതിനാൽ വേഗം എന്റെ പുൽപ്പായയും പുതപ്പും എടുത്ത് തകർന്ന വീടുകളിലൊന്നിലേക്ക് വേഗത്തിൽ നടന്നു. തീ കെടുത്തി പാത്രത്തിൽ വെള്ളം ഒഴിച്ചു. ഞാനും അൽക്കാലയും ഫ്ളോർബോർഡിനടിയിൽ കുഴിച്ചിട്ട പ്രതിമകൾ എടുക്കാൻ എനിക്ക് സമയമില്ലായിരുന്നു. അൽക്കാല തന്റെ ഭൂപടം സൂക്ഷിച്ചിരുന്ന പഴയ വീടുകളിലൊന്നിന്റെ തട്ടിലേക്ക് ഞാൻ ഓടി, കാത്തിരുന്നു.

ഞാൻ വിചാരിച്ചതുപോലെ, നാവികർ ഞാൻ താമസിച്ചിരുന്ന വീട്ടിലേക്കുതന്നെ തിരിഞ്ഞു. അവരുടെ കൈയിൽ ഒരു ഫിഡിലും ഗിറ്റാറും ഒരു ഡ്രമ്മും ഉണ്ടായിരുന്നു. അങ്ങനെ അവർ പാടാനും നൃത്തം ചെയ്യാനും പോകുകയായിരുന്നു. വൈകാതെ രാത്രിയിലെ കാറ്റിൽ അവരുടെ ഉപകരണങ്ങളുടെ ശബ്ദം കേൾക്കാൻ കഴിഞ്ഞു. രാത്രിയിൽ സ്ത്രീകൾ തുറമുഖത്തെ നാവികരിൽ നിന്ന് പണം സമ്പാദിക്കുന്ന വിനോദസായാഹ്നങ്ങളിൽ ഒന്നായിരുന്നു അത്. സംഗീതവും ആലാപനവും നിലച്ചിട്ട് ഒരു മണിക്കൂർ ആയിട്ടില്ല, അർദ്ധനഗ്നയായ ഒരു സ്ത്രീ പരിഭ്രമിച്ചു കൊണ്ട് ഞാൻ ഒളിച്ചിരിക്കുന്ന വീട്ടിലേക്ക് നേരെ വന്നു. അവൾ വിറയ്ക്കുന്നുണ്ടായിരുന്നു.

ഒളിക്കാൻ സ്ഥലം നോക്കുകയായിരുന്നു അവൾ. ഉടനെ വാതിൽക്കൽ മറ്റൊരു കാലൊച്ച കേട്ടു. അടുത്ത നിമിഷം വീടിനുള്ളിലേക്ക്

ഇരച്ചുകയറിയ കൊള്ളക്കാർ പരസ്പരം ആക്രോശിക്കുകയും തള്ളുകയും ചെയ്തു. അവരിൽ ഒരാൾ അലറി.

"എല്ലായിടത്തും തിരയൂ. അവളെ കണ്ടെത്തൂ."

അൽക്കാലയുടെ ഭൂപടം എവിടെയാണെന്ന് എനിക്ക് അറിയാമായിരുന്നു. എന്റെ ഉള്ളംകൈ പോലെ എനിക്ക് ആ ഇടം അറിയാമായിരുന്നു. അങ്ങനെ ഞാൻ ഭൂപടം സൂക്ഷിച്ചിരിക്കുന്ന അലമാരയിലേക്ക് ഇഴഞ്ഞു നീങ്ങി, അത് സുരക്ഷിതമായി അരയിൽ ചുറ്റി ഉള്ളിൽ ഒളിച്ചു. അധികം താമസിയാതെ കൊള്ളക്കാർ അടുത്തു വരുന്നത് കേട്ടു. അവർ ആ സ്ത്രീയെ പിടികൂടി. അവൾ കുതറി രക്ഷപ്പെടാൻ ശ്രമിച്ചു. സ്പാനിഷ് പോലെ തോന്നുന്ന എന്തോ ഭാഷയായിരുന്നു അവരുടേത്. അവളുടെ ഭാഷയ്ക്ക് ഒരു കറ്റാലൻ ചുവയുണ്ടെന്ന് തോന്നി.

അവൾ ഒരു അന്ധവിശ്വാസത്തെക്കുറിച്ചാണ് അവരോട് സംസാരിച്ചത്. നെരിപ്പോടിൽ മൂത്രമൊഴിച്ച ഒരാളുടെ കൂടെ കിടന്നുറങ്ങുന്നതിനേക്കാൾ മരിക്കാനാണ് താൻ ആഗ്രഹിക്കുന്നതെന്നും ആ വീട്ടിലേക്ക് താൻ മടങ്ങില്ലെന്നും അവൾ പറഞ്ഞു. ഒരു നാവികൻ പറഞ്ഞുകൊണ്ടിരുന്നു.

"നോക്കൂ, കപ്പിത്താൻ ഒരിക്കലും അങ്ങനെയൊന്നും ചെയ്യില്ല."

കാറ്റലോണിയയിലെയും ജെനോവയിലെയും ആളുകൾ അടുപ്പിൽ മൂത്രമൊഴിക്കുന്നത് ദൗർഭാഗ്യമാണെന്ന് വിശ്വസിക്കുന്നവരാണെന്ന് എനിക്കറിയാമായിരുന്നു. ആ വീട്ടിൽ നിന്ന് ഇറങ്ങുന്നതിന് മുമ്പ് നെരിപ്പോടിൽ വെള്ളം ഒഴിച്ചത് ഞാനാണ്. മിക്കവാറും അവരുടെ കപ്പിത്താൻ ആ മുറിയിൽ പെൺകുട്ടിയോടൊപ്പമായപ്പോൾ, അണഞ്ഞ തീ കണ്ട അവൾ ഭ്രാന്തിയെപ്പോലെ ബഹളമുണ്ടാക്കി. എന്റെ ഹൃദയം നെഞ്ചു പൊട്ടി പുറത്തു വരുമോ എന്ന് തോന്നി.

ഞാൻ ഒളിച്ചിരിക്കുന്ന അലമാരയുടെ അടുത്തേക്ക് ആ സ്ത്രീ ഓടിയെത്തരുതേ എന്ന് ഞാൻ പ്രാർത്ഥിച്ചുകൊണ്ടിരുന്നു. ഞാൻ നിശ്ചലമായി, ശ്വാസമെടുക്കാതെ, അവർ പോകുന്നതും കാത്ത് നിന്നു. ഓരോ നിമിഷവും ഒരു വർഷം പോലെ തോന്നി. എന്റെ അമ്മയിൽ നിന്ന് ഞാൻ പഠിച്ച പ്രാർത്ഥനകൾ ആശ്വാസം നൽകുന്നതായി തോന്നിയില്ല. അതിനാൽ സെമ്മശാൻ ഒജെയ്ഡയിൽ നിന്ന് ഞാൻ പഠിച്ച പ്രാർത്ഥനകൾ ചൊല്ലി. ഒടുവിൽ അവർ ആ സ്ത്രീയെ വലിച്ചിഴച്ചു കൊണ്ടുപോയി. സംഗീതവും പാട്ടും വീണ്ടും കേട്ടപ്പോൾ എനിക്ക് അൽപ്പം ആശ്വാസം തോന്നി. പിന്നീട് സംഗീതം നിലച്ചു.

നീണ്ട നിശ്ശബ്ദതയ്ക്ക് ശേഷം ഞാൻ അലമാരയുടെ വാതിൽ തുറന്ന് മുറിയിൽ ചുറ്റും നോക്കി. ആകെ നിശ്ശബ്ദത. തലേദിവസം രാത്രി മുഴുവൻ ഞാൻ ഉറങ്ങിയിരുന്നില്ല. എന്റെ രക്തസമ്മർദ്ദം

കുറഞ്ഞു. പെട്ടെന്ന് എനിക്ക് വലിയ ക്ഷീണം തോന്നി. കൊള്ളക്കാർ പോകുന്നത് കാണാൻ ഞാൻ ജനാലയ്ക്കരികിൽ ഇരുന്നു. എനിക്ക് അൽക്കാലയെക്കുറിച്ച് മാത്രം ചിന്തിച്ചു. എന്തുകൊണ്ടാണ് അവൻ വരാതിരുന്നത്? അവന് എന്ത് സംഭവിച്ചു? ഒരുപക്ഷേ അവൻ വന്നിട്ടുണ്ടാവാം, ആ മനുഷ്യരെ കണ്ടിട്ട് എവിടെയെങ്കിലും ഒളിച്ചിരിക്കുകയാണോ? അങ്ങനെയെങ്കിൽ അവൻ എന്നെ കണ്ടെത്തിയേനേ. ഒരുപക്ഷേ ഞാൻ എവിടെയാണെന്ന് അവനു അറിയാമായിരുന്നോ, അവൻ ആരും കാണാതെ എന്നെ ശ്രദ്ധിക്കുന്നുണ്ടോ? അവൻ അങ്ങേയറ്റം ക്ഷമയുള്ളവനാണെന്നും മണിക്കൂറുകളോളം നിശ്ശബ്ദനായി കാത്തിരിക്കുമെന്നും എനിക്കറിയാമായിരുന്നു. അതുകൊണ്ട് അവൻ എവിടെയോ മിണ്ടാതിരിക്കുകയാണെന്ന് ഞാൻ ഊഹിച്ചു. ആ ചിന്ത എന്നെ സമാധാനിപ്പിച്ചു. എന്നെ ആരോ എന്നെ നിരീക്ഷിക്കുകയും സുരക്ഷിതമാക്കുകയും ചെയ്യുന്നുണ്ടെന്ന് തോന്നിയതോടെ കൺപോളകൾക്ക് ഭാരം വർദ്ധിച്ചു. നേരം പുലരാനായി. രണ്ടു രാത്രികളായി ഞാൻ ഉറങ്ങിയിരുന്നില്ല. പിന്നെ കണ്ണ് തുറക്കാൻ കഴിഞ്ഞില്ല. അൽപ്പമെങ്കിലും ഉറങ്ങാൻ കഴിഞ്ഞിരുന്നെങ്കിൽ എന്നോർത്തുകൊണ്ടിരിക്കെ, അൽക്കാല എനിക്ക് കാവലുണ്ടെങ്കിലോ എന്ന് വിചാരിച്ചിരിക്കെ എപ്പോഴോ. ഞാൻ ഉറങ്ങിപ്പോയിരിക്കാം.

ചുറ്റും നിന്ന എല്ലാ മനുഷ്യരും എന്നെ ചവിട്ടുകയും കഠാരകൾ കൊണ്ട് ഭീഷണിപ്പെടുത്തുകയും ചെയ്യുന്നത് കണ്ടാണ് ഞാൻ കണ്ണ് തുറന്നത്. ആദ്യം ഞാൻ വിചാരിച്ചു, ഒരു പേടിസ്വപ്നം കാണുകയാണ് എന്ന്. കോൺറി, അത് ഭയങ്കരമായിരുന്നു എനിക്ക് പതിമൂന്ന് വയസ്സേ ഉണ്ടായിരുന്നുള്ളൂ. അവർ എന്നെ ഒരു ചാക്കിൽ കെട്ടിയിട്ടു. ഞാൻ വേദനകൊണ്ട് പുളയുകയായിരുന്നു. അണഞ്ഞ തീ കണ്ട് അവർ ആശ്ചര്യപ്പെടുകയും മറ്റാരെങ്കിലും അവിടെ ഉണ്ടോ എന്ന് നോക്കുകയും ചെയ്യുമെന്ന് ഞാൻ കരുതിയിരുന്നില്ല.

അവർ എന്നെ കണ്ടെത്തുമ്പോൾ ഞാൻ നല്ല ഉറക്കത്തിലായിരുന്നു. എന്നെ വലിച്ചിഴക്കുമ്പോൾ ഞാൻ കന്യകയാണോ എന്ന് പലതവണ ചോദിച്ചു. ഞാൻ അവർക്ക് ഉത്തരം നൽകിയില്ല, ഞങ്ങൾ തുറമുഖത്ത് എത്തിയപ്പോൾ ഞാൻ അൽക്കാലയെ അന്വേഷിച്ചു. ഏതു നിമിഷവും അവൻ ചാടി വന്ന് എന്നെ രക്ഷിക്കുമെന്ന് മോഹിച്ചു അത് വെറുതെയായിരുന്നു. അപ്പോൾ ക്യാപ്റ്റൻ ഡോറിയയുടെ ഊഷ്മളമായ ശബ്ദം കേട്ടു. അയാളുടെ മുഖത്ത് എപ്പോഴും തിളങ്ങുന്ന ആ പുഞ്ചിരി. ഞാൻ അപകടത്തിലല്ല എന്ന് മനസ്സിലായി. ഞാൻ ഒരു കന്യകയാണെന്ന് അവരോട് പറഞ്ഞു.

‘‘ബാക്കി കഥ നിനക്ക് നന്നായി അറിയാം.’’

''കടൽ കടന്ന് കപ്പൽ ആടിയുലയുമ്പോൾ ആ ഇരുണ്ട അറയിൽ ചിലവഴിച്ച ദിവസങ്ങൾ. എന്റെ മനസ്സിനെ അലട്ടുന്ന ഭയാനകമായ ചിന്തകളും.''

താൻ അൽക്കാലയെക്കുറിച്ച് ഏറെ നേരം സംസാരിച്ചിരുന്നതായും താനും കോൺറാഡിനയും ഒരുമിച്ച് ആ യാത്രയിൽ അനുഭവിച്ച ആ ശ്രമകരമായ ദിനങ്ങളും ബില്ലൂർ ഓർത്തു.

''അവിടെ വല്ലാത്തൊരു ഇരുട്ടും എല്ലാത്തിനും ഒരു നനവുമായിരുന്നു, അല്ലേ? അവിടെ മറ്റെല്ലാ പെൺകുട്ടികളുമൊത്ത്, വിയർപ്പിൽ നനഞ്ഞ് നമ്മൾ കരഞ്ഞു. മുഴുവൻ ഇരുണ്ട ചിന്തകളായിരുന്നു. എന്റെ കുട്ടിക്കാലത്തെക്കുറിച്ചും അവർ എന്റെ അച്ഛനെ കൊന്നതിനെക്കുറിച്ചും ഞാൻ ഒരുപാട് ചിന്തിച്ചു, ഞങ്ങളുടെ വഴികളിൽ അന്ന് കാറ്റിനു ചോരയുടെ മണമായിരുന്നു.''

''ബിയാട്രിസ്, വിഷയം മാറ്റാൻ ശ്രമിക്കുകയാണോ? അൽക്കാലയ്ക്ക് എന്ത് സംഭവിച്ചു?''

''അയ്യോ, ശരി, അവന് എന്താണ് സംഭവിച്ചതെന്ന് അറിയാൻ ഞാൻ വെമ്പുകയായിരുന്നു. എന്തുകൊണ്ടാണ് അവൻ എന്നെ രക്ഷിക്കാൻ വരാഞ്ഞത് എന്ന് മനസ്സിലാക്കാൻ കഴിഞ്ഞില്ല. അന്ന് വൈകുന്നേരം തിരിച്ചു വരാമെന്ന് അവൻ വാക്ക് തന്നിരുന്നു. അവന് എന്ത് സംഭവിച്ചു? ഞാൻ പിടിക്കപ്പെട്ടു എന്നറിഞ്ഞാൽ അവൻ വെറുതെ ഇരിക്കില്ല. ഒരു കടൽക്കൊള്ളക്കാരനും രാജകീയ വിദ്യാലയത്തിലെ ഒരു വിദ്യാർത്ഥിയുമായി ഓടിപ്പോകാൻ ധൈര്യപ്പെടില്ല. ഒരുപക്ഷേ കാവൽക്കാർ എന്തെങ്കിലും മനസ്സിലാക്കിയിരിക്കാം, അവൻ എപ്പോഴും വിദ്യാലയത്തിൽ നിന്ന് എവിടെയോ പോകുന്നുണ്ടെന്ന് മനസ്സിലാക്കി അവനെ പൂട്ടിയിട്ടിരിക്കാം. ഞങ്ങളുടെ പദ്ധതിയെക്കുറിച്ച് അവർ മനസ്സിലാക്കിയിരിക്കാം. അവർ അവനെ കൊന്നാലോ? അവൻ മരിച്ചിരുന്നെങ്കിലോ? ഏറ്റവും ഭയാനകമായ എല്ലാ ചിന്തകളിലേക്കും മനസ്സ് പായുന്നത് നിർത്താൻ എനിക്ക് കഴിഞ്ഞില്ല.

പക്ഷേ എന്താണ് സംഭവിച്ചതെന്ന് എനിക്കറിയില്ലായിരുന്നു. എനിക്ക് പരിഗണിക്കാൻ ഒരുപാട് കാര്യങ്ങൾ ഉണ്ടായിരുന്നു, കോൺറി. ഉദാഹരണത്തിന്, അവൻ ഒടുവിൽ കോട്ടയിൽ തിരിച്ചെത്തിയപ്പോൾ എനിക്ക് എന്ത് സംഭവിച്ചുവെന്നാണ് അവൻ കരുതുക? പ്രതിമകൾ ഇപ്പോഴും അവിടെ കാണുമ്പോൾ ഞാൻ പിടിക്കപ്പെട്ടുവെന്ന് അവൻ മനസ്സിലാക്കുമോ? ഞാൻ പിടിക്കപ്പെട്ടു എന്നറിഞ്ഞാൽ അവൻ എന്റെ പിന്നാലെ വരുമോ? അവന്റെ ഭൂപടത്തിന് പകരമായി ഞാൻ അവനു വേണ്ടി പ്രതിമകൾ ഉപേക്ഷിച്ചുവെന്ന് അവൻ കരുതിയിരിക്കാമോ? അതൊരു സാധ്യതയായിരുന്നു, പക്ഷേ ഭൂപടം എവിടെയാണ് ഞാൻ

ഒളിപ്പിച്ചതെന്ന് അവന് എങ്ങനെ അറിയാനാകും? എനിക്ക് ഭൂപട ത്തെക്കുറിച്ച് അറിയാമായിരുന്നുവെന്ന് അവൻ മനസ്സിലാക്കുമ്പോൾ അവനെന്നോട് ദേഷ്യം തോന്നുമോ? അതോ ഞാൻ അവനെ സ്നേഹിക്കുന്നുവെന്ന് അവൻ അറിയുമോ? അതോ മോഷ്ടിച്ചെന്നോ? അവനെതിരെ ഗൂഢാലോചന നടത്തിയെന്നോ? അവൻ എന്നെ കുറ്റ പ്പെടുത്തുമോ? എനിക്ക് വിശ്വസിക്കാൻ കഴിയുന്ന ആർക്കെങ്കിലും ഞാൻ അത് നൽകിയെന്ന് അവൻ ചിന്തിക്കുമോ?''

''അതൊരു ആശ്വാസമേ അല്ല.''

''എന്നാലും കോൺറി, ഡോറിയയുടെ കപ്പലിലുണ്ടായിരുന്ന ഇരുപത് പകലും ഇരുപത് രാത്രിയും ഈ സംശയങ്ങളോടും ചോദ്യ ങ്ങളോടും ഞാൻ മല്ലിട്ടു. എല്ലാ രാത്രിയിലും ഞാൻ സ്വപ്നം കണ്ടു, അൽക്കാല എന്നെ രക്ഷിക്കുകയും സംഭവിച്ചതെല്ലാം അവനോട് പറയുകയും ചെയ്യുന്നതായെല്ലാം.''

''നിനക്ക് ഇപ്പോഴും ആ സ്വപ്നങ്ങളുണ്ടോ ബിയാട്രിസ്?''

''എന്താ ചോദിച്ചത്?''

''ചിലപ്പോൾ നീ ഉറക്കത്തിൽ അവന്റെ പേര് പിറുപിറുക്കുന്നത് ഞാൻ കേൾക്കാറുണ്ട്.''

''നീ പറഞ്ഞത് ശരിയാണ്, കോൺറി, എനിക്ക് ഇപ്പോഴും ആ സ്വപ്നങ്ങളുണ്ട്. എന്നെ ജീവനോടെ നിലനിർത്തുന്നത് അവ മാത്ര മാണെന്ന് തോന്നുന്നു.''

''ഒരുപക്ഷേ ഉത്തരം കിട്ടാത്ത ചോദ്യങ്ങളും.''

''ഒരുപക്ഷേ... പക്ഷേ എന്നെ വിശ്വസിക്കൂ, കോൺറി, ആ സ്വപ്ന ങ്ങളിൽ നിന്നുള്ള പ്രതീക്ഷ എനിക്കില്ലായിരുന്നുവെങ്കിൽ, എലികൾ പോലും അധികനാൾ നിലനിൽക്കാത്ത, ആ ഇരുണ്ട, ദുർഗന്ധം വമിക്കുന്ന ആ തടവറയിൽ ഞാൻ തീർച്ചയായും എന്റെ ജീവനെ ടുക്കുമായിരുന്നു.''

''അവരിൽ മൂന്ന് പേർ അത് ചെയ്തു. നീ നാലാമത്തെയാകു മായിരുന്നു.''

''ആന്റലൂഷ്യയിലെ ക്രൂരതയിൽ നിന്ന് രക്ഷപ്പെട്ടോടിപോകുന്ന ടോളിഡോയിൽ നിന്നുള്ള മുസ്ലീം പെൺകുട്ടികളെയാണോ നീ ഉദ്ദേ ശിച്ചത്? അവർ കപ്പലിൽ കയറുമ്പോൾ തങ്ങളുടെ സ്വാതന്ത്ര്യത്തി നായാണ് പണം നൽകുന്നതെന്ന് അവർ ധരിച്ചത് ആലോചിക്കു മ്പോൾ പേടിയാകുന്നു.''

''ആ കപ്പൽ ഒരു പേടിസ്വപ്നം മാത്രമായിരുന്നില്ല... മുകളിലത്തെ ഡെക്കിലെ ക്യാബിനുകളിൽ മുസ്ലീം സ്ത്രീകളുടെ ആ നിലവിളികൾ

ഓർക്കുന്നില്ലേ, ആ പാവം സ്ത്രീകളെ അവർ ബലാത്സംഗം ചെയ്യുക യായിരുന്നു.''

''ഒരു കടൽക്കൊള്ളക്കാരൻ എത്ര ക്രൂരനും ദയയില്ലാത്തവനാ ണെന്നും അന്ന് എനിക്ക് മനസ്സിലായി.''

''നമ്മൾ കന്യകകളായിരുന്നുവെന്നും മാർപ്പാപ്പയുടെ മഠങ്ങൾ അവരെ അന്വേഷിക്കുന്നുണ്ടെന്നും അവർ അറിഞ്ഞിരുന്നില്ലെങ്കിൽ... നമ്മൾ ദൈവത്തിന് നന്ദി പറയണം.''

''ഇല്ലെങ്കിൽ ഞാൻ എന്റെ ജീവനും എടുക്കുമായിരുന്നു.''

''ബിയാട്രിസ്, നീ ഒരു കന്യകയായിരുന്നില്ലെങ്കിൽ, ഒരു ഉള്ളി യുടെ വിലയ്ക്ക് ജെനോയിസ് അടിമച്ചന്തയിൽ വിൽക്കപ്പെടുമായി രുന്നു. മഠത്തിനു പകരം നിന്റെ സ്ഥാനം ഒരു തൊഴുത്തിലായേനേ.''

ആ രാത്രിക്കുശേഷം ബിയാട്രിസും കോൺറാഡിനയും എക്കാലവും കൂട്ടായിരിക്കുമെന്ന് പ്രതിജ്ഞ ചെയ്തു. കോൺറാഡിന ഒരിക്കലും ബിയാട്രീസിന്റെ മാതൃഭാഷയെക്കുറിച്ചോ അവൾക്ക് മറ്റൊരു പേരുണ്ടോ എന്നൊന്നും ചോദിച്ചില്ല. അവളെ സംബന്ധിച്ചിടത്തോളം, ബിയാ ട്രിസ് മഠത്തിലെ മറ്റൊരു കന്യാസ്ത്രീയായിരുന്നു, അവൾ അവളുടെ ഏറ്റവും അടുത്ത സുഹൃത്തായി. ആവശ്യമെങ്കിൽ താൻ എപ്പോഴും അവളുടെ രഹസ്യം സൂക്ഷിക്കുമെന്ന് അവൾ ബിയാട്രിസിനോട് പറഞ്ഞു. താമസിയാതെ ബില്ലൂർ നന്നായി ജർമ്മൻ സംസാരിക്കാൻ പഠിച്ചു. അവരുടേത് വ്യത്യസ്ത സ്വഭാവങ്ങളുണ്ടായിരുന്നുവെങ്കിലും മഠത്തിൽ അവർ ശക്തമായ ഒരു ബന്ധം സ്ഥാപിച്ചു എന്നതാണ് സത്യം. കോൺറാഡിന ഒരു കന്യാസ്ത്രീയാണെങ്കിലും അവൾക്ക് ഭയമില്ലായിരുന്നു. തന്റേടിയുമായിരുന്നു. അവൾ മാത്രമാണ് മഠാധി പതിയെ വെല്ലുവിളിക്കുകയും ചിലപ്പോൾ നിയമങ്ങൾ ലംഘിക്കു കയും ചെയ്തത്. എല്ലാവരെയും അവൾ അവളുടെ സ്വഭാവം കൊണ്ടോ വാക്കുകൾ കൊണ്ടോ തന്റെ വഴിക്ക് നടത്തി.

മലാഗയിലെ രാജവിദ്യാലയത്തിലേതിനേക്കാൾ ഭയത്തോടെ യാണ് ജെനോവയിലെ മഠത്തിൽ ബിയാട്രിസ് ജീവിച്ചത്. ജെനോ യിസ്കാർക്ക് തുർക്കികളെ വെറുപ്പായിരുന്നു. അവർ കടൽയാത്ര ക്കാരായിരുന്നു, കടലിനെക്കുറിച്ച് അറിയാനുള്ളതെല്ലാം അവർ ക്കറിയാമായിരുന്നു. അവർക്ക് മറ്റ് രാജ്യങ്ങളുമായി ശക്തമായ സഖ്യ ങ്ങളും ഉണ്ടായിരുന്നു. എന്ത് വിവരവും അവിടെ പെട്ടെന്നെത്താ നുള്ള ഒരു ശൃംഖല തന്നെ അവർക്കുണ്ടായിരുന്നു. വൈദികരുടെ ഉപദേശങ്ങൾക്ക് അവർ ചെവി കൊടുത്തിരുന്നു. കരിങ്കടൽവരെയും ഇസ്താംബൂളിലെ ഗലാറ്റ ജില്ലയിലും വ്യാപാര കോളനികൾ സ്ഥാപി തമായതോടെ, അവരെല്ലാം വളരെ സമ്പന്നരായിത്തീർന്നു.

അവർ ദൈവത്തെ ഭയപ്പെടുന്ന ഒരു ജനതയായിരുന്നില്ല എന്ന് ഇതിനർത്ഥമില്ല. പക്ഷേ അവരുടെ ധിക്കാരപരവും വിമതപരവുമായ വഴികൾ പലപ്പോഴും അവരെ വെനീഷ്യയ്ക്കാരുമായി കലഹിക്കാനിടയാക്കി. എന്നാൽ അടുത്തിടെ അവർ ഒരു പുതിയ ശത്രുവിനെ സൃഷ്ടിച്ചു. വെനീഷ്യയ്ക്കാരെക്കാളും അവരെ അവർ പുച്ഛിച്ചു. തുർക്കികൾ... ഓട്ടോമൻ സാമ്രാജ്യത്തിന്റെ അതിർത്തികൾ വികസിക്കുമ്പോൾ, ജെനോയിസ് പ്രഭുക്കന്മാർക്ക് പടിഞ്ഞാറൻ മെഡിറ്ററേനിയനിലെയും അതിന്റെ ദ്വീപുകളിലെയും ഔട്ട്പോസ്റ്റുകളും പ്രധാന വരുമാന സ്രോതസ്സുകളും പതുക്കെ നഷ്ടപ്പെട്ടു. ഇസ്താംബൂൾ ഉപരോധസമയത്ത് മെഹ്മത് സുൽത്താന് നൽകിയ ഏകപക്ഷീയമായ ഉടമ്പടി ലംഘിച്ചതിന്റെ ഫലമായിരുന്നു ഇത്.

അക്കാലത്ത്, പുതിയ ഓട്ടോമൻ സുൽത്താൻ തന്റെ മുത്തച്ഛൻ മുറാത്ത് അവർക്ക് അനുവദിച്ച നിരവധി വ്യാപാര ആനുകൂല്യങ്ങൾ റദ്ദാക്കിക്കൊണ്ട് ജെനോയിസിനെ ശിക്ഷിച്ചു. അതിനാൽ ബിയാട്രിസിനു താൻ ഒരു തുർക്കിയാണെന്ന വസ്തുത മറച്ചുവെക്കുകയല്ലാതെ മറ്റ് മാർഗമില്ലായിരുന്നു. ടർക്കിഷ് ഭാഷയിൽ സ്വപ്നം കാണുന്നതുപോലും അപകടമാണെന്ന് അവൾ മനസ്സിലാക്കി. എന്നാലും എല്ലാ രാത്രിയിലും അവൾ ഈ വാക്കുകൾ ഉരുവിട്ടു.

''ഞാൻ വലതുവശത്ത് നിന്നും കട്ടിലിൽ കയറുന്നു, എന്നിട്ട് ഇടതുവശത്തേക്ക് തിരിയുന്നു, എന്റെ മതത്തിനും എന്റെ വിശ്വാസത്തിനും മാലാഖമാർ എന്റെ സാക്ഷികളായിരിക്കട്ടെ.''

എല്ലാ രാത്രിയിലും അൽക്കാല തന്റെ രക്ഷയ്ക്കായി വരുന്നതായി അവൾ സ്വപ്നം കണ്ടു. എല്ലാ ദിവസവും രാവിലെ അവൾ പരിശുദ്ധ മറിയത്തിന് കുരിശടയാളം വരച്ചു. അവൾ കോൺറാഡിനയോട് പറഞ്ഞത് മറ്റാരോടും പറഞ്ഞിട്ടില്ല. അവളുടെ നീണ്ട സുന്ദരമായ മുടിയും ചാരനിറമുള്ള കണ്ണുകളും ആളുകൾക്ക് അപരിചിതമായി തോന്നാത്തതും അവൾക്ക് തുണയായി.

അതിനാൽ കോൺറാഡിനയും ബിയാട്രീസും മഠത്തിൽ ഒരുമിച്ച് യത്നിച്ചു. ഇരുവരും അവരുടെ വിധിക്ക് കീഴടങ്ങി കന്യാസ്ത്രീ ജീവിതത്തിൽ മുഴുകി. ആ വർഷാവസാനം അവർ മതപഠനത്തിൽ പൂർണ്ണ വിദ്യാഭ്യാസം നേടിയ കന്യാസ്ത്രീകളായി മാറി. 'സ്വർഗ്ഗസ്ഥനായ നമ്മുടെ പിതാവിന്റെ നിയമങ്ങൾക്കനുസൃതമായി ഈ ലോകത്ത് ജീവിക്കുന്നത് ഞങ്ങളുടെ ഏറ്റവും വലിയ ആനന്ദമാണ്' എന്ന് എങ്ങനെ അതിന്റെ ശരിയായ ശൈലിയിൽ എങ്ങനെ പറയണമെന്ന് അവർക്ക് അപ്പോൾ അറിയാമായിരുന്നു.

മെഡിറ്ററേനിയൻ ജീവിതം വളരെ അപകടകരമായിത്തീർന്ന ഒരു സമയത്ത് ആശ്രമത്തിലേക്ക് എത്തിയത് യഥാർത്ഥത്തിൽ ഒരു

അനുഗ്രഹമാണെന്ന് അവർ വിശ്വസിച്ചു. ആത്മനിഷേധത്തിലൂടെയും കഷ്ടപ്പാടുകളിലൂടെയും തങ്ങളുടെ ആത്മാവിനെ ശുദ്ധീകരിക്കാൻ ആഗ്രഹിക്കുന്ന കന്യാസ്ത്രീകളുമായി അവർ പ്രാർത്ഥിക്കും. യാസി ക്കോയിയിലെ അവളുടെ വീട്ടിൽ ഒരു ദെർവിഷ് വന്ന ഒരു സമയം ബില്ലൂർ ഓർത്തു. അത്തരക്കാർക്ക് ഭൗതികജീവിതം ഒരു വിഷയമ ല്ലെന്നും അല്ലാഹുവിന്റെ വഴിയിൽ നടന്നു നന്മകൾ ചെയ്യാൻ മാത്ര മാണ് അവർ ശ്രമിക്കുന്നതെന്നും അവളുടെ പിതാവ് അന്ന് അവ ളോട് പറഞ്ഞു. ആ ദെർവിഷ് അവളുടെ വീട്ടിൽ അതിഥിയായി താമസിച്ചു, മുഴുവൻ കുടുംബത്തിനും വേണ്ടി ഖുർആൻ വായിച്ചു. വർഷാവസാനത്തോടെ ബില്ലൂറിനു ആ ദെർവിഷിനെ പോലെ തോന്നിത്തുടങ്ങി. കന്യാമറിയത്തെയും കർത്താവായ യേശുവിനെ യും കുറിച്ചുള്ള ശ്ലോകങ്ങൾ വായിക്കാനും പള്ളി ശുശ്രൂഷകളിൽ പങ്കെടുക്കാൻ ആളുകളെ ക്ഷണിക്കാനും അവൾ ആഴ്ചയിലൊരി ക്കൽ കോൺറാഡിനയ്ക്കൊപ്പം നഗരത്തിൽ പോകും. അത് ആ ദെർവിഷിന്റെ ജോലി പോലെ തന്നെയായിരുന്നു. സത്യത്തിൽ കോൺറാഡിന ആളുകളോട് ശൃംഗരിച്ചു കൊണ്ടായിരുന്നു അവരെ പള്ളിപ്പരിപാടികളിലേക്ക് ക്ഷണിച്ചു കൊണ്ടിരുന്നത്. അതായിരുന്നു അവളുടെ ഒരു രീതി. ബിയാട്രീസ് കന്യകാമറിയത്തിന് അമ്മ മറിയ മെന്നും മിശിഹായ്ക്ക് പകരം പ്രവാചകൻ യേശു എന്നും പറഞ്ഞ് പരോക്ഷമായി തന്റെ മതത്തോടുള്ള വിധേയത്വം കാത്തുസൂക്ഷിച്ചു. ഈ സമയങ്ങൾ, യാത്രകൾ അവർ വളരെ ആസ്വദിച്ചു. ചില വീടു കളിൽ കുട്ടികൾക്ക് ബൈബിൾ പാഠങ്ങൾ പറഞ്ഞുകൊടുക്കാൻ അവരുടെ അച്ഛനമ്മമാർ അവരോട് ആവശ്യപ്പെടുകയും പ്രത്യുപ കാരമായി അവർ സമ്മാനങ്ങളും സംഭാവനകളും നൽകുകയും ചെയ്തു. അവർ ഇത് മഠാധിപതിക്ക് സമർപ്പിക്കുകയാണ് പതിവ്.

ആശ്രമത്തിലേക്ക് എത്തിച്ചതിനു നന്ദി പറഞ്ഞുകൊണ്ട് ബിയാ ട്രിസ് ദൈവത്തോട് ആത്മാർത്ഥമായി പ്രാർത്ഥിച്ച സമയമായിരുന്നു അത്. പ്രത്യേകിച്ച് രണ്ട് കാര്യങ്ങൾക്ക് അവൾ ഏറ്റവും നന്ദിയുള്ള വളായിരുന്നു: അവൾ അടിമജീവിതത്തിൽ നിന്ന് മോചിപ്പിക്കപ്പെട്ടു വെന്നതും അവളുടെ ചാരിത്ര്യം ആശ്രമത്തിലെ പാരമ്പര്യങ്ങളും കർശനമായ നിയമങ്ങളാലും സംരക്ഷിക്കപ്പെട്ടുവെന്നതും. അതിനാൽ, അവളുടെ അമ്മ കൈമാറിയ കടമ പാലിക്കാൻ കഴിഞ്ഞു. കൂടാതെ വിലകുറഞ്ഞ ഏതൊക്കെയോ ചരക്കുകളെ പോലെ മെഡിറ്ററേനി യൻ കടലിൽ വിൽക്കപ്പെടുന്നതിന്റെ കഠിനയാഥാർത്ഥ്യം അനുഭ വിക്കുന്നതിൽ നിന്നും അവൾ രക്ഷിക്കപ്പെട്ടു; എന്നാൽ ഏറ്റവും പ്രധാനമായി, സെയിന്റ് അൽക്കാലയ്ക്കു വേണ്ടി സ്വയം രക്ഷിക്കാൻ അവൾക്ക് കഴിഞ്ഞു. ഒരു ദിവസം അവർ വീണ്ടും കണ്ടുമുട്ടുമെന്നും

അന്ന് അവർ പിരിഞ്ഞ ദിവസം ചെയ്തതുപോലെ ആലിംഗനം ചെയ്യു മെന്നും അവൾ പ്രതീക്ഷിച്ചു.

കന്യാസ്ത്രീകളെ നോക്കേണ്ട ചുമതലയുള്ള മഠാധിപതി മാത്ര മാണ് മഠത്തിൽ അവളെ ഭയപ്പെടുത്തിയത്. മഠത്തിലെ കന്യാസ്ത്രീ കളെ പരിപാലിക്കുന്ന മറ്റ് ഒമ്പത് വൈദികരും അദ്ദേഹത്തിന്റെ മേൽനോട്ടത്തിലാണ്. മഠാധിപതിയുടെ കണ്ണുകൾ ഭയപ്പെടുത്തുന്ന തായിരുന്നു. അത് എല്ലാവരേയും വളരെ അസ്വസ്ഥരാക്കും. ചില വൈദികർക്ക് കന്യാസ്ത്രീകളുമായി അവിഹിത ബന്ധമുണ്ടെന്ന അഭ്യൂഹങ്ങൾ വേനലവധിക്കാലത്തിന്റെ തുടക്കത്തിൽ മഠത്തിൽ പ്രചരിച്ചിരുന്നു. തങ്ങൾ കർശനമായ ബ്രഹ്മചര്യം, മൗനം, പ്രാർത്ഥന, വിശുദ്ധി, എന്നിവ പാലിക്കണമെന്ന് പുരോഹിതന്മാർ എപ്പോഴും നിഷ്കർഷിക്കുമെങ്കിലും പൂന്തോട്ടങ്ങളുടെയോ മുന്തിരിത്തോട്ടങ്ങ ളുടെയോ ആളൊഴിഞ്ഞ ഇടങ്ങളിലോ ഇരുണ്ട കോണുകളിലോ എന്തൊക്കെയോ സംഭവിക്കുന്നതായി കിംവദന്തികൾ പരന്നു.

പള്ളിയിലെ ഈ സംഭവങ്ങളെക്കുറിച്ചും പൗരോഹിത്യത്തിന്റെ കാപട്യത്തെക്കുറിച്ചും കൂടുതൽ സംസാരമുണ്ടായി. ദിവസവും ഏഴു നേരം പ്രാർത്ഥിക്കുകയും മാംസവും വീഞ്ഞും നിരസിക്കുകയും ചെയ്യുന്നുണ്ട് പുരോഹിതന്മാർ. വ്യഭിചാരം ഒരു പുരോഹിതന് തീർച്ച യായും ചെറിയ കുറ്റമല്ല, കാരണം ഇത് വിശ്വാസത്തെ അപമാനി ക്കലാണ്. കഴുത്തിൽ തൂങ്ങിക്കിടക്കുന്ന കുരിശിന്റെ ചിഹ്നമല്ലാതെ മറ്റൊന്നും അവർക്ക് ബാധകമല്ല. മഠത്തിലെ പുരോഹിതന്മാർക്കു മുമ്പാകെ നടത്തിയ പ്രസംഗത്തിൽ, ഒരു ക്രിസ്ത്യൻ മഠത്തിലെ പവിത്രതയുടെയും നിഷ്കളങ്കതയുടെയും പ്രാധാന്യം മഠാധിപതി ഊന്നിപ്പറഞ്ഞു. വ്യഭിചാരം ദൈവത്തെ അപമാനിക്കുന്നതെങ്ങനെ യെന്ന് ഞായറാഴ്ച പ്രസംഗത്തിലൂടെ അദ്ദേഹം വ്യക്തമാക്കി. ഈ പ്രശ്നം മാർപ്പാപ്പയുടെ ഭരണത്തിൽ എങ്ങനെ മാരകമായ ഒരു അർ ബുദമായിത്തീരുന്നുവെന്നും അദ്ദേഹം പറഞ്ഞു.

ആ ഞായറാഴ്ച പ്രസംഗത്തിനുശേഷം, കോൺറാഡിന ബിയാ ട്രിസിനെ തന്റെ മുറിയിലേക്ക് ക്ഷണിച്ചു. അവൾ പള്ളിയിലെ രസ കരമായ ചില സംഭവവികാസങ്ങളെക്കുറിച്ച് തന്റെ സുഹൃത്തിനോട് പറയുകയായിരുന്നു. കോൺറാഡിന തന്റേടിയും ധൈര്യശാലിയും ആണല്ലോ. ചിലപ്പോൾ പള്ളിനിയമങ്ങൾ അവൾക്ക് ബാധകമല്ല എന്ന് തോന്നും. അവളെ ഒരു പരിധിയിൽ കഴിഞ്ഞ് ആർക്കും നിയ ന്ത്രിക്കാനാവില്ല എന്നതാണ് സത്യം. അന്നും അവൾ നല്ല ആവേശ ത്തിലായിരുന്നു. ബിയാട്രിസിനു ഈ കാര്യത്തിൽ ചെറിയ പേടി യുണ്ടായിരുന്നെങ്കിലും തന്റെ പ്രിയസുഹൃത്തിനെ വിശ്വസിച്ച് അവളുടെ കൂടെ നിൽക്കുകയാണ് നല്ലതെന്നു തന്നെ തോന്നിയിരുന്നു. പക്ഷേ

ഇത്തവണ കാര്യങ്ങൾ കൈവിട്ടു പോകുമോ എന്ന് തോന്നി. കാരണം കോൺറി സഭയുടെ അധികാരത്തെ വെല്ലുവിളിക്കുകയായിരുന്നു.

ഇത് ബിയാട്രിസിനെ ആശങ്കയിലാഴ്ത്തി. കോൺറിയുടെ ഒരു വിശ്വസ്തൻ പറയുന്നതനുസരിച്ച്, മാർപ്പാപ്പ സഭയ്ക്കായി ഒരു കോടതിയും പല നിയമങ്ങളും തയ്യാറാക്കുകയായിരുന്നു. ഫ്ളോറൻസിലെ പ്രശസ്തമായ മെഡിച്ചി കുടുംബത്തിലെ ലോറെൻസോയുടെ മകൻ ഗ്യൂസെപ്പെയാണ് ഈ നിയമാവലിയുടെ കർത്താവത്രെ. ലിയോ പത്താമൻ മാർപാപ്പയാണ് മെഡിച്ചിയുടെ താങ്ങ്. മെഡിച്ചി ഇതിനായി ജനോവയിലെ ടാക്സ കമാരയിൽ ഒരു സൗധം വാടകയ്ക്ക് എടുത്ത് താമസമായിരുന്നു. നഗരത്തിലുടനീളമുള്ള കിംവദന്തികൾ എന്തെന്നാൽ, ടാക്സ കമാര നിയമാവലി എന്തിനെന്നാൽ പാപം ചെയ്ത വ്യക്തികൾ പള്ളിക്ക് പണമായി പിഴയൊടുക്കിയാൽ അവരെ സഭയ്ക്ക് ആത്മീയമായി മോചിപ്പിക്കാൻ കഴിയുമെന്നാണ്. ഭയാനകമായ പാപം എന്തുതന്നെയായാലും പോപ്പിന് അല്ലെങ്കിൽ ഒരു പുരോഹിതന് ഏതെങ്കിലും വ്യക്തിയെ മോചിപ്പിക്കാൻ കഴിയുമെന്നാണ് ഈ നിയമാവലി പറയുന്നതത്രെ. ഇതെല്ലാം തന്റെ സുഹൃത്തിനോട് വിശദീകരിക്കുമ്പോൾ കോൺറാഡിന ഒരു കുസൃതി നിറഞ്ഞ ഒരു ചിരി ചിരിച്ചു.

‘‘പാപങ്ങളിൽ നിന്ന് സ്വയം മോചിപ്പിക്കാൻ ഈ മഹാന്മാരും പുണ്യവാന്മാരുമായ ആത്മാക്കൾ ശ്രമിക്കുന്നത് നീ കാണുന്നില്ലേ? പാവപ്പെട്ടവരുടെ ആത്മാക്കളെ രക്ഷിക്കാൻ പ്രവർത്തിക്കേണ്ടവരാണിതെന്ന് ഓർക്കുക.’’

അവൾ ഇക്കാര്യം ഊന്നിപ്പറഞ്ഞു. എന്നിട്ട് അവൾ ഒരു കടലാസ് എടുത്ത് വായിക്കാൻ തുടങ്ങി. ബിയാട്രിസ് ഒന്നും മിണ്ടിയില്ല, എന്നിട്ട് ഇങ്ങനെയൊക്കെ പറഞ്ഞതിന് കുമ്പസാരിക്കാൻ അവളുടെ സുഹൃത്തിനെ പ്രേരിപ്പിച്ചു. എന്നാൽ കോൺറാഡിന വായിക്കാൻ തുടങ്ങിയിരുന്നു:

‘‘അതിനാൽ ഭാവിയിൽ സഭയിൽ നടപ്പാക്കാനുള്ള ചില നിയമങ്ങൾ മാത്രമാണ് ഇപ്പോൾ ഇവിടെ നൽകിയിരിക്കുന്നത്:

ഒരു സാധാരണ സ്ത്രീയുമായോ കന്യാസ്ത്രീയുമായോ അവിഹിത ലൈംഗിക ബന്ധത്തിൽ ഏർപ്പെട്ട ഒരു പുരോഹിതൻ 67 ലിറായും 12 സോൾഡിയും നഷ്ടപരിഹാരമായി നൽകണം.

ഒരു പുരോഹിതൻ പ്രകൃതിയോടോ മൃഗത്തോടോ ചെയ്ത ലൈംഗികപാപത്തിന് അയാൾ ഇരുനൂറ്റിപ്പത്തൊമ്പത് ലിറായും പതിനഞ്ച് സോൾഡിയും നൽകണം.

ഒരു ആൺകുട്ടിയോടോ പ്രകൃതിയോടോ ചെയ്ത പ്രകൃതിവിരുദ്ധ മായ പാപത്തിന്, അവൻ നൂറ്റിമുപ്പത്തിഒന്ന് ലിറായും പതിനഞ്ച് സോൾ ഡിയും നൽകും.

കന്യകയായ പെൺകുട്ടിയെ പ്രാപിക്കുന്ന ഒരു പുരോഹിതൻ രണ്ട് ലിറായും എട്ട് ലിബ്രെയും നൽകും.

ഒന്നോ അതിലധികമോ പുരുഷന്മാർക്ക്, ഒരേ സമയത്തോ ഒന്നിനുപുറകെ ഒന്നോ, ഒരു മഠത്തിലോ പൊതുസ്ഥലത്തോ വച്ച് ശരീരം പങ്കിട്ട ഒരു പുരോഹിതൻ, ഒരു പ്രധാന പുരോഹിതന് നൂറ്റിമുപ്പത്തിഒന്ന് ലിറായും പതിനഞ്ച് ലിബ്രെയും നൽകണം.''

കോൺറാഡിന ഇതെല്ലാം പറഞ്ഞുകഴിഞ്ഞപ്പോൾ, ബിയാട്രീസ് സംസാരിക്കാൻ പോലും വയ്യാത്തവിധം ഞെട്ടിയിരിക്കുകയായിരുന്നു. അവൾ എഴുന്നേറ്റു വാതിലടച്ചു. അവളുടെ മനസ്സിൽ കുറെ ചോദ്യ ങ്ങളുയർന്നു: അവളുടെ ഈ ഭ്രാന്തി സുഹൃത്ത് ഈ നിയമാവലി എവിടെ നിന്ന് കണ്ടെത്തി? എന്താണ് അവൾക്ക് ഇതിലുള്ള താൽ പ്പര്യം?

''പള്ളിയുടെ പേരിൽ ഇത്ര ലജ്ജാകരമായ അപവാദം പ്രചരി പ്പിക്കുന്ന ആളുകളെ പരിശുദ്ധ പിതാവ് ശപിക്കട്ടെ.'' കോൺറി ആക്രോശിച്ചു.

''അത് ശരിയാണ്, കോൺറി, അത് തന്നെയാണ് വേണ്ടത്. പക്ഷേ നീയെങ്ങനെ എപ്പോഴും ഇതുപോലുള്ള ഊരാക്കുടുക്കുകളിൽ ചെന്ന് പെടുന്നു? നീ ഇത് ഉടൻ കത്തിച്ചുകളയണം.''

ബിയാട്രിസ് മെഴുകുതിരി എടുത്തു നീട്ടി.

''ഓ ബിയാട്രിസ്! നീ എത്ര ശുദ്ധയാണ്. ഇതൊരു അബദ്ധമല്ല, ഇതൊരു നിധിയാണ്. ഒരുപക്ഷേ തിരിച്ചു ബൊഹീമിയയിലേക്കുള്ള എന്റെ തുറുപ്പുചീട്ട്. അവിടെ എനിക്ക് എന്റെ കുടുംബത്തിലേക്ക് തിരിച്ചുപോകണം, എന്റെ ജീവിതം തിരികെ നേടുകയും ചെയ്യണം.''

''അതെങ്ങനെ സാധിക്കും മണ്ടി, നിനക്ക് ബുദ്ധിയില്ലേ?''

''നിനക്ക് ഒന്നുമറിയില്ല. ഇത് എഴുതിയത് ലോറെസെനോയുടെ മകൻ ജിയോവാന്നി മെഡിച്ചിയാണ് അറിയാമോ? എനിക്കായി എഴു തിയത്.''

''നീ എന്താ ഈ പറയുന്നത്, കോൺറി, നീ എന്താണ് ചെയ്ത തെന്ന് എന്നോട് പറയൂ.''

''ദൈവത്തിന് നന്ദി പറഞ്ഞാൽ മതി, എനിക്ക് ഒന്നും ചെയ്യേണ്ടി വന്നില്ല. കഴിഞ്ഞയാഴ്ച ഞാൻ ടാക്സ കമാരയിലെ ബംഗ്ലാവിൽ പോയിരുന്നു. എന്നെ അങ്ങോട്ട് വിട്ടപ്പോൾ ഞാൻ ഏതോ ഒരു

സാധാരണ ജെനോയിസ് കുടുംബത്തെ കാണാൻ പോകുകയാ ണെന്നെ വിചാരിച്ചുള്ളൂ. പക്ഷേ ഞാൻ മട്ടുപ്പാവിൽ കണ്ടത് കർദ്ദിനാൾ ജിയോവാനിയെയാണ്. ഞാൻ സംയമനം പാലിച്ചു. പൂന്തോട്ടത്തി ലേക്ക് ചുവടുവെച്ച്, ജനാലയിൽ ചാരിയിരുന്ന ഒരു വൃദ്ധയോടും അവളുടെ കുട്ടികളോടും ബംഗ്ലാവിലെ യജമാനനെ കാണാൻ കഴി യുമോ എന്ന് ചോദിച്ചു. ആ സ്ത്രീ എന്നോട് മുകളിലേക്ക് വരാൻ ആംഗ്യം കാണിച്ചു.

അവിടെ അയാൾ തന്റെ മേശയിൽ ഇരുന്നെന്തോ കുത്തിക്കുറി ക്കുന്നു. അയാൾ ഒരു പുരോഹിതന്റെ വസ്ത്രം ധരിച്ചിരുന്നു. ഞാൻ ആദരവോടെ വണങ്ങി. എന്നോട് ഇരിക്കാൻ ആംഗ്യം കാണിച്ചു. എന്നിട്ട് സംസാരിക്കാൻ തുടങ്ങി. അയാൾക്ക് അറിയേണ്ടിയിരുന്നത് തിരുവസ്ത്രമണിഞ്ഞവർ ലൈംഗികബന്ധത്തിലേർപ്പെടുന്നതിനെ ക്കുറിച്ചുള്ള എന്റെ അഭിപ്രായമാണ്. വെട്ടിത്തുറന്ന് ചോദിച്ചപ്പോൾ ആദ്യം ഒരു ബുദ്ധിമുട്ട് തോന്നിയെങ്കിലും പിന്നീട് ഞാൻ അതിനെ ക്കുറിച്ച് സംസാരിച്ചു. പോകെപോകെ അയാൾ കാമത്തെക്കുറിച്ചും സ്ത്രീപുരുഷബന്ധത്തെക്കുറിച്ചുമൊക്കെ തുറന്നു സംസാരിക്കാൻ തുടങ്ങി. അയാൾ എന്നെ വശീകരിക്കാൻ ശ്രമിക്കുകയാണോ എന്നെ നിക്ക് സംശയം തോന്നാതിരുന്നില്ല. സത്യത്തിൽ അൽപനേരം കഴിഞ്ഞപ്പോൾ ഞാൻ വികാരാധീനയായിരുന്നു. അപ്പോൾ അയാൾ എന്തെങ്കിലും ചെയ്തിരുന്നെങ്കിൽ എനിക്ക് തടുക്കാനാവുമോ എന്ന് സംശയം ഉണ്ടായിരുന്നു പക്ഷേ ഈ വിഷയത്തെക്കുറിച്ച് എന്റെ അഭിപ്രായം മാത്രമാണ് അയാൾക്ക് വേണ്ടിയിരുന്നത്. അതിനു വേണ്ടിയാണ് ബിയാട്രിസ് അയാൾ ഇതെല്ലാം എന്നെക്കൊണ്ട് എഴു തിപ്പിച്ചു തന്നു വിട്ടത്.''

ബിയാട്രീസിന്റെ ബാക്കി ഉണ്ടായിരുന്ന ജീവനും ഇത് കേട്ടതോടെ പോയി. ഇവൾ ഇതെന്തിനുള്ള പുറപ്പാടാണ്? കോൺറി എന്തബദ്ധം കാണിച്ചാലും ശിക്ഷ ബിയാട്രിസിനും കൂടി കിട്ടുന്നത് ഒരു പതി വായിരുന്നു. ഇനിയിപ്പോൾ എന്തൊക്കെയാണാവോ സംഭവിക്കുക? പക്ഷേ അവളെ ഇതൊന്നും അലട്ടുന്ന ലക്ഷണമില്ല. എന്നു മാത്ര മല്ല ഇതിലൊക്കെ അവൾ എന്തോ ഒരു രസം കണ്ടെത്തുന്ന പോ ലെയും ബിയാട്രിസിനു തോന്നി.

''വാ ബിയാട്രിസ്, നമുക്ക് ടാക്സ കമാരയിൽ പുതിയ നിയമ ങ്ങൾ എഴുതിച്ചേർക്കാം.''

ഇവൾക്ക് വട്ടു തന്നെ, ബിയാട്രിസ് ഉറപ്പിച്ചു. പക്ഷേ കോൺറി ഒരു കാര്യം വിചാരിച്ചാൽ അത് നടത്തിയിരിക്കും. ബിയാട്രിസ് വാതിൽ കുറ്റിയിട്ടു. അവർ മെഴുകുതിരി വെളിച്ചത്തിൽ ചർച്ചയാരംഭിച്ചു. അവർ എഴുതിക്കൂട്ടിയ പല കാര്യങ്ങളും ആസക്തിയെക്കുറിച്ചുള്ളതും

അവരുടെ ഭാവനയിൽ വന്ന രോമാഞ്ചം നിറഞ്ഞ കാര്യങ്ങളും ആയിരുന്നു. അതവരെ ഒരുപാട് ചിരിപ്പിച്ചു. പുലർച്ചെ വരെ ഇത് തുടർന്ന്. അവസാനം അവർ ഒരു നിയമം എഴുതി ചേർത്തു.

''ഒരു സ്ത്രീയും പുരുഷനും ജനിക്കാത്ത കുഞ്ഞിന്റെ ജീവനെടുത്താൽ അവർ പതിനേഴ് ലിറായും പതിനഞ്ച് സോൾഡിയും അടയ്ക്കണം. ഇതിനു സഹായിച്ചവർ ഇതിൽ നിന്ന് ഒരു ലിറാ കുറച്ചും അടയ്ക്കണം.''

രണ്ടു മാസത്തിനു ശേഷം ബിയാട്രിസ് പള്ളിമതിലിൽ ടാക്സ കമാരയിലെ ഈ നിയമം എഴുതി വെച്ചിരിക്കുന്നതായി കണ്ടു. അതോടെ അവൾക്ക് തന്റെ സ്ഥാനം ഈ ആശ്രമത്തിലല്ല എന്നുറപ്പായി.

1514

രണ്ടു വർഷത്തിനു ശേഷം

കദിർക്കലെ ആയിരുന്നു ഹിസീർ റയീസിന്റെ താവളം. ഞങ്ങൾ മൂന്ന് ആഴ്ചത്തെ ആഴക്കടൽ യാത്രയ്ക്ക് ശേഷം അവിടെ എത്തി. ഞാൻ വീണ്ടും വീണ്ടും ഒരേ സ്വപ്നം കണ്ടിരുന്നു. അതിൽ ഹിസീർ റയീസ് തന്റെ ജ്യേഷ്ഠന്റെ പതാക താഴ്ത്തുന്നു പക്ഷേ അയാൾക്ക് അത് വീണ്ടും ഉയർത്താൻ കഴിയുന്നില്ല. അലട്ടുന്ന ഒരു സ്വപ്നം. ഇപ്പോൾ ഹിസീർ ഡിജെർബ ദ്വീപിലുള്ള തന്റെ സഹോദരൻ ഒരൂച്ച് റയീസിനെ കാണാനുള്ള യാത്രയിലായിരുന്നു. ആയുധപ്പുരയിൽ സൂക്ഷിച്ചിരുന്ന ഭൂപടങ്ങളും ചാർട്ടുകളും എല്ലാം പരിശോധിക്കുന്നതിന് എന്നെ ചുമതലപ്പെടുത്തിയിരുന്നു. സ്പെയിൻകാരും കാറ്റലൻകാരും ദ്വീപിനെ ഫോർമെന്റേറ എന്ന് വിളിച്ചു, ദ്വീപ് നല്ല ഓർമകളെ ഉണർത്തുന്നുണ്ടെങ്കിൽ ഞങ്ങൾ അതിനെ കുഹുഡ്ലുക്ക് എന്നും മോശം ഓർമകൾ ഉണർത്തുന്നുണ്ടെങ്കിൽ കെവ്സെരെ എന്നും പറയും. ഹിസീർ അടുത്തിടെ മോചിപ്പിച്ച ഒരു ഗാലി അടിമ ഈ ചെറിയ ദ്വീപിനെ ചൂണ്ടിക്കാണിച്ചുകൊണ്ട് പറഞ്ഞു,

''അമ്പത് വർഷം മുമ്പ് ദ്വീപിലെ എല്ലാംതന്നെ നിലംപരിശാക്കുകയും മുസ്ലീങ്ങളെയെല്ലാം കൊന്നൊടുക്കുകയും ചെയ്തതിനാൽ ബെർബർ നാവികർ ഈ സ്ഥലത്തെ കദ്ർഇ കാൽ എന്ന് വിളിക്കുന്നു.''

ആളൊഴിഞ്ഞ ദ്വീപിൽ ഒരു താവളം ഉണ്ടാക്കുന്നത് എത്രത്തോളം ഉപയോഗപ്രദമാണെന്ന് ഞാൻ ചിന്തിച്ചു. പക്ഷേ പേര് ഇഷ്ടപ്പെട്ടു:

കദിർക്കലെ. പക്ഷേ, ഗാലി അടിമകളോ യുദ്ധം ചെയ്യുന്ന നാവികരോ ഈ സ്ഥലത്തെ കദിർക്കലെ എന്ന് വിളിക്കുമെന്ന് ഞാൻ ഒരിക്കലും പ്രതീക്ഷിച്ചില്ല. പ്രതാപക്കോട്ട എന്നത് മാറി ദൗർഭാഗ്യക്കോട്ട എന്നായി.

വലിപ്പമേറിയ ഈ ദ്വീപിന്റെ തെക്കൻ ചരിവിൽ വിജനമായ ഒരു കോട്ടയും അതിനു താഴെ ഉപേക്ഷിക്കപ്പെട്ട ഒരു മുസ്ലീം ഗ്രാമവുമുണ്ട്. എന്നാൽ തുറമുഖം ഉണ്ടായിരുന്നില്ല, അതിനർത്ഥം നാവികർ ഒരിക്കലും അവിടെ നിർത്തിയിട്ടില്ല എന്നാണ്. കപ്പലിൽ ലഭ്യമായ എല്ലാ ഭൂപടങ്ങളും ചാർട്ടുകളും ഞാൻ ഇതിനകം ശ്രദ്ധാപൂർവം പരിശോധിച്ചു. കൂടാതെ ആ പ്രദേശത്തെക്കുറിച്ച് കഴിയുന്ന കാര്യങ്ങൾ പഠിച്ചു. കെവ്സെരെ ആയിരുന്നു ഏറ്റവും അടുത്തുള്ള ദ്വീപ്, അതിനപ്പുറം ഐബിസ, മല്ലോർക്ക എന്നീ ബലേറിക് ദ്വീപുകളും.

എനിക്ക് കഴിയുന്നത്ര പഠിക്കണമായിരുന്നു. കാരണം മുഖ്യമാർഗദർശിയായി ഹിസീർ എന്നെ നിയമിച്ചിരുന്നു, എനിക്ക് ആ സ്ഥാനം ഞാൻ അർഹിക്കുന്നുണ്ട് എന്ന് തെളിയിക്കുകയും വേണമായിരുന്നു.

നിങ്ങൾക്ക് മെഡിറ്ററേനിയൻ അവളുടെ ഭൂപടം പോലെ അറിയാമോ എന്ന് നോക്കാം എന്ന് പറഞ്ഞുകൊണ്ടാണ് ഹിസീർ ഹെയ്റെദ്ദീൻ റയീസ്, എന്നെ മുഖ്യമാർഗദർശിയായി നിയമിച്ചത്. ഒരുമിച്ചുള്ള ആദ്യത്തെ പര്യവേക്ഷണമായിരുന്നു അത്. തുർക്കികൾ അവരുടെ ഗാലികൾക്ക് പേരിടാറില്ലെന്നും ക്യാപ്റ്റന്റെ പേരിലാണ് അവയെ വിളിക്കുന്നതെന്നും എനിക്കറിയാം. എന്നാൽ ഒരു ബസ്റ്റാർഡിന് (ഒരുതരം തുഴക്കപ്പൽ) അവർ ഒരു പേരിട്ടു. കടൽപ്പുലി, അഥവാ 'പെലെങ്ഐ ദേര്യ'. വാസ്തവത്തിൽ ഈ കപ്പൽ, കടലിലെ ഒരു പുലി തന്നെയായിരുന്നു. ഇരയുടെ മേൽ കുതിക്കാൻ തയ്യാറായി നിൽക്കുന്ന പുലി. എനിക്ക് കടലിൽ ഒരു നല്ല വേട്ടനിലം കണ്ടുപിടിക്കേണ്ടിയിരുന്നു. ഒരു ഭൂപടത്തിൽ, കദിർക്കലെയുടെ നടുവിൽ നിന്ന് കടലിലേക്ക് ഒഴുകുന്ന ഒരു നദി ഞാൻ ശ്രദ്ധിച്ചു. ദ്വീപിനെ ചുറ്റിത്തുഴഞ്ഞു നദി തിരയാൻ ഞാൻ നിർദ്ദേശിച്ചു. കൊടുങ്കാറ്റുള്ള കാലാവസ്ഥയിൽ സുരക്ഷിതമായ ഒരു തുറമുഖം കണ്ടെത്തുക എന്നത് മുഖ്യമാർഗദർശി എന്ന നിലയിൽ എന്റെ ഉത്തരവാദിത്തമായിരുന്നു. നദി കണ്ടെത്തി. ഭൂപടം സൂചിപ്പിച്ചതിലും വളരെ വലുതാണ് നദിയെന്ന് മനസ്സിലായി.

ഞങ്ങൾ ആ രാത്രി ആ അഴിമുഖത്ത് ചെലവഴിച്ചു. രാവിലെ രണ്ട് നാവികരോടൊപ്പം ഞാൻ നദി പര്യവേക്ഷണം ചെയ്യാൻ പുറപ്പെട്ടു. നദിക്കരയിൽ നാനൂറ് ഫാതം (ഒരു ഫാതം ആറടിയാണ്)

മാത്രം അകലെ ഞങ്ങൾ ഒരു തടാകം കണ്ടെത്തി. ഒരു കടൽ ഗുഹയും അതിനപ്പുറം മനോഹരമായ ഒരു തടാകവും. മെഡിറ്ററേനിയനിലെ കടൽക്കൊള്ളക്കാർക്ക്, കടൽഗുഹകൾ വളരെ ഉപയോഗപ്രദമാണ്. എന്നാൽ ഒളിക്കാൻ പറ്റിയ സ്ഥലമെന്നതിലുപരി ഇത് താമസിക്കാൻ പറ്റിയ, ചാരുതയാർന്ന, ഇടമായിരുന്നു. ഞങ്ങൾ ഉടൻ തന്നെ ഹിസീർ റയീസിന് സന്ദേശം അയച്ചു. അദ്ദേഹത്തിന് സന്തോഷമായി.

നദിയുടെ ഉറവിടം കണ്ടെത്താനും അതിന്റെ നീളം നിർണ്ണയിക്കാനും അതിന്റെ തീരത്ത് ആരെങ്കിലും താമസിക്കുന്നുണ്ടോ എന്ന് കണ്ടെത്താനും അദ്ദേഹം ഞങ്ങളോട് ആവശ്യപ്പെട്ടു. മെഡിറ്ററേനിയൻ കടലിന്റെ നിയന്ത്രണം നിലനിർത്താൻ ഹിസീർ റയീസിനെ സഹായിക്കുന്ന സവിശേഷമായ ഒരു ഒളിത്താവളമായിരുന്നു കദിർക്കലെ. നദി ഏകദേശം മൂന്ന് മൈൽ അകലെ നിന്നാണ് ഒഴുകി വരുന്നത്. കുമിളകൾ നിറഞ്ഞും കുതിച്ചുകയറിയും നുരയും പതയും ഒഴുക്കിയും പാറക്കെട്ടുകൾക്കിടയിലൂടെ അത് കടലിലേക്ക് പാഞ്ഞു. ഒരു വശത്ത് കുത്തനെയുള്ള പാറകളുള്ള ശാന്തമായ ഈ തടാകത്തിൽ വിശ്രമിച്ചു. ഇരുനൂറ് മീറ്റർ ഉള്ള ഒരു കെട്ടിലൂടെ കടലിലെ തിരമാലകളുമായി ഇടകലരുന്നതിന് മുമ്പ് മണൽ നിറഞ്ഞ തീരവും.

നാൽപ്പത് ഗാലികൾ ഉൾക്കൊള്ളാൻ കഴിയുന്നത്ര വലുതായിരുന്നു തടാകം. അടുത്തെങ്ങും ജീവന്റെ ഒരു അടയാളവും ഉണ്ടായിരുന്നില്ല. ഞങ്ങൾക്ക് മുമ്പ് മറ്റാരെങ്കിലും ഇത് ഉപയോഗിച്ചതിന്റെ അടയാളവും ഞങ്ങൾ കണ്ടെത്തിയതുമില്ല. എന്നിട്ടും ഞങ്ങൾ രണ്ടു ദിവസം ജാഗരൂകരായി നിന്നു. ആരും വന്നില്ല, കടന്നു പോകുന്ന കപ്പലുകൾക്കൊന്നും നദിയെ കാണാതെ പോകാൻ കഴിയില്ലെന്ന് ഞങ്ങളുടെ നാവികർ പറഞ്ഞു. പക്ഷേ ആരും ഈ സാധ്യത കണ്ടിട്ടില്ല. ചില കാരണങ്ങളാൽ, എല്ലാ ഭൂപട നിർമാതാക്കളും ഒന്നൊഴിച്ച് മെഡിറ്ററേനിയൻ ഭൂപടങ്ങളിൽ ഈ നദി വരച്ചിരുന്നില്ല. ഇത് ഞങ്ങൾക്ക് ഏറെ പ്രയോജനകരമായിരുന്നു. ഒരു യുദ്ധത്താവളമായി ഞങ്ങൾ ഇതിനെ പണിതുയർത്താൻ തീരുമാനിച്ചു. ആദ്യം ഞങ്ങൾ നദീതടത്തെ പതിനഞ്ച് അടിയായി ചുരുക്കി. ഇത് ജലനിരപ്പ് ഉയരുന്നതിനും ഗാലികളുടെ സുഗമമായ കടന്നുപോക്കിനും അനിവാര്യമായിരുന്നു. എന്നിട്ട് നഗ്നനേത്രങ്ങൾക്ക് കാണാൻ കഴിയാത്ത വിധം നദീമുഖം ഒരു കെട്ടുയർത്തി ഞങ്ങൾ പരമാവധി മറച്ചു.

പുറത്ത് നിന്ന് നോക്കിയാൽ വിജനമായ ഒരു ദ്വീപല്ലാതെ മറ്റൊന്നും കാണില്ല ഇനി. ഞങ്ങൾ അഴിമുഖത്ത് വീപ്പകൾ മുക്കി ഇരുമ്പ് കുന്തങ്ങളായും കൽപാളികളും മറ്റ് മൂർച്ചയുള്ള കെണികളും ഉറപ്പിച്ചു.

ഞങ്ങൾ ഇല്ലാത്തപ്പോൾ ആർക്കും ഒരു തുറമുഖമായി ഉപയോഗിക്കാൻ കഴിയാത്ത വിധം ആ സ്ഥലം മാറ്റിയെടുത്തു. പിന്നെ വടങ്ങൾ കൊണ്ട് കപ്പൽ തടാകം മുതൽ അഴിമുഖം വരെ വലിച്ചു കൊണ്ടുപോകുന്ന സംവിധാനം ഉണ്ടാക്കി. നിരവധി കപ്പികൾ ഇതിനായി സ്ഥാപിച്ചു. നദിയെ മൂന്ന് ചാനലുകളായി വിഭജിക്കാൻ കഴിയുന്ന ഒരു ഡിഫറൻഷ്യൽ പുള്ളി ഞങ്ങൾ സ്ഥാപിച്ചു. അതുവച്ച്, ആവശ്യത്തിന് അനുസരിച്ച്, മൂന്ന് വിശാലമായ ചാനലുകളോ ആഴത്തിലുള്ള ഒരു ചാനലോ സൃഷ്ടിക്കുന്നതിന് വളരെക്കുറച്ചു സമയം മതിയാകും.

നിരവധി പ്രതിരോധക്കെട്ടുകളും ഞങ്ങൾ വെള്ളത്തിനടിയിൽ നിർമിച്ചു. ഞങ്ങളുടെ പ്രവർത്തനത്തിനുള്ള നന്ദി സൂചകമായി ഹിസീർ റയീസ് അടിമകളായ രണ്ട് അർമേനിയൻ ആശാരിമാരെ മോചിപ്പിക്കുകയും രണ്ട് തുർക്കി യാത്രക്കാർക്ക് ഗണ്യമായ ഒരു തുക നൽകുകയും ചെയ്തു. ഇപ്പോൾ ഞങ്ങൾക്ക് സിസിലിക്കും ടുണീഷ്യയ്ക്കും ഇടയിലുള്ള കടലിൽ ഭീഷണിയില്ലാതെ സഞ്ചരിക്കാം. ഒരു പ്രേതക്കപ്പൽപോലെ പെട്ടെന്ന് അപ്രത്യക്ഷമാകാം. ഞങ്ങൾക്ക് ഇപ്പോൾ ജെർബയിലേക്ക് സുരക്ഷിതമായും ആത്മവിശ്വാസത്തോടെയും യാത്ര ചെയ്യാം. അവിടെ ഞങ്ങൾക്ക് ചുവന്ന താടിക്കാരൻ ഒരൂച്ച് ബാബയെ കാണാം.

ജേർബ മനോഹരമായ സ്ഥലമായിരുന്നു. ഒരിക്കൽ ഞങ്ങൾ തുറന്ന കടലിൽ നരകയാതന അനുഭവിച്ചു. ജ്വലിക്കുന്ന അമ്പുകൾ, പീരങ്കി വെടികൾ, ചങ്ങലകൾ, ലാൻഗ്രേജ് വെടികൾ, തീപ്പിടുത്തങ്ങൾ, നിലവിളികൾ. അതെല്ലാം ഉള്ളിലൊരു തീയായി അണയാതെ ഉണ്ടായിരുന്നു. യുദ്ധത്തിന്റെ നടുവിലാണ് ഞങ്ങൾ ഒരൂച്ചിന്റെ അടുത്തെത്തുന്നത്. ഞങ്ങൾ നടത്തിയ ആദ്യത്തെ സംഭാഷണം ഔപചാരികമായിരുന്നു:

''ഒരൂച്ച്, ഞാൻ ഈ ദുസ്സ്വപ്നം വളരെക്കാലമായി കാണുന്നു.''

''പ്രിയ ഹിസീർ, ഈ കടലുകളിൽ സ്വപ്നങ്ങളില്ല, അഭിലാഷങ്ങളേയുള്ളൂ. അവരവരുടെ അഭിലാഷങ്ങളെ മറികടക്കുന്ന വീരന്മാരും ഉണ്ട്. ശത്രുക്കൾ നമ്മുടെ കപ്പലുകളെ ആക്രമിക്കാൻ വന്നാൽ നമ്മൾ നമ്മുടെ ആഗ്രഹങ്ങൾ ഉപേക്ഷിക്കുമോ?''

''സഹോദരാ, നിനക്ക് മൂന്ന് ബാർക്കുകളും രണ്ട് ഗാലിയറ്റുകളും പോരേ? പ്രഭാതത്തിലെ നിർഭാഗ്യത്തേക്കാൾ വൈകുന്നേരത്തെ ഭാഗ്യമാണ് നല്ലത് എന്ന് ഞാൻ പറയും.''

''എന്റെ പ്രിയപ്പെട്ട ഹിസീർ, മെഡിറ്ററേനിയനിൽ ആരംഭിക്കുന്ന ഒന്നും പാതിവഴിയിൽ ഉപേക്ഷിക്കാൻ കഴിയില്ല, അത് എപ്പോഴും മനസ്സിൽ വയ്ക്കുക.''

ഈ സംഭാഷണത്തിനുശേഷം ഒരൂച്ച് നിർത്തിയ സ്ഥലത്ത് നിന്ന് യുദ്ധം പുനരാരംഭിക്കുകയല്ലാതെ ഞങ്ങൾക്ക് മറ്റ് മാർഗമില്ലായിരുന്നു. വൈകുന്നേരംവരെ രക്തച്ചൊരിച്ചിൽ തുടർന്നു. ചിലർ മരിച്ചു, ചിലർ ജീവനോടെ കത്തി, ചിലർ മുങ്ങിമരിച്ചു, ചിലർ രക്ഷപ്പെട്ടു. യുദ്ധം അവസാനിച്ചപ്പോൾ ഞങ്ങളുടെ മുറിവുകൾ ഉണർന്നു. ഇനി അവയെ ചികിത്സിക്കണം. വൈദ്യരുടെ ഉപദേശപ്രകാരം ഞങ്ങൾ കുറച്ച് കറുപ്പ് ചതച്ചത് ഒരൂച്ചിനെക്കൊണ്ട് കഴിപ്പിച്ചു. ഞങ്ങൾ പെലെങ്ഐ ദേര്യയിൽ ടുണീഷ്യയിലേക്ക് തിരിച്ചു. ഞങ്ങൾ അദ്ദേഹത്തിന്റെ ബാൻഡേജുകൾ മാറ്റി. പക്ഷേ അദ്ദേഹം രാത്രി മുഴുവൻ വേദനകൊണ്ട് പുളയുകയായിരുന്നു. ഹിസീർ റയീസ്, ഒരൂച്ചിന്റെ കൂടെത്തന്നെ നിന്നു. നേരം പുലർന്നപ്പോൾ ആ ചോദ്യം വന്നു.

''നാം എവിടെയാണ് എന്റെ ഹിസീർ?''

ഹിസീർ കരച്ചിലോടെ മറുപടി പറഞ്ഞു.

''ദൈവത്തിന് നന്ദി എന്റെ ആഗാ. നാം ടുണസ്സിലേക്കുള്ള യാത്രയിലാണ്.''

''നമ്മുടെ കുട്ടികൾ എവിടെ?''

''അവരെല്ലാം പരിക്കുകളൊന്നുമില്ലാതെയിരിക്കുന്നു. കുറച്ചു പേരെ ബെജായയിൽ വിട്ടു. അവരിൽ പകുതിപേരും അങ്ങേക്കായി ജെർബയിൽ കാത്തിരിക്കും, ബാക്കിപേർ നമ്മുടെ കൂടെയുണ്ട്.''

''നമ്മുടെ യുദ്ധം എങ്ങനെ തീർന്നു?''

''നിങ്ങളുടെ ഗാലികളും ഗാലിയറ്റുകളും കൂടാതെ പതിമൂന്ന് കപ്പലുകൾ കൂടി നാം സ്വന്തമാക്കിയിരുന്നു. അവിശ്വാസികളെല്ലാം ഇപ്പോൾ അങ്ങയുടെ അടിമകളാണ്.''

''ഓ, എല്ലവർക്കും മധുരപലഹാരങ്ങൾ ലഭിക്കട്ടെ! ദൈവത്തിനു സ്തുതി.''

''ദൈവത്തിനു സ്തുതി, ആഗ.''

പിന്നെ അവർക്കിടയിൽ ഒരു നീണ്ട നിശ്ശബ്ദതയായിരുന്നു. ഒരൂച്ച് റയീസ് ഇടതുകൈമുട്ട് തുടർച്ചയായി തടവിക്കൊണ്ടിരുന്നു. അദ്ദേഹം തനിക്ക് എത്രത്തോളം ഗുരുതരമായി മുറിവേറ്റിട്ടുണ്ടെന്ന് മനസ്സിലാക്കാൻ ശ്രമിക്കുന്നതുപോലെ തോന്നി. വിഷയം സ്വയം അവതരിപ്പിക്കുന്നത് ഉചിതമാണെന്ന് ഹിസീർ റയീസിന് തോന്നിയില്ലെന്ന് ഞാൻ കരുതുന്നു. സൂര്യന്റെ ആദ്യ കിരണങ്ങൾ കപ്പിത്താന്റെ അറയിലേക്ക് വരുന്നതുവരെ ഞങ്ങൾ അങ്ങനെ തന്നെ നിന്നു. അവരുടെ മനസ്സിലൂടെ എന്ത് ചിന്തകളാണ് പോകുന്നത് എന്ന് പറയുക അസാധ്യമായിരുന്നു. പിന്നെ എന്തുകൊണ്ടോ ഒരൂച്ച് റയീസ് വിശദീകരിക്കാൻ തുടങ്ങി:

''ഞാൻ ആദ്യമായി ഇവിടെ വന്നകാലത്ത് എങ്ങനെ ആളുകളുടെ മനസ്സ് വായിക്കണമെന്ന് നന്നായി അറിയാമായിരുന്നു. മഗ്രിബിലെ ആളുകൾ അനറ്റോളിയയിലെയും ലെസ്ബോസിലെയും ആളുകളെപ്പോലെയല്ല. അവർ എപ്പോഴും യുദ്ധത്തിലാണ്. അവർ എമീർമാരോടും അവരുടെ മാറാബൗട്ടുകളോടും അവരുടെ നേതാക്കളോടും സൈന്യാധിപന്മാരോടും കലഹപ്രിയരായ അവർ തങ്ങളുടെ വീട്ടിലും പുത്രന്മാരോടും കുടുംബങ്ങളോടും ശണ്ഠയിലാണ്. ആന്റലൂഷ്യയിലെയും മഗ്രിബിലെയും ആളുകൾ, അറബികൾ, ബെർബറുകൾ, സുസുവ, ബെഡൂയിൻസ്, സെഫാർഡിം... അവർക്കെല്ലാം അവരുടേതായ പ്രശ്നങ്ങളും ദൗർബല്യങ്ങളും ഉണ്ട്. മുസ്ലീങ്ങൾ തന്നെ ഭിന്നിച്ചിരിക്കുന്നു. ആഫ്രിക്കയുടെ തീരത്ത്, അടിക്കടി ഷെയ്ക്കുമാരും മാറാബൗട്ടുകളും അധികാരം കൈയ്യാളുന്നു. ഭിന്നിപ്പിച്ച് കീഴടക്കുക എന്ന ഈ കളിയിൽ എല്ലാവരും തോൽക്കുന്നു, എല്ലാം നഷ്ടപ്പെടുന്നു.''

''എന്റെ ആഗാ, ക്ഷീണിക്കാതിരിക്കാൻ ശ്രമിക്കുക. നമുക്ക് ഇതെല്ലാം മറ്റൊരിക്കൽ സംസാരിക്കാൻ കഴിയില്ലേ?''

''എന്റെ പ്രിയപ്പെട്ട ഹിസീർ, ഞാൻ പറയുന്നത് കേൾക്കൂ. നീ കടലിൽ എന്നോടൊപ്പം ജീവിക്കുകയാണെങ്കിൽ, നീ എന്റെ വിധി പങ്കിടും, അതിനാൽ നീ ഇതെല്ലാം കേൾക്കണം. കാരണം, ഈ ഈ നുരയുന്ന വെള്ളത്തിൽ എനിക്ക് സംഭവിച്ചത് നിനക്ക് സംഭവിക്കാൻ ആഗ്രഹമില്ല. അതിനാൽ നാം ഇടപെടേണ്ടി വരുന്ന ആളുകളെ നാം അറിയേണ്ടതുണ്ട്. സ്പെയിൻ ഈ തീരങ്ങളിലെ ജനങ്ങളെ ഭിന്നിപ്പിക്കാൻ നിരന്തരം ശ്രമിക്കുകയാണ്. അവർ അത്തരമൊരു സാഹചര്യത്തിൽ നിന്ന് ലാഭമുണ്ടാക്കാനാണ് നോക്കുന്നത്. മൊറോക്കോയിലെ സുൽത്താൻ വലിയ ഒരു സാമ്രാജ്യം സ്വപ്നം കാണുന്നു, പക്ഷേ അദ്ദേഹം അധികാരമെല്ലാം സലാഹുദ്ദീന്റെ കൈകളിൽ ഏൽപ്പിച്ച മട്ടാണ്. ജറുസലേമിൽ നിന്ന് സഹായം ചോദിക്കാനുള്ള സമയമായിട്ടില്ലെന്ന് നിനക്കറിയാമല്ലോ. ഖേദകരമെന്നു പറയട്ടെ, വടക്കേ ആഫ്രിക്കയിലെ മുസ്ലീങ്ങളെ ഭരിക്കുന്ന അമീറുമാരും ഷെയ്ക്കുമാരും അധികാരത്തിൽ തുടരാനായി എന്തും ചെയ്യും. ക്രൂരരായ അവർ ഏത് കലാപവും അടിച്ചമർത്താൻ മടിക്കില്ല. ഐബീരിയ, കാസ്റ്റിൽ, അരഗോൺ എന്നീ രാജ്യങ്ങൾ ആന്റലൂഷ്യയെ കീഴടക്കാൻ ഒന്നിച്ചാൽ പലായനം ചെയ്തവരും അവശേഷിക്കുന്നവരും തലകുനിച്ചുനിൽക്കേണ്ടിവരും. ഫെർണാണ്ടോ എന്ന രാക്ഷസൻ അവരുടെ കലാകേന്ദ്രങ്ങളെ മദ്യശാലകളും ശാസ്ത്രവിദ്യാലയങ്ങളെ തൊഴുത്തുകളും ആക്കുകയാണ്. എല്ലാ പള്ളികളും തകർന്നു കഴിഞ്ഞു.''

''എന്റെ ആഗ, എനിക്കറിയാം. ഈ നിൽക്കുന്ന സിദി എന്നോട് ഇതുതന്നെയാണ് പറഞ്ഞത്.''

ഒരൂച്ച് റയീസ് എന്റെ കണ്ണുകളിലേക്ക് സൂക്ഷിച്ചു നോക്കി. കട്ടിയുള്ള പുരികങ്ങൾക്ക് താഴെയുള്ള അദ്ദേഹത്തിന്റെ കറുത്ത കണ്ണുകൾ എന്നിൽ തുളഞ്ഞു കയറുന്നതുപോലെ തോന്നി. പക്ഷേ, ഭാഗ്യവശാൽ, ഏതാണ്ട് അദൃശ്യമായ ഒരു പുഞ്ചിരി അദ്ദേഹത്തിന്റെ മുഖത്ത് മിന്നിമറഞ്ഞത് കണ്ടു. എന്നെ കണ്ടുമുട്ടിയതിൽ അദ്ദേഹം നന്ദിയുള്ളവനാണെന്ന് കാണിക്കുന്ന പുഞ്ചിരിയായിരുന്നു അത്. എന്നിട്ട് അദ്ദേഹം തന്റെ സഹോദരന്റെ അടുത്തേക്ക് തിരിഞ്ഞു.

''പോർച്ചുഗൽ പുതിയ വളർന്നുവരുന്ന സാമ്രാജ്യമാണ്. ഇത് മറക്കരുത്. കാരണം, വടക്കേ ആഫ്രിക്കയിലെ സാമ്രാജ്യങ്ങളേക്കാൾ വലിയ ഒരു കപ്പൽപട നിർമ്മിക്കുന്നതിൽ അവർ വിജയിച്ചിരിക്കുന്നു. ഓട്ടോമാൻ പടയേക്കാൾ വലുതാണത്. മാത്രമല്ല, അവർ ഏതു രാജ്യക്കാരേക്കാളും കരുണ കുറഞ്ഞവരാണെന്ന് തോന്നുന്നു. അവരെ സൂക്ഷിക്കണം.''

താൻ മരിക്കാൻ പോകുകയാണെന്ന് ഒരൂച്ച് റയീസ് കരുതുന്നുണ്ടോ എന്ന് ഞാൻ സംശയിച്ചു. തന്റെ ദൗത്യം അദ്ദേഹം ഹിസീറിനെ ഏൽപ്പിക്കുകയാണോ?

ഹിസീർ പറഞ്ഞു

''എന്റെ ആഗ, ഞാൻ നോക്കാം. ഇപ്പോൾ വിശ്രമിക്കൂ.''

''ഞാൻ പറയുന്നത് കേൾക്കൂ ഹിസീർ, എന്നെ തടസ്സപ്പെടുത്തരുത്. കടലിൽ ഒരു സാമ്രാജ്യമുണ്ടാവുക എന്നതിനർത്ഥം നല്ലൊരു ആയുധശേഖരവും അതിനു തക്ക ഒരു കപ്പൽപടയും ഉണ്ടായിരിക്കുക എന്നാണ്. വടക്കേ ആഫ്രിക്കയിലെ മുസ്ലീങ്ങൾക്ക് അത്തരം അഭിലാഷങ്ങളോ ധാരണകളോ ഇല്ല. മരുഭൂമിയിലെ ബെഡൂയിനുകളെപ്പോലെ ജീവിക്കാനാണ് അവർ ഇഷ്ടപ്പെടുന്നത്, ഇത്രയും വർഷങ്ങളായിട്ടും അത്തരം അറിവുകൾ നേടിയ അറബികളെപ്പോലെ ശാസ്ത്രത്തിന് ഒരു സംഭാവനയും നൽകിയില്ല; അതുകൊണ്ടാണ് ഈ സാമ്രാജ്യം സൃഷ്ടിക്കാനുള്ള കടമ നിനക്ക് വന്നു വീണത്. ഓർക്കുക, മെഡിറ്ററേനിയൻ തീരത്ത് താമസിക്കുന്ന ആളുകൾക്ക് രണ്ട് വികാരങ്ങളുണ്ട്. പ്രതീക്ഷയും ഭയവും. നീ അവർക്ക് പ്രതീക്ഷ നൽകുന്നിടത്തോളം കാലം അവരിൽ ഭയം ജനിപ്പിക്കുന്നവരെ അവർ ഓടിക്കും. നീ ഇതിഹാസത്തിലെ ഹ്യൂമ പക്ഷിയെപ്പോലെ ആകാൻ ശ്രമിക്കുക. സാമ്രാജ്യം നിന്നെ പിന്തുടരും. ഒരു ഹ്യൂമ പക്ഷി ഉള്ളിടത്തോളം കാലം മൂങ്ങയുടെ ചിറകിനടിയിൽ നിൽക്കാൻ ആരും ആഗ്രഹിക്കില്ല.

മാത്രമല്ല, ദുർബലരായ ജനതയോട് കരുണ കാണിക്കണം എങ്കിലേ അവർ കൂടെ നിൽക്കൂ. ഒരു സാമ്രാജ്യം സമ്പത്തിന്റെയല്ല, മറിച്ച് ഒരു ജനതയുടെ കഴിവുകളുടേതാണ്; മഹത്വം പ്രായത്തിനനുസരിച്ച് അല്ല, മറിച്ച് മനസ്സിലാണ്.''

ഹിസീർ റയീസ് അമ്പരന്നതായി തോന്നി. എന്ത് പറയണമെന്ന് അവനറിയാത്തപോലെ. ഒരൂച്ച് റയീസ് ഇപ്പോൾ പറഞ്ഞത് ഒരുതരം യക്ഷിക്കഥയാണെന്ന് തോന്നി. അവർ പരസ്പരം എന്താണ് ചിന്തിച്ചതെന്നും എങ്ങനെ മനസ്സിലാക്കും എന്നും എന്നെനിക്കറിയില്ല. ഒരു സാമ്രാജ്യം സൃഷ്ടിക്കാനാണ് ജ്യേഷ്ഠൻ അനുജനോട് പറയുന്നത്. തന്നേക്കാൾ വലുതാകാൻ. ഹിസീർ റയീസ് പക്ഷേ മടിച്ചു.

''അതെല്ലാം ശരിയാണ് ആഗ, പക്ഷേ എനിക്ക് എങ്ങനെ ഒരു സാമ്രാജ്യം സ്ഥാപിക്കാനാകും? എനിക്ക് നീ ഉള്ളപ്പോൾ, എന്റെ വലംകൈയും എന്റെ രക്തസഹോദരനും ഇവിടെയാണ്. സെഹ് സാഡെ കോർകുട്ടിനെ കണ്ടെത്താൻ ഇപ്പോൾ നമുക്ക് കഴിയില്ല, അതിനാൽ അവൻ എങ്ങനെ നമ്മുടെ കപ്പലുകൾ തിരികെ നൽകും? അതിലുപരി സലിം നമ്മളെ തള്ളിപ്പറഞ്ഞുകഴിഞ്ഞിരിക്കുന്നു. നീ അവനെ ഒറ്റിയതോടെ അവർ എന്റെ പിന്നാലെയുണ്ട്. നമുക്ക് രണ്ടു പേർക്കും സുരക്ഷിതമായ ഒരേ ഒരു കാര്യം അനറ്റോലിയൻ തീരത്ത് നിന്ന് കഴിയുന്നത്ര അകലെ താമസിക്കുക എന്നതാണ്. ഈ സമയത്ത് എങ്ങനെയാണ് നാം ഒരു സാമ്രാജ്യം സ്വപ്നം കാണുക?''

''എന്റെ പ്രിയപ്പെട്ട ഹിസീർ, സമയം പ്രധാനമാണ്. നീ ഇപ്പോൾ കാണുന്ന വിധി നാളെ മാറിയേക്കാം. കുഞ്ഞു പരുന്ത് നാളെ ഒരു ഫാൽക്കൺ ആയിത്തീരാം. കോർകുട്ട് ബെയാസിദിന്റെ മകനാണ് ശരി, പക്ഷേ സലിമും അദ്ദേഹത്തിന്റെ മകനാണ്. കോർകുട്ട് എന്ത് ചെയ്താലും സലിം ഭരണാധികാരിയാകുമെന്നതിൽ സംശയമില്ല. എന്തെന്നാൽ, അദ്ദേഹത്തിന്റെ ബുദ്ധി ഒരു ഫാൽക്കന്റേതാണ് എന്ന് പറയപ്പെടുന്നു. സമയമാകുമ്പോൾ മെഡിറ്ററേനിയനിലെ പ്രബലമായ നാവികസേനയ്ക്കെതിരായ പോരാട്ടത്തിൽ നീ അദ്ദേഹത്തോടൊപ്പം ഉണ്ടായിരിക്കണമെന്ന് അദ്ദേഹം ആഗ്രഹിക്കും. നീ ആകെ ചെയ്യേണ്ടത്. ഈ ആഴപ്പരപ്പിലെ ആർക്കും ചോദ്യം ചെയ്യാനാവാത്ത ശക്തമായ നിന്റെ സാന്നിധ്യം നിലനിർത്തുകയാണ് . നീ ശക്തനായിരിക്കാൻ ശ്രദ്ധിക്കുകയാണ്. അത്ര മാത്രം.''

''ഇവിടെയുള്ള മുസ്ലീങ്ങൾ താങ്കൾ ഇപ്പോൾ പറഞ്ഞതുപോലെയാണെങ്കിൽ, എങ്ങനെയാണ് അവരെ വെച്ച് നാം അത്രയും ശക്തി കൈവരിക്കുക? നമുക്ക് എങ്ങനെ ഒരു സാമ്രാജ്യം സ്ഥാപിക്കാനാകും? അറബ് പ്രഭുക്കന്മാരെയും അവരുടെ മാറാബൗട്ടുകളെയും ഞാൻ കണ്ടിട്ടുണ്ട്. അവർ ഒരു സാമ്രാജ്യം സൃഷ്ടിക്കാൻ ശ്രമിച്ചാൽ,

അവരുടെ സ്വന്തം ജനതയെ ഉയർന്ന നികുതി ചുമത്തി ശിക്ഷിക്കു കയും സ്വന്തം വീടുകൾ കൊള്ളയടിക്കുകയും അല്ലാതെ മറ്റൊന്നും ചെയ്യില്ല. എന്തിനധികം, അവർ തങ്ങളുടെ പുരുഷന്മാരെ അടിമ കളായും സ്ത്രീകളെ സമ്പന്നരായ ക്രിസ്ത്യാനികളുടെ വീടുകളിൽ വേലക്കാരായും അയയ്ക്കുന്നില്ലേ?''

''ഒരുപക്ഷേ അങ്ങനെയായിരിക്കാം. എന്നാൽ ഒരു സാമ്രാജ്യം രൂപീകരിക്കാതെ നിനക്ക് ഈ ആളുകൾക്ക് സ്വാതന്ത്ര്യം കൊടു ക്കാൻ കഴിയില്ല. സ്വാതന്ത്ര്യം ജീവനേക്കാൾ വിലപ്പെട്ടതാണ്. ഈ മ്ലേച്ഛമായ രാജാവ് ഫെർണാണ്ടോ ആഫ്രിക്കയുടെ തീരങ്ങളിലും ട്രിപ്പോളിയിലും ഓറാനിലും ബെജായയിലും നിരവധി കോളനി കളും കോട്ടകളും നിർമ്മിച്ചപ്പോൾ, എന്തുകൊണ്ട് മുസ്ലീം ബെയ് കൾക്ക് സ്വന്തമായി കോട്ടകൾ ഉണ്ടായിക്കൂടാ? ഡാന്യൂബിലെ മുസ്ലീം റെയ്ഡുകളെ സംബന്ധിച്ചിടത്തോളം, ഇത് ചെയ്യുന്നത് നിന്റെ സ്വന്തം സൈനികരായിരിക്കണം. വടക്കൻ ആഫ്രിക്കയിലെ എല്ലാ തുറമുഖ നഗരങ്ങളും സ്പാനിഷ് കൈകളിലേക്ക് പതിക്കാൻ അധികം താമസ മില്ല. കഴിഞ്ഞ വർഷം ടൂണിസിൽ, മലനിരകളിൽ നിന്നുള്ള സെർ സലും ജെജിജെ ദി സുസുവയും സ്പാനിഷ് ഭരണത്തിൻ കീഴിലായി. പാവങ്ങൾ.''

''ഇത് ഡോൺ പെഡ്രോ എന്ന ക്യാപ്റ്റന്റെ സൃഷ്ടിയാണ്. ആ അവിശ്വാസി സുസുവ മുസ്ലീങ്ങളെ ശ്വസിക്കാൻ പോലും അനുവ ദിക്കില്ല. പക്ഷേ, ആഗ, ഇപ്പോൾ ഇതെല്ലം പറയാനുള്ള സമയമല്ല. നിങ്ങൾ അൽപ്പം വിശ്രമിക്കൂ.''

ഒരൂച്ച് റയീസിനു ഇനിയും എന്തൊക്കെയോ പറയാനുണ്ടായിരുന്നു. പക്ഷേ അദ്ദേഹത്തിന്റെ ശക്തി ക്ഷയിച്ചിരുന്നു. അദ്ദേഹത്തിന്റെ തല താണു, ശരീരം നിശ്ചലമായതുപോലെ. വേദന കുറയ്ക്കാൻ വൈദ്യർ അദ്ദേഹത്തിന് കുറച്ച് കറുപ്പ് നൽകി. ടുണീഷ്യൻ സുൽത്താന്റെ കൊട്ടാരത്തിൽ എത്തിയപ്പോഴാണ് ഒരൂച്ച് റയീസ് ഉണർന്നത്. രണ്ട് ദിവസത്തേക്ക് ടുണീഷ്യയിലെ എല്ലാ വൈദ്യന്മാരും അദ്ദേഹത്തെ രക്ഷിക്കാൻ തങ്ങളാൽ കഴിയുന്നതെല്ലാം ചെയ്തു. നഗരത്തിലെ ഏറ്റവും പഴയ ആരാധനാലയമായ സിത്തൗന പള്ളിയിൽ വിശുദ്ധ ഖുർആൻ വായിക്കുകയും പാവപ്പെട്ടവർക്ക് ദാനം നൽകുകയും ചെയ്തു.

ഉണരുമ്പോൾ ഒരു അവയവം നഷ്ടപ്പെട്ടത് അറിയുമ്പോൾ എന്താണ് തോന്നുക? ഞങ്ങൾ ഒരൂച്ചിന്റെ അരികെത്തന്നെ ഉണ്ടാ യിരുന്നതുകൊണ്ട് സ്വാഭാവികമായും ആശ്വാസവാക്കുകൾ പറയേ ണ്ടത് ഞങ്ങളാണ്. പക്ഷേ ഒരൂച്ച് ആദ്യം സംസാരിച്ചത്.

''എന്റെ ഹിസീർ, ഞാൻ വളരെ ചിലവേറിയ ഒരു സംഭവമായല്ലോ. ഇപ്പോൾ നീ എനിക്ക് ഒരു പുതിയ കൈ കണ്ടെത്തേണ്ടതുണ്ട്.''

അപ്പോഴാണ് ഞങ്ങളുടെ ആളുകളിൽ ഒരാളായ യാഹ്യാ ബെസെ ഒരു കൂടുമായി മുറിയിലേക്ക് വന്നത്. കൂട്ടിൽ ഒരു തത്ത ഉണ്ടായിരുന്നു. മുറിയിൽ കയറിയ നിമിഷം തത്ത ചിലയ്ക്കാൻ തുടങ്ങി. ഈ തത്തയെ, ഒരു ആശ്വാസത്തിന് വേണ്ടി, ഒരൂച്ചിന്റെ അടുത്ത ആളുകൾ കൊടുത്തയച്ചതാണ്. അവന്റെ പേര് ചിക്കോ എന്നായിരുന്നു. കുറച്ചുകാലമായി അവർ അവനെ രഹസ്യമായി വളർത്തിയിരുന്നതാണ്. അവർ അവനെ കണ്ണാടിക്ക് മുന്നിൽ നിർത്തി സംസാരിക്കാൻ പഠിപ്പിച്ചിരുന്നു. തന്റെ പുതിയ യജമാനനെ കണ്ടപ്പോൾ ചിക്കോയ്ക്ക് സന്തോഷമായി.

പക്ഷിയുമായി അൽപ്പം കളിച്ചു കഴിഞ്ഞപ്പോൾ ഒരൂച്ച് ഉന്മേഷം വീണ്ടെടുക്കുന്നത് കണ്ടു. അല്ലെങ്കിൽ അതാവാം ഞങ്ങൾ ആഗ്രഹിച്ചത്. അദ്ദേഹം എഴുന്നേറ്റു ജനലിനരികിൽ ചെന്ന് കടലിലേക്ക് നോക്കി. ഒരുപക്ഷേ അയാൾ തന്റെ ആളുകളെയും കപ്പലുകളെയും കാണാൻ ആഗ്രഹിച്ചിരിക്കാം. തുറമുഖം കപ്പലുകളാൽ തിങ്ങിനിറഞ്ഞിരുന്നു. പക്ഷേ, താൻ പിടിച്ചടക്കിയ രണ്ട് ത്രികോണക്കപ്പലുകളുടെ ഫോർസെയിലിൽ നിന്നും മെയിൻസെയിലിൽ നിന്നും പെൻഡന്റുകൾ പറന്നുയരുന്നത് അദ്ദേഹത്തിന്റെ ശ്രദ്ധിക്കുന്നുണ്ടായിരുന്നു. അദ്ദേഹത്തിന്റെ കപ്പിത്താൻവാഴ്ചയുടെ ആദ്യ പകുതി ഭൂപടങ്ങളും കോമ്പസ്സും അടങ്ങിയതാണെന്നും രണ്ടാം പകുതി അദ്ദേഹം ഉയർത്തിയ പതാകകളെക്കുറിച്ചാണെന്നും എല്ലാവർക്കും അറിയാമായിരുന്നു. ഇപ്പോൾ രണ്ട് ഗാലികളിലും ബാർബറോസ് സഹോദരന്മാരുടെ പതാകകൾ പറക്കുന്നു. എല്ലാ കപ്പലുകളും വില്ലു മുതൽ സ്പ്രിറ്റ് വരെ പതാകകളാൽ അലങ്കരിച്ചിരിക്കുന്നു. ജനാലയിലൂടെ പുറത്തേക്ക് നോക്കിയ ഹിസീർ റയീസിന് തന്റെ കണ്ണുകളെ വിശ്വസിക്കാനായില്ല. കപ്പലുകളുടെ ആംഗ്യഭാഷ അദ്ദേഹത്തിന് ഇപ്പോഴും മനസ്സിലായിട്ടില്ലെന്ന് തോന്നുന്നു.

''എന്റെ പ്രഭോ...''

ഞാൻ പറഞ്ഞു.

''കപ്പലുകളിൽ വ്യത്യസ്ത വലുപ്പത്തിലും നിറത്തിലും ആകൃതിയിലും ഉള്ള പതക്കങ്ങൾ ഉണ്ട്. ഇവ ഒരു രഹസ്യലിപി പോലെയാണ്. അത് വെച്ച് വാക്കുകൾ തന്നെ ഉണ്ടാക്കാം. പല നിറങ്ങളിലും വലിപ്പത്തിലുമുള്ള പതക്കങ്ങളുടെ സംയോജനം അത് മനപ്പാഠമാക്കിയവർക്ക് മാത്രം അറിയാവുന്ന ഒരു ലിപിയാണ്.''

ഞാൻ ഇതെല്ലാം വിശദീകരിച്ചു കൊണ്ടിരിക്കുമ്പോൾ, ഞങ്ങളുടെ പുറകിലുള്ള തുറമുഖത്ത് നാല് കപ്പലുകളിലെ എല്ലാ നിറങ്ങളിലുമുള്ള പതാകകളും പതക്കങ്ങളും നോക്കുമ്പോൾ, അത് കടലിലെ ഉത്സവത്തിന്റെ തുടക്കം പോലെ തോന്നി. ഒരുപക്ഷേ, അവർ എഴുതിയ സന്ദേശം മനസ്സിലാക്കിയ നിമിഷം തന്നെ അത് എത്ര സന്തോഷകരമായ കാഴ്ചയാണെന്ന് എനിക്ക് മനസ്സിലായി.

‘‘ശരി, അപ്പോൾ നമുക്ക് ഇവിടെ എന്താണ് വായിക്കാൻ കഴിയുക?’’

‘‘എന്റെ പ്രഭോ, നമ്മുടെ പടയാളികൾ ഒരൂച്ച് റയീസിന് ആശംസകൾ നേരാനും വേഗത്തിൽ സുഖം പ്രാപിക്കാൻ ദൈവത്തോട് പ്രാർത്ഥിക്കാനും ആഗ്രഹിക്കുന്നു, അവരുടെ ഹൃദയങ്ങൾ നിങ്ങളോടൊപ്പമുണ്ടെന്ന് അവർ പറയുന്നു.’’

ഗാലിയുടെ പ്രധാന ഫുട്റോപ്പുകളിലെ പതാകകൾ മാറ്റുന്നത് ഹിസീർ റയീസ് ശ്രദ്ധിച്ചു, അദ്ദേഹം എന്നെ നോക്കി. ഉച്ചത്തിൽ ഞാൻ കോഡ് വായിച്ചു.

‘‘യുദ്ധവീരന് സ്തുതി, അവന്റെ മുന്നോട്ടുള്ള പാത പ്രത്യക്ഷമാകട്ടെ.’’

തീരത്തെ കപ്പലുകളിലേക്ക് നോക്കുമ്പോൾ നെഞ്ചിൽ അഭിമാനത്തിന്റെ കനം. ഹിസീർ റയീസ്, തന്റെ സഹോദരനെപ്പോലെ ഒരു കപ്പൽപ്പടയുടെ യജമാനനായിത്തീർന്നിരിക്കുന്നു. അവൻ എന്റെ കണ്ണിൽ നോക്കി. ആ നോട്ടത്തിന്റെ തീക്ഷ്ണത എനിക്ക് ധൈര്യം നൽകി. എനിക്ക്, അന്ന് പതിനെട്ട് വയസ്സ് തികഞ്ഞ ദിവസമായിരുന്നു. റയീസിന്റെ കീഴിൽ എന്റെ കടൽജീവിതം പൂർണ്ണമാകുമെന്ന് തോന്നി.

ഒരൂച്ച് റയീസിന്റെ കൈ സുഖപ്പെടുന്ന സമയത്ത്, ടുണീഷ്യയിലെ സുൽത്താൻ മുഹമ്മദ് അവരോട് അങ്ങേയറ്റത്തെ ആതിഥ്യ മര്യാദ കാണിച്ചു. യുദ്ധത്തിൽ കൊള്ളയടിച്ചതിൽ നിന്ന് എണ്ണമറ്റ സമ്മാനങ്ങൾ അദ്ദേഹത്തിന് വേണ്ടി തിരഞ്ഞെടുത്തതിന് ശേഷം ഹിസീർ റയീസ് അദ്ദേഹത്തെ ഔപചാരികമായി അഭിവാദ്യം ചെയ്തു. സുൽത്താൻ ആ തുറമുഖത്തിന്റെ അവകാശങ്ങളുടെയും താരിഫുകളുടെയും പകുതി ഹിസീറിനു സമ്മാനിച്ചു. അത് ഏകദേശം അയ്യായിരം വെനീഷ്യൻ സ്വർണ്ണനാണയങ്ങൾ വരുമായിരുന്നു. അദ്ദേഹം റയീസിന്റെ സേവനത്തിനായി സുന്ദരികളായ നാല് ജെനോയിസ് സ്ത്രീകളെയും രണ്ട് കന്യകമാരെയും ഏർപ്പാടാക്കി. ഒന്ന് പതിന്നാലും മറ്റൊരാൾ പതിനഞ്ചും. പല രാജാക്കന്മാരെയും സേവിച്ചരവാണവർ. അവരുടെ ഗ്രീക്ക് പ്രതിരൂപങ്ങളെക്കാളും

സുന്ദരികൾ. നന്ദി പ്രസംഗത്തിൽ സുൽത്താൻ തന്റെ സൗഹൃദം വ്യക്തമാക്കി:

"എന്റെ പ്രിയപ്പെട്ട ബാർബറോസ് സഹോദരന്മാരേ, നിങ്ങളുടെ സാന്നിധ്യത്താൽ ഈ പ്രവിശ്യയെ അനുഗ്രഹിച്ചതിന് സർവ്വ ശക്തനായ ദൈവത്തിന് നന്ദി. ദൈവം നിങ്ങളെ രണ്ടുപേരെയും ഈ ലോകത്തും അതീതലോകത്തും അനുഗ്രഹിക്കട്ടെ. ഇനി മുതൽ നിങ്ങൾ അതിഥികൾ അല്ല, ഈ കുടുംബത്തിന്റെ ഭാഗമായി സ്വയം കരുതണം. നിങ്ങൾ ആവശ്യപ്പെടുന്നതെന്തും നിങ്ങളുടേതായിരിക്കും. നന്ദിസൂചകമായി എന്റെയാളുകൾ നിങ്ങളോട് ഈ രോമക്കുപ്പായങ്ങളും മോതിരങ്ങളും ധരിക്കാൻ ആവശ്യപ്പെടുന്നു. ഹിസീർ റയീസ്, ഞാൻ നിങ്ങൾക്ക് ഈ വജ്രം പതിച്ച ശിരോലങ്കാരം നൽകുന്നു, നിങ്ങളുടെ സഹോദരൻ ആഗ ഒരൂച്ചിനായി, ജേർബ ദ്വീപിൽ ഒരു ശാന്തമായ ഇടം ഞങ്ങൾ കണ്ടുവെച്ചിട്ടുണ്ട്. നിങ്ങൾ അവിടെ സ്ഥിരതാമസമാക്കിയാൽ അത് ഞങ്ങൾക്ക് വലിയൊരു ബഹുമതിയായിരിക്കും. അതുപോലെ, നിങ്ങൾ അൾജീരിയയിലെ പ്രദേശങ്ങൾ സന്ദർശിക്കുകയാണെങ്കിൽ, അത് നമ്മുടെ സൗഹൃദത്തിന്റെ അടയാളമായിരിക്കും.

വടക്കും തെക്കും മെഡിറ്ററേനിയനിലെ സമ്പത്ത് ആ തുറമുഖപട്ടണങ്ങളിലൂടെ രാജാക്കന്മാരുടെ കൊട്ടാരങ്ങളിലേക്ക് സഞ്ചരിക്കുന്നു. അവിടത്തെ നാട്ടുകാരുടെ ധിക്കാരത്തിന് അതിരുകളില്ല, പക്ഷേ കുടിയേറ്റക്കാർ അത്തരത്തിലുള്ളവരല്ല, അവരെ ചെറുതായൊന്ന് തള്ളിവിട്ടാൽ മതി എന്ത് പണിയും എടുക്കും. നിങ്ങൾ അൽപ്പം പരിശ്രമിച്ചാൽ മുടന്തരും അന്ധരും വരെ പണിയെടുക്കുകയും ആ തീരങ്ങൾ സമ്പന്നമാകുകയും ചെയ്യും. പരസ്പരം അകലെയല്ലാതെ ഒരുപറ്റം മനോഹരമായ ദ്വീപുകൾ നിങ്ങൾ കണ്ടെത്തും. ദ്വീപുകളുടെ സമൃദ്ധി കാരണമാണല്ലോ ഈ സ്ഥലത്തെ ഞങ്ങൾ അൾജീരിയ എന്ന് വിളിക്കുന്നത്. അവിടെ നിങ്ങളുടെ ഗാലികൾക്ക് തടാകങ്ങളും മറഞ്ഞിരിക്കുന്ന തുറകളും ഒളിക്കാനിടം നൽകും. പ്രതിരോധത്തിനുള്ള മികച്ച സ്ഥലമാണത്. പതിനായിരം അടിമകൾക്കും ഇരുപതിനായിരം സ്വതന്ത്രർക്കും പര്യാപ്തം.

"ശരി, ഔദ്യോഗിക സംഭാഷണം മതിയാക്കാം, സമയം വൈകി. നിങ്ങളുടെ താമസസ്ഥലം ഒരുക്കിവെച്ചിട്ടുണ്ട്, ദാസന്മാർ നിങ്ങളെ പരിചരിക്കും. സാന്നിധ്യം കൊണ്ട് നിങ്ങൾ ഞങ്ങളെ അനുഗ്രഹിച്ചിരിക്കുന്നുവെന്നും നിങ്ങളുടെ ഈ എളിയ സഹോദരൻ സുൽത്താൻ മുഹമ്മദിനെ ഒരിക്കലും ഹൃദയത്തിൽ നിന്ന് അകറ്റി നിർത്തരുതെന്നും അഭ്യർത്ഥിക്കുന്നു."

ഒരൂച്ച് റയീസ് സ്തബ്ധനായി. അദ്ദേഹം തന്റെ പുതിയ കപ്പൽപ്പടയെയും പുതിയ റയീസായ തന്റെ സഹോദരനെയും നോക്കുകയായിരുന്നു. താൻ ഇപ്പോൾ സംസാരിക്കേണ്ടതുണ്ട് എന്ന് ഹിസീറിനു മനസ്സിലായി. അല്പം ഇടറിയ ശബ്ദത്തിൽ അദ്ദേഹം പറഞ്ഞു.

''ഞങ്ങളുടെ ആത്മാവും സ്വത്തുക്കളും നൽകി ഈ സഹോദരനെ സഹായിക്കാൻ ഞങ്ങൾ ആഗ്രഹിക്കുന്നു. മദീനയിലെ ജനങ്ങൾ മുസ്ലീം കുടിയേറ്റക്കാരെ സഹായിച്ചതുപോലെ അദ്ദേഹത്തെ സഹായിക്കാൻ ഞങ്ങൾ ആഗ്രഹിക്കുന്നു.''

അന്നു രാത്രി അവർ ഒന്നിനുപുറകെ ഒന്നായി വിഭവങ്ങൾ വന്നുകൊണ്ടിരുന്നു. അവർ ചതുരംഗം കളിച്ചുകൊണ്ട് സംഭാഷണത്തിൽ ആഴ്ന്നിറങ്ങുന്നത് ഞാൻ കണ്ടു. ഞങ്ങൾ ഞങ്ങളുടെ താമസസ്ഥലത്തേക്ക് പോകുമ്പോൾ രണ്ട് കപ്പിത്താന്മാരും അപൂർവ്വമായി മാത്രം കുടിക്കുന്ന വീഞ്ഞിനാൽ മയങ്ങിയതായി തോന്നി.

അപ്പോഴും ഹിസീർ അൽപ്പം ഞെട്ടലിലായിരുന്നു. താൻ സേവിച്ച കപ്പിത്താൻ, ഒരൂച്ച് വീഞ്ഞ് ആസ്വദിച്ചിരുന്നുവെന്ന് അന്നു രാത്രി വരെ അദ്ദേഹം അറിഞ്ഞിരുന്നില്ല. ഹിസീർ ഒരു തുള്ളി പോലും രുചിച്ചിട്ടില്ലെന്ന് എനിക്കറിയാമായിരുന്നു. എന്നാൽ ഞങ്ങളുടെ ഗാലികളിൽ എപ്പോഴും വീഞ്ഞ് ഉണ്ടായിരുന്നു എന്നതാണ് സത്യം. കടൽപ്പാലത്തിന്റെ അവിടെ ഞങ്ങൾ ഉപേക്ഷിച്ച, ഞങ്ങളുടെ ജോലിക്കാരിൽ ചിലരും ശമ്പളം വാങ്ങുന്ന ഗാലിയിലെ വേലക്കാരും സായാഹ്നം ആഘോഷിക്കാൻ ഭക്ഷണശാലകളിലേക്ക് ഇറങ്ങിയിരുന്നു. മെഡിറ്ററേനിയനിലെ കടൽക്കൊള്ളക്കാരുടെ ജീവിതം വീഞ്ഞിൽ മുങ്ങിയതാണെന്ന് ഹിസീറിനു അപ്പോഴാണ് മനസ്സിലായത്. കല്ല് പാകിയ ഇടവഴിയിലൂടെ നടക്കുമ്പോൾ അദ്ദേഹം ആഗായുടെ ചുമലിൽ തന്റെ കൈവച്ചു. മദ്യലഹരിയുടെ നാണക്കേട് മറയ്ക്കാനെന്നപോലെ ഒരൂച്ച് റയീസ് പറയാൻ തുടങ്ങി:

''കടലിനോടുള്ള അതിയായ ആഗ്രഹവും അതിന്റെ ആഴത്തിലുള്ള വിധിയും ഒരു മനുഷ്യനെ പല ദൗർഭാഗ്യങ്ങളും മറക്കാൻ സഹായിക്കുന്നു സഹോദരാ, അവരെ തരം താഴ്ത്തി കാണരുത്.''

പിന്നീട് ഹിസീർ റയീസ് എന്നോട് പറഞ്ഞു.

''അന്ന് രാത്രിയാണ് സീദി, എന്തുകൊണ്ടാണ് മെഡിറ്ററേനിയൻ തുറമുഖങ്ങളിൽ സ്വർണ്ണവിലയ്ക്ക് വൈൻ വിൽക്കുന്നതെന്നും കടൽക്കൊള്ളക്കാർ വൈൻ ചരക്കുമായി ഒരു കപ്പൽ പിടിച്ചെടുക്കുമ്പോഴെല്ലാം സന്തോഷം കൊണ്ട് ആർപ്പുവിളിക്കുന്നത് എന്തുകൊണ്ടാണെന്നും എനിക്ക് മനസ്സിലായത്.''

അപ്പോൾ ഞാൻ അറിയാതെ പറഞ്ഞു.

''അങ്ങയുടെ നാവികർക്ക് ഇത്തരമൊരു അവസ്ഥയിലേക്ക് ഇത്ര പെട്ടെന്ന് എത്താൻ കഴിയുമെങ്കിൽ അവരുടെ വിശ്വാസ്യതയെക്കുറിച്ച് രണ്ടുവട്ടം ആലോചിക്കണം.''

അദ്ദേഹം തുടർന്നു.

''ഞാനൊരു അന്തിമ തീരുമാനമെടുത്തു, സിദീ. എന്റെ കപ്പലിൽ മദ്യപാനികൾ ഉണ്ടാകില്ല. അടിമകളോ ഗാലി അടിമകളോ പോലും. അവരിൽ ആരെങ്കിലും ഈ പാനീയം ഇഷ്ടപ്പെടുന്നവരാണെങ്കിൽ ഞാൻ വിൽക്കും. തുറമുഖത്ത് എപ്പോഴും മദ്യശാലകളിൽ ഇരിക്കുന്ന ആളുകളെ ഞാൻ കൊണ്ടുപോകില്ല. ഈ തീരുമാനത്തിന് നീയാണ് സാക്ഷി.''

''എന്റെ പ്രഭോ, വല്ലപ്പോഴും അവരെ ആസ്വദിക്കാൻ വിടാമല്ലോ, മുസ്ലീങ്ങളല്ലാത്ത ഗാലി അടിമകൾ വൈൻ സൂക്ഷിക്കാൻ ആഗ്രഹിക്കുന്നുവെങ്കിൽ അവരെ കുറ്റം പറയാനാകുമോ? അവരിൽ ചിലർക്ക് ഇത് ഒരു വിശുദ്ധ പാനീയമാണെന്നും മറ്റുള്ളവർക്ക് അത് വിനോദങ്ങളുടെ ഉറവിടമാണെന്നും മറക്കാമോ?''

''സീദി, ഞാൻ എന്തുചെയ്യണം അല്ലെങ്കിൽ ചെയ്യരുത് എന്ന് എന്നോട് പറയാൻ ശ്രമിക്കരുത്.''

ടുണീഷ്യൻ സുൽത്താൻ ഞങ്ങൾക്ക് നൽകിയ രണ്ട് മാളികകൾ ചെറിയ കൊട്ടാരങ്ങൾക്ക് തുല്യമായിരുന്നു. എന്തുകൊണ്ടാണ് തങ്ങൾക്ക് ഇത്രയും പ്രത്യേക ശ്രദ്ധ സുൽത്താൻ നൽകുന്നതെന്നും വിഭവസമൃദ്ധമായ വിരുന്നുകൾക്കും അപൂർവമായ വീഞ്ഞിനും പിന്നിലെന്താണെന്നും ഹിസീർ റയീസ് എന്നോട് ചോദിച്ചു. അദ്ദേഹത്തിന്റെ അനുമാനത്തെ സാധൂകരിക്കാനായിത്തന്നെ.

എന്റെ അഭിപ്രായത്തിൽ, നഗരത്തിനടുത്തുള്ള കോട്ടയിൽ ഫെർണാണ്ടോ രാജാവ് നിലയുറപ്പിച്ച സൈന്യത്തിനെതിരെ ഈ രണ്ട് സഹോദരകടൽക്കൊള്ളക്കാരെ ഒരു കവചമായി ഉപയോഗിക്കാനാണ് സുൽത്താൻ മുഹമ്മദ് ഉദ്ദേശിക്കുന്നത്. കാരണം, വടക്കേ ആഫ്രിക്കയിലെ മറ്റെല്ലാ പട്ടണങ്ങളിലെയും പോലെ, ചുവന്ന പടച്ചട്ട ധരിച്ച സ്പെയിൻകാരെ ഭയപ്പെടാത്ത ആരും ഉണ്ടായിരുന്നില്ല.

തുറമുഖത്തേക്ക് കയറുന്ന ഓരോ സ്പാനിഷ് കപ്പലും ഒരു ദുശ്ശകുനമായിരുന്നു. പ്രദേശവാസികളിൽ നിന്ന് അവർ ആഗ്രഹിക്കുന്നതെന്തും എടുക്കാം, ആരെങ്കിലും കലാപം നടത്തിയാൽ അവരെ ആ സ്ഥലത്തുവെച്ചുതന്നെ വെട്ടിക്കൊല്ലാം. മുഹമ്മദിന്റെ സുൽത്താനേറ്റ് ഇന്നൊരു പേര് മാത്രം. അദ്ദേഹത്തിന് കാര്യമായ ശക്തി ഇല്ലായിരുന്നു. ഉണ്ടായിരുന്നതെല്ലാം നഷ്ടപ്പെട്ടു. അദ്ദേഹത്തിന്റെ പരിവാരത്തിലെ ചിലർ അദ്ദേഹത്തെ മുതലെടുക്കാൻ മാത്രമായിരുന്നു

കൂടെ നിന്നിരുന്നത്. ബാക്കിയുള്ളവർ ഒന്നുകിൽ മദ്യപാനികളോ തട്ടിപ്പുകാരോ ആയിരുന്നു. ക്രമസമാധാനം പാലിക്കാൻ ടുണീഷ്യയിൽ തമ്പടിക്കുന്ന റെഡ്കോട്ടുകളെല്ലാം കൊള്ളക്കാരെപ്പോലെയാണ് പെരുമാറുന്നത്.

വീഞ്ഞു നിറച്ച് തുറമുഖത്തേക്ക് വന്ന ഓരോ കപ്പലും പട്ടണം വരെ നീളുന്ന തർക്കങ്ങളുടെ ആരംഭമായിരിന്നു. പുതിയ കലഹങ്ങൾ എപ്പോഴും പൊട്ടിപ്പുറപ്പെട്ടു. അവയിൽ മിക്കതും തീപ്പിടുത്തത്തിലും തുറമുഖത്ത് ഓരോ കപ്പൽ കത്തുന്നതിലും അവസാനിച്ചു. ഞാൻ ഇതെല്ലാം വിശദീകരിച്ചപ്പോൾ റയീസ് തലയാട്ടി ഗാഢമായ ചിന്തയിലാണ്ടു.

ഞങ്ങൾ അവിടെ താമസിച്ച രണ്ടു മാസംകൊണ്ട് ഹിസീറും കൂട്ടരും നാട്ടുകാരുടെ മതിപ്പ് നേടി. ഹിസീറിനെ അത്രയും നാളുകൾ കൊണ്ടു തന്നെ എല്ലാവർക്കും വളരെ ബഹുമാനവും സ്നേഹവുമായി. അദ്ദേഹത്തിന്റെ നാവികർ ഒരു അക്സ വിലയുള്ള സാധനം അഞ്ചു അക്സാ കൊടുത്തു വാങ്ങി. ഇക്കഴിഞ്ഞ സമുദ്രപര്യടനത്തിൽ അവർ ധാരാളം തേൻ, എണ്ണ, ചീസ്, ഒലിവ് എന്നിവയും ധാരാളം പണവും പിടിച്ചെടുത്തിരുന്നു. ഒരു കപ്പലിൽ പീരങ്കിയുണ്ടകളും തോക്കുകളും മറ്റു വെടിക്കോപ്പുകളും. മറ്റൊന്നിൽ വേട്ടപ്പക്ഷികളും വേട്ടപ്പട്ടികളും. ടുണിസ് ചന്തയിൽ ഇവയെല്ലാം, അവർ വിറ്റ്, ദരിദ്രർക്ക് വേണ്ടത് വാങ്ങിക്കൊടുത്തു. ഒരു ദിവസം ഹിസീർ പ്രഖ്യാപിച്ചു.

''എന്റെ ആളുകളിൽ ഒരാൾ പണം നൽകാതെ ഒരു ധാന്യമണിയെങ്കിലും എടുത്താൽ അവനെ എന്റെ അടുക്കൽ കൊണ്ടുവരിക. അവന്റെ ജീവിതത്തിന്റെ ഒരിഞ്ചു മാത്രം ബാക്കിനിൽക്കുന്നതുവരെ ഞാൻ അവനെ തല്ലും. നാം ഇവിടെ വന്നത് ജനങ്ങളുടെ അനുഗ്രഹം വാങ്ങാനാണ്. സ്വത്തിനോ മാനത്തിനോ ഒരു ദോഷവും ഞങ്ങൾ വരുത്തില്ല, വന്നാൽ പൊറുക്കില്ല; ഒരു തരത്തിലുള്ള അനാദരവോ ക്രമക്കേടോ മോശമായ പെരുമാറ്റമോ ഉണ്ടാകില്ല. ഇത് ഞാൻ നൽകുന്ന ഉറപ്പാണ്.''

ഈ നന്മയ്ക്ക് പകരമായി, ബാർബറോസ ഒരൂച്ച് റയീസിനെ യാത്രയാക്കാൻ ടുണിസിലെയും സുസുവയിലെയും ആളുകൾ ഒരു ഉത്സവം തന്നെ നടത്തി. ഒരൂച്ച് റയീസിന്റെ കൈ പൂർണ്ണമായും സുഖപ്പെട്ടിരുന്നു. ആളുകൾക്ക് ഓർത്തിരുന്ന അദ്ദേഹത്തിന്റെ രൂപം ഉയർത്തിപ്പിടിച്ച ഇടത്തേ ഇരുമ്പുകൈയുമായി ഒരൂച്ച് നിൽക്കുന്നതായിരുന്നു. അദ്ദേഹത്തിന്റെ കപ്പലിൽ ആ ഇരുമ്പുകൈയുടെ കൊളുത്താണ് അടയാളമായി വരച്ചത്.

കപ്പലിന്റെ മേൽത്തട്ടിൽ അദ്ദേഹം അഭിമാനത്തോടെ നിന്നു. നഷ്ടപ്പെട്ട കൈയിനെക്കുറിച്ചോർത്ത് അദ്ദേഹത്തിന് ദുഃഖമില്ലായിരുന്നെന്ന് മാത്രമല്ല, ഇപ്പോൾ അദ്ദേഹത്തെ കണ്ടാൽ ഒരു കരുണയില്ലാത്ത, ശക്തനായ അധികാരിയായി തോന്നുന്നതിൽ അഭിമാനവും ഉണ്ടായിരുന്നു. എന്നാൽ ഹിസീർ റയീസിന്റെ അഭിപ്രായത്തിൽ, ഇത്രയധികം ദുരനുഭവങ്ങൾ ഉണ്ടായിട്ടും ഈ ഇരുമ്പുകൊളുത്ത് വന്നപ്പോൾ മാത്രമാണ് അദ്ദേഹം ഒരു ക്രൂരനായിത്തീർന്നത് എന്നാണ്. ചിക്കോയുടെ കൂട്ടിലേക്ക് ഒരു കഷണം ചക്കര എറിയുമ്പോൾ ഹിസീർ റയീസിന്റെ കവിളിലൂടെ കണ്ണുനീർ ഒഴുകി. ചിക്കോതത്ത 'അവർക്കെല്ലാം നാശം' എന്ന് ഒരൂച്ച് റയീസിന്റെ അതേ ശബ്ദത്തിൽ പറയുന്നത് ശരിക്കും വിചിത്രമായിരുന്നു.

ഒരൂച്ച് റയീസിന്റെ കപ്പലുകൾ ചക്രവാളത്തിൽ അപ്രത്യക്ഷമായപ്പോൾ, ഹിസീർ റയീസ് എന്നെ വിളിപ്പിച്ചു. ഒരുപക്ഷേ അദ്ദേഹത്തിന് തന്റെ ഒരു ചിറക് തകർന്നതായി തോന്നിയിരിക്കണം. ഞങ്ങൾ മാളികയുടെ മേൽത്തട്ടിൽ ഇരുന്നു. ഇന്ന് പക്ഷേ അദ്ദേഹം ആശ്വാസം ആവശ്യമുള്ള ഒരു കുട്ടിയെപ്പോലെ എന്നോട് മനസ്സ് തുറന്നു. ഒരുപാട് സ്വകാര്യമായ കാര്യങ്ങൾ പങ്കിടാൻ തുടങ്ങി. രണ്ട് രാത്രികൾ മുമ്പ് അദ്ദേഹം അതേ മേൽത്തട്ടിൽ ഇരുന്ന് ലെസ്ബോസിലെ തന്റെ ബാല്യത്തെയും യൗവനത്തെയും കുറിച്ച് ചിന്തിച്ചിരുന്നുവെന്ന് കേട്ടപ്പോൾ ഞാൻ അത്ഭുതപ്പെട്ടു. ഇപ്പോൾ സങ്കടം അദ്ദേഹത്തെ കീഴടക്കിയിരിക്കുന്നു. ചിക്കോയ്ക്ക് പോലും പങ്കുവയ്ക്കാൻ തോന്നിയ ഒരു നിമിഷം വിഷാദ നിർഭരമായ നിശ്ശബ്ദതയായിരുന്നു അത്. മങ്ങിയ ഒരു ഈണം അന്തരീക്ഷത്തിൽ മുഴങ്ങി. സുൽത്താന്റെ കൊട്ടാരത്തിന്റെ ജനാലകളിലൊന്നിൽ നിന്നാണ് അത് വന്നത്. അത് ഒരു യുവതിയുടെ ശബ്ദമായിരുന്നു, ആരുടെയൊ മനം കുളിർപ്പിക്കാൻ ഒരു കനൂവിന്റെ അകമ്പടിയോടെ പാടുന്ന ഒരു പാട്ട്.

പാട്ടിന്റെ വരികൾ അദ്ദേഹം ഹൃദിസ്ഥമാക്കിയിരുന്നു. അദ്ദേഹം എനിക്കായി അവ ആവർത്തിക്കുകയും എന്താണ് അർത്ഥമാക്കുന്നതെന്ന് എന്നോട് ചോദിക്കുകയും ചെയ്തു. ലോകത്തിന്റെ മറ്റൊരു ഭാഗത്ത് നിന്നുള്ള ഒരു അടിമഗാനമാണിതെന്നും ആന്റലൂഷ്യയിലെ എല്ലാവർക്കും അറിയാവുന്നതും വേർപിരിയലിന്റെ സങ്കടത്തെക്കുറിച്ച് പറയുന്നതുമായ ഒരു ഗാനമാണിതെന്ന് ഞാൻ പറഞ്ഞു.

‘‘ഞാൻ ചോദിക്കുന്നതെല്ലാം നിനക്ക് എങ്ങനെ അറിയാം, സിദീ?’’ അദ്ദേഹം ആശ്ചര്യത്തോടെ ചോദിച്ചു, ഞാൻ തുടർന്നു.

‘‘ഗായകൻ സുൽത്താൻ മുഹമ്മദിന്റെ രാജകീയ സംഗീതജ്ഞ സെമൈമ ആയിരിക്കണം ഇത്. ഞാനും തലേന്ന് ഈ പാട്ട് കേട്ട് ഒരുവനോട് അങ്ങേയ്ക്ക് വേണ്ടി ആരാണ് ഈ പാട്ടുകാരി എന്ന് ചോദിച്ചിരുന്നു.’’ അദ്ദേഹം അമ്പരന്നു. ഞങ്ങൾ പരസ്പരം നോക്കി.

''പ്രഭോ, പാട്ട് കേൾക്കുമ്പോൾ അങ്ങ് എത്രമാത്രം ദുഃഖിക്കുന്നു എന്ന് എനിക്ക് ഊഹിക്കാൻ കഴിയും.''

ഈ ഗാനം അദ്ദേഹത്തെ ലെസ്ബോസിലെ തന്റെ യൗവനകാലത്തേക്ക് തിരികെ കൊണ്ടുപോയി എന്ന് ഞാൻ കരുതുന്നു, പക്ഷേ ആ കാലഘട്ടത്തിലെ ഹിസീറിന്റെ കൂടെ ഒരു പെൺകുട്ടിയുണ്ടായിരുന്നു എന്നെനിക്ക് ഉറപ്പിക്കാൻ കഴിഞ്ഞില്ല.

''ഈ ഗായിക ആരായാലും സീദി, അവൾക്ക് മനോഹരമായ ശബ്ദമുണ്ട്. അവളുടെ പേര് എന്താണെന്നാണ് നിങ്ങൾ പറഞ്ഞത്? സെമൈമ? അവൾ സിത്താറിലും വളരെ വൈദഗ്ദ്ധ്യമുള്ളവളാണ് എന്ന് തോന്നുന്നു.''

അപ്പോൾ തന്നെ അതേ രാജകീയ സൗധത്തിൽ നിന്ന് രാത്രിയിലെ ഇളംകാറ്റിലൂടെ ആ സിത്താർ ശബ്ദം മുഴങ്ങി. അതെ, സെമൈമ വീണ്ടും പാടുകയായിരുന്നു. കുറച്ചു നേരം അവൾ പാടുന്നത് ഹിസീർ ശ്രദ്ധിച്ചു. കൊട്ടാരത്തിലെ ഈ സ്ത്രീയെക്കുറിച്ചും അവളുടെ കഥയെക്കുറിച്ചും അവൾ എന്തിനെക്കുറിച്ചാണ് പാടുന്നതെന്നും അദ്ദേഹം ആലോചിക്കുകയാണെന്ന് എനിക്ക് മനസ്സിലായി. അദ്ദേഹം പറഞ്ഞു ''സെമൈമ, എത്ര മനോഹരമായ പേര്.''

ശരത്കാലം വന്ന് കപ്പലുകൾ അവരുടെ പായകൾ ഉയർത്താൻ തുടങ്ങിയപ്പോൾ സ്പെയിനിലേക്കും ഫാദർ ഒജെയ്ഡയിലേക്കും എന്റെ രഹസ്യങ്ങൾ മറഞ്ഞിരിക്കുന്ന കോട്ടയിലേക്കും മടങ്ങാനുള്ള സമയമായെന്ന് തോന്നി.

അവിടെ ഞാൻ ബില്ലൂറിനായി കാത്തിരിക്കും. ശരത്കാല കാറ്റ് മെഡിറ്ററേനിയനിൽ വീശാൻ തുടങ്ങിയപ്പോൾ, കടൽ പ്രക്ഷുബ്ധമായി, കപ്പലുകൾ തുറമുഖങ്ങളിൽ നങ്കൂരമിടുകയോ സ്ലിപ്പ്‌വേകളിൽ വലിച്ചിടുകയോ ചെയ്തു, നാവികർക്കും ഗാലി അടിമകൾക്കും അവരുടെ ഇടുങ്ങിയ കപ്പൽ മുറികളിൽ നീണ്ട ഉറക്കത്തിന്റെ കാലം ആരംഭിച്ചു. സ്പെയിനിൽ ശീതകാലം ചെലവഴിക്കാനും വസന്തത്തിന്റെ ആദ്യ ദിവസങ്ങളിൽ ബെജായയിലേക്കോ കതിർക്കലെയിലേക്കോ മടങ്ങാനും രണ്ടുവർഷമായി ഹിസീർ റയീസ് എന്നെ അനുവദിച്ചിരുന്നു. എന്നാൽ ഇപ്പോൾ അദ്ദേഹം ഒരു കപ്പൽപ്പടയുടെ കപ്പിത്താനാണ്. ഈ കപ്പലിന് ഒരു മാർഗദർശി ഇല്ലാതെ കടലിൽ ഇറങ്ങാൻ കഴിയില്ല. അങ്ങനെ എന്റെ അപേക്ഷ തള്ളിപ്പോയി.

ഹിസീർ റയീസ് അൾജീരിയയുടെ ബേയ് ആയി ഭരണം തുടങ്ങിക്കഴിഞ്ഞിരുന്നു. ആ രാജ്യത്തെക്കുറിച്ച് വിശദമായ വിവരങ്ങൾ ശേഖരിക്കണമെന്ന് ഞാൻ അദ്ദേഹത്തോട് പറഞ്ഞു. ഏതൊക്കെ തീരപ്രദേശങ്ങളാണ്, ആരൊക്കെയാണ് അധിവസിക്കുന്നതെന്നും

ഒളിത്താവളമായി എവിടമൊക്കെയാണ് ഉപയോഗിക്കുന്നതെന്നും കണ്ടെത്തുന്നതിന്, ഭൂപ്രകൃതിയും പ്രദേശത്തെ ആളുകളെയും പറ്റി പഠിക്കുന്നത് ബുദ്ധിയായിരിക്കുമെന്ന് ഞാൻ അദ്ദേഹത്തോട് പറഞ്ഞു. അദ്ദേഹത്തിന് വേണ്ടി ഞാൻ വരച്ച ഭൂപടങ്ങളും ചാർട്ടുകളും പൂരിപ്പിക്കുന്നതിന്, എനിക്ക് ഈ ദ്വീപുകളും തീരങ്ങളും ഉൾക്കടലുകളും കാണേണ്ടതുണ്ട്. കൂടാതെ, അറ്റ്ലസ് മൈനറിന്റെ ഒരു ഭൂപടം വരയ്ക്കുക എന്ന എന്റെ ചിരകാല സ്വപ്നത്തിന് അത് വളരെ ആവശ്യമാണ്. ജെനോയിസ് ചാർട്ടുകളിൽ പോലും ഈ പ്രദേശത്തിന്റെ വിശദാംശങ്ങൾ ഉണ്ട്.

ഹിസീർ റയീസ് പൂർണ്ണമായും എന്നെ വിശ്വസിച്ചു. അദ്ദേഹത്തോട് ചതുരംഗത്തിൽ ഏറ്റുമുട്ടാൻ സാധിക്കുന്ന ഏക എതിരാളിയെ താത്കാലികമായി നഷ്ടപ്പെടുന്നതിന്റെ ഒരു അസൗകര്യം മാറ്റി നിർത്തിയാൽ റയീസിന് എന്നെ വിടുന്നതിന് ബുദ്ധിമുട്ടില്ലായിരുന്നു. റയീസ് എന്റെ യാത്രാസഞ്ചികളിൽ സ്വർണ്ണം നിറച്ചു. വസന്തത്തിൽ ഞാൻ തിരിച്ചെത്തുമെന്ന് ഉറപ്പു കൊടുത്തു. ഒരു ജെനോയിസ് ഗാലിയറ്റിൽ ഞാൻ കയറി. സ്പെയിനിലേക്കാണ് ഞാൻ പോകുന്നതെന്ന് റയീസിനോട് പറയാൻ എനിക്ക് കഴിഞ്ഞില്ല. പറഞ്ഞാൽ മിക്കവാറും പോകാൻ എന്നെ അനുവദിക്കില്ല. എല്ലാ ശൈത്യകാലത്തും ഞാൻ സ്പെയിനിലേക്ക് പോകാൻ ആഗ്രഹിക്കുന്നത് എന്തുകൊണ്ടാണെന്ന് അദ്ദേഹം ചിന്തിച്ചിട്ടുണ്ടാകും. ആർക്കറിയാം, ഒരുപക്ഷേ ഈ വർഷം അവൾ വന്നേക്കാം. പോകുമ്പോൾ അദ്ദേഹം പറഞ്ഞു.

''മെഡിറ്ററേനിയനിലൂടെ ഈ കലുഷിതകാലത്ത്, ഈ കഠിന കാലാവസ്ഥയിൽ പോകുന്നത് എത്രത്തോളം ആപത്താണെന്ന് നിനക്കറിയാം. കറ്റാലൻ പാടങ്ങളിൽ അടിമയാകാനോ ഏതെങ്കിലും വെനീഷ്യൻ ഗാലിയിൽ ചങ്ങലയിട്ട ഗാലിഅടിമയാകാനോ സ്പാനിഷ് തടവറയിൽ പീഡിപ്പിക്കപ്പെടാനോ ഉള്ള സാധ്യതയോർത്ത് നിനക്ക് ഭയമില്ലേ? നിനക്ക് അങ്ങനെ സംഭവിച്ചാൽ ദൈവം വിലക്കട്ടെ. ഞാൻ നിന്നെ തേടി വരാൻ ഒരു സാധ്യതയും ഇല്ലെന്ന് നിനക്കറിയാം. നീ മടങ്ങിയെത്തിയില്ലെങ്കിൽ, ആരാണ് ഞങ്ങളുടെ യാത്രകളിൽ മാർഗദർശി? നിന്നെ പോകാൻ അനുവദിക്കരുതെന്ന് എന്റെ ഹൃദയം പറയുന്നു സിദീ. ഞാൻ നിനക്ക് തന്ന സ്വർണമെല്ലാം വെറുതെയായി പോകുമോ എന്ന് ഞാൻ വിഷമിക്കുന്നില്ല പക്ഷേ നിന്റെ ജീവൻ അപകടത്തിലാക്കുന്ന എന്തോ ഒന്ന് നിന്റെ മനസ്സിലുണ്ടോ എന്ന ഭയമാണ് എനിക്ക്.''

എന്തുകൊണ്ടാണ് അവൻ ആ അവസാന വാക്കുകൾ പറഞ്ഞതെന്ന് എനിക്ക് ഉറപ്പില്ല, പക്ഷേ ഒരു നിമിഷം ഞാൻ വിചാരിച്ചു,

ബില്ലൂറിനോടുള്ള സ്നേഹം മാത്രമല്ല, എന്നെ സ്പെയിനിലേക്ക് തിരികെ വലിക്കുന്നത് എന്ന് അവൻ മനസ്സിലാക്കിയെന്ന്. എന്റെ പ്രതിജ്ഞ എനിക്കുതന്നെ ഒരു ഭാരമായി തീർന്നിരിക്കുന്നു പക്ഷേ എന്റെ കടമകൾ ഞാൻ നിറവേറ്റും. വിടവാങ്ങുമ്പോൾ ഞങ്ങൾ അറിഞ്ഞില്ല ഇനി കാണുന്നത് രണ്ടു വർഷങ്ങൾക്ക് ശേഷമായിരിക്കുമെന്ന്.

1516

രണ്ടു വർഷം കഴിഞ്ഞ്

സൂര്യൻ അസ്തമിക്കാനൊരുങ്ങുകയാണ്. രാജകീയരഥം ഒടുവിൽ മഞ്ഞു വീണു നിറഞ്ഞ കുന്നിൻ മുകളിൽ എത്തിയപ്പോൾ കുതിരകളെ കഠിനമായി ചമ്മട്ടിക്കടിച്ചതിന് ഡ്രൈവറെ എങ്ങനെ ശിക്ഷിക്കണമെന്ന് കാർലോസ് രാജകുമാരൻ ചിന്തിച്ചു. എന്നാൽ തന്റെ ബഹുമാനാർത്ഥം നടക്കാനിരുന്ന ആഘോഷം കഴിയുന്നതു വരെ ഇത് നീട്ടിവെക്കാൻ അദ്ദേഹം തീരുമാനിച്ചു, സ്ലേറ്റ് കൊണ്ട് അലങ്കരിച്ച കോട്ടയുടെ അകത്തളത്തിൽ ആഘോഷങ്ങൾ ഒരുക്കിയ ഡ്യൂക്കിനെ നോക്കി പുഞ്ചിരിച്ചു. രാജകുമാരന്റെ മുമ്പിൽ ബഹുമാനാർത്ഥം ഇപ്പോൾ നിലത്തുമുട്ടും വിധം കുമ്പിട്ടിരുന്ന വ്യക്തി ഹെൻറി എട്ടാമൻ രാജാവായിരുന്നു.

ഹെൻറി, സ്പെയിനിന്റെ കണ്ണും കാതും ആണെന്നാണ് പറയുന്നത്. ഹെൻറിയെപ്പോലെ, കാർലോസ് രാജകുമാരനും ട്യൂഡർ കുടുംബത്തിലെ അംഗമായിരുന്നു. സ്പെയിനിലെ രാജാവായ ഫെർണാണ്ടോ രാജാവിന്റെ താൽപര്യങ്ങൾ സംരക്ഷിക്കുന്നതിനായി കാർലോസ് നടത്തുന്ന ഉത്സവങ്ങൾ അദ്ദേഹത്തെ പ്രസിദ്ധനാക്കിയിരുന്നു.

വെറും പതിനാറു വയസ്സുള്ള ഒരു ചെറുപ്പക്കാരൻ എന്ന അഭിമാനത്തോടെ, രാജകീയ കുപ്പായംകൊണ്ട് അലങ്കരിച്ച വണ്ടിയുടെ വെള്ളിപ്പടിയിൽക്കൂടി കാർലോസ് ഇറങ്ങി. പർവതങ്ങളിൽ നിന്ന് താഴേക്ക് വീശുന്ന തണുത്ത കാറ്റ് ശ്വസിച്ചുകൊണ്ട് നീണ്ട പരവതാനിയിലൂടെ, കുലീനതയോടെയും അഭിമാനത്തോടെയും മുന്നോട്ട് നീങ്ങി. കാർലോസിന്റെ അകമ്പടിപ്പട കോട്ടയുടെ കല്ലുമുറ്റത്തെ മനോഹരമാക്കി. സേവകരും കാവൽക്കാരും അവന്റെ പിന്നിൽ നടന്നു, അവന്റെ ഓരോ ചുവടും അനുകരിച്ച്, അവന്റെ കുലീനത അവിടമാകെ വ്യാപിപ്പിച്ചു.

സുന്ദരനായ ഫിലിപ്പ് എന്നറിയപ്പെടുന്ന അവന്റെ പിതാവ്, തന്റെ മകനെ വളർത്തിയത് ഒരു ദിവസം അവൻ രാജാവാകുമെന്ന പ്രതീക്ഷയിലാണ്. അവന്റെ വളർച്ചയ്ക്കും വിദ്യാഭ്യാസത്തിനും പരമാവധി ശ്രദ്ധ നൽകി. തന്റെ രാജ്യത്ത് സംസാരിക്കുന്ന എല്ലാ ഭാഷകളും സംസാരിക്കാൻ പഠിപ്പിച്ചു: സ്പാനിഷ്, ജർമ്മൻ, ഫ്രഞ്ച്, ഇറ്റാലിയൻ, പിന്നെ ഇംഗ്ലീഷ്. രാജാവാകുന്നതിന് മുമ്പ് പിതാവ് ഫിലിപ്പ് മരിച്ചപ്പോൾ, കാർലോസിന്റെ മുത്തച്ഛൻ ബർഗണ്ടിയിലെ ഡ്യൂക്ക് മാക്സിമില്ലിയൻ മാക്സ് അവനെ കൊട്ടാരത്തിലേക്ക് കൊണ്ടുപോയി സിംഹാസനത്തിന്റെ അവകാശിയായി വളർത്തി.

കാർലോസ് ഇംഗ്ലണ്ടിലെ രാജാവായ ഹെൻറിയെ ഒരിക്കലും ഗൗനിച്ചിരുന്നില്ല എന്ന് മാത്രമല്ല അല്പം അകൽച്ചയും ഉണ്ടായിരുന്നു. അരഗോണിലെ തന്റെ അമ്മായി കാതറീന്റെ ഭർത്താവ്. കുട്ടിക്കാലത്ത് അമ്മായിയോടൊപ്പം രണ്ട് വർഷം ചെലവഴിച്ച അദ്ദേഹം അൽപ്പകാലത്തിനുള്ളിൽ തന്നെ ഹെൻറിയെയും ട്യൂഡർ കുടുംബത്തിലെ മറ്റെല്ലാ അംഗങ്ങളെയും പുച്ഛിച്ചു തള്ളി. തന്റെ അമ്മായി അവിടെ സന്തുഷ്ടയല്ലെന്ന് അയാൾക്ക് തോന്നി. എങ്കിലും ഒരു ട്യൂഡറായ ഹിസ് എക്സലൻസി ദി ഡ്യൂക്കിന്റെ ക്ഷണം അവൻ സ്വീകരിച്ചു. സ്ത്രീകളോട് അമിതാസക്തി ഉണ്ടായിരുന്ന തന്റെ അളിയൻ ഹെൻറിക്ക് വേണ്ടിയല്ല, മറിച്ച് അവന്റെ അമ്മായി കാതറിന് വേണ്ടി. മാത്രമല്ല, മുത്തച്ഛൻരാജാവിന്റെ അസുഖം മൂർച്ഛിച്ച്, മരണത്തോടടുക്കുന്ന ഈ ശൈത്യകാല ശോകത്തിൽ നിന്നും ഒരു അവധിയെടുക്കാം എന്നും കാർലോസ് കരുതി.

ഇടനാഴിയിൽ വരിവരിയായി നിൽക്കുന്ന അൽപവസ്ത്രധാരികളെയും അടിമപ്പെൺകുട്ടികളെയും മറികടന്ന് കാർലോസ് രാജകുമാരൻ മെഴുകുതിരികൾ കൊണ്ട് അലങ്കരിച്ച അകത്തളത്തിലേക്ക് കാലെടുത്തുവച്ചു. മിന്നിമറയുന്ന പ്രകാശനിറമുള്ള ചില്ലുകൂടാരത്തിൽ നൃത്തരൂപങ്ങൾ പതിപ്പിച്ചുകൊണ്ട് മങ്ങിയ സായാഹ്നത്തിനു ഉന്മേഷം നൽകി. മുറിയുടെ നടുവിലുള്ള കുളത്തിന്റെ നടുക്കുള്ള മാർബിൾ പാതയിലൂടെ നടന്നപ്പോൾ ഇളംചൂട് അനുഭവപ്പെട്ടു. ഒരു ചൂള (ഫർണസ്) ഉപയോഗിച്ച് അകത്തളം ചൂടാക്കി നിർത്തിയിരിക്കുകയാണ്.

സ്പെയിനിലെ മുത്തച്ഛന്റെ കൊട്ടാരത്തിൽ പോലും ഇത്തരമൊരു സംവിധാനം ഉണ്ടായിരുന്നില്ല എന്ന് കാർലോസ് ഓർത്തു. മഞ്ഞുകാലമായിരുന്നെങ്കിലും ചുവന്ന റോസാദളങ്ങൾ ഉണ്ടായിരുന്നു. കൂടാതെ, താമരകൾ ഒഴുകുന്ന തെളിഞ്ഞ കുളത്തിന് ചുറ്റും മുത്തുകൾ പതിച്ച വെനീഷ്യൻ മേശകൾ. വാൽനട്ട് മരം കൊണ്ടുള്ളവ. സങ്കൽപ്പിക്കാവുന്ന എല്ലാ സ്വാദിഷ്ഠമായ വിഭവങ്ങളും പഴങ്ങളും

അവയിൽ നിരത്തിയിരുന്നു. എല്ലാ മേശകളിലും പക്ഷികളെ കൊത്തി വെച്ച, സ്വർണ്ണം പൂശിയ ചഷകങ്ങളും ആഭരണങ്ങൾ പതിച്ച അതി മനോഹരമായ കൂജകളും. കൂജകളിൽ വീഞ്ഞ് തന്നെയായിരുന്നു.

പാതി സുതാര്യമായ വസ്ത്രങ്ങൾ ധരിച്ച്, പുരുഷ ശരീരത്തിന്റെ സൗന്ദര്യം പ്രകടിപ്പിക്കുന്ന രണ്ട് കറുത്ത അടിമകൾ ഒഴികെ, ശേഷി ക്കുന്ന ജോലിക്കാരെല്ലാം പതിനഞ്ചിനും പതിനെട്ടിനും ഇടയിൽ പ്രായമുള്ള പെൺകുട്ടികളായിരുന്നു. കടൽക്കൊള്ളക്കാർ ഈ കന്യകമാരെ മാൾട്ട, ആന്റലൂഷ്യ, ഗ്രീസ്, അറേബ്യ എന്നിവിടങ്ങളിൽ നിന്നു പിടികൂടി ട്യൂഡർ ഡ്യൂക്കിന് ഉയർന്ന വിലയ്ക്ക് വിറ്റു. സുതാര്യ മായ വല പോലുള്ള ട്യൂല്ലേ അവരുടെ ശരീരത്തിന് ചുറ്റും പ്രകോ പനപരമാംവിധം പറന്നു. അവർ കുമ്പിടുമ്പോഴോ നിവർന്നു നിൽക്കു മ്പോഴോ ഉള്ള ചലനങ്ങളിൽ നിന്ന് അത്തരം സായാഹ്നങ്ങളിൽ ശ്രേഷ്ഠരായ അതിഥികളെ സേവിക്കാൻ അവരെ പരിശീലിപ്പിച്ചിട്ടു ണ്ടെന്ന് വ്യക്തമാണ്. ഈ പ്രത്യേക ആഘോഷത്തിലെ അതിഥി കളെക്കുറിച്ച് അവർക്ക് തീർച്ചയായും അറിയാമായിരുന്നു.

അവരുടെ തലമുടിയിൽ കുത്തിവെച്ച റോസാപ്പൂക്കളും അവ രുടെ കൈകളിൽ പിടിച്ചിരിക്കുന്ന പൂച്ചെണ്ടുകളും അവരെ കൂടുതൽ വശ്യകളാക്കുന്നു.ഈ കന്യകമാരുടെ മുടിയും കൈകളും മാത്രമല്ല, ശൈത്യകാലത്ത് ഒരു കുളത്തെ മുഴുവൻ റോസാദളങ്ങളാൽ മൂടാൻ അവർക്ക് എങ്ങനെ സാധിച്ചു എന്നറിയാൻ കൗതുകമുള്ള ഒരേ യൊരു വ്യക്തി ട്യൂഡർ ഡ്യൂക്ക് ആയിരിക്കില്ലെന്നും കരുതുന്നു. കാർലോസ് രാജകുമാരൻ കുളത്തിന് മൂന്ന് പടി മുകളിലായുള്ള ഒരു സിംഹാസനത്തിൽ ഇരുന്നു.

താളാത്മകമായ സംഗീതം മുറിയിൽ മുഴങ്ങാൻ തുടങ്ങി. ആഫ്രിക്ക യുടെ തീരങ്ങളിൽ പണ്ടുമുതലേയുള്ള ആഹ്ലാദകരമായ മെലഡി കളായിരുന്നു അവ, സ്പാനിഷ് ഭാഷയിൽ ആലപിക്കപെട്ടവ. മിക്ക നർത്തകരും സെഫാർഡിക് ജൂതന്മാരോ മുഡെസെൻ കുട്ടികളോ ആയിരുന്നു. അവരുടെ കൈകളിലെ വാദ്യോപകരണങ്ങൾ പോലെ അവരുടെ പേരുകളും മാറ്റിയിരുന്നു: ഉഡുകൾ ഇപ്പോൾ ലൂട്ടുകൾ, ഗിസാരെ ഗിറ്റാർ, റെബാബ് ദി റാബൽ, ബെൻഡിർ ദി പാൻഡേര, ബുക്ല എൽബോക്ക് എന്നിങ്ങനെ. ട്യൂഡർ ഡ്യൂക്ക് കോട്ടയിലെ ഗായക രെയും വാദ്യോപകരണക്കാരെയും വണങ്ങി, അവർ കുളത്തിന്റെ വശങ്ങളിൽ ചുറ്റിത്തിരിയുന്ന നൃത്തം തുടങ്ങി, അവരുടെ സിൽക്ക് ഷർട്ടുകൾ ഇളകുകയും നെഞ്ച് കാണിക്കുകയും ചെയ്തു.

അവരുടെ കാസ്റ്റനെറ്റുകൾ. അവരുടെ പാവാടകൾ വായുവിലേക്ക് പറന്നുയരുമ്പോൾ അതിഥികൾ പരസ്പരം നോക്കി, കളിയാക്കി. അപ്പോഴാണ് ഞാൻ ശ്രദ്ധിച്ചത്, കുളത്തിൽ നിന്നുള്ള വെള്ളം

അകത്തളത്തിന്റെ ചുവരുകളുടെ പിന്നിലുള്ള കനാലിലൂടെ ഒഴുകുന്നു. ഇപ്പോൾ റോസാദളങ്ങൾ വെള്ളത്തിൽ പൊങ്ങിക്കിടക്കുന്നു, സേവകർ വെള്ളത്തിലേക്ക് ഇട്ട ആപ്പിളും ഓറഞ്ചും ക്വിൻസുകളും മറ്റ് ശൈത്യകാല പഴങ്ങളും വെള്ളത്തിൽ മുറിയിൽ കറങ്ങി, അവ താഴേക്ക് വീണാൽ എടുക്കാൻ എല്ലാവരും ആകാംക്ഷയോടെ കാത്തിരിക്കുന്നു.

എന്തുകൊണ്ടാണ് ട്യൂഡർ ഡ്യൂക്കിന്റെ ആഘോഷങ്ങൾ നഗരത്തിൽ ഇത്രയധികം ചർച്ച ചെയ്യപ്പെടുന്നതെന്ന് എനിക്ക് മനസ്സിലായി. കാർലോസ് രാജകുമാരൻ ഇതെല്ലാം തന്നെ സുഖിപ്പിക്കാൻ വേണ്ടി ഒരുക്കിയതാണെന്ന് അനുമാനിച്ചു. അത്താഴം തുടങ്ങും മുന്നേ തന്റെ തല കറങ്ങണം എന്നായിരിക്കും ഇവരുടെ ഉദ്ദേശ്യം.

രണ്ട് കാവൽക്കാർ കാർലോസിന്റെ അരികിൽ സ്ഥാനം പിടിച്ച് പ്രതിമകൾ പോലെ നിശ്ചലമായി, വിദൂരതയിലേക്ക് നോക്കി, കാർലോസിനെ അവരുടെ എല്ലാ ഇന്ദ്രിയങ്ങളും ഉപയോഗിച്ച് സംരക്ഷിച്ചു. നെപ്പോളിറ്റൻ, സിസിലിയൻ, ജെനോയിസ്, പോർച്ചുഗീസ് വ്യാപാരികൾക്ക് നർത്തകിമാരിൽ നിന്നും കണ്ണെടുക്കാനേ കഴിയുന്നുണ്ടായിരുന്നില്ല.

ട്യൂഡർ ഡ്യൂക്ക്, കാർലോസിന് ഇരിക്കുന്നതിന് താഴെയുള്ള ഒരു പടിയിൽ ഇരുന്നു ചോദിച്ചു:

“യുവ അവകാശിയായ അങ്ങയുടെ സാന്നിധ്യത്താൽ ഞങ്ങളെ അനുഗ്രഹിച്ചിരിക്കുന്നു! അങ്ങേക്ക് എവിടെ നിന്നാണ് തുടങ്ങേണ്ടത്?”

എവിടെ എന്നുദ്ദേശിച്ചത് ഏതു നർത്തകിയാണ് ഇന്ന് രാത്രി വേണ്ടത്, അല്ലെങ്കിൽ വീഞ്ഞാണോ എന്നാണ് എന്ന് കാർലോസിന് മനസ്സിലായി. അവൻ ചിന്തിച്ചു. ‘ആളുകൾ ഡ്യൂക്ക് എന്ന് വിളിക്കുന്ന ഇയാൾ ഒരു കള്ളനല്ലാതെ മറ്റാരുമല്ല’.

ഇയാൾ അപകടകാരിയാണെന്ന് വ്യക്തമായി. വിഷയം മാറ്റാൻ കാർലോസ് പറഞ്ഞു:

“ഏതു കൊട്ടാരത്തിനേക്കാളും ഗംഭീരമായിരിക്കുന്നു നിങ്ങളൊരുക്കിയ ഈ സായാഹ്നം.”

“ഹോ നന്ദി, ഞങ്ങളുടെ മാളിക എപ്പോഴും ഞങ്ങളുടെ നല്ല സുഹൃത്തുക്കളുടെ അഭിരുചികളും ആവശ്യങ്ങളും നിറവേറ്റാനുള്ള ഒരു ഇടം മാത്രം.”

“എന്നാൽ ആ സുഹൃത്തുക്കളിൽ ചിലർക്ക് അഭിരുചി കുറവാണെന്ന് തോന്നുന്നു. ഭക്ഷണം രുചിച്ചുനോക്കുന്നതിന് മുമ്പ് എത്ര പേർ മദോന്മത്തരായെന്ന് നോക്കൂ.”

“അയ്യോ, അവരോട് ക്ഷമിക്കണം ഞങ്ങളുടെ ശ്രേഷ്ഠാവകാശി. അവർ മാർപ്പാപ്പയുടെ കപ്പലിന്റെ ക്യാപ്റ്റന്മാരാണ്. അവർ നിങ്ങളുടെ മുത്തച്ഛൻ രാജാവിനെ കാണാൻ നഗരത്തിൽ വന്നതാണ്. ഇവിടെ താങ്കൾക്കറിയാവുന്നതുപോലെ കുറച്ച് രാത്രികളിലേക്ക്.”

“അല്ലാ, നിങ്ങൾ എല്ലായ്പ്പോഴും ഈ ‘കുറച്ച് രാത്രികളുടെ’ ഏർപ്പാടിലാണല്ലോ പ്രഭുവേ?”

ഡ്യൂക്ക് മിണ്ടിയില്ല.

“ഹഹ, ഒരു തമാശ അല്ലേ, വരൂ നമുക്ക് കഴിക്കാൻ തുടങ്ങാം.”

താൻ ആസൂത്രണം ചെയ്തതുപോലെ ഈ രാത്രിപരിപാടി നടക്കാൻ പോകുന്നില്ലെന്ന് ഒരു നിമിഷം അയാൾ ചിന്തിച്ചു. കാരണം രാജകുമാരൻ താൻ പ്രതീക്ഷിച്ചതുപോലെ അല്ലായിരുന്നു. സ്വാധീനിക്കാൻ കഴിയുന്ന ഒരാളായി തോന്നിയില്ല. നർത്തകിമാരിൽ ആരെയാണ് കാർലോസ് തിരഞ്ഞെടുക്കുക എന്ന് നോക്കി ഡ്യൂക്ക് അവസരം കാത്തിരുന്നു.

“എന്റെ ഏറ്റവും അജയ്യനായ സുഹൃത്തുക്കളിലൊരാളായ ഒരാളെ രാജകുമാരനു പരിചയപ്പെടുത്താൻ എനിക്ക് അവസരം നൽകിയിരുന്നെങ്കിൽ...അവന്റെ പേര് ആൻഡ്രിയ ഡോറിയ. അവൻ ജെനോയിസ് ഒനെഗ്ലിയ പ്രദേശത്തു നിന്നുള്ള ഒരു കുലീനനാണ്. ഇന്നസെൻഷ്യസ് മാർപാപ്പയുടെ കീഴിൽ സേവനമനുഷ്ഠിച്ചപ്പോൾ അവൻ കടലിനെ പ്രണയിക്കുകയും ഉർബിനോ ഡ്യൂക്കിന്റെ കൊട്ടാരത്തിൽ നാവിക പരിശീലനം നേടുകയും ചെയ്തു. ഇപ്പോൾ ആരെ സേവിക്കണമെന്ന് അവനറിയില്ല, പോർച്ചുഗീസുകാരോ കറ്റാലന്മാരോ കാസ്റ്റിലിയന്മാരോ. അങ്ങേക്ക് താൽപ്പര്യമുണ്ടെങ്കിൽ, ഞാൻ അവനെ പരിചയപ്പെടുത്താം. ഭാവിയിൽ അങ്ങയെ നന്നായി സേവിക്കാൻ കഴിയുന്ന ഒരു കപ്പിത്താനാണ് അവൻ. മെഡിറ്ററേനിയനിലെ എല്ലാ കടൽക്കൊള്ളക്കാർക്കും അവൻ ഒരു പേടിസ്വപ്നമാണ്.”

“എങ്കിൽ എന്നെ പരിചയപ്പെടുത്തൂ. ഒരുപക്ഷേ ഭാവിയിൽ ഞാൻ അവന്റെ സേവനം ആവശ്യപ്പെടും. എന്നാൽ ഇപ്പോൾ പരാന്നഭോജികൾക്കായി എന്റെ വാതിലുകൾ അടച്ചിരിക്കുന്നു.”

പരാന്നഭോജികളെക്കുറിച്ചുള്ള പരാമർശം ഡ്യൂക്കിന്റെ ഉള്ളിൽ കൊണ്ടു. ഏതാനും നിമിഷങ്ങൾക്കുള്ളിൽ രണ്ടാമതും തന്നെ പരാജയപ്പെടുത്തി നിശ്ശബ്ദനാക്കാൻ കാർലോസിന് കഴിഞ്ഞിരിക്കുന്നു. രാജകുമാരനെ തന്റെ വഴിക്ക് അത്രയെളുപ്പത്തിൽ നടത്താനാവില്ല എന്ന ബോധ്യത്താൽ ഡ്യൂക്ക് അല്പമൊന്ന് മാറിനിന്നു, ഡോറിയയ്ക്ക് വഴിയൊരുക്കി.

ഈ തെമ്മാടിക്കൊട്ടാരത്തിലാണ് എന്നതൊഴിച്ചാൽ, ഡോറിയ തികച്ചും യോഗ്യനും ഭാവിയിൽ നല്ലൊരു കപ്പിത്താനുമാകുമെന്ന് കാർലോസിനു തോന്നി. അവന്റെ സംസാരരീതിയും കുലീനതയും ശ്രദ്ധേയമായിരുന്നു. അവർ ഒരുമിച്ച് ഭക്ഷണം കഴിക്കുകയും രാഷ്ട്രീയം, വ്യാപാരം, മതകാര്യങ്ങൾ, എന്നിവ ചർച്ച ചെയ്യുകയും ചെയ്തു. ഇതിനിടയിൽ അകത്തളത്തിലെ വിനോദങ്ങളുടെ തീവ്രത വർധിച്ചു. മറ്റെല്ലാവരും കുളത്തിലെ നഗ്നരായ സ്ത്രീകളുടെ അശ്ലീലനൃത്തം കൊണ്ടിരുന്നപ്പോൾ കാർലോസും ഡോറിയയും അവരുടെ അടുത്ത സംഭാഷണത്തിൽ മുഴുകി.

“പറയു എന്തിനാണ് ഡോറിയ മാഡ്രിഡിൽ വന്നത്?”

“ഒരു ജീവിതം ഉണ്ടാക്കാൻ ഞാൻ നോക്കുകയാണ്, പ്രഭോ. എനിക്ക് അനുയോജ്യമായ എന്തെങ്കിലും?”

“നിങ്ങൾക്ക് അനുയോജ്യമായ ഒരു ജീവിതം? ഈ അർത്ഥ ശൂന്യമായ വിനോദങ്ങളിൽ നിന്ന് വ്യത്യസ്തമായ ഒന്ന്?”

“അതെ പ്രഭോ. എനിക്ക് ആസക്തി യുദ്ധത്തിനോടാണ്, സ്ത്രീ കളോടല്ല.”

“നീ ഒരു നാവികനാണെന്ന് ഞാൻ കേട്ടു, പക്ഷേ നിങ്ങൾ ഒരു കുതിരപ്പടയാളിയെപോലെ തോന്നുന്നു?”

“യുദ്ധമില്ലാതെ ജയിക്കാമെന്ന് കരുതിയ ഒരു രാജാവിൽ നിന്ന് രക്ഷപ്പെടാൻ സൈനികന് പകരം ഒരു നാവികനാകാൻ ഞാൻ തീരു മാനിച്ചു.”

“യഥാർത്ഥത്തിൽ വിജയിക്കാനുള്ള ഏക മാർഗം യുദ്ധമാണോ?”

“കടലിൽ അങ്ങനെയാണ് പ്രഭോ.”

സംഗീതം, നൃത്തം, ആഘോഷങ്ങൾ, ആനന്ദാരവം എല്ലാം ലയി ച്ചൊറ്റ ശബ്ദമായിത്തീർന്നു. അപ്പോഴാണ് കൊട്ടാരത്തിന് പുറത്ത് വേറെ ഏതോ ശബ്ദങ്ങൾ ഉയർന്നത്. എന്തോ ആശയക്കുഴപ്പം പൊട്ടി പ്പുറപ്പെട്ടിരിക്കുന്നു. ശബ്ദം ഉയർന്നപ്പോൾ പ്രതിമകൾ പോലുള്ള കാവൽക്കാർ കാർലോസിന്റെ അടുത്തേക്ക് ഓടിയെത്തി അവനെ വളഞ്ഞു. ഡോറിയ ഒരു പരുന്തിന്റെ വേഗത്തിൽ കാർലോസിനെ വളയുകയും ചടുലമായ ഒരു ചലനത്തിലൂടെ, കാർലോസിനെ സംരക്ഷിക്കാൻ അവൻ തന്റെ ആയുധം എടുക്കുകയും ചെയ്തു. രാജകുമാരനെ ഏത് ആപത്തിൽനിന്നും രക്ഷിക്കാൻ എന്ത് വലിയ ത്യാഗവും സഹിക്കാൻ തയ്യാറായതുപോലെ.

സംഗീതം നിലച്ചു. എല്ലാവരും ആശയക്കുഴപ്പത്തിലായി, പര സ്പരം കണ്ണുകളിലേക്ക് നോക്കി, എന്താണ് സംഭവിച്ചതെന്ന് ആർക്കും

മനസ്സിലായില്ല. റോമൻ സാമ്രാജ്യത്തിന്റെ കാലം മുതൽ യൂറോപ്യൻ രാജവംശങ്ങളിൽ വരെ ഇത്തരം ആഘോഷവേളകളിൽ കൊലപാതകങ്ങൾ അരങ്ങേറുന്നത് ഒരു പാരമ്പര്യമായി മാറിയിരുന്നു. കൊലയാളി സാധാരണയായി ആതിഥേയനുമായി അടുത്ത ആരെങ്കിലും തന്നെയാകും കാരണം ആയുധങ്ങൾ അകത്തു കടത്തിയിരുന്നില്ല. ഡ്യൂക്ക് പെട്ടെന്ന് വിറച്ചു.

അപ്പോൾ ചക്രവർത്തിയുടെ ആളുകൾ മുറിയിലേക്ക് മാർച്ച് ചെയ്തു. അവരെ നയിച്ചത് മുഖ്യ കാര്യസ്ഥൻ മാർക്കി അലഹാൻഡ്രോ ആയിരുന്നു. തന്റെ കുന്തം പുറകിലേക്ക് എറിഞ്ഞ് നെഞ്ചിൽ കൈവെച്ച് ഇടത് കാൽമുട്ട് കുത്തി അയാൾ ഇരുന്നു. ഒരു കാഹളം പോലെ അവന്റെ ശബ്ദം മുറിയിൽ നിറഞ്ഞു:

''ഹാപ്സ്ബർഗ്, അരഗോൺ, കാസ്റ്റിൽ, കറ്റാലൻ രാജ്യങ്ങളുടെ അധിപനായ കാർലോസ് അഞ്ചാമൻ രാജാവിന് മുന്നിൽ ഞാൻ ആദരവോടെ മുട്ടുകുത്തുന്നു.''

ഞെട്ടലിന്റെ ഒരു തിരമാല ഉയർന്നു. ആ മനുഷ്യൻ രാജ്യാവകാശിയായ കാർലോസിനെ രാജാവ് എന്ന് വിളിച്ചിരുന്നു. ഇത് ഒരു തന്ത്രമാകാം, സിംഹാസനം പിടിച്ചെടുക്കാൻ സഹായിക്കുന്നതിനുള്ള ഒരു കൊലപാതക ശ്രമമായി പെട്ടെന്ന് മാറാം. മുറിയിലാകെ കനത്ത നിശ്ശബ്ദത തളംകെട്ടിയപ്പോൾ രാജകീയരഥത്തിന്റെ തേരാളി മുറിയിലേക്ക് ഓടിവരുന്നു. അവന്റെ ബൂട്ടുകൾ ചളിയിൽ പൊതിഞ്ഞിരുന്നു. തേരാളിയുടെ ചാട്ട അപ്പോഴും കൈയിൽ ഉണ്ടായിരുന്നു, അയാൾ ഡ്യൂക്കിന്റെ മുമ്പിൽ തറയിൽ വീണു.

''എന്റെ യജമാനേ, അവനെ കൊന്ന് ഒരു കൊളുത്തിൽ ബന്ധിച്ചിരിക്കുന്നു. അവന്റെ നെഞ്ചിൽ ഒരു ചന്ദ്രക്കല ചുട്ടുപഴുപ്പിച്ചു പതിച്ചിരിക്കുന്നു. അത് നിങ്ങളുടെ പ്രധാന കാവൽക്കാരനായിരുന്നു എന്റെ കർത്താവേ. എന്തൊരു ക്രൂരത... ഭയാനകം.''

ചക്രവർത്തി മാക്സിമില്ലിയൻ ക്രൂരമായി കൊല്ലപ്പെട്ടു. കോട്ടയുടെ പ്രധാന കാവൽക്കാരനാണ് അത് ചെയ്തത്. എന്തിനാണ് നെഞ്ചിൽ ചന്ദ്രക്കലയുടെ അടയാളം പഴുപ്പിച്ചു വെച്ചത്? ഇസ്ലാമിന്റെ അടയാളം, അതിനാൽ അത് ഒരു മുദേജർ ആയിരുന്നിരിക്കാം. സ്പാനിഷ് രാജാവിന്റെ കൊലയാളി ഒരു പാവപ്പെട്ട മുദേജാർ ആയിരുന്നോ? ചിന്തിക്കാൻ പോലും കഴിയാത്ത അസംബന്ധമായി തോന്നി കാർലോസിനത്. പെട്ടെന്ന് എല്ലാ കണ്ണുകളും ഡ്യൂക്കിലേക്ക് തിരിഞ്ഞു. രാജകുമാരന്റെ പടയാളികൾ പെട്ടെന്ന് ആ മനുഷ്യനെ വളയുകയും ഒരുത്തൻ കഠാര ഡ്യൂക്കിന്റെ ശരീരത്തിലേക്ക് നീട്ടിപ്പിടിക്കുകയും ചെയ്തു. മുറിയിലെ എല്ലാവരും പരസ്പരം നോക്കി. അവരെല്ലാം ആദ്യത്തെ വാക്ക് ആരെങ്കിലും പറയുന്നതിനായി കാത്തിരിക്കുന്നതു

പോലെ തോന്നി. കാർലോസ് മാർക്കി അലഹാൻഡ്രോയെ നോക്കി. അലഹാൻഡ്രോ ശാന്തമായി വിശദീകരിച്ചു.

''അങ്ങയുടെ മുത്തച്ഛന് പെട്ടന്ന് ഹൃദയമിടിപ്പ് കൂടി. ഒരു മണിക്കൂർ മുമ്പ് അദ്ദേഹം കണ്ണുകൾ അടച്ചു! സ്പാനിഷ് രാജ്യം നിങ്ങളുടെ ആജ്ഞയ്ക്കായി കാത്തിരിക്കുന്നു.''

ഇപ്പോൾ എല്ലാവരുടെയും കണ്ണുകൾ തേരാളിയിലേക്ക് നീണ്ടു. അവൻ അപ്പോഴും വിറയ്ക്കുന്നുണ്ടായിരുന്നു. അവൻ മുരടനക്കി.

''ഞാൻ പറഞ്ഞത് ഞങ്ങളുടെ പ്രധാന കാവൽക്കാരനായ ഫെലിക്സാണ്, എന്റെ യജമാനേ. അവൻ കൊല്ലപ്പെട്ടു. അവർ അവന്റെ കണ്ണുകൾ ചൂഴ്ന്നെടുത്തിരുക്കുന്നു. എന്നിട്ട് അവനെ പവലിയനിലെ ഒരു കൊളുത്തിൽ കെട്ടിയിട്ടു, യജമാനേ.''

ഇപ്പോൾ എല്ലാം വ്യക്തമായി. മുഖ്യ കാവൽക്കാരനല്ല മാക്സിമില്ലിയൻ ചക്രവർത്തിയെ വധിച്ചത്. രാജകുമാരനും അദ്ദേഹത്തിന്റെ പല പ്രഭുക്കന്മാരും പവലിയൻ കാണാൻ ജനാലയിലൂടെ പുറത്തേക്ക് നോക്കി. ക്രൂരമായ കൊലപാതകത്തിന് ഇരയായി, നാവ് പുറത്തേക്ക് തള്ളിനിൽക്കുന്ന നിലയിലായിരുന്നു ഫെലിക്സ്. എല്ലാവരെയും ശാന്തരാക്കാനും കാര്യങ്ങൾ ഒന്ന് രക്ഷിച്ചെടുക്കാനുമുള്ള ശ്രമത്തിൽ ട്യൂഡർ ഡ്യൂക്ക് ഗ്ലാസ് ഉയർത്തി പിറുപിറുത്തു.

''പ്രതാപിയായ കാർലോസിന് വേണ്ടി നൂറ് ഫെലിക്സുകൾ മരിക്കട്ടെ.''

കാവൽക്കാർ തങ്ങളുടെ കഠാരകൾ പിൻവലിച്ചപ്പോൾ ജനക്കൂട്ടം ആഹ്ലാദത്തോടെ ശബ്ദം ഉയർത്തി, പരസ്പരം മത്സരിക്കുന്നതു പോലെ.

''രാജാവ് നീണാൾ വാഴട്ടെ.''

''വിവ കാർലോസ്.''

''വിവ സ്പെയിൻ.''

കാർലോസിനെ സംബന്ധിച്ചിടത്തോളം രാത്രി അവസാനിച്ചിരുന്നു. ഡോറിയയുടെ തോളിൽ കൈ വെച്ചുകൊണ്ട് ഒരു സുഹൃത്തെന്ന പോലെ അവനോടൊന്ന് ചിരിച്ചു, എന്നിട്ട് ഡ്യൂക്കിനോട് മുന്നറിയിപ്പിന്റെ സ്വരത്തിൽ പറഞ്ഞു.

''നാളെ നിങ്ങളുടെ കാവൽക്കാരന് എന്താണ് സംഭവിച്ചതെന്ന് മനസ്സിലാക്കണം.''

മാർക്കി അലഹാൻഡ്രോയ്ക്കൊപ്പം പോകുമ്പോൾ മുറിയിൽ നിശ്ശബ്ദത പരന്നു. ട്യൂഡർ ഡ്യൂക്ക് എന്താണ് പറയുന്നതെന്ന് കേൾക്കാൻ അപ്പോൾ എല്ലാവരും ആകാംക്ഷ പൂണ്ടു. ചക്രവർത്തി

മാക്സുമായി ഡ്യൂക്ക് നല്ല ബന്ധത്തിലായിരുന്നു. എന്നാൽ ഒന്നും ഒരിക്കലും പഴയതുപോലെയാകില്ലെന്ന് അപ്പോൾ ഡ്യൂക്കിന് മനസ്സിലായി.

മുറിയിലെ മനുഷ്യരുടെ കണ്ണുകളിൽ വിശപ്പിന്റെ ഭാവം. അവരെയെല്ലാം ഓടിക്കാൻ ഡ്യൂക്കിന് തോന്നി, പക്ഷേ അയാൾ കയ്പേറിയ ഒരു പുഞ്ചിരിയോടെ, ഗ്ലാസ് ഉയർത്തി പറഞ്ഞു.

‘‘ഇത് ഒരു പുതിയ യുഗത്തിന്റെ തുടക്കമാണ് സുഹൃത്തുക്കളേ, നമ്മൾ ആഘോഷിക്കേണ്ട ഒരു യുഗം. നമുക്ക് മരിച്ചവരെ ഉപേക്ഷിക്കാം. രാജാവ് ദീർഘായുസ്സോടെ വാഴട്ടെ. ഞങ്ങളുടെ കന്യകമാരായ പെൺകുട്ടികളും വീഞ്ഞും നിങ്ങളുടേത്.’’

രാത്രിയിലെ ചെന്നായ്ക്കൾ ഉണരുന്നതേ ഉണ്ടായിരുന്നുള്ളൂ. ഉണരുമ്പോൾ അവർ കുഞ്ഞാടുകളായിരിക്കും. ഡോറിയയും ഞാനും ഒരു മൂലയിൽ മയങ്ങിയിരുന്നു. കടലിൽ എനിക്കറിയാവുന്ന ഡോറിയയേക്കാൾ ആവേശം കൂടുതലുള്ളതുപോലെ തോന്നി. അദ്ദേഹം എന്റെ മുഖത്തേക്ക് നോക്കി, ഉണർന്നിരിക്കുന്ന സംഗീതജ്ഞരെ നിശ്ശബ്ദരാക്കാനും അവന്റെ സാധനങ്ങൾ ശേഖരിക്കാനും എന്നോട് ആംഗ്യം കാണിച്ചു. നഗ്നയായ ഒരു ആഫ്രിക്കൻ പെൺകുട്ടി ഡ്യൂക്കിന്റെ മടിയിൽ കൂർക്കം വലിച്ചുറങ്ങുന്നുണ്ടായിരുന്നു. എനിക്ക് അയാളെ ഉണർത്താൻ കഴിയുമെന്ന് തോന്നിയില്ല. എന്നിട്ടും ഞാൻ അവന്റെ തോളിൽ ഒന്ന് തട്ടി. എന്നെ അത്ഭുതപ്പെടുത്തിക്കൊണ്ട്, തലേ രാത്രി ഇത്രയധികം മദ്യപിച്ചിരുന്നിട്ടും അയാൾ കണ്ണുതുറന്നു.

‘‘നിനക്കെന്താണ് വേണ്ടത്, ഏഹ് കോമാളി?’’

‘‘എനിക്ക് എന്റെ പണം നൽകിയാൽ പോകാമായിരുന്നു പ്രഭോ.’’

‘‘നിനക്ക് ഞാൻ എന്തിന് പണം നൽകണം?’’

‘‘വാദ്യമേളക്കാർ എന്റെയാണ് പ്രഭോ.’’

‘‘ആഹാ, അത് നീയാണോ? പണം എന്റെ കാര്യസ്ഥനിൽ നിന്ന് വാങ്ങൂ... എന്നിട്ട് നീ നമ്മുടെ കോട്ടയിലേക്ക് തിരിച്ചുവരുന്നു.’’

‘‘അങ്ങയുടെ കൽപ്പനപോലെ.’’

‘‘ഇനി നിന്റെ പേരെന്താണ് കോമാളി?’’

‘‘അൽക്കാല, പ്രഭോ, വിശുദ്ധ അൽക്കാല. മാഡ്രിഡിലെ ഏറ്റവും വിശിഷ്ട മേളക്കാരുടെ നാഥൻ.’’

‘‘അൽക്കാല, നമ്മുടെ ചക്രവർത്തിയുടെ മരണത്തിൽ നമുക്ക് അനുശോചിക്കേണ്ടതുണ്ട്, അത് മറക്കണ്ട.’’

ആ രാത്രി, സ്പെയിനിന്റെ സിംഹാസനത്തിന്റെ അവകാശിയായ കാർലോസ്, വലിയ ഒരു സാമ്രാജ്യത്തിന്റെ അവകാശിയായി,

സ്പെയിനിലെ രാജാവായ കാൾ അഞ്ചാമനായി അടുത്ത ദിവസം ഉണരുമെന്ന് അറിഞ്ഞിരുന്നില്ല. ഫ്രഞ്ച്, സ്പാനിഷ്, ജർമ്മൻ രക്തം അദ്ദേഹത്തിന്റെ സിരകളിൽ ഉള്ളതുകൊണ്ട് മാത്രം ലഭിച്ച അനുഗ്രഹമാണത്.

മൂന്നുമാസത്തിനുശേഷം ഞാൻ മലാഗയിലെ ആ കോട്ടയും ബില്ലൂറിന്റെ ഓർമയും ഉപേക്ഷിക്കും. കാർലോസിന്റെ മുത്തച്ഛൻ ഫെർണാണ്ടോ രണ്ടാമന്റെ മരണവാർത്ത അമ്മയിൽ നിന്ന് അദ്ദേഹത്തിന് ലഭിക്കുകയും കാസ്റ്റിൽ, അരഗോൺ, നേപ്പിൾസ്, സിസിലി എന്നീ രാജ്യങ്ങളുടെ ഭരണാധികാരിയാകുകയും ചെയ്യും. ഇപ്പോൾ അദ്ദേഹം ജർമ്മൻ, ഫ്ളെമിഷ് ദേശങ്ങൾ ഉൾപ്പെടെ എട്ട് രാജ്യങ്ങളുടെ രാജാവായിരുന്നു. അദ്ദേഹത്തിന് പതിനാറ് വയസ്സ് തികയുമ്പോൾ തന്നെ ക്രിസ്ത്യൻ സാമ്രാജ്യത്തിലെ ഏറ്റവും ശക്തനായ നേതാവായി അദ്ദേഹം മാറിയിരിക്കുന്നു.

മലാഗ തുറമുഖത്ത് നിന്നും മെഡിറ്ററേനിയനിലേക്ക് പോയി ആദ്യം ടുണീസിലേക്കും അവിടെ നിന്ന് കദർകലേയിലേക്കും പോകുന്ന ഞാൻ കപ്പലിൽ കയറിയപ്പോൾ, വിവിധ രാജ്യങ്ങളിലെ ക്രിസ്ത്യൻ യാത്രക്കാർ ചാൾസ് അഞ്ചാമൻ എന്ന് ഇംഗ്ലീഷുകാർ അറിയപ്പെട്ട, പുതിയ രാജാവിനെക്കുറിച്ച് ബഹുമാനത്തോടെ സംസാരിച്ചു. ഫ്രഞ്ചുകാർ ചാൾസ് ക്വിന്റ് എന്ന് എഴുതിയിരുന്നുവെങ്കിലും ചാൾസ് എന്നാണ് പറഞ്ഞത്. പോർച്ചുഗീസുകാരും കാസ്റ്റിലിയക്കാരും അദ്ദേഹത്തെ കാൾ രാജാവായി അംഗീകരിക്കുകയും സ്പാനിഷുകാർ കാർലോസ് എന്ന് അവനെ വിളിക്കുകയും ചെയ്തു.

പുതിയ രാജാവ് വന്നതിൽ അവർ സന്തോഷിച്ചു. അവരുടെ വാക്കുകൾ കേട്ട്, എന്റെ മാതൃരാജ്യമായ ഗ്രാനഡ, ആന്റലൂഷ്യ നഷ്ടപ്പെട്ടതിൽ വീണ്ടും എനിക്ക് സങ്കടം തോന്നി. പുതിയ രാജാവായ കാർലോസിനെ ക്രാൾ എന്ന് വിളിച്ച ഒരു തുർക്കി യാത്രക്കാരനുമായി ഞാൻ സംഭാഷണത്തിലേർപ്പെട്ടു. അപ്പോൾ, ബില്ലൂറുമായുള്ള സംഭാഷണങ്ങൾ എനിക്ക് ഓർമ വന്നു.

സ്പെയിനിൽ പുതിയ ഒരു യുഗത്തിന്റെ തുടക്കമായിരുന്നു അത്. തെരുവുകളിലും വയലുകളിലും പണിശ്ശാലകളിലും ആളുകളുടെ സന്തോഷം കണ്ടു. സ്പാനിഷ് തുറമുഖങ്ങളിലെ മെഡിറ്ററേനിയൻ കപ്പലുകൾക്ക് പുറമേ, പുതിയ ലോകത്തേക്ക് വന്നതും പോയതുമായ കപ്പലുകളും ഉണ്ടായിരുന്നു. നാട്ടിലേക്ക് ഒഴുകിയെത്തിയ വ്യാപാരികളുടെയും യാത്രക്കാരുടെയും ബാഹുല്യത്താൽ അവരുടെ ആവേശം വർദ്ധിച്ചിരുന്നു. കൊളംബസ്സിന്റെ പാത പിന്തുടർന്ന സഞ്ചാരികളായിരുന്നു ഇവർ. ഞാൻ സംസാരിച്ച തുർക്കിക്കും സമാനമായ ഒരു കഥ പറയാനുണ്ടായിരുന്നു.

''കൊളംബസ് ഒരിക്കൽ ഇസ്താംബൂളിൽ വന്നപ്പോൾ സുൽത്താൻ ബെയാസിദ് സ്വീകരിച്ചു.

''എനിക്ക് കുറച്ച് കപ്പലുകൾ തരൂ, ഞാൻ നിങ്ങൾക്ക് പുതിയ ലോകം തരാം.''

അദ്ദേഹം പറഞ്ഞു. ഇന്ത്യയിലേക്ക് യാത്ര ചെയ്യാനും സമ്പത്ത് തിരികെ കൊണ്ടുവരാനും. കൊളംബസ്സിന്റെ വാക്കുകളിലെ സത്യത്തെ അളക്കാനും സുൽത്താൻ തന്റെ ഉലമകളോടും വിസിയർകളോടും സംസാരിച്ചു. ആ സമയത്ത് പിരി റയീസ് കടലിൽ ആയിരുന്നതിനാൽ ഈ വിഷയത്തിൽ ഇടപെടാൻ കഴിഞ്ഞില്ല. അജ്ഞരായ വിസിയർ പറഞ്ഞു.

''പരമോന്നത നേതാവേ, ഈ അഹിറിന്റെ കാലത്ത് എങ്ങനെ ഒരു പുതിയ ലോകം ഉണ്ടാകും? നാം ലോകാവസാനത്തോട് അടുക്കുകയല്ലേ?''

അവർ കൊളംബസ്സിനെ തിരിച്ചയച്ചു. അതിനാൽ കൊളംബസ് സ്പെയിനിലേക്ക് മടങ്ങി, രാജ്ഞിയോട് അതേ വാഗ്ദാനം നടത്തി. രാജ്ഞി അവന് കപ്പലുകൾ അനുവദിച്ചപ്പോൾ...''

''മതി!''

ഞാൻ ആ മനുഷ്യനോട് പറഞ്ഞു.

''ഇനി എനിക്കൊന്നും കേൾക്കേണ്ട. ഓട്ടോമൻ സുൽത്താന്റെ പണ്ഡിതന്മാരും വിസിയർമാരും അത്ര അജ്ഞരല്ല. ആരുടെയെങ്കിലും നേട്ടത്തിനായി ആരോ ഈ കഥ ഉണ്ടാക്കിയതാണെന്ന് എനിക്ക് ഉറപ്പുണ്ട്. സുൽത്താൻ കൊളംബസ്സിന് ആ കപ്പലുകൾ അനുവദിച്ചിരുന്നെങ്കിൽ, പുതിയ ലോകത്തിന്റെ അനുഗ്രഹം മുസ്ലീങ്ങൾക്ക് ലഭിക്കുമായിരുന്നു. ആന്റലൂഷ്യയിലെ മുദേജർ സമുദായം അനുഭവിക്കുന്ന കഷ്ടപ്പാടുകൾക്ക് അറുതി വരുമായിരുന്നു.''

പുതിയ സുൽത്താൻ വ്യത്യസ്തനായിരിക്കട്ടെ എന്നാഗ്രഹിച്ചുകൊണ്ട് ഞാൻ ഉള്ളിൽ ഒരു പ്രാർത്ഥന ചൊല്ലി, കാരണം അദ്ദേഹത്തിന് എതിർക്കേണ്ടി വരിക കാർലോസിനെയാണ്.

ഞാൻ മലാഗയിലെ തുറമുഖത്ത് നിന്ന് പുറപ്പെടുന്നതിന് മുമ്പ് മഗല്ലൻ എന്ന് പേരുള്ള ഒരു ക്യാപ്റ്റനെ കണ്ടുമുട്ടി. ഇന്ത്യയിലേക്ക് ശുഭപ്രതീക്ഷാമുനമ്പിലൂടെ (കേപ്പ് ഓഫ് ഗുഡ് ഹോപ്പ്) പുതിയ ലോകത്തേക്ക് യാത്ര ചെയ്യുകയും അങ്ങനെ, ലോകം ചുറ്റുകയും ചെയ്യുന്നതിനെക്കുറിച്ച് സംസാരിക്കാനും പുതിയ രാജാവ് കാർലോസിനെ അദ്ദേഹം കണ്ടിരുന്നു. ഗാലിയറ്റിലെ മാർഗദർശിയാകാൻ അദ്ദേഹം എനിക്ക് സ്വർണം വാഗ്ദാനം ചെയ്തു. ഞാൻ കോട്ട വിടാൻ ഒരുങ്ങുകയായിരുന്നു, ബില്ലൂർ ഇപ്പോഴും എന്റെ സിരകളിൽ ഒഴുകുന്നു.

ഒക്ടോബറിലെ അവസാന നാളുകളിൽ മഗല്ലനൊപ്പം ഞാൻ പോയിരുന്നെങ്കിൽ എനിക്ക് അവളെ നഷ്ടപ്പെട്ട സ്ഥലത്ത് വെച്ച് ബില്ലൂറിനെ കാത്തിരിക്കാൻ കഴിയില്ല. ഹിസീർ റയീസിന്റെ പടയിലേക്ക് മടങ്ങിവരുമെന്ന് ഞാൻ നൽകിയ വാഗ്ദാനം മറക്കാനും കഴിയില്ല. ക്യാപ്റ്റൻ മഗല്ലന്റെ നിർദ്ദേശം നിരസിക്കാനുള്ള ന്യായമായ കാരണങ്ങളായിരുന്നു ഇവയെല്ലാം. നന്ദി പറഞ്ഞതിന് ശേഷം അദ്ദേഹത്തെ സഹായിക്കാൻ കഴിയുന്ന ടർക്കിഷ്, ആന്റലൂഷ്യൻ കപ്പിത്താന്മാരുടെ പേരുകൾ ഞാൻ സൂചിപ്പിച്ചു.

പുതിയ ലോകത്തേക്ക് പര്യവേഷണങ്ങൾ നടത്തിയ ക്യാപ്റ്റൻ ഗാമയുടെ കപ്പലുകളിൽ കുട്ടിക്കാലത്ത് മാർഗദർശികളായി സമയം ചെലവഴിച്ചവരാണ് ഇവർ. അവസാനം ഞാൻ അവനോട് പറഞ്ഞു. “പുതിയ ലോകം കാണാൻ ഇറങ്ങുന്നതിനു മുന്നേ ‘ഹൂക്ക്’ എന്ന് രഹസ്യമായി വിളിക്കപ്പെടുന്ന ഒരൂച്ച് റയീസിനെ കാണാൻ. പക്ഷേ, മഗല്ലൻ അത് തള്ളി.”

“മരണത്തിന്റെ വക്കിൽ നിൽക്കുന്ന ഒറ്റക്കൈയനായ ആ തുർക്കിയെ എന്തിനു കാണണം?”

മഗല്ലൻ പറഞ്ഞത് ഞാൻ തിരുത്തിയില്ല. എന്നാൽ കാലക്രമേണ കൂടുതൽ കൂടുതൽ ആളുകൾ ഈ ഒറ്റക്കൈയ്യൻ തുർക്കിയുടെ പേര് മന്ത്രിച്ചുകൊണ്ടിരുന്നു. പറഞ്ഞു പറഞ്ഞു ഒരൂച്ച് വാനോളം വളർന്നു. ഒരൂച്ചിന്റെ പേര് കേൾക്കുമ്പോൾ ചിലരുടെ നട്ടെല്ലിലൂടെ ഒരു മിന്നൽ പാഞ്ഞു. ഒരൂച്ച് ഒരു ഇതിഹാസമായി മാറി. ഒരു പരുന്തിന്റെ നഖം പോലെയായിരുന്നു ഒരൂച്ചിന്റെ ഇരുമ്പുകൈ ഈ കഥകളിൽ. മെഡിറ്ററേനിയൻ കടൽക്കൊള്ളക്കാരുടെ ചരിത്രത്തിലുടനീളം ഒരൂച്ച് ഒന്നുകിൽ ഒരു നായകൻ അല്ലെങ്കിൽ ഒരു പിശാച്. ഈ സമയം ഡീക്കൺ ഒജെഡ പ്രായാധിക്യം കൊണ്ടോ ജീവിതസംഭവബഹുലത കൊണ്ടോ ക്ഷീണിതനും പ്രതീക്ഷയറ്റവനുമായിത്തീർന്നിരുന്നു. ജീവിക്കുന്നതിന്റെ സന്തോഷം നഷ്ടപ്പെട്ട അദ്ദേഹം മരണാനന്തര ജീവിതത്തിലേക്ക് സ്വയം വിരമിച്ചതായി തോന്നി.

അദ്ദേഹം തന്റെ ഹൃദയത്തിൽ സൂക്ഷിച്ചിരുന്ന പ്രതീക്ഷ കാർലോസ് രാജാവിന്റെ ഭാവിയിലേക്ക് പറിച്ചുനട്ടു. അദ്ദേഹത്തിന്റെ മനസ്സിൽ യുവ ചാൾസ് യൂറോപ്പ് ആക്രമിക്കാനും ഒരു യൂറോപ്യൻ-ജർമ്മൻ സാമ്രാജ്യം പ്രഖ്യാപിക്കാനും പദ്ധതിയിട്ടിരുന്നു. ഫ്രഞ്ച് രാജാവ് മാത്രമാണ് അദ്ദേഹത്തെ തടഞ്ഞുനിർത്തിയിരുന്നത്. ബൊഹീമിയയെയും ഹങ്കറിയെയും സംബന്ധിച്ചിടത്തോളം ട്യൂഡർ രാജവംശത്തിന്റെ വിപുലീകരണമായി അതിനെ കാണാം. അവ ഭരിക്കുന്നത് ഇംഗ്ലണ്ട് ആയതുകൊണ്ട് അവ ഭാവിലക്ഷ്യങ്ങളായി കണക്കാക്കാം. എല്ലാ ഇറ്റാലിയൻ ചെറുരാജ്യങ്ങളും ഉൾപ്പെടെ യൂറോപ്പ്

മുഴുവൻ ഒരു കൈയിൽ അകപ്പെടാനുള്ള സമയമായിരുന്നു അത്. അവനെ തടയാൻ കഴിയുന്ന ഒരേയൊരു യഥാർത്ഥ എതിരാളി ഓട്ടോമൻ സാമ്രാജ്യമാണെന്ന് തോന്നുന്നു.

ഭരണം തുടങ്ങി മൂന്നു വർഷം മാത്രമേ ആയുള്ളൂവെങ്കിലും സുൽത്താൻ സലിമിന്റെ വിജയത്തിന്റെയും വീര്യത്തിന്റെയും കഥകൾ മാഡ്രിഡിലെ കൊട്ടാരത്തിൽ എത്തിയിരുന്നു.

ഞാനും ബില്ലൂറും ചേർന്ന് ഭൂപടങ്ങൾ വരച്ച, പരസ്പരം സ്നേഹിച്ച ആ പഴയ കോട്ട ചക്രവാളത്തിൽ അപ്രത്യക്ഷമായപ്പോൾ, ഒരു വടക്കൻ കാറ്റ് വീശിയടിച്ചു, കാറ്റിനേക്കാൾ എന്റെ വിദൂരമായ ഓർമകളും മോഹങ്ങളുമാണ് എന്നെ ദുർബലനാക്കുന്നതെന്ന് തോന്നി. ഞാൻ കയറിയ ഗാലിയറ്റിൽ ഗ്രാനഡയിൽ നിന്നുള്ള ഒരു കൊല്ലനെ കണ്ടുമുട്ടി, അവൻ അൾജീരിയയെക്കുറിച്ചുള്ള വാർത്തകൾ പറഞ്ഞു. കടങ്ങൾ വീട്ടാൻ ഏതെങ്കിലും ഒരു കപ്പലിൽ ജോലി ചെയ്യാനും ആവശ്യമെങ്കിൽ ഒരു ഗാലി അടിമയായി ചേരാനും തീരുമാനിച്ചിറങ്ങിയതാണവൻ.

‘‘എന്തുകൊണ്ട് നീ അൾജീരിയ തിരഞ്ഞെടുത്തു?’’

‘‘അറിഞ്ഞില്ലേ? ബാർബറോസ ഹിസീർ റയീസ് പണിക്കരെയും പടയാളികളെയും എടുക്കുന്നുണ്ട് അവിടെ.’’

ഞാൻ ദൂരെയായിരുന്നപ്പോൾ, ഹിസീർ റയീസ്. പക്ഷേ ഇപ്പോൾ ഞാൻ അദ്ദേഹത്തെ ബാർബറോസ എന്ന് വിളിക്കണം. ടെനെസ്, ത്‌ലെംസെൻ, ഒറാൻ എന്നിവ കീഴടക്കിയെന്നും ഹൽകുവാഡ്, ബെജയ, കാദർകലെ എന്നീ ഇടങ്ങളോടൊപ്പം ആറ് വ്യത്യസ്ത തുറമുഖങ്ങൾ കൈവശമാക്കിയെന്നും എനിക്ക് അറിയാമായിരുന്നു. അദ്ദേഹം അൾജീരിയയിലെ ബേയ് (ഗവർണർ) ആയിരുന്നു. തന്റെ ജ്യേഷ്ഠൻ ഒരൂച്ചിന്റെ നിഴൽ എന്നെ ഉപേക്ഷിച്ച് അദ്ദേഹം സ്വന്തം പേര് നേടിയിരുന്നു. മെഡിറ്ററേനിയൻ കടലിലെ ആറ് സ്ഥലങ്ങളിലും തന്റെ ഭരണം മുദ്രകുത്താൻ ബാർബറോസ ആഹ്വാനം ചെയ്ത യജ്ഞത്തിൽ ഒരാളാകാൻ ആഗ്രഹിച്ച ഈ കൊല്ലന് ആന്റലൂഷ്യയിലെ മുസ്ലീങ്ങൾ എന്റെ റയീസിനെക്കുറിച്ച് എന്തൊക്കെയാണ് അറിഞ്ഞു വെച്ചിരിക്കുന്നത് എന്ന് എനിക്ക് പറഞ്ഞു തരാനാകും. ഒന്നുമറിയാത്തുപോലെ ഭാവിച്ച് ഞാൻ ചോദിച്ചു:

‘‘ആരാണ് ബാർബറോസ ഹിസീർ റയീസ്?’’

ആ മനുഷ്യൻ ചുറ്റും നോക്കി, എന്റെ ചെവിയിൽ പതിഞ്ഞ സ്വരത്തിൽ പറഞ്ഞു.

‘‘നിങ്ങൾ എന്ത് മുദേജറാണ്? ഈ തുറമുഖങ്ങളിൽ കൊടി പാറിക്കുകയും എല്ലാ മുസ്ലീങ്ങൾക്കും വേണ്ടി വഴി തെളിക്കുകയും ചെയ്യുന്ന

അൾജീരിയയിലെ ബേയ് ഹിസീർ റയീസിനെ നിങ്ങൾക്ക് എന്തു കൊണ്ട് അറിയില്ല? ടുണിസിലെ സുൽത്താൻ, അൾജീരിയയിലെ അറബ് എമിർ, ബെർബർ കടൽക്കൊള്ളക്കാർ, സ്പാനിഷ് കപ്പൽപ്പട, മാർപ്പാപ്പയുടെ കപ്പലുകൾ ഇവരെല്ലാം അന്വേഷിക്കുന്ന ടർക്കിഷ് ബെയാണ് അദ്ദേഹം.''

അയാൾ തനിക്കറിയാവുന്നതെല്ലാം ആത്മാർത്ഥമായി പറയാൻ തുടങ്ങി.

''ഒരൂച്ച് റയീസ് ക്യാപ്റ്റൻ ഹൂക്ക് എന്ന് വിളിക്കപ്പെട്ടപ്പോൾ, അൾജീരിയയിലെ ഒരു ശക്തനായ സുൽത്താനായി ഹിസീർ റയീസ് മാറി, ആന്റലൂഷ്യയിലെ എല്ലാ മുസ്ലീങ്ങൾക്കിടയിലും അദ്ദേഹം പ്രശസ്തനായി. ആ മനുഷ്യൻ പറഞ്ഞതനുസരിച്ച്, അൾജീരിയ എന്നറിയപ്പെടുന്ന ദ്വീപസമൂഹത്തിന്റെ അടുത്തുകൂടി കടന്നു പോകുന്ന കപ്പലുകൾ, അവ മെഡിറ്ററേനിയൻ സാമ്രാജ്യത്തിന്റെ അതിർത്തിയിലുള്ളതുപോലെയാണ് പെരുമാറിയത്. ഹിസീർ റയീസിനെ ശത്രുക്കൾ ഇന്ന് ഭയക്കുന്നുണ്ട്''.

ഹിസീർ റയീസിനെക്കുറിച്ചുള്ള മറ്റൊരു കഥ.

അവൻ എവിടെനിന്നും പ്രത്യക്ഷപ്പെടാൻ കഴിയുന്ന ഒരാളായിരുന്നു എന്നായിരുന്നു. ഇതും ശത്രുക്കളെ അകറ്റി നിർത്തി. ഇപ്പോൾ മെഡിറ്ററേനിയൻ കടലിൽ സഞ്ചരിക്കുന്ന ഏതൊരു കപ്പലിനും ബാർബറോസ എന്ന പേരിന്റെ അർത്ഥം അറിയാമായിരുന്നു.

''ദൈവം അനുഗ്രഹിച്ചു എല്ലാം നിങ്ങൾക്ക് അനുകൂലമായി വരും, നിങ്ങൾ അവന്റെ ജോലിക്കാരിൽ ഒരാളായി മാറും.''

ഞാൻ ആ മനുഷ്യനെ പ്രോത്സാഹിപ്പിച്ചു.

''അത് ഉറപ്പാണ്...'' അവൻ ആത്മവിശ്വാസത്തോടെ പറഞ്ഞു,

''കാരണം എന്റെ ബാല്യകാല സുഹൃത്ത് ഏണസ്റ്റോ ജ്യോതിശ്ശാസ്ത്രം വായിക്കാനും ഭൂപടങ്ങൾ വരയ്ക്കാനും കഴിയുന്ന ഒരു മാർഗദർശിയാണ്. ക്യാപ്റ്റൻ ഗ്രാൻഡോസിന്റെ പടയെ ബാർബറോസ തകർത്തപ്പോൾ ഏണസ്റ്റോ അദ്ദേഹത്തെ സേവിക്കാൻ തുടങ്ങി.''

ഞാൻ അറിയാതെ വിറച്ചുപോയി. അത് വടക്കൻ കാറ്റ് കൊണ്ടായിരുന്നില്ല. എന്റെ സ്ഥാനം ഏറ്റെടുത്ത ഈ ഏണെസ്റ്റോയെക്കുറിച്ച് കേൾക്കാൻ ആഗ്രഹിക്കാത്തതുകൊണ്ടാണ്. ഞാൻ വിഷയം മാറ്റാൻ ശ്രമിച്ചു.

''എപ്പോഴായിരുന്നു ഈ യുദ്ധം?''

''കഴിഞ്ഞ വസന്തകാലത്ത്. ആന്റലൂഷ്യയിലെ എല്ലാ ജനങ്ങളും അദ്ദേഹത്തിന് നന്ദി പറഞ്ഞു.''

എന്റെ തമ്പുരാന്റെ പുതിയ മാർഗദർശിയെക്കുറിച്ച് കേട്ടപ്പോൾ സ്വാഭാവികമായും വേദന തോന്നി. പക്ഷേ എനിക്കെന്താണ് ചെയ്യാനാവുക? ഇങ്ങനെയൊന്ന് കേൾക്കാൻ ഇതിനോടകംതന്നെ ഞാൻ തയ്യാറായിരുന്നു. ബാർബറോസയെ കണ്ട് എന്നോട് ക്ഷമിക്കാൻ പറയുകയല്ലാതെ, വേറെ മാർഗങ്ങൾ മുന്നിലുണ്ടായിരുന്നില്ല. അതേ സമയം, ഗ്രാനഡയിൽ നിന്നുള്ള ഈ സുഹൃത്തുമായി സംസാരിക്കുന്നത് രസകരമായും തോന്നി. ഞങ്ങൾക്ക് ഒരു നീണ്ട യാത്രയും ധാരാളം സമയവുമുണ്ട്. അതിനാൽ ഞാൻ അവനോട് ചോദിച്ചു.

‘‘പിന്നെ മറ്റെന്താണ് വാർത്ത?’’

‘‘കാർലോസ് രാജാവ് ട്യൂഡർ ഡ്യൂക്കിനെ പുറത്താക്കിയത് നിങ്ങൾ കേട്ടോ?’’

‘‘ഫിലിപ്പ് രാജാവിന്റെ സേവകൻ അല്ലേ നിങ്ങൾ ഉദ്ദേശിക്കുന്നത്, എന്തിന്?’’

‘‘അയാളുടെ കൊട്ടാരത്തിലെ മുഖ്യ പാറാവുകാരനെ ആരോ കൊന്നു. പക്ഷേ ആരാണ് ഇത് ചെയ്തതെന്ന് ഡ്യൂക്കിനു കണ്ടെത്താനായില്ല...’’

‘‘അതിനു പിന്നിൽ എന്തെങ്കിലും കാരണമുണ്ടായിരിക്കണം.’’

‘‘ഒരു വർഷം മുമ്പ് മറ്റൊരു പാറാവുകാരൻ അതേ രീതിയിൽ കൊല്ലപ്പെട്ടിരുന്നത്രെ.’’

‘‘കൃത്യമായി അതേ രീതിയിൽ?’’

‘‘അതെ. ഒരു തുടർകൊലപാതകി അവിടെ ഇപ്പോഴുമുണ്ടെന്നാണ് അർത്ഥം...’’

‘‘നമുക്ക് മരിച്ചവരെ മാറ്റിനിർത്താം. ഗ്രാനഡയെക്കുറിച്ച് എന്നോട് പറയൂ.’’

‘‘ഓ, ഗ്രാനഡയിൽ...’’

ആ മനുഷ്യൻ തന്റെ മാതൃനഗരത്തെക്കുറിച്ച് വാചാലനായപ്പോൾ ഞാൻ എന്റെ ലോകത്തായിരുന്നു. അൾജീരിയയിലേക്ക് മടങ്ങാൻ വൈകിയെന്ന് എനിക്ക് തോന്നി.

ഹിസീർ റയീസ് ചതുരംഗത്തിൽ കേമനായിക്കാണുമോ എന്ന് ചിന്തിച്ചു. അവനോട് പറയാൻ ഒരുപാട് ഉണ്ടായിരുന്നു, ഒരുപാട് കഥകളും. ഏത് കഥയാണ് ആദ്യം പറയേണ്ടത് എന്ന് ഞാൻ ആലോചിച്ചു. ബില്ലൂർ എനിക്കായി അവശേഷിപ്പിച്ച നീലയും മഞ്ഞയും തവിട്ടുനിറത്തിലുള്ളതുമായ പ്രതിമകളെക്കുറിച്ച് അവനോട് എന്താണ് പറയാൻ പോകുന്നത്, അവ അവന് ഞാൻ സമ്മാനിക്കും. അദ്ദേഹത്തിന്റെ

പുതിയ മാർഗദർശി ഏണസ്റ്റോയുടെ കാര്യം എങ്ങനെ ചോദിക്കും? അൾജിയേഴ്സിലെ മിനാരങ്ങളിൽ പീരങ്കിവേദികൾ ഉതിർത്ത സ്പാനിഷ് പട്ടാളത്തിന്റെ സേനാധിപതി അതേ പീരങ്കിവെടികളാൽ കൊല്ലപ്പെട്ടുവെന്ന് ഞാൻ എത്ര സന്തോഷത്തോടെ അവനോട് പറയും?

സെമൈമ എന്ന ഗായികയോട് അദ്ദേഹത്തിന് ഇപ്പോഴും അഭിനിവേശമുണ്ടോ എന്ന് ഞാൻ എങ്ങനെ ചോദിക്കും? അദ്ദേഹം കോർകുട്ട് രാജകുമാരനും പിന്നീട് സുൽത്താൻ സലിമിനും വിലയേറിയ സമ്മാനങ്ങൾ അയച്ചതായി എനിക്കറിയാമായിരുന്നു, ഇപ്പോൾ അവർ തമ്മിൽ എന്തെങ്കിലും കരാറുണ്ടോ എന്നറിയാൻ എനിക്ക് ആകാംക്ഷയുണ്ടായിരുന്നു. കദിർക്കലേയിൽ നിന്ന് ഞങ്ങൾ അൾജീരിയയിൽ എത്തിയപ്പോൾ വൈകുന്നേരമായിരുന്നു, ഋതുഭേദമറിയിക്കുന്ന ബദാം പൂക്കളുടെ സുഗന്ധം അന്തരീക്ഷത്തിൽ പരന്നു. എനിക്ക് ഭയം തോന്നി. റയീസ് എന്നെ മറന്നിരിക്കുമോ എന്ന ഭയം. അൾജീരിയൻ ഉൾക്കടലിലെ ഗാലികളിലെ വിളക്കുകൾ കത്തി.

ഒരിക്കൽ ഉൾക്കടലിൽ മാത്രം പ്രകാശിച്ചിരുന്ന ഈ വിളക്കുകൾ ഇപ്പോൾ മെഡിറ്ററേനിയൻ തീരത്ത് നീണ്ടുകിടക്കുന്നത് കാണാൻ ഞാൻ തലയുയർത്തി നോക്കി. ധാരാളം കപ്പലുകൾ ഉണ്ടായിരുന്നു, അവയെ എണ്ണുന്നത് അസാധ്യമായിരുന്നു.

ഞങ്ങൾ പിരിഞ്ഞ അതേ മുറിയിൽ വെച്ചാണ് ഞങ്ങൾ കണ്ടുമുട്ടിയത്. അവൻ ഒരു കുട്ടിയെപ്പോലെ എന്നെ ആശ്ലേഷിച്ചുകൊണ്ട് പറഞ്ഞു.

''ഞാനൊരു അച്ഛനായി, സിദി.''

അച്ഛനായതിന്റെ സന്തോഷം എന്നോടൊപ്പം പങ്കുവെക്കാൻ ആഗ്രഹിച്ച നാൽപ്പതിലധികം വയസ്സുള്ള ഒരാൾ ഇതാ; അവൻ എന്നെ മറന്നിട്ടില്ലെന്നും അവൻ ഇപ്പോഴും എന്നെ സ്നേഹിക്കുന്നുണ്ടെന്നും ഞാനറിയുന്നു. ജീവിതകാലം മുഴുവൻ മത്സ്യകന്യകകളുടെ കഥകളല്ലാതെ മറ്റൊന്നും കേട്ടിട്ടില്ലാത്ത ഒരു നാവികനിൽ നിന്ന് ഒരു മനുഷ്യനെ ഭൂമിയിൽ കെട്ടിയിടുന്ന പിതൃത്വത്തിന്റെ സന്തോഷം കണ്ടപ്പോൾ എനിക്ക് സന്തോഷമായി. തിരമാലകൾക്കിടയിൽ ഒരു വഴി കണ്ടെത്തിയ ഒരാളുടെ ആനന്ദം തന്നെയായിരുന്നു അത്.

കടലിലെ ഓരോ പുരുഷനും താൻ സ്നേഹിക്കുന്ന ഒരു സ്ത്രീയുടെ കരുണയ്ക്ക് വെമ്പുന്നു. ആ സ്ത്രീ തന്നെ തനിക്ക് ഒരു കുട്ടിയെ നൽകുമെന്ന് അവൻ സ്വപ്നം കാണുന്നു. ഈ സ്വപ്നം സാക്ഷാത്കരിച്ചതിൽ റയീസ് സന്തോഷിച്ചു. എന്നിട്ട് തന്റെ കുട്ടിയുടെ അമ്മയെക്കുറിച്ച് പറഞ്ഞു. അത് സെമൈമ ആയിരുന്നു.

ഈ ടുണീഷ്യൻ സുന്ദരിയെ കണ്ടവർ ആദ്യം അവളുടെ കുലീനതയിലും പിന്നീട് അവളുടെ സൗന്ദര്യത്തിലും ആകൃഷ്ടരായി. ഇപ്പോൾ അവൾ പാടുന്നില്ല. എന്നിരുന്നാലും ശിലാഹൃദയനായ റയീസ് ആ ഈണങ്ങൾ മന്ത്രിക്കുമ്പോൾ അദ്ദേഹം തരളിതനായി മാറുന്നു. അദ്ദേഹം തിരിഞ്ഞു ചോദിച്ചു.

‘‘നീ ബില്ലൂറിനെ കണ്ടെത്തിയോ?’’

കണ്ടെത്തി എന്ന് പറയാൻ ഞാൻ ആഗ്രഹിക്കുന്നത്ര അദ്ദേഹവും ആഗ്രഹിക്കുന്നെന്ന് എനിക്ക് തോന്നി. പക്ഷേ ഞാൻ തലകുനിക്കുകയാണുണ്ടായത്.

1518

രണ്ടു വർഷങ്ങൾക്കു ശേഷം

‘‘കോൺറി, ഉണരൂ.’’

‘‘അയ്യോ...എന്താ ഇപ്പൊ?

‘‘ശ്രദ്ധിക്കൂ, അടുത്തു വരുന്ന ഗർജ്ജനം നീ കേട്ടില്ലേ?’’

‘‘ഇത് കാറ്റ് മാത്രമാണ്, കടലിൽ എപ്പോഴും കേൾക്കുന്നത്.’’

‘‘ഇപ്പോൾ തമാശ പറയാനുള്ള സമയമല്ല കോൺറി. നീ ഒന്ന് കേൾക്കുമോ?’’

കോൺറാഡിന ഊഞ്ഞാലിൽ നിന്ന് തല ഉയർത്തി ശ്രദ്ധിച്ചു. സത്യത്തിൽ ദൂരെ ഒരു വലിയ മുഴക്കം ഉണ്ടായിരുന്നു.

‘‘അവർ കടൽക്കൊള്ളക്കാരാകുമോ, ബിയാട്രിസ്? ഒരുപക്ഷേ ഇത് ബാർബറോസ ആയിരിക്കുമോ?’’

‘‘ഈ രാത്രിയിൽ കപ്പിത്താൻ ഡോറിയയുടെയും മാർപ്പാപ്പയുടെ കപ്പലിന്റെയും വഴി തടയാൻ മറ്റാരാണ്?’’

‘‘ഹൂക്ക് ആണോ അതോ അവന്റെ ഇളയ സഹോദരൻ?’’

‘‘രണ്ടുപേരും ചുവന്ന താടിക്കാർ. പക്ഷേ ഇത് ഹുക്കാണെന്നു ഞാൻ കരുതുന്നില്ല, കാരണം ഇളയവന്റെ ഇടമാണീ ഈ കടൽ.’’

‘‘നാം എവിടെയാണ്?’’

‘‘നമ്മൾ യുട്ടിക്കയ്ക്ക് പുറത്തുള്ള ആഴപ്പരപ്പിലാണെന്ന് തോന്നുന്നു. ഇന്ന് വൈകുന്നേരം നാം സിസിലിയെത്തുമെന്ന് ഒരു മേലാളൻ പറഞ്ഞു.’’

അവരെ സംരക്ഷിക്കാൻ നാല് ഗാലിയറ്റുകളും മൂന്ന് ഗാലിയസുകളുമായി അവർ ജെനോവയിൽ നിന്ന് കപ്പൽ കയറിയത് മുതൽ ശംഖപുഷ്പത്തിന്റെ മണമുള്ള നനഞ്ഞ അറയിൽ അവരെ പൂട്ടിയിട്ടിരിക്കുകയായിരുന്നു. ഒരു വലിയ സൂക്ഷിപ്പുമുറി ആയിരുന്നു അത്, വീഞ്ഞ് പാത്രങ്ങൾ അടുക്കിവെച്ച് കയറുകൊണ്ട് ബന്ധിച്ചിരിക്കുന്നു. അവരുടെ കണ്ണുകൾ ഇരുട്ട് പരിചിതമായ ശേഷം മാത്രമാണ് അവർക്ക് പരസ്പരം കഷ്ടിച്ചു കാണാൻ കഴിഞ്ഞത്.

അവർക്കുള്ള ശിക്ഷ പ്രാഗിലെ ഒരു ആശ്രമത്തിൽ മൂന്ന് വർഷം ആശയവിനിമയം നടത്താതെ ചെലവഴിക്കുകയും അവിടെ പെൺകുട്ടികൾക്ക് വിദ്യാഭ്യാസം നൽകുകയും ചെയ്യുക എന്നതായിരുന്നു. കപ്പലുകൾ ആദ്യം സിസിലിയിലേക്കും പിന്നീട് അഡ്രിയാറ്റിക്കിലേക്കും കയറുന്നതിന് മുമ്പ് ലോസ്റ്റിവലിലേക്ക് തിരിയാനാണ് നിശ്ചയിച്ചിരുന്നത്. സ്വന്തം നാട്ടിലേക്ക് മടങ്ങാനും ബന്ധുക്കളെ കാണാനും താൻ വെറുക്കുന്ന ഈ വിശുദ്ധ വസ്ത്രങ്ങളിൽ നിന്ന് മുക്തയാകാനും ഉള്ള സാധ്യത കോൺറാഡിനയെ സന്തോഷിപ്പിച്ചു. അവർ നാടുകടത്തപ്പെട്ടു എന്നാണ് ബിയാട്രിസിന്റെ അഭിപ്രായം.

ഞാൻ ഇതെല്ലാം സംഭവിച്ചത് അവളുടെ സുഹൃത്തിന്റെ അഹങ്കാരം കൊണ്ടാണ്. ഒരു കന്യാസ്ത്രീയെ സംബന്ധിച്ചിടത്തോളം, നാടുകടത്തൽ അവളുടെ ജീവിതകാലം മുഴുവൻ പ്ലേഗിന്റെ വാഹകയായി മുദ്രകുത്തപ്പെടുന്നതുപോലെ മോശമായിരുന്നു. അവർ ശ്രദ്ധിച്ചു, അതിവേഗം അടുക്കുന്ന ഗർജ്ജനത്തിന്റെ ഉറവിടം ഞാൻ മനസ്സിലാക്കാൻ ശ്രമിച്ചു. മുകളിലെ ഡെക്കിൽ ചാട്ടവാറടി പൊട്ടുന്നതിന്റെ ഇടയ്ക്കിടെയുള്ള ശബ്ദം കേൾക്കുന്നത് ബുദ്ധിമുട്ടായിരുന്നു. ഗാലി അടിമകളുടെ നഗ്നമായ മുതുകിൽ രക്തരൂക്ഷിതമായ കീറുകൾ അവശേഷിപ്പിച്ചുകൊണ്ട് അവ പൊങ്ങിത്താണു.

ഇരുണ്ട അറയുടെ വാതിലിന്റെ വിടവുകൾക്കിടയിൽ അവർക്ക് ലഭിച്ചിരുന്നത് മുതൽ, ഗാലിയിലെ എല്ലാ വെളിച്ചവും അണച്ചിരുന്നു. ഇതിനർത്ഥം അവർ അതിവേഗം പിൻവാങ്ങുകയായിരുന്നു എന്നാണ്. എന്തിനധികം, ചാട്ടയുടെ ഓരോ അടിയിലും ഗാലി കടലിൽ മുന്നോട്ട് കുതിച്ചു. എന്നാൽ അവർ ആരിൽ നിന്നാണ് ഓടുന്നത്, എന്തുകൊണ്ട്? അവരെ പിന്തുടരുന്ന കപ്പൽ യഥാർത്ഥത്തിൽ ബാർബറോസ സഹോദരങ്ങളുടേതാണോ? അതേ, ആ ആളുകൾ തുർക്കികൾ ആയിരുന്നു. അവൾ വർഷങ്ങളായി കേൾക്കാൻ കൊതിച്ച ഭാഷ സംസാരിക്കുന്ന തുർക്കികൾ. അതിനാൽ, അടുത്തുവരുന്ന കപ്പലുകൾ ബാർബറോസയുടേതാകാം. അവൾ കേട്ടുകൊണ്ടിരുന്നു. അതെ, അതെ, ഇപ്പോൾ അവൾക്ക് ഉറപ്പായി, അവൾ കേൾക്കുന്നത് അവളുടെ അമ്മയിൽ നിന്ന് ആദ്യമായി കേട്ട വാക്കുകൾ തന്നെയാണെന്ന്.

മേലാളരും പ്രധാന തുഴച്ചിൽക്കാരും ടർക്കിഷ് ഭാഷയിൽ ഉത്തരവുകൾ നൽകി. പൊടുന്നനെ അവൾ അഞ്ചുവർഷത്തെ ഓർമകളിലേക്ക് ഒഴുകിപ്പോയി.

അന്ന് പതിനാറ് വയസ്സ് മാത്രം. അവൾ കേൾക്കുന്ന ഓരോ വാക്കും ടർക്കിഷ് ആണെന്ന് തോന്നി. ഒരിക്കൽ അവൾ അതേ ഭാഷയിൽ പ്രാർത്ഥിച്ചിരുന്നു. എന്നാൽ ടർക്കിഷ് വാക്കുകൾ ശരിക്കും മനോഹരമായിരുന്നു. ഉറക്കത്തിൽ അവൾ പിറുപിറുക്കുന്ന ഭാഷ കോൺറാഡിക്കും വളരെ കൗതുകമായിരുന്നു. ഇപ്പോൾ ഓരോ അക്ഷരങ്ങളും ഓരോ വാക്കും ഓരോ വാക്യവും അടുത്തടുത്ത് വരികയായിരുന്നു. അപ്പോൾ പെട്ടെന്ന് ഒരു ഓരോർമ അവളെ ഉലച്ചു. അവൾ ചിന്തിക്കുകയായിരുന്നു.

''ഈ ഭാഷ എന്നെ എവിടെ കൊണ്ടുപോകും? അത് എനിക്ക് എന്ത് കൊണ്ടുവരും? അതിന് എന്റെ ബാല്യകാലം തിരികെ കൊണ്ടുവരാൻ കഴിയുമോ? ഇല്ല. കുടുംബം? ഇല്ല? മുല്ലപ്പൂവിന്റെ ഗന്ധത്തിൽ കുളിച്ച എന്റെ ഗ്രാമത്തിലെ ആ നക്ഷത്രരാത്രികൾ? ഇല്ല. എന്റെ സഹോദരൻ യൂസുഫ്? ഇല്ല.''

ടർക്കിഷ് കേട്ടിട്ടും ബിയാട്രിസിനു രക്ഷിക്കപ്പെടുമെന്ന പ്രതീക്ഷയുണ്ടായില്ല. അവൾ യഥാർത്ഥത്തിൽ തികച്ചും ശാന്തയായിരുന്നു. തുർക്കികളെ കാണാൻ തയ്യാറായിരുന്നു, അനന്തരഫലങ്ങൾ പരിഗണിച്ച് സ്വാതന്ത്ര്യത്തിന്റെ സാധ്യതകളെപ്പറ്റി ചിന്തിക്കാൻ തുടങ്ങി. ഈ തുർക്കി കടൽക്കൊള്ളക്കാരുമായി മുഖാമുഖം വരുമ്പോൾ അവൾ എങ്ങനെ പെരുമാറേണ്ടത്? അവൾ ഒരു തുർക്കിയാണെന്ന് തെളിയിക്കാൻ എന്താണ് ചെയ്യേണ്ടത്? പിന്നെ അവൾ മുസ്ലീമാണോ എന്ന് ചോദിച്ചാലോ?

കുട്ടിക്കാലം മുതൽ മനസ്സിൽ പതിഞ്ഞ അറബി ഭാഷയിലുള്ള, ഇപ്പോൾ ഏകദേശം അർത്ഥശൂന്യമായ ഒരു പ്രാർത്ഥന മാത്രമേ അവൾക്ക് ഓർമ്മിക്കാൻ കഴിയുന്നുള്ളൂ. അതോ ഖുറാനിലെ ഒരു വാക്യത്തിലൂടെ അവർ അവളെ കുഴക്കുമോ? ജെനോവയിലെ അവളുടെ വർഷങ്ങളിലുടനീളം, ഉറങ്ങാൻ പോകുന്നതിനുമുമ്പ് പറയുന്ന വാക്കുകൾ. ''ഞാൻ എന്റെ വലതുവശത്ത് കിടന്ന് ഇടത്തോട്ട് തിരിയുന്നു, എന്റെ വിശ്വാസത്തിന് മാലാഖമാർ എന്റെ സാക്ഷികളായിരിക്കട്ടെ.''

അവളോർത്തു. കന്യകയായ മറിയത്തിൽ അഭയം പ്രാപിച്ചപ്പോൾ മറ്റ് കന്യാസ്ത്രീകൾ കണ്ണുകൾ അടയ്ക്കുന്ന ശീലം അവളും പരിശീലിച്ചു. ആന്റലൂഷ്യയിൽ ആയിരുന്നപ്പോൾ ഡീക്കൻ ഒജെഡയോട് ചോദിച്ച ഒരു ചോദ്യം അവൾ ഓർത്തു. ഒരുപക്ഷേ സ്വയം

പരീക്ഷിക്കുന്നതിനായി അവൾ അതേ ചോദ്യം വീണ്ടും ചോദിക്കേണ്ടതായി വന്നേക്കാം. ''എനിക്ക് ഇപ്പോഴും ഒരു മുസ്ലീം ആയിരിക്കാൻ കഴിയുമോ?''

മുഖ്യ പുരോഹിതനും മാർപാപ്പയും പറഞ്ഞ വിശുദ്ധ പിതാവ് അവളുടെ അതേ അള്ളാഹു തന്നെ ആയിരുന്നു എന്നതാണ് സത്യം. ഒരേ സ്രഷ്ടാവ്. അതുപോലെ, കോൺറാഡിന വിശ്വസിച്ച ദൈവം, തടവറകളിൽ യാതന അനുഭവിച്ച യഹൂദന്മാരുടെ അതേ യഹോവയായിരുന്നു. ഇതെല്ലാം ശരിയാണ്, എന്നാൽ തങ്ങളുടെ കപ്പലിനെ ആക്രമിക്കാൻ പോകുന്ന കടൽക്കൊള്ളക്കാർ പരിശുദ്ധാത്മാവ് എന്ന സങ്കൽപ്പം പോലും അംഗീകരിച്ചിട്ടില്ല. അങ്ങനെയെങ്കിൽ അവൾ യഥാർത്ഥത്തിൽ ഒരു മുസ്ലീമാണെന്ന് അവരോട് എങ്ങനെ പറയും?

''ഇത്രയും പറഞ്ഞാൽ എനിക്ക് അത് തെളിയിക്കേണ്ടി വരും.''

അവൾ ചിന്തിച്ചു. ജെനോവയിലെ ആ ശൈത്യകാലങ്ങളിൽ അവൾ പലപ്പോഴും സങ്കൽപ്പിച്ചിരുന്ന ക്രൂരന്മാരായ കടൽക്കൊള്ളക്കാരെക്കുറിച്ച് അവൾ ചിന്തിച്ചു. അവരാരും ദൈവത്തിൽ പോലും വിശ്വസിച്ചിരുന്നില്ല. ഈ കടൽക്കൊള്ളക്കാരും അങ്ങനെ തന്നെയാകുമോ എന്ന് അവൾ സംശയിച്ചു. മെഡിറ്ററേനിയൻ കടലിനു ചുറ്റും പല ജനങ്ങളും രാഷ്ട്രങ്ങളും വീക്ഷണങ്ങളും ഉള്ളതുപോലെ വ്യത്യസ്ത വിശ്വാസങ്ങളും ഉണ്ടായിരുന്നു.

ഒരു പള്ളിയിലും ഒരിക്കൽ പോലും ഒരൊറ്റ കടൽക്കൊള്ളക്കാരനെയും കണ്ടിട്ടില്ലെന്ന് അവൾ ഓർത്തു. കടൽക്കൊള്ളക്കാർക്ക് വിശ്വാസമില്ലായിരുന്നു എന്നാണോ അതിനർത്ഥം? അവർ വിശ്വസിക്കുന്നുവെങ്കിൽ, പള്ളിയിൽ പോകുന്നതിൽ നിന്ന് അവരെ തടഞ്ഞിരുന്നത് എന്താണ്? ടർക്കിഷ് കടൽക്കൊള്ളക്കാരുടെ വിശ്വാസമെന്താണ്?

ബിയാട്രിസ് കോൺറാഡിനയോട് യഥാർത്ഥ പേര് പോലും പറഞ്ഞിരുന്നില്ല. ആദ്യമായി അവൾക്ക് അതിൽ അസ്വസ്ഥത തോന്നി. അവളുടെ യഥാർത്ഥ പേര് ബില്ലൂർ എന്നാണെന്ന് അവളുടെ സുഹൃത്തിനോട് പറയാൻ അവൾ ആഗ്രഹിച്ചു. ബിയാട്രിസ് എന്ന പേരിൽ ജീവിക്കുമ്പോൾ തുർക്കി ഭാഷ സംസാരിക്കുന്ന കടൽക്കൊള്ളക്കാരോട് അവൾ തുർക്കിഷ് ആണെന്നും മുസ്ലീം ആണെന്നും എങ്ങനെ തെളിയിക്കും? പിന്നെ ഇത്രയധികം തെളിയിക്കാൻ അവൾക്ക് കഴിഞ്ഞാൽ കോൺറിക്ക് എന്ത് സംഭവിക്കും? ശരിയാണ് അവൾ ഒരു കുഴപ്പക്കാരിയും ശൃംഗാരിയും മതവിശ്വാസിയുമാണ്, പക്ഷേ അവൾ അവളുടെ ഏക സുഹൃത്തായിരുന്നു.

ലിയോ പത്താമൻ മാർപാപ്പയെ വശീകരിച്ചു എന്നാരോപിച്ച് ഇരുവരും നാടുകടത്തപ്പെട്ടിരുന്നെങ്കിൽപ്പോലും തന്റെ സുഹൃത്തിനെ

ഉപേക്ഷിക്കുന്നതിനെക്കുറിച്ച് അവൾ ഒരിക്കലും ചിന്തിക്കില്ല, പ്രത്യേകിച്ച് അത്തരമൊരു വിഷമകരമായ സാഹചര്യത്തിൽ. എന്നാൽ ഈ പുരുഷന്മാർ തന്നെ, സുഹൃത്തിനൊപ്പം താമസിക്കാൻ അനുവദിക്കുമോ? എനിക്ക് ഈ ജെനോയിസ് ആശ്രമത്തിൽ കോൺറി ഇല്ലാതെ താമസിക്കാൻ കഴിയില്ല. അൽക്കാല കഴിഞ്ഞാൽ ആശ്വാസത്തിന്റെ ഏക ഉറവിടം അവളാണ്.

"ഈ സ്വർണ്ണം ബിയാട്രിസ് എടുക്കൂ."

അവളുടെ കൈയിലെ ഭാരമേറിയ സ്വർണനാണയങ്ങൾ കണ്ട് ബിയാട്രിസ് ഞെട്ടിപ്പോയി.

"എന്താ കോൺറി ഇത്?"

"പ്രതിവാര പ്രഭാഷണങ്ങളിൽ നിന്ന് ഞാൻ ഉണ്ടാക്കിയതിൽ നിന്ന് അൽപ്പം ലാഭിച്ചു, പിന്നെ മാർപ്പാപ്പയിൽ നിന്ന് സമ്പാദിച്ചതിൽ നിന്ന് കുറച്ച്."

"അതിശക്തനായ മാർപ്പാപ്പയിൽ നിന്ന് നീ പണം പിഴിഞ്ഞെടുത്തത് എന്നെ അത്ഭുതപ്പെടുത്തുന്നില്ല, എന്നാൽ നമ്മുടെ പ്രതിവാര പ്രസംഗങ്ങളിൽ നിന്ന് ഇത്രയും പണം നീ എങ്ങനെ മാറ്റിവച്ചു? ദരിദ്രരും ഈ ലോകത്ത് ഒന്നുമില്ലാത്തവരുമായ ആളുകളിൽ നിന്നുള്ള വെറും ചില്ലിക്കാശുകൾ മാത്രമല്ലേ നമുക്ക് കിട്ടിയിരുന്നത്?"

'അതെല്ലാം ഒന്നിനും കൊള്ളാത്ത കന്യാസ്ത്രീകൾക്ക്, ഭക്ഷണം നൽകുന്ന പള്ളിയിലേക്ക് എത്തിക്കണമെന്ന് നീ കരുതുന്നുണ്ടോ? നോക്കൂ, ഇപ്പോൾ ഇത് ഉപയോഗപ്രദമാകും, ചിലപ്പോൾ നമ്മുടെ സ്വാതന്ത്ര്യത്തിന്റെ വിലയാകാം ഇത്."

ബിയാട്രിസിനു കോൺറാഡിനയുടെ മനസ്സിൽ എന്താണെന്നുള്ളതെന്ന് മനസ്സിലായില്ല. അവളുടെ പക്കൽ ഇത്രയും സ്വർണം ഉള്ളത് ഒരുപക്ഷേ തങ്ങളെ കുഴപ്പത്തിലാക്കും. മെഡിറ്ററേനിയനിൽ സ്വർണ്ണം എല്ലായ്പ്പോഴും കുഴപ്പങ്ങൾ വരുത്തും. അതുകൊണ്ടാണ് ആന്റലൂഷ്യയിൽ പ്രതിമകൾ ഉപേക്ഷിച്ചതിൽ അവൾ ഖേദമില്ലാത്തത്. അവൾ സ്വയം ആശ്വസിപ്പിച്ചു.

"അൽക്കാല അവയെ കണ്ടെത്തും. ദൈവമേ, എന്റെ പ്രാർത്ഥനകൾ സ്വീകരിക്കണമേ."

"കോൺറി, എനിക്ക് ഇതെല്ലാം ഉൾക്കൊള്ളാൻ കഴിയുന്നില്ല. എന്താണ് നിന്റെ മനസ്സിൽ?"

"അത് എടുത്ത് നിന്റെ കന്യകാത്വം കാത്തുസൂക്ഷിക്കുക. എന്റേത് എനിക്ക് സൂക്ഷിക്കാൻ കഴിയില്ലെന്ന് നമുക്കെല്ലാവർക്കും അറിയാം."

തന്റെ തുറന്ന മനസ്സിനും ആത്മാർത്ഥതയ്ക്കും കോൺറിയെ എത്രമാത്രം സ്നേഹിക്കുന്നുവെന്ന് ബിയാട്രിസിനു മനസ്സിലായി.

മറ്റ് പല അവസരങ്ങളിലും പറഞ്ഞതുപോലെ, അവൾക്ക് മുന്നറിയിപ്പ് നൽകി.

''എന്റെ പ്രിയപ്പെട്ട കോൺറി, ആളുകൾ ഏറ്റവും വലിയ നന്മയ്ക്കായി പോലും ചെറിയ കുറ്റകൃത്യം ചെയ്യാൻ പാടില്ല. പക്ഷേ, ഒരു ചെറിയ നന്മയ്ക്കുവേണ്ടി നീ വലിയ കുറ്റമാണ് ചെയ്യുന്നത്.''

ഈ സ്ത്രീയുടെ ഉള്ളിൽ ഒരു വേശ്യ ഉണ്ടോ എന്ന് ബില്ലൂർ അത്ഭുതപ്പെട്ടു. എന്നാൽ മറുവശത്ത്, കോൺറി എത്ര ധീരയും ഉദാരമതിയും നീതിമതിയും ആണെന്ന് അവൾക്ക് അറിയാമായിരുന്നു. അതുപോലെ, അത്തരമൊരു ഗുരുതരമായ സാഹചര്യത്തിലും സ്വയം പരിഹസിക്കാനും തമാശകൾ പറയാനും കഴിഞ്ഞപ്പോൾ അവൾക്ക് അൽപ്പം ആത്മവിശ്വാസം ലഭിച്ചു.

കോൺറി ഉപദേശിച്ചു.

''ഞാൻ നിന്നോട് പറയുന്നതുവരെ സ്വർണ്ണത്തെക്കുറിച്ച് ആരോടും പറയരുത്.''

മുകളിലെ ഡെക്കിൽ ഗാലി അടിമകൾ അവരുടെ ചങ്ങലകൾ വലിക്കാൻ തുടങ്ങിയപ്പോൾ ഗാലി വാൽനട്ടിന്റെ തോട് പോലെ കപ്പൽ ആടാൻ തുടങ്ങി. തിരമാലകൾ മേൽത്തട്ടിനു മുകളിലൂടെ ആഞ്ഞടിച്ചു. ബിയാട്രിസിനു നേരെ നിൽക്കാൻ പ്രയാസം തോന്നി, പെട്ടെന്നുള്ള ഒരു ആട്ടത്തിൽ അവൾ മുട്ടുകുത്തി വീണു, മദർ മേരിയോട് പ്രാർത്ഥിക്കാൻ തുടങ്ങി. കോൺറാഡിന വാതിൽ വലിച്ചു തുറക്കാൻ ശ്രമിച്ചു പക്ഷേ നടന്നില്ല. അവരെ അകത്ത് പൂട്ടിയിട്ടിരിക്കുകയായിരുന്നു. അതിനുള്ളിൽ കുടുങ്ങിയാൽ കപ്പൽ മുങ്ങിപ്പോകുന്നതാണ് അവർക്ക് സംഭവിച്ചേക്കാവുന്ന ഏറ്റവും ദാരുണമായ കാര്യം. കടൽക്കൊള്ളക്കാരുടെ ആക്രമണത്തിൽ ഒരുപാടുപേർ അങ്ങനെ മരിച്ചിരുന്നു. കോൺറാഡിന ഒരു ജനാലയുടെ ഗ്ലാസിൽ നിന്ന് മൂടൽമഞ്ഞ് തുടച്ചപ്പോൾ വെളിച്ചം ശത്രുവിനെ വെളിപ്പെടുത്തി, ഗാലിക്ക് ചുറ്റുമുള്ള അവരുടെ നക്ഷത്രവും ചന്ദ്രക്കലയും ഉള്ള കൊടി പറക്കുന്നു. അവൾ ഭയന്നു.

''ബിയാട്രിസ്, പ്രാർത്ഥിക്കുന്നത് നിർത്തൂ... നമ്മൾ മരിക്കാൻ പോകുന്നു, ഉടനെ എന്തെങ്കിലും ചെയ്യണം...'''

പ്രാർത്ഥന ആവർത്തിച്ചതിനുശേഷം അവളുടെ സുഹൃത്തിനെ നോക്കി ബിയാട്രിസ് ജനാലയ്ക്കരികിലേക്ക് നടന്നു. ഭീമാകാരമായ ഒരു തിമിംഗലത്തെ വിഴുങ്ങാൻ തയ്യാറായ സ്രാവുകളെപ്പോലെ, മറ്റ് ഗാലികൾ അവരുടെ കപ്പലിന് ചുറ്റും വട്ടമിട്ടുകൊണ്ടിരുന്നു. പെട്ടെന്ന് അവൾ അവനെ കൊടിമരത്തിന്റെ അറ്റത്ത് കണ്ടു. ഗാലിയിൽ മൂന്ന് ദീപങ്ങൾ ഉണ്ടായിരുന്നതിനാൽ മുഖം വ്യക്തമായിരുന്നു. അത്

ബാർബറോസ ആയിരുന്നു. മെഡിറ്ററേനിയനിലെ എല്ലാ കൊട്ടാരങ്ങളിലും മാളികകളിലും ഇപ്പോൾ ചർച്ച ചെയ്യപ്പെടുന്ന തുർക്കി. അവൻ തന്റെ ആളുകൾക്ക് ആജ്ഞകൾ കൊടുക്കുകയും മറ്റ് ഗാലികളിലേക്ക് സന്ദേശങ്ങൾ അയയ്ക്കുകയും ചെയ്തു.

ബിയാട്രിസ് അവനെ സൂക്ഷ്മമായി നിരീക്ഷിച്ചു. അൽപ്പം ഭയത്തോടും സന്തോഷത്തോടും കൂടി. അവൻ ചുക്കാൻ പിടിക്കുകയായിരുന്നു, പുലർകാലവെളിച്ചത്തിൽ, അവന്റെ ചുരുണ്ട താടിയും കുറ്റിച്ചെടിയുള്ള പുരികങ്ങളും കൂടുതൽ ചുവന്നതായി തോന്നി. സൂര്യനെപ്പോലെ. താൻ എന്താണ് ചെയ്യുന്നതെന്ന് അറിയാവുന്ന ഒരാളുടെ സൂക്ഷ്മത അവനുണ്ടായിരുന്നു. അവന്റെ ആളുകൾ എത്ര വേഗത്തിൽ ഓടുമ്പോഴും ബാർബറോസ ശാന്തനായിരുന്നു. അവൻ യുദ്ധത്തിലാണെന്ന് തോന്നിയതേയില്ല, നന്നായി ആലോചിച്ച് ഒരു പദ്ധതി നടപ്പിലാക്കുന്നത് പോലെയാണ്. സത്യത്തിൽ ഭൂപടം കൈയിൽ പിടിച്ച് ആസ്ട്രോലാബ് നോക്കുന്ന തന്റെ അടുത്തുള്ള ആളുമായി അവൻ സംസാരിക്കുന്നുമുണ്ട്. ബിയാട്രിസിനു പെട്ടെന്ന് ഒരു വിറയൽ അനുഭവപ്പെട്ടു.

ഭൂപടം പിടിച്ചിരിക്കുന്ന കൂടെയുള്ള ആ മനുഷ്യന്റെ മുഖം കണ്ടിരുന്നെങ്കിൽ എന്നവൾ ആഗ്രഹിച്ചു. അവന്റെ വാക്കുകൾ ശരിക്കും ടർക്കിഷ് ആണോ എന്ന് അറിയാൻ അവൾക്ക് കഴിഞ്ഞിരുന്നെങ്കിൽ. മാതൃഭാഷയോടുള്ള കൊതിയുടെ കുതിപ്പ് അവൾക്ക് അനുഭവപ്പെട്ടു. അപ്പോൾ കാറ്റ് അവൾ ആഗ്രഹിച്ചതുതന്നെ കൊണ്ടുവന്നു. ബാർബറോസ തന്റെ സഹായിയുമായി നടത്തുന്ന സംഭാഷണം അവൾക്ക് അപ്പോൾ കേൾക്കാമായിരുന്നു.

''ഫോർസൂത്ത് പിരി റെയ്സ്! സീദി ഇവിടെ ഉണ്ടായിരുന്നെങ്കിൽ.''

''പ്രഭോ! സീദിയെ മറക്കൂ, ഇത് കാണാൻ യഥാർത്ഥ കോമാളി ഏണസ്റ്റോ ഇന്ന് ഇവിടെ ഉണ്ടായിരുന്നെങ്കിൽ. നമ്മുടെ ഭൂപടങ്ങളുമായി ഓടിപ്പോയവൻ.''

ബിയാട്രിസിനു ടർക്കിഷ് ഭാഷയിൽ ഉച്ചത്തിൽ നിലവിളിച്ച് അവരുടെ സംഭാഷണത്തിൽ പങ്കുചേരാൻ കഴിയുമെങ്കിൽ, ഉദാഹരണത്തിന്,അവൾ ഇപ്രകാരം പറഞ്ഞേനേ.

''പിരി റയീസ്, നിങ്ങൾക്ക് ഭൂപട നിർമ്മാതാവായ സെയിന്റ് അൽക്കാലയെ അറിയാമോ? അല്ലെങ്കിൽ നിങ്ങളുടെ മാപ്പിൽ യാസിക്കോയ് ഉണ്ടോ എന്ന് നിങ്ങൾക്കറിയാമോ? നിങ്ങൾ സിദി എന്ന് വിളിക്കുന്ന ഈ വ്യക്തി ആരാണ്?''

അവർക്ക് അവളുടെ ശബ്ദം കേൾക്കാൻ കഴിയുമെങ്കിൽ, അവൾ അടക്കിപ്പിടിച്ച് കരയില്ല.

''ഞാൻ ഇവിടെയുണ്ട്. ഒന്നുമില്ലെങ്കിലും എന്നോട് ടർക്കിഷിൽ കുറച്ച് വാക്കുകൾ പറയൂ'' എന്നെല്ലാം അവൾക്ക് പറയണമെന്നു ണ്ടായിരുന്നു.

അവൾ കോൺറാഡിനയെ നോക്കി. അവൾ ടർക്കിഷ് സംസാരിക്കുമെന്നും അവളുടെ യഥാർത്ഥ പേര് ബില്ലൂർ എന്നാണെന്നും പറയണോ എന്ന് അവൾ ചിന്തിച്ചു. താൻ അപകടകരമായ എന്തോ ഒന്ന് ആലോചിക്കുകയാണെന്ന് ബിയാട്രിസിനു തോന്നി. അവൾ പുറത്തേക്ക് നോക്കി. ബാർബറോസ ചുക്കാൻ പിടിച്ച് നിൽക്കുകയായിരുന്നു. ഡെക്ക് സ്റ്റാർബോർഡിലേക്ക് ചെരിഞ്ഞ് നേരെ അവരുടെ അടുത്തേക്ക് വരികയായിരുന്നു. ആ വേഗതയിൽ വന്നിടിച്ചു ഈ കപ്പൽ മുങ്ങാൻ ഇനി അധികനേരമില്ല. അപ്പോഴാണ് താഴത്തെ ഡെക്കിൽ നിന്ന് മേൽനോട്ടക്കാരന്റെ ചാട്ടവാറിന്റെ വേഗത്തിലുള്ള അടി അവർ പിന്നെയും കേട്ടത്.

പുറത്ത് ആരവമുയർന്നു. അറകൾ ഓരോന്നായി തുറക്കപ്പെടുന്നു. അവർ പ്രതീക്ഷയോടെ കാത്തിരുന്നു. ഇപ്പോൾ എല്ലാവരും പുറത്തെത്തി കുറ്റവാളികളും യാത്രക്കാരും അടിമകളും പക്ഷേ ആരും അവരുടെ അറയിലേക്ക് വന്നില്ല. അവരെക്കുറിച്ച് അവർ മറന്നിട്ടുണ്ടാകുമോ? അവർ രണ്ടുപേരും സർവ്വശക്തിയുമെടുത്ത് നിലവിളിച്ചു. ഡോറിയയോ റോസയോ ആരെങ്കിലും വിജയിക്കട്ടെ, പക്ഷേ അന്തിമഫലം ഒന്നുതന്നെയായിരിക്കും. മരണം. എന്തുചെയ്യണമെന്ന് മനസ്സിലാക്കാൻ ശ്രമിക്കുന്നതിനിടയിൽ വീപ്പകൾ തറയിൽ ഉരുണ്ടു.

മുറിയിലുണ്ടായിരുന്നതെല്ലാം തെറിച്ചുവീണു. ബിയാട്രിസും കോൺറാഡിനയും എന്തുചെയ്യണമെന്ന് തീരുമാനിക്കുന്നതിന് മുമ്പ് അറയിൽ ഒരു തകർച്ചയുണ്ടായി. ഇപ്പോൾ അവർക്ക് കടൽ കാണാമായിരുന്നു. മുകളിൽ നിന്നുള്ള ശബ്ദങ്ങളുടെ ദിശ കണക്കിലെടുക്കുമ്പോൾ, റോസയുടെ കപ്പലിന്റെ അണിയം അവരുടെ കപ്പൽ തകർത്ത് അകത്തെത്തി. അവരുടെ ഗാലിയറ്റിന്റെ എല്ലാ ബോർഡുകളും ബീമുകളും പൊട്ടിത്തെറിച്ചു. കുറച്ച് കഴിഞ്ഞ് വെള്ളം അറയിലേക്ക് ഒഴുകുന്നത് അവർ കണ്ടു. പെട്ടെന്ന് ഒരു സ്ത്രീയുടെയും കുട്ടികളുടെയും ഒച്ച ബിയാട്രിസ് കേട്ടു. ശബ്ദം വന്ന ഭാഗത്തേക്ക് അവൾ നോക്കി.

''അപ്പോൾ ബോട്ടിൽ വേറയും സ്ത്രീകളുണ്ട്, ബിയാട്രിസ്.''

''കപ്പിത്താന്റെ ഭാര്യയും കുടുംബവും ആയിരിക്കണം?''

''അല്ലെങ്കിൽ ക്യാബിനിൽ ഇടാൻ പ്രാധാന്യമുള്ള ആളുകളെങ്കിലും.''

അവർ ശബ്ദങ്ങൾ ശ്രദ്ധിച്ചു. ''അവിടെ കുറഞ്ഞത് അഞ്ചോ ആറോ പേരെങ്കിലും ഉണ്ടായിരിക്കണം.''

കോൺറാഡിന പറഞ്ഞു. ഏതായാലും അവർക്ക് അതിനെക്കുറിച്ച് അധികം ആലോചിക്കേണ്ടി വന്നില്ല. അവരെ അറ പൊളിച്ച് ആരോ പിടിച്ചു കയറ്റി. കോൺറാഡിന പറഞ്ഞത് ശരിയാണ്. അഞ്ച് സ്ത്രീകൾ ഉണ്ടായിരുന്നു. അവരുടെ വസ്ത്രങ്ങൾ, സംസാര രീതി, പെരുമാറ്റം എന്നിവയിൽ നിന്ന്, അവർ കുലീന വംശജരായിരുന്നു എന്നത് വ്യക്തമാണ്. കന്യാസ്ത്രീയുടെ വസ്ത്രം ധരിച്ച പെൺ കുട്ടികളെ കണ്ടപ്പോൾ സ്ത്രീകൾക്ക് ആശ്വാസം തോന്നിയെങ്കിലും ഈ കന്യാസ്ത്രീകൾ കുറ്റവാളികളാണെന്ന് അറിഞ്ഞപ്പോൾ അവർ അവരോട് സംസാരിക്കാൻ പോലും തയ്യാറായില്ല. എന്നിരുന്നാലും ആ സ്ഥിതി നീണ്ടുനിന്നില്ല. പുറത്ത് ഒരു വൻയുദ്ധം നടക്കുന്നു. അപ്പോൾ കോൺറാഡിന കുനിഞ്ഞ് ബിയാട്രീസിന്റെ ചെവിയിൽ മന്ത്രിച്ചു.

''എടോ, അവരുടെ വസ്ത്രങ്ങൾ നോക്കൂ, ഈ പിഴകൾ ഡ്യൂക്കിന്റെ കുടുംബത്തിൽ നിന്നുള്ളവരായിരിക്കാം.''

എന്നിട്ട് അവൾ ശബ്ദം ഉയർത്തി എല്ലാവരേയും സമാധാനിപ്പിക്കാൻ കുറച്ച് വാക്കുകൾ പറഞ്ഞു. കഠിനമായ പ്രതിസന്ധികൾ ആരെയും വേഗത്തിൽ നല്ല സുഹൃത്തുക്കളാക്കും. ചുരുങ്ങിയ സമയത്തിനു ള്ളിൽ അവർ പരസ്പരം സ്വാഭാവികമായിത്തന്നെ സംസാരിക്കും. ആർക്യൂബസ് തോക്കുകളുടെ ശബ്ദം ഭയാനകമായിരുന്നു, അവ ആളുകൾ തമ്മിലുള്ള വർഗവ്യത്യാസങ്ങൾ മായ്ച്ചു.

ജോൺ ക്ലീവ്സ് ഡ്യൂക്ക് മൂന്നാമന്റെ ഭാര്യയായ ഡച്ചസ് മരിയ യായിരുന്നു അത്, അവളുടെ നാല് പരിചാരികമാരും. അവളുടെ മക്കളായ വില്യമും സിബെല്ലയും അപ്പോഴും ചെറുപ്പമായിരുന്നു, ഡച്ചസ് ഒരു കുഞ്ഞിനെ കൈകളിൽ പിടിച്ചിരുന്നു. അതായിരുന്നു ആൻ. അവൾ വളരെ ചെറിയ ഒരു കുഞ്ഞായിരുന്നു. ബാർബറോസ, പീരങ്കികൾ വെടിയുതിർക്കാൻ തുടങ്ങിയെന്ന് വ്യക്തമായിരുന്നു. രണ്ട് പീരങ്കികളും സാന്താ ബാർബയെ ലക്ഷ്യമാക്കിയിരുന്നു.

പലകകൾ കത്തുകയും തീപ്പൊരികൾ അവരുടെ തലയ്ക്ക് മുക ളിലൂടെ പരക്കുകയും ചെയ്തു, വീപ്പകൾ ഉരുണ്ടു. അവർ കുഞ്ഞിനെ താഴത്തെ മേൽക്കൂരയിൽ തൂക്കിയിട്ടിരുന്ന ഒരു ക്യാൻവാസ് ഊഞ്ഞാ ലിൽ കിടത്തി. അപ്പോഴാണ് തൊട്ടടുത്ത മുറിയിലെ മെത്തകൾക്ക് തീ പിടിക്കുകയും വീഞ്ഞിന്റെ പെട്ടിക്ക് മുകളിൽ ഇരുണ്ട പുക നിറയുകയും ചെയ്തത്.

ബാർബറോസയുടെ ആളുകൾ എത്തി. എല്ലാ ദിശകളിലേക്കും അമ്പുകൾ പറന്നുകൊണ്ടിരുന്നു. എരിയുന്ന ഒരു അമ്പ് മുറിയിലൂടെ

കുതിച്ചു, കുഞ്ഞിനെ പിടിച്ചിരിക്കുന്ന ഊഞ്ഞാലിനു മുകളിലുള്ള പലകയിലേക്ക് വീണു. അമ്പ് അവർ ഇതുവരെ കണ്ടിട്ടില്ലാത്തതു പോലെ. തറയിൽ തൊടുമ്പോൾ തന്നെ കറുത്ത തുള്ളികൾ വീണു നിലത്തു തീപിടിച്ചു. അവർ ഗാലിയറ്റ് കത്തിക്കാൻ പദ്ധതിയിട്ടിരുന്നിരിക്കണം.

പെട്ടെന്ന് ഊഞ്ഞാലിനു താഴെ തീജ്വാലകൾ ഉയരാൻ തുടങ്ങി. അവ തറയിൽ വേഗത്തിൽ പടർന്നു, ഊഞ്ഞാൽ കയറിന്റെ അറ്റങ്ങൾ കത്താൻ തുടങ്ങി. കുഞ്ഞ് പെട്ടെന്ന് തീയിൽ കുടുങ്ങി. ഞെട്ടലോടെ ഡച്ചസ് നോക്കി നിന്നു. അവളുടെ വേലക്കാരിലൊരാൾ കുഞ്ഞിനെ സമീപിക്കാൻ ശ്രമിച്ചെങ്കിലും തീജ്വാല അവളെ പിന്നോട്ട് തള്ളി. തീ പൂർണ്ണമായും വിഴുങ്ങുന്നതിന് മുമ്പ് തങ്ങൾ എന്തെങ്കിലും ചെയ്യണമെന്ന് ബിയാട്രിസിന് തോന്നി.

ഡച്ചസ് അപ്പോഴും മരവിച്ചിരിക്കുകയായിരുന്നു. ദാസിമാർ ഞെട്ടിപ്പോയി. കോൺറാഡിന ബിയാട്രിസിനോട് ചാടുന്നതിനു മുൻപായി പറഞ്ഞു.

''കുലീനകൾ കുലീനകൾ തന്നെ, ആ മരവിപ്പ് കണ്ടില്ലേ?''

റോസ്സയുടെ ആളുകൾ അസ്ത്രങ്ങളിൽ എണ്ണ ഒഴിച്ചു, ഇപ്പോൾ ഓരോ തുള്ളിയും തറയിൽ തീ പകരുന്നു, അത് ഒരു തീപിടുത്തമായി പടരുന്നു. കോൺറാഡിന കുട്ടികളെ പുറത്തെടുത്തു. പുകയിൽ മുങ്ങി കുഞ്ഞിനെ രക്ഷിക്കാനുള്ള സമയമായി. പാവം, കൂടുതൽ കൂടുതൽ ഉറക്കെ കരഞ്ഞു.

ഡച്ചസ് ഞെട്ടലിൽ നിന്ന് പുറത്തുവന്നു, കുഞ്ഞിന് ചുറ്റും ഉയർന്നുവന്ന തീജ്വാലകൾക്ക് മുന്നിൽ അവർ ഓടിക്കൊണ്ടിരുന്നു. ബിയാട്രിസ് തീജ്വാലകൾക്കിടയിലൂടെ ധൈര്യത്തോടെ പോരാടുകയായിരുന്നു. അവൾ നിലത്തു തറച്ച അമ്പ് തിരിച്ച് കടലിലേക്ക് എറിയാൻ ശ്രമിക്കുകയായിരുന്നു. സർവ്വശക്തിയുമെടുത്ത് അവൾ അമ്പ് പിടിച്ച് വലിക്കുന്നത് അവരെല്ലാം കണ്ടു.

അഗ്നിജ്വാലയിൽ വിഴുങ്ങിയ ഈ അമ്പ് എരിയാത്തത് എന്തുകൊണ്ടെന്ന് അവൾ ചിന്തിക്കാൻ തുടങ്ങിയപ്പോൾ, അവൾക്ക് അവളുടെ രണ്ട് കൈപ്പത്തികളിലും കടുത്ത വേദന അനുഭവപ്പെടുകയും മാംസത്തിന്റെ ഗന്ധം പരക്കുകയും ചെയ്തു. അമ്പിന് ചുറ്റും ഒരു തരം കമ്പികൊണ്ട് പൊതിഞ്ഞിരിക്കുന്നത് കണ്ടപ്പോൾ, അത് എങ്ങനെയാണ് തീജ്വാലകളെ പ്രതിരോധിക്കുന്നതെന്ന് അവൾ മനസ്സിലായി.

അത് കത്തില്ല, പക്ഷേ ചുറ്റുമുള്ളതെല്ലാം കത്തിക്കും.

അവളുടെ കൈപ്പത്തികൾക്ക് തീപിടിച്ചു. തുർക്കികൾ അവരുടെ അമ്പുകൾ ഈ കമ്പികളാൽ പൊതിഞ്ഞിരുന്നു, അതിനാൽ അവയെ

പുറത്തെടുക്കാൻ കഴിയില്ല, അവൾ ആ കെണിയിൽ വീണു, മാംസം അടർന്നുപോകുന്ന അവളുടെ കൈപ്പത്തിയിൽ നിന്ന് തീജ്വാലകൾ ഉയർന്നു. ഒരു മാന്ത്രികവിദ്യ പോലെ. അവൾ കൈവീശി പക്ഷേ തീജ്വാലകൾ അണഞ്ഞില്ല.

കത്തുന്ന സ്വന്തം മാംസം അവളെ അമ്പരപ്പിച്ചു. അവൾക്ക് എന്ത് ചെയ്യണമെന്ന് അറിയില്ലായിരുന്നു. അവസാനനീക്കമെന്ന നിലയിൽ, അവൾ തൊട്ടിൽ ആട്ടി കുഞ്ഞിനെ തന്റെ കൈകളിലേക്ക് എടുത്തു കൊണ്ടുവരാൻ ശ്രമിച്ചു. അതിൽ അവൾ വിജയിച്ചു.

ഇപ്പോൾ അവളുടെ കൈകളിൽ കുഞ്ഞുണ്ടായിരുന്നു. അവൾ കടലിലേക്ക് ചാടാനൊരുങ്ങി. അവൾ എന്താണ് ചെയ്യാൻ ശ്രമിക്കുന്നതെന്ന് കോൺറാഡിനയ്ക്ക് അറിയാമായിരുന്നു, അതിനാൽ അവൾ തന്റെ സുഹൃത്തിനെ തടഞ്ഞു. എന്നിട്ട് അവൾ അവളുടെ കൈകളും അവളുടെ കത്തുന്ന വസ്ത്രവും വീഞ്ഞിൽ മുക്കി. അവൾ കുഞ്ഞിനെ എടുത്ത് മറ്റൊരു വീഞ്ഞുവീപ്പയിൽ മുക്കി. എന്നിട്ടും അവൾ കുഞ്ഞിനോട് പിറുപിറുത്തു.

''മുങ്ങട്ടെ അങ്ങനെ. നിന്നെ മാമോദീസ ചെയ്തവർ പോരാ, ദാ, ഇപ്പൊ രണ്ടാമത് ചെയ്യേണ്ടി വന്നില്ലേ?''

ചക്രവാളത്തിൽ സൂര്യൻ ഉദിച്ചപ്പോൾ, കോൺറാഡിന വീഞ്ഞ് കൊണ്ട് സ്നാനം കഴിപ്പിച്ച കുഞ്ഞ് ആൻ, അപ്പോഴും ബിയാട്രിസിന്റെ കൈകളിൽ ഉണ്ടായിരുന്നു. യുദ്ധം തുടർന്നു, കപ്പലിന്റെ കുറെ ഭാഗം കത്തിനശിച്ചു. ഡച്ചസ് മരിയയ്ക്ക് ബിയാട്രിസിനോട് നന്ദി പറഞ്ഞു മതിയാവുന്നില്ലായിരുന്നു. അവളുടെ പൊള്ളലേറ്റ കൈ ശുശ്രൂഷിച്ചു നന്ദി പ്രകടിപ്പിക്കാൻ ശ്രമിച്ചു. അവസാന ശ്വാസം വിനിയോഗിച്ച്, അവസാന യുദ്ധവിളികൾക്ക് അകമ്പടിയായി ഗാലി അടിമകൾ ചങ്ങലയടിച്ചപ്പോൾ, ക്യാപ്റ്റൻ ഡോറിയ ഡച്ചസിനെ കാര്യം അറിയിക്കാൻ എത്തി.

''ഡച്ചസ്, കുറച്ച് മുമ്പ് ഞാൻ രണ്ട് സിസിലിയൻ പ്രാവുകളെ അയച്ചിട്ടുണ്ട്. നമ്മുടെ ചരക്കുകളുടെയും യാത്രക്കാരുടെയും വിലയെക്കുറിച്ച് ഗവർണറോട് പറഞ്ഞുകൊണ്ട് ഒന്ന്. അരഗോണിൽ നിന്നുള്ള നമ്മുടെ സുഹൃത്തിൽ നിന്ന് സഹായത്തിനായി ഗാലിയറ്റുകളെ ഉടനടി അയക്കേണ്ടതാണ്.''

''മറ്റൊന്ന്?''

''അടിമക്കച്ചവടകാരനായ ഒരു സുഹൃത്തിന്. കാര്യങ്ങൾ മോശമായാൽ...''

''കാര്യങ്ങൾ മോശമാകില്ലെന്ന് ഞാൻ പ്രതീക്ഷിക്കുന്നു, അവർ നിങ്ങളുടെ പ്രാവുകളിൽ ഒന്നിനെ പിടിച്ച് കബാബ് ഉണ്ടാക്കില്ലെന്ന്

ഞാൻ പ്രതീക്ഷിക്കുന്നു, ഡോറിയ. ഈ അവിശ്വാസിയായ തുർക്കി നിങ്ങളെ ജീവിക്കാൻ അനുവദിച്ചാലും ഞാൻ, തീർച്ചയായും അനുവദിക്കില്ല; പോപ്പിന് പോലും നിങ്ങളെ എന്നിൽ നിന്ന് രക്ഷിക്കാൻ കഴിയില്ല.''

ബിയാട്രിസ് അവളുടെ കണ്ണുകൾ തുറന്നു. ഡച്ചസിന്റെ വായിൽ നിന്ന് വീണ വാക്കുകൾ സഭയ്ക്ക് അതീതമായ ഒരു ശക്തിയുടെയായിരുന്നു. കാണുന്ന പോലെ അല്ല ഡച്ചസ് മരിയ. ആൻഡ്രിയ ഡോറിയയും ബാർബറോസയും തമ്മിലുള്ള പോരാട്ടത്തിൽ ഒരു വേലിയേറ്റം സംഭവിച്ചു. ഒരു ഞൊടിയിടയിൽ ഗാലിയറ്റിനെ സംരക്ഷിക്കുന്ന രണ്ട് ഗ്യാലികൾ മുങ്ങിപ്പോയി. തുർക്കികൾ ഇതിനകം ആറ് ഗാലിയറ്റുകൾ പിടിച്ചെടുത്തു. അവ വളരെ ചെറിയ നാശനഷ്ടങ്ങൾ മാത്രം പറ്റിയവയാണ്. ഇനി മറ്റ് രണ്ട് യാത്ര, കാർഗോ ഗാലിയറ്റുകൾ ഉണ്ട്. ഡോറിയയുടെ സ്വന്തം ഗാലിയറ്റ് അപ്പോഴും ജാഗരൂകരായി. പക്ഷേ പായയോ തുഴകളോ ഇല്ലാതെ ബാർബറോസയെ കാത്തിരിക്കുകയായിരുന്നു. മുങ്ങിക്കൊണ്ടിരിക്കുന്ന കപ്പലിൽ നിന്ന് പറന്നുയർന്ന തോരണങ്ങളിലുള്ള കുതിരകൾ പുകമറയിലൂടെ ജീവൻ പ്രാപിച്ചതായും ഭീതിയോടെ കുതിക്കുന്നതായും തോന്നി. പേടിച്ചരണ്ട കുതിരകളുടെ ദയനീയമായ കരച്ചിൽ കേൾക്കാമായിരുന്നു. തുർക്കി കടൽക്കൊള്ളക്കാർ ഈ കുതിരകളെ അടുത്തുള്ള ദ്വീപിലേക്ക് കൊണ്ടുപോകും.

''കുതിരകളുടെ വില മെഡിറ്ററേനിയനിലെ അടിമകളുടെ വിലയേക്കാൾ കൂടുതലാണെന്ന് തോന്നുന്നു.''

കോൺറാഡിന പറഞ്ഞു.

തുർക്കി കടൽക്കൊള്ളക്കാർ മെഡിറ്ററേനിയനിലെ മറ്റ് കടൽക്കൊള്ളക്കാരെപ്പോലെയല്ലെന്ന് ബിയാട്രിസ് അവളോട് വിശദീകരിച്ചു. മറ്റ് കടൽക്കൊള്ളക്കാർ കറ്റപ്പുൾട്ടുകളിൽ നിന്ന് കത്തുന്ന അമ്പുകൾ എയ്യുമ്പോൾ തുർക്കികൾ എണ്ണമയമുള്ള തുണിക്കഷണങ്ങളിൽ പൊതിഞ്ഞു എയ്യുന്നു.

''അങ്ങനെ കപ്പലുകൾക്ക് കേടുപാടുകൾ അധികമില്ലാത്ത അവർ നിലനിർത്തുന്നു.''

അവൾ കോൺറാഡിനയോട് വിശദീകരിച്ചു. ബിയാട്രിസ് കൂട്ടിച്ചേർത്തു.

''സ്വാഭാവികമായും കപ്പലിന് അധികം നാശമില്ലെങ്കിൽ ഗാലി അടിമകളുടെയും യാത്രക്കാരുടെയും ജീവൻ ബാക്കിയാകുമല്ലോ.''

''അപ്പോൾ അതിനർത്ഥം അവർക്ക് യാത്രക്കാരെ ജീവനോടെ വേണമെന്നാണോ?''

''അതല്ലെങ്കിൽ കപ്പലുകൾ കേടുപാടില്ലാതെ കൊണ്ടുപോകാൻ...''

ബിയാട്രിസ് അവളുടെ വാക്കുകൾ പൂർത്തിയാക്കാൻ കഴിഞ്ഞില്ല, അതിനിടയിലാണ് ബാർബറോസയും അവന്റെ ആളുകളും നഗ്ന പാദരായി ഡെക്കിലേക്ക് ചവിട്ടിക്കയറിയത്. അവർ അടിമകളെ ചങ്ങലകളിൽ നിന്ന് മോചിപ്പിക്കാൻ തുടങ്ങി. തുർക്കി ഭാഷയിൽ, അവർ ഓരോരുത്തരോടും അവരെ മോചിപ്പിക്കുക മാത്രമല്ല, തനിക്കു വേണ്ടി പോരാടാൻ സമ്മതിച്ചാൽ, അവർക്ക് പ്രതിഫലം നൽകുമെന്നും പ്രഖ്യാപിച്ചു. ബാർബറോസയ്ക്ക് യുദ്ധകല എന്തെന്ന് അറിയാമായിരുന്നു. വെറുതെയല്ല, തന്റെ ഗാലി അടിമകളുടെ ശക്തിയിൽ ഈ ഇരട്ട ഗാലിയറ്റുകളെ കീഴടക്കാൻ അദ്ദേഹത്തിന് കഴിഞ്ഞത്.

ടർക്കിഷ് സംസാരിക്കാനും അവളുടെ യഥാർത്ഥ നാമം വെളിപ്പെടുത്താനും സമയമായില്ലെന്ന് ബിയാട്രിസിനു തോന്നി. ബാർബറോസ ഹിസീർ റയീസിനെ കാണാൻ കൊണ്ടുപോകുന്നതുവരെ അവൾക്ക് കാത്തിരിക്കേണ്ടി വരും. മിണ്ടാതിരിക്കാൻ കോൺറാഡിന സ്ത്രീകൾക്ക് മുന്നറിയിപ്പ് നൽകി.

ഗ്യാലിയിൽ കയറിയ ആദ്യത്തെ ടർക്കിഷ് കടൽക്കൊള്ളക്കാരുടെ സർജന്റുകൾ വളരെ അച്ചടക്കത്തോടെ പെരുമാറി, ഉത്തരവുകൾ ശ്രദ്ധാപൂർവ്വം പാലിച്ചു. അവർ അടുത്തെത്തിയപ്പോൾ, ഡോറിയയുടെ ജോലിക്കാരിൽ ചിലർ കടലിലേക്ക് ചാടാൻ മടിക്കുകയായിരുന്നു. ലെവെൻഡ് (ടർക്കിഷ് സൈന്യത്തിലെ ഒരു സ്ഥാനം) അവരുടെ വാളുകൾ ഊരിയപ്പോൾ മറ്റുള്ളവർ 'പോർ എൽ അമോർ ഡി ഡിയോസ് 'സീഗ്നോർ...' എന്ന് യാചിച്ച്, സ്വന്തം കണങ്കാലുകളിൽ ചങ്ങലയിടാൻ തുടങ്ങി.

അങ്ങനെ ഒരിക്കൽ കൂടി മെഡിറ്ററേനിയൻ കടലിൽ മറ്റൊരു ദിവസം. അടിമകൾ യജമാനരും യജമാനർ അടിമകളും. പക്ഷേ ഡച്ചസിനും അവളുടെ സ്ത്രീകൾക്കും ഇത്തരമൊരു അനുഭവം ആദ്യമായിട്ടാണ്. വിറച്ചു കൊണ്ട് അവർ കുരിശടയാളം വരച്ച് പ്രാർത്ഥിച്ചു. കോൺറാഡിന അപ്പോഴേക്കും ഡച്ചസിന്റെ വസ്ത്രം വെച്ചുമാറിയിരുന്നു. പക്ഷേ അവൾ വിചാരിച്ചതു പോലെ ഈ ലെവെൻഡിനെ വശീകരിക്കാൻ കഴിഞ്ഞില്ല.

ഇവളെന്തിനുള്ള പുറപ്പാടാണെന്ന് ബിയാട്രിസ് ആലോചിച്ചു. ഡോറിയയുടെ അടുത്ത് ഇവളുടെ വശീകരണം നടന്നില്ല അല്ലെങ്കിൽ അവർ വീഞ്ഞറയിൽ അടക്കപ്പെടുമായിരുന്നില്ലല്ലോ. കണ്ടാലൊരു ഭീകരനായ ലെവൻഡും തന്നെ ഗൗനിക്കുന്നില്ല എന്ന് കണ്ടപ്പോൾ കോൺറി ഭയന്നു, തന്റെ ആകർഷണപാടവം കൈമോശം വന്നോ എന്നാലോചിച്ച്.

കടൽക്കൊള്ളക്കാരനെ സംബന്ധിച്ചിടത്തോളം അവൻ പ്രത്യാഘാതങ്ങളെ ഭയന്നിരിക്കാം അല്ലെങ്കിൽ അവൻ ഡച്ചസിനെ തിരിച്ചറിയുകയും ബഹുമാനം പ്രകടിപ്പിക്കുകയും ചെയ്തതാകാം. അതോ വർഷങ്ങളോളം കടലിൽ ചെലവഴിച്ച ഒരു കടൽക്കൊള്ളക്കാരന് സ്ത്രീകളിൽ താല്പര്യം നഷ്ടപ്പെട്ടെന്നോ? മെഡിറ്ററേനിയൻ കടൽക്കൊള്ളക്കാർ അത്ര മതവിശ്വാസികളല്ലെന്നതാണ് സത്യം, അവർ ചെയ്യുന്നത് ഭരണകൂടത്തിൽ നിന്നോ ദൈവിക പ്രീതിയിൽ നിന്നോ ബഹുമാനം നേടുന്നതിനേക്കാളും സ്വന്തം നേട്ടത്തിന് വേണ്ടിയാണെന്ന് അവൾക്ക് അറിയാമായിരുന്നു, എന്നാൽ ഈ മുസ്ലീം കടൽക്കൊള്ളക്കാരന്റെ പെരുമാറ്റം വിഭിന്നമായി തോന്നി.

ആ മനുഷ്യൻ വാതിലിന് മുന്നിൽ ഒരു ബാരൽ വച്ചിട്ട് ഇരുന്നു സ്ത്രീകളോട് മിണ്ടാതിരിക്കാൻ ആംഗ്യം കാണിച്ചു. പിന്നെ അവൻ വാത്സല്യത്തോടെ കുട്ടികളുടെ തലയിൽ തലോടി.

എല്ലാ കിംവദന്തികളും സത്യമായിരുന്നോ? ബാർബറോസ്സയുടെ പട യഥാർത്ഥത്തിൽ മാന്യന്മാരാണോ? കിംവദന്തികൾ അനുസരിച്ച്, അവർ അടിമകളായി എടുത്ത സ്ത്രീകളെ പോലും മാന്യമായി പരിഗണിച്ചു. അവർ അവരെ വാങ്ങുകയും വിൽക്കുകയും ചെയ്തില്ല. ഈജിപ്ഷ്യൻ, മംലൂക്ക് കപ്പലുകളെ അവർ ഒരിക്കലും ആക്രമിച്ചില്ല, കാരണം അവർ മുസ്ലീങ്ങളായിരുന്നു, അമുസ്ലീങ്ങളോട് മാത്രം യുദ്ധം ചെയ്തു. ബിയാട്രിസ് ചിന്തിച്ചു.

'അങ്ങനെയാണെങ്കിൽ, ഈ മനുഷ്യർക്ക് തത്ത്വങ്ങൾ ഉണ്ടായിരിക്കണം. ഒരുപക്ഷേ ഒരു വിശ്വാസബോധം പോലും.'

അങ്ങനെയൊന്ന് അസാധ്യമാണെന്ന് അവൾ തീരുമാനിച്ചു. മെഡിറ്ററേനിയൻ കടൽക്കൊള്ള പോലുള്ള ലാഭാധിഷ്ഠിത ജീവിതം മറ്റെന്തെങ്കിലും ആയിത്തീർന്നിരിക്കുമോ? ബാർബറോസയുടെ അടുത്ത് കൊണ്ടുപോകുമ്പോൾ ഈ ചോദ്യങ്ങൾക്കെല്ലാം ഉത്തരം കണ്ടെത്താൻ കഴിയുമെന്ന് അവൾക്ക് തോന്നി. ടർക്കിഷ് സംസാരിക്കാൻ അവൾ അതുവരെ കാത്തിരുന്നു. അവിടെയുള്ള മറ്റെല്ലാ സ്ത്രീകളോടൊപ്പം ഈ കടൽക്കൊള്ളക്കാരുടെ സാഹസികതയിൽ അവൾ ഒരു തുണയാകാൻ പോകുകയായിരുന്നോ അതോ യാസിക്കോയുടെ ബില്ലൂർ ആണെന്ന് അവളുടെ ഏക സുഹൃത്ത് കോൺറാഡിനയോട് പ്രഖ്യാപിക്കാൻ പോകുകയാണോ?

അവളുടെ ചെറിയ ചാക്കിൽ ഉള്ളതല്ലാതെ മറ്റൊന്നും അവൾക്ക് ഈ ലോകത്ത് ഇല്ലായിരുന്നു. അവളുടെ ജീവിതം എങ്ങനെ മാറും എന്നത് വിധിയുടെ കൈകളിലാണ്. അവളുടെ വിധി അംഗീകരിക്കാൻ അവൾ തയ്യാറായിരുന്നു.

വർഷങ്ങളോളം അവൾ ഹൃദയത്തിൽ കൊണ്ടുനടന്ന വിശുദ്ധ അൽക്കാലയുടെ ഭൂപടം സംഭവങ്ങളുടെ ഗതി മാറ്റില്ല, കോൺറാഡിന അവൾക്ക് നൽകിയതും ഇപ്പോൾ അടിവസ്ത്രത്തിൽ സൂക്ഷിച്ചിരിക്കുന്നതുമായ സ്വർണ്ണവും ഒന്നും മാറ്റില്ല.

''ഇപ്പോൾ നിങ്ങൾ രണ്ടുപേരും...''

അവൻ മൃദുവായ സ്വരത്തിൽ പറഞ്ഞു. ''ഞങ്ങൾ നിങ്ങൾ രണ്ടു പേരെ സിസിലിയിലെ അരഗോൺ ഗവർണർക്ക് സമ്മാനിക്കും. അതിനാൽ നിങ്ങളുടെ മഹാനും ശക്തനുമായ പ്രഭുവിന് വന്ന് നിങ്ങളെ കൊണ്ടുപോകാൻ കഴിയും.''

ബാർബറോസ ഈ വാക്കുകൾ ഉച്ചരിക്കുമ്പോൾ, അദ്ദേഹത്തിന്റെ സഹായികളായ അയ്ഡൻ റയീസും സാലിഹ് റയീസും പിരി എന്ന എഴുത്തുകാരൻ സഹായിയും കപ്പിത്താൻ ഡോറിയയും രണ്ട് കാവൽക്കാരും അവന്റെ അരികിൽ നിന്നു. ബിയാട്രിസും കോൺറാഡിനയും പരസ്പരം നോക്കി. പിന്നെ അവരോടൊപ്പമുള്ള സ്ത്രീകളെ നോക്കി. അവർ ഞെട്ടിപ്പോയി. കാരണം ബാർബറോസയുടെ പിന്നിൽ നിൽക്കുന്നയാൾ ആൻഡ്രിയ ഡോറിയയല്ല, മറിച്ച് രാജവസ്ത്രം ധരിച്ച ഒരു സാധാരണ പടയാളി ആയിരുന്നു. ഏതു വേഷത്തിലാണ് ഡോറിയ രക്ഷപ്പെട്ടത്? ഡോറിയയെ പിടികൂടിയെന്ന് കരുതുന്ന തങ്ങളുടെ കപ്പിത്താൻ തുർക്കി നാവികർ അസൂയയോടെ നോക്കുന്നതുപോലെ, ഇപ്പോൾ കണങ്കാലിൽ ചങ്ങലയിട്ട പോപ്പിന്റെ പടയാളികൾ ഒരു പക്ഷേ ഉള്ളിൽ ചിരിക്കുന്നുണ്ടാകും.

ബിയാട്രിസ് തന്റെ കൈപ്പത്തിയിൽ ബാൻഡേജുകൾ കെട്ടിയപ്പോൾ അവൾ ഓർത്തു, 'ഈ ഡോറിയ ഒന്നുകിൽ ബാർബറോസയുടെ മാരക ശത്രുവാണ് അല്ലെങ്കിൽ നേരെ വിപരീതമാണ്.' യഥാർത്ഥ ഡോറിയയ്ക്ക് എന്ത് ശിക്ഷയാണ് ലഭിക്കുക? ഒരു നിമിഷം അവൾ ബാർബറോസയോട് ഇത് പറയാണോ എന്ന് ആലോചിച്ചു. ടർക്കിഷ് ഭാഷയിൽ. വേണ്ട ഇദ്ദേഹത്തെ ബഹുമാനിക്കുന്ന ആളുകളുടെ മുന്നിൽ വെച്ച് തനിക്ക് പറ്റിയ അമളിയെപ്പറ്റി പറയുന്നത് തനിക്കു തന്നെ നന്നാവില്ല.

ബിയാട്രിസിന്റെ കൈകളും ശ്വാസകോശവും വേദനിക്കാൻ തുടങ്ങി. അവൾ ചുറ്റും നോക്കി. അവളുടെ കൈകളിലെ വേദന കൂടിക്കൂടി വന്നു. അവൾക്ക് സംസാരിക്കാൻ കഴിഞ്ഞില്ല. ടർക്കിഷ്, സ്പാനിഷ്, ജർമ്മൻ അല്ലെങ്കിൽ ഇറ്റാലിയൻ അല്ല... അവൾ കാത്തിരിക്കാൻ തീരുമാനിച്ചു. കോൺറാഡിനയുടെ പദ്ധതി എങ്ങനെ നടക്കുമെന്ന് കാണാം. തൽക്കാലം അവൾ ഡച്ചസിന്റെ വേഷം അത്ഭുതകരമാംവിധം നന്നായി അവതരിപ്പിക്കുന്നുണ്ട്. ഇപ്പോൾ ഒരു

കന്യാസ്ത്രീയെപ്പോലെ തോന്നാത്ത അവളുടെ സുഹൃത്തിനെ അവൾ നിരീക്ഷിച്ചു. കൊട്ടാരത്തിലെ നാൽപതുകളിൽ ഉള്ള ഒരു സ്ത്രീയെപ്പോലെയായിരുന്നു അവൾ. .

''നിങ്ങൾ ഒരു മികച്ച കപ്പിത്താനാണ്, എന്നാൽ അതിലുപരി നിങ്ങൾ നല്ലൊരു മനുഷ്യനാണ്, ശക്തനായ ബാർബറോസ. നിങ്ങളുടെ ഔദാര്യം മെഡിറ്ററേനിയൻ തീരങ്ങളിലെല്ലാം പ്രതിധ്വനിക്കും എന്നതിൽ സംശയമില്ല; പക്ഷേ, എന്റെ അനുയായികൾക്ക് അനുവദിച്ചിരിക്കുന്ന സ്വാതന്ത്ര്യം എനിക്ക് അംഗീകരിക്കാൻ കഴിയില്ല...''

''അതെങ്ങനെയാണ് സാധ്യമാവുക? നിങ്ങൾക്കും നിങ്ങളുടെ പരിവാരങ്ങൾക്കും ഉള്ള എന്റെ സ്വതന്ത്ര വാഗ്ദാനം നിങ്ങൾ നിരസിക്കുകയാണോ?''

''ഒരിക്കലുമില്ല. നിങ്ങളെപ്പോലെ വലിയ ഒരാളെ ഒരിക്കലും നിരസിക്കാൻ കഴിയില്ല. എന്നിരുന്നാലും എനിക്ക് സ്വന്തമായി ഒരു വാഗ്ദാനം ഉണ്ട്. എന്റെ ഈ സേവകർക്ക് ചില കഴിവുകൾ ഉണ്ടെന്ന് എനിക്ക് ഉറപ്പുണ്ട്, അവരെ അടിമകളായി വിൽക്കരുത്, അവരെ നിങ്ങളുടേതായി സ്വീകരിക്കുക, നിങ്ങൾ അവരുടെ കണ്ണുകളിലേക്ക് നോക്കുകയും അവരുടെ ശബ്ദം കേൾക്കുകയും അവരുടെ സ്വാദിഷ്ഠമായ ഭക്ഷണം ആസ്വദിക്കുകയും ചെയ്യുമ്പോൾ, ക്ലീവ്സിലെ ഡച്ചസാണ് നിങ്ങൾക്ക് ഈ വരദാനം തന്നതെന്ന് അങ്ങ് ഓർമിക്കും.''

ബിയാട്രിക്സ് വേലക്കാരെ നോക്കി. അവർക്ക് യഥാർത്ഥത്തിൽ ഈ കഴിവുകൾ ഉണ്ടോ? അവർക്ക് ശരിക്കും പാചകം ചെയ്യാനോ പാടാനോ കഴിയുമോ? അവൾ ചിന്തിച്ചു. ഒരാഴ്ചയ്ക്ക് ശേഷം, ഈ സ്ത്രീകളുടെ നികൃഷ്ടമായ ശബ്ദം കേൾക്കുമ്പോൾ, താൻ വഞ്ചിക്കപ്പെട്ടുവെന്ന് തോന്നുമ്പോൾ, ബാർബറോസ എങ്ങനെ പ്രതികരിക്കും? എന്നാൽ കോൺറിയെ പോപ്പ് പോലും വിശ്വസിക്കുമായിരുന്നു. രസകരമെന്നു പറയട്ടെ, ബാർബറോസ അവളുടെ വാഗ്ദാനം സ്വീകരിച്ചു.

''അപ്പോൾ തീർച്ചയായും. നീ പറയുന്നത് പോലെ നടക്കട്ടെ. സെമൈമ, അതായത് എന്റെ ഭാര്യ രണ്ട് ക്രിസ്ത്യൻ സേവകരെ ഇഷ്ടപ്പെടില്ല എങ്കിലും നിങ്ങളുടെ ദയാവാക്കുകൾ കാരണം ഞാനത് ചെയ്യുന്നു.''

ഈ 'ദയയുള്ള വാക്കുകൾ' കൊണ്ട് ബാർബറോസ ഉദ്ദേശിച്ചത് 'നിങ്ങളുടെ തുറന്ന നെഞ്ച്' എന്നായിരിക്കാം. കാരണം കോൺറാഡിന അവളുടെ വശ്യത മുഴുവൻ പുറത്തെടുത്തിരുന്നു. അവൾ കൗശലത്തോടെ കൺകോണിലൂടെ ബിയാട്രിസിനെ നോക്കി. അവൾ, അവളുടെ പദ്ധതികൾ പൂർത്തിയാക്കിയിട്ടില്ലെന്ന് വ്യക്തമായി.

‘‘ക്യാപ്റ്റൻ ബാർബറോസ, എങ്കിൽ ഈ രണ്ട് കന്യാസ്ത്രീകളുടെ ചെലവ് ഞാൻ തന്നെ നൽകട്ടെ. അവരുടെ പ്രാർത്ഥനയിലും എന്റെ മനസ്സിലും അങ്ങയെ എന്നന്നേക്കുമായി നിലനിർത്താൻ അവരെ എനിക്ക് വിലയ്ക്ക് തന്നേക്കൂ.’’

ബാർബ റോസ കോപത്തിന്റെ വക്കിലാണെന്ന് തോന്നി. പരിചാരികമാരുടെ പാവാടയിൽ ഭയത്തോടെ മുറുകെ പിടിക്കുന്ന ഡച്ചസിന്റെ മക്കളായ വില്യമിനെയും സിബെല്ലയെയും അദ്ദേഹം നോക്കി, എന്നിട്ട് ബിയാട്രിസിനെ നോക്കി.

‘‘അങ്ങനെയാകട്ടെ.’’ അദ്ദേഹം പറഞ്ഞു.

കുഞ്ഞിനെ കൈകളിൽ പിടിച്ച് ഒരു അമ്മയെപ്പോലെ നിൽക്കുന്നതിൽ അവൾക്ക് സന്തോഷം തോന്നി. അവൾ ഒരു ആശ്രമത്തിൽ നിന്നുള്ള കന്യകയായിരുന്നിരിക്കാം പക്ഷേ അവൾക്ക് വേണമെങ്കിൽ ഒരു അമ്മയുമാകാം.

‘‘അല്ലയോ എന്റെ മഹാനാഥാ! ഞങ്ങൾ വീണ്ടും മെഡിറ്ററേനിയനിൽ കണ്ടുമുട്ടുമ്പോൾ, അങ്ങ് എന്നോട് കടപ്പെട്ടിരിക്കുമോ അതോ മറിച്ചായിരിക്കുമോ?’’

‘‘എന്റെ സ്ത്രീയേ, അള്ളാഹു നിന്റെ ഭർത്താവിന് ക്ഷമ നൽകട്ടെ. നിങ്ങൾക്ക് എന്റെ ആളുകൾക്ക് പണം നൽകാം. എന്നിട്ട് എന്നെ വെറുതെ വിടൂ.’’

‘‘എന്നാൽ എനിക്ക് ഒരു അഭ്യർത്ഥന കൂടിയുണ്ട് മഹാനായ ബാർബറോസ.’’

എല്ലാവരും ശ്വാസം അടക്കിപ്പിടിച്ചു. കോൺറാഡിന ശരിക്കും ബാർബറോസയുടെ ക്ഷമ പരീക്ഷിക്കുന്നതായി തോന്നി.

‘‘നിങ്ങൾക്ക് കാണാനാകുന്നതുപോലെ, ഈ കന്യാസ്ത്രീയുടെ മുറിവുകൾ സുഖപ്പെടുത്താൻ കഴിയുമെങ്കിൽ, കുറച്ച് മരുന്ന് പുരട്ടുക.’’

‘‘ഹേ സ്ത്രീയേ, ഞാൻ മനസ്സ് മാറ്റുന്നതിന് മുമ്പ് നിങ്ങളെല്ലാവരും പോകുക.’’

മുറിവ് ഭേദമാക്കണമെന്ന് പറഞ്ഞുകൊണ്ട് അദ്ദേഹം തന്റെ സഹായിയെ ഒന്നു നോക്കി. ഏതാനും നിമിഷങ്ങൾക്കുശേഷം ആന്റലൂഷ്യയിൽ നിന്നുള്ള ഒരു വൈദ്യൻ, പൊള്ളലേറ്റ എന്റെ കൈയിൽ മരുന്ന് പുരട്ടി. ബാർബറോസ ഒന്നുകിൽ അവളെ കൊല്ലുകയോ അല്ലെങ്കിൽ അവളുടെ കെണിയിൽ വീഴുകയോ ചെയ്യും. അവൾ അവനിൽ നിന്ന് ഒരടി മാത്രം അകലെയായിരിക്കുമ്പോൾ അവൾ ചോദിച്ചു.

''ഒരു നിമിഷം കൂടി കാത്തിരിക്കാമോ, മഹാനായ കപ്പിത്താൻ?'' അവൾ മെല്ലെ അവളുടെ കൈകൾ മാറിലേക്ക് കടത്തി, എല്ലാ പുരുഷന്മാരുടെയും കണ്ണുകൾ തന്നിൽ ആണെന്ന് മനസ്സിലാക്കിയ അവൾ തന്റെ മുലകളിൽ നിന്ന് ഒരു വെൽവെറ്റ് സഞ്ചി വലിച്ചെടുത്തു. സ്വാഭാവികമായും അവൾ ഉദാരമായി അവളുടെ സ്തനങ്ങൾ പ്രദർശിപ്പിക്കുകയും ബാർബറോസയുടെ തല തിരിക്കുന്നതിൽ വിജയിക്കുകയും ചെയ്തു. സ്വർണം അദ്ദേഹത്തിന് നൽകി. അപ്പോൾ ഡോറിയയുടെ വേഷം ധരിച്ച പടയാളി ആ രംഗം മുഴുവൻ ഭയത്തോടെയും മൗനമായും വീക്ഷിക്കുന്നുണ്ടായിരുന്നു.

ബിയാട്രിസ് തന്നോട്തന്നെ പറഞ്ഞു, ''ഇത് എന്റെ കോൺറിയാണ്. മറ്റൊരാളുടെ സ്വാതന്ത്ര്യത്തിനായി താൻ ശേഖരിച്ച സ്വർണമെല്ലാം ത്യജിക്കുന്ന വ്യക്തി.''

താനൊരു തുർക്കിക്കാരിയാണെന്ന് ബാർബ റോസയോട് പറയേണ്ടെന്ന് അവൾ തീരുമാനിച്ച നിമിഷമായിരുന്നു അത്.

സ്ത്രീകളെ രക്ഷിക്കാൻ അരഗോണിൽ നിന്നുള്ള സുഹൃത്തുക്കൾ എത്തിയില്ല. ലെവൻഡ് ഗലിയോട്ടുകളും ഗാലികളും വലിച്ചടുപ്പിക്കുകയും കൊടിമരങ്ങളിൽ പാറിപ്പറക്കുന്ന പതാകകൾ അഴിച്ചുവിടുകയും ചെയ്തു. അവർ ഒരു സിസിലിയൻ തുറമുഖത്തേക്ക് കാലെടുത്തുവയ്ക്കുമ്പോൾ, ആളുകൾ അവരെ അഭിവാദ്യം ചെയ്യാൻ തടിച്ചുകൂടി, ചിലർ സങ്കടത്തോടെയും മറ്റുള്ളവർ അത്യാഗ്രഹത്തോടെയും. മെഡിറ്ററേനിയനിലെ മറ്റെല്ലാ അടിമ വിപണികളെയും പോലെ, സിസിലിയിലെ മാർക്കറ്റും സ്ത്രീകൾക്കും പുരുഷന്മാർക്കും പ്രത്യേക വിഭാഗങ്ങളായി തിരിച്ചിരിക്കുന്നു.

അന്നു രാത്രി ബിയാട്രിസ്സിന് ഉക്കം വന്നതേയില്ല. കൈപ്പത്തിയിലെ വേദനയുമായി മല്ലിടുകയായിരുന്നു. വിണ്ടുകീറിയ ചുണ്ടുകളിലും കൈപ്പത്തിയിലെ വേദനയിലും പേടിസ്വപ്നത്തിന്റെ അവശിഷ്ടങ്ങൾ കൊണ്ട് മനസ്സ് നിറഞ്ഞും അവൾ ഭയന്നുണർന്നു.

അന്നു രാവിലെ എല്ലാ അടിമകൾക്കും കഞ്ഞി കൊടുക്കുമ്പോൾ ഒരു കാവൽക്കാരൻ അവർക്ക് സൂപ്പ് കൊണ്ടുവന്ന് ഒരുങ്ങാൻ പറഞ്ഞു. ഇപ്പോഴും കന്യാസ്ത്രീയുടെ വേഷം ധരിച്ച മരിയ ഡച്ചസ്, അവളുടെ മക്കളായ വില്യം, സിബെല്ല, ബിയാട്രിസ് ആനിനെയും പിടിച്ച്, കോൺറാഡിനയെയും പരിവാരങ്ങളെയും ഒരു വണ്ടിയിൽ കയറ്റി കുന്നുകൾക്ക് പിന്നിൽ താമസിക്കുന്ന ഗവർണറുടെ കൊട്ടാരത്തിലേക്ക് പുറപ്പെട്ടു. അവർക്ക് മൂന്ന് കാവൽക്കാരും ഒരു സർജന്റും അകമ്പടി.

ഒരിക്കൽ കൂടി അവരുടെ വിധി മാറും. ബില്ലൂർ ആകാൻ സമയമായോ ഇല്ലയോ എന്ന് ബിയാട്രിസ് വീണ്ടും ചിന്തിച്ചു. നീണ്ട ഒരു കയറ്റത്തിനൊടുവിൽ അവർ കുന്നിൻ മുകളിൽ എത്തി, പകലിന്റെ ഏറ്റവും ചൂടേറിയ സമയം. അവർ ഒരു വെള്ളച്ചാട്ടത്തിനരികിൽ നിർത്തി. കുതിരകൾ വെള്ളം കുടിക്കട്ടെ, കുട്ടികൾക്കും വിശ്രമം ആവശ്യമാണ്. കോൺറാഡിന ഒരു കുറ്റിക്കാട്ടിനു പിന്നിൽ അപ്രത്യക്ഷയായപ്പോൾ അവളെ പിന്തുടരാൻ ഒരു സർജന്റിനെ അയച്ചു. മറ്റുള്ളവർ കാത്തു നിന്നു. അവർ തിരിച്ചെത്തിയില്ല എന്നതാണ് വിചിത്രമായ കാര്യം.

സർജന്റ് തന്നെ പോയി നോക്കാൻ പോയി. അവൻ അപ്രത്യക്ഷനായ ശേഷം ബാക്കിയുള്ള രണ്ട് കാവൽക്കാർ ബിയാട്രിസിനേയും കന്യാസ്ത്രീയുടെ വേഷം ധരിച്ച ഡച്ചസിനെയും ആക്രമിച്ചു. ഇതെല്ലാം മുൻകൂട്ടി സജ്ജീകരിച്ചതാണെന്ന് ബിയാട്രിസ് മനസ്സിലാക്കി. അവർക്ക് ഒരു പുരുഷനുമായി സഹവസിക്കാൻ കഴിയില്ലെന്നും അവൾ അവരോട് പറഞ്ഞു. പുരുഷന്മാരുടെ പിടിയിൽ നിന്ന് രക്ഷപ്പെടാൻ പാടുപെട്ട അവൾ അവരുടെ വിയർപ്പിന്റെ വൃത്തികെട്ട ഗന്ധം വെറുത്തു.

കാവൽക്കാരൻ ഒരു കൈകൊണ്ട് അവളെ നെഞ്ചോട് ചേർത്തു പിടിച്ചു, മറ്റേ കൈകൊണ്ട് അവളുടെ പാവാട ഉയർത്തി. എത്ര കഷ്ടപ്പെട്ടിട്ടും ബിയാട്രിസിനു മോചിതയാകാൻ കഴിഞ്ഞില്ല. ആ മനുഷ്യൻ അവളുടെ വസ്ത്രം അഴിക്കാൻ ഒരുങ്ങുകയായിരുന്നു. അപ്പോൾ പെട്ടെന്ന് അരക്കെട്ടിൽ നിന്ന് എന്തോ വീഴുന്നത് അവൾ കണ്ടു. അതൊരു കടലാസ് ആയിരുന്നു. അവൻ ബിയാട്രിസിനെ വിട്ടു. കടലാസ് തട്ടിയെടുത്തു. അതിൽ വരകളും രൂപങ്ങളും ഉണ്ടായിരുന്നു. എന്നിട്ട് ബിയാട്രിസിനു നേരെ തിരിഞ്ഞ് തുർക്കി ഭാഷയിൽ ചോദിച്ചു:

"ഇതൊരു ഭൂപടമാണോ?"

അയാളുടെ കണ്ണിൽ അത്യാഗ്രഹത്തിന്റെ തിളക്കം. അതൊരു നിധിയുടെ ഭൂപടമല്ല, തന്റെ പ്രിയപ്പെട്ടവൻ തനിക്കായി അവശേഷിപ്പിച്ചു പോയ ഒരു കഷ്ണം കടലാസാണെന്ന് അവൾ ജർമൻ ഭാഷയിൽ പറഞ്ഞു മനസ്സിലാക്കിക്കൊടുക്കാൻ ശ്രമിച്ചു നടന്നില്ല.

അപ്പുറത്ത് തങ്ങളുടെ അമ്മയെ രക്ഷിക്കാൻ രണ്ടു കുട്ടികൾ മറ്റേ കാവൽക്കാരനെ തടഞ്ഞു. എന്നാൽ അയാൾ ആ കുട്ടികളെ അടിച്ചു നിലത്തിട്ടു. ബില്ലൂർ ടർക്കിഷിൽ യാചിക്കാൻ തുടങ്ങിയപ്പോൾ അവളെ അക്രമിച്ചവൻ ഞെട്ടി. അവൾ കപടയാണെന്ന് പറഞ്ഞു. പിന്നെയും അവളെ ആക്രമിക്കാൻ വന്നു. അവൾ യാസിക്കോയിലെ

ഒരു മുസ്ലീം കുട്ടിയാണെന്ന് പറഞ്ഞിട്ടും അയാൾ വിശ്വസിച്ചില്ല. അവൾ ഇലാസ് ശ്ലോകം ചൊല്ലി. അപ്പോഴയാൾ അവളുടെ വാ പൊത്തി. അവൾ കുഞ്ഞിന്റെ മേലേക്ക് മറിഞ്ഞു. കുഞ്ഞു ആൻ ഉറക്കെ കരഞ്ഞപ്പോൾ അവൻ കഠാര നീട്ടി.

''അതിന്റെ ശബ്ദം നിർത്ത്, അല്ലെങ്കിൽ ഞാൻ നിർത്തും'' അയാൾ ആക്രോശിച്ചു. ബിയാട്രിസ് കെഞ്ചി.

''കുഞ്ഞിനെ വെറുതെ വിട്ടാൽ ഞാൻ നിനക്ക് നിധി തരാം.''

''ഭൂപടം എപ്പോഴേ എന്റേതാണ്.'' അവൻ ചിരിച്ചുകൊണ്ട് തന്റെ സഞ്ചിയിലേക്ക് ചൂണ്ടി പറഞ്ഞു.

''ഞാൻ പറയുന്നത് എന്റെ കൈയിലുള്ള ഒരു നിധിയെക്കുറിച്ചാണ്. നീ എന്റെ കുഞ്ഞിനെ ഉപദ്രവിച്ചില്ലെങ്കിൽ ഞാൻ നിങ്ങൾക്ക് സ്വർണ്ണം തരാം.''

കാവൽക്കാരൻ ചുറ്റും നോക്കി.

''സ്വർണ്ണം എവിടെ?''

''ആദ്യം നീ എന്റെ കുഞ്ഞിനെ വിടുമെന്ന് എനിക്ക് വാക്ക് തരൂ.'' അവൾ അറിഞ്ഞുകൊണ്ട് 'എന്റെ' പറഞ്ഞു, അത് നന്നായി തോന്നി.

അകലെ രണ്ട് കാവൽക്കാർക്കൊപ്പം കോൺറാഡിന പ്രത്യക്ഷപ്പെട്ടു. ആ മനുഷ്യൻ തന്റെ കഠാര ബിയാട്രീസിന്റെ തൊണ്ടക്കു വെച്ച് മന്ത്രിച്ചു:

''നീ ടർക്കിഷ് സംസാരിക്കുന്നത് കേൾക്കുകയോ ആ ഭൂപടത്തെക്കുറിച്ചു പറയുകയോ ചെയ്താൽ ഞാൻ നിന്നെ കൊല്ലും. സ്വർണം എടുക്ക്.''

''രഹസ്യമായോ അതോ ഈ ആളുകളുടെ മുമ്പിൽവെച്ചോ?''

ആ മനുഷ്യൻ അവളെ കൈ പിടിച്ച് കുറ്റിക്കാട്ടിലേക്ക് വലിച്ചിഴച്ചു. ബിയാട്രിസ് കണ്ണിന്റെ കോണിലൂടെ സുഹൃത്തിനെ നോക്കി. കോൺറാഡിന ക്ഷീണിതയായും നേരെ നിൽക്കാൻ ബുദ്ധിമുട്ടുന്നതായും തോന്നി. അവൾ അർദ്ധനഗ്നയായിരുന്നു. അവളുടെ വസ്ത്രം കീറി, അവളുടെ മുഖത്ത് മുറിവേറ്റു.

എന്നാൽ ബിയാട്രിസിന് മറ്റൊരു പദ്ധതി ഉണ്ടായിരുന്നു, ഇയാൾക്ക് സ്വർണം നൽകിയതിന് ശേഷവും തന്നെ ആക്രമിച്ചാൽ അമ്മയെപ്പോലെ താനും ജീവനൊടുക്കേണ്ടിവരുമെന്ന് കരുതി അവൾ മുന്നോട്ട് നടന്നു.'നാം വളരെ ദൂരം എത്തിയിരിക്കുന്നു.'

ആ മനുഷ്യൻ അവളുടെ മുന്നിൽ പെട്ടെന്ന് ഇടറിവീണു. ചോര. അയാളുടെ കാലിൽ ഒരു കൂരമ്പ് തറച്ചിരിക്കുന്നു.

അവൾ കണ്ണുകൾ തുറന്നപ്പോൾ ഡച്ചസ് മരിയ നിൽക്കുന്നത് കണ്ടു. കഴിഞ്ഞ രണ്ട് ദിവസമായി താൻ അബോധാവസ്ഥയിലായിരുന്നുവെന്നും എന്നാൽ അവർ സിസിലിയൻ വനങ്ങളിൽ സുരക്ഷിതരാണെന്നും ഡച്ചസ് അവളോട് പറഞ്ഞു. എന്താണ് സംഭവിച്ചതെന്ന് ഡച്ചസ് വിശദീകരിച്ചു.

''ക്യാപ്റ്റൻ ഡോറിയ അയച്ച രണ്ട് പ്രാവുകൾ കബാബ് ആകാത്തതിന് ദൈവത്തിന് നന്ദി. അവയിലൊന്ന് അടിമക്കച്ചവടക്കാരിൽ ഒരാളുടെ ജനൽപ്പടിയിൽ വന്നിറങ്ങി. കച്ചവടക്കാരൻ ഗണ്യമായ തുകയുമായി അടിമച്ചന്തയിലേക്ക് കുതിച്ചു. തീർച്ചയായും അവന്റെ പദ്ധതി സാധാരണയേക്കാൾ വളരെ ഉയർന്ന വിലയ്ക്ക് ഞങ്ങളെ വാങ്ങുക എന്നതായിരുന്നു. എന്നാൽ ഞങ്ങൾ മറ്റ് അടിമകളുടെ കൂട്ടത്തിലല്ലെന്ന് മനസ്സിലാക്കി, ഞങ്ങളെ ഒരു വണ്ടിയിൽ കയറ്റിക്കൊണ്ടുപോയതായി അദ്ദേഹം കേട്ടപ്പോൾ അവൻ ഞങ്ങളുടെ പിന്നാലെ വന്നു.''

ഡച്ചസ് വിശദീകരിക്കുന്നത് കേട്ട് ബിയാട്രിസിന് കോൺറാഡിനയെക്കുറിച്ച് ചിന്തിക്കാതിരിക്കാൻ കഴിഞ്ഞില്ല. ചോദിക്കാനുള്ള അവസരം അവൾ കണ്ടെത്തിയപ്പോൾ, അവളുടെ പ്രിയ സുഹൃത്ത് സംസാരിക്കുന്നത് അവൾ കേട്ടു. പക്ഷേ അവളുടെ ശബ്ദം വിറയ്ക്കുന്നുണ്ടായിരുന്നു.

''സംഭവിച്ചതിന്റെ ചുരുക്കം എന്റെ പ്രിയപ്പെട്ട ബിയാട്രിസ്, മനുഷ്യന്റെ പണത്തിനോടുള്ള സ്നേഹം കാരണം നീ രക്ഷപ്പെട്ടു.''

''നിനക്കെങ്ങനെയുണ്ട് പ്രിയപ്പെട്ട കോൺറി?''

കോൺറി മൗനം പാലിക്കാൻ തീരുമാനിച്ചു. അവളുടെ സങ്കടകരമായ മുഖത്തേക്ക് നോക്കി. ബിയാട്രിസിന് ഭൂപടത്തെക്കുറിച്ച് ആലോചിക്കാതിരിക്കാൻ കഴിഞ്ഞില്ല.

''തുർക്കി കാവൽക്കാർക്ക് എന്ത് സംഭവിച്ചു, കോൺറി?''

ഡച്ചസ് ഉത്തരം പറഞ്ഞു. അവളും കോൺറാഡിനയെപ്പോലെ ക്ഷീണിതയായിരുന്നു.

''എല്ലാവരെയും കൊളുത്തിൽ കെട്ടി മരത്തിൽ തൂക്കി. അവരിൽ ഒരാളെ മാത്രം, കാലിൽ മുറിവേറ്റയാളെ കുതിരപ്പുറത്ത് കയറ്റി ബാർബറോസയുടെ അടുത്തേക്ക് തിരിച്ചയച്ചു, അവന്റെ മുറിവിൽ വജ്രപ്പൊടി ഇടുകയും കാലിൽ ഗംഗ്രീൻ വരും എന്നുറപ്പാക്കിയതിനു ശേഷം.''

ആറ് ദിവസത്തിനുശേഷം ബിയാട്രിസ് തന്റെ പ്രിയ സുഹൃത്ത് കോൺറിയെ ജോൺ ഡ്യൂക്ക് ഓഫ് ക്ലീവ്സിന്റെ കൊട്ടാരത്തിൽ കെട്ടിപിടിച്ചിരുന്നു. പഴയ കോൺറി അല്ലായിരുന്നു അവൾ. 'മരിയ

ഒരു നല്ല സ്ത്രീയാണ്, അവളുടെ കുഞ്ഞിനെ രക്ഷിക്കാൻ നീ ചെയ്ത ത്യാഗങ്ങൾ അവൾ ഒരിക്കലും മറക്കില്ല.''

അവൾ യഥാർത്ഥത്തിൽ സ്വന്തം ഹൃദയത്തിലെ സങ്കടം മയപ്പെടുത്താൻ ശ്രമിക്കുകയാണെന്ന് വ്യക്തമായിരുന്നു. ബിയാട്രിസ് തന്റെ കൈയിലെ സ്വർണ്ണം കാണിച്ചപ്പോൾ അവളുടെ സുഹൃത്ത് ഉത്തരം പറയാതെ ശൂന്യമായ കണ്ണുകളോടെ ബിയാട്രിസിനെ നോക്കി. അവളുടെ മുറിവേറ്റ കൈകളിൽ മുഖം പൊത്തിക്കരഞ്ഞു.

അന്നു രാത്രി ബിയാട്രിസ് തലയിണയിൽ തല പൂഴ്ത്തി രാവിലെ വരെ കരഞ്ഞു, ആയിരം ചിന്തകളാൽ അലറി. കോൺറി നിശ്ശബ്ദമായി തന്റെ സുഹൃത്തിന്റെ രോദനം അടുത്ത മുറിയിൽനിന്ന് കേട്ടു. ഇനി തനിക്ക് ഒരിക്കലും ബില്ലൂർ ആകാനോ അൽക്കാലയെ കാണാനോ സാധിക്കുമെന്ന് തോന്നിയില്ല.

ചാക്കിൽ കരുതിയ ബാല്യകാല വസ്ത്രം എടുത്ത് അതിന്റെ മണം ശ്വസിച്ച് അവൾ വീണ്ടും കരയാൻ തുടങ്ങി. ഒടുവിൽ ആ ജീവിതത്തോടും വിദൂരമായ ഓർമ്മകളോടും വിട പറഞ്ഞു. അവളുടെ ജീവിതത്തിലെ ഒരേ ഒരു ആശ്വാസമായി അവൾ കരുതിയ ഭൂപടം പോലും ഇപ്പോൾ ഒരു സ്വപ്നമായിരിക്കുന്നു. അവളെ ഒരിക്കലും പുഞ്ചിരിക്കാൻ അനുവദിക്കാത്ത വിധി അവളിൽ നിന്ന് അത് എടുത്തുകളഞ്ഞു. തീർച്ചയായും കോൺറാഡിന അവളുടെ കൂടെയുണ്ടായിരുന്നു. പക്ഷേ ആ മൂന്ന് മൃഗങ്ങൾ അവളെ ഒരു പ്രേതമാക്കി മാറ്റി.

തന്റെ കുഞ്ഞ് ആനിന് ആയയാകാനുള്ള ഡച്ചസ് മരിയയുടെ വാഗ്ദാനം രാവിലെ സ്വീകരിക്കാമെന്ന് അവൾ തീരുമാനിച്ചു, ഈ കുഞ്ഞിനോടൊപ്പം പുതിയ സ്വപ്നങ്ങൾ കാണാൻ കഴിഞ്ഞില്ലെങ്കിൽ താനും ഒരു പ്രേതമായി മാറുമെന്ന് അവൾ ഭയന്നു.

1519

എന്റെ മനസ്സിലുള്ള ഒരേ ഒരു ചോദ്യം, അവനെ കണ്ടാൽ ഞാൻ എന്ത് പറയും എന്ന് മാത്രമാണ്. ഒരുപാട് കാര്യങ്ങൾ ഉണ്ട്. ഉദാഹരണത്തിന്, മാഡ്രിഡിലെ എല്ലാവരും ശീതകാലം മുഴുവൻ സംസാരിച്ചതും സ്പാനിഷ് കൊട്ടാരത്തിലെ അടുക്കളകളിലെ സേവകരുടെ ചുണ്ടിൽ പോലും എത്തിയതുമായ കൊലപാതകത്തെക്കുറിച്ച് ഞാൻ അവനോട് പറയണോ? കെട്ടിത്തൂക്കിയ നിലയിൽ കണ്ടെത്തിയ കൊട്ടാരം കാവൽക്കാരന്റെ കൊലപാതകം ഏർപ്പാടാക്കിയത്

പോർച്ചുഗലിലെ ഇസബെല്ലയാണെന്ന് വിശ്വസിച്ച കൊട്ടാരത്തിലുള്ളവരെക്കുറിച്ച് പറയണോ? അതോ ആ ശീതകാല രാത്രിയിൽ കാർലോസ് രാജാവ് തന്റെ നാലാം വർഷം ആഘോഷിക്കാൻ സിംഹാസനത്തിൽ കയറിയപ്പോൾ, 'എനിക്ക് ഇനി ബാർബറോസ എന്ന പേര് കേൾക്കാൻ ആഗ്രഹമില്ല' എന്ന് പറഞ്ഞത് ഞാൻ അവനോട് പറയണോ?

കാരണം, ഞാൻ അവനോട് അത് പറയുകയാണെങ്കിൽ, ത്ലെംസെനിലും ഓറാനിലും ഉള്ള എല്ലാവരുടെയും തലയ്ക്ക് പ്രഖ്യാപിച്ച വിലയെക്കുറിച്ചും ഞാൻ പറയേണ്ടിവരും. ക്യാപ്റ്റൻ ഡോറിയ കടലിൽ വച്ച് രാജാവിനെ വഞ്ചിച്ചുവെന്നും ഇപ്പോൾ തന്റേതായ എല്ലാത്തരം കുതന്ത്രങ്ങളിൽ ഏർപ്പെട്ടിരിക്കുകയാണെന്നുമുള്ളത് എനിക്ക് അവനിൽ നിന്ന് മറച്ചുവെക്കാൻ കഴിയില്ല. ഏണസ്റ്റോ, ഒന്നിന് പുറകെ ഒന്നായി ആയിരം കെണികൾ ഒരുക്കിയിട്ടുണ്ട് എന്ന് ഞാൻ അവനോട് പറഞ്ഞാൽ... വെറുതെ ദുഷിച്ചു പറയുകയാണ് എന്ന് വിചാരിച്ചാലോ?

എന്നാൽ ഏറ്റവും മോശമായ വാർത്ത ഒരൂച്ച് റയീസിന്റെ ആയിരുന്നു. അദ്ദേഹം യുദ്ധത്തിൽ പരാജയപ്പെട്ടെന്ന് ഞാൻ എങ്ങനെ അവനോട് പറയും? ചുരുക്കിപ്പറഞ്ഞാൽ, ഞാൻ ത്ലെംസെനിൽ പോയി കണ്ടതും അൾജീരിയയിൽ വച്ച് മനസ്സിലാക്കിയതുമായ എല്ലാ കാര്യങ്ങളും ബാർബറോസയെ പ്രതികൂലമായി ബാധിക്കും. ടെനെസിലെയും സെർസലിലെയും ബെജായയിലെയും ആളുകൾക്കിടയിൽ സൃഷ്ടിക്കപ്പെട്ട ഭയം ഹിസീർ റയീസിന്റെ ജോലി കൂടുതൽ ബുദ്ധിമുട്ടിലാക്കും. ഏത് വാർത്തയായിരിക്കും അവൻ ആദ്യം കേൾക്കാൻ ആഗ്രഹിക്കുകയെന്നു ഞാൻ ചിന്തിച്ചു.

ഒരൂച്ചിന് താക്കീത് നൽകാൻ എന്നെ അയച്ചപ്പോൾ ഞാൻ വൈകിയാണ് എത്തിയത് എന്ന് ഞാൻ എങ്ങനെ അവനോട് പറയും? ഡോറിയ കാരണം മെഡിറ്ററേനിയൻ കൂടുതൽ കലുഷിതമായെന്നും അവന്റെ സഹോദരൻ സ്പാനിഷ് അർമാഡയാൽ ചുറ്റപ്പെട്ടപ്പോൾ ഡോറിയ പെട്ടെന്ന് പ്രത്യക്ഷപ്പെട്ടുവെന്നും... പിന്നെ ഏണസ്റ്റോ... എന്തുകൊണ്ട് എനിക്ക് ഏണസ്റ്റോയെക്കുറിച്ച് ചിന്തിക്കുന്നത് നിർത്താൻ കഴിയുന്നില്ല? അവൻ എന്റെ സ്ഥാനം ഏറ്റെടുത്തതുകൊണ്ടാണോ? ഞാൻ ഒരു തീരുമാനമെടുത്തു; കൊല്ലപ്പെട്ട കൊട്ടാരം കാവൽക്കാരന്റെ കഥ അദ്ദേഹത്തിന് അത്ര താൽപ്പര്യമുള്ള കാര്യമാകില്ല.

പിന്നിൽ നിന്ന് കുത്തുന്ന ഏണസ്റ്റോ എന്തുതരം ചതിയാണ് കാണിച്ചതെന്ന് അറിയാൻ അദ്ദേഹം തീർച്ചയായും ആഗ്രഹിക്കും. ഏണസ്റ്റോ പോപ്പിന് വേണ്ടി പ്രവർത്തിക്കുന്ന ഒരു ചാരനാണെന്നും

അദ്ദേഹത്തെ ഒരു രഹസ്യ ദൗത്യത്തിനാണ് അയച്ചിരിക്കുന്നതെന്നും ബാർബറോസ അറിയണം. വെനീഷ്യൻ, ഫ്ലോറന്റൈൻ, റോമൻ, ജെനോയിസ് നഗരങ്ങളുടെ കൗൺസിൽ യോഗത്തിൽ അവർ ബാർബറോസ കടലിൽ എന്താണ് ചെയ്യുന്നതെന്നും അദ്ദേഹം എന്താണ് ചെയ്യാൻ ഉദ്ദേശിക്കുന്നതെന്നും ചർച്ച ചെയ്തു. "അവിടെയാണ് മാർപ്പാപ്പ അവനെ മെഡിറ്ററേനിയനിലേക്ക് നിയോഗിച്ചത്, അവിടെ അദ്ദേഹം ഹിസീറിന്റെ കൂടെ." ഈ വാചകം ഓർക്കുമ്പോൾ തന്നെ എന്റെ രക്തം തണുത്തുറഞ്ഞു: അങ്ങയുടെ മാർഗദർശി ഏണസ്റ്റോ മെഡിറ്ററേനിയനിലെ ക്രൂരനായ ക്യാപ്റ്റൻ ഡോറിയയുമായി കുറച്ചു കാലമായി ഉണ്ട്. ഇത്തരമൊരു സാഹചര്യത്തിലേക്ക് റയീസിനെ എത്തിച്ചതിൽ അദ്ദേഹം എന്നെ കുറ്റപ്പെടുത്തിയേക്കാം. എന്റെ ഭൂപടങ്ങൾ മോഷ്ടിച്ചത് ഒരു പ്രകടനം മാത്രമാണെന്ന് ഇപ്പോൾ ഞാൻ മനസ്സിലാക്കുന്നു.

അവനിപ്പോൾ ചിക്കോ എന്നാണറിയപ്പെടുന്നത്. അവരുടെ പദ്ധതി അനുസരിച്ച്, ചിക്കോ ത്ലെംസെനിലെത്തി ഒരൂച്ച് റയീസിനെ കൊല്ലേണ്ടതായിരുന്നു; അതേസമയം, ഡോറിയ ബാർബറോസയെ തന്റെ ഗാലികളാൽ തടയും, തന്റെ സഹോദരനെ രക്ഷിക്കാൻ പോകാൻ അനുവദിക്കില്ല. ഈ പദ്ധതിയുടെ ആദ്യ ദിവസങ്ങളിൽ റയീസ് എന്നെ ഒരൂച്ചിന്റെ അടുത്തേക്ക് അയച്ചിരുന്നു. അദ്ദേഹം ത്ലെംസെനിലും പിന്നീട് ഒറാനിലും പിന്നെ ബെജയയിലും ആയിരുന്നു; ബെയ്‌ലിക്കിന്റെ തലസ്ഥാനം ഹൽകുവാദിൽ നിന്ന് ത്ലെംസെനിലേക്ക് മാറുകയും ചെയ്തു.

ആ സമയത്ത് ഹിസീർ പലപ്പോഴും സ്വപ്നങ്ങൾ കാണാറുണ്ടായിരുന്നു, അദ്ദേഹം അവ വിശകലനം ചെയ്യുമായിരുന്നു, അവ ചിലപ്പോൾ സത്യമാണെന്ന് തെളിഞ്ഞപ്പോൾ അദ്ദേഹം അവയിൽ കൂടുതൽ ആശ്രയിക്കുകയായിരുന്നു. അച്ഛനും ഹൂക്കും അവന്റെ സ്വപ്നങ്ങളിലെ നായകന്മാരായിരുന്നു. അവർ എപ്പോഴും അദ്ദേഹത്തോട് സ്വപ്നത്തിൽ സംസാരിക്കുകയും എന്താണ് ചെയ്യേണ്ടതെന്ന് പറയുകയും ഉണരുമ്പോൾ അവരുടെ നിർദ്ദേശങ്ങൾ ശ്രദ്ധാപൂർവ്വം പിന്തുടരുകയും ചെയ്തു. എന്നാൽ ഇത്തവണ അവന്റെ സ്വപ്നം വ്യത്യസ്തമായിരുന്നിരിക്കണം, കാരണം ഞാൻ പോകുമ്പോൾ അവൻ പറഞ്ഞിരുന്നു.

"എന്റെ പ്രിയപ്പെട്ട സിദീ, വീണ കൊടി തിരികെ സ്ഥാപിക്കാൻ എനിക്ക് കഴിഞ്ഞില്ല, ഇത്തവണ എനിക്കത് എടുക്കാൻ പോലും കഴിയില്ല. എന്റെ സഹോദരനെ കാക്കൂ, നീ പോയി അവനെ താക്കീത് ചെയ്യൂ."

വേനൽക്കാലത്തിന്റെ അവസാനമായിരുന്നു, ഞാൻ ഒരു പോർച്ചുഗീസ് ഗാലിയറ്റിൽ കയറി. ആദ്യം ഞങ്ങൾ ബെലേറിലും പിന്നീട് ത്‌ലെംസെനിലും എത്തി, അവിടെ നിന്ന് ഞാൻ ബാർബറോസയുടെ വാർത്തകൾ ഹൂക്കിനു കൈമാറും. എല്ലാ വർഷവും ഒക്ടോബറിൽ ചെയ്യുന്നതുപോലെ, ഞാൻ മലാഗയിലേക്ക് പോകാൻ പദ്ധതിയിട്ടിരുന്നു, അവിടെ പിതാവ് ഒജെഡയെ കാണാനും എന്റെ രഹസ്യങ്ങളുമായി ശൈത്യകാലം ചെലവഴിക്കാനും ഞാൻ തീരുമാനിച്ചു.

ഞാൻ ത്‌ലെംസെനിൽ എത്തിയപ്പോൾ അവിടെയാകെ ബഹളമായിരുന്നു. ഒരൂച്ച് റയീസും അവന്റെ സൈനികരും ഒരു കോട്ടയിൽ സ്പാനിഷ് റെഡ്കോട്ടുകളാൽ ചുറ്റപ്പെട്ടിരുന്നു, യുദ്ധം നടന്നുകൊണ്ടിരിക്കുകയായിരുന്നു. ഒരു പോർച്ചുഗീസ് കപ്പലിൽ നിന്ന് ഇറങ്ങിയതുകൊണ്ട്, സ്പാനിഷ് ഭാഷയിൽ സംസാരിച്ച് ഒരു വ്യാപാരിയുടെ വേഷം ധരിച്ച് ഒരു സത്രത്തിലെത്താൻ എനിക്ക് കഴിഞ്ഞു. സത്രത്തിലെ എന്റെ മുറി പങ്കിട്ടവൻ ആന്റലൂഷ്യയിൽ നിന്നുള്ള ഒരു ദൂതനായിരുന്നു. ഞങ്ങളുടെ സംസാരത്തിനിടയിൽ, അന്ന് വൈകുന്നേരം കോട്ടയിൽ നടക്കാനിരുന്ന ഒരു യോഗത്തെക്കുറിച്ച് അദ്ദേഹം എന്നോട് പറഞ്ഞു. ഹൂക്കിനെ എങ്ങനെ അട്ടിമറിക്കാമെന്ന് ചർച്ച ചെയ്യാൻ, ഒരൂച്ച് റയീസ് ദി ഹൂക്കിന്റെ എല്ലാ ശത്രുക്കളും ഒത്തുചേരുന്ന ഒരു യോഗമായിരുന്നു അത്. അന്നു രാത്രി ഞാൻ ആ മനുഷ്യന്റെ രേഖകളും വസ്ത്രങ്ങളും മോഷ്ടിച്ചു, യോഗത്തിന്റെ തുടക്കത്തിൽ രണ്ടാം പകുതിയിൽ ഞാൻ ദൂതനായി സ്ഥാനം പിടിച്ചു.

യോഗത്തിന്റെ ആദ്യ പകുതിയിൽ എൻകെഡ് ഷെയ്ക്, ഓറാൻ അവർ അവനെ വഹ്രാൻ മാർക്വിസ് എന്ന് വിളിച്ചു. ജെനോവയിലെയും സ്പാനിഷ് കൊമോഡോറിലെയും സ്ഥാനപതി, മുൻ ത്‌ലെംസെൻ എമിർ എന്നിവരും മെലീല, ബ്ലിഡ, ഔജ്ദ, ബെർബർ തീരദേശ സമൂഹങ്ങളിൽ നിന്നുള്ള പ്രാദേശിക ഷെയ്ക്കുകൾക്കുമൊക്കൊപ്പം ഇരുന്നു. സെമ്മ ബെറോഗിയയും മെഡ്ജെനെയും മറ്റ് ബെയ്കളും സുൽത്താൻമാരും അമീറുകളും. മുസ്ലീങ്ങളും ക്രിസ്ത്യാനികളും സംരക്ഷിക്കപ്പെട്ടുവെന്ന് കരുതപ്പെടുന്നവരും സംരക്ഷകരും; എന്നാൽ അതിന്റെ സത്യാവസ്ഥ കോളനിവൽക്കരിക്കപ്പെട്ടവരും കോളനിവൽക്കരിക്കുന്നവരുമായിരുന്നു... ചൂടേറിയ ചർച്ചകളുണ്ടായി. എല്ലാവരും പരസ്പരം ആക്രോശിച്ചു. അവസാനം, ടുണീസയിലെ എമിർ മാർക്വിസ് വഹ്റാന്റെ നേരെ തിരിഞ്ഞു, കണ്ണുകൾ അടച്ച് അവൻ അലറി.

''നിന്നെക്കുറിച്ച് ഞാൻ ലജ്ജിക്കുന്നു. ഞാൻ എപ്പോഴും നിന്നെ ഒരു വിശ്വസ്ത സുഹൃത്തായി കരുതി. എന്റെ നാടും എന്റെ

സുൽത്താനേറ്റും വിട്ട് മൂന്ന് വർഷമായി, ഒരിക്കൽ പോലും ഒന്നും എന്നോട് അന്വേഷിച്ചില്ല, പറഞ്ഞിട്ടില്ല. എന്റെ സ്വത്തുക്കളും എന്റെ സമ്പത്തും നീ തിരിഞ്ഞുനോക്കിയില്ല. എന്റേത് ഒരു സാമന്തരാജ്യമായി അധഃപതിക്കുന്നത് കണ്ടപ്പോൾ പോലും ചെറുവിരലനക്കിയില്ല.''

മാർക്വിസ് ഒട്ടും ദേഷ്യപ്പെട്ടില്ല:

''ഇത് എന്ത് തരം സംസാരമാണ്? നിങ്ങളുടെ ദുരവസ്ഥയെക്കുറിച്ച് എന്നോട് ആദ്യം പറയേണ്ടിയിരുന്നത് നിങ്ങളായിരുന്നു. പട്ടാളക്കാരോ പണമോ എന്താണെന്ന് നിങ്ങൾ എന്നോട് പറഞ്ഞിരുന്നെങ്കിൽ ഞാൻ നിങ്ങളെ രക്ഷിക്കാൻ ഓടിയെത്തുമായിരുന്നു. ഇപ്പോൾ ഒരു വിജാതീയനായ ആ ഹൂക്ക് കാരണം ഓറൻ ദുർബല സ്ഥാനമായി. ഞങ്ങൾക്ക് നിങ്ങളെക്കാൾ കൂടുതൽ പ്രശ്നങ്ങളുള്ളപ്പോൾ ഞാൻ നിങ്ങളെ സഹായിക്കുമെന്ന് എങ്ങനെ പ്രതീക്ഷിക്കാനാകും?''

''നമുക്ക് കൂടുതൽ തുറന്ന് സംസാരിക്കാം നിങ്ങളുടെ ശ്രേഷ്ഠനായ എമിർ. കഴുത ആരായാലും മറ്റേത് ജീനിയാണല്ലോ.നിങ്ങളുടെ ഇരുപതിനായിരം സൈനികർക്ക് ഞാൻ എങ്ങനെ ഭക്ഷണം നൽകും? നിങ്ങൾ മൂക്ക് മുട്ടെ തിന്നുകയും നിങ്ങളുടെ സ്ത്രീകളുടെ സുഖവും ആനന്ദവും ആസ്വദിക്കുകയും ചെയ്യുമ്പോൾ ഹുക്ക് എന്റെ റെഡ് കോട്ടുകളുമായി യുദ്ധം ചെയ്യുന്നു.''

''എക്സലൻസി മാർക്വിസ്, ഞാൻ ജെനോവയിൽ നിന്ന് കൊണ്ടുവന്ന പതിനായിരം പേരെ ദയവായി മറക്കരുത്.''

''എങ്കിൽ എല്ലാം വളരെ നല്ലതാണ്.''

''എളുപ്പവഴിയിലൂടെ സഞ്ചരിക്കുന്നു...''

''നിങ്ങൾ ഒരു പേൻ പോലെ ഞങ്ങളുടെ മുതുകിൽ കയറി ഞങ്ങളുടെ രക്തം കുടിക്കുന്നു...''

''ഇപ്പോൾ നിങ്ങൾ ഹൂക്കും ഹിസീർ റയീസും ചെയ്തതിനെ ന്യായീകരിക്കുകയാണ്...''

''ഒരു കുതിര എപ്പോഴും അതിന്റെ ഉടമയുടെ താളത്തിലെ പോകൂ...''

''സീഗ്നോർ...''

''പിശാച്.''

ഒരു കഠാര മച്ചിൽ ആരോ എറിഞ്ഞതോടെ ബഹളം പെട്ടെന്ന് നിലച്ചു. എല്ലാ തലകളും തന്റെ കഠാര മേലേക്ക് എറിഞ്ഞ ആളിലേക്ക് തിരിഞ്ഞു. സാവധാനം ശ്വസിച്ചുകൊണ്ട് അവൻ മുറിയിലേക്ക് കയറി സംസാരിച്ചു.

''എന്റെ പ്രഭുക്കന്മാരേ, ഒന്നുകിൽ നിങ്ങൾ കിരീടം എടുക്കും അല്ലെങ്കിൽ നിങ്ങൾ സന്തോഷിക്കും. എന്നാൽ ബാർബറോസ രണ്ടും എടുത്തു. പ്രേതക്കപ്പലുകളിൽ നിന്ന് അദ്ദേഹം ആയിരം കപ്പലിലേക്ക് മാറിയിരിക്കുന്നു. ഇപ്പോൾ അവർ കദിർക്കലെയിൽ യുദ്ധം ചെയ്യുന്നു, തുടർന്ന് പന്തെല്ലേറിയയും അൾജീരിയയും ടുണീഷ്യയും ത്ലെംസെനും ഉണ്ട്. എന്നാൽ ഈ പ്രശ്നങ്ങളിലൊന്നിൽ നിന്ന് നാം മോചിതരായ ദിവസമാണ് ഇന്ന്. നല്ല വാർത്ത.''

ബാക്കി ഞാൻ ഹിസീർ റയീസിനോട് വിശദീകരിച്ചു. ഞങ്ങൾ രണ്ടുപേരും കണ്ണുനീർ മറയ്ക്കാൻ ശ്രമിക്കവേ ഞാൻ തുടർന്നു:

''ഒരൂച്ച് റയീസിന്റെ തോൽവി എന്നെ നടുക്കി. പക്ഷേ, എന്നെ കൂടുതൽ ഞെട്ടിച്ചത് വാർത്ത നൽകിയ ആളെ കണ്ടതാണ്. അത് ഏണസ്റ്റോ ആയിരുന്നു. എല്ലാവരും ശാന്തരായപ്പോൾ അദ്ദേഹം എന്താണ് സംഭവിച്ചതെന്ന് ദീർഘമായ ഒരു വിവരണം നൽകി. താൻ എങ്ങനെയാണ് കൊളുത്തിനെ ഒരു കെണിയിലേക്ക് നയിച്ചത്, അവനെയും അവന്റെ അവസാനത്തെ പടയാളിയെയും എങ്ങനെ കൊന്നു, ഹിസീറിനെ കണ്ടെത്താൻ ഹൂക്ക് അൾജീരിയയിലേക്ക് ഓടിപ്പോകാൻ ആഗ്രഹിച്ചു, പക്ഷേ ടാരാരെയിൽ നിന്നുള്ള മുസ്ലീം സൈനികർ അവനെ വളഞ്ഞു. മരിക്കുമെന്നായപ്പോൾ അവന്റെ ആളുകൾ രക്ഷപ്പെടാൻ വിസമ്മതിച്ചു.''

''ഞങ്ങൾ നിങ്ങളെ മരണത്തിൽ മാത്രമേ ഉപേക്ഷിക്കുകയുള്ളൂ. നിങ്ങൾ എവിടെ പോയാലും നിങ്ങളെ പ്രതിരോധിക്കാൻ ഞങ്ങൾ ഉണ്ടാകും.''

. ഈ മനുഷ്യർ വിഡ്ഢികളെപ്പോലെ മരിക്കാൻ പോയെന്നും ഏണസ്റ്റോ പറഞ്ഞു. കരുണ യാചിക്കുന്നവരെ തുർക്കികൾ കൊല്ലില്ലെന്ന് പറഞ്ഞു കളിയാക്കി. എന്നാൽ എന്റെ ഹൃദയത്തെ ഏറ്റവും പൊള്ളിച്ച വാക്കുകൾ ഇതായിരുന്നു: അവസാനത്തെ റെഡ്കോട്ടിന്റെ നെഞ്ചിൽ വാളിറക്കികൊണ്ട് ഒരൂച്ച് സോളാടോ നദിയിലേക്ക് പതിച്ചു. ഇതും പറഞ്ഞു ചിരിച്ച് അവർ വീഞ്ഞുഭരണികളിലേക്ക് തിരിഞ്ഞു. ഹിസീർ റയീസ് കസേരയിലേക്ക് വീണു. അവിടെ നിർത്താൻ ആഗ്രഹിച്ചു. പക്ഷെ അദ്ദേഹം എന്നോട് തുടരാൻ ആംഗ്യം കാണിച്ചു.

''**അ**ടുത്ത ദിവസം ഇതെല്ലാം ഒന്ന് അന്വേഷിക്കാൻ ഞാൻ തീരുമാനിച്ചു. റെഡ്കോട്ടുകൾക്ക് വല ഉപയോഗിച്ച് ഹൂക്കിന്റെ മൃതദേഹം കടലിൽ നിന്ന് പുറത്തെടുക്കാൻ കഴിഞ്ഞുവെന്ന് തോന്നുന്നു. അവന്റെ തല വെട്ടി, തേനിൽ മുക്കിയ ചാക്കിൽ കെട്ടി, അവന്റെ മരണത്തിന്റെ

തെളിവായി സ്പാനിഷ് രാജാവിന് അയയ്ക്കാനായിരുന്നു പദ്ധതി. അദ്ദേഹത്തിന്റെ മരണത്തെത്തുടർന്ന് തുറമുഖത്തെ മുസ്ലീം കപ്പലുകൾ ഒന്നൊന്നായി കൊള്ളയടിക്കപ്പെട്ടു.

കപ്പലുകൾ നിറം മാറി. വിജയത്തിന്റെ നിറങ്ങൾ. ഞാൻ വസ്ത്രം മാറി ഹാർബറിലേക്ക് തിരിച്ചു. ഹൂക്കിന്റെ തല അദ്ദേഹത്തിന്റെ കപ്പലിൽ തന്നെ സ്പെയിനിലേക്ക് അയയ്ക്കാൻ അവർ പദ്ധതിയിട്ടിരുന്നു. പെട്ടെന്ന് ഞാൻ ഒരു പദ്ധതി കണ്ടുപിടിച്ചു. ആ കപ്പലുമായി ഞാൻ രക്ഷപ്പെടാൻ പോവുകയായിരുന്നു. ഏറ്റവും ചുരുങ്ങിയത് എനിക്ക് മുപ്പത് പേരെങ്കിലും വേണമായിരുന്നു. അൾജീരിയ വരെ തുഴയാൻ കഴിയുന്ന മുപ്പത് പേർ. ഞാൻ ത്ലെംസെൻ വലിയ പള്ളിയിലേക്ക് പോയി. മരിച്ചവരുടെ ആത്മാക്കൾക്കുവേണ്ടി പ്രാർത്ഥിക്കുന്ന നിരവധി ശൈഖുകൾ അവിടെ എന്നെ കണ്ടുമുട്ടി. ഞാൻ പദ്ധതി അവരോട് പറഞ്ഞു. ഇതൊരു അപകടകരമായ പദ്ധതിയാണെന്നും എന്നാൽ ഒരൂച്ച് റയീസിന്റെ ഓർമ്മയ്ക്കായി ഇത്തരമൊരു കാര്യം ചെയ്യാൻ തയ്യാറുള്ള നാൽപത് തുഴക്കാരെ കണ്ടെത്താൻ കഴിയുമെന്ന് അവർ എന്നോട് പറഞ്ഞു. അൾജീരിയയിൽ എത്തുമ്പോൾ അവരെ സമ്പന്നരാക്കാമെന്ന് ആ നാൽപ്പതുപേരോട് പറഞ്ഞപ്പോൾ അവർ സമ്മതിച്ചു. ഗാലിയെ ചലിപ്പിക്കാൻ, തുഴകളിൽ ശക്തരായ ആറ് പുരുഷന്മാരെങ്കിലും വിദഗ്ധനായ ഒരു ഹെൽംസ്മാനും വേണമല്ലോ.

ഞങ്ങൾ ശരിയായ വസ്ത്രം ധരിച്ച്, റെഡ്കോട്ടുകൾക്കിടയിൽ ഇടകലർന്നു, തുറമുഖത്തിന് പുറത്തേക്ക് ഗാലി തുഴയുമ്പോൾ, നാൽപ്പത് തുഴക്കാർ ത്ലെംസെനിലെ മുനമ്പിൽ ഞങ്ങളെ കാത്തിരിക്കും. നാൽപ്പതുപേരെ ടർണയുടെ തുഴയിൽ കയറ്റുന്നത് ഞങ്ങളുടെ ഭാരം കുറയ്ക്കുകയും ഞങ്ങൾ വേഗത്തിൽ രക്ഷപ്പെടുകയും ചെയ്യും. ഞാൻ തിരഞ്ഞെടുത്ത ആറ് പുരുഷന്മാരുമായി ഞാൻ സോളാഡോ നദിയിലേക്ക് പോയി. റെഡ്കോട്ടുകൾ മൃതദേഹം പ്രദർശിപ്പിക്കുന്നത് തടയണം, മൃതദേഹം അൾജീരിയയിലേക്ക് കൊണ്ടുപോകണം. മൃതദേഹത്തിൽ നിന്നും അപ്പോഴേക്കും ദുർഗന്ധം വമിച്ചു തുടങ്ങിയിരുന്നു. ഞങ്ങൾ മൃതദേഹം പുറത്തെടുത്ത് ഒരു കുതിരപ്പുറത്ത് കയറ്റി, രാത്രിയുടെ ഇരുട്ടിൽ ഞങ്ങൾ അതിനെ തുറമുഖത്തേക്ക് കൊണ്ടുവന്നു. ബാക്കി എളുപ്പമായിരുന്നു; ദൈവത്തെ സ്തുതിക്കാം, ഞങ്ങൾ അതിവേഗം അൾജീരിയയിൽ എത്തി.''

''ദൈവം നിന്നെ അനുഗ്രഹിക്കട്ടെ, സീദി.''

ഞാൻ തുടർന്നു.

''നേരം പുലർന്നപ്പോൾ ഞങ്ങൾ കരയിൽ നിന്ന് വളരെ അകലെയായിരുന്നു, ഞങ്ങൾക്ക് ആശ്വാസം തോന്നി. എന്നാൽ പെട്ടെന്ന്

ലോവർ ബെർത്തിൽ ശബ്ദം കേട്ടു. സ്ത്രീശബ്ദങ്ങൾ. അവരുടെ മുഖത്ത് നോക്കിയപ്പോൾ അവർ ബെർബർ ആണെന്ന് വ്യക്തമായി. അവർ റെഡ്കോട്ടുകളോടൊപ്പം വൈകുന്നേരം ചെലവഴിച്ചു മദ്യ പിച്ച് ഉറങ്ങിപ്പോയതാണെന്ന് തോന്നുന്നു. അവരിൽ ഏറ്റവും ഇളയ ഒരാൾക്ക് ആന്റലൂഷ്യൻ ഉച്ചാരണമുണ്ടെന്ന് തോന്നി. രണ്ട് വർഷം മുമ്പ് ഹൂക്കിന്റെ ഗാലികൾ മുദേജർ മുസ്ലീങ്ങളെ ആന്റലൂഷ്യയിൽ നിന്നും വടക്കേ ആഫ്രിക്കയുടെ തീരത്തേക്ക് കൊണ്ടുപോകുകയും തിരിച്ച് വരികയും ചെയ്തപ്പോൾ അവൾ അമ്മയോടൊപ്പം രക്ഷ പ്പെട്ടതായിരിക്കാം. ഈ ഗാലിയിലും ഹൽകുൽവാദിനും ത്ലെംസെ നിനും ഇടയിൽ ഉപജീവനം കഴിച്ച് അവൾ പ്രായമായ അമ്മയെ നോക്കിയത്രെ. രണ്ട് മാസം മുമ്പ് അമ്മ മരിച്ചപ്പോൾ അവൾ തനി ച്ചായി. മെഡിറ്ററേനിയന്റെ എല്ലാ തീരങ്ങളും യുദ്ധത്താൽ നശിപ്പി ക്കപ്പെടുകയും നിരവധി സൈനികരും കപ്പലുകളും ഗാലി അടിമ കളും ഉണ്ടായിരുന്ന ആ സമയത്ത്, അവരുടെ ഇടയിൽ ജോലി ചെയ്യുന്ന സ്ത്രീകളുടെ എണ്ണം കൂടുതലായിരുന്നു. അതിജീവിക്കാൻ അവർ എന്താണ് ചെയ്തതെന്നും എന്ത് തരത്തിലുള്ള രഹസ്യ ങ്ങളാണ് അവർ സൂക്ഷിക്കുന്നതെന്നും ആർക്കറിയാം?''

ഞാൻ ഇതെല്ലാം അദ്ദേഹത്തോട് പറഞ്ഞിട്ട് അവളുടെ കൈ പിടിച്ച് വാതിൽക്കലേക്ക് നയിച്ചു. അദ്ദേഹത്തിന്റെ കണ്ണുകളിൽ വെള്ളം നിറഞ്ഞു. എന്നിട്ട് ഞാൻ അവളുടെ കൈ വിട്ട് ഒരു പായ യിൽ ഇരുന്നു. അദ്ദേഹം അവളെയും പിന്നെ എന്നെയും നോക്കി. ഞാൻ അവനെ കൊണ്ടുവന്ന ഈ സ്ത്രീ മെഡിറ്ററേനിയനിലെ പലരുടെയും രഹസ്യമാണെന്ന് പറയാൻ ഞാൻ ചിന്തിച്ചു. മാത്രമല്ല, ഈ രഹസ്യം എന്റെ മറ്റൊരു രഹസ്യത്തെയും എന്റെ പ്രതിജ്ഞ യെയും ഓർമ്മിപ്പിച്ചു.

അപ്പോഴാണ് ഈ രഹസ്യത്തെ ചുറ്റിപ്പറ്റിയുള്ള സ്നേഹവും അഭിനിവേശവും എന്റെ പ്രതിജ്ഞയോടുള്ള വെറുപ്പിനേക്കാൾ വലു താണെന്ന് മനസ്സിലാക്കിയത്. എന്നിട്ടും ബില്ലൂർ എന്റെ രഹസ്യ ത്തിനും ആത്മാവിനുമിടയിൽ തുടരുന്നതായി തോന്നി, ഞാൻ അവന്റെ മുമ്പിൽ കൊണ്ടുവന്ന സ്ത്രീ അവളാണെന്ന് അദ്ദേഹം കരുതിയിരുന്ന തായും തോന്നി. എന്റെ രഹസ്യത്തിനും പ്രതിജ്ഞയ്ക്കും ഇടയിൽ നിൽക്കുന്ന ബില്ലൂറിനെക്കുറിച്ച് എനിക്ക് ഇതുവരെ തോന്നിയിട്ടി ല്ലാത്ത ഒരു സംഘർഷം അനുഭവപ്പെട്ടു.

''ഞാൻ അവളുടെ കണ്ണുകളിലേക്ക് സൂക്ഷിച്ചു നോക്കി, പ്രഭോ. എനിക്ക് അവളെ തിരിച്ചയയ്ക്കാൻ തോന്നിയില്ല അതിനാൽ ഞാൻ അവളെ ഇവിടെ കൊണ്ടുവന്നു.''

''എന്താ പേര്?''

''അലാദുലെ. എന്റെ പേര് അലാദുലെ.''

അറബിയിൽ അലാദുലെ എന്നാൽ നീതിയുള്ള സ്ത്രീയാണെന്നും അത് എൽആദിലേ എന്ന വാക്കിൽ നിന്നാണ് വന്നതെന്നും മുദേജർ അത് ഇങ്ങനെയാണ് ഉച്ചരിക്കുന്നെന്നും റയീസിന് അറിയാമായിരുന്നു.

''നിന്റെ അച്ഛൻ ആരാണ്?''

''അദ്ദേഹം ഒരു ന്യായാധിപനായിരുന്നു, പ്രഭോ. ജീവിതകാലം മുഴുവൻ നീതിക്ക് വേണ്ടി പൊരുതിയ ജഡ്ജി. ഞാൻ കുട്ടിയായിരുന്നപ്പോൾ അദ്ദേഹം ഒരു മുസ്ലീമായതിനാൽ ഫിലിപ്പ് രാജാവിന്റെ ആളുകൾ അദ്ദേഹത്തെ കൊന്നു.''

അവളുടെ മറുപടി കേട്ട് റയീസ് തല കുനിച്ചു.

''ഞങ്ങൾ അൾജീരിയ എത്തി, ദൈവത്തിന് നന്ദി, ഞങ്ങൾക്ക് പിന്നാലെ ഒരു ഗാലി പോലും വന്നില്ല. പിന്നീട് ഞാനും അലാദുലെയും സുഹൃത്തുക്കളായി, ഞങ്ങൾ പല കാര്യങ്ങളും സംസാരിച്ചു. അൾജീരിയയിലെ തുറമുഖത്ത് അവളെ വിടാൻ എനിക്ക് കഴിഞ്ഞില്ല, അതിനാൽ ഞാൻ അവളെ എന്റെ കൂടെ കൊണ്ടുവന്നു.''

''മറ്റുള്ളവർ?''

''ഞാൻ അവരുടെ പോക്കറ്റുകൾ നിറയെ വെള്ളിനാണയങ്ങൾ നിറച്ചു. അവർ ടുണീഷ്യയിലേക്ക് മടങ്ങും.''

ഏഴ് ദിവസത്തിന് ശേഷം അദ്ദേഹം എന്നെ വിളിച്ചു. സിദി അബ്ദുറഹ്മാൻ പട്ടണത്തിലെ പ്രശസ്തമായ പള്ളിയുടെ സെമിത്തേരിയിൽ ഒരൂച്ച് റയീസിനെ അടക്കം ചെയ്തു അന്ന്. തുഴക്കാരെ തിരിച്ചയച്ചു, അവരിൽ രണ്ടുപേരെ ദ്രോഹിയായ ഏണസ്റ്റോയോട് പ്രതികാരം ചെയ്യാൻ ചുമതലപ്പെടുത്തി; ടെനെസ്, സെർഷെൽ, ബെജായ എന്നീ പ്രദേശങ്ങളിലെ ജനങ്ങളെ സമാധാനിപ്പിക്കാനും ത്ലെംസെനിൽ സമാനമായ ഒരു കലാപം ഉണ്ടാകാതിരിക്കാനും രണ്ട് കപ്പിത്താന്മാരെ അവരോടൊപ്പം അയച്ചു. നഗരത്തിലെ പള്ളികൾ രാവും പകലും ഖുർആൻ പാരായണം ചെയ്തു.

അടുത്ത ഏഴു ദിവസത്തേക്ക് ഹിസീർ റെയ്സ് ഒന്നും സംസാരിച്ചില്ല. പക്ഷേ അവസാനം അവൻ എന്നോടൊപ്പം ചതുരംഗത്തിനു ഇരുന്നു, അവന്റെ കാലുകൾ കവച്ചുവച്ചു, അവന്റെ കണ്ണുകളിൽ കഴിഞ്ഞ ഏഴു ദിവസത്തെ ക്ഷീണം, അവൻ ഇപ്പോഴും തന്റെ സഹോദരന്റെ ഓർമകളിൽ തന്നെതന്നെ നഷ്ടപ്പെട്ടിരിക്കുകയാണ്. എന്നാൽ ഞങ്ങൾ ഒരൂച്ചിനെക്കുറിച്ച് സംസാരിച്ചില്ല.

ഹിസീർ ഒരിക്കൽ പോലും തന്റെ സഹോദരന്റെ വിയോഗത്തെക്കുറിച്ച് ഒരക്ഷരം മിണ്ടിയില്ല. സങ്കടകരമായ ഒരു സായാഹ്നമായിരുന്നു അത്. പിന്നീട് ഞങ്ങൾ ഒരുപാട് കാര്യങ്ങൾ സംസാരിച്ചു. മെഡിറ്ററേനിയൻ തീരങ്ങളെക്കുറിച്ചും അതിന്റെ ദ്വീപുകളെക്കുറിച്ചും ദൂരങ്ങളെക്കുറിച്ചും പകലും രാത്രിയിലും ഭൂപടങ്ങളുടെ ആവശ്യകതകളെക്കുറിച്ചും കൊടുങ്കാറ്റ് വീശുമ്പോൾ ഉപയോഗിക്കാവുന്ന പാറകളെക്കുറിച്ചും ചെറിയ തുറമുഖങ്ങളെക്കുറിച്ചും അദ്ദേഹം എന്നോട് വീണ്ടും വീണ്ടും ചോദിച്ചു. വരാനിരിക്കുന്ന യാത്രകൾക്കായി അവൻ ഒരു മൃഗത്തെ ബലിയർപ്പിക്കുകയും ചെയ്തു. വസന്തം വരുമ്പോൾ എന്ത് സംഭവിക്കുമെന്നും അദ്ദേഹം മനസ്സിൽ രൂപപ്പെടുത്തുന്ന പദ്ധതി എന്താണെന്നും പറയാൻ ബുദ്ധിമുട്ടായിരുന്നു. ചതുരംഗം കഴിഞ്ഞപ്പോൾ അദ്ദേഹം എന്നെ ഭക്ഷണത്തിനായി മറ്റൊരു മുറിയിലേക്ക് കൊണ്ടുപോയി. എന്നിട്ട് എന്നോട് അലാദുലെയെക്കുറിച്ച് ചോദിച്ചു.

''സെമൈമയ്ക്ക് അവൾ അനുയോജ്യമാണെന്ന് കണ്ടാൽ അവളെ സമ്മാനമായി സമർപ്പിക്കാൻ ഞാൻ ആഗ്രഹിക്കുന്നു. എന്നാൽ നിന്നെ സേവിക്കാനും ഒരാൾ വേണം. നീ വീട്ടിലേക്ക് മടങ്ങുമ്പോൾ ചൂടുള്ള ഭക്ഷണം അവിടെയുണ്ടാകുന്നത് എല്ലായ്പ്പോഴും നല്ലതാണ്. മാത്രമല്ല അവൾ ഒരു മുദേജർ ആണ്.''

ഇത് കേട്ട് ഞാൻ ഞെട്ടി. ഞാനൊരു മുദേജറാണെന്ന് ഒരിക്കൽ പോലും അവനോട് പറഞ്ഞിരുന്നില്ല. എന്തിനധികം, മറ്റ് മുസ്ലീങ്ങളെപ്പോലെ ഞാൻ ഒരിക്കലും പ്രാർത്ഥിക്കുകയോ വുദു ചെയ്യുകയോ ചെയ്തിട്ടില്ല. ഞാൻ സ്പാനിഷ് കൊട്ടാരം സ്കൂളിൽ കാർട്ടോഗ്രഫിയും ജ്യോതിശ്ശാസ്ത്രവും പഠിച്ചിട്ടുണ്ടെന്ന് മാത്രമേ ഞാൻ അവനോട് പറഞ്ഞിട്ടുള്ളൂ. പിന്നെ ഞാൻ മുദേജറാണെന്ന് അയാൾക്ക് എങ്ങനെ മനസ്സിലായി? അവൻ കുറച്ച് ഗവേഷണം നടത്തി ഞാൻ ആരാണെന്ന് കണ്ടെത്തി. പക്ഷേ, അവനറിയാമെങ്കിൽ, എന്തുകൊണ്ടാണ് അദ്ദേഹം അത് ഒരിക്കലും പരാമർശിക്കാത്തത്? ഞങ്ങൾ രഹസ്യങ്ങൾ പങ്കുവെക്കുകയും അടുപ്പമുള്ള കാര്യങ്ങൾ ചർച്ച ചെയ്യുകയും ചെയ്തിരുന്നെങ്കിലും. അവൻ എന്റെ അത്ഭുതം ശ്രദ്ധിച്ചാവണം വിഷയം മാറ്റി.

''നീ അകലെയായിരുന്നപ്പോൾ, ഈ പ്രതിമകളുടെ ശബ്ദം ഞാൻ ശ്രദ്ധിച്ചു, അവയ്ക്ക് എന്താണ് പറയാനുള്ളത്, അവയുടെ രഹസ്യങ്ങൾ എന്താണ് എന്നൊക്കെ കണ്ടെത്താൻ ശ്രമിച്ചു. ഒരിക്കൽ ഞാൻ മൂന്ന് കുരങ്ങന്മാരുടെ പ്രതിമകൾ കണ്ടു. ഒന്ന് ചെവിയും മറ്റേത് കണ്ണും മൂന്നാമത്തേത് വായയും മൂടിയവ. ഇത് കണക്കിലെടുക്കുമ്പോൾ ഞങ്ങളുടെ സംഭാഷണങ്ങളിൽ എന്തെങ്കിലും പ്രത്യേകതയുണ്ടെന്ന്

എനിക്ക് തോന്നി, ഞാൻ ഹോജയെ വിളിച്ച് അത്ഭുതങ്ങൾ കാണിച്ചു. പക്ഷേ വെറുതെ! എനിക്ക് ഇതെല്ലം അറിയാവുന്ന ഒരാളെ കണ്ടെത്തണം.''

അവൻ ബില്ലൂറിനെയാണ് ഉദ്ദേശിച്ചതെന്ന് എനിക്കറിയാമായിരുന്നു. കാലക്രമേണ എനിക്ക് പ്രതീക്ഷ നഷ്ടപ്പെടുകയാണെന്ന് ഞാൻ അവനോട് പറഞ്ഞു. അവൻ എന്നെ അത്ഭുതപ്പെടുത്തിക്കൊണ്ട് തുടർന്നു.

''അറിയുന്ന അവളെ കണ്ടെത്താൻ നിനക്ക് കഴിയുന്നില്ലെങ്കിൽ, അവളെ കണ്ടെത്താൻ ആരെയെങ്കിലും അയയ്ക്കണം.''

ഞാൻ ഒന്നും മിണ്ടിയില്ല.

''ഈ പ്രതിമകൾ കാർലോസ് രാജാവിന് സമ്മാനമായി അയയ്ക്കാൻ ഞാൻ ആഗ്രഹിക്കുന്നു. അവൻ അതിനെക്കുറിച്ച് ചിന്തിക്കട്ടെ, ആരെങ്കിലും അന്വേഷണം നടത്തട്ടെ. എന്ത് പറയുന്നു?''

ഞാൻ സ്തംഭിച്ചുപോയി. സ്വന്തം തലയ്ക്ക് വിലയിട്ട മനുഷ്യന് ഒരു സമ്മാനം അയയ്ക്കുന്ന ഈ ആശയം എങ്ങനെ കിട്ടി? രാജാവിന്റെ ജിജ്ഞാസ ശമിപ്പിക്കാൻ മൂന്ന് സ്വർണ്ണ പ്രതിമകൾ അയയ്ക്കുന്നത് അർത്ഥശൂന്യമാണെന്ന് എനിക്ക് തോന്നി. കാർലോസ് രാജാവിന് ബാർബറോസയിൽ നിന്ന് അത്തരമൊരു സമ്മാനവും സന്ദേശവും ലഭിച്ചാൽ, ഇറ്റലി മുതൽ പോർച്ചുഗൽ, മിലാനോ മുതൽ സിസിലി, ഓസ്ട്രിയ മുതൽ താൻ ഭരിച്ചിരുന്ന എല്ലാ രാജ്യങ്ങളിലെയും തത്ത്വചിന്തകരോടും കന്യാസ്ത്രീകളോടും ജ്ഞാനികളോടും ആ രഹസ്യം പരിഹരിക്കാൻ അദ്ദേഹം ഒരു പ്രചാരണം നടത്തും. ബൊഹീമിയ മുതൽ മൊറാവിയ വരെയുള്ള ഫ്ളെമിഷ് ദേശങ്ങളിലേക്ക്.

എന്റെ ഭൂതകാലവും വർത്തമാനവും ഭാവിയും ആയി ബില്ലൂർ എനിക്ക് സമ്മാനിച്ച ഈ പ്രതിമകളെക്കുറിച്ച് വാർത്തകൾ പ്രചരിക്കുമ്പോൾ, കൊട്ടാര കവാടങ്ങളിലേക്ക് ആളുകൾ ഓടും. പ്രതിമകളുടെ രഹസ്യം അറിയാമെന്ന് അവകാശപ്പെടുന്ന ആളുകൾ കൊട്ടാരത്തിലെത്തും. മരണാസന്നനായ ഒരു സുഹൃത്താണ് പ്രതിമകൾ തനിക്ക് നൽകിയതെന്ന് ഡീക്കൻ ഒജെഡ പറഞ്ഞിരുന്നു. അപ്പോഴാണ് റയീസിന്റെ യഥാർത്ഥ ഉദ്ദേശ്യം എനിക്ക് മനസ്സിലായത്. അവൻ കാർലോസ് രാജാവിന് സമ്മാനം അയയ്ക്കുന്നത് എനിക്ക് വേണ്ടിയാണ്. ബില്ലൂറിനെ കണ്ടെത്താനാണ്. എത്ര സമർത്ഥമായ ആശയം. ബില്ലൂർ എന്നോട് പറഞ്ഞത് ഞാൻ ഓർത്തു. ''പ്രതിമകൾ സംസാരിക്കുമ്പോൾ അവ നിന്നെ എന്റെ അടുക്കൽ കൊണ്ടുവരും.''

അതായിരിക്കാം അവൾ ഉദ്ദേശിച്ചത്. മാരകശത്രുവിന് ഒരു സമ്മാനം! റയീസ് കാർലോസിനെ ഭയപ്പെടുന്നു എന്ന ധാരണയും ഇത് നൽകും. റയീസിനെ പ്രശംസിച്ചുകൊണ്ട് നിറഞ്ഞ തിരിച്ചൊരു സമ്മാനം നൽകുകയും ചെയ്യും.

ഹിസീർ കൈ ഞൊടിച്ചു. ഞങ്ങൾ ചതുരംഗം കളിക്കുമ്പോൾ കൂടുതൽ പ്രധാനപ്പെട്ട എന്തെങ്കിലും സംസാരിക്കാൻ ഉള്ളപ്പോൾ അവൻ ചെയ്യുന്ന ഒരു കാര്യമാണത്.

‘‘യുദ്ധത്തിൽ പിടിച്ചെടുത്ത ഭൂപടങ്ങൾ നാം ഇതുവരെ നോക്കിയിട്ടില്ല.’’

അവർ കടലിൽ പിടിച്ചെടുത്തതെല്ലാം കടൽക്കൊള്ളക്കാർക്കിടയിൽ സംയുക്തമായി പങ്കിടും, എന്നാൽ നാവിഗേഷൻ ഉപകരണങ്ങളും ഭൂപടങ്ങളും കപ്പലിന്റെ സ്വത്തായി കണക്കാക്കും. മെഡിറ്ററേനിയനിൽ കടൽക്കൊള്ളക്കാർക്കിടയിൽ അംഗീകരിക്കപ്പെട്ട നിയമമായിരുന്നു ഇത്. തുടർന്ന് നമ്മുടെ ഗാലിക്ക് ഏതൊക്കെ ഭൂപടങ്ങളും ഉപകരണങ്ങളും വേണമെന്ന് തീരുമാനിക്കുന്നത് ഞാനായിരുന്നു. വിജയത്തിനുശേഷം പിടിച്ചെടുത്ത ഭൂപടങ്ങളെ സംബന്ധിച്ചിടത്തോളം അവ ഞങ്ങളെ രണ്ടുപേരെയും വളരെ ആവേശഭരിതരാക്കി. ഓരോന്നായി കെട്ടുകൾ അഴിക്കുന്നതും തുകലിന്റെ ഗുണനിലവാരം പരിശോധിക്കുന്നതും ഉപരിതലത്തിൽ നിന്ന് പൊടി പറത്തുന്നതും എനിക്ക് ഇഷ്ടമാണ്. എന്നെ അഭിസംബോധന ചെയ്ത ഒരു രഹസ്യകത്ത് തുറക്കുന്നത് പോലെയായിരുന്നു അത്. ഞാൻ പട്ട് ചരടുകൾ അഴിക്കാൻ തുടങ്ങി. വിവിധ നിറങ്ങൾ, വരകളുടെ വൈദഗ്ദ്ധ്യം, അവിടെയും ഇവിടെയും ചിതറിക്കിടക്കുന്ന പാടുകൾ അല്ലെങ്കിൽ വെള്ളം മൂലമുള്ള കേടുപാടുകൾ എപ്പോഴും എന്റെ ജിജ്ഞാസയെ ഉണർത്തി. മെഡിറ്ററേനിയനിലെ മുഹമ്മദ് ബിൻ മുഹമ്മദ് ഇദ്രിസിയുടെ ഭൂപടങ്ങളുടെ പകർപ്പുകൾ ഞാൻ പലപ്പോഴും കാണാറുണ്ട്.

നാനൂറ് വർഷങ്ങൾക്ക് മുമ്പ് കോർഡോബയിലെ ഭൂപട സ്കൂളിൽ വിദ്യാഭ്യാസം നേടിയ ഒരു സുസുവയായിരുന്നു ഇദ്രിസി; വെറും പതിനഞ്ച് വർഷത്തിനുള്ളിൽ അദ്ദേഹം മെഡിറ്ററേനിയൻ, ഇംഗ്ലണ്ട്, തുറന്ന കടൽ എന്നിവയിലൂടെയും ഇസ്താംബൂളിലൂടെയും മധ്യേഷ്യയിലൂടെയും സഞ്ചരിച്ചു. പിന്നീട് പലേർമോയിലെ തന്റെ വർക്ക്ഷോപ്പിൽ വെച്ച് ആറിന് രണ്ട് യാർഡുള്ള ഒരു ഭൂപടം വരച്ചു. അദ്ദേഹത്തിന്റെ പ്രശസ്തി അതിവേഗം മെഡിറ്ററേനിയൻ കടലിൽ വ്യാപിച്ചു.

ആന്റലൂഷ്യയിലെ തനകാലി അഹമ്മദിന്റെയും മാർഗദർശി മുർസിയേലി ഇബ്രാഹിമിന്റെയും ഭൂപടങ്ങൾ വളരെ ഉപയോഗ പ്രദവും വിലയേറിയതുമാണ്. കെമാൽ റയീസിന്റെ അനന്തരവൻ പിരി റയീസ് മാപ്പുകളിൽ തന്റെ രേഖാചിത്രങ്ങൾ വരയ്ക്കാൻ തുടങ്ങിയപ്പോൾ, അവ കൂടുതൽ മൂല്യവത്തായി. എന്നാൽ ഇപ്പോൾ അദ്ദേഹം ഇസ്താംബൂളിൽ ഉണ്ടെന്ന് അവർ പറഞ്ഞു. ഹിസീർ റയീസ് സുൽത്താന് അയച്ച ഭൂപടങ്ങൾ കാണാൻ പോയിരുന്നു.

രണ്ടു കൈ നീളവും ഒരു കൈ വീതിയും ഇല്ലാത്ത ഒരു ഭൂപടം എന്റെ മുന്നിൽ ഇതാ. ഗസൽ ലെതർ കൊണ്ടാണ് ഇത് നിർമ്മിച്ചത്. എന്റെ കാഴ്ച പോയതുപോലെ തോന്നി. ഇത് യാഥാർത്ഥ്യമായി രുന്നു, എന്റെ കണ്ണുകൾ എന്നെ വഞ്ചിക്കില്ല. ഇതായിരുന്നു എന്റെ ഭൂപടം. എന്റെ സ്വന്തം കൈകൊണ്ട് വരച്ച മാപ്പ്, പഴയ കോട്ടയുടെ വിശദാംശങ്ങൾ, നിറങ്ങളും വരകളും ഞാൻ ഉള്ളിൽ അറിഞ്ഞു. ഒക്ടോബർ അപ്പോഴും ദൂരെയാണ്. ഒരു നിമിഷം ഞാൻ മലാഗയി ലാണെന്ന് തോന്നി. എന്റെ തല കറങ്ങി. ബില്ലൂറിന്റെ ശബ്ദം എന്റെ കാതുകളിൽ മുഴങ്ങുന്നത് പോലെ. അവളുടെ ഗന്ധം എനിക്ക് പിടിച്ച പോലെ തോന്നി, ഞാൻ കുനിഞ്ഞ് വിശദമായ ഭൂപടം മണത്തു നോക്കി. അതെ, അത് ബില്ലൂറിന്റെ സുഗന്ധമായിരുന്നു. അവൾ എന്റെ കൈ പിടിച്ച് ഞങ്ങൾ സന്തോഷത്തോടെ പഴയ കോട്ടയിൽ നടന്നു. എന്റെ തല അപ്പോഴും കറങ്ങുന്നുണ്ടായിരുന്നു. അന്നത്തെ പോലെ തന്നെ കാറ്റ് വീശുന്നുണ്ടായിരുന്നു. ഒപ്പം എന്റെ തലയും...

പനിനീരിന്റെ ഗന്ധം കേട്ട് ഞാൻ ഉണർന്നപ്പോൾ, റയീസും സെമൈ മയും അലാദുലെയും നിരവധി ജോലിക്കാരും വൈദ്യരും അമ്പരന്ന കണ്ണുകളോടെ എന്നെ നോക്കുന്നുണ്ടായിരുന്നു.

“ആരാണ് ആ ഭൂപടം പിടിച്ചെടുത്തത്? അതെങ്ങനെ ഇവിടെ എത്തി?” ഞാൻ ചോദിച്ചു.

മരിയ, ഡച്ചസ് ഓഫ് ക്ലീവ്സിനേയും പരിവാരത്തെയും സിസി ലിയിലെ ഗവർണറുടെ അടുത്തേക്ക് കൊണ്ടുപോകുമ്പോൾ കാലിന്റെ പിൻഭാഗത്ത് അമ്പ് തറച്ച ഗ്രീക്ക് കാവൽക്കാരനെ കണ്ടെത്തുന്നത് ബുദ്ധിമുട്ടായിരുന്നില്ല. വെറുപ്പുളവാക്കുന്ന ഒരു മനുഷ്യൻ. ഞാൻ അവനോട് ആ ഭൂപടത്തിന്റെ ഉടമയെ വിവരിക്കാൻ ആവശ്യപ്പെട്ടു. അതെ, ഞാൻ അവളെ കണ്ടെത്തിയിരുന്നു. ബില്ലൂർ. അവൾ ജീവി ച്ചിരിപ്പുണ്ട്, അധികം അകലെയല്ല.

“ബില്ലൂർ... എന്റെ കണ്ണുകളുടെ പ്രകാശമേ...”

1519

അവൻ പുഞ്ചിരിച്ചു. ഞാൻ അവനെ എല്ലായ്പ്പോഴും ഒന്നുകിൽ റയീസ് അല്ലെങ്കിൽ പ്രഭു എന്നായിരുന്നു വിളിച്ചിരുന്നത്. എന്നാൽ ഇപ്പോൾ ആദ്യമായി ഞാൻ അവനെ, ക്യാപ്റ്റൻ ബാബ എന്ന് വിളിച്ചു, കാരണം അവൻ എന്നെ പ്രിയ സിദി എന്ന് വിളിച്ചു. ഒരൂച്ച് റയീസിന്റെ മരണശേഷം എല്ലാവരും അവനെ ബാബ എന്നാണ് വിളിക്കുന്നത്. സെമൈമയുടെ മോഹിപ്പിക്കുന്ന ഗാനം അദ്ദേഹം ആദ്യമായി കേട്ടത് ഈ മുറിയിൽ നിന്നാണ്. ഞങ്ങൾ അകത്തേക്ക് കയറിയപ്പോൾ എനിക്ക് സംസാരിക്കാൻ കഴിഞ്ഞില്ല.

ഒരു പുത്തൻ സുഗന്ധം പോലെ അലദുലെ ഈ മാളികയിൽ വന്നു, കാലക്രമേണ അവൾ എല്ലാം മാറ്റിമറിച്ചു. സെമൈമ അവളുടെ സൗമ്യമായ ആത്മാവിനെ മനസ്സിലാക്കുന്ന ഒരു സഹായിയെയും സുഹൃത്തിനെയും കണ്ടെത്തിയതുപോലെയായിരുന്നു. ഈ പഴയ മാളികയുടെ ആത്മാവിന് അലാദുലെ തന്റെ മാന്ത്രികവിദ്യ നൽകിയതുപോലെ. മെഴുകുതിരികളുടെ വർണ്ണ വെളിച്ചം ചുവരുകളിൽ അലങ്കാരങ്ങൾ നിറച്ചു, ഇന്ത്യൻ സുഗന്ധദ്രവ്യങ്ങൾ, ജെറേനിയം, ഗ്രാമ്പൂ എന്നിവകൊണ്ട് നിർമ്മിച്ച ധൂപങ്ങൾ, എല്ലാത്തരം പഴങ്ങളും റോസ് സർബത്തും നിറച്ച പത്രങ്ങളും ശ്രദ്ധാപൂർവ്വം നിരത്തിയ പാൽക്കുടങ്ങളും കണ്ണിന് ഇമ്പമായി.

മൂന്ന് യുവ വേലക്കാരും സിൽക്ക് ബൊലേറോകളും ലിനൻ ജോധ്പുരുകളും അടങ്ങിയ വസ്ത്രം ധരിച്ചിരുന്നു. നാൽപ്പത് ക്യാപ്റ്റന്മാരും അവരുടെ ആളുകളും ഇവിടെ നിൽക്കുമ്പോൾ, അൾജീരിയൻ സാങ്ക ബേയ്യുടെ മാളികയിലല്ല, അൾജീരിയയിലെ സുൽത്താന്റെ (ഒട്ടോമൻ അഡ്മിനിസ്ട്രേഷനിലെ പ്രൊവിൻഷ്യൽ ഗവർണർ) കൊട്ടാരത്തിലാണെന്ന് അവർക്ക് തോന്നാം. അൽപ്പസമയത്തിനുശേഷം ഗാലിയിലെ നാവികർ ഒരൂച്ച് റയീസിനായി വിലാപ പ്രാർത്ഥനകൾ വായിക്കാൻ തുടങ്ങി. യുദ്ധം കഴിഞ്ഞ് മൂന്ന് വർഷമായി, ഇപ്പോഴും തങ്ങൾ വഞ്ചിക്കപ്പെട്ടുവെന്ന വസ്തുത സൈനികർ മറന്നിട്ടില്ല, മറക്കില്ല.

ഹിസീർ റയീസ്, ഡോറിയയെക്കുറിച്ച് ചിന്തിച്ചുകൊണ്ടിരുന്നു. ഡോറിയ ഇപ്പോൾ വെറുമൊരു കടൽക്കൊള്ളക്കാരനായിരുന്നില്ല, അവൻ ഒരു ശത്രുവായിരുന്നു. അവന്റെ സഹോദരൻ ഇല്യാസ് ആലപിക്കുമായിരുന്ന വിലാപകീർത്തനങ്ങൾ അവൻ ഓർക്കും.

ഒരിക്കൽ ഡോറിയയെ ഒരു മാന്യനായ കടൽക്കൊള്ളക്കാരനായി കണ്ടതിൽ അദ്ദേഹം ഖേദിച്ചു. തന്റെ സഹോദരനുവേണ്ടി കെണിയൊരുക്കുന്നതിൽ തനിക്ക് പങ്കുണ്ടെന്ന് ഒരിക്കലും ചിന്തിക്കാതിരിക്കാൻ അവൻ ശ്രമിച്ചു. ഗാലികളിൽ മെവ്‌ലിഡ് വായിക്കുമ്പോൾ,

ഒരു തീരുമാനം എടുക്കും, ആ തീരുമാനം അൾജീരിയയിലെ ഷെയ്ക്കുകളോടും മാരബൗട്ടുകളോടും അറിയിക്കുകയും ഒരർത്ഥത്തിൽ ഈ തീരുമാനം അൾജീരിയയുടെ ഭാവി രൂപപ്പെടുത്തുകയും ചെയ്യും.

അതുകൊണ്ടാണ് കാർലോസ് രാജാവ് അവർക്കെഴുതിയ ഒരു കത്ത് വായിക്കാൻ അവർ തീരുമാനിച്ചത്. എല്ലാവരും മൗനമായി അത് കേട്ടു:

''ഞാൻ വിശുദ്ധ റോമൻ സാമ്രാജ്യത്തിന്റെ ചക്രവർത്തിയായ കാർലോസ് ആണ്. എന്റെ ഇംഗ്ലീഷ് സഹോദരന്മാർ എന്നെ ചാൾസ് എന്നും സ്പാനിഷ് പുത്രന്മാർ എന്നെ കാർലോസ് എന്നും ഡച്ച് പട്ടാളക്കാർ കരേൽ എന്നും ജർമ്മൻ സേവകർ കാൾ എന്നും ഇറ്റാലിയൻ സേവകർ കാർലോ എന്നും ഫ്രഞ്ച് പൗരന്മാർ ചാൾസ് ക്വിന്റ് എന്നും ഒട്ടോമൻ ശത്രുക്കൾ ഷാർൽക്കൻ എന്നും വിളിക്കുന്നു. നിങ്ങൾ കാർലോസ് ക്രാൾ എന്ന് വിളിക്കുന്ന മഹാനായ മനുഷ്യൻ... അതാണ് ഞാൻ...''

''അവൻ നശിക്കട്ടെ. ഇപ്പോൾ നിശ്ശബ്ദത പാലിക്കുക. വായിക്കൂ, സീദി.''

''നിങ്ങൾ ബാർബറോസയാണ്, ഹിസീർ എന്നും അറിയപ്പെടുന്ന ഗാലി കള്ളൻ. ഞങ്ങളുടെ അടുത്ത് വന്ന് ആദ്യം വിജയിക്കാനുള്ള മോഹം ഉപേക്ഷിക്കുക. എന്റെ മുത്തച്ഛൻ രാജാവായിരുന്ന കാലത്ത് എന്റെ രാജ്യത്തെ ജനങ്ങൾ അത്യധികമായി അർമാദിച്ചു, വിപ്ലവവും നടത്തി. നമ്മുടെ വിശുദ്ധന്മാർ പോലും ആ കാലത്ത് മുഖം തിരിച്ചിരുന്നു. എന്നാൽ ഞാൻ സിംഹാസനത്തിൽ കയറിയപ്പോൾ ഒരു വ്യവസ്ഥ ഭൂമിയിൽ വന്നു. എന്റെ ആളുകൾ അവരുടെ ക്രിസ്തുമതത്തെയും പരിശുദ്ധ പിതാവിനെയും ഉണർത്താൻ എഴുന്നേറ്റു. അപരിഷ്കൃതരായ നിങ്ങളോട് യുദ്ധം ചെയ്യുമെന്ന് പ്രതിജ്ഞയെടുത്തു. ക്രിസ്തുമതത്തിലെ വിശുദ്ധ യോദ്ധാക്കൾ വിജാതീയ പിശാച് ഹൂക്ക് എന്ന നിങ്ങളുടെ സഹോദരനെയും അവന്റെ കൊള്ളക്കാർ ദിയാവോലോ യോദ്ധാക്കളെയും അട്ടിമറിച്ചു. ഇപ്പോൾ നിങ്ങൾക്ക് ബെജായ, ഹൽകുൽവാദ്, ടുണിസ് എന്നിവയുടെ നിയന്ത്രണം ഇല്ല. ഞങ്ങൾ അൾജീരിയ കീഴടക്കും. നിങ്ങളുടെ സഹോദരൻ ഒരൂച്ചിന്റെ അതേ വിധി നിങ്ങൾക്കും വരും. നിങ്ങൾ ഒരു കൂട്ടം കൊള്ളക്കാരെ അണിനിരത്തിയാൽ എന്ത് വ്യത്യാസം ഉണ്ടാകാനാണ്?

ഞങ്ങളുടെ സൈനികരിൽ നിന്ന് അവർ നിങ്ങളെ എങ്ങനെ രക്ഷിക്കും? നീ മിടുക്കനാണെങ്കിൽ, ഈ കത്ത് ലഭിക്കുമ്പോൾ, അൾജീരിയയുടെ താക്കോൽ എടുത്ത് എന്റെ കാൽക്കൽ ക്ഷമ ചോദിക്കാൻ എന്റെ അടുക്കൽ വരും. നിങ്ങൾ

> അങ്ങനെ ചെയ്യുകയാണെങ്കിൽ, ഞാൻ നിങ്ങളോട് കരുണ കാണിക്കുകയും അടിമത്തത്തിൽ നിന്ന് നിങ്ങളെ രക്ഷിക്കുകയും കുറച്ച് പണവുമായി നിങ്ങളുടെ പ്രവിശ്യയിലേക്ക് മടങ്ങാൻ അനുവദിക്കുകയും ചെയ്യും. എന്നാൽ നിങ്ങൾ എന്നെ എതിർക്കാൻ തീരുമാനിച്ചാൽ, ഈ ലോകത്ത് ഇതുവരെ ആരും ചെയ്തിട്ടില്ലാത്ത തരത്തിൽ നിങ്ങളെ ഞാൻ കൈകാര്യം ചെയ്യും. തീരുമാനം നിന്റേതാണണ്.''

ഞാൻ വായിച്ചു തീർന്നപ്പോൾ, ഹിസീർ റയീസ് ഉറക്കെ പറഞ്ഞു.

''മാന്യരേ, ഇത് ഒരു തീരുമാനത്തിനുള്ള സമയമാണ്. ഈ വിജാതീയൻ തന്റെ കത്തിൽ എന്തോ പുലമ്പുന്നു. എന്റെ സഹോദരൻ പറഞ്ഞതുപോലെ, അവൻ നശിക്കട്ടെ. ഇന്ന് നമ്മൾ എന്ത് തീരുമാനമെടുത്താലും അല്ലാഹു നമ്മെ സഹായിക്കുമെന്ന് ഒരിക്കലും മറക്കരുത്. വരും കാലങ്ങളിൽ നാം ഓർമിക്കപ്പെടുകയും നമ്മുടെ ആത്മാക്കൾ അനുഗ്രഹിക്കപ്പെടുകയും ചെയ്യുന്ന വിധത്തിൽ അവരോട് ഇടപെടണമെന്ന് നമുക്ക് ആഗ്രഹിക്കാം; വിജയവാർത്തയോടൊപ്പം നമ്മുടെ നാട്ടിലേക്ക് സ്വർണ്ണം ഒഴുകട്ടെ എന്ന് നമുക്ക് ആശംസിക്കാം. ശ്രദ്ധാപൂർവം, എന്നാൽ ശരിയായ തീരുമാനം എടുത്താൽ മതി. നിങ്ങളുടെ ഉദ്ദേശ്യങ്ങളിൽ ശുദ്ധമല്ലാത്ത എന്തെങ്കിലും ഉണ്ടെങ്കിൽ അത് ഒഴിവാക്കുക. നമ്മുടെ ആദ്യ ലക്ഷ്യം ജിഹാദ്, പിന്നെ ഉപജീവനം, ഇത് മാറ്റാൻ കഴിയില്ല, നിങ്ങൾ പറയുക.

''ഞങ്ങളുടെ തീരുമാനം നിങ്ങളുടേതാണ് ബാബ റയീസ്.''

''**എ**ന്റെ പ്രിയ സുഹൃത്തുക്കളേ, ആരുമില്ലാതെ നാം വളർന്നു. ചിലർ വിവാഹിതരായി വീടുകൾ നിർമിച്ചു, അൾജീരിയയിലെ കല്ല് വീടുകളാൽ നമുക്ക് ഇപ്പോൾ ഒരു പുതിയ രാജ്യം ഉണ്ട്. ലോകത്ത് നമുക്കുള്ളത് ആകെ ഇതാണ്. ഇത് സംരക്ഷിച്ച് നീതി പുലർത്താൻ കഴിയുന്നില്ലെങ്കിൽ, പിന്നെന്തിനാണ് നമ്മൾ? അല്ലാഹുവിന് വേണ്ടിയാണ്. മക്കൾക്ക് മാത്രമല്ല കൊച്ചുമക്കൾക്കും വീട്ടിലേക്ക് അയയ്ക്കാൻ ആവശ്യമായ സ്വർണം ഇപ്പോൾ നിങ്ങൾക്കെല്ലാവർക്കും ഉണ്ട്. നിങ്ങളുടെ ഹൃദയത്തോട് ചോദിക്കുക. അവർ എന്താണ് ആഗ്രഹിക്കുന്നത്? നിങ്ങൾ എടുക്കുന്ന തീരുമാനത്തിന് നിങ്ങളുടെ ഭാവി സമ്പത്തുമായി ബന്ധമുണ്ടോ അതോ ആത്മീയതയാണോ നിങ്ങളെ നയിക്കുന്നത്? കതിർക്കലെയിൽ നിങ്ങളുടെ കൂടെ വന്ന സുഹൃത്തിനു വേണ്ടിയുള്ള പ്രതികാരമാണോ അതോ നിങ്ങളുടെ മതത്തിന്റെ ഉന്നതമായ കൽപ്പനകളാണോ വലുത്? നിങ്ങൾ മാരകമായ പോരാട്ടത്തിലേക്ക് പോകുമ്പോൾ നിങ്ങൾ എന്താണ് ആഗ്രഹിക്കുന്നത്? കുറച്ച് നിമിഷത്തേക്ക് നിങ്ങൾ നിങ്ങളുടെ മനസ്സാക്ഷിയോട് സംവദിച്ചു നിങ്ങൾ ഈ തീരുമാനം എടുക്കുക.''

എല്ലാവരും ഒരുമിച്ചു പറഞ്ഞു.

''ഞങ്ങളുടെ തീരുമാനം നിങ്ങളുടെ തീരുമാനമാണ് ബാബ റയീസ്.''

റയീസ് തന്റെ പ്രസംഗം പൂർത്തിയാക്കിയപ്പോൾ, ഡോറിയയോടു പ്രതികാരം ചെയ്യേണ്ടതിന്റെ ആവശ്യകത ആളുകളിൽ എത്രമാത്രം പതിഞ്ഞുവെന്ന് എനിക്ക് ഉറപ്പില്ലായിരുന്നു. നിരവധി ആളുകൾ അപ്പോഴും പരസ്പരം മന്ത്രിച്ചുകൊണ്ടിരുന്നു, അവർ ഒരു തീരുമാനത്തിലെത്താൻ പാടുപെടുന്നതിനിടയിൽ ക്യാപ്റ്റന്മാരിൽ ഒരാൾ കണ്ണീരോടെ ഒരു വിലാപം ചൊല്ലാൻ തുടങ്ങി. ദുഃഖകരമായ വരികൾ ആളുകളുടെ ഹൃദയത്തെ പൊള്ളിക്കുന്ന തരത്തിലുള്ളതായിരുന്നു.

'ലോകത്തിന്റെ അക്ഷരമാലയിലെ
നമ്മുടെ സ്ഥാനം ഉയർന്നതാണ്.
ചിരിക്കാം, കരയാം, പറയാം
പക്ഷേ രാത്രിയിൽ ഉറങ്ങാൻ കഴിയില്ല.'

സംഗീതം തീരും മുൻപേ പുറത്ത് നിന്ന് ഒരു ഒച്ച കേൾക്കാൻ തുടങ്ങി. കൂടുതൽ ശ്രദ്ധയോടെ കേട്ടപ്പോൾ നൂറുകണക്കിന് ആളുകൾ ഒരേ സ്വരത്തിൽ ഉച്ചത്തിൽ പ്രാർത്ഥിക്കുന്നുണ്ടെന്ന് ഞങ്ങൾക്ക് മനസ്സിലായി.

''അല്ലാഹു, അല്ലാഹ്, ഇല്ലല്ലാഹ്. ഞങ്ങളുടെ കൈകളിൽ രക്തം. ഞങ്ങളുടെ നെഞ്ചുകൾ നഗ്നമാണ്, ഞങ്ങളുടെ ഹൃദയങ്ങൾ തീയാണ്. സത്യത്തിന്റെ ഈ നിമിഷത്തിൽ അല്ലാഹുവിലേക്ക്. നമ്മുടെ ശപിക്കപ്പെട്ട, നികൃഷ്ട ശത്രുവിനെ മറക്കുക. നാമ്മുടെ വിജാതീയ ശത്രുക്കളെ ഭയപ്പെടരുത്. ഖുറാൻ വിജയം വാഗ്ദാനം ചെയ്യുന്നു, യെസ്ദാൻ ഉയർത്തി.''

പിരി റയീസിന്റെയും മുസ്ലിഹിദ്ദീൻ റയീസിന്റെയും ഗാലികളിൽ നിന്നാണാ ശബ്ദം ഉയർന്നത്. ലോകത്തെ വിറപ്പിച്ച രണ്ട് ശക്തികളുടെ സ്ഥാനപതികൾ ഒരേ ദിവസം എത്തി. ആദ്യം ഒരു ശത്രു, പിന്നെ ഒരു സുഹൃത്ത്. പിരി റെയ്സ് ആഹ്ലാദത്തോടെ വന്നു. അവർ ആലിംഗനം ചെയ്തു. പരസ്പരം കണ്ടതിൽ ആഹ്ലാദിച്ചു, അവരുടെ ശുഭകരമായ കൂടിക്കാഴ്ച രാവിലെ വരെ നീണ്ടുനിന്നു. അങ്ങനെ നമ്മുടെ മഹാനായ സുൽത്താൻ സലിം ഒന്നാമൻ അള്ളാഹു അദ്ദേഹത്തിന്റെ സാമ്രാജ്യത്തെ എപ്പോഴും കാത്തുരക്ഷിക്കട്ടെ.

പിരി റയീസ് വന്നത് സുൽത്താന്റെ സന്ദേശവുമായാണ്. അത് അവിടെയുണ്ടായിരുന്ന എല്ലാവർക്കും ഉന്മേഷം പകരുന്നതായിരുന്നു

ഷെഹ്സാദ് കോർകുട്ട് സഹായിച്ച ഒരൂച്ചിനോടും ഹിസീറിനോടും സുൽത്താൻ ക്ഷമിച്ചു, ജിഹാദിനെ അംഗീകരിച്ചുകൊണ്ട് അദ്ദേഹം ഒരൂച്ചിനെ നസ്രെദ്ദീൻ (ഇസ്ലാമിന്റെ സഹായി) എന്നും ഹിസീറിനെ ഹയറുദ്ദിൻ (വിശ്വാസത്തിന്റെ സന്തതി) എന്നും വിളിച്ചിരിക്കുന്നു. സുൽത്താന്റെ സമ്മാനങ്ങളെത്തി. മരതകം പതിച്ച ഉറകളുള്ള രണ്ട് വാളുകൾ, ഒരു രാജകീയ ചിഹ്നം, വിജയക്കൊടി എന്നിവയുൾപ്പെടെ.

''ഹിസീർ ഹെയ്റെദ്ദീൻ ബാബ.''

ഭൂമിയിലെ മഹാനായ നേതാവും അനുകമ്പയുള്ള സുൽത്താനുമായ സലിം പറഞ്ഞു.

''എന്റെ സ്വന്തം ഗാലികളിലൊന്ന് ഹിസീർ തന്നെ എടുക്കട്ടെ. എന്റെ ചിഹ്നം പുറത്തെടുക്കൂ, എന്റെ വാളുകളിൽ ഒന്ന് അവൻ ഉപയോഗിക്കട്ടെ. എന്റെ ഈ വാഗ്ദാനങ്ങളെല്ലാം സത്യമാണ്; ഇനി മുതൽ അവന് ആവശ്യമുള്ളതെല്ലാം ഞാൻ നൽകും.''

ആ സമയത്ത് എല്ലാ പ്രഭുക്കന്മാരും ബേയ്മാരും വിസിയർമാരും അവിടെ ഉണ്ടായിരുന്നു. അവരെല്ലാം കൽപ്പന വായിച്ചു നിങ്ങൾക്കുവേണ്ടി പ്രാർത്ഥിച്ചു, 'ആമേൻ' പറഞ്ഞു...

സമ്മാനങ്ങൾ തനിക്ക് കൊണ്ടുവരാൻ ഹിസീർ ആവശ്യപ്പെട്ടു. സുൽത്താൻ ബാൽഡാച്ചിൻ കൊണ്ട് നിർമ്മിച്ച ചിഹ്നങ്ങളും വാളുകളും ഇരട്ട പതക്കങ്ങളും അയച്ചുകൊടുത്തിരുന്നു. നോക്കുന്ന എല്ലാവരുടെയും ഹൃദയങ്ങളിൽ അത്ഭുതം ഉളവാക്കുന്ന ഒരു പതക്കമായിരുന്നു അത്. ഹിസീർ ചിഹ്നവും വാളുകളും എടുത്ത് ചുംബിച്ചു, നെറ്റിയിൽ വച്ച് കണ്ണീർ പൊഴിച്ച്. കരയാൻ തുടങ്ങി. അവ സന്തോഷത്തിന്റെ കണ്ണുനീർ ആണെന്ന് ഞങ്ങൾക്ക് തോന്നി, പക്ഷേ അവന്റെ കണ്ണുനീർ വാഞ്ഛയുടെതായിരുന്നു.

''ഒരൂച്ച് ബാബയാണ് ഞാനല്ല, ഇതിനർഹൻ. നമുക്ക് ഈ ചിഹ്നവും വാളും പതാകയിൽ നിന്ന് നമ്മുടെ ഗാലിയറ്റിന്റെ കൊടിമരത്തിൽ തൂക്കിയിടാം, ഖുറാനിനടുത്ത്. ശത്രുക്കളുടെ ഹൃദയത്തിൽ കപ്പിത്താൻ ഹൂക്കിനെയോർത്തുള്ള ഭയം, എന്റെ സഹോദരന്റെ ആത്മാവ് നിങ്ങളോടൊപ്പം പോരാടും. ഈ പതക്കം ഞാൻ സഞ്ചരിക്കുന്ന കപ്പലിന് ഒരു അടയാളമാകട്ടെ, അതിനാൽ അത് ആ കപ്പലിന്റെ മെയിൻമാസ്റ്റിൽ ഉയർത്തപ്പെടട്ടെ. പട്ട് കൊണ്ട് നിർമ്മിച്ച ഈ പതാക, നമ്മുടെ നായകനായ അലിക്ക് അനുയോജ്യമാണ്. ഒരു ബോക്സ്‌വുഡ് (നിത്യഹരിത കുറ്റിച്ചെടി) ശാഖയും അതിന്റെ മുകളിൽ ഒരു സ്വർണ്ണ ചന്ദ്രക്കലയും തയ്യാറാക്കാൻ അയയ്ക്കുക. യുദ്ധത്തിലെ ഓരോ വിജയത്തിലും നമുക്ക് മറ്റൊരു തുന്നൽ ചേർക്കാം. അത് നമ്മുടെ യോദ്ധാക്കൾക്ക് ഒരു ഓർമ്മപ്പെടുത്തലായിരിക്കും.''

ഇപ്പോൾ മുതൽ അദ്ദേഹം തന്റെ സുൽത്താന്റെ കാവൽനായകനാണ്. സുൽത്താൻ സലിമിന്റെ ശക്തിയും സംവേദനക്ഷമതയും അവന്റെ ഹൃദയത്തിൽ അനുഭവപ്പെട്ടു. അലിയുടെ വാളായ സുൽഫിക്കർ അദ്ദേഹത്തിന് അയച്ച പതാകയിൽ തുന്നിച്ചേർത്തിരുന്നു. അതിനാൽ അൾജീരിയയിലും ഹസി ബെക്താസ് എന്ന പാത്രം തിളച്ചുമറിയും. ഹിസീറിന്റെ കപ്പലുകൾ ഇപ്പോൾ ഓട്ടോമൻ സാമ്രാജ്യത്തിന്റെ ഭാഗമായിരുന്നു. തനിക്ക് ലോകത്ത് മറ്റൊരു എതിരാളിയുമില്ലെന്ന് അവകാശപ്പെട്ടിരുന്ന രാജാവ് കാർലോസ്, ഇനി ഓട്ടോമൻ സാമ്രാജ്യത്തിന്റെ ഉയർന്നുവരുന്ന ശക്തിയെ നേരിടേണ്ടിവരും. പിരി റയീസ് തന്റെ ദൗത്യം പൂർത്തിയാക്കി, ഇറങ്ങുമ്പോൾ എന്തോ ഓർത്തു എന്ന മട്ടിൽ തിരിഞ്ഞു, എന്നിട്ട് തന്റെ കോട്ടിൽ നിന്ന് ഒരു പുസ്തകം പുറത്തെടുത്ത് അദ്ദേഹത്തിന് സമ്മാനിച്ചു, അവനെ ഹെയ്റെദ്ദീൻ എന്ന് അഭിസംബോധന ചെയ്തു. പുതിയ പേരിൽ ഹിസീർ സന്തുഷ്ടനാണെന്ന് വ്യക്തമായി.

''ഹയറുദ്ദിൻ ബാബ! സുൽത്താനോടുള്ള ഞങ്ങളുടെ കർത്തവ്യങ്ങൾ നിർവഹിച്ച് അദ്ദേഹത്തോട് യാത്ര പറഞ്ഞ് എട്ട് ദിവസങ്ങൾക്ക് ശേഷം ഞങ്ങൾ കോറോണിലെത്തി. അവിടെ ഞങ്ങൾ പതിനെട്ട് വെനീഷ്യൻ തീരസംരക്ഷണ ഗാലികളാൽ തടയപ്പെട്ടു. ഞങ്ങളുടെ സുൽത്താൻ നൈറ്റ്സ് ഓഫ് റോഡ്സിനെ അഭിസംബോധന ചെയ്ത അനുമതിപത്രം ഞങ്ങൾ അവരുടെ കപ്പിത്താനെ കാണിച്ചു. ഞങ്ങളെ തൊടരുത് എന്ന് പറഞ്ഞു. അവൻ ഒരു മിടുക്കനായിരുന്നു. ഞങ്ങൾ എവിടേക്കാണ് പോകുന്നതെന്ന് എന്നോട് ചോദിച്ചു.

ഞാൻ പറഞ്ഞു. ''അൾജീരിയയിലെ ഗവർണർ, ഹിസീർ റയീസിനെ കാണാൻ.''

തലയാട്ടി അവൻ മറുപടി പറഞ്ഞു.

''അപ്പോൾ കടൽക്കൊള്ളക്കാരനായ ബാർബ റോസ ഗവർണറായി മാറിയെന്ന് തോന്നുന്നു, അല്ലേ?''

എന്നിട്ട് ഉത്തരവിലേക്ക് നോക്കുക പോലും ചെയ്യാതെ അദ്ദേഹം ഞങ്ങളെ വിളിച്ചു:''ഇപ്പോൾ ഞാൻ പറയുന്നത് കേൾക്കൂ തുർക്കികളെ! ഇടയൻ ഉള്ള ആടുകളെ ചെന്നായ ആക്രമിക്കുകയില്ല. വീണ്ടും കണ്ടുമുട്ടാം എന്ന വ്യവസ്ഥയോടെ മാത്രമേ ഞാൻ നിങ്ങളെ ഇപ്പോൾ കടന്നുപോകാൻ അനുവദിക്കൂ. റോസയ്ക്ക് എന്റെ ആശംസകൾ അറിയിക്കുക, ഈ പുസ്തകം എന്റെ സമ്മാനമായി കൊടുക്കുക.'' എന്നിട്ട് ഞങ്ങളെ വിട്ടു.

റയീസ് പുസ്തകം എന്റെ കൈയിൽ തന്നു. ഒരു കൈയെഴുത്തു

പ്രതിയായിരുന്നു അത്. ലാറ്റിൻ ഭാഷയിലായിരുന്നു. ഞാൻ തല ക്കെട്ട് വായിച്ചു: 'ദി ഡിവൈൻ കോമഡി.'

ഞങ്ങൾ റോയൽ സ്പാനിഷ് സ്കൂളിൽ പഠിക്കുമ്പോൾ ഡീക്കൻ ഒജെഡ ഞങ്ങളെ അത് വായിച്ചു കേൾപ്പിച്ചതാണ്.

''ഇത് വെനീഷ്യൻ കോടതിയിലെ പ്രശസ്ത പണ്ഡിതനായ ഡാന്റെയുടെ ഒരു പുസ്തകമാണ്, സ്വർഗ്ഗത്തെയും നരകത്തെയും കുറിച്ച് പറയുന്ന ഒരു ഗദ്യമാണിത് ഇത് പള്ളികളിൽ വായിക്ക പ്പെടുന്നു.''

''ഈ ശൈത്യകാലത്ത് നമുക്ക് ഇത് വായിക്കാം, ആസ്വദിക്കാം. എന്നാൽ എന്തിനാണ് വിജാതീയർ എനിക്ക് ഇത് വെറുതെ അയച്ചത്? അതോ അവൻ നമ്മളെ മതം മാറ്റാൻ ശ്രമിക്കുകയാണോ?''

ഉത്തരം കിട്ടുമെന്ന പ്രതീക്ഷയിൽ ഞാൻ പുസ്തകത്തിനുള്ളിലേക്ക് നോക്കി. ഞാൻ അത് കണ്ടെത്തി. പുസ്തകത്തിൽ നരകത്തെക്കുറി ച്ചുള്ള ഭാഗം മാത്രമേ ഉണ്ടായിരുന്നുള്ളൂ, അവസാന പേജുകളിൽ യുദ്ധക്കപ്പലുകളുടെ ചിത്രങ്ങൾ ഉണ്ടായിരുന്നു. റയീസിനെ അസ്വസ്ഥ നാക്കാൻ ഞാൻ ആഗ്രഹിച്ചില്ല, പക്ഷേ അവനിൽ നിന്ന് എന്തെ ങ്കിലും മറയ്ക്കുക അസാധ്യമായിരുന്നു. അവൻ എന്റെ കണ്ണുകളി ലേക്ക് നേരെ നോക്കി.

''എന്റെ പ്രഭോ, ഇതിലെ നരകത്തെക്കുറിച്ചുള്ള ഭാഗം മാത്ര മാണ് അയച്ചിരിക്കുന്നത്.''

ചിത്രങ്ങൾ പരിശോധിക്കാൻ അദ്ദേഹത്തിന് പുസ്തകം നൽകി.

''നല്ല വര! പിരി റയീസ്, അവൻ നിങ്ങളോട് അവന്റെ പേര് പറഞ്ഞോ?''

''ഡോറിയ, എന്റെ പ്രഭോ, അവന്റെ പേര് ആൻഡ്രിയ ഡോറിയ'.

ഒരു നീണ്ട നിശബ്ദത ഉണ്ടായിരുന്നു. ഡോറിയ എന്ന പേര് റയീ സിനെ എങ്ങനെ ബാധിക്കുന്നു എന്ന് ഞാൻ കണ്ട നിമിഷമായി രുന്നു അത്. അവൻ ചോദിച്ചു

''പിരി, എന്തുകൊണ്ടാണ് വിജാതീയയായ ഡോറിയ എനിക്ക് ഈ പുസ്തകം അയച്ചിരിക്കുക?''

''അവൻ മെഡിറ്ററേനിയൻ കടലിനെ നമുക്കുള്ള ഒരു നരകമാക്കി മാറ്റുമെന്ന് പറയുകയാണ് പ്രഭോ.''

''അത് സത്യമാണ്. അതാണ് അവൻ ചിന്തിക്കുന്നത്. എന്നിരു ന്നാലും അല്ലാഹുവിന്റെ അനുഗ്രഹത്തോടെ അവനെ ഞാൻ അട്ടി മറിക്കും.''

''സീദി, നമുക്ക് ഈ വിജാതിയർക്ക് നാളെ വൈകാതെ ഒരു

സമ്മാനം അയയ്ക്കാം. നമുക്ക് അവന്റെ പുസ്തകം തൂക്കിനോക്കാം, തത്തുല്യമായ ആഭരണങ്ങൾ അവനു അയയ്ക്കാം.''

''പകരം നമുക്ക് ഇതിന്റെ ആത്മീയ ഭാരം തൂക്കിനോക്കാം എന്ന് ഞാൻ പറയും, പ്രഭോ. സഭയെ അസ്വസ്ഥമാക്കിയ തൊണ്ണൂറ്റഞ്ച് പുതിയ നിയമങ്ങൾ നമുക്ക് അദ്ദേഹത്തിന് അയച്ചുകൊടുക്കാം. തൊണ്ണൂറ്റി അഞ്ച് പുതിയ പ്രൊട്ടസ്റ്റന്റ് നിയമങ്ങൾ.''

''അല്ല, വിഖ്യാതനായ യൂനുസ് എമ്രെയുടെ ദൈവശാസ്ത്ര കൃതികളുടെ ഒരു വാല്യം ആകട്ടെ. എന്റെ ചെറുപ്പത്തിൽ അച്ഛൻ അവ എനിക്ക് വായിച്ചു കേൾപ്പിച്ചതാണ്. ഡാന്റെയുടെ ഈ കവിതകൾ ഞങ്ങൾക്ക് അയച്ചുതന്ന ഈ ഡോറിയയ്ക്ക്, മുസ്ലീങ്ങളെ അടിച്ചമർത്തുന്നതിൽ വ്യാപൃതനായ കാർലോസ് രാജാവിന് മുന്നേ യൂനസിന്റെ രഹസ്യം മനസ്സിലാക്കാൻ കഴിയുമോ എന്ന് നമുക്ക് നോക്കാം.''

റയീസ് പറഞ്ഞതുപോലെ ഞങ്ങൾ ചെയ്തു. യൂനസ് എമ്രെയുടെ കവിതകൾ ഞങ്ങൾ കണ്ടെത്തി, ഞങ്ങൾ അതും മൂന്ന് സ്വർണ്ണ പ്രതിമകളും പ്രത്യേകം ചിത്രത്തയ്യൽ ചെയ്ത സഞ്ചികളിൽ ഇട്ടു മുദ്ര വച്ചു. പ്രതിമകൾക്കൊപ്പം ഞങ്ങൾ അയച്ച കത്തിൽ റയീസ് എഴുതി.

> ''ഞാൻ ബാർബറോസ. ഹുക്കിന്റെ സഹോദരനാണ്, കടൽക്കൊള്ളക്കാർക്കിടയിൽ പ്രസിദ്ധനും മെഡിറ്ററേനിയനിലുടനീളം പ്രകീർത്തിക്കപ്പെടുന്നവനും സ്വന്തം സാമ്രാജ്യമുണ്ടാക്കിയവനുമാണ്. ഞാൻ അൾജീരിയ പ്രവിശ്യയുടെ ഗവർണറാണ്, എനിക്കൊരു സുൽത്താനേ ഉള്ളൂ. മഹത്തായ ഓട്ടോമൻ സാമ്രാജ്യത്തിന്റെ. ഞാൻ ചുവന്നതാടി എന്നറിയപ്പെടുന്ന ഹിസീർ ഹയറുദ്ദീൻ റായീസാണ്. നമ്മുടെ ധീരരായ പടയാളികൾ ഇപ്പോൾ സ്വർഗത്തിലാണെന്ന് അറിയുക. അവർ തങ്ങളുടെ ലക്ഷ്യങ്ങളിൽ എത്തി, നിത്യമായ സന്തോഷത്തിൽ ജീവിക്കുന്നു. അതിനാൽ ഞങ്ങൾക്ക് മരണത്തെയോ നിങ്ങളെയോ ഭയമില്ല. നിങ്ങളുടെ പരിധികൾ ലംഘിക്കരുത്. അത് ഞാൻ അനുവദിക്കില്ല.''
>
> കുറിപ്പ്: ഈ മൂന്ന് പ്രതിമകൾ സംസാരിച്ചാൽ നിങ്ങൾക്ക് എന്നെ തോൽപ്പിക്കാൻ കഴിഞ്ഞേക്കും.

അടുത്ത ദിവസം, റയീസ് എല്ലാ ഷെയ്ക്കുകളെയും മാരബൗട്ടുകളെയും എല്ലാ പ്രമുഖ പൗരന്മാരെയും കാണുകയും അവരെ സുൽത്താന്റെ കൽപ്പന വായിക്കുകയും താൻ ഗവർണറാകുന്നതിന്റെ അർത്ഥം എന്താണെന്ന് വിശദീകരിക്കുകയും ചെയ്തു. തങ്ങൾ ഇപ്പോൾ ഓട്ടോമൻ സാമ്രാജ്യത്തിന്റെ സംരക്ഷണയിലാണെന്ന്

കേട്ടപ്പോൾ എല്ലാവരും സന്തോഷിച്ചു, അവർ പാവപ്പെട്ടവർക്കും ബലിമൃഗങ്ങൾക്കും പണം വിതരണം ചെയ്യുന്ന ആഘോഷങ്ങൾ സംഘടിപ്പിച്ചു. അൾജീരിയ സന്തോഷത്താൽ നിറഞ്ഞു. മറ്റു പ്രഭുക്കന്മാരും ജനപ്രതിനികളും ഹിസീറിനു ഐക്യദാർഢ്യം പ്രഖ്യാപിച്ചു.

ഞങ്ങളുടെ സ്ഥാനപതി പതാക ഉയർത്തി ഗാലിയറ്റിൽ മുനമ്പ് ചുറ്റിയ അതേ ദിവസം, അലാദുലെ എനിക്ക് നേരെ ഒരു തൂവാല വീശുന്നത് ഞാൻ കണ്ടു. പക്ഷേ ബില്ലൂർ എന്റെ കൺമുന്നിൽ ഉണ്ടായിരുന്നു. ഏതാണ്ട് ശരത്കാലമായിരുന്നു. ഡീക്കൻ ഒജെഡയെ കാണാൻ പോകുന്നതിന് മുമ്പ് ഞാൻ രാജാവിന് കത്തും പ്രതിമകളും യൂനുസ് എമ്രെ കവിതകളും ഡോറിയയ്ക്ക് കൈമാറേണ്ടതായിരുന്നു. ഒജെഡയ്ക്ക് പ്രായമായി. എന്നോട് പങ്കുവെക്കാൻ ഒരുപാട് കാര്യങ്ങളുണ്ടായിരുന്നു. ഒജെഡ ഇല്ലാതാകുമ്പോൾ ഞാൻ ആരുടെ കൂടെ ശൈത്യകാലം ചെലവഴിക്കുമെന്ന് എനിക്കറിയില്ലായിരുന്നു എന്നതാണ് സത്യം. മറ്റൊരു ശീതകാലം വരാനിരിക്കുന്നു. ഒക്ടോബർ ആദ്യ ദിവസമായതിനാൽ പഴയ കോട്ടയിൽ പോയി ബില്ലൂറിനെ കാത്തിരിക്കണം. ഇത്തവണ അവളുണ്ടാകണേ എന്ന് ഞാൻ പ്രാർത്ഥിച്ചു. റയീസിന്റെ മുന്നറിയിപ്പ് എന്റെ ചെവിയിൽ മുഴങ്ങിക്കൊണ്ടിരുന്നു.

''ബില്ലൂറിനെ കണ്ടെത്തി അവളെ തിരികെ കൊണ്ടുവരിക. ഇല്ലെങ്കിൽ, ഒരു പ്രാവിനെ അയയ്ക്കുക, എന്റെ കപ്പലുകൾ നിനക്കായി കാത്തിരിക്കും.''

1521

രണ്ടു വർഷം കഴിഞ്ഞ്

''എനിക്ക് അറുപത്തിനാല് ഗ്യാലികൾ എണ്ണാൻ കഴിഞ്ഞു, സിദീ.'' കൃത്യം അറുപത്തിനാല് സ്പാനിഷ് ഗാലികൾ അവരുടെ ആർക്യുബസ് പീരങ്കികൾ നമ്മുടെ നഗരത്തിന് നേരെ ചൂണ്ടിക്കൊണ്ട്. അവന്റെ സ്വരത്തിൽ കനത്ത സങ്കടമുണ്ടായിരുന്നു. മുഖം ചെറുതായി വിറച്ചു. ഞാൻ ഞെട്ടിപ്പോയി. ഈ വ്യക്തി അൾജീരിയയിലെ ഒട്ടോമൻ പ്രവിശ്യയുടെ ഗവർണറായ അതേ റയീസ് ആണോ? ദ്വീപുകളിൽ നിന്ന് കുടിയൊഴിപ്പിക്കപ്പെട്ടതിനെക്കാൾ ദ്വീപുകളുടെ നിയന്ത്രണം നഷ്ടപ്പെട്ടതാണ് അവനെ കൂടുതൽ സങ്കടപ്പെടുത്തിയതെന്ന് തോന്നുന്നു. കതിർക്കലെയിലെ എളിയ വീട്ടിൽ ഒരു പായയിൽ ഇരുന്ന് കണ്ണീരോടെ എന്നോട് സംസാരിച്ചു.

''അൾജീരിയയിലെ ജനങ്ങൾ എന്നെ ഒറ്റിക്കൊടുത്തു, സിദീ. നേതാക്കളും ഷെയ്ക്കുകളും അറബ് പ്രഭുക്കന്മാരും ബെർബർ ഗോത്രങ്ങളുടെ നേതാക്കന്മാരും ത്ലെംസെനിലെയും ടുണീഷ്യയിലെയും പ്രഭുക്കന്മാരെല്ലാം ഞങ്ങൾക്കെതിരായ ആക്രമണത്തിൽ സ്പാനിഷ് പട്ടാളക്കാർക്കൊപ്പം നിന്നു. അൾജീരിയക്കാർക്ക് തുർക്കികളോട് സത്യത്തിൽ സ്നേഹമില്ലായിരുന്നു.''

''എന്റെ പ്രഭോ, ഇത് എങ്ങനെ സംഭവിക്കും?''

''അൾജീരിയയ്ക്ക് മുമ്പുള്ള സ്പാനിഷ് കപ്പൽപ്പടയും നഗരത്തിന്മേൽ പീരങ്കിപ്പന്തുകൾ പൊഴിക്കാൻ തുടങ്ങിയപ്പോഴും മിനാരങ്ങളിൽ നിന്ന് വെള്ളക്കൊടി പറത്താൻ അവർക്ക് എങ്ങനെ കഴിയും? അവർ പോയി റെഡ് കോട്ട്സിന്റെ പക്ഷം ചേരുമായിരുന്നു; റോമിന്റെ കാർത്തേജ് വീണ്ടും പിടിക്കാൻ അവർ ഒരിക്കലും അനുവദിക്കുമായിരുന്നില്ല.''

എനിക്ക് ഒന്നും പറയാൻ കഴിഞ്ഞില്ല. സംഭവിച്ചതിൽ അവൻ വളരെ ദുഃഖിതനായിരുന്നുവെന്ന് വ്യക്തം. അവൻ തന്നിലേക്ക് തന്നെ പിൻവലിഞ്ഞിരിക്കുന്നു. സംസാരം വളരെ പതുക്കെ.

''സീദി, സ്പാനിഷ് കൊട്ടാരത്തിൽ കാവൽക്കാരെ ആസൂത്രിതമായി കൊന്നൊടുക്കിയ ആ മനുഷ്യനെ നീ ഓർക്കുന്നുണ്ടോ? മനുഷ്യൻ ഇവിടെ വരേണ്ടതുണ്ടെന്നും അൾജീരിയയിലെ മുസ്ലിം ഭാവിയെ ഒറ്റിക്കൊടുത്ത ഓരോ ഷെയ്ക്കിനെയും സന്ന്യാസിയെയും പ്രഭുക്കളെയും കൈകാര്യം ചെയ്യേണ്ടതുണ്ടെന്നും ഞാൻ കരുതുന്നു.''

ഞാൻ ഒന്നും പറഞ്ഞില്ല. ശരിക്കും ഇങ്ങനെയൊരു കാര്യം പരിഗണിക്കണമെങ്കിൽ റയീസിന് ഭ്രാന്ത് പിടിച്ചിരിക്കണം. അതിലുപരിയായി, രണ്ട് വർഷം മുമ്പ് നടന്ന ഒരു കാര്യത്തെക്കുറിച്ചാണ് അദ്ദേഹം പറഞ്ഞത്. കാരണം ഞാൻ അൾജീരിയ പ്രവിശ്യ വിട്ടിട്ട് രണ്ട് വർഷമായി. സ്പാനിഷ് കൊട്ടാരത്തിലെ സംഭവങ്ങൾ അദ്ദേഹം ഓർക്കുന്നുണ്ടെന്നുള്ളത് എന്നെ അത്ഭുതപ്പെടുത്തി.

''സ്വന്തം കാവൽക്കാരെ കൊല്ലുന്നവരെ കണ്ടെത്താൻ രാജാവിന് കഴിഞ്ഞോ സീദി?''

''ഇല്ല പ്രഭോ. എന്തിനധികം, കഴിഞ്ഞ മൂന്ന് ശൈത്യകാലങ്ങളിലെ ആദ്യത്തെ മഞ്ഞുവീഴ്ചയിൽ തൂങ്ങിക്കിടക്കുന്ന മൂന്ന് മൃതദേഹങ്ങൾ കൂടി കണ്ടെത്തി. അവരുടെ നെറ്റിയിൽ ചന്ദ്രക്കലകൾ കൊത്തിവച്ചിരുന്നു. എന്നാൽ ഞാൻ പോയപ്പോൾ എന്താണ് സംഭവിച്ചതെന്ന് എന്നോട് പറയണമെന്ന് ഞാൻ അങ്ങയോട് അപേക്ഷിക്കുന്നു.''

'സീദി, സംഭവിച്ചത് സംഭവിച്ചു? എന്റെ കൺമുന്നിൽവെച്ചു തന്നെ. നമ്മുടെ ദീർഘവീക്ഷണം അന്ധമാണ്, നമ്മുടെ ലക്ഷ്യങ്ങൾ കണ്ണുകളില്ലാത്തതാണ്. അൾജീരിയ നമ്മെ ഒറ്റിക്കൊടുത്തു. റയീസ് തികച്ചും

വ്യത്യസ്തനായ ഒരു മനുഷ്യനായി മാറിയിരുന്നു. സെമൈമ ഒരു പത്രം പഴവുമായി വന്നു, അവൻ തല കുനിച്ചു. അഹങ്കാരികളായ പുരുഷന്മാർക്ക് തങ്ങളുടെ പരാജയം ഭാര്യമാരുടെ മുമ്പാകെ കാണിക്കുന്നത് ഇഷ്ടമല്ലല്ലോ. അപ്പോൾ ഹസൻ വന്ന് സന്തോഷത്തോടെ അവന്റെ മടിയിൽ ഇരുന്നു. അവൻ വളർന്നു കഴിഞ്ഞിരുന്നു. ഞാൻ കണക്ക് കൂട്ടി അവന് ആറ് വയസ്സ് തികഞ്ഞിരിക്കണം. മകനെ കണ്ടപ്പോൾ റയീസിന് അൽപ്പം വിഷാദം കുറഞ്ഞതായി തോന്നി. അവനോടൊപ്പം കളിക്കുമ്പോൾ ഞാൻ സെമൈമയോട് വിശേഷം ചോദിച്ചു. ഞാൻ അവന് ചെറിയ സമ്മാനങ്ങൾ കൊണ്ടുവന്നിരുന്നു. അവനു സമ്മാനങ്ങൾ ഇഷ്ടപ്പെട്ടു. എനിക്ക് നന്ദി പറഞ്ഞതിന് ശേഷം അദ്ദേഹം അലാദുലെയെക്കുറിച്ച് പറയാൻ തുടങ്ങി.

എനിക്ക് അവളെ നഷ്ടമായോ എന്നറിയാൻ. ഞാൻ അവളെ ഏതാണ്ട് പൂർണ്ണമായും മറന്നിരുന്നു. എന്നാൽ ഞാൻ അവളെ ഓർക്കണമെന്ന് അവൻ ആഗ്രഹിച്ചുവെന്നാണ് ഇതിനർത്ഥം. എന്നാൽ പിന്നെ എന്തുകൊണ്ട് അലാദുലെ പുറത്തു വന്നില്ല? എനിക്ക് കൗതുകം തോന്നിയെങ്കിലും ഞാൻ ചോദിച്ചില്ല.

''നീ വന്നതിൽ എനിക്ക് സന്തോഷമുണ്ട് സീദി... പക്ഷേ നീ ഒറ്റയ്ക്ക് വന്നതിൽ എനിക്ക് സങ്കടമുണ്ട്.''

ഞാൻ അയ്ഡൻ റയീസിനെ കണ്ടു. ഒരു ഇരുണ്ട മേഘത്താൽ മറഞ്ഞുപോയ ഹിസീറിന് എന്നോട് പറയാൻ കഴിയാത്തതെല്ലാം ഞാൻ അവനെ പറയാൻ പ്രേരിപ്പിച്ചു. അൾജീരിയ എങ്ങനെ നഷ്ടപ്പെട്ടുവെന്നും പിന്നീട് എന്താണ് സംഭവിച്ചതെന്നും റയീസ് കതിർക്കലെയിൽ ഏകാന്തതയിലേക്ക് പോയതെങ്ങനെയെന്നും മെഡിറ്ററേനിയനിലെ കടൽക്കൊള്ളക്കാർ ബാർബറോസയെ എങ്ങനെ മറന്നുപോയെന്നും എല്ലാം. അവസാനം അയ്ഡൻ കൂട്ടിച്ചേർത്തു:

''എന്നാൽ ഇതിനെക്കാളും സങ്കടകരമാണ് സീദി, അവന്റെ നിശ്ശബ്ദത. ആ പഴയ ചൊല്ല് ഇപ്പോഴും പറഞ്ഞുകൊണ്ടിരിക്കും.''

''എന്ത് ചൊല്ല്?''

''ടർക്കിഷ് നാവികർ എപ്പോഴും പറയുന്നത്. നിങ്ങൾക്കറിയാം.''

''കന്നിമാസത്തിൽ വിള്ളലടച്ചാൽ കപ്പലിറക്കാം

തുഴകൾ ആഴത്തിലായാൽ ഇടറാതെ പോകാം''

''ഇപ്പോൾ നാം ഇടറി നിൽക്കുകയാണ്.''

''കുറച്ചു കാലമായി ഞങ്ങൾ പൊങ്ങുതടി പോലെ ഇങ്ങനെ. പക്ഷേ ഹിസീർ ബാബയുടെ മാനസികാവസ്ഥ കരക്കെത്താതെ ഒന്നും ചെയ്യാൻ കഴിയില്ലെന്ന് തോന്നുന്നു. കാര്യങ്ങൾ ഇങ്ങനെ

തുടർന്നാൽ അദ്ദേഹം അൾജീരിയയെ പൂർണ്ണമായും മറക്കും അല്ലെങ്കിൽ ഞങ്ങൾ അത് തിരിച്ചുപിടിച്ചാൽ സന്തോഷിക്കുക പോലും ചെയ്യില്ല.''

''എങ്ങനെ അദ്ദേഹത്തെ തിരിച്ചു കൊണ്ടുവരും?''

''ഹസനോടൊപ്പം സമയം ചെലവഴിക്കുന്നതല്ലാതെ മറ്റൊന്നിലും അദ്ദേഹത്തിന് താൽപര്യമില്ല.''

''അയ്ഡൻ റയീസ്, അവന്റെ ശ്രദ്ധ ആകർഷിക്കുന്ന ചിലത് എനിക്കറിയാം.''

''ശരി എങ്കിൽ എന്നോട് പറയൂ.''

''ആൻഡ്രിയ ഡോറിയ... ഹിസീർ റയീസിനെ തിരികെ കൊണ്ടുവരാൻ കഴിയുന്ന ഒരേയൊരു വ്യക്തി ഡോറിയയാണ്.''

പിറ്റേന്ന് ഞാൻ അവനെ കാണാൻ പോയി. ഒരു ചതുരംഗക്കളിക്കിടയിൽ അവനോട് സംസാരിക്കാനായിരുന്നു എന്റെ പദ്ധതി. അലാദുലെ മഞ്ഞിൽ ഉണ്ടാക്കിയ പനിനീർ സർബത്ത് നുണഞ്ഞുകൊണ്ട് ഞാൻ സംസാരിക്കാൻ തുടങ്ങിയതായിരുന്നു, പക്ഷേ അവൻ ആദ്യമേ പറഞ്ഞു.

''അതിനാൽ അവർ പറയുന്നതനുസരിച്ച്, എന്റെ പ്രിയപ്പെട്ട സീദി, കാർലോസ് രാജാവ് മുസ്ലീം വിശ്വാസത്തിന്റെ ശത്രുവായി തുടരാൻ തീരുമാനിച്ചു, വീണ്ടും ആന്റലൂഷ്യയിൽ ആളുകളെ കൂട്ടക്കൊല ചെയ്യുകയാണ്. ഇത് ശരിയാണോ?''

''ഖേദകരമെന്നു പറയട്ടെ, അത് സത്യമാണ് റെയിസ് ബാബ.''

പിന്നെ ശബ്ദം താഴ്ത്തി ഞാൻ തുറന്ന് സംസാരിച്ചു.

''ഞാൻ അവിടെ ഉണ്ടായിരുന്നു കർത്താവേ. അതിക്രൂരയായ ഇസബെല്ലയെക്കാൾ നിഷ്കരുണമായി മുസ്ലീങ്ങളെ കൊല്ലാൻ രാജാവ് ആരംഭിച്ചു. ചെറിയ പള്ളികൾ നശിപ്പിക്കപ്പെടുകയും ഇസ്ലാം മതം നിരോധിക്കുകയും ചെയ്തു. പഴയ രാജാവ് ഒരിക്കലും മതപരിവർത്തനത്തിന് നിർബന്ധിച്ചില്ല, തന്റെ മുന്നിൽ കുനിഞ്ഞവരെ ആദരിക്കുകയും വാളുമായി ഏറ്റുമുട്ടാത്തവരെ വെറുതെ വിടുകയും ചെയ്തു. പുതിയ രാജാവ് ആളുകളെ മതം മാറ്റാൻ നിർബന്ധിക്കുക മാത്രമല്ല, മുസ്ലീങ്ങൾ പ്രസവിച്ച കുഞ്ഞുങ്ങളെയും കൊണ്ടുപോകും. അവർക്ക് ഇനി പ്രസവിക്കാൻ കഴിയാതാകുന്ന വരെ അത് തുടരും, അങ്ങനെ മുഴുവൻ വംശവും തുടച്ചുനീക്കപ്പെടും.''

ഞാൻ പറഞ്ഞതെല്ലാം അവനെ വല്ലാതെ വിഷമിപ്പിച്ചു. എന്നാൽ അവനെ ഉഷാറാക്കാൻ സാധ്യതയുണ്ടെന്ന് ഞാൻ കരുതിയ ഒരു ചോദ്യമുണ്ടായിരുന്നു, ശരിയായ നിമിഷത്തിൽ ഞാൻ അത് ചോദിച്ചു.

''ബാബാ, ക്യാപ്റ്റൻ ഡോറിയയെ ഓർക്കുന്നുണ്ടോ?''

അവൻ ചാടി എഴുന്നേറ്റു.

''ഡോറിയയ്ക്ക് എന്തുപറ്റി സീദി?''

''ഒന്നുമില്ല തമ്പുരാനേ... രണ്ടു വർഷം മുൻപ് അവൻ നിനക്ക് ഒരു ആശംസ അയച്ചു.''

''എന്ത് ആശംസകൾ?''

അദ്ദേഹം പറഞ്ഞു.

''ആ ഗാലിയറ്റ് ഹൗണ്ടിന് നിങ്ങൾ എന്റെ ആശംസകൾ അയയ്ക്കുക. കടൽ സിംഹം ഗർജിക്കുമ്പോൾ കാലുകൾക്കിടയിൽ വാൽ മറച്ച് ഓടിപ്പോകാൻ അവന് കഴിയില്ല. യൂനസിന്റെ കവിതകൾ ഞാൻ വായിക്കുമ്പോൾ ബാർബറോസയുടെ ഗാലിയറ്റുകൾ എന്റെ സ്വർഗമാണെന്നും ഡാന്റെ വായിക്കുമ്പോൾ അവൻ എന്റെ ഗാലികളെ നരകത്തിൽ കാണുമെന്നും അവനോട് പറയൂ.''

''ഞാൻ അവനെ നരകം കാണിക്കും.''

''അവൻ നശിക്കട്ടെ.''

''നീ അൾജീരിയ വിട്ടതുമുതൽ അവൻ പിന്തുടർന്നില്ലേ?''

''ഉവ്വ്.''

''പിന്നെ എന്തുകൊണ്ടാണ് അവൻ പതാക ഉയർത്താത്തത്?''

''കാർലോസ് രാജാവിന്റെ അഡ്മിറൽമാർ ഒരിക്കലും അനുവദിച്ചില്ല പ്രഭോ. നിങ്ങൾ അവനെ കദിർക്കലെക്ക് സമീപം തോൽപ്പിച്ചപ്പോൾ അവൻ ശെരിക്കും ഭയന്നു, അത് സമ്മതിക്കാൻ അവൻ മടിച്ചില്ല. അവൻ അങ്ങയെ ഭയപ്പെടുന്നു, പക്ഷേ ബഹുമാനിക്കുന്നുമുണ്ട്.''

ഹിസീറിനും ഡോറിയയെ ഭയവും ബഹുമാനവുമായിരുന്നുവെന്ന് പറയാൻ അവന്റെ മുഖത്തെ സൂക്ഷ്മമായ ചലനങ്ങൾ മതിയായിരുന്നു. ഹിസീർ അവനെ യോഗ്യനായ ഒരു ശത്രുവായി കണ്ടു.

''നമ്മുടെ താവളം കദിർക്കലെയാണെന്ന് അവനറിയാം എന്നർത്ഥം. ആ പന്നി! അതായത്, കഴിഞ്ഞ വസന്തകാലത്ത് നമ്മെ കീറിമുറിച്ച കപ്പൽ അവന്റേതായിരുന്നു. എന്നാൽ എന്തുകൊണ്ടാണ് അവൻ സ്വയം വെളിപ്പെടുത്താത്തത്? അവൻ കള്ളനെപ്പോലെ വന്നുപോയി.''

''അവൻ അങ്ങയെ പ്രകോപിപ്പിക്കാൻ ശ്രമിച്ചതുകൊണ്ടായിരിക്കണം. അവൻ എന്റെ കൈകളിൽ തന്ന ഈ സ്വർണ്ണമാല കണ്ടോ?''

ഒരു ഗാലി അടിമയുടെ പാദങ്ങൾ ബന്ധിക്കുന്ന ചങ്ങലകളോട് സാമ്യമുള്ള സ്വർണ്ണമാല ഞാൻ അവനു ബഹുമാനപൂർവ്വം സമർപ്പിച്ചു.

''അവൻ എന്ത് പറഞ്ഞു?''

അവൻ പറഞ്ഞു, ഇതൊരു സമ്മാനമാണ്. അവൻ അത് അവന്റെ കഴുത്തിൽ ഇടണം. അവൻ ഞങ്ങളെ മറക്കരുത്. പക്ഷേ, ഞങ്ങൾ തന്നെ വസന്തകാലത്ത് വന്ന് ഇതുപോലൊരെണ്ണം അവന്റെ കാലിൽ വയ്ക്കും എന്ന്.

"അപ്പോൾ അവൻ വസന്തത്തിൽ വന്നതാണോ? ഹ ഹ! കൊള്ളാം, അത് അവനായിരുന്നു. കാരണം ലോകം ഇതുവരെ കണ്ടിട്ടില്ലാത്ത ഒരു തന്ത്രമാണ് ഞങ്ങൾ അന്ന് അവനോട് പ്രയോഗിച്ചത്."

ഇപ്പോൾ റയീസ് നല്ല മാനസികാവസ്ഥയിലായി. അവനെ ജീവനോടെ നിലനിർത്തിയ ദുസ്സ്വപ്നമായിരുന്നു ഡോറിയ. തന്റെ സഹോദരൻ ഇല്യാസിന് നൽകിയതുപോലെ, തന്റെ എതിരാളിയായ ഡോറിയയ്ക്കും അദ്ദേഹം പ്രാധാന്യം നൽകി. അവൻ ഡോറിയയെ കണ്ടെത്തുകയും അവനെ കൊല്ലുകയും ചെയ്യുന്ന ദിവസം, തന്റെ സഹോദരങ്ങളായ ഹൂക്കിനോടും അവന്റെ മുഴുവൻ ആളുകളോടും പ്രതികാരം ചെയ്ത പോലെയായിരിക്കും റയീസിന്. അവനെ സംബന്ധിച്ചിടത്തോളം ഡോറിയ സ്പെയിനിന്റെയും ക്രിസ്ത്യൻ ലോകത്തിന്റെയും മാർപ്പാപ്പയും ജിഹാദും തമ്മിലുള്ള അന്തരത്തിന്റെ ആത്മാവാവുമായിരുന്നു. ഞാൻ അവനെ ഒന്നുകൂടി ഉഷാറാക്കാൻ അവൻ എന്താണ് ചെയ്തതെന്ന് ചോദിച്ചു.

"എന്ത് തന്ത്രം, എന്റെ പ്രഭോ?"

"ഒരു പ്രേതക്കപ്പൽ ഉണ്ടെന്ന് ഞങ്ങൾ അവരെ വിശ്വസിപ്പിച്ചു."

"എന്റെ പ്രഭോ അത് അയ്ഡൻ റെയ്സ് എന്നോട് പറഞ്ഞു; വെളുത്ത കൊടിമരങ്ങളോടെ..."

"അല്ല, അല്ല, അതൊന്നുമല്ല... കപ്പൽ ശ്മശാനത്തിലെ കല്ലുകൾ നീ കണ്ടിട്ടില്ലേ?"

"ഉവ്വ്..."

"ആ ആഴം കുറഞ്ഞ പാറകൾക്കിടയിൽ വിശാലമായ തുറസ്സായ സ്ഥലം മുസ്ലിഹിദ്ദീൻ റെയ്സ് കണ്ടെത്തി. വെറും ഏഴ് മീറ്റർ ആഴത്തിൽ, പൂർണ്ണമായും മണൽ മൂടിയ ഒരു സ്ഥലം."

അവൻ എന്താണ് പറയുന്നതെന്ന് കേൾക്കാൻ എനിക്ക് ആകാംക്ഷയായി. പക്ഷേ വാതിലിൽ ആരോ മുട്ടി. വെണ്ടയ്ക്കയും ശർക്കരപ്പാനിയും ക്രീമും അടങ്ങിയ ഒരു പാത്രവുമായി ഒരു പരിചാരകയാണ്. ഞാൻ തലയുയർത്തി നോക്കി. അത് അലാദുലെ ആയിരുന്നു. അവളുടെ മയക്കുന്ന കണ്ണുകൾ എന്നെ തന്നെ നോക്കുന്നുണ്ടായിരുന്നു. അവൾ മൊത്തത്തിൽ മറ്റൊരാളെപ്പോലെ തോന്നി: അവൾക്ക് ഇപ്പോൾ ഒരു മാന്യമായ ഒരു രൂപം. ഞാൻ നാണമില്ലാതെ അവളെ തന്നെ

നോക്കി നിന്നു. ഞാൻ വന്നതിന് ശേഷം അവളോട് ഒന്നും പറയാൻ ഞാൻ പോയിട്ടില്ല. ഞാൻ തല താഴ്ത്താൻ ശ്രമിച്ചെങ്കിലും കഴിഞ്ഞില്ല. അവളുടെ കണ്ണുകൾ എന്റെ ഹൃദയത്തിലേക്ക് ആഴ്ന്നു. എനിക്ക് എന്റെ തല തിരിക്കാൻ കഴിഞ്ഞില്ല.

‘‘അലാദുലെ ഞങ്ങളുടെ കുടുംബത്തിന്റെ ഭാഗമായിക്കഴിഞ്ഞു, സിദി. ഹസന്റെ സഹോദരിയും സെമൈമയുടെ വിശ്വസ്തയുമാണ്.’’ ഞാൻ ഒന്നും മിണ്ടിയില്ല.

‘‘സ്വാഗതം മാർഗദർശി സീദി.’’

അവൾ പോകാൻ തിരിഞ്ഞു. റയീസ് നന്ദി പറഞ്ഞു.

‘‘മുപ്പത് ഓക്ക (ഓട്ടോമൻ ഭാരത്തിന്റെ അളവ്. ഒരു ഓക്ക = 1,282 കിലോ) കൊള്ളുന്നത്ര മണൽ ചാക്കുകൾ ഞങ്ങളുടെ പക്കൽ ഉണ്ടായിരുന്നു. ഞങ്ങൾ അവ ചങ്ങലകളാൽ ബന്ധിപ്പിച്ച് പാറകൾക്ക് മുകളിൽ നിരത്തി. ചങ്ങലകളിൽ ഘടിപ്പിച്ച കയർ ഉപയോഗിച്ച് അവൻ ഇവയെ ഒരു ബോയയിൽ കെട്ടി. ഡെക്കിൽ നിന്ന് എളുപ്പത്തിൽ വലിക്കാവുന്ന ഒരു കൊളുത്ത് ഉപയോഗിച്ചാണ് ഞങ്ങൾ ഇത് ചെയ്യുന്നത്. ആദ്യം എനിക്കും വിശ്വസിക്കാനായില്ല, പക്ഷേ ഒന്ന് ശ്രമിച്ചതിന് ശേഷം ഞങ്ങൾ അത് പ്രാവർത്തികമാക്കി. മുകളിലെ ഗാലന്റ് മാസ്റ്റിൽ ചങ്ങല കെട്ടി ഞങ്ങൾ ഗാലിയെ നീക്കി, ഓരോ മണൽ സഞ്ചിയും ഹള്ളിനോട് പറ്റിനിൽക്കാൻ തുടങ്ങി. പിന്നെ തുഴകൾ ഘടിപ്പിച്ചു. ചാക്കുകളുടെ ഭാരം ഗാലിയുടെ മുന്നോട്ടുള്ള ചലനത്തെ മന്ദഗതിയിലാക്കിയപ്പോൾ അതൊരു വല്ലാത്ത രീതിയിൽ ആടിയുലയാൻ തുടങ്ങി...’’

ഞാൻ അവന്റെ മുഖത്തേക്ക് നോക്കുകയായിരുന്നെങ്കിലും ശരിക്കും ശ്രദ്ധിക്കുന്നുണ്ടായിരുന്നില്ല. അലാദുലെയോട് ഞാൻ ഇങ്ങനെ പെരുമാറിയത് ശരിയായില്ല. അതിന്റെ തിരിച്ചടിയാണീ തണുത്ത പ്രതികരണം. ആലോചിച്ചാലോചിച്ചു ഞാൻ എങ്ങോ പോയി.

‘‘നിനക്കു എന്തു തോന്നുന്നു?’’

ബോധം വന്നപ്പോൾ എന്ത് പറയണം എന്ന് അറിയില്ലായിരുന്നു. ഞാൻ ശ്രദ്ധിക്കുന്നില്ലെന്ന് അവൻ മനസ്സിലാക്കി. ചങ്ങലകൾ, മണൽ ചാക്കുകൾ, ഭാരം, കാഴ്ചയിൽ നിന്ന് കപ്പൽ മറയുക, പിന്നെ ഉപരിതലത്തിലേക്ക് പൊങ്ങിവരിക... ഇത്രയുമേ എനിക്ക് ഓർമ്മയുള്ളൂ.

‘‘അസാധ്യം! എന്നാൽ നിങ്ങൾ കൊടിമരങ്ങളും തുഴകളും എങ്ങനെ മറച്ചു?’’

അപ്പോഴാണ് ഞാൻ ഒന്നും കേട്ടില്ലെന്ന് ഉറപ്പായത്, പക്ഷേ അവൻ അത് ചോദിച്ചില്ല. എന്നാലും ഹിസീർ റയീസും കൂട്ടരും കണ്മുന്നിൽ വെച്ച് കപ്പലുകൾ അപ്രത്യക്ഷമാകുന്ന മായാജാലം സാധിച്ചെടുത്തു

എന്നത് അസാധാരണമായ കാര്യം തന്നെ. പല തവണ അവർ ഇത് ചെയ്തിട്ടുണ്ടെങ്കിലും ഡോറിയ ഉള്ള സംഭവങ്ങളിൽ മാത്രമേ ഹിസീറിനു ആവേശമുള്ളൂ എന്നെനിക്ക് മനസ്സിലായി.

''യാത്രക്കാരില്ലാത്ത ഒരു കപ്പൽ കടലിൽ മുക്കിയ ശേഷം ഉയർത്തിയാൽ, എല്ലാം നനച്ച് ഡൈനാമിറ്റ് നശിപ്പിക്കുകയല്ലാതെ മറ്റെന്താണ് നിങ്ങൾ നേടുന്നത്? അതോ ഒരിക്കലും എരിയാത്ത അഞ്ച് സെമണ്ടറു(അഗ്നികൊണ്ട് നശിപ്പിക്കാനാവാത്തത് എന്നു വിശ്വസിക്കുന്ന ഒരു മിത്ത്)കളും ഒരിക്കലും മുങ്ങിപ്പോകാത്ത ലെവെൻഡുകളും നിങ്ങൾ നേടുന്നുണ്ടോ?''

''നിങ്ങൾ ലെവന്റിനും ഗാലി അടിമകൾക്കും ഈറ്റ നൽകുമ്പോൾ അത്രയും നീളം വരും അവർക്ക് ശ്വസിക്കാൻ കഴിയും. ഇപ്പോഴും പിടിച്ചിരിക്കുന്ന കപ്പലിൽ അവർക്ക് ഇഷ്ടമുള്ളിടത്തോളം താമസിക്കാം. അവരുടെ കോടാലികളും വാളുകളും. തീർച്ചയായും, പുരുഷന്മാർക്ക് സംഭവിക്കാവുന്ന അപകടസാധ്യത നിങ്ങൾ പ്രവർത്തിപ്പിക്കുന്നു. മരവിപ്പിക്കുക.''

അവൻ എന്നോട് പറഞ്ഞത് രസകരവും മനസ്സിലാക്കാൻ ബുദ്ധിമുട്ടുള്ളതുമായിരുന്നു. എനിക്ക് വിശ്വസിക്കാൻ കഴിഞ്ഞില്ല.

''ശരി, അത് പ്രവർത്തിച്ചുവോ?''

''ഇത് പ്രവർത്തിക്കുന്നതിന്, ഞങ്ങൾ പോയിന്റിൽ എത്തുന്നതുവരെ നിരവധി ട്രയൽ റൺ നടത്തി, അവിടെ ഞങ്ങൾക്ക് ഒരേ സമയം ഏകദേശം നാല് ഗാലികൾ മുക്കാനാകും. ഡോറിയ വന്നപ്പോൾ, എങ്കിൽ അത് ശരിക്കും അവനായിരുന്നു. ആ ഗാലികൾ കണ്ട് അവൻ വളരെ ആശ്ചര്യപ്പെട്ടിരിക്കണം. അവൻ ഈ മുനമ്പ് ചുറ്റിയപ്പോൾ പെട്ടെന്ന് അപ്രത്യക്ഷനായി. അവൻ യാത്ര ചെയ്യുന്നത് ഞങ്ങൾ കണ്ടു. അവൻ പിശാചിനെയോ ജിന്നിനെയോ കണ്ടതുപോലെ തുറന്ന കടൽ. അവനെ വശീകരിക്കാൻ ഞങ്ങൾക്ക് കഴിഞ്ഞു. ചൂണ്ടയായി കുറച്ച് ഗലിയോട്ടുകൾ ഉപയോഗിച്ച് തീരത്തേക്ക്. ഞങ്ങൾ എല്ലാം പ്രവചിച്ചതുപോലെ ഗാലികളും ഗലിയോട്ടുകളും ഗാലിയസിന്റെ നേരെ വന്നു. അപ്പോഴാണ് ഞാൻ ഒരു ഫ്ളയർ ഉപയോഗിച്ചത്. ഗാലികളെ ആക്രമിക്കാനുള്ള സിഗ്നൽ നൽകുക. അപ്പോൾ ഡോറിയ ആശ്ചര്യപ്പെട്ടു. കാരണം, അവൻ അവസാനമായി പ്രതീക്ഷിച്ചത് ലെവൻഡ് വേവിംഗ് കോടാലി ആയിരുന്നു. ഒരു പ്രേതക്കപ്പലിൽ വാളുകൾ. വെള്ള ഷീറ്റുകളുള്ള ഒരു ബോട്ട് അവനെ പിന്തുടരുന്നു. തിരമാല ഉയർന്ന സമുദ്രങ്ങൾ.''

''തീർച്ചയായും ഞാൻ എന്നെത്തന്നെ അത്ഭുതപ്പെടുത്തും. അവന് ഭ്രാന്ത് പിടിച്ചിട്ടുണ്ടാകും.

''അതിലുപരി, അവൻ കോപിച്ചു. ഹ... ഹ... നിങ്ങളുടെ ശത്രു വാണെങ്കിലോ?''

''നിങ്ങളുടെ എട്ട് ഗാലികൾ വലിച്ചെറിഞ്ഞോ?''

ഹിസർ ഹെയ്റെദ്ദീനെ തിരികെ കൊണ്ടുവരുന്ന ഒരു കാര്യം ഞാൻ കണ്ടെത്തി സമുദ്രങ്ങൾ: ഡോറിയ. എന്നിട്ട് ഇവ ഉപയോഗിച്ച് അവർ ചെയ്ത മറ്റ് കാര്യങ്ങളെക്കുറിച്ച് അദ്ദേഹം എന്നോട് പറഞ്ഞു.

പ്രേതക്കപ്പലുകൾ, കഴിഞ്ഞ രണ്ട് വർഷത്തിനിടെ അവർ എത്ര കപ്പലുകൾ പിടിച്ചെടുത്തു. എത്ര വ്യത്യസ്ത സ്ഥലങ്ങളിൽ അവർ പ്ലംബ് ലൈൻ ഉപയോഗിക്കുകയും അനുയോജ്യമായ മണലിനായി തിരയുകയും ചെയ്തു. എന്നാൽ ഈ കഥകൾ പറയുമ്പോൾ അത്ര ആവേശം അയാൾക്കുണ്ടായില്ല. ഇക്കാര്യങ്ങൾ ഡോറിയയോട് അവ തരിപ്പിച്ചു. ഇതൊക്കെ ആലോചിച്ചിരിക്കുമ്പോൾ, ഞാൻ ചോദിക്കു മെന്ന് പേടിച്ച മറ്റൊരു ചോദ്യം അവൻ ഉന്നയിച്ചു.

''ബില്ലൂർ?''

ഞാനെന്ത് പറയാനാണ്. എന്റെ തല കറങ്ങി. ചതുരംഗപലക പറക്കുന്നുവോ? എന്റെ തലയിൽ ഇരുട്ട് കയറി.

''എന്റെ പ്രഭോ, എനിക്ക് നാളെ ഇരുപത്തിനാല് വയസ്സ് തികയും.'' ഞാൻ പറഞ്ഞു. ''കഴിഞ്ഞ പത്ത് വർഷമായി, എല്ലാ വർഷവും ആ പഴയ കോട്ടയിലേക്ക് മടങ്ങിയെത്തിയ ഞാൻ ആ ദിവസം അവളെ നഷ്ടപ്പെട്ടിടത്ത് അവൾക്കായി പ്രതീക്ഷയോടെ കാത്തിരിക്കുന്നതിന്റെ അർത്ഥമെന്താണെന്ന് ഞാൻ ആലോചിച്ചുപോകുന്നു. അവളുടെ മുഖത്ത് ഇപ്പോഴും അതേ ബാലിശമായ നിഷ്കളങ്കതയുണ്ടോ അതോ അവളുടെ നീലക്കണ്ണുകൾ ഇരുണ്ടുപോയോ എന്ന് പത്ത് വർഷ മായി ഞാൻ ചിന്തിക്കുന്നു.''

''നീ അവളെ കണ്ടെത്തിയോ?''

''ഉവ്വ് പ്രഭോ, ഒരു സ്വപ്നത്തിൽ.''

''നീ അവളെ ഇങ്ങോട്ട് കൊണ്ടുവന്നോ?''

''അതൊരു സ്വപ്നമായിരുന്നു, കർത്താവേ...''

''സീദി, നീ എന്താ എന്നോട് പറയാൻ ശ്രമിക്കുന്നത്? അപ്പോൾ എന്താണ് സ്വപ്നം, എന്താണ് യാഥാർത്ഥം? നിങ്ങൾ അവളെ കണ്ടെ ത്തിയോ ഇല്ലയോ? എന്നോട് സത്യം പറയൂ.''

''ഞാൻ അവളെ കണ്ടെത്തി പക്ഷേ...''

''ശരി എന്തുകൊണ്ടാണ് നീ അവളെ ഇവിടെ കൊണ്ടുവരാഞ്ഞത്? നിനക്ക് അത് സാധിച്ചില്ലെങ്കിൽ എന്തുകൊണ്ടാണ് അതിനെക്കുറിച്ച് എന്നോട് പറയാഞ്ഞത്?''

''എനിക്ക് അവളെ കൊണ്ടുവരാൻ കഴിഞ്ഞില്ല, എന്റെ പ്രഭോ.''

പിന്നെ എനിക്ക് സംസാരശേഷി നഷ്ടപ്പെട്ടതുപോലെ തോന്നി. അപ്പോൾ ഒരു പിതാവ് തന്റെ കുട്ടിയെ ശകാരിക്കുന്നതുപോലെ അവൻ ഉയർന്ന സ്വരത്തിൽ പറഞ്ഞു.

''നീ അവളെ ഒറ്റിക്കൊടുത്തു. നീ സ്നേഹിക്കുന്ന ഒരാളെ കണ്ടെത്തിയതിന് ശേഷവും നിനക്ക് അവളെ ഉപേക്ഷിച്ച് ഇങ്ങോട്ട് വരാൻ കഴിഞ്ഞു... നീ എന്നോട് പറഞ്ഞ ബില്ലൂർ ഇതിന് അർഹയല്ല. സീദീ, നാണക്കേട്.''

എന്റെ നാവ് കുടുങ്ങി; ഞാൻ എന്റെ ഉദ്ദേശങ്ങൾ ശരിയായി വിശദീകരിച്ചില്ല. പെട്ടെന്ന് എനിക്ക് ധൈര്യം വന്നു.

''എന്റെ പ്രഭോ, അങ്ങനെയല്ല. ഞാൻ ശരിയായി വിശദീകരിച്ചില്ല.''

എന്നാൽ എന്റെ വായിൽ നിന്ന് വന്നത് മറ്റെന്തൊക്കെയോ ആണ്.

ഞങ്ങൾ എന്തിനെക്കുറിച്ചാണ് സംസാരിച്ചത്? ഞങ്ങൾക്കിടയിൽ ഒരു തെറ്റിദ്ധാരണയുടെ തണുത്ത കാറ്റ് വീശിയതായി തോന്നി.

''എന്റെ പ്രഭോ, ഞാൻ ആദ്യം മുതൽ എല്ലാം പറയാം, സ്വർണ്ണ പ്രതിമകൾ...''

അവൻ ചതുരംഗക്കളം തട്ടി, കഷണങ്ങൾ തറയിൽ മുഴുവൻ പറന്നു. മുറിയിലെ ചെറിയ ജനാലയിലേക്ക് തല തിരിഞ്ഞ് അവൻ പറഞ്ഞു.

''ഓരോ വിശദാംശങ്ങളും...''

''എന്റെ പ്രഭോ! അങ്ങയുടെ സമ്മാനങ്ങളും കത്തും സമർപ്പിക്കാൻ ഞങ്ങൾ സ്പാനിഷ് കൊട്ടാരത്തിൽ എത്തി. മുസ്ലിഹിദ്ദീൻ റെയ്സും രണ്ട് അകമ്പടിക്കാരും ഞങ്ങളോടൊപ്പം ഉണ്ടായിരുന്നു. ചൊവ്വാഴ്ച ആയിരുന്നു. നല്ല പലഹാരങ്ങളുമായി ഞങ്ങളെ സ്വാഗതം ചെയ്യാൻ അദ്ദേഹം ചേംബർലൈനെ പ്രതിനിധിയായി അയച്ചു. എന്നാൽ ഒരു മാസത്തേക്ക് രാജാവ് ഞങ്ങളെ സ്വീകരിക്കില്ല എന്ന് ചേംബർലൈൻ പറഞ്ഞു.''

''അവൻ നശിക്കട്ടെ.''

''ഞാൻ പ്രതിമകളും കത്തും അദ്ദേഹത്തിന് സമ്മാനിച്ചു. എന്തുകൊണ്ടാണ് പ്രതിമകൾക്ക് നീലയും മഞ്ഞയും തവിട്ടുനിറവും നൽകിയതെന്ന് അദ്ദേഹം ആദ്യം ചോദിച്ചു. ആകാശത്തിന്റെ നീലയും വസന്തത്തിന്റെ മഞ്ഞയും ഭൂമിയുടെ തവിട്ടുനിറവും എന്ന് ഞാൻ അവനോട് പറഞ്ഞു. പിന്നെ അവൻ അങ്ങയെക്കുറിച്ച് എണ്ണമറ്റ ചോദ്യങ്ങൾ ചോദിച്ചു. നിങ്ങളുടെ ചുവന്ന താടി കുറ്റിപ്പുരികങ്ങളിലും

തുടങ്ങി, എങ്ങനെയുള്ള ജീവിതശൈലിയാണ്, ഉയരം, നടക്കുന്ന രീതി, സംസാരിക്കുമ്പോൾ ഉള്ള ചേഷ്ടകൾ എന്നിവയെക്കുറിച്ചുള്ള വിശദമായ ചോദ്യങ്ങൾ. അങ്ങ് എങ്ങനെയാണ് നടക്കുന്നതെന്ന് എന്നോട് നടന്നു കാണിക്കണമെന്ന് നിർബന്ധം പറഞ്ഞു. അവന്റെ ഒരു ഉപദേഷ്ടാവ് ഫിസിയോഗ്നോമി പഠിച്ചതായി ഞാൻ പിന്നീടറിഞ്ഞു.''

''ഫിസിയോഗ്നമി എന്താണ്?''

''ഒരു വ്യക്തിയുടെ സ്വഭാവം വായിക്കുന്ന ശാസ്ത്രമാണിത്. ആന്റലൂഷ്യയിൽ മിക്ക പണ്ഡിതന്മാർക്കും ഈ ശാസ്ത്രം അറിയാം, അവർ ഈ മേഖലയിൽ പുതിയ പഠനങ്ങൾ നടത്തുന്നുണ്ട്.''

''ശരി, ഇതിൽ എന്തെങ്കിലും കാര്യമുണ്ടോ?''

''ഉവ്വ് പ്രഭോ, അവർക്ക് ഒരു വ്യക്തിയുടെ നക്ഷത്ര ചിഹ്നവും ശാരീരികവും ആത്മീയവുമായ കാര്യങ്ങൾ വച്ച് പല നിഗമനങ്ങളും എത്താൻ കഴിയും.''

''കൊള്ളാം. ഇത് ചെയ്യാൻ കഴിയുന്ന ഒരാളെ നമുക്ക് കണ്ടെത്താം.''

റയീസിന്റെ ദേഷ്യം കുറഞ്ഞതായി തോന്നി. ശാന്തമായ സ്വരത്തിൽ ചോദിച്ചു.

''കത്തിനോട് അവന്റെ പ്രതികരണം എന്തായിരുന്നു?''

''ആദ്യം അവന്റെ മുഖത്തിന്റെ നിറം മാറിയതുപോലെ തോന്നി. അവസാന വാരിയായപ്പോഴേക്കും അവനു ദേഷ്യം വന്നു. ഞാനും എന്റെ സുഹൃത്തുക്കളും പ്രാർത്ഥിക്കാൻ തുടങ്ങി. എന്നിരുന്നാലും, അവൻ ഒരു നയതന്ത്രജ്ഞനാണ്, തന്റെ കോപത്തെ എങ്ങനെ വേഗത്തിൽ മറികടക്കുമെന്ന് അവനറിയാമായിരുന്നു. പിന്നെ കൂടുതൽ കൂടുതൽ ചോദ്യങ്ങൾ ചോദിച്ചു.''

അവസാനം അവൻ പറഞ്ഞു.

''ഞാൻ ബാർബറോസയുമായി എന്റെ കണക്ക് തീർത്തു തരാം.'' പല്ല് കടിച്ചു. എന്നിട്ട് പ്രതിമകളിലൊന്ന് എടുത്തു. അവൻ അത് തിരിച്ചും മറിച്ചും നോക്കി... ''അപ്പോൾ ഈ പ്രതിമ സംസാരിക്കുമോ?''

അവൻ എന്റെ കണ്ണുകളിലേക്ക് നോക്കി, ഞാൻ വിറച്ചു. ഞാൻ അവനെ മുമ്പ് ഒരിക്കൽ കണ്ടിരുന്നു, എനിക്ക് പതിനാറ് വയസ്സ് മാത്രം. സെർമെൻ ചക്രവർത്തിയായ അദ്ദേഹത്തിന്റെ മുത്തച്ഛൻ മാക്സിമില്ലിയൻ മരിക്കുകയും അദ്ദേഹം രാജാവാകുകയും ചെയ്ത രാത്രിയായിരുന്നു അത്. പക്ഷേ, രാജാവായതിനു ശേഷം അവന്റെ

നോട്ടത്തിന്റെയും ആജ്ഞയുടെയും ശക്തി എത്രത്തോളം കൂടിയെന്ന് അപ്പോഴാണ് മനസ്സിലായത്.

എന്റെ നട്ടെല്ലിലൂടെ ഒരു വിറയൽ പാഞ്ഞു. പക്ഷേ അവൻ ഞങ്ങളെ പോകാൻ അനുവദിച്ചു, ഞങ്ങൾക്ക് എന്തെങ്കിലും ആവശ്യ മുണ്ടെങ്കിൽ വ്യക്തിപരമായി അദ്ദേഹത്തിന്റെ അടുക്കൽ വരാം എന്ന് പോലും പറഞ്ഞു. ഞങ്ങൾക്കായി ഒരു അനുമതിപത്രം തയ്യാറാക്കാൻ അദ്ദേഹത്തിന്റെ ചേംബർലൈനിനോട് ആവശ്യപ്പെട്ടു. അതുകൊണ്ട് ഞങ്ങൾക്ക് അവന്റെ ഏത് നാട്ടിലും സ്വതന്ത്രമായി സഞ്ചരിക്കാൻ കഴിഞ്ഞു പ്രഭോ.''

''ശില്പങ്ങൾ സംസാരിച്ചോ?''

''ഇത് അറിയാൻ ഞാൻ രണ്ട് മാസം മുഴുവൻ കാത്തിരുന്നു. പക്ഷേ നിർഭാഗ്യവശാൽ ഒരു ശബ്ദവും ഉണ്ടായില്ല. അക്കാലത്ത് ഞാൻ ഡോറിയയെ അന്വേഷിച്ച് ഹാർബറിലേക്ക് ഇറങ്ങുമായിരുന്നു. ഒടുവിൽ ഞങ്ങൾ ഇരുപത് ദിവസങ്ങൾക്ക് ശേഷം സാർഡിനിയയ്ക്ക് സമീപം പരസ്പരം കണ്ടു. അങ് ബലേറിക് ദ്വീപിലാണെന്ന് അവൻ പറഞ്ഞപ്പോൾ എനിക്ക് മനസ്സിലായി, അങ്ങ് കദിർക്കലേക്കാണ് പോയതെന്ന്. അപ്പോൾ ഞങ്ങൾ പ്രേതക്കപ്പലുകളെക്കുറിച്ച് സംസാ രിച്ചു, ഞാൻ അദ്ദേഹത്തിന് യൂനസിന്റെ കവിതകളുടെ ഒരു പുസ്തകം നൽകി. ആദ്യം അദ്ദേഹം എന്നെ കളിയാക്കി പറഞ്ഞു.

''ഞാൻ നിങ്ങളുടെ ഭാഷ പഠിക്കണം, കാരണം ഇത് വായിക്കാൻ ഞാൻ ആഗ്രഹിക്കുന്നു.''

എന്നാൽ ഒരു ടർക്കിഷ് വിവർത്തകൻ അവ വായിക്കുമെന്നു ഞാൻ പറഞ്ഞു. രാജാവിനെപ്പോലെ എന്നോട് ഒരുപാട് ചോദ്യങ്ങൾ ചോദിച്ചു. എനിക്ക് കഴിയുന്നത് ഞാൻ അവനോട് പറഞ്ഞു. സ്വാഭാ വികമായും ഞാൻ ഈ കാര്യങ്ങൾ അവൻ കേൾക്കാൻ ആഗ്രഹിച്ചതു പോലെ. അവൻ നിങ്ങളെ ഒരു ശത്രുവായി കാണുന്നു എന്ന് ഞാൻ കരുതുന്നു. പക്ഷേ, എനിക്ക് പറയാനുള്ളത് അദ്ദേഹത്തെ രോഷാ കുലനാക്കി, ഞാൻ അങ്ങയോട് നേരത്തെ പറഞ്ഞത് പറഞ്ഞു. എന്നിട്ട് ഞാൻ സുലൈമാൻ റയീസിനെ അങ്ങയുടെ അടുത്തേക്ക് അയച്ചു, ഞാൻ സ്പെയിനിലേക്ക് മടങ്ങി.''

''ബില്ലൂറിനു വേണ്ടി?''

ഞാൻ എന്ത് പറയണം എന്നാലോചിക്കുന്ന നേരത്ത് ഒരു ദൂതൻ മുറിയിലേക്ക് വന്നു. ഹിസീറിന്റെ കപ്പലുകളിലൊന്നിൽ കലാപം പൊട്ടിപ്പുറപ്പെട്ടിരിക്കുന്നു. ഞങ്ങൾ വേഗം മുറിക്ക് പുറത്തേക്കിറങ്ങി.

1522

കലാപം, പണിയില്ലായ്മയുടെയും അലസതയുടെയും ഫലമായിരുന്നു. ക്ഷീണവും മയക്കവും ആളുകളെ ആശയക്കുഴപ്പത്തിലാക്കിയതായി തോന്നി. ഡോറിയയും ഹിസീർ റെയ്സും വീണ്ടും യുദ്ധം ചെയ്യണമെന്ന് അത് എന്നെ ബോധ്യപ്പെടുത്തി. അതൊരു പ്രതിവിധിയാണോ എന്നെനിക്കറിയില്ലെങ്കിലും. ഞാൻ ഐഡൻ, പിരി റയീസ് എന്നിവരുമായി ഒരു യോഗം സംഘടിപ്പിച്ചു. ഞങ്ങൾ ഒരേ അഭിപ്രായക്കാരാണെന്ന് തെളിഞ്ഞു, ഒരു പദ്ധതി തയ്യാറാക്കാൻ ഞങ്ങൾ എല്ലാ അവസരങ്ങളും വിനിയോഗിക്കാൻ തുടങ്ങി. അടുത്ത തവണ അദ്ദേഹം എന്നെ വിളിക്കുമ്പോൾ ഡോറിയയുടെ ഇതിഹാസങ്ങളെക്കുറിച്ച് സംസാരിക്കാനായിരുന്നു എന്റെ പദ്ധതി, പക്ഷേ അവൻ നിർത്തിയിടത്തു നിന്ന് തന്നെ തുടങ്ങി.

''നീ സ്പെയിനിൽ തങ്ങിയത് ബില്ലൂറിനു വേണ്ടിയായിരുന്നല്ലേ?''

ചെറിയ നിരാശയോടെ ഞാൻ മറുപടി പറഞ്ഞു.

''അതെ എന്റെ പ്രഭോ, ബില്ലൂറിനെ സംബന്ധിച്ചിടത്തോളം. പക്ഷേ ഞാൻ എത്തിയപ്പോൾ തെരുവുകളിൽ അരാജകത്വം പടർന്നിരുന്നു. ഇറ്റലിയിലെ ചെറുരാജ്യങ്ങൾ യുദ്ധത്തിലായിരുന്നു, മാർട്ടിൻ ലൂഥർ എന്ന കുപ്രസിദ്ധ സന്ന്യാസിയുടെ എഴുത്ത് മാർപ്പാപ്പയെ പ്രകോപിപ്പിച്ചു. കാർലോസ് രാജാവ് മുസ്ലീങ്ങൾക്കെതിരായ പീഡനം പുനരാരംഭിച്ചു. തുറമുഖത്തെ ഭക്ഷണശാലകൾ നാവികരാൽ നിറഞ്ഞിരുന്നു, കുറ്റകൃത്യങ്ങൾ കൊടുമ്പിരികൊണ്ടിരുന്നു, തെരുവുകൾ കലാപത്തിന് തയ്യാറായി. അത്തരം അരാജകത്വങ്ങൾക്കിടയിലും ബില്ലൂറിനെക്കുറിച്ചുള്ള വിവരങ്ങൾ ശേഖരിക്കുന്നതിൽ ഞാൻ വളരെയധികം ശ്രദ്ധിച്ചു. പക്ഷേ എനിക്ക് മുദേജാറുകളെയും മോറിസ്കോകളെയും സഹായിക്കേണ്ടതുണ്ടല്ലോ.

ഈ വാക്കുകൾ എന്നിൽനിന്ന് വീണപ്പോൾ ഞാൻ ചെയ്ത പ്രതിജ്ഞയെക്കുറിച്ച് അവനോട് പറയാൻ സമയമായി എന്ന് തോന്നി. അവനോട് അത് പറയാതിരുന്നത് അനീതിയാകുമെന്ന് മനസ്സിലായി.

ഡീക്കൺ ഒജെഡയുടെ സഹായിയായ മാഡ്രിഡിലെ ചെറുപ്പക്കാരനായ മാറ്റിയോയെ കാണാൻ ഞാൻ പോയിരുന്നു, അവനുമായി എന്റെ രഹസ്യം പങ്കിടാൻ, പക്ഷേ അപ്പോഴും ഞാൻ ഹിസീർ റയീസിനോട് അതിനെക്കുറിച്ച് സംസാരിച്ചിരുന്നില്ല. ഒജെഡ എത്ര നല്ല മനുഷ്യനാണെന്നും സ്പെയിനിൽ നടക്കുന്ന കാര്യങ്ങളെക്കുറിച്ചും ഞാൻ ചിന്തിച്ചു. എനിക്ക് ഈ കാര്യങ്ങൾ റയീസുമായി പങ്കുവെക്കേണ്ടതുണ്ടെങ്കിലും ഞാൻ അവ അവനിൽ നിന്ന് മറച്ചുവെക്കുകയായിരുന്നു. നിർഭാഗ്യവശാൽ, എനിക്കായി ഒരു കത്ത് ബാക്കിവെച്ചുകൊണ്ട്,

കഴിഞ്ഞ വേനൽക്കാലത്ത് അദ്ദേഹം മരിച്ചു. തന്റെ സഹായിയായ പുരോഹിതൻ മാറ്റിയോയുമായി ബന്ധപ്പെടാൻ അദ്ദേഹം കത്തിൽ എന്നോട് പറഞ്ഞിരുന്നു.

എനിക്ക് എന്റെ രഹസ്യങ്ങൾ പങ്കുവെക്കാൻ കഴിയുന്ന ആളായിരുന്നു മാറ്റിയോ. ആന്റലൂഷ്യയിലെ ഒരു സെഫാർഡിക് കുടുംബത്തിൽ നിന്നുള്ളയാളായിരുന്നു അദ്ദേഹം. ചെറുപ്പത്തിൽ അദ്ദേഹം തോറയും ഖുറാനും പഠിച്ചിരുന്നു. റിക്കോൺകിസ്റ്റാ സമയത്ത്, കുടുംബത്തോടൊപ്പം പലായനം ചെയ്യുമ്പോൾ ഒരു റെഡ്കോട്ട് അവനെ പിടികൂടി പള്ളിയിലേക്ക് കൊണ്ടുപോയി. അദ്ദേഹം എന്നോട് പറഞ്ഞതിൽ നിന്ന്, അദ്ദേഹത്തിന്റെ സംഗീതപാടവം കാരണം ഇൻകിസിറ്റർമാരിൽ നിന്ന് രക്ഷപ്പെട്ടു. ഉദാഹരണത്തിന് ഒജെഡ. എല്ലാ വർഷവും ഞങ്ങൾ ആന്റലൂഷ്യയിലെ നിലവിലെ കാര്യങ്ങളെക്കുറിച്ചുള്ള ഞങ്ങളുടെ അറിവ് പങ്കിടുകയും പ്രധാനപ്പെട്ട കാര്യങ്ങൾ ചർച്ച ചെയ്യുകയും ചെയ്യും. എന്റെ ശപഥത്തെക്കുറിച്ച് അവനു മാത്രമേ അറിയൂ. ഞാൻ ബില്ലൂറിനോട് പോലും പറഞ്ഞിരുന്നില്ല. എന്നാൽ ഈ വൃദ്ധൻ, ഒജെഡ ഞാൻ, മെഡിറ്ററേനിയൻ കടലിൽ ആയിരിക്കുമ്പോൾ എനിക്കറിയേണ്ടതെല്ലാം ശേഖരിച്ചു, ഞാൻ അവനെ കാണാൻ പോയപ്പോൾ അവൻ അതെല്ലാം എന്നോട് പങ്കുവെച്ചു. രാജാവ് പങ്കെടുക്കുന്ന കത്തീഡ്രലിലെ ശുശ്രൂഷകളിൽ വർഷങ്ങളോളം മാറ്റിയോയ്ക്ക് പ്രധാന സ്ഥാനമുണ്ടായിരുന്നു. സെമ്മാശൻ ഒജെഡയ്ക്ക് ശേഷം എനിക്ക് മറ്റൊരു കൂട്ടാളി ഉണ്ടെന്നറിഞ്ഞതിൽ എനിക്ക് സന്തോഷം തോന്നി.

‘‘നീ പറഞ്ഞത് ശരിയാണ്. ആ സമയത്ത് ഇവിടെയും ദുഃഖകരമായ വാർത്തകൾ കിട്ടിക്കൊണ്ടിരുന്നു. മുദേജർ, സെഫാർഡിക് ജൂതന്മാരെ കൊണ്ടുപോകാനോ അവരുടെ വേട്ടക്കാരെ പിന്തുടരാനോ ഞങ്ങൾക്ക് അവസരം ലഭിക്കാതിരുന്ന സമയമായിരുന്നു അത്.’’

‘‘അത് ശരിയാണ് പ്രഭോ. ഗ്രാനഡയുടെയും മലാഗയുടെയും തീരങ്ങളിലൂടെ അയ്ഡൻ റയീസ് ആ നാല് യാത്രകൾ നടത്തിയപ്പോൾ ആന്റലൂഷ്യൻ മുസ്ലീങ്ങളുടെ കൂട്ടത്തിൽ ഞാനും ഉണ്ടായിരുന്നു. പിന്നെ ഞാൻ മാഡ്രിഡിലേക്ക് പോയി. മുസ്ലീങ്ങൾ മാത്രമല്ല, യഹൂദരും നിങ്ങൾക്കുവേണ്ടി പ്രാർത്ഥിക്കുന്നു. ഒരു പുതിയ കപ്പലിനായി കടലിൽ അവർ എപ്പോഴും അവർക്കൊരു കണ്ണുണ്ട്. രാത്രിയാകുമ്പോൾ മുസ്ലീങ്ങൾ ഗുഹകളിലേക്കും അവർ ഒളിച്ചിരിക്കുന്ന ഇടങ്ങളിലേക്കും മടങ്ങുന്നു, ജൂതന്മാർ അവരുടെ ദരിദ്രമായ വീടുകളിലേക്ക് മടങ്ങുന്നു.’’

‘‘എനിക്ക് എല്ലാ ദിവസവും പുതിയ കപ്പലുകൾ അയയ്ക്കാൻ കഴിഞ്ഞിരുന്നെങ്കിൽ. എന്നാൽ ആ ദിവസങ്ങളിൽ ഞങ്ങൾ സെർ ഷെല്ലിന്റെയും കദിർക്കലെയുടെയും തീരത്ത് ഒരു കോട്ട നിലനിർ ത്താൻ ഉള്ള ശ്രമത്തിലായിരുന്നു.’’

‘‘അയ്ഡൻ റയീസിന്റെ കപ്പലുകളെ ആക്രമിക്കാനും കാർലോസ് രാജാവിന്റെ മേൽ സമ്മർദം ചെലുത്തി നിങ്ങൾക്കെതിരെ തന്റെ അർമാഡ അയയ്ക്കാനും ചിലർ ശ്രമിക്കുന്നുണ്ടായിരുന്നു.’’

‘‘ആരും ഇതുവരെ വന്നിട്ടില്ല.’’

‘‘ആരും വന്നില്ല, കാരണം ആ കുപ്രസിദ്ധ ജർമ്മൻ പുരോഹിതൻ, സാക്സണിലെ മാർട്ടിൻ ലൂഥർ കാര്യങ്ങൾ ഇളക്കിവിടുന്നതിൽ വിജയിച്ചു.’’

‘‘അതാരാണ്?’’

‘‘എന്റെ പ്രഭോ, മാർപ്പാപ്പയുടെ പാപ്പസി അതിന്റെ ആളുകളിൽ നിന്ന് പണം വാങ്ങുന്നത് എങ്ങനെയെന്ന് അങ്ങേക്കറിയാമല്ലോ. അവരെ സ്വർഗത്തിൽ ഒരു സ്ഥലം വാങ്ങാൻ അനുവദിക്കുന്നു, അവർക്ക് താക്കോൽ നൽകുന്നു. അവർ അതിനെ ഭോഗം എന്ന് വിളിക്കുന്നു. ഒരു പാപത്തിൽ നിന്ന് സ്വയം മോചിപ്പിക്കാനും മരണ ശേഷം നിങ്ങൾ സ്വർഗത്തിൽ പോകുമെന്ന ഉറപ്പ് നേടാനുമുള്ള ഒരു മാർഗമാണിത്.’’

‘‘ചിക്കോ (തത്ത) ഇനി നിനക്കെന്താണ് പറയാനുള്ളത്.’’

ചിക്കോ ഒരക്ഷരം മിണ്ടിയില്ല. പക്ഷേ ഞങ്ങൾ രണ്ടുപേരും ചിരിച്ചു. റയീസിന് പിന്നെ ഒട്ടും ദേഷ്യം വന്നില്ല.

‘‘എന്നാൽ കാര്യം എന്തെന്നാൽ, എന്റെ പ്രഭോ, കത്തോലിക്കാ സഭ ഇപ്പോൾ അതിന്റെ ഖജനാവ് നിറയ്ക്കാൻ പുതിയ വരുമാന സ്രോതസ്സുകൾ തേടുകയാണ്. പാപമോചനത്തിനായി സംഭാവന കൾ സ്വീകരിക്കുക എന്ന ആശയം അവർ കൊണ്ടുവന്നിരിക്കുന്നു.’’

‘‘ലൂഥർ എന്ന് നിങ്ങൾ വിളിക്കുന്ന ഈ വ്യക്തി ഏതോ പുരോ ഹിതനാണ് അല്ലേ?’’

‘‘കഴിഞ്ഞ ശൈത്യകാലത്ത് അദ്ദേഹം തൊണ്ണൂറ്റിഅഞ്ച് പ്രബന്ധ ങ്ങൾ എന്ന തലക്കെട്ടിൽ ഒരു പുസ്തകം എഴുതി. സാക്സോണി യിൽ നിന്ന് ഒരാൾ ഇറങ്ങിവന്ന് മാഡ്രിഡിൽ ഇത് വിതരണം ചെയ്യാൻ തുടങ്ങി. അത് വളരെയേറെ വിയോജിപ്പുകൾക്ക് കാരണമായി. ലൂഥർ പറഞ്ഞത് ശരിയാണെന്ന് ജനങ്ങൾക്ക് തോന്നി, എന്നാൽ പിന്നീട് പാപ്പസി ലൂഥറിനെ സഭയിൽ നിന്ന് പുറത്താക്കുകയും വിചാരണ യ്ക്ക് വിധേയനാക്കുകയും ചെയ്തു. വാക്ചാതുര്യമുള്ള ആളായി രുന്നു അദ്ദേഹം.’’

''സാമർത്ഥ്യമുള്ള മനുഷ്യന്റെ ഖജനാവിലെ താക്കോൽ അവന്റെ നാവാണ്, സീദി. വാതിൽ എപ്പോഴും അടച്ചിട്ടിരിക്കുകയാണെങ്കിൽ, അയാൾ ഒരു സ്വർണക്കടയുടെ ഉടമയാണോ അതോ മയക്കുമരുന്ന് വിതരണക്കാരനാണോ എന്ന് ആർക്കറിയാം. സദ്വൃത്തരെ ദ്രോഹിക്കുന്ന രണ്ട് തത്ത്വങ്ങളുണ്ട്: നിങ്ങൾ സംസാരിക്കേണ്ട സമയത്ത് നിശ്ശബ്ദത പാലിക്കുക, നിങ്ങൾ നിശ്ശബ്ദത പാലിക്കേണ്ട സമയത്ത് സംസാരിക്കുക. ആ മനുഷ്യൻ സംസാരിച്ചത് നന്നായി. വിജാതീയർ എന്തായാലും പാശ്ചാത്യ മതത്തെ പരിഷ്കരിക്കില്ല.''

''ഒരു പരിഷ്കരണവും ഉണ്ടായില്ല, എന്നാൽ പരിശുദ്ധ പിതാവിലേക്കുള്ള രണ്ട് വഴികൾ ഇപ്പോൾ മൂന്നായി വിഭജിച്ചിരിക്കുന്നു. ഏത് പാതയാണ് ഏത് ലക്ഷ്യത്തിലേക്ക് നയിക്കുന്നതെന്ന് ഇപ്പോൾ വ്യക്തമല്ല.''

''നിന്റെ ലക്ഷ്യത്തിലേക്ക് നിന്നെ നയിക്കുന്ന വഴിയല്ലേ ഉദ്ദേശിക്കുന്നത്?''

ഞാൻ ഒന്നും മിണ്ടിയില്ല. അവൻ എന്താണ് അതുകൊണ്ട് ഉദ്ദേശിച്ചത്? എന്റെ പ്രതിജ്ഞയെക്കുറിച്ചും എന്റെ ലക്ഷ്യത്തെക്കുറിച്ചും റയീസിന് അറിയാമായിരുന്നോ? അങ്ങനെയെങ്കിൽ അവന് എന്റെ യഥാർത്ഥ പേര് അറിയാമായിരുന്നോ, ഞാൻ വിശുദ്ധ അൽക്കാലാ എന്ന പേരിലാണ് വളർന്നതെന്നും? അതോ ഞാൻ ഏത് ക്രിസ്ത്യൻ വിഭാഗത്തിൽ പെട്ടവനാണെന്ന് അവൻ കണ്ടുപിടിക്കാൻ ശ്രമിക്കുകയായിരുന്നോ? അങ്ങനെയാണെങ്കിൽ, അദ്ദേഹത്തോടൊപ്പം ജോലി ചെയ്യേണ്ടുന്ന ഒരു വിശ്വാസിയായി എന്നെ എടുത്തപ്പോൾ അദ്ദേഹത്തിന് സംശയങ്ങൾ ഉണ്ടായിരുന്നു എന്നാണ് അർത്ഥമാക്കുന്നത്. പക്ഷേ അവൻ എന്നെ സീദി ആയി മാത്രമേ അറിയൂ. അതൊരു മുസ്ലീം പേരായിരുന്നു.

ഒരു നല്ല മുസ്ലീം എന്ന നിലയിൽ ഞാൻ ഭക്തിയെ അവഗണിക്കുന്നതിനെക്കുറിച്ചാണോ അദ്ദേഹം എന്നെ ഓർമിപ്പിക്കുന്നത്? അങ്ങനെയാണെങ്കിൽ, അവൻ എല്ലാ ലെവെൻഡിനെയും ജോലിക്കാരെയും ഗാലി അടിമകളെയും ചോദ്യം ചെയ്യണം. അവരിൽ അദ്ദേഹത്തെപ്പോലെ ഭക്തിയുള്ളവർ വളരെ കുറവായിരുന്നു. എല്ലാ ഗാലികളിലും ഒരു ഇമാം ഉണ്ടായിരിക്കുന്നത് പോലും സുൽത്താൻ സെലിമിനോടുള്ള ബഹുമാനം കൊണ്ടാണ് തുടങ്ങിയത്. മറ്റു പല നാവികരെ പോലെ, വിവാഹശേഷം അവൻ ചിട്ടയായ ജീവിതമാണ് നയിച്ചതെന്ന് എല്ലാവർക്കും അറിയാമായിരുന്നു; വാസ്തവത്തിൽ, നിരവധി മുസ്ലീം ലെവൻഡുമാരും ഗാലിഅടിമകളും ഒന്നുകിൽ തങ്ങളുടെ നാട്ടിലേക്ക് മടങ്ങാനോ അല്ലെങ്കിൽ പ്രക്ഷുബ്ധമായ ജീവിതത്തിൽനിന്ന് രക്ഷപ്പെടാനുള്ള മാർഗമായി ദ്വീപുകളിലൊന്നിൽ

നിന്നുള്ള ആരെയെങ്കിലും വിവാഹം കഴിക്കാനോ ആഗ്രഹിച്ചത് ഇതുകൊണ്ടാണ്. പക്ഷേ എനിക്ക് അങ്ങനെയൊരു ലക്ഷ്യമില്ലായിരുന്നു. അവനോട് എന്ത് പറയണമെന്ന് എനിക്കറിയില്ലായിരുന്നു. ഞാൻ പ്രത്യക്ഷത്തിൽ ആശയക്കുഴപ്പത്തിലായത് കണ്ട് അദ്ദേഹം വിഷയം മാറ്റി.

''ബില്ലൂറിലേക്കുള്ള വഴി നീ ഇതുവരെ കണ്ടെത്തിയിട്ടില്ലെന്ന് തോന്നുന്നു?''

അവൻ തന്റെ വാക്കുകൾ ശ്രദ്ധാപൂർവ്വം തിരഞ്ഞെടുത്തുവെന്ന് ഞാൻ കരുതുന്നു. എനിക്കൊരു നാണക്കേടും ഉണ്ടാകാതിരിക്കാനാണ് അവൻ ശ്രമിക്കുന്നതെന്ന് വ്യക്തമായി. അയാൾക്ക് എന്നോട് ബഹുമാനമുണ്ടെന്ന് ഈ വാക്കുകൾ തെളിയിച്ചു. മറ്റൊരു വിധത്തിൽ പറഞ്ഞാൽ, അദ്ദേഹം ഇപ്പോഴും എന്നെ വിശുദ്ധ അൽക്കാലയായി അംഗീകരിക്കും. എന്നിലുള്ള അവന്റെ വിശ്വാസത്തെ തകർക്കാൻ ഞാൻ ഒന്നും ചെയ്തില്ല. അതിനാൽ, സംഭവിച്ചതുപോലെ തന്നെ ബില്ലൂറിനെക്കുറിച്ച് എല്ലാം അവനോട് പറയാൻ ഞാൻ തീരുമാനിച്ചു.

''എന്റെ പ്രഭോ, ഞാൻ മാഡ്രിഡിലെ അരാജകത്വത്തിൽ നിന്ന് രക്ഷപ്പെട്ടു, ബാഴ്സലോണയിലെ ഭക്ഷണശാലകളിലെ ഗാലി അടിമകൾക്കിടയിൽ ജീവിച്ചു. തീർച്ചയായും ബില്ലൂറിനെ ചോദിക്കാൻ. കഴിയുന്നത്ര വിവരങ്ങൾ ശേഖരിക്കാൻ ഞാൻ ശ്രമിച്ചു. മാസങ്ങൾ കഴിഞ്ഞിട്ടും ഒരു വാർത്തയും ഇല്ല. അക്കാലത്ത് സ്പാനിഷ് തുറമുഖങ്ങളിലെ ഭക്ഷണശാലകളിൽ നാവികർ അങ്ങേയെയും അന്തരിച്ച സഹോദരൻ ഹൂക്കിനെയും കുറിച്ച് ബഹുമാനത്തോടെ സംസാരിച്ചു കേൾക്കാറുണ്ടായിരുന്നു.

മിക്കവാറും എല്ലാവരും അവിശ്വസനീയമായ എല്ലാത്തരം യുദ്ധക്കഥകളും മെനയുകയായിരുന്നു. അവസാനം, ജെനോവയിൽനിന്നുള്ള മദ്യപിച്ച ഒരു ഗാലിഅടിമ പറഞ്ഞ ഒരു കഥയിൽ ഞാൻ കണ്ട ഒരു സത്യമുണ്ടായിരുന്നു. സാർഡിനിയയിൽ ക്യാപ്റ്റൻ ഡോറിയയുമായുള്ള നിങ്ങളുടെ യുദ്ധത്തിനുശേഷം സംഭവിച്ചതിനെക്കുറിച്ചാണ് അദ്ദേഹം സംസാരിച്ചത്. ഞാൻ ആ മനുഷ്യനെ പിന്തുടർന്നു, അടുത്ത ദിവസം ഞാൻ അവനെ തടഞ്ഞു നിർത്തി കുറച്ച് സ്വർണ്ണം കൊടുത്തു. അവൻ ആദ്യം മുതൽ അവസാനം വരെ മുഴുവൻ കഥയും എന്നോട് പറയണമെന്ന് ഞാൻ ആവശ്യപ്പെട്ടു. അയാൾ ബൊഹീമിയ, ക്ലീവ്സ് മൂന്നാമൻ ഡ്യൂക്ക്, ജോണിന്റെ ഭാര്യ ഡച്ചസ് മരിയ എന്നിവരെയും അവരോടൊപ്പമുണ്ടായിരുന്ന നാല് സ്ത്രീകളെയും പരാമർശിച്ചു.

അവരുടെ രണ്ട് മക്കളെ വില്യം എന്നും സിബെല്ല എന്നും വിളിച്ചിരുന്നു. നാല് സ്ത്രീകളിൽ രണ്ടുപേർ ജോലിക്കാരും രണ്ട് കന്യാസ്ത്രീകളുമാണ്. ബില്ലൂർ സേവകരിൽ ഒരാളായിരിക്കാം എന്ന് ഞാൻ

കരുതി. അവരെ വിവരിക്കാൻ ഞാൻ അവനോട് ആവശ്യപ്പെട്ടു. അയാൾക്ക് ശരിക്കും ഓർക്കാൻ കഴിഞ്ഞില്ല.

''അവൾക്ക് ഇളംനീലക്കണ്ണുകളുണ്ടോ?''

ഞാൻ അവനോട് ചോദിച്ചു.

''നിങ്ങൾ ഉദ്ദേശിക്കുന്നത് കന്യാസ്ത്രീകളെയാണ്.''

അദ്ദേഹം പറഞ്ഞു. ''അവൻ ശരിക്കും ഓർക്കുന്നില്ലെന്ന് എനിക്ക് മനസ്സിലായി. അവൻ ബില്ലൂറിനെ ഒരു കന്യാസ്ത്രീയായി തെറ്റിദ്ധരിച്ചതാണ്.''

''ഇല്ല, ആ മനുഷ്യന് തെറ്റിയില്ല സീദി. കാരണം, ഒരു കന്യാസ്ത്രീക്ക് നീലക്കണ്ണുകളായിരുന്നു.''

രക്തം തണുക്കുന്നതായി എനിക്ക് തോന്നി.

''എന്റെ പ്രഭോ, അത് അങ്ങേക്ക് എങ്ങനെ അറിയാൻ കഴിയും. എന്തുകൊണ്ടാണ് അങ്ങ് ഇത് എന്നോട് മുമ്പ് പറയാഞ്ഞത്?''

''പറഞ്ഞിരുന്നെങ്കിൽ എന്ന് ഞാൻ ഇപ്പോൾ ആഗ്രഹിക്കുന്നു. സത്യത്തിൽ ഞാൻ അവരുടെ ആവശ്യം നിരസിച്ച് സെമൈമയ്ക്കായി എന്നോടൊപ്പം കൊണ്ടുവന്നിരുന്നുവെങ്കിൽ...എങ്കിൽ എല്ലാം ശരിയാകുമായിരുന്നു.''

ഞാൻ ആശയക്കുഴപ്പത്തിലായി, ഞാൻ തുടർന്നു.

''ഡോറിയയും ആ സ്ത്രീകളും തമ്മിലുള്ള സംഭാഷണം അയാൾക്ക് ഓർമ്മിക്കാൻ കഴിഞ്ഞു. എനിക്ക് മൂന്ന് സ്വർണ്ണം കൂടി ചെലവായി. ഗാലി ബാർബറോസയ്ക്ക് നഷ്ടപ്പെട്ടാൽ സ്ത്രീകളെ അടിമച്ചന്തയിൽ അരഗോണിലെ ഗവർണർക്ക് വിൽക്കുമെന്നും പിന്നീട് അവളുടെ ഭർത്താവിന് കൈമാറുമെന്നും അദ്ദേഹം പറഞ്ഞു. എന്നാൽ കാര്യങ്ങൾ പദ്ധതിക്കനുസരിച്ചല്ല നടന്നതെന്നും അദ്ദേഹം പറഞ്ഞു. ഇപ്പോൾ എനിക്ക് ഒരു യഥാർത്ഥ ചിത്രം ലഭിക്കുന്നുണ്ടെന്ന് എനിക്ക് മനസ്സിലായി. കാരണം, അവൻ എന്നോട് പറഞ്ഞത് ബില്ലൂറിന്റെ ഭൂപടം എടുത്ത, കാലിൽ അമ്പ് കൊണ്ട ഗ്രീക്ക് കാവൽക്കാരൻ പറഞ്ഞ കഥയിൽ നിന്ന് വ്യത്യസ്തമായിരുന്നില്ല. അവർ സ്ത്രീകളെ സിസിലിയൻ ഗവർണറുടെ അടുത്തേക്ക് കൊണ്ടുപോകുകയാണെന്നും അദ്ദേഹം പറഞ്ഞു.

''എന്നാൽ അവരെ അവിടെ എത്തിക്കാൻ കഴിഞ്ഞില്ല, അല്ലേ?'' ഞാൻ ചോദിച്ചു.

ആ മനുഷ്യൻ ആശ്ചര്യത്തോടെ എന്നെ നോക്കി.

''ഇല്ല, അവരെ അവിടെ എത്തിച്ചില്ല, കാരണം അവരെ കടൽക്കൊള്ളക്കാർ ആക്രമിച്ചു, സ്ത്രീകളെ സിസിലിയൻ ഗവർണറുടെ

അടുത്തേക്ക് കൊണ്ടുപോകാൻ ബാർബറോസ നിയോഗിച്ചു. സ്ത്രീകൾ എവിടെയാണെന്ന് ഇപ്പോൾ ആർക്കും ഒരു ധാരണയുമില്ല.

അപ്പോഴേക്കും സിസിലിയിൽ ഒരു പുതിയ ക്യാപ്റ്റൻ പ്രത്യക്ഷപ്പെട്ടു. ബാർബറോസ അടിമകളെ ചില്ലിക്കാശിനു വിൽക്കുമ്പോൾ അവൻ ഒരു കുതിരയുടെ വിലയ്ക്ക് വാങ്ങുകയായിരുന്നു. കണങ്കാലിന് ചുറ്റുമുള്ള ചങ്ങലകളിൽ നിന്ന് മുക്തരാകാൻ ആഗ്രഹിക്കുന്ന നൂറ്റി അറുപത് പേരുടെ കൂട്ടത്തിൽ ഞാനും ഉണ്ടായിരുന്നു. എന്നിട്ട് താൻ സമ്പാദിച്ച സ്വർണ്ണത്തിൽ സന്തുഷ്ടനായതുപോലെ അവൻ ഒരു ചിരി ചിരിച്ചുകൊണ്ട് കൂട്ടിച്ചേർത്തു:

''സീഗ്നോർ, സ്തുതി. നിങ്ങൾ അന്വേഷിക്കുന്ന സ്ത്രീകളിലൊരാൾ ഒരു ഡച്ചസ് ആയി മാറിയാൽ ദൈവത്തിന് ആയിരിക്കട്ടെ, കാരണം ആ രണ്ട് ദിവസങ്ങളിൽ ഡച്ചസിനെ സ്വപ്നം കാണാത്ത ഒരു ഗാലി അടിമയുണ്ടായിരുന്നില്ല.''

തനിക്ക് ഖേദമുണ്ടെന്ന് ഹിസീർ ഹെയ്റെദ്ദീൻ ബേ ഒരിക്കൽ കൂടി വ്യക്തമാക്കി.

''എനിക്ക് ഒരു തെറ്റ് പറ്റി, സിദീ. ആ രണ്ടു വേലക്കാരെയും കൂടെ കൊണ്ടുപോകണമായിരുന്നു.''

''ദുഃഖിക്കരുത്, എന്റെ പ്രഭോ, അങ്ങേക്ക് എങ്ങനെ അറിയും. പിന്നീട് ഞാൻ ജെനോവയിലേക്ക് പോയി, അവിടെ ഒരു സേവകനെ കണ്ടെത്താൻ കഴിഞ്ഞു. അപ്പോഴാണ് ഒരു കന്യാസ്ത്രീയും ഡച്ചസും വസ്ത്രം മാറിയെന്ന് അറിഞ്ഞത്. കോൺറാഡിന എന്നായിരുന്നു അവളുടെ പേര്. നീലക്കണ്ണുകളുള്ള കന്യാസ്ത്രീ ബിയാട്രിസ്. പോപ്പ് അവരെ ബൊഹീമിയയിലേക്ക് നാടുകടത്തിയിരുന്നു. അവർ പോകുന്ന വഴിയിൽ മരിച്ചിട്ടില്ലെങ്കിൽ, അവർ ഇപ്പോൾ ഒന്നുകിൽ ഒരു ബൊഹീമിയൻ മഠത്തിലെ കന്യാസ്ത്രീകളോ കോട്ടയിലെ സേവകരോ ആണ്. എന്നാൽ ബില്ലൂറിനു ബിയാട്രിസ് ആകാൻ കഴിയുമോ എന്ന് ഞാൻ എന്നോട് തന്നെ ചോദിച്ചു.

മഞ്ഞ് വീഴാൻ തുടങ്ങിയപ്പോൾ, ബാഴ്സലോണയിലെ തുറമുഖത്തിൽ ഉള്ള മോണ്ട്ജൂയിക് കോട്ടയിൽ എനിക്ക് പ്രവേശനം ലഭിച്ചു. അവിടെ നിന്ന് തുറമുഖം മുഴുവൻ കാണാമായിരുന്നു. എന്നെ ഗാലി അടിമയായി എടുക്കാൻ സാധ്യതയുള്ള ഒരു കപ്പലിനായി തിരയാൻ തുടങ്ങി. ശീതകാലം സമാധാനത്തോടെ കടന്നുപോകുമെന്ന് പ്രതീക്ഷിച്ചു. അത് സംഭവിച്ചില്ല, ബില്ലൂർ, ബിയാട്രിസ് എന്നീ പേരുകൾ എന്റെ മനസ്സിൽ നിരവധി ചോദ്യങ്ങൾ ഉണർത്തി.

എല്ലാം എനിക്കറിയണമായിരുന്നു. ഞാൻ ഇറങ്ങി. ഞാൻ വെനീസ്, കോസെഗ്, വിയന്ന എന്നിവിടങ്ങളിലൂടെ പോയി. പ്രാഗ്.

രണ്ടുമാസത്തിനുശേഷം ഞാൻ ബൊഹീമിയയിൽ എത്തി. ക്ലീവ്സിൽ എത്തിയപ്പോൾ ആദ്യം പോയത് പള്ളിയിലും ആശ്രമത്തിലുമാണ്. സ്വാഭാവികമായും എനിക്ക് കന്യാസ്ത്രീകളെ ചോദ്യം ചെയ്യാൻ കഴിഞ്ഞില്ല. എന്നാൽ എല്ലാ പള്ളികൾക്കും പുറത്ത് കുറച്ച് ദിവസമെങ്കിലും നിശ്ശബ്ദമായി കാത്തിരിക്കാൻ എനിക്ക് കഴിഞ്ഞു. കറുത്ത വസ്ത്രം ധരിച്ച ഒരു സ്ത്രീ പള്ളിയിൽ നിന്ന് ഇറങ്ങിപ്പോകുന്നത് കാണുമ്പോഴെല്ലാം പ്രതീക്ഷിക്കും. തുടർന്ന് അത് അവളല്ലെന്ന് അറിയുമ്പോൾ നിരാശയും.

സഭ ശിക്ഷിക്കുന്ന കുറ്റവാളികളെക്കുറിച്ചുള്ള വിവരങ്ങൾ ശേഖരിക്കാൻ ഞാൻ രണ്ട് വൈദികരുമായി സൗഹൃദം സ്ഥാപിച്ചു, സംഭാവനകൾ കൊടുത്തു. പക്ഷേ അത് വെറുതെയായി. എന്തിനധികം, ഒരു ജൂതൻ മിഷോണിന്റെ ഉടമസ്ഥതയിലുള്ള ഒരു കടയിൽ വെച്ചു ഞാൻ വരച്ച ഒരു ഭൂപടത്തിൽ നിന്നാണ് ഈ സംഭാവനയ്ക്കുള്ള ഓരോ നാണയവും എനിക്ക് ലഭിച്ചത്.''

ഞാൻ പ്രദേശത്തെ ബർഗുകളിലും കോട്ടകളിലും അന്വേഷിച്ചു. തടിച്ച വയറുള്ള ഒരു കാര്യസ്ഥനെ, ഡ്യൂക്ക് ജോൺ ക്ലീവ്സിനെ, ഇരുപത്തിയൊന്ന് ദിവസം കൊണ്ട് ഒരു കോമ്പസ് എങ്ങനെ തയ്യാറാക്കാമെന്നും ഇരുപത്തിയൊന്ന് രാത്രികൾക്കുള്ളിൽ ഒരു ആസ്ട്രോലാബ് വായിക്കാനും ഞാൻ പഠിപ്പിച്ചു. സംസാരിക്കുമ്പോഴെല്ലാം ഉമിനീർ തെറിപ്പിക്കുന്ന അവനിൽ നിന്നും ഒരു വാക്കുപോലും ബില്ലൂറിനെക്കുറിച്ച് പുറത്തുവന്നില്ല. എന്നാൽ ഒരു ദിവസം ഒരു ഭാഗ്യമുണ്ടായി.

ഡച്ചസ് മരിയയുടെ നാല് വയസ്സുള്ള മകൾ ആനി ഒരു ആഡംബര വണ്ടിയിൽ കയറുന്നത് കണ്ടു. മാലാഖമാരെപ്പോലെ വിസ്മയിപ്പിക്കുന്ന വസ്ത്രം ധരിച്ച്, കുറഞ്ഞത് പത്ത് ഗവർണസുകളെങ്കിലും അവൾക്കൊപ്പം ഉണ്ടായിരുന്നു. ഞാൻ എന്നോട് തന്നെ പറഞ്ഞു, ''ബില്ലൂറും ഈ സ്ത്രീകളെപ്പോലെ ഭാഗ്യവതിയായിരിക്കണമെന്ന് ഞാൻ ആഗ്രഹിക്കുന്നു, കാരണം അവരിൽ ഭൂരിഭാഗവും അവളുടെ പ്രായക്കാരായിരുന്നു. തീർച്ചയായും, ജീവിതം വളരെ വിചിത്രമാണ്, പ്രഭോ.''

''പ്രഭോ.''

''അതാണ് അല്ലാഹുവും അവന്റെ അടിമകളും തമ്മിലുള്ള പരീക്ഷണത്തിന്റെ സാരമാണിത്, എന്റെ പ്രിയപ്പെട്ട സീദി.''

ഇപ്പോൾ അവന്റെ ദേഷ്യം തീർത്തും ഇല്ലാതായി എന്ന് എനിക്ക് തോന്നി. അദ്ദേഹം തുടർന്നു.

''ഓരോ പുരുഷനും ഓരോ സ്ത്രീക്കും വിജയിക്കാൻ അവരുടേതായ പരീക്ഷകളുണ്ട്. ചിലർ തലമുടി ഹൃദയത്തിൽ കെട്ടിയും മറ്റു

ചിലർ പാദങ്ങൾ തുഴയിൽ കെട്ടിയും വിജയിക്കുന്നു. ബില്ലൂറിന്റെ വിധി സന്തോഷം മാത്രമായിരുന്നെങ്കിൽ...''

''നാല് മാസം കഴിഞ്ഞപ്പോൾ എനിക്ക് എല്ലാ പ്രതീക്ഷയും നഷ്ട പ്പെട്ടു. ഞാൻ സ്പെയിനിലേക്ക് മടങ്ങാൻ തീരുമാനിച്ചു. ഞാൻ യാത്രയ്ക്കുള്ള പണം സ്വരൂപിച്ചു, തുറമുഖത്ത് ഒരു കപ്പൽ തിരയുക യായിരുന്നു. വസന്തത്തിന്റെ തണുത്ത കാറ്റ് വീശാൻ തുടങ്ങിയി രുന്നു. ചക്രവാളത്തിൽ ഒരു സ്പാനിഷ് ഗാലി പ്രത്യക്ഷപ്പെട്ടു. ഒരാഴ്ച കഴിഞ്ഞ് പോകാനായിരുന്നു പദ്ധതി.

അന്ന് ഞാൻ മാസ്റ്റർ മിഷോണിന്റെ കൂടെ ജോലി പൂർത്തിയാക്കി വിട പറഞ്ഞു. വൈകുന്നേരമായപ്പോൾ, ലോറൽ ഇലകൾ കൊണ്ടു ണ്ടാക്കിയ റീത്തും ഒരു കൊട്ടയും ചുമന്ന് തവിട്ടുനിറമുള്ള മുടി യുള്ള ഒരു കൊച്ചുകുട്ടി കടയിലേക്ക് വന്നു. ഒരു പുഞ്ചിരിയോടെ അവൻ ഞങ്ങളുടെ അടുത്തേക്ക് വന്നു. ഒരു നിമിഷം അവൻ എന്റെ വരയിലേക്ക് നോക്കി കാറ്റിന്റെ ദിശയുടെയും കടലിന്റെ തിരമാല കളുടെയും രൂപരേഖകളിൽ മഷി കലർത്തുന്നതും തുകൽ നീട്ടു ന്നതും കടലാസ്സിൽ ഉപയോഗിച്ച ഞാങ്ങണപേനയേയും അവൻ നോക്കി. അവൻ, മാസ്റ്റർ മിഷോൺന്റെ ബന്ധുവോ പരിചയക്കാ രനോ ആണെന്ന് ഞാൻ ഊഹിച്ചു. അവന്റെ പേര് ചോദിച്ചു. യൂസുഫ് എന്ന് പറഞ്ഞു. അവൻ പറഞ്ഞു പഠിച്ച പോലെ എന്റെ ചെവിയിൽ ഒരു കാര്യം പറഞ്ഞു. എന്റെ ഞെട്ടൽ മാറും മുൻപേ അവൻ പോയി രുന്നു.

''നിങ്ങൾ തന്നെയാണെന്ന് വ്യക്തമാണ്. വർഷങ്ങൾക്ക് മുമ്പ് നിങ്ങൾ ഒരു കോട്ടയിൽ ഒരു ഭൂപടം വരച്ചു. നിങ്ങൾ വീണ്ടും അതേ ചിത്രം വരയ്ക്കണമെന്ന് ഇപ്പോൾ ആളുകൾ ആഗ്രഹിക്കുന്നു. ഇത് ശരിക്കും നിങ്ങളാണെങ്കിൽ, ഞാൻ നിങ്ങളോട് പറയുന്നത് നിങ്ങൾ തീർച്ചയായും മനസ്സിലാക്കും. ഞാൻ നാളെ മടങ്ങുമ്പോൾ മാപ്പ് എടുക്കാം.''

''ഇതാണ് അവൻ പറഞ്ഞത്. ആവേശം കൊണ്ട് വിറച്ചത് ഞാൻ ഓർക്കുന്നു. തന്റെ പേര് യൂസുഫ് എന്നാണ് കുട്ടി എന്നോട് പറഞ്ഞി രുന്നത്. യൂസുഫ് എന്നായിരുന്നു ബില്ലൂറിന്റെ സഹോദരന്റെ പേര്. എന്റെ ഭൂപടത്തെക്കുറിച്ച് ആരാണ് ഈ കുട്ടിയോട് പറഞ്ഞത്? ബില്ലൂറിൽ നിന്ന് വിവരം ലഭിച്ച ആരെങ്കിലും എന്നെ ബന്ധപ്പെടാൻ ആഗ്രഹിച്ചിരുന്നോ? അങ്ങനെയാണെങ്കിൽ എന്തുകൊണ്ടാണ് ബില്ലൂർ നേരിട്ട് വരാതിരുന്നത്. അതോ അവൾക്ക് വരാൻ കഴിഞ്ഞില്ലേ? അത്തരമൊരു സന്ദേശം നൽകാൻ ഒരു കൊച്ചുകുട്ടിയെ തിരഞ്ഞെടു ക്കുന്നത് എന്തുകൊണ്ട്? ആരെങ്കിലും എന്തെങ്കിലും ദുഷിച്ച പദ്ധതി തയ്യാറാക്കുകയായിരുന്നോ? മനസ്സിൽ ചോദ്യങ്ങൾ നാലുപാടും പറന്നു.''

''നിന്റെ ഉത്തരം എന്തായിരുന്നു?''

''അന്ന് രാത്രി എനിക്ക് ഉറങ്ങാൻ കഴിഞ്ഞില്ല. ഞാൻ ഭൂപടത്തിന്റെ ഒരു പകർപ്പ് ഉണ്ടാക്കി. എന്നാൽ ഒരു സൂചന മാത്രം കാണുന്നില്ല: സുവേദ.''

''എന്തുകൊണ്ടാണ് നീ അത് അടയാളപ്പെടുത്താഞ്ഞത്? അടുത്ത ദിവസം കുട്ടി വന്നോ?''

''അവൻ ഒരു കുട്ട റോസാപ്പൂക്കൾ കൊണ്ടുവന്നു. അതിനുള്ളിൽ ഓരോന്നിൽ നിന്നും ഒരു കടി വീതം കടിച്ച മൂന്ന് ആപ്പിളുകൾ ഉണ്ടായിരുന്നു. പിന്നെ ഈ കുറിപ്പ്.''

''ഇതെന്താണ്?''

റയീസിന് വ്യക്തമായില്ല. എനിക്ക് മനസ്സിലാകാത്തത് പോലെ. ഒരു കുട്ട നിറയെ റോസാദളങ്ങളും മൂന്ന് ആപ്പിളുകളും ഒരു കുറിപ്പും.

കുറിപ്പ് ഇതായിരുന്നു.

''എന്റെ നാഥാ, റോസ് തോട്ടങ്ങൾ എത്ര മനോഹരവും ആപ്പിൾ എത്ര രുചികരവുമാണെന്ന് നിങ്ങൾ അറിഞ്ഞിരുന്നെങ്കിൽ...?''

കൗതുകത്താൽ നിറഞ്ഞ കണ്ണുകളോടെ, സന്ദേശത്തിന്റെ അർത്ഥമെന്താണെന്ന് ഞാൻ ആലോചിച്ചു.

''തീർച്ചയായും ഞാൻ ശീതകാലത്തിന്റെ അവസാനം ക്ലെവ്സിൽ ചെലവഴിച്ചു. എനിക്ക് കൂടുതൽ അന്വേഷണം നടത്തേണ്ടതുണ്ടായിരുന്നു. റോസാദളങ്ങളുടെയും കടിച്ച ആപ്പിളിന്റെയും നിഗൂഢത പരിഹരിക്കാൻ സാധിക്കുമെന്ന് ഞാൻ പ്രതീക്ഷിച്ചു. അവസാനം ഞാൻ നടന്നു.''

റയീസ് ആവേശഭരിതനായി.

എന്റെ ബിഷപ്പിന്റെ ആക്രമണ നിരയിലേക്ക് തന്റെ റൂക്ക് മൂന്ന് കളങ്ങൾ മുന്നോട്ട് നീക്കിക്കൊണ്ട് അദ്ദേഹം ആകാംക്ഷയോടെ ചോദിച്ചു.

''എന്റെ പ്രഭോ, ബൊഹീമിയയിൽ ഒരു ജർമ്മൻ നാടോടിക്കഥയുണ്ട്.''

അലാദുലെ മുറിയിലേക്ക് വന്നു. അവൾ ഒരു പൈപ്പും പുകയിലയും ചവണയും ഒരു ആഷ്ട്രേയും കൊണ്ടു വന്നതാണ്. ഒരു നിമിഷം ഞങ്ങളുടെ കണ്ണുകൾ തമ്മിൽ കൂട്ടിമുട്ടി. ഒരു ദിവസം അവളോട് എന്നെ കാത്തിരിക്കുകയായിരുന്നോ എന്ന് ചോദിക്കണമെന്ന് ഞാൻ തീരുമാനിച്ചു. പ്രത്യേകിച്ചും ഞാൻ എപ്പോഴും ബില്ലൂറിനെക്കുറിച്ച് സംസാരിക്കുന്ന സമയത്ത്. കാരണം ഇത്തരമൊരു ചോദ്യം വഞ്ചനാപരമായ നടപടിയായിരിക്കുമെന്ന് വ്യക്തമായിരുന്നു. ഞാൻ തല

താഴ്ത്തി. അവൾ റയീസിനായി പൈപ്പ് തയ്യാറാക്കി, അവൾ വാതിലിലൂടെ കാലെടുത്തുവയ്ക്കുമ്പോൾ അവളുടെ കണ്ണിൽ ഒരു കണ്ണുനീർ ഞാൻ കണ്ടു. തന്റെ ഭൂതകാലത്തെയും വർത്തമാനത്തെയും ഓർത്ത് അവൾ കരയുകയായിരുന്നു. എനിക്ക് ഒരു നെഞ്ചുവേദന അനുഭവപ്പെട്ടു. എന്റെ ഹൃദയവും മനസ്സും യുദ്ധത്തിലായിരുന്നു, ഞാൻ അവളെ വിളിക്കാനൊരുങ്ങുമ്പോൾ റയീസിന്റെ ശബ്ദം കേട്ട് ഞാൻ വിറച്ചു.

‘‘സീദി ഈ കെട്ടുകഥ എന്തായിരുന്നു?’’

‘‘ഒരിക്കൽ, എന്റെ പ്രഭോ, വളരെക്കാലം മുമ്പ്, പ്രവാചകനായ യേശു ജനിച്ച് ഏകദേശം അരനൂറ്റാണ്ടിനുശേഷം...’’

‘‘സീദി, ഇത് നിന്റെ ഊഴമാണ്. ഞാൻ ഇപ്പോൾ എന്റെ റൂക്കിനെ നീക്കിയതേയുള്ളൂ.’’

‘‘ഞാൻ കണ്ടു പ്രഭോ... അന്ന് വടക്കൻ ബൊഹീമിയയിൽ ഹാലിസ് നദി കടലിലേക്ക് ഒഴുകുന്ന സ്ഥലത്ത് ഒരു പെൺകുട്ടി താമസിച്ചിരുന്നു. അവളുടെ പേര് ഡൊറോത്തിയ എന്നായിരുന്നു. ട്രോയിയുടെ പതനത്തിനുശേഷം കുതിരകളെ കൊണ്ടുവന്ന സ്ഥലമായിരുന്നു അത്.’’

‘‘അവൾ ബില്ലൂറിനെപ്പോലെയായിരുന്നു, അല്ലേ?’’

‘‘ബില്ലൂറിനെപ്പോലെയായിരുന്നു പ്രഭോ... ഞാൻ കുതിരയെ നീക്കുന്നു. ആ സായാഹ്നങ്ങളിൽ, മെഡിറ്ററേനിയൻ കാറ്റ് മഹാസമുദ്രങ്ങൾക്ക് മുകളിലൂടെ വീശുമ്പോൾ, അവൾ അവളുടെ പൂമുഖത്തിരുന്ന് സൂര്യനെ വീക്ഷിക്കും. അനന്തമായ ഗർജ്ജനം കേൾക്കാൻ ഇടയ്ക്കിടെ അവൾ ഒരു ശംഖ് ചെവിയോട് ചേർത്തു. കടലിനക്കരെ എന്താണെന്ന് ചിന്തിച്ചു.

കാലാകാലങ്ങളിൽ അവളുടെ അമ്മ അവളോട് ഒരു പുതിയ പ്രവാചകനെക്കുറിച്ച്, പുതിയ ഒരു മതത്തെക്കുറിച്ചു സംസാരിച്ചു. എപ്പോഴും പ്രവാചകനായ യേശുവിനെപ്പറ്റി സംസാരിച്ചു. അങ്ങനെയിരിക്കെ ഒരു ദിവസം കപ്പഡോച്ചിയനിലെ അവിശ്വാസിയായ ഗവർണർ ഫാബ്രിസിയൂർ അവളെ കാണാൻ വന്നു.

പെൺകുട്ടി അവളുടെ പൂമുഖത്ത് ഇരിക്കുന്നത് കണ്ട നിമിഷം അയാൾക്ക് അവളോട് ഇഷ്ടം തോന്നി, അവളെ വിവാഹം കഴിച്ചു കൊടുക്കാൻ അവളുടെ പിതാവിനോട് ആവശ്യപ്പെടാൻ തീരുമാനിച്ചു. പക്ഷേ, നിർഭാഗ്യവശാൽ, അക്കാലത്ത് ഡൊറോത്തിയയിൽ ദൃഷ്ടി പതിപ്പിച്ച മറ്റു ചിലർ ഉണ്ടായിരുന്നു. അവരിൽ ഒരാൾ ഗവർണറുടെ സ്വകാര്യ എഴുത്തുകാരനായ തിയോഫിലസ് ആയിരുന്നു. യുദ്ധത്തിൽ ജന്മനാട് നഷ്ടപ്പെട്ട, ഇപ്പോൾ ഗവർണറെ സേവിക്കുന്ന

സമി വംശത്തിലെ മാന്യനും ബുദ്ധിമാനും ആയ ഒരു കുലീനനായിരുന്നു അദ്ദേഹം.

''സീദിയെ പോലെ?''

ഞാൻ ഒന്ന് ചൂളി റയീസിനെ നോക്കി. ഒരു പുഞ്ചിരി വിടർത്തി അവൻ നോട്ടത്തിൽ നിന്ന് തെന്നി മാറി.

''നീ മര്യാദയും ബുദ്ധിയും ഉള്ളവനല്ലേ എന്റെ പ്രിയ സീദി?''

അവൻ തമാശ പറയുക മാത്രമാണെന്ന് കണ്ടപ്പോൾ ഞാൻ എന്റെ ബിഷപ്പിനെ മൂന്ന് കളങ്ങൾ മാറ്റി തുടർന്നു.

''ഇത് ഒരു കെട്ടുകഥ മാത്രമാണ് പ്രഭോ. ഒരിക്കൽ ഡൊറോത്തിയ തിയോഫിലസിനെ കണ്ടു. അപ്പോൾതന്നെ അവൾ അവനിൽ അനുരക്തയായി. തുടർന്ന് അവർ രഹസ്യമായി കണ്ടുമുട്ടാൻ തുടങ്ങി. എന്നാൽ സ്നേഹത്തിന്റെ ദൈവം അസൂയയുടെ ദൈവത്തിന്റെ കൂടെയാണ് ഇപ്പോഴും സഞ്ചരിക്കുകയെന്ന് അവർ മറന്നുപോയി.''

''കുതിര റൂക്കിനെ എടുത്തു?''

''ആ നീക്കം തെറ്റിയല്ലോ പ്രഭോ...ഡൊറോത്തിയ ഒരിക്കൽ അവനൊരു പൂച്ചെണ്ട് കൊണ്ടുവന്നു. പക്ഷേ തിയോഫിലസ് പൂക്കൾ കണ്ടപ്പോൾ അസൂയപ്പെട്ടു, ആരാണ് അവൾക്ക് അവ നൽകിയതെന്ന് ചോദിച്ചു. പൂക്കൾ അയാൾക്ക് നൽകുമ്പോൾ അവൾ പെട്ടെന്ന് പറഞ്ഞു, 'ഗവർണർ ഫാബ്രിസിയൂർ.'

അവനെ അസൂയപ്പെടുത്താൻ വേണ്ടി മാത്രം. തിയോഫിലസ് തല താഴ്ത്തി പൂക്കൾ നിലത്തേക്ക് എറിഞ്ഞ് ചവിട്ടി. ഡൊറോത്തിയ കുനിയുന്നതും പൂക്കൾ ശ്രദ്ധാപൂർവ്വം ചളിയിൽ നിന്ന് പുറത്തെടുക്കുന്നതും കണ്ടപ്പോൾ അയാൾ കൂടുതൽ ദേഷ്യപ്പെട്ടു, അവൾ എന്താണ് ചെയ്യുന്നതെന്ന് അവൻ അവളോട് ചോദിച്ചു. തന്റെ അഭിമാനം മുഴുവൻ സംഭരിച്ച് അവൻ പറഞ്ഞു.

''നീ ഒരു പൂവിനായി ഇത്രയും സങ്കടപ്പെടുന്നെങ്കിൽ ഞാൻ പുതിയ പൂക്കൾ പറിച്ചു ഗവർണറുടെ വകയായിത്തന്നെ നിനക്കൊരു പൂച്ചെണ്ട് തരാം, ഡൊറോത്തിയ.''

അന്നുമുതൽ, തിയോഫിലസ് അവളിൽ നിന്ന് അകന്നു. പക്ഷേ അവൾ എപ്പോഴും അവന്റെ ഹൃദയത്തിൽ ഉണ്ടായിരുന്നു. ഡൊറോത്തിയ തന്റെ സങ്കടം അമ്മയുമായി പങ്കുവെക്കുകയും പ്രവാചകന്റെ മതത്തിൽ ആശ്വാസം തേടുകയും ചെയ്തു. ദൈവവചനം അവളുടെ ഹൃദയത്തിൽ വെളിച്ചം വീശുകയും പ്രവാചകന്റെ വാക്കുകളിൽ അവൾ രക്ഷ കണ്ടെത്തുകയും ചെയ്തു. വിശ്വാസം കൊണ്ട് അവൾ പ്രണയത്തെ മറന്നു. തിയോഫിലസ് അവളെ ദൂരെ നിന്ന് വീക്ഷിക്കുമായിരുന്നു, അവൾ ഗവർണറോട് ദേഷ്യപ്പെടുന്നത് എന്തുകൊണ്ടാണെന്ന് അവന് മനസ്സിലായില്ല.

ഒരു ദിവസം അവൾ സ്വർഗ്ഗീയ പ്രണയത്തെക്കുറിച്ച് സംസാരിക്കുന്നത് അവൻ കേട്ടു. തിയോഫിലസിന് അവളോട് വീണ്ടും അസൂയ തോന്നി. കിട്ടാത്ത ഒരു പ്രണയത്തോട് താൻ എങ്ങനെ പൊരുത്തപ്പെടും എന്നത് അവനെ കുഴക്കി. ഒരു ദൈവിക സത്തയോട് അസൂയ തോന്നുന്നത് ആത്മാവിന് നല്ലതല്ല. പക്ഷേ ദൈവത്തോടുള്ള സ്നേഹം പ്രഖ്യാപിച്ച ഈ സ്ത്രീയോട് കരുണയല്ലാതെ മറ്റെന്തു കാണിക്കാനാണ്?

അങ്ങനെ രണ്ടു കാമുകന്മാർ ഉണ്ടായിരുന്ന അവൾക്ക് രണ്ടുപേരും നഷ്ടപ്പെട്ടു. ഗവർണർ ഫാബ്രിസിയൂർ ഈ മതത്തിനെതിരെ ഗുരുതരമായ നടപടികൾ സ്വീകരിക്കാൻ തുടങ്ങി.

''ബിഷപ്പ് റൂക്ക് എടുക്കുന്നു.''

''ഞാൻ റൂക്കിനെയും ബിഷപ്പിനെയും കീഴടക്കുന്നു.''

''എന്നിട്ട്?''

''പിന്നെ എന്റെ പ്രഭോ, ഫാബ്രിസിയൂർ ഡൊറോത്തിയയുടെ അമ്മയെയും അച്ഛനെയും അവർ അറസ്റ്റ് ചെയ്യുകയും ജയിലിലടയ്ക്കുകയും ചെയ്തു. പെൺകുട്ടിയെ തനിക്ക് വിട്ടുകൊടുക്കാത്തതിന് ഇയാൾ അവരെ പീഡിപ്പിച്ചു. ഡൊറോത്തിയ അവളുടെ പാതയിൽനിന്ന് വ്യതിചലിച്ചില്ല. വാസ്തവത്തിൽ അവൾ കൂടുതൽ ഭക്തിയുള്ളവളായിത്തീർന്നു, തന്റെ ദൈവഭക്തനായ യേശുക്രിസ്തുവുമായുള്ള വിവാഹനിശ്ചയം പ്രഖ്യാപിച്ചു. ഇത് ഗവർണറെ പ്രകോപിപ്പിച്ചു. ഉടൻ തന്നെ അവളെ അറസ്റ്റ് ചെയ്യുകയും കൊല്ലുകയും ചെയ്യുമെന്ന് അയാൾ പ്രഖ്യാപിച്ചു. അവന്റെ പട്ടാളക്കാർ അവളെ ടൗൺ സ്ക്വയറിലെ ഇരുമ്പ്തട്ടിൽ കിടത്തി അവളുടെ ദേഹത്തിൽ തീ കൊളുത്തി.

പാവം പെൺകുട്ടിയുടെ വശ്യമായ ശരീരം വേദന കൊണ്ട് പുളയാൻ തുടങ്ങി. തീ ആളിപ്പടരുമ്പോൾ അവൾ കൂടുതൽ ഉച്ചത്തിൽ നിലവിളിച്ചു. അവളുടെ കണ്ണുകളിൽ കണ്ണുനീർ ഇല്ല, രക്തം മാത്രം. അപ്പോൾ അവൾ പുഞ്ചിരിക്കാൻ തുടങ്ങി, എന്തുകൊണ്ടെന്ന് ആർക്കും അറിയില്ല. തിയോഫിലസ് അത് അവളാണെന്ന് തിരിച്ചറിഞ്ഞ നിമിഷം സ്ക്വയറിലേക്ക് ഓടി. തനിക്ക് എന്ത് സംഭവിക്കുമെന്ന് ആലോചിക്കാതെ അയാൾ ആൾക്കൂട്ടത്തിനിടയിലൂടെ കയറി. കാവൽക്കാർ അവനെ തടഞ്ഞപ്പോൾ അവൻ അവരിൽ ഒരാളിൽ നിന്ന് വാൾ തട്ടിയെടുത്ത് തീയിലേക്ക് ചാടി. അവളുടെ ചങ്ങല അഴിക്കാൻ പാടുപെടുമ്പോൾ അവൻ അവളോട് ചോദിച്ചു.''

''എന്റെ പ്രിയേ നിനക്ക് വേദനിക്കുന്നോ?''

ഡോറോത്തിയ അവനെ നോക്കി പുഞ്ചിരിച്ചു. അവളുടെ മുഖത്ത്

ഒരു സന്തോഷം തെളിഞ്ഞു. ഒരു കാമുകനെ നോക്കുന്നത് പോലെ അവൾ തിയോയുടെ നേരെ തിരിഞ്ഞു മന്ത്രിച്ചു.

"എനിക്കെങ്ങനെ വേദനയുണ്ടാകും, തിയോഫിലസ്? ഞാൻ കിടക്കുന്നത് ഒരു റോസാപുഷ്പങ്ങളുടെ മെത്തയിലാണെന്നും ഇത് എന്റെ വിവാഹദിനവുമാണെന്ന് നിനക്ക് കാണാൻ കഴിയുന്നില്ലേ?"

"**ചെ**ക്ക്, നിന്റെ ബിഷപ്പ് തീർന്നു..."

"താൻ സ്നേഹിച്ച പെൺകുട്ടി തീർത്തും വ്യത്യസ്തമായ ഒരു ലോകത്താണെന്നും അതിൽ സന്തോഷിക്കാണോ സങ്കടപ്പെടണോ എന്ന് തിയോഫിലസിന് അറിയില്ലായിരുന്നു. അവളുടെ പൂക്കൾ നിലത്ത് എറിഞ്ഞ ദിവസത്തെ പോലെ അവൻ സങ്കടപ്പെട്ടു. ഡൊറോത്തിയയുടെ ശബ്ദം അപ്പോഴും അവന്റെ കാതുകളിൽ മുഴങ്ങിക്കൊണ്ടിരുന്നു."

"ഓ, തിയോഫിലസ്! എന്റെ തമ്പുരാന്റെ റോസ് പൂന്തോട്ടം എത്ര മനോഹരമാണെന്നും അവിടെയുള്ള ആപ്പിൾ എത്ര രുചികരമാണെന്നും നിങ്ങൾ അറിഞ്ഞിരുന്നെങ്കിൽ. എങ്കിൽ നീ എന്റെ കൂടെ വരുമായിരുന്നു, നാം ഒന്നിക്കുമായിരുന്നു."

തന്റെ പ്രണയം എന്നന്നേക്കുമായി നഷ്ടപ്പെട്ടുവെന്നറിഞ്ഞതിന്റെ സങ്കടവും ഒരു എതിരാളിക്ക് കീഴടങ്ങുന്നതിന്റെ വേദനയും കൊണ്ട് അവൻ മറുപടി പറഞ്ഞു.

"എന്റെ പ്രിയപ്പെട്ട ഡൊറോത്തിയ, ഞാനെന്ത് പറയും? നീ അവിടെ എത്തിക്കഴിഞ്ഞാൽ, ആ റോസാപ്പൂക്കൾക്കൊപ്പം ആ ആപ്പിളുകളിൽ കുറച്ച് എനിക്ക് അയച്ചുതരുന്നതാണ് ഏറ്റവും നല്ലതെന്ന് എനിക്ക് തോന്നുന്നു, അപ്പോൾ ഞാൻ വിശ്വസിക്കാം."

"ഇപ്പോൾ ഞാൻ അങ്ങയുടെ ബിഷപ്പിനെ കീഴടക്കി എന്റെ കുതിരയെ മുന്നോട്ട് കൊണ്ടുപോകും."

തുടർന്നുള്ള ദിവസങ്ങളിൽ, ആളുകൾ തൂക്കുമരത്തിൽ ഊഞ്ഞാലാടുന്ന ഡൊറോത്തിയയുടെ ശരീരം നോക്കിയപ്പോൾ, അവളുടെ കണ്ണിൽ നിന്ന് ഒഴുകുന്ന രണ്ട് തുള്ളി രക്തം തെസോഫിലസിനുള്ള മറുപടിയാണെന്ന് അവർ അറിഞ്ഞില്ല.

"തന്റെ കാമുകി വധിക്കപ്പെട്ടതിനുശേഷം തിയോഫിലസ് ലക്ഷ്യമില്ലാതെ അലഞ്ഞു. അവന്റെ അവസ്ഥ ദയനീയമായിരുന്നു. പതിമ്മൂന്നാം ദിവസം അവൻ അവർ കണ്ടുമുട്ടിയ തീരത്തേക്ക് പോയി, അവിടെ നദി കടലിലേക്ക് ഒഴുകുന്നു. അവൻ ഡൊറോത്തിയയെക്കുറിച്ച് ചിന്തിച്ച് കരയിൽ ഇരുന്നു, അവൻ ഒരു ശബ്ദം കേട്ടു. ലോറൽ

ഇലകൾ കൊണ്ട് നിർമ്മിച്ച ഒരു റീത്ത് ചുമന്ന് സ്വർണ്ണ മുടിയുള്ള ഒരു കൊച്ചുകുട്ടി അവന്റെ അടുത്ത് വന്ന് ഒരു കൊട്ട കൊടുത്തു.''

''ഡൊറോത്തിയ നിങ്ങൾക്ക് ഇവ അയച്ചുതന്നിരിക്കുന്നു.''

''നിന്റെ അടുക്കൽ വന്ന കുട്ടിയെപ്പോലെ, അല്ലേ?''

''അതെ, പ്രഭോ, ആ കുട്ടിയെപ്പോലെ. തിയോഫിലസ് ഞെട്ടിപ്പോയി, എന്ത് പറയണമെന്ന് അറിയാതെ ആ കുട്ടിയെ നോക്കി നിന്നു. പെട്ടെന്ന് ആ കുട്ടി അപ്രത്യക്ഷനായി. അവൻ സ്വപ്നമാണെന്ന് ആദ്യം കരുതി, പക്ഷേ അല്ല, കൊട്ട അവന്റെ അരികിൽ ഉണ്ടായിരുന്നു. ഒരു കുട്ട നിറയെ റോസാപ്പൂക്കൾ. അവൻ അതിൽ മൂന്ന് ആപ്പിൾ കണ്ടെത്തി. കടിച്ച മൂന്ന് ആപ്പിളുകൾ, അവയിൽ അവളുടെ ചുണ്ടുകളുടെ പാട്. അന്നൊക്കെ കമിതാക്കൾ ഒരേ ആപ്പിൾ കടിക്കുന്ന പതിവുണ്ടായിരുന്നു. എന്നാൽ ഇത്രയും സ്വാദിഷ്ഠമായ ആപ്പിൾ അദ്ദേഹം ഇതുവരെ രുചിച്ചിട്ടില്ലായിരുന്നു.''

തിയോഫിലസ് കപ്പഡോച്ചിയയിലേക്ക് തിടുക്കപ്പെട്ടു പോയി. വിശ്വാസികളെ പീഡിപ്പിക്കാൻ ഗവർണർ ഫാബ്രിസിയൂർ തന്റെ ആളുകളെ സ്ക്വയറിൽ അഭിസംബോധന ചെയ്യുകയായിരുന്നു. അവൻ നേരെ ഗവർണറുടെ അടുത്തേക്ക് ഓടി, കൈയിലുള്ള കൊട്ട കാണിക്കാതെ എല്ലാവരുടെയും മുമ്പാകെ കരഞ്ഞു,

''ഞാൻ തിയോഫിലസ്! നിങ്ങൾ ഒരു ക്രൂരനാണ്. നിങ്ങൾ അന്യായമായി വധശിക്ഷ വിധിച്ച ഡൊറോത്തിയയുടെ മതം ഞാൻ സ്വീകരിക്കുന്നു. എന്തെന്നാൽ ദൈവം സത്യമാണ്, നിങ്ങൾ അന്ധവിശ്വാസിയുമാണ്.''

''ഗവർണർ ഇത് താൻ ആഴത്തിൽ വിശ്വസിച്ചിരുന്ന ഒരാളിൽ നിന്നുമുള്ള വഞ്ചനയായി കാണുകയും തന്റെ വാളെടുത്ത് ആക്രോശിക്കുകയും ചെയ്തു.''

''അപ്പോൾ നീ ആ മന്ത്രവാദിനിയിൽ നിന്ന് വ്യത്യസ്തനല്ല.''

റയീസ് ഞെട്ടി എന്നെ നോക്കി.

''എന്നിട്ട്?''

''ചെക്ക് മേറ്റ്, പ്രഭോ! അങ്ങനെയാണ് ആ കമിതാക്കൾ ഒടുവിൽ കണ്ടുമുട്ടുന്നത്''

''നീ ജയിച്ചു, സീദി.''

''ഇനി പറയൂ നീ ആ ആപ്പിൾ കടിച്ചോ ഇല്ലയോ?''

''കടിക്കാൻ ഞാൻ ഭയപ്പെട്ടുവെന്നതാണ് സത്യം. കാരണം ആ ആപ്പിളിന്റെ ഉടമ എന്നെ കാണാൻ ആഗ്രഹിക്കുന്നുവെങ്കിൽ അവളുടെ മുഖം കാണിക്കുമെന്ന് അവൾ വാഗ്ദാനം ചെയ്യുമായിരുന്നു,

എന്നാൽ ഈ വ്യക്തിക്ക് എന്നിൽ നിന്ന് ഭൂപടം മാത്രമേ ആവശ്യമുള്ളൂ എന്നത് എന്നെ കുഴക്കി.''

''അപ്പോൾ നീ തോറ്റുപോയി സീദി.''

''ഞാനും അങ്ങനെ തന്നെ കരുതി, പക്ഷേ അവൾ ഡൊറോത്തിയയുടെ വേഷത്തിലാണെങ്കിൽ ഞാൻ തിയോഫിലസ് ആകുമായിരുന്നില്ലേ? മൂന്ന് ആപ്പിളുകളല്ല, മൂന്ന് പ്രതിമകളുള്ള ഒരു കൊട്ട എനിക്ക് ലഭിക്കുന്ന ദിവസം ഞാൻ അവളെ വീണ്ടും തിരയാൻ തുടങ്ങും. കാരണം അവളെ കണ്ടെത്തണമെങ്കിൽ ഞാൻ അവളെ അന്വേഷിക്കണമെന്ന് അവൾ വ്യക്തമാക്കുമായിരുന്നു.''

ഒരു നിശ്ശബ്ദത മുറിയിൽ നിറഞ്ഞപ്പോൾ പരസ്പരം എന്ത് ചോദിക്കണം, എന്ത് മറുപടി പറയണം എന്നറിയാതെ ഞങ്ങൾ രണ്ടുപേരും അൽപ്പം അസ്വസ്ഥരായി.

സാലിഹ് റയീസിന്റെ ദൂതൻ മുറിയിൽ പ്രവേശിച്ചപ്പോൾ സംഭാഷണ വിഷയം മാറിയതിൽ ഞങ്ങൾ രണ്ടുപേരും ആശ്വസിച്ചു.

''**ഇ**തൊരു കത്താണ്, ആൻഡ്രിയ ഡോറിയയിൽ നിന്നുള്ള ഒരു കത്ത്.''

അദ്ദേഹം പറഞ്ഞു. സീൽ പൊട്ടിച്ചപ്പോൾ ഹിസീർ റയീസിന്റെ മുഖഭാവം മാറുന്നത് ഞാൻ കണ്ടു. അത് ഭയമോ മടിയോ ആയിരുന്നില്ല, സന്തോഷവുമല്ല. താൻ പ്രതീക്ഷിച്ചിരുന്ന വാർത്ത ലഭിച്ചതിൽ ആശ്വാസമാണെന്ന്തുപോലെ.

മെഡിറ്ററേനിയൻ കടലിലൂടെ കത്തുകൾ കുപ്പിയിലോ ആംഫോറയിലോ അയയ്ക്കുന്ന പതിവ് തുടങ്ങിയിരുന്നു. വ്യാളിയുടെ മുദ്രയുള്ള കത്ത് ഡോറിയ ഒരു മെഴുകു തേച്ച ആംഫോറയ്ക്കുള്ളിൽ വച്ചിരുന്നു. ഞാൻ എന്റെ വില്ലോ ഇല കത്തി പുറത്തെടുത്ത് കോർക്ക് മുറിക്കാൻ നിർദ്ദേശിച്ചു. പുറത്തേക്ക് വന്ന ചുരുട്ടിയ കടലാസ് പഠിച്ച് എന്റെ കയ്യിൽ തന്നു. അത് ലാറ്റിൻ ഭാഷയിലും സ്വർണ്ണം പൂശിയ അക്ഷരങ്ങളിലുമാണ് എഴുതിയിരുന്നത്.

> ''ഞാൻ പോസിഡോൺ, കടലിന്റെ ദൈവം. നിങ്ങൾ ഒരു ഗാലി കള്ളനാണ്, ബാർബ റോഷോ. ഞാൻ നിന്നെ തിരയുന്നു, ഞാൻ നിന്നെ കണ്ടെത്തുമ്പോൾ നിന്റെ കൈകളും കാലുകളും നാലു ഗാലികളിൽ കെട്ടി നിന്നെ കീറിമുറിച്ച് മെഡിറ്ററേനിയൻ കടലിന്റെ നടുവിൽ നിർത്തും. ഈ കത്ത് വന്ന ആംഫോറയെ സംബന്ധിച്ചിടത്തോളം ഇത് നിങ്ങളുടെ ഭാര്യയ്ക്കുള്ള സമ്മാനമാണ്. നിന്റെ നഷ്ടത്തെ ഓർത്ത് അവൾ പൊഴിക്കുന്ന കണ്ണുനീർ അടക്കിവെക്കാൻ അവൾ ഒരു പാത്രം ഉണ്ടാകട്ടെ.''

''അവൻ നശിക്കട്ടെ.''

ഹിസീർ റയീസ് ചിക്കോയുടെ കൂട്ടിലേക്ക് ഒരു കഷണം ശർക്കര എറിഞ്ഞു. ഡോറിയ അയച്ച കത്ത് അവനെ ദേഷ്യം പിടിപ്പിച്ചിരിക്കുന്നു എന്ന് കണ്ടപ്പോൾ എനിക്ക് സന്തോഷമായി. എന്നിട്ട് ഗ്ലേസ്ഡ് ആംഫോറ എടുത്ത് എന്നെ കാണിച്ചു. ഞാൻ അപ്പോഴും ബില്ലൂറിനെക്കുറിച്ച് ചിന്തിക്കുകയായിരുന്നു. ഒന്നും ആലോചിക്കാതെ ഞാൻ പറഞ്ഞു.

''എന്റെ പ്രഭോ, ഡോറിയ എന്ന ഈ വിഡ്ഢി സ്വയം കടലിന്റെ നാഥൻ എന്ന് വിളിക്കുന്നു, വീമ്പിളക്കുന്നു, എന്നാൽ സമ്മാനങ്ങൾ അയയ്ക്കുമ്പോൾ പിശുക്ക്! ഒരു ആംഫോറയാണോ സമ്മാനം?''

''അങ്ങനെയാണോ എന്റെ പ്രിയ സീദി നീ വിചാരിക്കുന്നത്? ഇപ്പോൾ നോക്കൂ.''

അവൻ ആംഫോറ നിലത്തേക്ക് എറിഞ്ഞു. അതിൽ പലതരം ആഭരണങ്ങൾ ഒളിപ്പിച്ചതായി തെളിഞ്ഞു. ഡോറിയയുടെ പക്കൽ തന്നെ മുത്തുകളുടെയും പവിഴത്തിന്റെയും നിധി തന്നെയുണ്ടെന്ന് അത് കണ്ടാൽ വ്യക്തമായിരുന്നു. ഞാൻ ഞെട്ടിപ്പോയി.

''സീദി, ഇവയെടുത്ത് ഫ്ളോറൻസിലെ മികച്ച ഒരു പൊൻ പണിക്കാരന് അയച്ചു കൊടുക്കൂ. സെമൈമയ്ക്ക് ഒരു നൂപുരം ഉണ്ടാക്കി കൊടുക്കൂ. അല്ല, അതിലും നല്ലത് നമുക്ക് ഇവ ലെസ് ബോസിലെ സുലൈമാൻ റയീസിന് അയയ്ക്കാം. അവിടെ വളരെ വൈദഗ്ധ്യമുള്ള ഒരു വാൾ പണിക്കാരൻ ഉണ്ട് ആൻഡ്രോക്കി. ഇവ ഒരു വാളിൽ പതിപ്പിച്ച് ഡോറിയയ്ക്ക് തിരികെ നൽകാം. എന്തെന്നാൽ, ഫ്രാൻസിൽ ഉണ്ടാക്കിയ കുരിശുപിടിയുള്ള വാളുകൊണ്ട് എന്നെ കൊല്ലാൻ അവന് ഒരിക്കലും കഴിയില്ല.''

ഞങ്ങൾ മുറിയിൽ നിന്ന് ഇറങ്ങുമ്പോൾ എന്റെ മനസ്സിൽ ഒരു ചോദ്യം ഉയർന്നു: ആംഫോറയ്ക്കുള്ളിൽ ആഭരണങ്ങളുണ്ടെന്ന് റയീസ് എങ്ങനെ അറിഞ്ഞു? ഇരുവരും പരസ്പരം എത്രമാത്രം മനസ്സിലാക്കിയിരിക്കുന്നു എന്നത് രസകരമായിരുന്നു, ഈ രണ്ടു പേരും മെഡിറ്ററേനിയനിലുടനീളം പരസ്പരം പിന്തുടരുകയും അന്വേഷിക്കുകയും കണ്ടുമുട്ടുകയും ചെയ്യുന്നു. പിൽക്കാലത്ത്, ശക്തനായ സുൽത്താൻ സുലൈമാൻ ദി മാ ഗ്നിഫിസെന്റ് അള്ളാഹു അദ്ദേഹത്തെ അനുഗ്രഹിക്കട്ടെ. സിംഹാസനത്തിൽ വന്നപ്പോൾ, റോഡ്സിലെ നൈറ്റ്സിനു എതിരെ മാസങ്ങളോളം യുദ്ധം ചെയ്തു. എന്നാൽ ഇവരിൽ ആരാണ് ഓർമ്മിക്കപ്പെടുക? എത്ര കാലത്തേക്ക്? ഈ ചോദ്യങ്ങളെല്ലാം എനിക്ക് ചോദിക്കാമായിരുന്നു, പക്ഷേ ഞാൻ ചോദിച്ചില്ല. കാരണം, പഴഞ്ചൊല്ല് പറയുന്നതുപോലെ:

'മതി കേട്ടത് എന്ന് ആരെങ്കിലും പറയുന്നതിന് മുമ്പ്, സംസാരം നിർത്തുക.'

1528

ആറു വർഷത്തിനു ശേഷം

''ക്ലീവസിന്റെ മാലാഖേ...''

''എന്തോ എന്റെ പ്രിയപ്പെട്ട നാനി...''

''എടോ കുഞ്ഞണ്ണാനേ, നിന്റെ പഠന സമയമാണിത്.''

''നാനി, എന്നെ അണ്ണാൻ എന്ന് വിളിക്കുന്നത് നിർത്തുമോ? എനിക്കിപ്പോൾ പത്തു വയസ്സായി.''

''പക്ഷേ, നീ ഇപ്പോഴും എന്റെ കുഞ്ഞണ്ണാൻ തന്നെയാണ് കുട്ടീ.''

''കോൺറാഡിന, നാനിക്ക് അവളെ അങ്ങനെ വിളിക്കാം.''

''എന്നാൽ ഞാൻ അവളെ എന്റെ വലിയണ്ണാൻ എന്ന് വിളിക്കും, എന്നെ ചിരിപ്പിക്കരുത് കേട്ടോ. വരൂ, ഇവിടെ വരൂ, നമുക്ക് പാഠം ആരംഭിക്കാം. പഴയ നിയമം എന്താണ് പറയുന്നത്? പുറപ്പാടിന്റെ രണ്ടാം അധ്യായത്തിലാണ് നാം നിർത്തിയത്. മോശ തന്റെ പരീക്ഷണങ്ങളെക്കുറിച്ചാണ് സംസാരിക്കുന്നത്... അതോ സോളമന്റെയും ഡേവിഡിന്റെയും കഥയാണോ നിനക്ക് ഇഷ്ടം?''

''എന്നാൽ നാനി ഇന്ന് എനിക്ക് സുൽത്താന്മാരെയും രാജാക്കന്മാരെയും കുറിച്ചുള്ള പാഠം പറഞ്ഞുതരു. കാരണം, എനിക്ക് കൂടുതൽ താൽപ്പര്യം ഇന്ന് ജീവിച്ചിരിക്കുന്നവരോടാണ്, അല്ലാതെ മരിച്ചവരോടല്ല.''

''അപ്പോൾ ശരി മാലാഖേ. എന്റെ അരികിൽ ഇരിക്കൂ. അപ്പോൾ ഏത് രാജാവിൽ നിന്നും സുൽത്താനിൽ നിന്നുമാണ് നമ്മൾ തുടങ്ങേണ്ടത്?''

''അൽക്കാല രാജകുമാരൻ.''

''അൽക്കാല രാജകുമാരനെക്കുറിച്ച് പറയാൻ ഒരു കഥയില്ല. അവൻ ഒരു യഥാർത്ഥ സുൽത്താനോ രാജാവോ പോലുമല്ല. അവൻ നിനക്കും എനിക്കും ഒരു പ്രേതമല്ലാതെ മറ്റൊന്നുമല്ല.''

''എന്നാൽ അവൻ തീർച്ചയായും ഒരു ദിവസം വരുമെന്ന് നാനി പറഞ്ഞില്ലേ?''

''അവൻ എന്നെ തേടി വരും, അവന്റെ സുൽത്താനയെ ബിയാട്രിസ് എന്ന് വിളിക്കും.''

''വന്നാലും എന്നെ എന്റെ സുൽത്താന എന്ന് വിളിക്കാൻ ഞാൻ അവനെ അനുവദിക്കില്ല. ഈ വസ്ത്രം കണ്ട് അവൻ ഓടിപ്പോകുമോ ആവോ. അവനായി ഒരു കൂട റോസാപ്പൂ മാത്രമേ എനിക്ക് അയയ്ക്കാനായുള്ളൂ.''

“ഒരു പുരുഷൻ ഒരു സ്ത്രീയെ സ്നേഹിക്കുന്നുവെങ്കിൽ അവളെ എങ്ങനെ നിന്ദിക്കും നാനി?”

“ഞാൻ ഒരു മുസ്ലീമാണെന്ന് അവൻ കരുതി, എന്റെ മാലാഖേ.”

“അവൻ ഒരു ക്രിസ്ത്യാനിയാണെന്ന് കരുതിയ കാലത്ത് നാനി അവനെ സ്നേഹിച്ചില്ലേ?”

“ശരി, എന്റെ കുഞ്ഞണ്ണാൻ, അൽക്കാലയെക്കുറിച്ച് ഇത്ര മതി... സുൽത്താന്മാരും രാജാക്കന്മാരും, അവർ മനുഷ്യരാണ്, പക്ഷേ അവർ അർദ്ധദൈവങ്ങളെപ്പോലെയാണ് ജീവിക്കുന്നത്. അതുകൊണ്ടാണ് അവരുടെ കിരീടങ്ങളും സിംഹാസനങ്ങളും വസ്ത്രങ്ങളും കുതിരകൾക്കുള്ള വസ്ത്രങ്ങളും പോലും എപ്പോഴും ആഭരണങ്ങളാൽ തിളങ്ങുന്നത്. ഇപ്പോൾ നമുക്ക് ചക്രവർത്തി ഹിസ് മജസ്റ്റി കിംഗ് കാർലോസും ഗ്രാൻഡ് സീനിയർ സുൽത്താൻ സുലൈമാനും ഉണ്ട്.”

“നിങ്ങൾ അദ്ദേഹത്തിന് ഒരു കൂട റോസാപ്പൂവ് അയച്ചിട്ടും അവൻ എന്തുകൊണ്ട് വന്നില്ല?”

“കാർലോസും സുലൈമാനും രണ്ട് പേരുകൾ മാത്രമാണെന്ന് തോന്നിയേക്കാം. എന്നാൽ അവ രണ്ട് വിശ്വാസങ്ങളാൽ വിഭജിക്കപ്പെട്ട ഒരു ലോകത്തിന്റെ സന്തുലിതാവസ്ഥയെ തകർക്കാൻ കഴിയുന്ന ശക്തികളാണ്, ഒരു ശക്തി മറ്റൊന്നിനെ അട്ടിമറിക്കാൻ ശ്രമിക്കുന്നു. അതുപോലെ തന്നെ.”

“അല്ല, എന്തുകൊണ്ടാണ് അൽക്കാലരാജകുമാരൻ ബിയാട്രിസ് രാജകുമാരിയെ തേടി വരാത്തത്?”

“നാല് വർഷം മുമ്പ് ഫ്രഞ്ച് രാജാവായ ഫ്രാങ്കോയിസും കാർലോസും തമ്മിലുള്ള യുദ്ധത്തിൽ, ഫ്രാങ്കോയിസ് രാജാവിനെ കാർലോസ് രാജാവിന്റെ തടവുകാരനായി കൊണ്ടുപോയി, അപ്പോൾ അവന്റെ അമ്മ ലൂയിസ് ഡി സാവോയി സുൽത്താൻ സുലൈമാനോട് സഹായം അഭ്യർത്ഥിച്ചു. തന്റെ മകനെ രക്ഷിക്കാനും ഫ്രാൻസിനെ സഹായിക്കാനുമുള്ള അപേക്ഷ സുൽത്താൻ സ്വീകരിച്ചു. കാർലോസ് ചക്രവർത്തിയുടെ ശക്തി കുറയ്ക്കുന്നതിനുള്ള ഒരു മാർഗമായിട്ടാണ് സുൽത്താൻ ഇതിനെ കണ്ടത്.”

“അൽക്കാലരാജകുമാരൻ...”

“എന്റെ പ്രിയേ...എന്റെ ക്ഷമ പരീക്ഷിക്കരുത്. ഹും... ഞാൻ പറഞ്ഞതുപോലെ, ഗ്രാൻഡ് സീഞ്ഞോറിന്റെ സൈനികർ മൊഹാക്ക് സമതലത്തിൽ കാർലോസ് രാജാവിന്റെ സൈനികരെ അഭിമുഖീകരിച്ചത് കത്തുന്ന ഒരു വേനൽക്കാല ദിനത്തിലായിരുന്നു. തുർക്കികൾ വാളും പരിചയുമായി ഏറ്റുമുട്ടി, അനേകർ മരിക്കുകയും അനേകർ കൊല്ലപ്പെടുകയും ചെയ്തു. അപ്പോൾ ആരാണ് വലിയ ശക്തി എന്ന കാര്യത്തിൽ സംശയം ഇല്ലായിരുന്നു...”

''സ്വാഭാവികമായും അൽക്കാല രാജകുമാരൻ ഇതിൽ സന്തുഷ്ട നായിരുന്നു.''

''ശരി, എന്റെ വായാടി, നീ വിജയിച്ചു. ആ കൊട്ടയിൽ റോസാ ദളങ്ങൾ മാത്രമല്ല ഉണ്ടായിരുന്നത്.''

''പിന്നെ?''

''ആപ്പിളും ഉണ്ടായിരുന്നു.''

''അത് പറ്റില്ല. അതിൽ ആപ്പിളും ഉണ്ടായിരുന്നോ?''

''മൂന്ന് ആപ്പിൾ.''

''നിർഭാഗ്യവശാൽ അതെ. കടിച്ച മൂന്ന് ആപ്പിൾ.''

''നിങ്ങൾ എപ്പോഴും എന്നോട് പറയുന്ന ആ കെട്ടുകഥയിലെ പോലെ.''

അവൾ ഒന്നും മിണ്ടിയില്ല.

''കഥയുടെ ആ ഭാഗം നിങ്ങൾ എപ്പോഴും എന്നിൽ നിന്ന് രഹസ്യ മാക്കി വച്ചിരുന്നു, അല്ലേ?''

അവൾ നിശ്ശബ്ദയായിരുന്നു.

ഇത് നടന്നിട്ട് ഏഴ് വർഷമായി എന്ന് ബില്ലൂർ തിരിച്ചറിഞ്ഞ നിമിഷമായിരുന്നു അത്. അതിനുമുമ്പുള്ള ഇരുപത്തിമൂന്ന് വർഷ ത്തോടൊപ്പം ഏഴ് നിർഭാഗ്യകരമായ വർഷങ്ങൾ ചേർത്തു. ഓരോ രാത്രിയും അവളുടെ കണ്ണുനീരിനാൽ ഭൂപടം അൽപ്പം നനഞ്ഞ ഏഴ് വർഷം, പകൽ സമയത്ത് അത് ഉണങ്ങുമ്പോൾ, വരികൾ വ്യക്ത മാകും.

താൻ, കുഞ്ഞണ്ണാൻ എന്ന് വിളിക്കുന്ന ആനിന്റെ മുടിയിൽ ബില്ലൂർ തലോടി, അവൾ കരയുകയാണെന്ന് മനസ്സിലായി. അവളുടെ കണ്ണിൽ നിന്ന് കണ്ണുനീർ ഒഴുകി, ആനിന്റെ തോളിലേക്ക് വീണു.

ഒരിക്കൽ അൽക്കാലയോടൊപ്പം പഠിച്ച വിദ്യാലയത്തിലെ പൂന്തോ ട്ടത്തെ ഓർമിപ്പിക്കുന്ന പച്ചപ്പിൽ പ്രതിമകളും പൂക്കളും മരങ്ങളും നിറഞ്ഞ കടൽത്തീരത്തെ സ്പാനിഷ് കൊട്ടാരത്തോട്ടത്തെക്കുറിച്ച് ചിന്തിച്ചു, കുളത്തിലെ ഒഴുകുന്ന ഉറവയിൽ നിന്ന് തെറിച്ച വെള്ള ത്തുള്ളികൾ. കാമുകൻ അവൾക്കായി വരച്ച ഭൂപടം, 'സുവേദ' ഒഴികെ യുള്ള എല്ലാ വിശദാംശങ്ങളും. അവൻ മറ്റൊന്നും മറന്നില്ല

ഒരു ഭൂപടനിർമ്മാതാവിന് താൻ വളരെ വർഷങ്ങൾക്ക് മുമ്പ് വരച്ചതിന് സമാനമായി ഒരു ഭൂപടം വീണ്ടും വരയ്ക്കുക അസാധ്യ മായിരുന്നു. എന്നാൽ അവൻ ഇത് അതേപടി വരച്ചിരുന്നു. തുകൽ

കടലാസ്സിൽ സുവേദ ഒഴികെയുള്ള എല്ലാം കൃത്യമായ സ്ഥലത്താ യിരുന്നു, അവൻ മനപ്പൂർവ്വം സുവേദയെ ഒഴിവാക്കിയതാണെന്ന് വളരെ വ്യക്തമായിരുന്നു. അത് കണ്ടപ്പോൾ അവളുടെ ഹൃദയത്തിൽ ഒരു ജ്വാല മിന്നി. തെറ്റ് പറ്റിയെന്ന് ഈ കൊച്ചുകുട്ടിക്കുപോലും മനസ്സിലായി, പക്ഷേ ആ സമയത്ത് അത് അവനെ കാണാൻ കഴി ഞ്ഞില്ല. കഴിഞ്ഞ ഏഴു വർഷമായി അവൾ ഖേദത്തോടെ കരഞ്ഞത് എന്തുകൊണ്ടാണെന്ന് ഇപ്പോൾ അവൾക്ക് ആരോടും വിശദീകരി ക്കാൻ കഴിഞ്ഞുമില്ല. എന്നാൽ ഇപ്പോൾ എല്ലാം അവളുടെ കൺ മുന്നിൽ ഉണ്ടായിരുന്നു. ഒക്ടോബറായിരുന്നു. അവൻ വന്നതായി അവൾക്കു വിവരം ലഭിച്ചു, അവൻ അവളെ അന്വേഷിക്കുകയാണെന്ന് അവൾ അറിഞ്ഞു.

''അതെ, കുഞ്ഞണ്ണാൻ...''

അവൾ തുടർന്നു, അവളുടെ മുഖത്ത് നിന്ന് കണ്ണുനീർ തുടച്ചു കൊണ്ട് അവൾ തുടർന്നു.

''എന്റെ വിഡ്ഢി പെരുമാറ്റത്തിൽ കോൺറി വളരെ ദുഃഖിതയാ യിരുന്നു, അവളെ അത് ക്ഷീണിതയാക്കി. കോൺറി. വാസ്തവ ത്തിൽ നിന്റെ പിതാവ് ഹിസ് എക്സലൻസി ദി ഡ്യൂക്ക് കോൺറിക്ക് മാപ്പ് നൽകിയിരുന്നു. അവൾക്ക് ബൊഹീമിയയിലെ അവളുടെ ഗ്രാമത്തിലേക്ക് മടങ്ങാൻ സ്വാതന്ത്ര്യമുണ്ടായിരുന്നു. എന്നാൽ കോൺറി ആ അവസരം നശിപ്പിച്ചു. അവൾക്ക് ഭ്രാന്താണെന്ന് ആരും പറയും. പക്ഷേ അവൾ എന്റെ കൂടെ നിൽക്കാനാണ് അങ്ങനെ ചെയ്തത്. ഒരു കന്യാസ്ത്രീയിൽ നിന്ന് പ്രതീക്ഷിക്കാവുന്ന ത്യാഗം അന്നവൾ കാണിച്ചു. അതൊരു സ്വയം ശിക്ഷ ആയിരുന്നെങ്കിലും.''

''ഞാൻ ഓർക്കുന്നു.''

''അന്ന് ഞാൻ കന്യാസ്ത്രീ എന്ന ആശയം പൂർണ്ണമായും ഉപേ ക്ഷിച്ചു, ഞാൻ ഒരു നാനി ആകാൻ തീരുമാനിച്ചു. എന്നാൽ അവൾ ഒരു കന്യാസ്ത്രീയായി തുടരാൻ പോകുകയാണ്, ഞാൻ സന്തോഷം കണ്ടെത്തണമെന്ന് അവൾ നിർബന്ധിച്ചു, എന്റെ സ്വർഗത്തിലേ ക്കുള്ള പാത അൽക്കാലയിലൂടെയാണ് എന്നതിൽ അവൾക്ക് സങ്കട മുണ്ടെന്ന് പറഞ്ഞു.''

''നാനീ, കോൺറാഡിന നാനിയെ ശരിക്കും സ്നേഹിക്കുന്നില്ല. ഉണ്ടെങ്കിൽ അവൾ പറയുന്നത് ഒരിക്കലെങ്കിലും കേൾക്കുമായിരുന്നു.''

''എന്റെ പ്രിയപ്പെട്ട കുട്ടീ, ഒരിക്കൽ ഞാൻ അവൾ പറഞ്ഞത് കേട്ടു. അൽക്കാലയെ ദൂരെ നിന്ന് കാണണമെന്ന് അവൾ നിർബ ന്ധിച്ചു, ഞാൻ അത് ചെയ്തു. അവനെ അടുത്തു കാണുന്നത് എനിക്ക് സഹിച്ചില്ല. നമുക്ക് സൂര്യനെ നേരിട്ട് നോക്കാൻ കഴിയില്ല, അത്

കണ്ണിനെ അമ്പരപ്പിക്കുകയും നിങ്ങളുടെ ശരീരം കത്തിക്കുകയും ചെയ്യുന്നു.''

''നാനി അവനെ എങ്ങനെ കണ്ടു?''

''പട്ടണത്തിൽ വന്ന ഒരു ഭൂപട നിർമ്മാതാവിനെക്കുറിച്ച് ആരോ പറയുന്നത് കേട്ടു. വിവരണം വിശുദ്ധ അൽക്കാലയുടെതുമായി പൊരുത്തപ്പെടുന്നതായി തോന്നി. അവൻ നിങ്ങളുടെ പിതാവിന്റെ സുഹൃത്തായ മാസ്റ്റർ മിഷോണിന്റെ സ്റ്റുഡിയോയിൽ ജോലി ചെയ്യാൻ തുടങ്ങിയതായി ഞങ്ങൾ കേട്ടു. അവൻ ആരെയോ തിരയുന്നതായി സംസാരമുണ്ടായിരുന്നു, എല്ലാ ദിവസവും രാത്രിയും രാവിലെയും മിഷോണിന്റെ സ്റ്റുഡിയോയിൽ പോകാൻ കോൺറി തീരുമാനിച്ചപ്പോൾ അവൾ മനസ്സിലാക്കിയിരിക്കണം, നമ്മുടെ പാത്രം പോലെ വയറുള്ള കാര്യസ്ഥനെ കോമ്പസും ആസ്ട്രോലാബും വായിക്കാൻ പഠിപ്പിക്കുന്ന ഈ വിദേശി വിശുദ്ധ അൽക്കാലയല്ലാതെ മറ്റാരുമാകില്ലെന്ന്. ഒരു ദിവസം നിന്റെ അമ്മ ഡച്ചസ് മരിയ പൊതു ഉദ്യാനത്തിലേക്ക് ഒരു വിനോദയാത്ര പോയപ്പോൾ കോൺറിയുടെ നിർബന്ധപ്രകാരം ഞാൻ നിന്റെ എന്റെ കൈകളിൽ എടുത്ത് വണ്ടിയിൽ കയറി. അതെ, ഞങ്ങളെ പിന്തുടരുന്നയാൾ വിശുദ്ധ അൽക്കാലയെപ്പോലെയായിരുന്നു. ഞാൻ സ്നേഹിക്കുന്ന മനുഷ്യൻ... ഞങ്ങൾ പൂന്തോട്ടത്തിൽ എത്തിയപ്പോൾ ഞാൻ കരുതി അവനെ ഒന്ന് നന്നായി കാണാൻ കഴിഞ്ഞേക്കുമെന്ന്.

കുളത്തിലെ താമരപ്പൂക്കളിൽ തുളസിയിലകൾ എറിയുമ്പോൾ എനിക്ക് എന്നെത്തന്നെ നിയന്ത്രിക്കാനായില്ല, മൂന്ന് തവണ ഞാൻ വേലിയുടെ മറുവശത്തുള്ള മനുഷ്യനെ നോക്കി. മൂന്നാമത്തെ പ്രാവശ്യം ഞാൻ അവനെ നോക്കിയപ്പോൾ നിന്റെ അമ്മ എന്നെ ശകാരിച്ചു. കാരണം നീ കുളത്തിൽ വീഴാൻ പോകുകയായിരുന്നു. അവൻ അകലെയായിരുന്നു. എനിക്ക് അവന്റെ മുഖം തിരിച്ചറിയാൻ കഴിഞ്ഞില്ല, പക്ഷേ അവൻ അവിടെ നിൽക്കുന്ന രീതിയും പെരുമാറ്റവും വിശുദ്ധ അൽക്കാലയെപ്പോലെയായിരുന്നു. അവനാണെന്ന് അറിഞ്ഞാൽ മതിയായിരുന്നു എനിക്ക്.

ഒരു വശത്ത് രാജകീയ വസ്ത്രം ധരിച്ച ഭരണകർത്താക്കൾ, മറുവശത്ത് ഒരു പാവപ്പെട്ട ഭൂപട നിർമ്മാതാവ്. ഞാൻ മനസ്സിൽ പറഞ്ഞു, 'അൽക്കാലയുടെ വിധി ഇവരുടേത് പോലെ ഭാഗ്യം നിറഞ്ഞതായിരുന്നെങ്കിൽ.' എന്നാൽ ജീവിതം വളരെ വിചിത്രമാണ്, ചിലർക്ക് ഭാഗ്യം, മറ്റുള്ളവർക്ക് ബുദ്ധിമുട്ട്, ചിലർ ഹൃദയത്തിലും മറ്റു ചിലർ തുഴയിലും ജീവിക്കുന്നു.' അവൻ അവിടെ ഒരു ഭിത്തിയിൽ ഇരുന്നു, നിരാശനായി, അവന്റെ കാലുകൾ തൂങ്ങിക്കിടക്കുന്നു, ഞങ്ങളെ ദീർഘമായി നോക്കി. ഞാൻ അവന്റെ കൈ പിടിക്കാൻ ആഗ്രഹിച്ച നിമിഷമായിരുന്നു അത്. പക്ഷേ, ഞാൻ പറഞ്ഞതു

പോലെ, ഞാൻ ഭയപ്പെട്ടു, ഞാൻ ഒരു ക്രിസ്ത്യൻ കന്യാസ്ത്രീ ആണെന്ന് അറിഞ്ഞപ്പോൾ, അവൻ എന്നെ നിരസിക്കുമോ എന്ന് ഞാൻ ഭയപ്പെട്ടു. അവന്റെ സ്വപ്നങ്ങൾ തകരുമോ എന്ന് ഞാൻ ഭയന്നു. കാരണം എന്റെ ജീവിതം മുഴുവൻ എപ്പോഴും ഒരു കാമുകനെ പ്രതീക്ഷിക്കുന്നതിന്റെ സന്തോഷം ഉണ്ടായിരുന്നു. അവനുവേണ്ടി കാത്തിരിക്കുന്നത് ഒരു സുഖമായിരുന്നു. അവൻ വീണ്ടും പോകുമെന്ന ചിന്ത എന്നെ എപ്പോഴും വേദനിപ്പിച്ചു.

''സ്നേഹമുണ്ടെങ്കിൽ കന്യാസ്ത്രീ ആയാലെന്ത്? നിങ്ങൾക്ക് ഇതിനെപ്പറ്റിയുള്ള ധാരണ തെറ്റാണ് നാനി.''

''ഞാൻ അന്ന് ഒരു കന്യാസ്ത്രീയാകുകയും പള്ളിയുടെ സംരക്ഷണയിൽ പോകുകയും ചെയ്തിരുന്നില്ലെങ്കിൽ, ആളുകൾ പണത്തിന് വിൽക്കപ്പെടുന്ന ഈ മെഡിറ്ററേനിയനിൽ അവന്റെ സ്നേഹത്തിനർഹയായി തുടരാൻ എനിക്ക് കഴിയുമായിരുന്നോ എന്ന് ഞാൻ സംശയിക്കുന്നു. തീർച്ചയായും ഒരു കന്യാസ്ത്രീ ആയിരിക്കുന്നതിന്റെ സന്തോഷവും സമാധാനവും എനിക്ക് അനുഭവപ്പെടുന്ന സമയങ്ങളുണ്ട്. മദർ മേരിയുടെ അതേ വിധി എനിക്കും തന്നതിന് പരിശുദ്ധ പിതാവിനോട് ഞാൻ ഇപ്പോഴും നന്ദി പറയുന്നു. ക്രൂരതയും തിന്മയും നിറഞ്ഞ ഒരു ലോകത്ത് ആത്മീയവും ഭൗതികവുമായ കാര്യങ്ങളെ നിയന്ത്രിക്കുകയും നയിക്കുകയും ചെയ്യുന്ന ഒരു മതത്തിന്റെ സംരക്ഷണത്തിൽ കഴിയുന്നത് ഒരു അനുഗ്രഹമാണ്.''

അൽക്കാല വന്നപ്പോൾ, ഈ സമാധാനം ഉപേക്ഷിച്ച് അവന്റെ അടിമയാകാൻ ഞാൻ തയ്യാറായിരുന്നു. പക്ഷേ അവൻ വന്നാൽ കാര്യങ്ങൾ എങ്ങനെയൊക്കെ കൈവിട്ടു പോകും എന്നല്ലാതെ ഞങ്ങളുടെ ജീവിതം എങ്ങനെ നന്നാകും എന്ന് ഞാൻ ആലോചിച്ചില്ല. അവനില്ലെങ്കിൽ പിന്നെ എനിക്കാര്? ചെറുപ്രായത്തിൽ യാസിക്കോയിൽ നിന്ന് കടത്തപ്പെട്ട് അടിമയായിത്തീർന്ന ഒരു പെൺകുട്ടിയെ ആര് സ്വീകരിക്കും?''

ആൻ ബിയാട്രിസിന്റെ വായ പൊത്തി.

''നാനി നീ ഇവിടെ ഒരിക്കലും അടിമയായിരുന്നിട്ടില്ല, അതിനാൽ ഇത്തരം കാര്യങ്ങൾ പറയരുത്. കേൾക്കുമ്പോൾ സങ്കടം വരുന്നു. നിങ്ങളുടെ കൈപ്പത്തിയിലെ പൊള്ളൽ ക്ലെവ്സിലെ രാജകുമാരിക്കു വേണ്ടിയായിരുന്നില്ലേ? പിന്നെ നിങ്ങൾ എങ്ങനെ അടിമയാകും? എന്റെ യഥാർത്ഥ അമ്മ ആരാണെന്ന് എനിക്ക് ചിലപ്പോൾ സംശയം തോന്നാറുണ്ട്. ക്ലീവ്സിലെ മരിയ ഡച്ചസ് കാരണമാണ് ഞാൻ ഇവിടെയുള്ളത്. പക്ഷേ യാസിക്കോയിയിലെ ആരെങ്കിലും ശ്രദ്ധിക്കുന്നുണ്ടോ എന്നറിയാൻ ചുറ്റും നോക്കി. ബില്ലൂർ ആണ് എന്നെ സംരക്ഷിച്ചത്.''

അപ്പോൾ ബിയാട്രിസ് ആനിന്റെ വായിൽ കൈ വെച്ചു.

‘‘ഓ എന്റെ അണ്ണാൻകുഞ്ഞേ, നിന്നിൽ നിന്ന് ഇനിയൊരിക്കലും അത്തരമൊരു താരതമ്യം കേൾക്കാൻ ഞാൻ ആഗ്രഹിക്കുന്നില്ല! അല്ല, ഇപ്പോൾ എന്തിനാ കരയുന്നത്?’’

‘‘കാരണം നീയാണ്, നാനി.’’

‘‘അയ്യോ, നീ എന്നെയങ്ങ് കൊല്ലൂ അണ്ണാനേ... ഇനി ആ കണ്ണുനീർ തുടയ്ക്കൂ...’’

വിഷയം മാറ്റാൻ പറ്റിയ സമയമാണിതെന്ന് ബില്ലൂറിന് അറിയാമായിരുന്നു.

‘‘അങ്ങനെ, മഹാനായ കാർലോസ് രാജാവും സുൽത്താനും ഏറ്റുമുട്ടിയപ്പോൾ സുൽത്താനാണ് ശക്തൻ എന്ന് വ്യക്തമായി യുദ്ധത്തിൽ പക്ഷേ ഹംഗേറിയൻ രാജാവായ ലാജോസ് മരിച്ചു.’’

‘‘അദ്ദേഹത്തിന് നിത്യശാന്തി ലഭിക്കട്ടെ.’’

‘‘മോഹാക്കിലെ അക്രമാസക്തമായ ആ മൂന്ന് മണിക്കൂറുകളുടെ അവസാനത്തോടെ ഹംഗറിയും ട്രാൻസിൽവാനിയയും ബൊഹീമിയയും തുർക്കി നിയന്ത്രണത്തിലായെന്ന് നിനക്കറിയാമോ?’’

‘‘അത്തരമൊരു പരാജയത്തിന്റെ വേദന അനുഭവിച്ചതിന് പകരമായി കാർലോസ് രാജാവ് ആന്റലൂഷ്യയിലെ എല്ലാ മുസ്ലീങ്ങളെയും പീഡിപ്പിക്കാൻ തുടങ്ങി, അവരെ അവരുടെ മാതൃരാജ്യത്ത് നിന്ന് നാടുകടത്തുകയും സ്തംഭത്തിൽ കയറ്റി കൊല്ലുകയും ചെയ്തു.’’ കുട്ടികളെ പള്ളികളിലേക്ക് കൊണ്ടുപോകണമെന്നും ഇല്ലെങ്കിൽ അവരെയെല്ലാം ചുട്ടുകൊല്ലുമെന്നും നഗരത്തിൽ പ്രഖ്യാപനം ഉണ്ടായി. ആന്റലൂഷ്യയിലെ ജനങ്ങൾ മലകളിലേക്കും തീരങ്ങളിലേക്കും പലായനം ചെയ്തു. വർഷങ്ങൾക്ക് മുമ്പ് അവരിൽ പലരും അൽക്കാലയും ഞാനും താമസിച്ച പഴയ കോട്ടയിൽ ഒളിച്ചിരുന്നുവെന്ന് ഞാൻ കേട്ടിട്ടുണ്ട്. മെഡിറ്ററേനിയനിലെ സന്തുലിതാവസ്ഥ അതോടെ തകർന്നു. കുട്ടികളെ ഭയപ്പെടുത്താൻ വേണ്ടി ഇവിടുത്തെ അമ്മമാർ ആദ്യം, ‘തുർക്കികൾ വരുന്നു’ എന്ന് പറഞ്ഞു. പിന്നീട് അവർ അത് ‘ബാർബറോസ വരുന്നു’ എന്നായി മാറി.’’

തണുത്ത കാറ്റടിച്ചു തുടങ്ങി. ബില്ലൂറും ആനും എഴുന്നേറ്റു. ഡച്ചസ് മരിയ രാത്രി കഴിഞ്ഞാൽ കുട്ടികളെ അധികം നേരം പുറത്തു നിൽക്കാൻ അനുവദിക്കില്ല. ഇത്ര വളർന്നിട്ടും ആനിനെ അവളുടെ സഹോദരങ്ങൾക്കൊപ്പം കിടക്കയിലേക്ക് അയച്ചു. അവർ അകത്തേക്ക് കയറി കുറച്ച് പഴങ്ങളുമായി അവളുടെ മുറിയിലേക്ക് കയറി. ആൻ അപ്പോഴും രാജാക്കന്മാരെയും സുൽത്താന്മാരെയും കുറിച്ച് ചിന്തിക്കുകയായിരുന്നു.

‘‘എന്തുകൊണ്ടാണ് അവർ സുൽത്താനെ ഗ്രാൻഡ് സിഞ്ഞോർ എന്ന് വിളിക്കുന്നത്?’’

‘‘മൊഹാക്കിൽ രാജാവിന്റെ സൈന്യം പരാജയപ്പെട്ടപ്പോൾ, ഹംഗേറിയൻ രാജാവ് ലാജോസ് തന്റെ ജീവൻ രക്ഷിക്കാൻ ശ്രമിക്കുന്നതിനിടെ കുതിരപ്പുറത്ത് നിന്ന് വീണു. അവൻ സിൽവർ നദിയിൽ വീണു. പട്ടാളക്കാർ അവൻ മുങ്ങിമരിക്കുന്നത് കണ്ട് സുൽത്താൻ സുലൈമാനെ അറിയിച്ചു. അയാൾ ആജ്ഞാപിച്ചു.

‘‘അവൻ ഒരു രാജാവിനെപ്പോലെ മരിക്കട്ടെ.’’

ഞങ്ങൾ അവനെ ബെൽഗ്രേഡിലേക്ക് കൊണ്ടുപോയി അവന്റെ കുതിരകളുടെ അരികിൽ അടക്കം ചെയ്യും. പട്ടാളക്കാർ സുൽത്താൻ പറഞ്ഞതുപോലെ ചെയ്തു. ലാജോസ് രാജാവിന്റെ മൃതദേഹം ബെൽഗ്രേഡിലേക്ക് കൊണ്ടുപോകുകയും അവിടെ അടക്കം ചെയ്തെന്ന് ഉറപ്പാക്കുകയും ചെയ്തു. യൂറോപ്പിലെ രാജാക്കന്മാർക്കും രാജ്ഞിമാർക്കും പ്രഭുക്കന്മാർക്കും വിശുദ്ധന്മാർക്കും പുരോഹിതന്മാർക്കും ഇത് കേട്ടപ്പോൾ സുൽത്താനോട് അഗാധമായ ബഹുമാനം തോന്നി. അന്നുമുതൽ അവർ അവനെ എപ്പോഴും ഗ്രാൻഡ് സീഞ്ഞോർ എന്നാണ് വിളിച്ചിരുന്നത്. ഈ മഹത്തായ പ്രവൃത്തിക്ക് നന്ദി പറഞ്ഞുകൊണ്ട് സുൽത്താന് ഒരു കത്ത് നമ്മുടെ രാജാവ് പോലും അയച്ചു.’’

‘‘ആരാണ് ഒരൂച്ച് റയീസ്, നാനീ?’’

‘‘എന്റെ മാലാഖേ, ഒരൂച്ച് റയീസ് ദി ഹൂക്ക്. ബാർബറോസയുടെ മൂത്ത സഹോദരൻ. നിന്റെ ബഹുമാന്യനായ ഒരു യാത്രക്കാരനുമായി സംസാരിക്കുന്നത് ഞാൻ കേട്ടു: ഗ്രാൻഡ് സീഞ്ഞോർ ബാർബറോസയെ തന്റെ നാവികസേനയുടെ കമാൻഡിംഗ് അഡ്മിറലാക്കാൻ ഇസ്താംബൂളിലേക്ക് വിളിച്ചിട്ടുണ്ടെന്ന്.’’

‘‘ഒരു ദിവസം അഡ്മിറലിന്റെ കപ്പലിൽ യാത്ര ചെയ്യാൻ ഞാൻ ആഗ്രഹിക്കുന്നു.’’

‘‘എന്നാൽ തീർച്ചയായും ബാർബറോസയുടെ ഗാലിയിൽ അല്ല.’’

‘‘പക്ഷേ ക്യാപ്റ്റൻ ആൻഡ്രിയ ഡോറിയയുടെ ഒരു ഗാലിയറ്റിൽ ആയിരിക്കാം.’’

‘‘എങ്കിൽ നിന്റെ പിതാവിന്റെ പ്രഭുക്കന്മാരിൽ ഒരാൾ ഇംഗ്ലണ്ടിലേക്കുള്ള യാത്രയിൽ നിന്നെയും കൊണ്ടുപോകണം.’’

‘‘ശരിക്കും നാനി, എന്തിനാണ് എന്റെ അച്ഛൻ എപ്പോഴും ഇംഗ്ലണ്ടിലേക്ക് പോകുന്നത്?’’

‘‘അണ്ണാൻകുഞ്ഞേ, നിന്റെ പിതാവ് ജോൺ മൂന്നാമൻ അൽപ്പം അമിതമായി മദ്യപിക്കും. പക്ഷേ ശരിയായ തീരുമാനങ്ങൾ എടുക്കും.

ക്ലീവ്സ് കുടുംബം സ്പാനിഷ് രാജാവിന്റെ കൂടെയാണ് താമസിക്കുന്നത്, എന്നാൽ നിന്റെ പിതാവിന്റെ ജോലിയും വ്യാപാരവും ഇംഗ്ലണ്ടിലാണ്. അതിലുപരി രണ്ട് രാജാക്കന്മാർ തമ്മിലുള്ള കരാറുകൾ ക്രമീകരിക്കുന്നതും കരാറുകൾ ഉണ്ടാക്കുന്നതും ബന്ധം നിലനിർത്തുന്നതും അദ്ദേഹമാണ്. ഡ്യൂക്ക് നേടിയ ബഹുമാനത്തിന് പകരമായി നാം നിരവധി പദവികൾ ആസ്വദിക്കുന്നു. ഇനി നമുക്ക് പരിശുദ്ധ പിതാവിനോട് പ്രാർത്ഥിക്കാം. അദ്ദേഹത്തിന്റെ ജോലി എളുപ്പമാക്കാനും നിന്റെ അമ്മയുടെ അസുഖം ഭേദമാക്കാനും നമ്മുടെ രാജാവിന് ദീർഘായുസ്സിനും അവന്റെ സൈനികരുടെ ശക്തിക്കും വേണ്ടി നമുക്ക് പ്രാർത്ഥിക്കാം...''

ബൊഹീമിയയിൽ നിന്ന് വന്ന പേര് ആൻ, ജോണും ഡച്ചസ് മരിയയും വളരെ പ്രതീക്ഷയോടെ വളർത്തിയ, ബിയാട്രിസ് തന്റെ കുഞ്ഞണ്ണാൻ എന്നും സുന്ദരിയായ രാജകുമാരി ആനി എന്നും വിളിച്ചിരുന്ന ആൻ, മുട്ടുകുത്തി നിന്ന് കൈകൾ ചേർത്തു പിടിച്ചു പ്രാർത്ഥിച്ചു. 'ആമേനോ'ടെ പൂർത്തിയാക്കുംവരെ. അവൾ എല്ലാ രാത്രിയും പ്രാർത്ഥനയുടെ അവസാനം ചെയ്യുന്നപോലെ ബിയാട്രിസിന്റെ കണ്ണുകളിലേക്ക് നോക്കി. ബിയാട്രിസ് അവളുടെ നെറ്റിയിൽ ചുംബിക്കുകയും.

''അയ്യോ... കുഞ്ഞണ്ണാൻ, കിടക്കാൻ സമയമായി. കട്ടിലിൽ തലയിണ വെച്ചാൽ നമ്മൾ എന്ത് പറയും?''

''ഞാൻ എന്റെ വലതുവശത്ത് ഉറങ്ങുന്നു, തുടർന്ന് എന്റെ ഇടത്തേക്ക് തിരിയുന്നു, എന്റെ മതത്തിന്റെയും വിശ്വാസത്തിന്റെയും സാക്ഷികളായി മാലാഖമാർ. ഞാൻ ഉറങ്ങുന്നു, ദൈവം എന്നെ ഉണർത്തി വെളിച്ചത്തിലേക്ക് അയയ്ക്കട്ടെ; എന്റെ ആത്മാവ് എന്റെ ശരീരം വിട്ടുപോകുന്നതുവരെ അവൻ എന്നെ ഉണർത്തട്ടെ.''

ഇപ്പോൾ നമുക്ക് നമ്മുടെ ചെറിയ രഹസ്യം ചൊല്ലാം.

''ഒരു ദൈവം മാത്രമേയുള്ളൂ, അത് പ്രവാചകൻ മുഹമ്മദാണ്.''

1530

രണ്ടു വർഷം കഴിഞ്ഞ്

ഹിസീർ റയീസ് അൾജീരിയയിൽ നിന്ന് പോകുമ്പോൾ, ആ ഭൂമി കീഴടക്കിയപ്പോൾ അത്യധികം സന്തോഷിച്ചതുപോലെ, അൾജീരിയ നഷ്ടപ്പെട്ട ദിവസം അവൻ തന്റെ കപ്പലിന്റെ ക്വാർട്ടർഡെക്കിൽ കയറി, എല്ലാവരുടെയും മുമ്പിൽ അവൻ തന്റെ വസ്ത്രങ്ങൾ കീറി,

ആകാശത്തെ ശപിച്ചു, നെഞ്ചിൽ നഖം കൊണ്ട് കീറി രക്തക്കണ്ണീർ ഒഴുക്കി, വിലാപത്തിന്റെ പ്രതീകമായി തീ കത്തിക്കുകയും ചെയ്തു. എന്നാൽ ഇപ്പോൾ അതേ മനുഷ്യൻ ഒരു കുട്ടിയുടെ സന്തോഷ ത്തോടെ കളിക്കുകയും ആഹ്ലാദിക്കുകയും ചെയ്തു.

ആഫ്രിക്കൻ ബെർബറുകളും സുസുവയും അവനോട് ഉണ്ടാ യിരുന്ന വെറുപ്പ് മറന്നു, ഗോത്രങ്ങളെ നയിച്ച പ്രഭുക്കന്മാരും മാര ബൗട്ടുകാളും അവന്റെ മാറ്റത്തിൽ അത്ഭുതപ്പെട്ടു. ഉപരോധത്തിന്റെ മൂന്നാം ദിവസം രാവിലെ അൾജീരിയയിലെ മുസ്ലീങ്ങൾ പാവോള കോട്ടയെ ചുറ്റിപ്പറ്റി നിന്ന മുപ്പത്തിയാറ് കപ്പലുകളിൽ നിന്ന് വിജയ പീരങ്കികൾ കേട്ടു. അറബികളും ആഫ്രിക്കക്കാരും ഈ ചുവന്ന താടിയുള്ള മനുഷ്യനെ കാണാൻ തുറമുഖത്തേക്ക് പോവുകയാ യിരുന്നു. എന്തിനധികം, അവൻ സ്പാനിഷ് ഗവർണർ ഡോൺ മാർട്ടിന്റെ കൂടെ നടക്കുകയായിരുന്നു.

കദിർകലെയിലെ അദ്ദേഹത്തിന്റെ ദുഷ്കരമായ ദിവസങ്ങളും ബലേറിക് ദ്വീപുകളിലെ തുറമുഖങ്ങളും അദ്ദേഹം പിന്നിട്ടിരുന്നു. വേനൽക്കാലത്ത് അവൻ ഗാലികൾ, ഗാലിയറ്റുകൾ, ഗാലിയനുകൾ, ഗാലിയകൾ എന്നിവയെ വേട്ടയാടും; ശൈത്യകാലത്ത് അവൻ തന്റെ മകനോടൊപ്പം കുതിരപ്പുറത്ത് വേട്ടയാടുകയും അമ്പുകൾ എയ്യുകയും പക്ഷികളെ വേട്ടയാടുകയും ചെയ്യും. ആ ശാന്തമായ ജീവിതം അവ സാനിച്ചു. ഒരു ജീവിതപങ്കാളി എന്ന നിലയിൽ സെമൈമ എന്ന സ്ത്രീയുടെ അവനിലുള്ള സ്വാധീനവും ഇപ്പോൾ അവസാനിച്ചുവെന്ന് ഞാൻ കരുതുന്നു. അദ്ദേഹത്തിന് അമ്പത്തിയഞ്ച് വയസ്സായിരുന്നു, അവന്റെ ചുവന്ന താടി നരച്ചിരുന്നു, അവന്റെ മുടിയിലും പുരിക ങ്ങളിലും ചാരനിറത്തിലുള്ള വരകൾ ഉണ്ടായിരുന്നു. ഹസന് പതി നഞ്ച് വയസ്സ് തികഞ്ഞിട്ടേയുള്ളൂ. അലാദുലെ ഒരു വീട് പണിയാൻ അധ്വാനിക്കുന്നു. അവൾക്ക് ഇതുവരെ അത് പൂർത്തിയാക്കാൻ കഴി ഞ്ഞിട്ടില്ല. പക്ഷേ അടിമപ്പെൺകുട്ടികൾ ലെവൻഡുകളുമായി വിവാ ഹിതരാകുന്നതിൽ സമർത്ഥരായി മാറി.

കദിർകലെയിൽ എല്ലാവരുടെയും ബഹുമാനം നേടിയ ഒരു കുലീന സ്ത്രീയായിരുന്നു ഇപ്പോൾ അവൾ. ഇനി അൾജീരിയയിൽ ജീവിതം പുതുതായി ആരംഭിക്കും. എനിക്ക് മാത്രം സങ്കടം. ഞാനും ബില്ലൂറും വെവ്വേറെ മേച്ചിൽപ്പുറങ്ങളിൽ പച്ചയായി വളരുന്ന പുല്ല് പോലെയായിരുന്നു, അവളുമായി ഒരിക്കലും ഒത്തുചേരാതെ മാഞ്ഞു പോകുന്ന കാലം. എന്റെ ജീവിതത്തിന്റെ പകുതി കഴിഞ്ഞ പോലെ തോന്നി. എന്നിൽ പകുതി ബില്ലൂറിനൊപ്പം ഉണ്ടായിരുന്നു, മറ്റേ പകുതി കടലിൽ.

ആഫ്രിക്കയുടെ വടക്കൻ തീരം അറബ് ഗോത്രങ്ങളും തദ്ദേശീയ രായ സുസുവയും വിഭജിച്ച നാട് സ്പാനിഷിനെതിരെ പോരാടുന്നതിന്

തുർക്കി അധികാരപരിധിയിൽ, ഒരു പതാകയ്ക്ക് കീഴിൽ വീണ്ടും ഒന്നിപ്പിക്കാനുള്ള തന്റെ ഉദ്ദേശ്യം റയീസ് വ്യക്തമാക്കി. വത്തിക്കാനിൽ നടന്ന മദ്യനിർഭരമായ ചടങ്ങിൽ കാർലോസ് രാജാവ് വിശുദ്ധ റോമൻ ചക്രവർത്തി എന്ന നിലയിൽ അധികാരം വിപുലീകരിക്കുകയും ഇംഗ്ലണ്ടിലെ ഹെൻറി രാജാവ് കൂടുതൽ ഭാര്യമാരെ സ്വീകരിക്കുകയും തന്റെ സിംഹാസനത്തിന് അവകാശികളുടെ എണ്ണം വർദ്ധിപ്പിക്കുകയും ചെയ്യുമ്പോൾ, ഗ്രാൻഡ് സീഞ്ഞോർ സുലൈമാൻ ദി മാഗ്നിഫിസെന്റിന്റെ സൈന്യം കുതിച്ചുകയറുകയായിരുന്നു. അവൻ കടലിൽ എന്താണ് ചെയ്യുന്നതെന്നോ അതിന്റെ അന്തിമ ഫലം എന്താണെന്നോ ആരും ശ്രദ്ധിക്കാത്ത തക്കത്തിന് അടുത്ത ഒരു കീഴടക്കൽ.

ഇതിനർത്ഥം മെഡിറ്ററേനിയൻ ബാർബറോസയ്ക്കും ഡോറിയയ്ക്കും സ്വന്തമായിരുന്നു എന്നാണ്. ഒരാൾ തന്റെ പതാക ഉയർത്തിയാൽ മറ്റെയാൾ വെളിച്ചം കെടുത്തുന്ന അവസ്ഥയിലേക്ക് അത് എത്തി. ഒരാൾ പീരങ്കികൾ മുഴക്കിയാൽ മറ്റൊരാൾ മഴുവും വാളുകളും ഊരി. അവർ തമ്മിലുള്ള യുദ്ധങ്ങൾ വീണ്ടും കടലിന്റെ രാഷ്ട്രതന്ത്രത്തെ മാറ്റിമറിക്കുകയും ദ്വീപുകളുടെയും തീരങ്ങളുടെയും ഭൂപടങ്ങളിൽ അതിരുകൾ മാറ്റി വരയ്ക്കപ്പെടുകയും ചെയ്യും. ഇത്തവണ ഹിസീറിന് യുദ്ധത്തിൽ നേട്ടമുണ്ടായി, കാരണം അവന്റെ ഗാലികൾക്കായി ഞാൻ വികസിപ്പിച്ചെടുത്ത ചിപ്പ് ലോഗ് പുതിയ സാധ്യതകൾ തുറന്നു. പണ്ടത്തെ ആന്റലൂഷ്യൻ നാവികർ വികസിപ്പിച്ചെടുത്ത ഈ ചിപ്പ് ലോഗ് ഉപയോഗിച്ച്, ഒരു കപ്പലിന്റെ വേഗതയും അത് പിന്നിട്ട ദൂരവും കൃത്യമായി അളക്കാൻ കഴിയും. ഈ പുതിയ ഉപകരണം ഉപയോഗിച്ച് റയീസ് സമർത്ഥമായി കപ്പലോടിച്ചു. അവൻ എപ്പോൾ ശത്രുവിന്റെ കപ്പലിനെ വട്ടമിടും, കാറ്റിനൊപ്പം എവിടേക്കാണ് യാത്ര ചെയ്യേണ്ടതെന്നും എല്ലാം നിർണ്ണയിക്കാൻ അദ്ദേഹത്തിന് കഴിഞ്ഞു.

അൾജീരിയ കീഴടക്കിയ സമയത്ത് അദ്ദേഹം പല അവസരങ്ങളിലും ഇത് വിജയകരമായി ഉപയോഗിച്ചു. എന്തിനധികം, അദ്ദേഹത്തിന്റെ കപ്പലുകളിൽ ഇപ്പോൾ ഡോറിയയുടേതിനേക്കാൾ മികച്ച ആയുധങ്ങളായിരുന്നു. അവർ രണ്ടുപേരും സമുദ്ര ശാസ്ത്രത്തിലെ ഏറ്റവും പുതിയ കണ്ടുപിടുത്തങ്ങൾ പിന്തുടരുകയും അവ ഉപയോഗപ്പെടുത്തുകയും ചെയ്തു. രണ്ടുപേരും മറ്റേയാളുടെ കഴുത്ത് ഞെരിക്കാൻ ഉദ്ദേശിച്ചിരുന്നുവെന്നത് വ്യക്തമാണ്, പക്ഷേ ഇരുവരും ഉടൻ അത് ചെയ്യാൻ ആഗ്രഹിച്ചില്ല. ഡോറിയ തന്നെയായിരുന്നു കപ്പിത്താനായി. റയീസ് അയ്ദിനെയോ സാലിഹ് റെയ്സിനെയോ നിയമിച്ചു.

ഡോറിയ കടലിലാണെന്ന വാർത്ത ലഭിക്കുന്ന നിമിഷം അവൻ ദൈവത്തോട് ഒരു പ്രാർത്ഥന നടത്തി കപ്പൽ കയറി. ഡോറിയയുടെ ഭാഗത്തും സ്ഥിതി വ്യത്യസ്തമായിരുന്നില്ല. ബാർബറോസ യൂറോപ്യൻ തീരത്ത് റെയ്ഡ് നടത്തിയാൽ അൾജീരിയൻ തീരത്ത് റെയ്ഡ് നടത്തി ഡോറിയ തിരിച്ചടിക്കും. അല്ലെങ്കിൽ ഡോറിയ മുസ്ലീങ്ങളെ ഉപദ്രവിച്ചാൽ പ്രതികരിക്കേണ്ടത് തന്റെ കടമയാണെന്ന് ഹിസിറിനു മാത്രമേ തോന്നിയിട്ടുള്ളൂ. മുഴുവൻ മെഡിറ്ററേനിയനും അവർ തമ്മിലുള്ള മത്സരത്തെക്കുറിച്ച് അറിയാമായിരുന്നു, ആരെങ്കിലും അവരിൽ ഒരാളുടെ ഇരയായാൽ അവർ സംരക്ഷണത്തിനായി മറ്റേയാളിലേക്ക് ഓടി.

വലിയ കൊള്ളയുടെ കാലഘട്ടങ്ങൾ. കടലിലെ ഓരോ ഋതുവിന്റെ തുടക്കത്തിലും ഇരുവരും മറ്റൊരാൾക്കായി കെണിയൊരുക്കുന്നതിൽ സമർത്ഥരായി. പ്രേതക്കപ്പലിന്റെ കാര്യത്തിൽ ഡോറിയ ഇപ്പോഴും തോറ്റു. അയാൾക്ക് അതിന്റെ രഹസ്യം പൊളിക്കാൻ കഴിഞ്ഞില്ല. ഇത് മനസ്സിൽ വെച്ചുകൊണ്ട്, മെഡിറ്ററേനിയനിലെ അഞ്ച് വ്യത്യസ്ത സ്ഥലങ്ങളിൽ മണൽ, ചങ്ങല, വാളുകൾ, മഴു എന്നിവ ഉപയോഗിച്ച് അഞ്ച് വ്യത്യസ്ത ഗാലിയറ്റുകൾ മുക്കി, വേനൽക്കാലത്ത് അദ്ദേഹം മാസത്തിലൊരിക്കൽ അറ്റകുറ്റപ്പണികൾ നടത്താൻ ഒരു സംഘത്തെ വരെ അയച്ചു. കടലിൽ കാറ്റും കോളും വന്നാൽ പ്രേതക്കപ്പലുകൾ ഡോറിയയ്ക്കായി തയ്യാറാകും. ഇത് റയീസിനെ വളരെ സന്തോഷിപ്പിക്കുന്ന ഒന്നായിരുന്നു.

അൾജീരിയയിൽ ജീവിതം കുതിക്കുമ്പോൾ എന്റെ ഹൃദയം വിഷമങ്ങളാൽ നിറഞ്ഞിരുന്നു, മനസ്സ് ഓർമ്മകളാൽ നിറഞ്ഞു, എന്റെ രഹസ്യങ്ങൾ തലച്ചോറിനെ ക്ഷീണിപ്പിച്ചു. ഞങ്ങളുടെ ഒരു ചതുരംഗ സായാഹ്നത്തിൽ, റയീസ് എന്നോട് തമാശ പറഞ്ഞു,

‘‘നിങ്ങൾക്ക് പ്രായമാകുന്നതുപോലെ തോന്നുന്നു സീദി സാൻ, കഴിയുന്നത്ര വേഗം നിങ്ങൾ ബില്ലൂറിനെ കണ്ടെത്തണം.’’

അദ്ദേഹം തുടർന്നു:

‘‘യൗവനവുമായി താരതമ്യപ്പെടുത്തുമ്പോൾ, പ്രായമേറിയ കാലം ശരിയായി വിനിയോഗിക്കുകയാണെങ്കിൽ ഒരു അനുഗ്രഹമാണ്. അനുഭവം ഉണ്ട്, ജോലി ഉണ്ട്. വിനോദങ്ങളും ജീവിതവുമുണ്ട്. ഒരു വർഷം ഒരു യുവാവിന് വളരെ വലുതാണ്. അവൻ എല്ലാം ഒറ്റയടിക്ക് ചെയ്യാൻ ആഗ്രഹിക്കും. എന്നാൽ വർഷങ്ങൾ കടന്നുപോകുന്തോറും നമ്മുടെ സിരകളിലെ രക്തം മന്ദഗതിയിലാകുന്നു, നമ്മുടെ അനുഭവങ്ങൾ കുന്നുകൂടുന്നു, എല്ലാം അതിന്റേതായ സമയത്ത് സംഭവിക്കുന്നു. ചെറുപ്പക്കാർക്ക് ഇനിയും ഒരുപാട് വർഷങ്ങൾ ജീവിക്കാൻ

ബാക്കിയുള്ളത് പോലെയാണ്, എന്നാൽ പ്രായമായവർക്ക് അത് പെട്ടെന്ന് ജീവിതം അവസാനിച്ച പോലെയാണ്. യുവാക്കൾക്ക് വർഷങ്ങൾ നീണ്ടതാണ്, അതുകൊണ്ടാണ് പ്രായമായവർക്ക് അവ വളരെ ചെറുതായി തോന്നുന്നത്. കേവലം ഇരുപത് വയസ്സുള്ള ഒരു മനുഷ്യന് ഒരു വർഷം അവന്റെ ജീവിതത്തിന്റെ ഇരുപത് വർഷത്തിൽ ഒന്ന് മാത്രമാണ്.

എന്നാൽ അമ്പത് വയസ്സുള്ള ഒരു മനുഷ്യന് അവന്റെ അമ്പത് വയസ്സിൽ ഒരു വയസ്സ് വളരെ തുച്ഛമാണ് അല്ലേ. തുടക്കവും അവസാനവും പ്രവർത്തനത്തിന്റെയും വിശ്രമത്തിന്റെയും സമയങ്ങൾ, താൽപര്യവും താൽപ്പര്യമില്ലായ്മയും ലക്ഷ്യങ്ങളും വിജയങ്ങളും എല്ലാം ഒരു വർഷത്തിനുള്ളിൽ തിങ്ങിക്കൂടും. ഇനി നഷ്ടപ്പെടുത്താൻ സമയമില്ല. അതുകൊണ്ടാണ് നിങ്ങൾ എത്രയും വേഗം ബില്ലൂറിനെ കണ്ടെത്തണമെന്ന് പറയുന്നത്.''

ഞാൻ അതിനെക്കുറിച്ച് ചിന്തിച്ചു. ഒരു വർഷം ഇപ്പോഴും എനിക്ക് വളരെ നീണ്ട സമയമായി തോന്നുന്നു എന്നതാണ് സത്യം. കാരണം എല്ലാ ദിവസവും എനിക്ക് ബില്ലൂർ ഒരു സന്ദേശം അയയ്ക്കുമെന്ന പ്രതീക്ഷ ഉണ്ടായിരുന്നു; അല്ലെങ്കിൽ അവളെ കാണും എന്ന്. ഒരു യാത്ര കഴിഞ്ഞു മടങ്ങുന്ന എല്ലാ ലെവന്റുകളോടും അടിമകളോടും അവളെക്കുറിച്ച് എന്തെങ്കിലും അറിവ് ലഭിച്ചോ എന്ന് ഞാൻ ചോദിച്ചു കൊണ്ടിരുന്നു. മൊഹാക്കിലെ യുദ്ധത്തിന് ശേഷം ക്ലീവ്സ് കുടുംബം ബൊഹീമിയ വിട്ടുവെന്നു എനിക്കറിയാമായിരുന്നു. സ്പെയിനിലെ കൊട്ടാരത്തിലേക്ക് ഞങ്ങൾ സമർപ്പിച്ച പ്രതിമകളെക്കുറിച്ച് ഒരു വിവരവും ലഭിച്ചിരുന്നില്ല.

അവൾ ജീവിച്ചിരിപ്പുണ്ടെങ്കിൽ എവിടെ, ഏത് സാഹചര്യത്തിലാണ് എന്ന് ആർക്കറിയാം? ഞാൻ പ്രതീക്ഷിച്ചതുപോലെ അവൾ ഒരു കന്യാസ്ത്രീയുടെ ജീവിതമാണ് നയിക്കുന്നതെങ്കിൽ, ഏത് മലമുകളിൽ അല്ലെങ്കിൽ ഏത് ആശ്രമത്തിലാണ് എന്ന് ആർക്കറിയാം? എന്തുകൊണ്ടാണ് അവൾ ബൊഹീമിയയിൽ അവളെ കണ്ടുപിടിക്കാനാകാത്തത്? ഞാൻ അവളെ എവിടെയാണ് അന്വേഷിക്കേണ്ടത്? ഏത് പ്രവിശ്യയിൽ, ഏത് കടലിൽ ഏത് തീരത്ത്?

''**ക**പ്പലുകൾ! അയ്ഡൻ റയീസിന്റെ കപ്പലുകൾ മുപ്പതിമൂന്നെണ്ണം.''

അലർച്ച കേട്ട് ഞാൻ ഞെട്ടി.

മുപ്പത്തിമൂന്ന് കപ്പലുകളുമായാണ് അയ്ഡൻ റയീസ് തുറമുഖത്ത് പ്രവേശിച്ചത്. ഇവരിൽ പതിനൊന്ന് എണ്ണം പിടിച്ചെടുത്തതാണ്.

അധികം താമസിയാതെ, അയ്ഡൻന്റെ തിരിച്ചുവരവ് ആഘോഷി ക്കാൻ ഒരു റയീസ് ഒരു വിരുന്നൊരുക്കി. രണ്ട് പുതിയ യുവാക്കൾ തന്റെ മുന്നിൽ നിൽക്കുന്നത് കണ്ടു. അവരുടെ നീലക്കണ്ണുകളും തവിട്ടുനിറമുള്ള മുടിയും അവർ നിന്ന രീതിയും അർത്ഥമാക്കുന്നത് അവർ വിദേശികളായിരിക്കണം എന്നാണ്.

‘‘ആരാണ് ഈ അതിഥികൾ, പ്രിയ അയ്ഡൻ?’’

‘‘ഇവരെ പരിചയപ്പെടുത്താൻ എന്നെ അനുവദിക്കൂ. ഈ യുവാവ് ക്യാപ്റ്റൻ ഡോറിയയുടെ ഏക മകനാണ്, അവിഹിത പ്രണയത്തിന്റെ ഫലം, ജിയോവാനി ഡോറിയ. അവനെ തന്റെ പിതാവിന്റെ വിൽപ്പത്രത്തിൽ ഉൾപ്പെടുത്തിയിട്ടുണ്ട്, ഡോറിയയുടെ സംരക്ഷണത്തി ലാണ്. തുർക്കി ഭാഷ സംസാരിക്കുന്ന ഒരു മാർഗദർശിയും കൂടെ യുള്ളത്. സ്പാനിഷ് കപ്പൽപ്പടയോടൊപ്പം കാർലോസ് രാജാവിന്റെ അടുത്തേക്ക് യാത്ര തിരിച്ച ജിയോവാനി അഞ്ചു ബെയ്‌ലിക് ഗാലി കളുമായി മെഡിറ്ററേനിയനിൽ അങ്ങയോട് സംസാരിക്കാൻ വന്ന താണ്. അതിനാൽ ഞങ്ങൾ അവനെ ഇവിടെ കൊണ്ടുവന്നു.’’

റയീസ് എഴുന്നേറ്റു. അവൻ ജിയോവാനിയുടെ അടുത്തേക്ക് ചെന്നു. എന്നിട്ട് അവന്റെ കൈ പിടിച്ച് മേശയുടെ അരികിലേക്ക് നയിച്ചു. തന്റെ അരികിൽ ഇരുത്തി. ടർക്കിഷ് മേശയിൽ ഇരിക്കാൻ ജിയോവാനിയുടെ കാൽമുട്ടുകൾ വളയുന്നില്ല. എന്തിനധികം, മേശ യുടെ മുഖ്യ കസേരയിൽ ഇരുത്തിയപ്പോൾ അവൻ ഞെട്ടിപ്പോയി. റയീസ് എന്നെ നോക്കി, അവൻ പറയുന്നത് വിവർത്തനം ചെയ്യാൻ അദ്ദേഹം എന്നോട് ആവശ്യപ്പെട്ടു.

‘‘ട്രോജൻ യുദ്ധത്തിനു ശേഷം മെഡിറ്ററേനിയൻ കണ്ട ഏറ്റവും മികച്ച കപ്പിത്താന്മാരിൽ ഒരാളാണ് നിങ്ങളുടെ പിതാവ്. നിങ്ങളോ ടൊപ്പം ഭക്ഷണം കഴിക്കുന്നത് എനിക്ക് സന്തോഷമാണ്. നിങ്ങൾ എന്റെ അതിഥിയാണ്.’’

‘‘എന്റെ അച്ഛൻ നിങ്ങളോട് അങ്ങനെ തന്നെ പറയുമെന്നതിൽ സംശയമില്ല. പക്ഷേ, അദ്ദേഹം ഇതേ മഹാമനസ്കത കാണിക്കുമോ? നിങ്ങളുടെ സ്വന്തം മകനെ അവന്റെ മേശയിൽ ഇരുത്തുമോ എന്ന് എനിക്ക് പറയാനാവില്ല.’’

എന്താണ് സംഭവിച്ചതെന്ന് വിശദീകരിക്കാൻ ഞാൻ അവനോട് ആവശ്യപ്പെട്ടു. അവൻ ശാന്തമായി സംസാരിച്ചു. വിവർത്തനം ചെയ്യാൻ എനിക്ക് എളുപ്പമായി. അവന്റെ സാഹസികത ഞങ്ങൾക്ക് മനസ്സി ലായി.

‘‘എന്റെ പിതാവ് നമ്മുടെ വിശുദ്ധ രാജാവിനെ കണ്ടു. അഞ്ച് ബെയ്‌ലിക് ഗാലികളുമായി മെഡിറ്ററേനിയനെക്കുറിച്ചുള്ള വിവര ങ്ങൾ ശേഖരിക്കാനാണ് എന്നെ അയച്ചത്. ബാഴ്സലോണയിൽ

നിന്ന് വെനീസിലേക്കുള്ള യാത്രയിൽ എനിക്ക് സാധനങ്ങളും യുദ്ധ സാമഗ്രികളും എടുക്കേണ്ടി വന്നു. കൗണ്ട് ഒലിവ എന്നെ പ്രതീക്ഷി ക്കുന്നുണ്ടെന്ന് അവർ എന്നോട് പറഞ്ഞു.

പ്രഗത്ഭരായ കരകൗശല വിദഗ്ധരും ഉപകാരപ്രദവുമായ നിര വധി മുദേജർമാരെ ടർക്കിഷ് കടൽക്കൊള്ളക്കാർ അൾജീരിയയി ലേക്ക് കൊണ്ടുപോകുന്നുണ്ടെന്നും അവരെയെല്ലാം തിരികെ കൊണ്ടു വരേണ്ടതുണ്ടെന്നും ഈ ദൗത്യം എന്റെ പിതാവിനെ ഏൽപ്പിച്ചിട്ടു ണ്ടെന്നും കൗണ്ട് എന്നോട് പറഞ്ഞു. എന്തിനധികം മൂന്ന് കപ്പലു കളും ഫോർമെന്റേറയ്ക്ക് പുറത്തുള്ള തുറന്ന കടലിൽതന്നെ കണ്ടു.

തുർക്കികൾ വൻതോതിൽ പണവും ആഭരണങ്ങളും പിടിച്ചെടുത്ത തായി അദ്ദേഹം തുടർന്നു പറഞ്ഞു. എനിക്കവ തിരികെ കൊണ്ടു വരാൻ കഴിയുമെങ്കിൽ, അതിന്റെ പകുതിയും എല്ലാ അടിമകളെയും എനിക്ക് നൽകാമെന്ന് അദ്ദേഹം സമ്മതിച്ചു. ഞാൻ കണക്കുകൂട്ടലു കൾ നടത്തി. എനിക്ക് അഞ്ച് ഗാലികൾ ഉണ്ടായിരുന്നു, മൂന്ന് എണ്ണം ഉപയോഗിച്ച് എനിക്ക് ഇത് കൈകാര്യം ചെയ്യാൻ കഴിയുമെന്ന് ഞാൻ കരുതി. ഇത് ഏകദേശം പതിനായിരത്തോളം പ്രഭുക്കന്മാരുടെ സ്വത്തായിരുന്നു. പക്ഷേ, ഖേദകരമെന്നു പറയട്ടെ, എന്റെ സൈനി കർ ഇത്ര ധൈര്യശാലികളല്ലെന്ന് ഞാൻ കരുതിയിരുന്നില്ല.''

ഇത് ബാർബറോസയെ ചിരിപ്പിച്ചു.

''ആവശ്യമായ സൈനികരില്ലാതെ വേട്ടയാടാൻ പോയി അല്ലേ? ഹ ഹ... നീ ഒരിക്കലും ഒരു നല്ല കടൽക്കൊള്ളക്കാരനാകില്ല മകനേ.''

അയ്ഡൻ കാൽമുട്ടിൽ തട്ടി പറഞ്ഞു.

''ഞാൻ ഗാലികൾ കണ്ടപ്പോൾ, അഗ്നിഹൃദയരായ പടയാളികളാൽ നിറഞ്ഞിരിക്കുന്നുവെന്ന് ഞാൻ അനുമാനിച്ചു.''

''അയ്ഡൻ റയീസ്, എല്ലാ സ്പാനിഷ് പട്ടാളക്കാരെയും രാജാ വിന്റെ കിരീടധാരണത്തിനായി ഇറ്റലിയിലേക്ക് അയച്ചതായി നിങ്ങൾ ക്കറിയില്ലേ.''

''എന്റെ മഗ്രിബ് ജനങ്ങളെ ഞാൻ കരയിലേക്ക് കൊണ്ടുവന്നത് നീയും അറിഞ്ഞില്ല.''

''ഇല്ല. ഞങ്ങൾ നങ്കൂരം തൂക്കി മുന്നോട്ടു നീങ്ങിയപ്പോൾ അവർ വേട്ടയാടപ്പെട്ട പക്ഷികളെപ്പോലെ വിറയ്ക്കുന്നുണ്ടായിരുന്നു.''

''സൈനികരെ സ്ത്രീകളെപ്പോലെ തോന്നിക്കാൻ എല്ലാ മുദേ ജർ സ്ത്രീകളുടെയും ശിരോവസ്ത്രം ശേഖരിക്കേണ്ടി വന്നു.''

''നിങ്ങൾ കീഴടങ്ങാനാണ് ഞങ്ങളുടെ അടുത്ത് വന്നതെന്ന് ഞങ്ങൾ അനുമാനിച്ചു.''

''പിന്നെ വെള്ളക്കൊടി കാണിച്ചത് ആരാണ്? ഹ ഹ ഹ... എന്റെ യുവ സുഹൃത്തേ, നിങ്ങളുടെ അത്യാഗ്രഹം കാരണം നിങ്ങൾ യുദ്ധത്തിൽ തോറ്റു, അതിലുപരിയായി നിങ്ങളുടെ ജീവിതവും നഷ്ടപ്പെട്ടു.''

''അവൻ നശിക്കട്ടെ.''

ചിക്കോതത്ത ഈ വാക്കുകൾ ഉച്ചരിച്ചപ്പോൾ ഹിസീർ റയീസ് അർത്ഥവത്തായി ചുമച്ചു. ചുമ ചിക്കോയ്ക്കുള്ളതല്ലെന്നും അയ്ഡൻ റെയ്സ് അവസാനമായി പറഞ്ഞ ഈ വാക്കുകൾക്കാണെന്നും എല്ലാവർക്കും അറിയാമായിരുന്നു. അയ്ഡൻ റെയ്സിന് എങ്ങനെയാണ് ഒരു അടിമയോട് ഇങ്ങനെയൊരു കാര്യം പറയാൻ കഴിയുക അയാൾക്ക് 'തന്റെ ജീവിതം നഷ്ടപ്പെട്ടു എന്ന്' അതും ഹിസീർ റയീസിനു മുന്നിൽ?

ഒട്ടോമൻ സാമ്രാജ്യത്തിന്റെ അൾജീരിയൻ ഗവർണർ അദ്ദേഹത്തിന്റെ അരികിലായിരിക്കുമ്പോൾ ഇത്ര അധികാരം അയ്ഡൻ റെയ്സിന് എങ്ങനെ തോന്നി? അതുകൊണ്ടായിരിക്കാം ഹിസീർ റയീസ് അവനെ വെല്ലുവിളിച്ചത്.

''ഞാൻ അൾജീരിയ കീഴടക്കിയപ്പോൾ ഇവിടെ ഒരു ശത്രുവിനെ കണ്ടുമുട്ടി, എന്റെ യുവ സുഹൃത്ത്. ഡോൺ മാർട്ടിൻ ഡി വർഗാസ് എന്നായിരുന്നു അദ്ദേഹത്തിന്റെ പേര്. അവൻ ധീരനും കുലീനനുമായ ഒരു ശത്രുവായിരുന്നു. അവൻ പാവോലോ കോട്ടയെ വളരെ ധീരതയോടെ സംരക്ഷിച്ചു, എന്നെ ഭയപ്പെടുത്തുകയും അവസാനം ഞാൻ അത് അവനു വിട്ടുകൊടുക്കുകയും ചെയ്തു. ഇപ്പോൾ അവൻ എന്റെ അതിഥിയാണ്, നിങ്ങളും.''

ഹിസീർ റയീസ് സംസാരിച്ചപ്പോൾ അവർ ഇരുവരും നടത്തിയ സംഭാഷണം ഞാൻ ഓർത്തു. യഥാർത്ഥ കുലീനരായ ഈ രണ്ട് സൈനികർ പരസ്പരം ആദരവ് പ്രകടിപ്പിക്കുന്ന രീതി ശ്രദ്ധേയമായിരുന്നു, യുദ്ധ കലയിൽ പരസ്പരം നൽകിയ സംഭാവനകളോടുള്ള ബഹുമാനം. ഹിസീർ റയീസ് അന്ന് പറഞ്ഞു,

''കമാൻഡർ ഡോൺ മാർട്ടിൻ, താങ്കൾ ധീരനും കുലീനനുമാണെന്ന് എനിക്കറിയാം. അതിനാൽ നിങ്ങൾ ഇസ്ലാം മതം സ്വീകരിച്ചാൽ ഞാൻ നിങ്ങളെ മോചിപ്പിക്കും? എന്റെ കാവലിൽ ഒരു കമാൻഡറായി നിങ്ങൾ സേവനമനുഷ്ഠിക്കാൻ ഞാൻ ആഗ്രഹിക്കുന്നു. നീ എന്ത് പറയുന്നു?'' ഡോൺ മാർട്ടിന്റെ ഉത്തരം ഒരു കല്ല് പോലെ ഉറച്ചതും എന്നാൽ മാന്യവുമായിരുന്നു:

''ക്യാപ്റ്റൻ ബാർബറോസ, ജീവനെ ഭയന്നാണ് ഡോൺ മാർട്ടിൻ മതം മാറിയതെന്ന് അവർ പറയും. തോൽവിയുടെ മാനക്കേട് എന്റെ ജീവനെടുത്തിട്ടുണ്ട്. നിങ്ങളുടെ വാഗ്ദാനത്തിന് നന്ദി, പക്ഷേ നിങ്ങൾ എന്നെ ഇപ്പോൾത്തന്നെ കൊല്ലുന്നതാണ് നല്ലത്.''

‘‘ഒരിക്കലും ഇല്ല. നിങ്ങളെപ്പോലുള്ള നായകന്മാർക്ക് വേണ്ടി സൂര്യൻ പ്രകാശിക്കുന്നു. ഈ നാവികർ നിങ്ങളിൽ നിന്ന് പഠിക്കുമെന്ന പ്രതീക്ഷയോടെയാണ് ഞാൻ അത് പറയുന്നത്.’’

അതൊരു അപൂർവ നിമിഷമായിരുന്നു. അപ്പോൾ റയീസ് പറഞ്ഞു.

‘‘ഡോൺ മാർട്ടിനോട് ഞാൻ ക്ഷമിച്ചതുപോലെ നിങ്ങളോട് ഞാൻ ക്ഷമിക്കും. കാരണം, ഞാൻ നിങ്ങളെ ധീരനും ഒരു വിശുദ്ധ ആത്മാവായും കാണുന്നു, ജിയോവാനി. എനിക്ക് തീരെ വേണ്ടാത്തത് നിന്റെ പിതാവായ ദുഷ്ടനുമായുള്ള ഒരു രക്തച്ചൊരിച്ചിലാണ്. കുറച്ച് ദിവസത്തേക്ക് എന്റെ അതിഥിയാകൂ. എന്നാൽ നിങ്ങൾ അധികനേരം കാത്തിരിക്കരുത്. ഞങ്ങൾ കടലിലേക്ക് പുറപ്പെടുമ്പോൾ സ്പാനിഷ് രാജാവിന് സമ്മാനമായി നിങ്ങളെ തിരികെ അയയ്ക്കും. അതുവരെ ഹസൻ ഇവിടെ നിങ്ങളെ അനുഗമിക്കും. നിങ്ങളുടെ അരികിൽ എപ്പോഴും ഒരു വിവർത്തകനും വാളും ഉണ്ടായിരിക്കും.’’

സംഭാഷണം അവസാനിച്ചതായി അയ്ഡനു തോന്നി, താൻ ചെയ്ത തെറ്റിൽ അൽപ്പം ലജ്ജിച്ചു. പിരിമുറുക്കം ലഘൂകരിക്കാൻ, ജിയോവാനിയോട് ഒരു ചോദ്യം ചോദിക്കട്ടെ, എന്ന് അദ്ദേഹം ഹിസീർ റയീസിനോട് ചോദിച്ചു.

‘‘ഒരു യുവ നാവികനായ എനിക്ക് മനസ്സിലാകാത്ത ഒരു കാര്യമുണ്ട്. ഓരോ കപ്പലിലും ഏകദേശം മുന്നൂറോളം ഗാലി അടിമകൾ ഉണ്ടായിരുന്നില്ലേ?’’

‘‘അത് ശരിയാണ്. മുസ്ലീം കുറ്റവാളികളുടെ മുഴുവൻ സംഘവും ഞങ്ങളുടെ പടയിലുണ്ടായിരുന്നു.’’

‘‘എന്നാൽ അവരെല്ലാവരും പൂർണ്ണ നഗ്നരായിരുന്നു, എന്തുകൊണ്ട്?’’

‘‘ഞങ്ങൾ നിന്നെ അന്വേഷിക്കാൻ പുറപ്പെടുമ്പോൾ ഞാൻ അവരുടെ വസ്ത്രങ്ങൾ നശിപ്പിച്ചിരുന്നു. നഗ്നരായിരിക്കുന്നതിൽ അവർ ലജ്ജിക്കുന്നുവെന്നും എത്രയും വേഗം അവരുടെ വസ്ത്രങ്ങൾ തിരികെ ലഭിക്കാൻ അവർ ആഗ്രഹിക്കുന്നുവെന്നും എനിക്കറിയാമായിരുന്നു. ഞങ്ങൾ നിങ്ങളെ പിടിക്കുമ്പോൾ മാത്രമേ അവർ വസ്ത്രം ധരിക്കുകയുള്ളൂവെന്നും ഈ ലക്ഷ്യത്തിനായി പ്രവർത്തിച്ചില്ലെങ്കിൽ അവർ ചാട്ടവാറിന്റെ പാടുകൾ മാത്രമേ ധരിക്കൂ എന്നും ഞാൻ അവരോട് പറഞ്ഞു. ആദ്യം അവരെല്ലാം പ്രതിഷേധിച്ചു, അവിടെ ഏതാണ്ട് ഒരു കലാപം ഉണ്ടായി, പക്ഷേ പിന്നീട് നാളെ എന്നൊരു ദിവസം ഇല്ലെന്ന മട്ടിൽ അവർ തുഴയെടുത്തു.’’

ഈ അവസാന വാക്കുകളിലെ പരിഹാസം കേട്ട് ഹിസീർ റയീസിനിൽ രോഷം നിറഞ്ഞു. അത് അയാളുടെ ഭാവത്തിൽനിന്നുതന്നെ മനസ്സിലാക്കാമായിരുന്നു. ഒരു നിമിഷം ഞാൻ വിചാരിച്ചു, അവൻ തന്റെ വാക്കിൽ നിന്ന് പിന്തിരിഞ്ഞ്, വാളെടുത്ത് ഈ ക്ഷുദ്രജീവിയുടെ തല വെട്ടിക്കളഞ്ഞേക്കാം എന്ന്. പക്ഷേ, അതല്ല അവൻ ചെയ്തത്, നേരെമറിച്ച്, അവൻ നിന്ദയോടെ ചോദിച്ചു.

‘‘ഡോറിയ, നിനക്ക് വേണ്ടി എനിക്ക് മറ്റെന്തെങ്കിലും ചെയ്യാൻ കഴിയുമോ?’’

ജിയോവാനി നന്ദി പ്രകടിപ്പിച്ചു, പക്ഷേ റയീസ് അത് ശ്രദ്ധിച്ചില്ല, തുടർന്ന് മുറിയിലേക്ക് വന്ന ഹസന്റെ നേരെ തിരിഞ്ഞു അദ്ദേഹം അൽപ്പം തമാശമട്ടിൽ പറഞ്ഞു.

‘‘ബോയ്! ഈ സുഹൃത്തിനെ ഞാൻ നിനക്ക് തരുന്നു. നിന്റെയിഷ്ടത്തിന് അവനെ ഉപയോഗിക്കാം.’’

അവൻ ഹസനെ നോക്കി കണ്ണിറുക്കി. അച്ഛന്റെ നോട്ടത്തിലെ അഭിനന്ദനം ഹസന് കാണാമായിരുന്നു. കാരണം, അതുവരെ അവൻ തന്റെ മകന് ഒരു അടിമയെ വേണ്ടെന്നുവെച്ചിരുന്നു. ഇപ്പോൾ അവന് ഒരു സുഹൃത്തിനെ കൊടുക്കുകയായിരുന്നു. ഒരുപക്ഷേ തന്റെ മകൻ വളർന്നുവെന്ന് അയാൾക്ക് തോന്നിയിരിക്കാം. തുടക്കത്തിൽ, ഞാൻ ഉൾപ്പെടെ മുറിയിലുണ്ടായിരുന്ന എല്ലാവരും, ഹിസീർ റയീസ് തന്റെ മകന് ജിയോവാനിയെ ഏൽപ്പിക്കുന്നെന്ന് കേട്ട് ഞെട്ടിയതാണ്. കാരണം കടലുമായി ബന്ധപ്പെട്ട എല്ലാ കാര്യങ്ങളിൽ നിന്നും ഹസനെ എന്നും അകറ്റി നിർത്തിയിരുന്ന അവൻ, ഇപ്പോൾ പതിനഞ്ചു വയസ്സായിട്ടും ഹസൻ ഒരിക്കലും അമ്മയുടെ അരികിൽ നിന്ന് മാറിയിരുന്നുമില്ല. സെമൈമ ഇടയ്ക്കിടെ പരാതിപ്പെട്ടിരുന്നുവെങ്കിലും അദ്ദേഹം തന്റെ മകനെ കടലിൽ കൊണ്ടുപോയിട്ടില്ല.

കതിർകലെ യഥാർത്ഥത്തിൽ ഹസന് ഒരു തടങ്കലായി മാറി. ഹസനെ സംബന്ധിച്ചിടത്തോളം അൾജീരിയ എന്ന പേര് കീഴടക്കലിന്റെ പര്യായമാണെന്ന് ഞാൻ കണ്ടു. അവന്റെ പിതാവ് തന്നോട് ചെയ്തതുതന്നെ റയീസും ചെയ്യുന്നു. അവനെ കടലിൽനിന്ന് അകറ്റി. എന്നാൽ ഇപ്പോൾ തന്റെ എതിരാളിയുടെ മകനെ തന്റെ നാവിക സേനയുടെ തലപ്പത്ത് കണ്ടപ്പോൾ അവന്റെ മനസ്സ് മാറി എന്ന് തോന്നുന്നു. ജിയോവാനിക്ക് ഹസനേക്കാൾ അഞ്ചോ ആറോ വയസ്സ് കൂടുതലായിരുന്നു, പക്ഷേ അവർക്ക് കുറഞ്ഞത് രണ്ട് വിഷയങ്ങളെങ്കിലും ചർച്ച ചെയ്യാനുണ്ടാകുമെന്നതിൽ സംശയമില്ല: അവരുടെ പിതാക്കന്മാരും മെഡിറ്ററേനിയനും.

തുടർന്ന് വാദ്യോപകരണങ്ങളുടെ അകമ്പടിയോടെ ഗാനാലാപന മായിരുന്നു.

''അങ്ങയുടെ വീര്യത്താൽ ഏഴു രാജാക്കന്മാർ വീണു
വഞ്ചനയുടെ നിദ്രയിൽ നിന്ന് അൾജീരിയയെ ഉണർത്തി.
പടയ്ക്ക് പുതിയ കപ്പലുകളും പടയാളികളുണ്ട്
അൾജീരിയയെ ചെറുക്കേണ്ട സമയമായി.

മഹായോദ്ധാക്കൾ എന്നും അങ്ങയോടൊപ്പം
രക്തസാക്ഷികൾ എന്നും അങ്ങയോടൊപ്പം
ചങ്കൂറ്റമുള്ളവർ എന്നും അങ്ങയോടൊപ്പം
അൾജീരിയയുടെ കാവൽനായകന്മാർ

വസന്തത്തിലും വേനലിലും നാം കടൽവേട്ടയിൽ
ശൈത്യത്തിൽ നാം കപ്പൽശാലയിൽ കൂടും
ധീരന്മാരെല്ലാം യാലിക്കാപ്പിയിൽ ആഘോഷിക്കുന്നു
അൾജീരിയയുടെ സുൽത്താൻ പെൺകുട്ടികളുടെ കൂടെ.

ഹൃദയം ഗാലികളുടെ തുറമുഖത്തേക്ക് ഒഴുകും
ഹിസീർ റയീസ് കോട്ടയിൽ പതാക ഉയർത്തും
ഏഴു രാജാക്കന്മാരുടെ നാളുകൾക്കായി അവൻ കാക്കും
അൾജീരിയയുടെ സുൽത്താൻ കല്ലും മണ്ണും.''

ആ ആഘോഷത്തിന്റെ രാത്രിയിൽ, അവൻ പോകുമ്പോൾ ഹിസീർ റയീസ് ചോദിച്ചു.

''സീദി നീ ഇതെല്ലാം എങ്ങനെ വിലയിരുത്തുന്നു?''

ഞങ്ങൾ മാത്രമായിരിക്കുമ്പോൾ അദ്ദേഹം എപ്പോഴും എന്നോട് ഇത് ചോദിക്കും: എന്താണ് സംഭവിച്ചതെന്നും എന്താണ് ചെയ്ത തെന്നും വിലയിരുത്താൻ. ഞാൻ എല്ലായ്പ്പോഴും സത്യസന്ധമായ അഭിപ്രായം അദ്ദേഹത്തിന് നൽകുകയും ഞാൻ കണ്ടത്, അതു പോലെ വിശദീകരിക്കുകയും ചെയ്യും.

എന്റെ ഒരു വിമർശനാത്മക ചിന്തയുടെ പേരിൽ ഒരിക്കൽ പോലും എന്നോട് ദേഷ്യപ്പെട്ടിരുന്നില്ല. അവൻ നീതിപൂർവമായ പാതയിൽ നിന്ന് തെറ്റിപ്പോകുകയാണെന്ന് ഞാൻ എപ്പോഴെങ്കിലും കരുതുന്നുണ്ടെങ്കിൽ മുന്നറിയിപ്പ് നൽകണമെന്ന് അദ്ദേഹം ആവശ്യ പ്പെടുകയും ചെയ്തിരുന്നു. കൂടാതെ ഒമർ പ്രവാചകൻ ഒരു മനു ഷ്യനോട് സത്യം പറയാൻ വേണ്ടി പതിവായി പ്രതിഫലം നൽകി യിരുന്നത് എങ്ങനെയെന്ന് എന്നോട് പറഞ്ഞിട്ടുമുണ്ട്. എല്ലാം

ദൈവത്തിന് അനുസൃതമായി നടക്കുന്നുവെന്നും ഞങ്ങൾ ശരിയായ പാതയിലാണെന്നും തോന്നി.

ഒരു കപ്പൽ തയ്യാറാക്കാനും കടത്തിനുള്ള അനുമതികൾ, തുറമുഖ അനുമതിപത്രങ്ങൾ എന്നിവ തയ്യാറാക്കാനും അദ്ദേഹം എന്നോട് ഉത്തരവിട്ടിരുന്നു. ഡോൺ മാർട്ടിനേയും ജിയോവാനി ഡോറിയയേയും മലാഗയിലെത്തിച്ച് തിരികെ മടങ്ങാനായിരുന്നു കപ്പൽ. ഡോൺ മാർട്ടിന് പോകാൻ സ്വാതന്ത്ര്യമുണ്ടായിരുന്നു; സ്പാനിഷ് രാജാവിന് കുലോഗ്ലു മെമി റയീസ് ജിയോവാനിയെ സമ്മാനിക്കണം, തുടർന്ന് രാജാവിന്റെ അടുത്തേക്ക് കൊണ്ടുപോയതിന് ശേഷം,

''അങ്ങുന്നേ, ബാർബറോസ നിങ്ങൾക്ക് മൂന്ന് സ്വർണ്ണ പ്രതിമകൾ അയച്ചു, നിങ്ങളുടെ മറുപടി കേൾക്കാൻ അദ്ദേഹത്തിന് ആകാംക്ഷയുണ്ട്'' എന്ന് പറയാൻ നിർദ്ദേശിച്ചു.

അവരുടെ യാത്രയ്ക്കുള്ള ഒരുക്കങ്ങൾ പൂർത്തിയാക്കാനും അവരെ യാത്രയാക്കാനും ഞാൻ തന്നെ പോകണമെന്ന് തോന്നി. കപ്പലുകൾ തുറമുഖം വിടുന്നതുവരെ അവരെ അനുഗമിക്കണമായിരുന്നു. അതിനുമുമ്പ്, ഞങ്ങളുടെ ബന്ദികളാക്കിയ ഓരോ യാത്രക്കാരന്റെയും സമ്മാനങ്ങളും യുദ്ധത്തിൽ നിന്ന് കൊള്ളയടിച്ച സ്വർണ്ണവും തിരിച്ചു നൽകേണ്ടതായുണ്ട്. എല്ലാം പൂർത്തിയായപ്പോൾ ഞങ്ങൾ അവരെ ഹസനോടൊപ്പം കപ്പലുകളിൽ എത്തിച്ചു.

ഡോൺ മാർട്ടിന് ദ്വീപിൽ ധാരാളം സ്വത്തുക്കളും ഭൂമിയും ഉണ്ട്, അവയൊന്നും ഞങ്ങൾ പിടിച്ചെടുത്തിരുന്നില്ല, എന്നു മാത്രമല്ല അദ്ദേഹത്തെ ഒരു വിശിഷ്ടാതിഥിയായിത്തന്നെ ഞങ്ങൾ പരിഗണിച്ചു. ഞങ്ങൾ ജോലിക്കാരെ പരിശോധിക്കുമ്പോൾ നാല് ആഫ്രിക്കൻ അടിമകൾ മുകളിലെ അരയിലേക്ക് രണ്ട് പേടകങ്ങൾ കയറ്റുന്നത് ഞാൻ കണ്ടു.

അടിമകളിൽ ഒരാൾ ഡോൺ മാർട്ടിനോട് വിടപറയാൻ വന്നപ്പോൾ അയാൾക്ക് ഒരു സഞ്ചി നൽകി. ഡോൺ മാർട്ടിൻ സഞ്ചി തുറന്ന് ഓരോ അടിമകൾക്കും വിലയേറിയ സമ്മാനങ്ങൾ നൽകി, അപ്പോഴാണ് എന്റെ രക്തം തണുത്തതും എന്റെ കാൽമുട്ടുകൾക്ക് തളർച്ച അനുഭവപ്പെടുന്നതും. ഞങ്ങൾ സ്പാനിഷ് രാജാവിന് അയച്ച മൂന്ന് പ്രതിമകളിലൊന്നായ മഞ്ഞ പ്രതിമ ഞാൻ കണ്ടു, എന്റെ ബില്ലൂറിന്റെ ശരത്കാലം. ആ സഞ്ചിക്കുള്ളിൽ. ഡോൺ മാർട്ടിൻ സഞ്ചി കെട്ടി ഒരു കസേരയുടെ അടിയിലേക്ക് തള്ളിയിട്ട് യാത്ര പറയാൻ കൈനീട്ടി. എന്ത് ചെയ്യണമെന്ന് എനിക്കറിയില്ലായിരുന്നു. എനിക്ക് ചോദിക്കണം, പക്ഷേ എനിക്ക് സംസാരിക്കാൻ കഴിഞ്ഞില്ല.

ഞാൻ അയാളുടെ കൈയിൽ നിന്ന് സഞ്ചി എടുക്കേണ്ടതായിരുന്നു, പക്ഷേ ഞാൻ ഒരു കല്ല് പോലെ അവിടെ തന്നെ നിന്നു. അവനെ ഇങ്ങിനെ പറഞ്ഞയയ്ക്കാൻ കഴിയില്ലെന്ന് എനിക്കറിയാമായിരുന്നു, പക്ഷേ വള്ളത്തിന്റെ തുഴകൾ അപ്പോഴേക്കും കടലിൽ താണു. ഹസൻ ജിയോവാനിയോട് വിട പറഞ്ഞുകഴിഞ്ഞു, അവൻ ഞാൻ കടവിലേക്ക് മടങ്ങുന്നതും കാത്ത് നിന്നു. എന്താണ് ചെയ്യേണ്ടത് എന്ന് എനിക്ക് തീരുമാനിക്കാൻ കഴിഞ്ഞില്ല. എന്റെ മനസ്സ് ശൂന്യമായിരുന്നു. പ്രതിമകൾക്ക് എന്ത് സംഭവിച്ചുവെന്ന് ഫാദർ മാറ്റിയോയെ അറിയിച്ചുകൊണ്ട് എങ്ങനെ തൽക്ഷണം സന്ദേശം അയയ്ക്കുമെന്ന് ഞാൻ ചിന്തിച്ചു. എനിക്ക് ഒന്നും തീരുമാനിക്കാൻ കഴിഞ്ഞില്ല.

എന്റെ കാലുകൾ വിറയ്ക്കുന്നുണ്ടായിരുന്നു. മുഖ്യനാവികൻ അപ്പോൾ വിസിൽ മുഴക്കി, ഗാലി അടിമകളോട് തുഴയെടുക്കാൻ ഉത്തരവിട്ടു. എനിക്ക് വേഗത്തിൽ പ്രവർത്തിക്കേണ്ടി വന്നു. അവസാനം ഞാൻ ഹസന്റെ നേരെ തിരിഞ്ഞ് പറഞ്ഞു,

''കുലോഗ്ലുവിനു പകരം നമ്മുടെ അതിഥികളെ ഞാൻ തന്നെ അകമ്പടി സേവിക്കുമെന്ന് റയീസ് ബാബയോട് പറയൂ.''

ഇത് എന്റെ ഹൃദയമാണോ അതോ എന്റെ നാവിൽ നിന്ന് വീണതാണോ എന്ന് എനിക്കറിയില്ല. കുലോഗ്ലു ഞെട്ടിപ്പോയി, ഗാലികൾ വീക്ഷിക്കുകയായിരുന്ന അവൻ എന്റെ നേരെ തിരിഞ്ഞു. ഞാൻ പ്രതിമകൾക്ക് പിന്നിലെ നിഗൂഢത കണ്ടെത്താനും എന്റെ അധികാരം ഒരിക്കലെങ്കിലും പ്രയോഗിക്കാനും തീരുമാനിച്ചു. ഞാൻ പറഞ്ഞു,

''തിരിച്ചു വരൂ, സഹോദരാ, കുലോഗ്ലു റെയ്സ്. ഇത് എനിക്ക് വിടൂ.''

എന്നിട്ട് ഞാൻ ഹസന്റെ അടുത്തേക്ക് ചെന്നു, അവൻ ഇത് എങ്ങനെ പിതാവിനോട് വിശദീകരിക്കുമെന്ന് ആലോചിച്ചിരിക്കുകയായിരുന്നു. ഞാൻ മന്ത്രിച്ചു:

''ഞാൻ പോയത് ബില്ലൂറിനു വേണ്ടിയാണെന്ന് പറയൂ, അദ്ദേഹത്തിന് തീർച്ചയായും മനസ്സിലാകും.''

1530

രാജാവിന്റെ കൊട്ടാരത്തിലെ നീണ്ട ഹാളിലെ പകുതി നിലവിളക്കുകളും മെഴുകുതിരികളും ഇതിനകം അണഞ്ഞിരുന്നു. വിശുദ്ധ റോമൻ ചക്രവർത്തി എന്ന് മാർപ്പാപ്പ നാമകരണം ചെയ്ത കാർലോസ്

രാജാവ്, വൈകുന്നേരങ്ങളിൽ രാഷ്ട്രതന്ത്രജ്ഞരെ കാണാൻ ഇഷ്ടപ്പെട്ടു, സങ്കടകരമായ വാർത്ത ലഭിച്ചപ്പോൾ പകുതി വെളിച്ചങ്ങൾ അണച്ചതാണ്. ഇരുട്ടിൽ അദ്ദേഹം പ്രസംഗം തുടർന്നു. രാജാവ് തന്റെ സന്നിധിയിലുള്ളവരെ ശകാരിക്കുകയും അപമാനിക്കുകയും ചെയ്തപ്പോൾ അവരുടെ മുഖം കാണാതിരിക്കാൻ ഇരുട്ടിലേക്ക് നോക്കി സംസാരിക്കുന്നതുപോലെ തോന്നി.

ഡോൺ മാർട്ടിൻ സുരക്ഷിതനായി ജന്മനാട്ടിൽ തിരിച്ചെത്തിയിട്ട് ആറുമാസമായി, പക്ഷേ രാജാവുമായുള്ള കൂടിക്കാഴ്ച പലതവണ മാറ്റിവച്ചതിനാൽ ജിയോവാനി ഡോറിയയെ രാജാവിന് മുന്നിൽ ഹാജരാക്കാൻ വൈകി. ഞാൻ ഹിസീർ ഹയറുദ്ദിൻ റയീസിൽ നിന്നുള്ള ഒരു ദൂതൻ ആയിരുന്നതിനാൽ, എനിക്ക് അവനോട് പറയാനുള്ള എല്ലാ കാര്യങ്ങളും ഇതിനകം ഊഹിക്കപ്പെട്ടിരിക്കാം. എന്നെ സ്വീകരിക്കാതിരിക്കാതിരിക്കുന്നത് മനപ്പൂർവമാണെന്ന് എനിക്കറിയാം. എനിക്ക് മറ്റ് കാര്യങ്ങൾ ചെയ്യാനുണ്ടായിരുന്നു, എനിക്ക് കാണേണ്ട ആളുകളെയും ഞാൻ അന്വേഷിക്കേണ്ട ഒരു കാമുകിയെയും. മഞ്ഞ് വീഴാൻ തുടങ്ങിയിരുന്നു.

ഫാദർ മാറ്റിയോ എനിക്ക് നിരന്തരം വാർത്തകൾ അയച്ചുകൊണ്ടിരുന്നു. ആറുമാസത്തെ അലസതയ്ക്ക് ശേഷം, ഡോറിയയെ രാജാവിന്റെ മുമ്പാകെ സമർപ്പിച്ചു, എന്റെ ജോലി കഴിഞ്ഞു, ഞാൻ പോകാനൊരുങ്ങുകയായിരുന്നു. കാർലോസ് രാജാവ് ബുദ്ധിമാനായ ഒരു മനുഷ്യനായിരുന്നു, തീർച്ചയായും ഒരു പ്രത്യേക ലക്ഷ്യത്തോടെയാണ് ഇതെല്ലാം ക്രമീകരിച്ചത്.

''എനിക്ക് നിങ്ങളെ അറിയാമോ? നിങ്ങളുടെ പേരെന്താണെന്നാണ് പറഞ്ഞത്?''

''ഞാൻ നിങ്ങളോട് ഒരിക്കലും പറഞ്ഞിട്ടില്ല, ഹൈനസ്സ്. എന്റെ പേര് അൽക്കാല, സെയിന്റ് അൽക്കാല.''

''ആളെ അറിയുന്ന സ്ഥിതിക്ക് എനിക്ക് പേര് അറിയണമല്ലോ?''

''കർത്താവായ യേശു അങ്ങയുടെ ഓർമ്മയെ സംരക്ഷിക്കട്ടെ, എന്നെ കണ്ടത് സമാനമായ ആ ഒരു സായാഹ്നത്തിലായിരുന്നു, ട്യൂഡർ ഡ്യൂക്കിന്റെ കൊട്ടാരത്തിൽ...''

''അതെ, ആ വശീകരണ നർത്തകരുടെ സംഘാടകൻ, കോമാളി അൽക്കാല.''

''അത് ശരിയാണ് ഹൈനസ്സ്, അന്ന്...''

''ഇപ്പോൾ നിങ്ങൾ ബാർബറോസയ്ക്ക് ഉപദേശകൻ? ഒരിക്കൽ നീ അവന്റെ ദൂതനായി വന്നതായി ഞാൻ ഓർക്കുന്നു.''

‘‘അതെ, രാജാവേ. ഞാൻ ബാർബറോസയുടെ ഭൂപട നിർമ്മാതാവാണ്. ഞാൻ നിരവധി ഭാഷകൾ സംസാരിക്കുന്നതിനാൽ അദ്ദേഹം എന്നെ തന്റെ ദൂതനായി എന്നെ അയയ്ക്കുന്നു. മെഡിറ്ററേനിയനുമായുള്ള എന്റെ ബന്ധം.’’

‘‘ഹും... എങ്കിൽ ഉടനെ പോകരുത് അൽക്കാല. ഈ രാത്രി ഞങ്ങളോടൊപ്പം നിൽക്കുക. അദ്ദേഹത്തിന്റെ വിയോഗത്തിനുള്ള പദ്ധതിയെക്കുറിച്ച് നിങ്ങൾ കേൾക്കേണ്ടതുണ്ട്.’’

ഞാൻ ജിയോവാനിയെ നോക്കി. അവൻ എന്നെ തിരിഞ്ഞു നോക്കി. ഞാൻ വിയർക്കാൻ തുടങ്ങിയിരുന്നു. കാർലോസ് രാജാവ് എന്താണ് ഉദ്ദേശിച്ചത്? എന്റെ പ്രതിജ്ഞ രാജാവ് മനസ്സിലാക്കാൻ തുടങ്ങിയിരിക്കുമോ? ‘‘നമുക്ക് പോകാം’’ എന്ന് പറയാൻ ഞാൻ ജിയോവാനിയെ ഒന്ന് നോക്കി. അവനു കാര്യം മനസ്സിലായി. അവൻ ധൈര്യം സംഭരിച്ചു ചോദിച്ചു.

‘‘മജസ്റ്റി, ബാർബറോസ, നിങ്ങൾക്ക് മൂന്ന് സ്വർണ്ണ പ്രതിമകൾ അയച്ചിരുന്നു, അദ്ദേഹം നിങ്ങളുടെ പ്രതികരണത്തിനായി കാത്തിരിക്കുകയാണ്.’’

‘‘നായേ, മിണ്ടരുത്. ആദ്യം നീ എന്റെ അനുവാദമില്ലാതെ എന്റെ അർമാഡ എടുത്ത് ഒലിവയെ സഹായിക്കാൻ കുതിച്ചുചാടി, തുടർന്ന് നിങ്ങൾ ബാർബറോസ എന്ന നായയ്ക്ക് കീഴടങ്ങുന്നു. ഇപ്പോൾ നീ എഴുന്നേറ്റു നിന്ന് എന്റെ അനുവാദമില്ലാതെ സംസാരിക്കുന്നു, എന്നോട് ചോദ്യങ്ങൾ ചോദിക്കാൻ പോലും ധൈര്യപ്പെടുന്നു. ആരവിടെ...’’

പെട്ടെന്ന് അവിടമാകെ ബഹളം ഉയർന്നു. എന്തൊക്കെയോ ഒച്ചപ്പാട്, നിലവിളി. എന്റെ കാൽമുട്ടുകൾ വിറയ്ക്കാൻ തുടങ്ങി. ഞാൻ നിരവധി യുദ്ധങ്ങളിൽ പങ്കെടുത്തിട്ടുണ്ട്, പക്ഷേ ഇത്രയും ഭയപ്പെട്ടതായി ഓർക്കുന്നില്ല. എന്നെ കൂട്ടിക്കൊണ്ടുപോകാൻ കാവൽക്കാർ വരുന്നതുപോലെ തോന്നി. അവർ എത്തുന്നതിന് മുമ്പ് രണ്ട് ആളുകൾ വന്നു ജിയോവാനിയുടെ സ്ഥാനത്ത് നിന്ന് രാജാവിന്റെ മുന്നിൽ സാഷ്ടാംഗം നമിച്ചു. അവർ ജിയോവാനിയുടെ സ്ഥാനത്ത് സ്വയം സമർപ്പിക്കുകയായിരുന്നു. രാജാവ് ജിയോവാനിയുടെ ഹത്യ ഒഴിവാക്കാനായിട്ടാണ് അവരിത് ചെയ്യുന്നത്. പക്ഷേ അവന്റെ ജീവൻ രക്ഷപ്പെടാൻ പോകുന്നില്ല. അത്തരമൊരു സാഹചര്യത്തിൽ, സ്വയം ബലിയർപ്പിക്കാൻ തയ്യാറുള്ളവരെ രാജാവ് ശിരച്ഛേദം ചെയ്യില്ല. രാജാവ് തന്റെ ചെങ്കോൽ ഉയർത്തി എല്ലാവരെയും ചോദ്യം ചെയ്തു.

‘‘ബാർബറോസ നിങ്ങളുടേത് ഉൾപ്പെടെ യൂറോപ്പിലെ എല്ലാ

കൊട്ടാരങ്ങളിൽ നിന്നും കിഴക്കൻ ആഡംബര വസ്തുക്കൾ കാലിയാക്കിയില്ലേ?''

''അതെ, രാജാവേ.''

''സത്യം, രാജാവേ.''

''ഞങ്ങളുടെയും ഹൈനസ്സ്.''

''നിങ്ങൾക്ക് ലഭിക്കുന്ന കൊള്ളമുതൽ മുമ്പത്തേതിനേക്കാൾ കുറഞ്ഞു?''

''അതെ എന്റെ പ്രഭോ.''

''അത് ശരിയാണ് ഹൈനസ്സ്.''

''ഇപ്പോൾ ഒരുപാട് കുറഞ്ഞു.''

''കൊളംബസ് പുതിയ ലോകത്തിലേക്കുള്ള വാതിൽ തുറന്നില്ലായിരുന്നെങ്കിൽ, നമുക്ക് സമ്പത്ത് കൊണ്ടുവന്നില്ലെങ്കിൽ, നാം എങ്ങനെ നമ്മുടെ സൈന്യത്തെ പോറ്റുമായിരുന്നു? വ്യാപാരം തുടരാൻ കഴിയുമോ? നിങ്ങളുടെ കുടുംബങ്ങൾക്ക് ഭക്ഷണം ഉണ്ടാകുമായിരുന്നോ?''

മുറിയിൽ നിശ്ശബ്ദത തളം കെട്ടി നിന്നു.

''അറ്റ്ലാന്റിക്കിന്റെ മറുവശത്ത് നിന്ന് നിധിയും സമ്പത്തും നമ്മെ തേടിയെത്തുന്നുവെന്ന് നമുക്ക് പറയാം, എന്നാൽ ജെനോവ, വെനീസ്, ഫ്ളോറൻസ് തുറമുഖങ്ങളിൽ നിങ്ങൾക്ക് വിപണി സ്ഥാപിക്കാൻ കഴിയാത്തത് എന്തുകൊണ്ടാണെന്ന് നിങ്ങൾക്കറിയാമോ?''

''ആ പിശാച് ബാർബറോസ കാരണം.''

''നമ്മുടെ ജർമ്മൻ, ഹംഗേറിയൻ, ഫ്രഞ്ച്, ഇംഗ്ലീഷ് സഹോദരങ്ങൾ അവരുടെ കപ്പലുകൾ യുദ്ധത്തിൽ നിന്ന് കൊള്ളയടിക്കുന്നതിലും അവരുടെ പെൺമക്കളെ ഹറേമുകളിലെ പെണ്ണുങ്ങളാക്കാൻ കൊണ്ടുപോകുന്നതിലും സന്തുഷ്ടരാണെന്ന് നിങ്ങൾ കരുതുന്നുണ്ടോ?''

''തീർച്ചയായും ഇല്ല.''

''നാശം പിടിച്ച പിശാച്.''

''ഇപ്പോൾ അദ്ദേഹം അൾജീരിയയുടെ ഏക ഉടമയാണ്, സത്യമല്ലേ?''

വീണ്ടും നിശ്ശബ്ദത.

''നമ്മിൽ എത്രപേർക്ക് ഒരു മകനോ സഹോദരനോ ഭാര്യയോ അവന്റെ അടിമത്ത തടവറകളിൽ ചീഞ്ഞുനാറുന്നതായി ഉണ്ട്?''

''നിരവധിയുണ്ട്.''

''എന്റേയും...''

''തീർച്ചയായും.''

''സത്യം.''

''ഈ നശിച്ചവൻ നമുക്കൊരു ശാപമാണ്. നമ്മുടെ അഭിവൃദ്ധിക്കും സമാധാനത്തിനും ക്രിസ്തീയ വിശ്വാസത്തിനും. നമ്മുടെ സ്ത്രീകൾക്കും കുട്ടികൾക്കും. ഞാൻ കാർലോസ് രാജാവായിരിക്കാം പക്ഷേ ഈ അവിശ്വാസിക്ക് ഇത്രയും ശക്തി ഉള്ളപ്പോൾ ഒരു രാജാവിനെന്താണ് വില? തീരങ്ങളിലെ കച്ചവടം അവൻ നിയന്ത്രിക്കുന്നു. സമുദ്രയാത്ര അവൻ നിയന്ത്രിക്കുന്നു. അൾജീരിയ അവന്റെ കൈയിലായിരിക്കുന്നു. നമ്മുടെ കൺമുന്നിൽ നിന്ന് മുദേജറുകളെ അവൻ കടത്തുന്നു. ഇവിടെയാരുമില്ലേ? ഒരു ക്ഷമാപണത്തിനു പകരം ആ കിരാതന്റെ തല കൊണ്ടുവരാൻ? ഇവിടെയാരുമില്ലേ, ക്രിസ്തീയ വിശ്വാസത്തിന്റെ കാവലായി? ആരുമില്ലേ?''

അവിടെ പെട്ടെന്ന് നിശ്ശബ്ദത പരന്നു.

''ഉണ്ട് പ്രഭോ.''

അത് ആൻഡ്രിയ ഡോറിയ ആയിരുന്നു.

''എന്തിന്, എങ്ങനെ?''

''എന്റെ മകന്റെ ജീവനുവേണ്ടി ഞാനത് ചെയ്യും. മിശിഹായുടെ അനുഗ്രഹത്തോടെ, അങ്ങയുടെ അനുവാദത്തോടെ. നാം പുതിയ കപ്പൽപ്പടയുണ്ടാക്കി അൾജീരിയ വളയും. അവന്റെ തല കൊയ്യും.''

''കൊള്ളാം. അങ്ങനെയെങ്കിൽ നിങ്ങൾ ഫ്രാൻസിലെ രാജാവിന് കത്തെഴുതുകയും പത്ത് ഗാലികളും എട്ട് ഗാലിയറ്റുകളും ആവശ്യപ്പെടുക. ഗ്രാൻഡ് സീഞ്ഞോറുമായുള്ള സൗഹൃദം പരിശുദ്ധ പിതാവുമായുള്ള ബന്ധത്തേക്കാൾ പ്രധാനമാണോ എന്ന് നമുക്ക് നോക്കാം.''

''ഞങ്ങൾക്ക് കൂടുതൽ സൈനികരെ വേണം പ്രഭോ.''

''നിങ്ങൾക്ക് ഞാൻ നൽകും സൈനികരേ. അവൻ നിങ്ങളുടെ ഒരു പ്രധാന എതിരാളിയാണെന്നും നിങ്ങൾ അവനെ പരാജയപ്പെടുത്താൻ ആഗ്രഹിക്കുന്നുവെന്നും എനിക്കറിയാം. ഇത്തവണ ഞാൻ നിങ്ങൾക്ക് വിജയം നേരുന്നു. ഇല്ലെങ്കിൽ, ഇപ്പോൾ നിങ്ങളുടെ തലയിലിരിക്കുന്ന ഈ ചെങ്കോൽ നിങ്ങളുടെ മകന്റെ തലയിലായിരിക്കും. നിന്റെ രാജ്യത്തിനുവേണ്ടി നീ ഇതെല്ലാം ചെയ്യും; നിങ്ങളുടെ മകന് പകരമായി നിങ്ങൾ എനിക്ക് ബാർബറോസയുടെ മകനെ കൊണ്ടുവരും. കേട്ടല്ലോ?''

തന്റെ ചെങ്കോൽ, ഡോറിയയുടെ താടിക്ക് താഴെ പിടിച്ച് രാജാവ് അവനെ ഉയർത്തി. അവൻ തന്റെ ചെങ്കോൽ കൊണ്ട് ഒലിവയെ എഴുന്നേൽപ്പിക്കുമെന്ന് മറ്റുള്ളവർ പ്രതീക്ഷിച്ചു, പക്ഷേ അവൻ കാവൽക്കാരോട് ആംഗ്യം കാണിച്ചു. അവർ ഒലിവയെ കൊണ്ടു പോയി.

''കൗണ്ട് ഒലിവ, ഇനി രാജാവിന്റെ കീഴിൽ പ്രവർത്തിക്കില്ല, ഭൂതങ്ങളിൽ നിന്ന് ഒരു പാഠം പഠിക്കാൻ നരകത്തിലേക്ക് അയയ്ക്കപ്പെടും. അവന്റെ സ്ഥാനത്ത് സാമന്തനായ ഫാബ്രിസിയോയെ അവരോധിക്കൂ.''

കടലിൽ എത്ര എളുപ്പത്തിൽ, ജീവൻ അപഹരിക്കപ്പെടുന്നെന്ന് ഞാൻ കണ്ടിട്ടുണ്ട്. ഒരു ക്യാപ്റ്റൻ ആരെയെങ്കിലും കടലിൽ എറിയാൻ കൽപ്പിക്കുന്നു അല്ലെങ്കിൽ ഒരു കുറ്റവാളിയെ കാലിൽ ചങ്ങലയിൽ ബന്ധിച്ച് അടിമത്തം കൽപ്പിക്കുന്നു. എന്നാൽ ഒരു രാജാവ് തന്റെ കുലീന പദവിയിലുള്ള ഒരാളെ ഇത്ര എളുപ്പത്തിൽ വധശിക്ഷയ്ക്ക് വിധിക്കുന്നത് ഞാൻ മുമ്പ് കണ്ടിട്ടില്ല. അവൻ ഡോറിയയെ പ്രേരിപ്പിച്ചു, മുറിയിലെ എല്ലാവരേയും ഭയപ്പെടുത്തി, എന്നിലൂടെ അദ്ദേഹം ഹിസീർ റയീസിന് ഒരു ഭീഷണി അയയ്ക്കുന്നു. റയീസും ആൻഡ്രിയ ഡോറിയയും തമ്മിലുള്ള വ്യക്തിപരമായ ശത്രുത വളർത്താനും അവരുടെ വൈരാഗ്യം ആളിക്കത്തിക്കാനും അദ്ദേഹത്തിനു കഴിഞ്ഞു. എനിക്ക് സങ്കൽപ്പിക്കാൻ പോലും കഴിയാത്ത ഭയാനകമായ കാര്യങ്ങൾ സംഭവിക്കാൻ പോകുന്നതായി തോന്നി. സ്വാഭാവികമായും ഈ പ്രക്ഷുബ്ധാവസ്ഥയിൽ ഞാൻ അവസാനമായി പ്രതീക്ഷിച്ചത് രാജാവ് എന്നെ അഭിസംബോധന ചെയ്യണമെന്നായിരുന്നു:

''പിന്നെ നീ, ബാർബറോസയുടെ ഉപദേശി വിശുദ്ധ അൽക്കാല! പ്രതിമകൾ എന്താണ് പറയുന്നതെന്ന് ഞാൻ പണ്ടേ മനസ്സിലാക്കി. ഞാൻ നിങ്ങളോട് പറയില്ല, പക്ഷേ എന്റെ നഗരത്തിൽ താമസിച്ച് സ്വയം മനസ്സിലാക്കാൻ ഞാൻ നിങ്ങൾക്ക് ഏഴ് ദിവസം തരാം. അപ്പോൾ നിനക്ക് പോയി നിന്റെ യജമാനനോട് എല്ലാം പറയാം! അവനു ഒരുങ്ങാനുള്ള സമയം കൊടുക്കണമല്ലോ.''

മാഡ്രിഡിലെ ഏറ്റവും വലിയ സത്രത്തിൽ ഞാൻ ഒരു രഹസ്യമുറി വാടകയ്ക്കെടുത്തു, അന്നുരാത്രി തന്നെ ഫാദർ മാറ്റിയോയെ കണ്ടു. ഡോൺ മാർട്ടിൻ ഞങ്ങൾ അദ്ദേഹത്തിന് അനുവദിച്ച സ്വാതന്ത്ര്യത്തിന് പകരമായി എന്നെ സഹായിക്കുമെന്ന് വാഗ്ദാനം ചെയ്തിരുന്നു. പ്രതിമകളുടെ രഹസ്യം അറിയാൻ എന്നെപ്പോലെ തന്നെ അദ്ദേഹത്തിനും താൽപ്പര്യമുണ്ടായിരുന്നു.

കുറച്ച് കാലം മുമ്പ് കാർലോസ് രാജാവ് വിവേകപൂർവ്വം മഞ്ഞ പ്രതിമ ഡോണിന്റെ പക്കൽ അയച്ചു, തനിക്ക് വിശ്വസിക്കാൻ കഴിയുന്ന, രഹസ്യം അറിയാൻ സാധ്യത ഉള്ള ആളുകളെ കാണിക്കാൻ ആവശ്യപ്പെട്ടു. രാജാവിന്റെ ബുദ്ധിശക്തിയിൽ ഞാൻ വീണ്ടും ആശ്ചര്യപ്പെട്ടു. പ്രതിമകളെക്കുറിച്ച് എനിക്കറിയാവുന്നതെല്ലാം ഞാൻ അവലോകനം ചെയ്തു, എന്റെ ഓർമ്മകളിൽ പരതി. ആളുകളുടെ അഭിപ്രായങ്ങൾ വിശകലനം ചെയ്തു, എന്നിട്ടും എനിക്ക് ഒന്നും കണ്ടെത്താൻ കഴിഞ്ഞില്ല. എന്നാൽ എന്റെ കൈയിലുള്ള വിവരങ്ങൾ വളരെ ലളിതമായിരുന്നു. പ്രതിമകളുടെ യഥാർത്ഥ ഉടമ ഡീക്കൺ ഒജെഡ ഇപ്പോൾ ജീവിച്ചിരിപ്പില്ല, മാറ്റിയോയ്ക്ക് ഈ വിഷയത്തെക്കുറിച്ച് ഒന്നും അറിയില്ലായിരുന്നു, രഹസ്യം അറിയാൻ കഴിയുന്ന മൂന്ന് പേർ മാത്രമേ അവശേഷിക്കുന്നുള്ളൂ: റയീസ്, ബില്ലൂർ പിന്നെ ഞാനും. രാജാവ് ഈ രഹസ്യം മനസ്സിലാക്കിയിരുന്നെങ്കിൽ, അത് ഒന്നുകിൽ ഒരു വലിയ ഭാഗ്യം, അല്ലെങ്കിൽ അവൻ കള്ളം പറയുകയായിരുന്നു, അല്ലെങ്കിൽ ബില്ലൂർ എങ്ങനെയോ അതിൽ ഇടപെട്ടുവെന്നാണ് അർത്ഥം.

പകൽ സമയത്ത് ഡോൺ മാർട്ടിനെ കാണാമെന്നും എല്ലായിടവും ഒന്ന് നോക്കാമെന്നും പിന്നീട് ഗബ്രിയേൽ എന്നറിയപ്പെട്ടിരുന്ന കുതിരക്കാരനായ സെബ്രെയ്ൽ ആഗയോടും വൈകുന്നേരം മാറ്റിയോയോടും കൂടിയിരുന്ന് ഞങ്ങളുടെ കണ്ടെത്തലുകൾ വിലയിരുത്താമെന്ന് ഞങ്ങൾ തീരുമാനിച്ചു. മാറ്റിയോ ഒരു ക്രിപ്റ്റോ മുസ്ലീം ആണെന്നും എനിക്ക് അവനിൽ പുതിയ ഒരു വിശ്വാസം തോന്നിയതും അപ്പോഴാണ്.

നാലാം ദിവസം, ക്ലീവ്സിന്റെ മകൾ ആൻ ഡച്ചസ് മരിയയിലേക്ക് ഞങ്ങളെ വീണ്ടും ചൂണ്ടിക്കാണിച്ച ഒരു കാര്യം ഞങ്ങൾ കണ്ടെത്തി. കൊട്ടാരത്തിലെ വൈൻ കാര്യസ്ഥരിലൊരാൾക്ക് ഈ പ്രതിമകൾക്ക് ഡച്ചസിനും മകൾക്കും എന്തെങ്കിലും ബന്ധമുണ്ടെന്ന് അറിയാമായിരുന്നുവെന്ന് തോന്നുന്നു. 'അപ്പോൾ,' ഞാൻ വിചാരിച്ചു, 'പ്രതിമകളിലൊന്ന് ബൊഹീമിയയിലേക്ക് അയച്ചിരിക്കണം.'

''കൊള്ളാം, പക്ഷേ ക്ലീവ്സ് ഇപ്പോൾ ഗ്രാൻഡ് സീഞ്ഞോർ സുലൈമാൻ ദി മാഗ്നിഫിസെന്റിന്റെ അധികാരത്തിലാണെന്ന് കണക്കിലെടുക്കുമ്പോൾ, ആനും കാർലോസ് രാജാവും കണ്ടുമുട്ടിയത് എവിടെയാണ്?''

സെബ്രയിൽ ആഗ എന്റെ ചോദ്യം കേട്ട് ചിരിച്ചുകൊണ്ട് ഉത്തരം പറഞ്ഞു:

''തീർച്ചയായും. കൊട്ടാരത്തിൽ വച്ച്. റോമിലെ ബിഷപ്പിനായി മൂന്ന് മാസം മുമ്പ് സംഘടിപ്പിച്ച ഉത്സവത്തിൽ. രാജകുടുംബത്തിനും പ്രഭുക്കന്മാർക്കും അംബാസഡർമാർക്കും വേണ്ടി സംഘടിപ്പിച്ച ആഘോഷങ്ങളിൽ ഡച്ചസ് മരിയയും മകൾ ആനും പങ്കെടുത്തിരുന്നതായി വൈൻ കാര്യസ്ഥൻ പറഞ്ഞു. വൈകുന്നേരങ്ങളിൽ, യേശുക്രിസ്തുവിന്റെ അന്ത്യ അത്താഴത്തെ ആദരിക്കുന്നതിനായി, പന്ത്രണ്ട് കുടുംബങ്ങളിൽ നിന്നുള്ള പന്ത്രണ്ട് പേർ ഒരു മുറിയിൽ വിശുദ്ധ വീഞ്ഞ് ചടങ്ങിനായി ഒത്തുകൂടി, അവർ പ്രതിമകൾ സൂക്ഷ്മമായി പരിശോധിക്കുകയും അതിന്റെ രഹസ്യത്തെക്കുറിച്ച് ചിന്തിക്കുകയും ചെയ്യുമ്പോൾ ആൻ ഓഫ് ക്ലീവ്സ് 'ഞാൻ പറയാം.' എന്ന് പറഞ്ഞു. അപ്പോൾ കാർലോസ് രാജാവ് വൈൻ കാര്യസ്ഥനോട് പോകാൻ ആവശ്യപ്പെട്ടു.''

സെബ്രെയ്ൽ ആഗ ഇതെല്ലാം എന്നോട് വിശദീകരിച്ചപ്പോൾ എന്റെ മനസ്സിലൂടെ പല ചോദ്യങ്ങൾ അലയടിച്ചു. ഡച്ചസ് ഓഫ് ക്ലീവ്സിന്റെ ഇളയ മകൾ ബില്ലൂറിനെ എവിടെയാണ് കണ്ടുമുട്ടിയത്? ഞാൻ ബൊഹീമിയയിൽ പോയപ്പോഴും ബില്ലൂർ ഡച്ചസ് മരിയയുടെ സേവനത്തിലോ സംരക്ഷണത്തിലോ ആയിരുന്നോ? അങ്ങനെയായിരുന്നെങ്കിൽ അവളാണോ ബിയാട്രിസ്? ശരി, പക്ഷേ അവൾ എവിടെയായിരുന്നു? അവൾ ഇപ്പോഴും സ്പാനിഷ് പ്രദേശത്തായിരിക്കാൻ വളരെയധികം സാദ്ധ്യതയുണ്ടായിരുന്നു, പക്ഷേ എനിക്ക് അവളെ സമീപിക്കാൻ കഴിയുമോ? അവളും ആനും കൊട്ടാരത്തിൽ ഉണ്ടായിരുന്നിരിക്കാൻ തീർച്ചയായും സാധ്യതയുണ്ട്. അവളുടെ പേര് ബിയാട്രിസ് എന്നായിരുന്നില്ലേ എങ്കിൽ?

എന്നാൽ അന്ന് വൈകുന്നേരം അവൾ അവിടെ ഉണ്ടായിരുന്നെങ്കിൽ എന്തിനാണ് ആൻ പ്രതിമകളുടെ രഹസ്യം വെളിപ്പെടുത്താൻ ആഗ്രഹിച്ചത്? അങ്ങനെയാണെങ്കിൽ, അവളുടെ പെരുമാറ്റം ഒരു ക്ഷണമായി എനിക്ക് വ്യാഖ്യാനിക്കാൻ കഴിഞ്ഞില്ലേ? കാരണം, 'പ്രതിമകൾ സംസാരിക്കുമ്പോൾ അവ നിങ്ങളെ എന്റെ അടുത്തേക്ക് കൊണ്ടുവരും' എന്ന് അവൾ ഒരിക്കൽ പറഞ്ഞിരുന്നു. അതോ ഇതെല്ലാം എന്റെ ഭാവനയാണോ? ക്ലീവ്സിലെ ആൻ പ്രതിമകൾ പറയുന്നതെന്തെന്ന് മറ്റൊരു ഉറവിടത്തിൽ നിന്ന് മനസ്സിലാക്കിയിട്ടുണ്ടോ? ബിയാട്രിസ് അവളോട് വെളിപ്പെടുത്തിയ യഥാർത്ഥ രഹസ്യം അജ്ഞാതമായി തുടരാൻ അവൾ മറ്റൊരു രഹസ്യം കണ്ടുപിടിച്ചിരിക്കാം. ഞാൻ ഇപ്പോൾ ഉറക്കെ ചിന്തിക്കുകയാണെന്ന് എനിക്ക് മനസ്സിലായിലായിരുന്നു.

''എന്നാൽ പിന്നെ ബിയാട്രിസ് എവിടെ?''

''ഇവിടെത്തന്നെ, ഇവിടെ നിന്ന് രണ്ട് മണിക്കൂർ. ഡ്യൂക്ക് ജോൺ മൂന്നാമനും അദ്ദേഹത്തിന്റെ ഭാര്യ ഡച്ചസ് മരിയയ്ക്കും വേണ്ടി നിർമ്മിച്ച രാജാവിന്റെ മാളികയിൽ.''

എനിക്കത് വിശ്വസിക്കാനായില്ല. സെബ്രയിൽ ആഗ പറഞ്ഞത് സ്ഥിരീകരിക്കാനാണ് ഞാൻ ചോദിച്ചത്.

''ആനും അവളുടെ സുന്ദരികളായ പെൺകുട്ടികളും.''

''ഡച്ചസിന്റെ മക്കളായ വില്യമും സിബെല്ലയും.''

ഞാൻ ഭ്രാന്തിന്റെ വക്കിലായിരുന്നു. ഒരുപക്ഷേ ഇവിടെയാണ് എനിക്ക് പിഴച്ചത്. എന്നിൽ നിന്ന് രണ്ട് മണിക്കൂർ മാത്രം, അവളുണ്ട് എന്ന ആശയം എന്റെ ആത്മാവിൽ അനിയന്ത്രിതമായ ഒരു ആവേശം സൃഷ്ടിച്ചു. ഇതിനർത്ഥം ഞാൻ അവളെ ബൊഹീമിയയിൽ അന്വേഷിച്ചപ്പോൾ അവൾ മരിയ എന്ന മരിയയുടെ കൂടെയായിരുന്നുവെന്നും അവളോടൊപ്പം ഇവിടെ വന്നിരുന്നുവെന്നും ആണ്.

ഞാൻ ദൈവത്തിന് നന്ദി പറഞ്ഞു. ബില്ലൂർ യഥാർത്ഥ രഹസ്യത്തെക്കുറിച്ച് പറഞ്ഞിരുന്നെങ്കിൽ, അതിനർത്ഥം അവളെ കണ്ടെത്തണം എന്നാണ്. ഞാൻ അവളെ കണ്ടെത്തിയാൽ അവൾ എന്നെ തിരസ്ക്കരിക്കുമോ? രാജാവ് എനിക്ക് അനുവദിച്ച ഏഴു ദിവസം അവസാനിക്കുന്നതിനുമുമ്പ് എനിക്ക് അവളെ ഒരിക്കലെങ്കിലും കാണണം.

അവളുടെ ഇളം നീലക്കണ്ണുകൾ, അവളുടെ സുന്ദരമായ മുടി, അവളുടെ നിർമ്മലമായ ചർമ്മം, അവളുടെ ചുവന്ന കവിളുകൾ എല്ലാം ഞാൻ കണ്ണുകൾ അടച്ച് സങ്കൽപ്പിക്കാൻ ശ്രമിച്ചു. അവസാനമായി കണ്ടപ്പോൾ അവൾക്ക് പതിമൂന്ന് വയസ്സ് മാത്രമേ ഉണ്ടായിരുന്നുള്ളൂ. ഇപ്പോൾ അവൾ മുപ്പത് വയസ്സിനു മുകളിൽ പ്രായമുള്ള ഒരു സ്ത്രീയായിട്ടുണ്ടാവും. ഇരുപത് വർഷം മുമ്പ് അവളുടെ രൂപം എങ്ങനെയെന്ന് എനിക്കറിയാമായിരുന്നു, പക്ഷേ ഇപ്പോൾ അവൾ എങ്ങനെയുണ്ടെന്ന് കാണാൻ ആകാംക്ഷ ഉണ്ടായിരുന്നു. അവളുടെ ശബ്ദത്തിന്റെ സ്വരവും മുടിയുടെ നിറവും നഷ്ടമായിക്കാണുമോ?

ഞാനും സെബ്രെയ്ൽ ആഘയും ഫാദർ മാറ്റിയോയും രാവിലെ വരെ ചർച്ച ചെയ്തു, പിന്നെ ഞങ്ങളുടെ പദ്ധതി മാറ്റി. വേഷം മാറി ഞങ്ങളുടെ പദ്ധതി നടപ്പിലാക്കാൻ മൂന്നു പേരും തീരുമാനിച്ചു. ആ വർഷങ്ങളിൽ സ്പെയിനും മുഴുവൻ മെഡിറ്ററേനിയനും കപടവേഷക്കാരെക്കൊണ്ട് നിറഞ്ഞിരുന്നു. ചാരന്മാർ, കള്ളന്മാർ, പുരോഹിതന്മാർ, റബ്ബികൾ, ഇമാംമാർ, കശാപ്പുകാർ, കൗശലക്കാർ...ഡോൺ മാർട്ടിനോട് ചോദിച്ചാൽ അദ്ദേഹത്തിന് മറ്റൊരു താല്പര്യമുണ്ടാകാം. കാരണം, താൻ ഡ്യൂക്ക് ജോൺ മൂന്നാമന്റെ സുഹൃത്താണെന്ന്

രാവിലെ അദ്ദേഹം ഞങ്ങളോട് പറഞ്ഞിരുന്നു. അതുകൊണ്ടാണ് അന്ന് രാത്രി ഞങ്ങൾ ഉണ്ടാക്കിയ പദ്ധതികളെല്ലാം റദ്ദാക്കി നേരെ മാളികയിലേക്ക് പോകാൻ ഞങ്ങൾ തീരുമാനിച്ചത്.

സെബ്രയിൽ ആഗയ്ക്ക് ഞങ്ങളോടൊപ്പം വരാൻ കഴിഞ്ഞില്ല. പോകുന്ന വഴിക്ക് ഞാൻ എന്റെ മറ്റു സുഹൃത്തുക്കളോട് ബില്ലൂറിനെക്കുറിച്ച് പറഞ്ഞു. ഫാദർ മാറ്റിയോയും ഡോൺ മാർട്ടിനും എന്നോട് ഒരുപാട് കാര്യങ്ങൾ പറഞ്ഞു. അവർക്ക് പ്രതിമകളെക്കുറിച്ച് അറിയാമായിരുന്നു, പക്ഷേ അവർക്ക് ബില്ലൂറിനെക്കുറിച്ച് ഒന്നും അറിയില്ലായിരുന്നു. അവളെ കണ്ടെത്താൻ എനിക്ക് ഹിസ് എക്സലൻസി ദി ഡ്യൂക്കിനെ കണ്ടാൽ മതിയായിരുന്നു. അതുകൊണ്ടാണ് മുഴുവൻ കഥയും അവരോട് പറയണമെന്ന് ഞാൻ തീരുമാനിച്ചത്.

ഈ ദൗത്യത്തിൽ വികാരാധീനമായ ഒരു ബന്ധത്തിന് ഇടമില്ലായിരുന്നു. പക്ഷേ ഡോൺ മാർട്ടിൻ ഞാൻ പറഞ്ഞതെല്ലാം പൂർണ്ണ ശ്രദ്ധയോടെ കേട്ടു. അവൻ എന്നേക്കാളും ആഹ്ലാദഭരിതനായി കാണപ്പെട്ടു. ബില്ലൂറിനെക്കുറിച്ച് അദ്ദേഹത്തോട് പറഞ്ഞപ്പോൾ, ഗീതാന എന്ന ജിപ്സി പെൺകുട്ടിയുമായുള്ള തന്റെ പ്രണയത്തെപ്പറ്റി അദ്ദേഹം എന്നോട് പറഞ്ഞു; ദീർഘമായ ഒരു യാത്രയിൽ, ഒരു ജിപ്സി പെൺകുട്ടിയോടുള്ള തന്റെ അവിഹിത പ്രണയത്തെക്കുറിച്ചുള്ള കഥ. അദ്ദേഹം ഒരു പ്രഭു ആയിരുന്നതിനാൽ വിവാഹം കഴിക്കാൻ കഴിഞ്ഞില്ല, കഥയുടെ അവസാനം ഞങ്ങൾ രണ്ടുപേരുടെയും കണ്ണുകൾ നിറഞ്ഞിരുന്നു.

നേരം പുലർന്നിരുന്നു, പക്ഷികൾ പാടുന്നു. മാളികയുടെ ഗേറ്റിൽ ഞങ്ങൾ കുതിരപ്പുറത്ത് ഇറങ്ങുമ്പോൾ എന്റെ കാൽമുട്ടുകൾ വിറയ്ക്കുന്നുണ്ടായിരുന്നു. ചേംബർലൈൻ ഞങ്ങളെ ഒരു വലിയ മുറിയിലേക്ക് കൊണ്ടുവന്ന് കാത്തിരിക്കാൻ ആവശ്യപ്പെട്ടു. കുറച്ച് കഴിഞ്ഞ് ഡ്യൂക്ക് കടന്നുവന്നു. പാവം ഒരു കുപ്പി വൈൻ കൈയിൽ പിടിച്ചിരുന്നു. അവൻ നേരത്തെ തുടങ്ങിയിരുന്നു. അവന്റെ വാക്കുകൾ ഇടറി. പ്രതിമകളെക്കുറിച്ചോ രഹസ്യത്തെക്കുറിച്ചോ അയാൾക്ക് അറിയില്ലായിരുന്നു. അദ്ദേഹം രാജാവിനെക്കുറിച്ച് പരാതിപ്പെടുകയും ഉത്സവത്തിന് ക്ഷണിച്ചിട്ടില്ലെന്നും താൻ പോയിട്ടില്ലെന്നും പറഞ്ഞു. ഡോൺ മാർട്ടിൻ തനിക്ക് കഴിയുന്നത്ര ചോദിച്ചു. ഫാദർ മാറ്റിയോ കുറച്ച് പ്രാർത്ഥനകളിലൂടെ അവനെ അനുനയിക്കാൻ ശ്രമിച്ചു, പക്ഷേ ഫലമുണ്ടായില്ല.

തന്റെ കുലീനയായ ഭാര്യയും അവരുടെ രണ്ട് പെൺമക്കളും നാനിയും ഒരു വിവാഹത്തിൽ പങ്കെടുക്കാൻ മൂന്നാഴ്ച മുമ്പ് ഇംഗ്ലണ്ടിലേക്ക് പോയെന്നും ആഘോഷങ്ങൾ അവസാനിച്ചതിന് ശേഷം

മാത്രമേ അവർ മടങ്ങുകയുള്ളൂവെന്നും അദ്ദേഹം ഞങ്ങളോട് പറഞ്ഞു. ഇംഗ്ലീഷ് രാജാവായ ഹെൻറിക്ക് സ്ത്രീകളോട് ഒരു ദൗർബല്യം ഉണ്ടായിരുന്നതിനാൽ ആഘോഷങ്ങൾ ശരിക്കും ആസ്വദിക്കുന്ന തിനാൽ കല്യാണം ഉടൻ അവസാനിക്കില്ലെന്ന് അദ്ദേഹം ഞങ്ങ ളോട് പറഞ്ഞു. അവർ ശൈത്യകാലം അവിടെ ചിലവഴിച്ചേക്കാ മെന്ന് അദ്ദേഹം പറഞ്ഞു. അതുവരെ കാത്തിരിക്കാനും വീണ്ടും വരാനും പറഞ്ഞു. എന്റെ നെഞ്ച് തകർന്നു. ഞങ്ങൾ മുറ്റത്ത് നിന്ന് ഇറങ്ങുമ്പോൾ ഒരു സ്ത്രീ കൈയിൽ ഒരു മരക്കൊമ്പുമായി ഞങ്ങ ളുടെ അടുത്തേക്ക് വരുന്നത് ഞങ്ങൾ കണ്ടു. അവൾ അലറി.

''അൽക്കാല രാജകുമാരൻ! തെമ്മാടി! അവസാനം നിങ്ങൾ ഇവിടെ എത്തി. കഷ്ടം തന്നെ.''

ഫാദർ മാറ്റിയോ ഇടപെട്ടില്ലായിരുന്നുവെങ്കിൽ എനിക്ക് ഒരു അടി കിട്ടിയേനേ.

''നിർത്തൂ പെണ്ണേ, നിനക്ക് ഭ്രാന്ത് പിടിച്ചോ? എന്ത് രാജകുമാ രൻ? ഇതൊരു ഭൂപട നിർമ്മാതാവാണ്.''

''എനിക്കറിയാം. ഒന്നിൽ നിന്ന് രണ്ട് ഭൂപടങ്ങൾ ഉണ്ടാക്കാൻ അവൻ മിടുക്കനായിരിക്കാം പക്ഷേ ഒരു കാമുകിയെ രണ്ടുതവണ അന്വേഷിച്ചു വരൻ മാത്രം ഒരു വിഡ്ഢിയാണ്.''

തളർച്ച അനുഭവപ്പെട്ടതായി ഞാൻ ഓർക്കുന്നു. പിന്നീട് എപ്പോഴോ മൃദുവായ ഒരു മെത്തയിൽ കിടക്കുകയായിരുന്നു. ഞാൻ കണ്ണുകൾ തുറന്നപ്പോൾ ഫാദർ മാറ്റിയോയും ഡോൺ മാർട്ടിനും എന്റെ അരി കിലുണ്ടായിരുന്നു, ആ സ്ത്രീ അപ്പോഴും സംസാരിച്ചുകൊണ്ടിരുന്നു.

''ബിയാട്രിസിനെപ്പോലെ വിശ്വസ്തയായ ഒരു സ്ത്രീയെ അന്വേ ഷിച്ച്, വൈകി വന്നതിന് നിങ്ങൾ കൊടുക്കേണ്ടി വന്ന വിലയാണിത്. എന്നോട് ക്ഷമിക്കൂ, എന്റെ കോപം...എന്റെ പേര് കോൺറാഡിന, പക്ഷേ ബിയാട്രിസ് വിളിക്കുന്നതുപോലെ നിങ്ങൾക്ക് എന്നെ കോൺറി എന്ന് വിളിക്കാം.''

''ആരാണ് ബിയാട്രിസ്? എന്നോട് അവളെക്കുറിച്ച് പറയാമോ? അവളുടെ കണ്ണുകളുടെ നിറം?''

കോൺറാഡിന വിട്ടില്ല.

''അപ്പോൾ നീ അവളെ മറന്നു എന്നാണോ പറയുന്നത്?''

''ഇല്ല, ആ കണ്ണുകൾ എനിക്ക് കാണണം.''

കുറച്ച് നിമിഷങ്ങൾക്ക് ശേഷം ഞങ്ങൾ വീണ്ടും സംസാരിക്കാൻ തുടങ്ങി. അവൾ ബിയാട്രിസ് എന്ന പേര് ഉച്ചരിക്കുമ്പോഴെല്ലാം എന്റെ ഹൃദയത്തിലേക്ക് ഒരു കത്തി വീഴുന്നതായി തോന്നി, കത്തി

പുറത്തെടുക്കാൻ ഞാൻ ബില്ലൂർ എന്ന പേര് ഉള്ളിൽ പറയും. എന്തു കൊണ്ടാണ് അവൾ എന്നെ രാജകുമാരൻ എന്ന് വിളിച്ചത്? അവൾക്ക് എന്നെക്കുറിച്ച് എന്തറിയാം? ഞാൻ അവളോട് ചോദിച്ചപ്പോൾ ബിയാട്രിസ് അങ്ങനെയാണ് പറയാറുള്ളത് എന്ന് പറഞ്ഞു. ഇതൊന്നും എന്നെ ആശ്വസിപ്പിച്ചില്ല.

അപ്പോൾ എന്റെ ബില്ലൂർ, ആനിന്റെ നാനിയായിരുന്നു, അവളെ ആനിന്റെ അമ്മയോടൊപ്പം ഇംഗ്ലീഷ് കൊട്ടാരത്തിലേക്ക് കൊണ്ടു പോയി. ഹെൻറി രാജാവിന്റെയും ആനി ബോളീനിന്റെയും വിവാഹ ത്തിന്. വെസ്റ്റ്മിൻസ്റ്റർ കൊട്ടാരത്തിൽ തീപിടുത്തത്തിൽ കേടുപാടു കൾ സംഭവിച്ചതിനാൽ, ഇപ്പോൾ വൈറ്റ്ഹാൾ കൊട്ടാരത്തിൽ വിവാഹം നടക്കാനിരിക്കുകയായിരുന്നു. ഡ്യൂക്ക് ഞങ്ങളോട് പറ ഞ്ഞതുപോലെ, കല്യാണം കഴിഞ്ഞാൽ, കുറച്ച് മാസങ്ങൾക്കുശേഷം അവർ മടങ്ങിവരും. തീർച്ചയായും രാജാവ് ബില്ലൂറിൽ ആകൃഷ്ട നാകുമെന്നും അവളെ കൂടെ താമസിപ്പിക്കുമെന്നും കോൺറാഡിന പറഞ്ഞു. ഇംഗ്ലണ്ടിലേക്ക് പോകുകയല്ലാതെ തനിക്ക് മറ്റൊരു മാർ ഗവുമില്ലെന്ന് വ്യക്തമായി. ധീരയായ സ്ത്രീയായിരുന്നു കോൺ റാഡിന. അവളുടെ ഭാഗ്യം അസൂയപ്പെടുത്തുന്നതായിരുന്നു. കഴിഞ്ഞ ഇരുപത് വർഷമായി അവൾ എന്റെ കാമുകിയോടൊപ്പമാണ് ചെല വഴിച്ചത്. ബില്ലൂറിനെ അറിയാവുന്ന ഒരാളോട് സംസാരിക്കുന്നത് തന്നെ എനിക്ക് ആവേശകരമായിരുന്നു. കോൺറിയുമായി സംസാ രിച്ചത് എന്റെ ആത്മാവിൽ കൊടുങ്കാറ്റുകൾ അഴിച്ചുവിട്ടു.

''അവളുടെ ജീവിതത്തിലെ ഏറ്റവും മോശം ദിവസം, അൽക്കാല, സിസിലിയിലെ അരഗോൺ ഗവർണറെ കാണാനുള്ള യാത്രാമധ്യേ, ആ ഗ്രീക്ക് ലെവെൻഡ് അവളിൽ നിന്ന് നിങ്ങളുടെ മാപ്പ് എടുത്ത താണ്. ആ ഭൂപടത്തിന്മേൽ അവൾ ദിവസങ്ങളോളം കരഞ്ഞു.''

''ഞാൻ ഉണ്ടാക്കിയ രണ്ടാമത്തെ പതിപ്പിന്റെ കാര്യമോ?''

''അവൾ വളരെ സന്തോഷവതിയായിരുന്നു അതിൽ, നിങ്ങളെ വീണ്ടും കണ്ടെത്തിയതുപോലെ.''

''അവളെ എന്നെ കാണാൻ പോലും അനുവദിക്കാത്തതിലാണോ സന്തോഷം?''

''അല്ല, എത്ര ബുദ്ധിമുട്ടിയാലും നീ അവളെ കണ്ടെത്തണമെന്ന് അവൾ ആഗ്രഹിച്ചിരുന്നു.''

'' ദയവായി എന്നെ രാജകുമാരൻ എന്ന് വിളിക്കരുത്.''

''എങ്കിൽ ഞാൻ സിസ്റ്റർ കോൺറി.''

''നിങ്ങളുടെ ആഗ്രഹം പോലെ സിസ്റ്റർ കോൺറി.''

ഡോൺ മാർട്ടിനും ഫാദർ മാറ്റിയോയും പോയതിനുശേഷം ഞാൻ കോൺറിയുമായി വീണ്ടും വഴക്കിട്ടിട്ടില്ല. ഞങ്ങൾ ഓർമ്മകളെ ക്കുറിച്ച് സംസാരിച്ചു. രണ്ടു മണിക്കൂറിനു ശേഷം ഞാൻ കണ്ണീരിൽ കുതിർന്നിരുന്നുവെങ്കിലും അവൾ കണ്ണുനീർ തുടച്ച് നെടുവീർപ്പോടെ എന്നോട് കൂടുതൽ പറഞ്ഞുകൊണ്ടിരുന്നു. ഞങ്ങൾ എല്ലാം സംസാ രിച്ചു. അവസാനം, എന്നെ ഏറ്റവും കൂടുതൽ അലട്ടുന്ന ചോദ്യം അവളോട് ചോദിക്കണമെന്ന് ഞാൻ തീരുമാനിച്ചു.

''എന്റെ പ്രിയപ്പെട്ട സിസ്റ്റർ കോൺറി, എന്തുകൊണ്ടാണ് അവൾ മലാഗയിലെ കോട്ടയിൽ നിന്ന് പ്രതിമകൾ എടുക്കാഞ്ഞതെന്ന് അവൾ എപ്പോഴെങ്കിലും നിങ്ങളോട് പറഞ്ഞിട്ടുണ്ടോ?''

''അവയ്ക്ക് പകരം താൻ ഭൂപടം എടുത്തിട്ടുണ്ടെന്നും പ്രതിമ കൾ നിങ്ങൾക്ക് കൂടുതൽ ഉപയോഗപ്രദമാകുമെന്നും അവൾ എന്നോട് പറഞ്ഞു എന്നാൽ കഴിഞ്ഞ വർഷം അവൾ പ്രതിമകൾ രാജാവിന്റെ കൊട്ടാരത്തിൽ കണ്ടു. അവൾ ചേംബർലെയിനോട് ചോദിച്ചു. അവ എങ്ങനെ അവിടെ എത്തി എന്ന്. ബാർബറോസ അയച്ചതാണെന്ന് അറിഞ്ഞപ്പോൾ നീ അവന്റെ കൂടെയുണ്ടെന്ന് അവൾ ഊഹിച്ചു. വാസ്തവത്തിൽ, ശരത്കാലത്തിൽ, അവൾ നിങ്ങളെ കണ്ടെത്താൻ രണ്ടുതവണ മെഡിറ്ററേനിയനിലൂടെ ഒരാളെ അയച്ചു, പക്ഷേ രണ്ടു തവണയും അവൻ ഒന്നുമില്ലാതെ മടങ്ങി. അവരിൽ ഒരാൾ ഗാലി യിൽ പണിക്കുകയറി. ബാർബറോസയുടെ ക്യാപ്റ്റന്മാരിൽ ഒരാളായ അയ്ഡൻ റയീസിനോട് ചോദിച്ചു, മറ്റൊരാൾ സെർഷെലിൽ നിങ്ങളെ അന്വേഷിച്ചു. നിങ്ങൾ ബാർബറോസയുടെ മാർഗ്ഗദർശിയാണെന്ന് അവൾ മനസ്സിലാക്കി, ആ ദിവസങ്ങളിൽ നിങ്ങൾ മറ്റെവിടെയെങ്കിലും ആയിരുന്നിരിക്കണം.''

അവൾ എന്നെ കണ്ടെത്താൻ ശ്രമിച്ചുവെന്ന് കേട്ടപ്പോൾ എന്റെ ഹൃദയം ഏതാണ്ട് നിലച്ചതുപോലെയായി. പക്ഷേ ഞാൻ എത്ര മാത്രം ആവേശഭരിതനാണെന്ന് അവൾക്ക് മനസ്സിലായില്ല.

''എന്നെ കണ്ടെത്തിയാൽ അവൾ എന്ത് ചെയ്യുമായിരുന്നു?''

''നീ ചെയ്തതായിരിക്കില്ല തീർച്ച.''

''അതെന്താണ്?''

''അവൾ നിനക്ക് ഒരുസംഗമസ്ഥലത്തെക്കുറിച്ചുള്ള സൂചന അയ യ്ക്കാൻ പോവുകയായിരുന്നു. അതുകൊണ്ടാണ് പ്രതിമകൾ പറ യുന്നത് അവൾ ആനിനോട് പറഞ്ഞത്. പ്രതിമകൾ എന്താണ് പറ യുന്നതെന്ന് മനസ്സിലായാൽ നിങ്ങൾ അവളെ തേടി വരും. കാരണം, എനിക്ക് തെറ്റിയിട്ടില്ലെങ്കിൽ, നിങ്ങൾ പ്രതിമകളുടെ രഹസ്യം

പരിഹരിക്കുമ്പോൾ നിങ്ങൾ വീണ്ടും കണ്ടുമുട്ടുമെന്ന് സത്യം ചെയ്തു, അല്ലേ?''

''ഞങ്ങൾ സത്യപ്രതിജ്ഞ ചെയ്തില്ല, പക്ഷേ ഞങ്ങൾ കണ്ടുമുട്ടാനുള്ള ഏക മാർഗം അതാണ് എന്ന് അവൾ പറഞ്ഞു. അതിനാൽ പ്രിയപ്പെട്ട കോൺറി, പ്രതിമകൾ എന്താണ് പറയുന്നതെന്ന് എന്നോട് പറയൂ?''

''അവൾ എന്നോട് പറഞ്ഞിട്ടില്ല. സത്യത്തിൽ അവൾ ആനിനോട് മാത്രമേ പറഞ്ഞുള്ളൂ. ആ അത്താഴത്തിനെത്തിയവരോടല്ലാതെ അവളും ആരോടും പറഞ്ഞിട്ടില്ല എല്ലാവരും ആ രഹസ്യം സൂക്ഷിക്കുമെന്ന് സത്യം ചെയ്തു. മിക്കവാറും അവൾ നിങ്ങളോട് മാത്രമേ രഹസ്യം പങ്കിടൂ.''

ഞങ്ങൾ അൾജീരിയയിലേക്ക് മടങ്ങുമ്പോൾ മൃദുവായ കാറ്റ് വീശുന്നുണ്ടായിരുന്നു. മെഡിറ്ററേനിയൻ ശാന്തമായതായി തോന്നി. ഞാൻ നോക്കിക്കൊണ്ടിരുന്ന ദ്വീപുകളിൽ നിന്ന് ഇരുണ്ട ചിന്തകൾ പ്രസരിക്കുന്നതുപോലെ, സാധാരണഗതിയിൽ പ്രതീക്ഷ നിറയ്ക്കുന്ന തീരങ്ങളിലൂടെയാണ് ഞാൻ സഞ്ചരിക്കുന്നത്. ആന്റലൂഷ്യയിലെ കുട്ടിക്കാലം, കോട്ടയിൽ ചെലവഴിച്ച ദിവസങ്ങൾ, രാജകീയ വിദ്യാലയത്തിൽ ഉണ്ടാക്കിയ ഭൂപടങ്ങൾ. ഇപ്പോൾ എന്റെ മുടി നരച്ചിരിക്കുന്നു. ഞാൻ ബില്ലൂറിലേക്ക് ഏകദേശം പകുതിയോളം എത്തിയിരുന്നു. ഞങ്ങളുടെ ജീവിതത്തിന്റെ പകുതിയും ഞങ്ങൾ പരസ്പരം കാത്തിരുന്നു, എനിക്ക് കൂടുതൽ കാത്തിരിക്കാനാവില്ല, എനിക്ക് കഴിയില്ല. ഞാൻ ഇംഗ്ലണ്ടിലേക്ക് പോകുകയായിരുന്നു, അവിടെ ഞാൻ വൈറ്റ്ഹാൾ കൊട്ടാരത്തിൽ ചെന്ന് അവളെ കാണും. എന്നാൽ ശീതകാലം ഞങ്ങൾക്ക് മുന്നിലായിരുന്നു. ആദ്യത്തെ മഞ്ഞുവീഴ്ചയ്ക്ക് മുമ്പ് എനിക്ക് ഇംഗ്ലണ്ടിൽ നിന്ന് മാഡ്രിഡിലേക്ക് പോകേണ്ടതായിരുന്നു. തീർച്ചയായും ഞാൻ പ്രതിജ്ഞ മറന്നിട്ടില്ല.

എനിക്ക് അൾജീരിയയിലെത്തണം, റയീസിനെ കാണണം, തുടർന്ന് ഇംഗ്ലണ്ടിലേക്ക് പോകണം. ശൈത്യകാലത്ത് മെഡിറ്ററേനിയൻ കടലിൽ സഞ്ചരിക്കാൻ ഒരു കപ്പൽ കണ്ടെത്തുന്നത് എളുപ്പമായിരുന്നില്ല. ഞാൻ, ഫാദർ മാറ്റിയോ, ഡോൺ മാർട്ടിൻ, കോൺറാഡിന എന്നിവരെ അറിയിച്ചിട്ടുണ്ട്. ഞാനും സെബ്രയിൽ ആഗയോടും പറഞ്ഞു വെച്ചിട്ടുണ്ട്. ബില്ലൂർ മാഡ്രിഡിൽ തിരിച്ചെത്തിയ നിമിഷം അവർ എനിക്ക് സന്ദേശം അയയ്ക്കും. ഒരുപക്ഷേ ലണ്ടനിലേക്ക് പോകേണ്ട ആവശ്യം വരില്ല. എന്നിൽ പ്രതീക്ഷയും സങ്കടവും നിറഞ്ഞു.

1533

മൂന്നു വർഷം കഴിഞ്ഞ്

മൂന്ന് വർഷം മുമ്പ് ഞാൻ അൾജീരിയയിൽ എത്തിയപ്പോൾ, സന്തോഷകരമായ വാർത്തയും യുദ്ധവാർത്തയും കൊണ്ടായിരുന്നു ഞാൻ എത്തിയത്. ഞാൻ ബില്ലൂരിനെ കണ്ടെത്തിയെന്നും ഇംഗ്ലണ്ടിലേക്കുള്ള യാത്രയിലാണെന്നും ഹിസീർ റയീസിനോട് പറഞ്ഞു. ഞാൻ എത്തുന്നതിന്റെ തലേദിവസം നമ്മുടെ സുൽത്താന്റെ സ്ഥാനപതി സിനാൻ ആഗ വന്നിരുന്നു. അദ്ദേഹത്തോടുള്ള ആദരസൂചകമായി നടന്ന ഉച്ചതിരിഞ്ഞുള്ള വിരുന്നിൽ പങ്കെടുത്തു. റയീസ് അവനെ മേശയുടെ തലയ്ക്കൽ തന്നെ ഇരുത്തി. തനിക്കായി കൊണ്ടുവന്ന കത്ത് എടുക്കുന്നതിന് മുമ്പ്, അൾജീരിയയിലെയും ടുണീഷ്യയിലെയും എല്ലാ സൈനികരും ആഗകളും മാരബൗട്ടുകളും ബെയ്സും തയ്യാറായിക്കഴിഞ്ഞുവെന്ന് അദ്ദേഹം ഉറപ്പുവരുത്തി. അകത്ത് ഉത്സവം നടക്കുകയും ആളുകൾ കാപ്പിയും സർബത്തും കുടിക്കുകയും ചെയ്യുമ്പോൾ എഴുന്നൂറ് മൃഗങ്ങളെ ബലിയർപ്പിക്കുകയും ദരിദ്രർക്ക് നൽകുകയും ചെയ്തു. ആ രാത്രിയിൽ കപ്പൽപ്പട ഒരുക്കാനുള്ള കൽപ്പന കൊടുക്കുമ്പോൾ അവന്റെ സന്തോഷം എനിക്ക് കാണാമായിരുന്നു.

‘‘എന്റെ പ്രിയപ്പെട്ട സീദി, നീ ഇത് വായിക്കണമെന്ന് ഞാൻ ആഗ്രഹിക്കുന്നു.’’

സിനാൻ ആഗയിൽ നിന്ന് വന്ന കത്ത് അവൻ ചുംബിച്ചു എന്റെ കൈയിൽ തന്നു. എല്ലാവരുടെയും നിരീക്ഷണത്തിന് കീഴിൽ ഞാൻ മുദ്ര തുറന്നു. സുൽത്താന്റെ കൈ തൊട്ട ഒരു സാധനം ഞാൻ എന്റെ കൈയിലെടുത്തു. ഞാൻ വളരെ ആവേശത്തിലായിരുന്നു. ഞാൻ കത്ത് അടങ്ങിയ വെള്ളിക്കുഴൽ തുറന്നു. അതിൽ കെട്ടിയ പട്ടുനൂലും മുകളിൽ സുൽത്താന്റെ മുദ്രയും എല്ലാവരെയും കാണിക്കണം, ഞാൻ അത് ചെയ്തു. സുൽത്താൻ കൽപ്പന അയയ്ക്കുമ്പോഴെല്ലാം ഇത് പതിവായിരുന്നു. പിന്നെ ഞാൻ പതുക്കെ വായിച്ചു.

> ‘‘അൾജീരിയയിലെ കമാൻഡർമാരുടെ കമാൻഡറും അധികാരത്തിന്റെയും മഹത്വത്തിന്റെയും ഉടമയുമായ ഗവർണർ ഹയറുദ്ദീൻ റയീസിന്.
>
> ആ ശപിക്കപ്പെട്ട സ്പാനിഷ് രാജാവിനെ എനിക്ക് ശിക്ഷിക്കണം. എന്റെ യോദ്ധാവായ സുഹൃത്തേ, എന്റെ കൽപ്പന ലഭിച്ചുകഴിഞ്ഞാൽ നിങ്ങൾ എന്റെ മുമ്പാകെ ഹാജരാകാൻ തിടുക്കം കൂട്ടുമെന്ന് എനിക്കറിയാം. ഈ സുപ്രധാന കാര്യത്തിൽ എന്നെ ഏറ്റവും നന്നായി സഹായിക്കാൻ കഴിയുന്ന

> എന്റെ ദാസനാണ് നീ. എന്റെ വിജയിയായ പോരാളിയാകൂ. എന്തുകൊണ്ടെന്നാൽ, ദൂരെയുള്ള ആ മുസ്ലീം ഭൂമികൾ സ്വന്ത മെന്നപോലെ നീ സംരക്ഷിക്കുകയും എന്റെ പതാകയും എന്റെ അഭിമാനവും വഹിക്കുകയും ചെയ്യുക എന്നതാണ് എന്റെ ആഗ്രഹം.
>
> ഈ ഉത്തരവ് സർജന്റ് സിനാൻ മുഖേന അയച്ചതാണ്, നിങ്ങൾ അതനുസരിച്ച് പ്രവർത്തിക്കുക.''

അപ്പോൾ റയീസ് ഉറച്ച സ്വരത്തിൽ പറഞ്ഞു. ''ഞാൻ എന്റെ സുൽത്താനെ അനുസരിക്കും. കാരണം അങ്ങയുടെ ദാസനോട് അങ്ങ് കൽപിച്ചിട്ടുണ്ടെങ്കിൽ അതൊരു മറികടക്കാൻ കഴിയാത്ത കൽപ്പനയാണ് പ്രഭോ.''

അവൻ കണ്ണുനീർ മറയ്ക്കാൻ ശ്രമിക്കുന്നതായി തോന്നി. സുൽ ത്താൻ സുലൈമാൻ അവന്റെ ഭരണം നിത്യമായിരിക്കട്ടെ. റയീസിന് ഒരു സ്വകാര്യ കത്ത് എഴുതിയിരിക്കുന്നു, അതിൽ അദ്ദേഹത്തെ അഭിസംബോധന ചെയ്യുകയും കാണാൻ ചെല്ലണമെന്ന് പറയുകയും ചെയ്തിരിക്കുന്നു. സുൽത്താൻ അങ്ങനെ ഒരു കത്തെഴുതി ആരെ യെങ്കിലും വിളിച്ചാൽ, കൂടുതൽ ചുമതലകൾ അല്ലെങ്കിൽ ഒരു ദൗത്യം കാത്തിരിക്കുന്നുണ്ട് എന്നാണർത്ഥം.

എനിക്ക് ഹിസീറിനെ ബില്ലൂറിന്റെ കാര്യവുമായി ബുദ്ധിമുട്ടി ക്കാൻ അന്ന് കഴിഞ്ഞില്ല. അൾജീരിയയിലെ ജനങ്ങൾ ആഹ്ലാദ ത്തിലായിരുന്നു. അടുത്ത ദിവസവും പിറ്റേന്നും മുന്നോട്ടുള്ള കഠിനാ ധ്വാനത്തിന് ആവശ്യമായ തയ്യാറെടുപ്പുകൾ നടത്തി.

കപ്പലുകൾ പുനഃപരിശോധിച്ചു, പുള്ളികളും വിൻഡ്ലാസുകളും വളരെയധികം ഞരക്കത്തോടെ ചലിപ്പിക്കുകയും ബൂമുകൾ, ടോപ്പ് മാസ്റ്റുകൾ, ബൗളിനുകൾ, സ്പാർസ് എന്നിവ പരിശോധിക്കുകയും കപ്പലുകളിലെ ആയുധങ്ങൾ കാലികമാക്കുകയും പതക്കങ്ങളും പതാകകളും ഉയർത്തുകയും ചെയ്തു. അദ്ദേഹത്തിന് നല്ലതും ചീത്ത യുമായ വാർത്തകൾ നൽകേണ്ട അവസ്ഥയിലായിരുന്നു ഞാൻ. തന്റെ മാരക ശത്രുവായ ഡോറിയ അവനെ കൊല്ലാൻ മെഡിറ്ററേ നിയൻ കടലിലേക്ക് പുറപ്പെട്ടുവെന്നും തന്റെ മകൻ ഹസനെ പിടി കൂടാൻ കാർലോസ് രാജാവ് ഉത്തരവിട്ടതും അദ്ദേഹത്തെ കോപാ കുലനാക്കി.

''അവൻ എന്റെ ഏക മകനെ എടുക്കാൻ ആഗ്രഹിക്കുന്നു, എന്റെ ഏക രക്തബന്ധം. എനിക്ക് ഇതിനെക്കുറിച്ച് ശരിക്കും ചിന്തിക്കേണ്ട തുണ്ട്. ഇത് തടയുന്നതിനുള്ള പല വഴികളും നാം പരിഗണിക്കേണ്ട തുണ്ട്. ലെസ്ബോസിൽ എനിക്ക് ആരുമില്ല. ഞാൻ മരിക്കുമ്പോൾ

എവിടെ അടക്കം ചെയ്യുമെന്ന് എനിക്കറിയില്ല. എന്തിനധികം, സെമൈമ എന്ന സ്ത്രീ ഒരിക്കലും അത്ര വേദന സഹിക്കില്ല.''

ഹസനെ ജീവനോടെ നിലനിർത്താൻ അവൻ വേഷംമാറി ഒളിവിൽ കഴിയുകയല്ലാതെ വേറെ വഴിയില്ലെന്ന് അവനറിയാമായിരുന്നു.

ഞാൻ പറഞ്ഞു, ''എന്റെ അഭിപ്രായത്തിൽ സുൽത്താനെ കാണാൻ നിങ്ങൾ അവനെ കൂടെ കൊണ്ടുപോകണം. കാരണം, അവനു താമസിക്കാൻ ഏറ്റവും അനുയോജ്യമായ സ്ഥലം ഉന്നതനായ ഭരണാധികാരിയുടെ കൊട്ടാരമായിരിക്കും. അവൻ നിങ്ങളുടെ മകനാണെന്ന് ആരും അറിയേണ്ടതില്ല. ഇപ്പോൾ തിടുക്കമില്ല, എന്നാൽ അങ് ഇസ്താംബൂളിലേക്ക് പോകാനുള്ള തയ്യാറെടുപ്പുകൾ നടത്തുമ്പോൾ നിങ്ങൾക്ക് ഹസനെ അയയ്ക്കാവുന്നതാണ്'.

''നീ പറഞ്ഞത് ശരിയാണ് സീദി. എന്നാലും നീ വരില്ല എന്ന മട്ടിൽ എന്തിനാ സംസാരിക്കുന്നത്?''

''പ്രഭോ, ശീതകാലം എത്തി. നിങ്ങൾ എനിക്ക് അനുമതി നൽകിയാൽ ഞാൻ ആദ്യം ലണ്ടനിലേക്കും അവിടെ നിന്ന് മാഡ്രിഡിലേക്കും യാത്ര ചെയ്യാം. ബില്ലൂർ ഇംഗ്ലണ്ടിലാണെന്ന് എനിക്ക് വിവരം ലഭിച്ചിട്ടുണ്ട്.''

''ഈ സീസണിൽ ഇംഗ്ലണ്ടിലേക്ക് യാത്ര ചെയ്യുക. യാത്ര ചെയ്യാൻ തീർച്ചയായും നിനക്ക് അനുമതിയില്ല. മഞ്ഞുകാലത്ത് മാഡ്രിഡിലേക്ക് പോകുന്ന ആശയം മറക്കുക. അത് മാറ്റി വെക്കുക.''

''പക്ഷേ പ്രഭോ, ബില്ലൂർ.''

''തീർച്ചയായും അവളെ കണ്ടെത്തും. ഒരു വിധത്തിലല്ലെങ്കിൽ മറ്റൊരു തരത്തിൽ നമുക്ക് അവളെ കിട്ടും. എന്നാൽ ഈ കാലാവസ്ഥയിൽ തുറന്ന കടൽ (ഓപ്പൺ സീ) കടക്കാൻ കഴിയുന്ന ഒരു കപ്പൽ പോലും ഇല്ലെന്ന് മറ്റാരെക്കാളും നന്നായി നിനക്കറിയാം. പുതിയ ലോകത്തേക്ക് (അമേരിക്കാസ്) യാത്ര ചെയ്യുന്ന ചരക്ക് കപ്പലുകൾ പോലും കൊടുങ്കാറ്റ് ഒഴിവാക്കാൻ സ്ലിപ്പ് വേകളിലേക്ക് വലിച്ചെറിയപ്പെട്ടിരിക്കുന്ന ഈ കാലാവസ്ഥയിൽ. നിനക്ക് അവിടെ നീന്താൻ കഴിയില്ല. വിവാഹത്തിന് ശേഷം ബില്ലൂർ മടങ്ങുകയാണെങ്കിൽ, തിടുക്കം കൂട്ടേണ്ട കാര്യമില്ല. നിങ്ങൾ ഇതിനകം ഇരുപത് വർഷമായി കാത്തിരുന്നു, ഇരുപത് ആഴ്ച കൂടി.''

''എന്റെ തമ്പുരാനേ, ബില്ലൂ...''

''എന്റെ പ്രിയപ്പെട്ട സീദി. ജീവിതകാലം മുഴുവൻ നിന്നെ വധു ബില്ലൂറിനൊപ്പം കാണാൻ ഞാൻ ആഗ്രഹിച്ചു. വർഷങ്ങളായി ഡച്ചസ് മരിയയുടെ സേവനത്തിൽ ഏർപ്പെട്ടിരുന്ന ഒരാളെക്കുറിച്ചാണ് നമ്മൾ

സംസാരിക്കുന്നത്. അവൾ ഒരു പെൺകുട്ടിയുടെ നാനിയാണ്. അവർ അവൾക്ക് പോകാൻ അനുമതി നൽകുമോ? അങ്ങനെയാണെങ്കിൽ, അവർ പ്രതിഫലമായി എന്താണ് പ്രതീക്ഷിക്കുന്നത്? മറ്റൊരു നാനിയെ? അതോ പണമോ? ഇതെല്ലാം നമ്മൾ ചിന്തിക്കണം. നിന ക്കായി ഞാൻ ഒരു വലിയ ത്യാഗം ചെയ്യാൻ തയ്യാറാണ്. നീ വര യ്ക്കുന്ന ഓരോ ഭൂപടത്തിനും നൂറു സ്വർണവും ഓരോ കോമ്പസിനും പതിനാറും സ്വർണം ലഭിക്കേണ്ട സ്ഥാനത്താണ് നീ ഇപ്പോൾ. എന്നാൽ നിധി കൊണ്ട് അളക്കാൻ പറ്റാത്ത പ്രിയപ്പെട്ട ഒരു വ്യക്തി നിനക്കുണ്ട്. പക്ഷേ സ്വർണം ഞാൻ തരാം തൽക്കാലം. നീ എന്നിൽ നിന്ന് എടുത്ത ഓരോ ചതുരംഗക്കാലാളിന് ഞാൻ നിനക്ക് ഒരു അടിമയെ അനുവദിച്ചാൽ, നീ ഇപ്പോൾ ഒരു അടിമ ക്വാർട്ടേഴ്സിന്റെ ഉടമയാകുമെന്ന് ഞാൻ കരുതുന്നു. നിങ്ങൾ സന്തോഷിപ്പിക്കുന്നത് കാണാൻ അൾജീരിയയല്ലെങ്കിൽ ടുണിസിനെ ബലിയർപ്പിക്കാൻ ഞാൻ തയ്യാറാണ്. ഈ സംഭാഷണം ഇവിടെ അവസാനിക്കുന്നു. ഈ സന്തോഷകരമായ വാർത്ത അലാദുലെ എങ്ങനെ സ്വീകരിക്കു മെന്ന് ചിന്തിക്കുക.''

ഞാൻ തകർന്നുപോയി. അവൻ എന്റെ കാൽക്കീഴിൽ നിന്ന് പായ വലിച്ചിരിക്കുന്നു. എനിക്ക് ഒന്നും പറയാൻ കഴിഞ്ഞില്ല. ബില്ലൂറിനെ ക്കുറിച്ചുള്ള എന്റെ തിരച്ചിൽ തിരമാലകളിൽ നഷ്ടപ്പെട്ടു. അപ്പോഴും ഞാൻ രക്ഷപ്പെട്ട് വൈറ്റ്ഹാൾ കൊട്ടാരത്തിലേക്കുള്ള വഴി കണ്ടെ ത്തുന്നതിലായിരുന്നു എന്റെ ചിന്ത. എന്നാൽ രക്ഷപ്പെടുക എന്ന തിനർത്ഥം ഒരിക്കലും മടങ്ങിവരില്ല എന്നാണ്. റയീസിനെ ബില്ലൂ റിന്റെ കാര്യത്തിൽ വിശ്വസിക്കാം. പക്ഷേ എനിക്ക് ഇപ്പോഴും മലാഗയിലെയും ബാഴ്സലോണയിലെയും തുറമുഖങ്ങളിലേക്ക് പോകേണ്ടതുണ്ട്. കാർലോസ് രാജാവ് എന്നോട് രാജ്യം വിടാനും തുറന്ന കടലിൽ സഞ്ചരിക്കുന്ന ഒരു കപ്പൽ കണ്ടെത്തിയാൽ അത് സ്പെയിനിലെ തുറമുഖത്ത് നിന്ന് പുറപ്പെടുമെന്നും പറഞ്ഞിരുന്നു. സ്പെയിനിൽ നിന്നുള്ള പാസ്പോർട്ടും സീൽ ചെയ്ത കടത്തനു മതിയും ഉപയോഗിച്ച് യാത്ര ചെയ്യുന്നത് ഏറ്റവും എളുപ്പമായിരിക്കും. അപ്പോൾ എനിക്ക് മൂറിങ് ടാക്സ് അടയ്ക്കേണ്ടി വരും. എനിക്ക് ഇംഗ്ലീഷ് പാസ്പോർട്ട് ലഭിക്കുക അസാധ്യമായിരുന്നു, നികുതി അടയ്ക്കുമ്പോൾ പിടിക്കപ്പെടാനുള്ള സാധ്യതയും ഉണ്ടായിരുന്നു. ഗാലി അടിമയായി എനിക്ക് കപ്പലിൽ യാത്ര ചെയ്യാമായിരുന്നു, പക്ഷേ ഞാൻ ഇംഗ്ലണ്ടിൽ എത്തുമ്പോൾ ഞാൻ ചങ്ങലയിൽ ബന്ധിക്ക പ്പെട്ടിരിക്കും. രക്ഷപ്പെടാനുള്ള ആശയം ഞാൻ ഉപേക്ഷിച്ചു, പക്ഷേ വ്യത്യസ്തമായ പല ചിന്തകളും എന്റെ തലച്ചോർ തിരയാൻ തുടങ്ങി. ബില്ലൂറിനെ വീണ്ടും കാണുന്നതിന് മുമ്പ് ഞാൻ മരിക്കുകയാണെ ങ്കിൽ? വസന്തം വരുമ്പോൾ എനിക്ക് അവളെ കാണാൻ കഴിയും.

അന്നുവരെ എന്നെ സഹായിച്ച കടലുകൾ എന്നെ ചങ്ങലകളാൽ ബന്ധിച്ചിരിക്കുന്നു. അവളുടെ തിരമാലകൾ എന്നെ ചങ്ങലകളാൽ ബന്ധിച്ചു.

അവളിലേക്ക് നീണ്ടുകിടക്കുന്ന കടലിലേക്ക് നോക്കി ഞാൻ എന്റെ പകലും രാത്രിയും ചെലവഴിച്ചു. ഞാൻ സൂര്യനെയോ ചന്ദ്രനെയോ നോക്കി, അവൾ ഒരേ സൂര്യനെയും ചന്ദ്രനെയും വീക്ഷിക്കുകയാണെന്ന് സങ്കൽപ്പിക്കും. അവൾ എവിടെയാണെന്ന് അറിയാത്തപ്പോൾ അവളെക്കുറിച്ച് ആലോചിക്കുന്നത് എളുപ്പമായിരുന്നെന്ന് തോന്നുന്നു.

ഫാദർ മാറ്റിയോയുമായുള്ള എന്റെ സൗഹൃദത്തിൽ വിശ്വാസമർപ്പിച്ച് ഞാൻ അദ്ദേഹത്തിന് എന്റെ ഭൂപടത്തിന്റെ ഒരു പകർപ്പ് അയച്ചു. ഇംഗ്ലണ്ടിലെത്താൻ കഴിയുന്ന ഒരാൾക്ക് ഭൂപടം നൽകാൻ ഞാൻ അവനോട് ആവശ്യപ്പെട്ടു, അവിടെ അയാൾക്ക് അത് ബിയാട്രിസിന് കൈമാറാൻ കഴിയും. എനിക്ക് ഒരു പ്രതീക്ഷയും ഇല്ലായിരുന്നെങ്കിലും.

റയീസ് ഞാൻ പറഞ്ഞ കാര്യങ്ങൾ പല കോണുകളിൽ നിന്ന് വിശകലനം ചെയ്യുകയും മെഡിറ്ററേനിയൻ കടലിലെ തുർക്കി ശക്തിയെ കാർലോസ് രാജാവ് ഭയപ്പെട്ടിരുന്നു എന്ന നിഗമനത്തിൽ എത്തിച്ചേരുകയും ചെയ്തു. അതുകൊണ്ടാണ് അതിനനുസരിച്ചുള്ള തയ്യാറെടുപ്പുകൾ അദ്ദേഹം നടത്തുന്നത്. അൾജീരിയയിലെ കോട്ടകളിൽ പീരങ്കികൾ സ്ഥാപിക്കുകയും കാവൽക്കാരെ നിയോഗിക്കുകയും ചെയ്തു. ആക്രമണം മുൻപ് ഉണ്ടായ സാഹചര്യത്തിൽ ആവശ്യമായ എല്ലാ പദ്ധതികളും തയ്യാറാക്കി. സെർഷെലിലെ യുദ്ധത്തിലെ തോൽവിക്ക് പ്രതികാരം ചെയ്യാൻ തനിക്ക് ഇത് അവസരം നൽകുമെന്നും അവൻ കൂട്ടിച്ചേർത്തു.

ആൻഡ്രിയ ഡോറിയ ഹിസീർ റയീസിന്റെ പ്രകോപനങ്ങളാൽ അസ്വസ്ഥയായിരുന്നു. ഒരു വർഷം മുമ്പ് സുൽത്താൻ സുലൈമാന്റെ അർമാഡയുമായുള്ള ഏറ്റുമുട്ടലിലും മോറയിലെ ആക്രമണത്തിന് ശേഷം ഹംഗേറിയൻ സമതലങ്ങളിലെ ഓട്ടോമൻ സൈന്യത്തെ ദുർബലപ്പെടുത്തിയതിലും ക്യാപ്റ്റൻ ലുത്ഫി പാഷയെ പരാജയപ്പെടുത്തിയതിനുശേഷവും ഡോറിയ ആത്മവിശ്വാസം നേടിയിരുന്നു.

സുൽത്താനെ നേരിടാൻ വേണ്ടത്ര ശക്തിയുണ്ടായിട്ടും തുർക്കി കടൽക്കൊള്ളക്കാരെ നേരിടാൻ കഴിയാതെ വന്നതിന്റെ ദേഷ്യം ഉള്ളതുകൊണ്ട് അദ്ദേഹം ഇപ്പോൾ കൂടുതൽ ശ്രദ്ധാപൂർവ്വം പദ്ധതികൾ ആസൂത്രണം ചെയ്യുകയും കൂടുതൽ സൂക്ഷ്മമായി ചിന്തിക്കുകയും ചെയ്തിരിക്കണം. റയീസിനെ ഇസ്താംബൂളിലേക്ക് വിളിച്ചതിന് പിന്നിൽ എന്തോ ഉണ്ടെന്ന് അദ്ദേഹത്തിന് തോന്നിയിരുന്നു.

സുൽത്താന്റെ നഷ്ടപ്പെട്ട അഭിമാനം വീണ്ടെടുക്കാനുള്ള ആഗ്രഹം. കിഴക്കൻ മെഡിറ്ററേനിയനിലെ ജെനോയിസുമായി യുദ്ധം ചെയ്യുന്നതിൽ ഓട്ടോമൻ കപ്പലുകൾ പരാജയപ്പെട്ടപ്പോൾ, പടിഞ്ഞാറൻ മെഡിറ്ററേനിയനിൽ റയീസിനോടും അദ്ദേഹത്തിന്റെ പടയോടും സ്പെയിൻ പരാജയപെട്ടു.

''എന്റെ പ്രഭോ, ഒരു വശത്ത് ക്യാപ്റ്റൻ ഡോറിയ അൾജീരിയയുടെ കടലിൽ അങ്ങേക്ക് കനത്ത നഷ്ടം വരുത്തുന്നു. മറുവശത്ത് അവൻ ദ്വീപുകളിൽ സ്വതന്ത്രമായി സഞ്ചരിക്കുന്നു. എന്റെ അഭിപ്രായത്തിൽ അവൻ അങ്ങയെ അനുകരിക്കുകയാണ്. അങ്ങ് കിഴക്കൻ മെഡിറ്ററേനിയനിൽ ചെയ്യുന്നതെല്ലാം അവൻ പടിഞ്ഞാറ് ചെയ്യുന്നു.''

''സെർഷെല്ലിൽ അവനെ നിലയ്ക്ക് നിർത്തുന്നതിൽ നാം പരാജയപ്പെട്ടു. അതിനെക്കുറിച്ചാണോ നീ സംസാരിക്കുന്നത്?''

''അതെ എന്റെ പ്രഭോ. അവൻ മല്ലോർക്കയിൽ അതേ കെണി വെക്കും. മല്ലോർക്കയിൽ അങ്ങ് കോട്ടകൾ പണിതിട്ടുണ്ടെന്ന് ഇല്ലേ?''

''ഹും...നാം ആന്റലൂഷ്യയിൽ നിന്നുള്ള മുസ്ലീങ്ങളെ ആ കോട്ടകളിൽ കുടിയിരുത്തി, അതുവഴി അവരെ ശക്തിപ്പെടുത്തി.''

''അവൻ വെനീസിൽ നിന്നും ജെനോവയിൽ നിന്നും സൈനികരെ കൊണ്ടുവരുമെന്നതിൽ സംശയമില്ല.''

ഹിസർ റെയ്സ് ഇസ്താംബൂളിലേക്ക് പോകാനുള്ള തയ്യാറെടുപ്പുകൾ നടത്താൻ മൂന്നു മാസം എടുത്തു. അപ്പോഴേക്കും പോരാളികൾ അൾജീരിയയിലെ പാവപ്പെട്ടവരെ സഹായിക്കാൻ തുടങ്ങിയിരുന്നു, അടിമകളിൽ ചിലർക്ക് അവരുടെ സ്വാതന്ത്ര്യം പോലും ലഭിച്ചു. ഒപ്പം തുറമുഖത്ത് വീണ്ടും ഒരു ബഹളമുണ്ടായി. റയീസിൽ നിന്ന് കച്ചവടാനുമതി ലഭിച്ച ഒരു വെനീഷ്യൻ ഗാലിയറ്റ് എത്തി. കപ്പലിൽ ഒരു ദൂതൻ ഉണ്ടായിരുന്നു. അവൻ പറയുന്നത് ഞങ്ങൾ ശ്രദ്ധിച്ചു. ഗ്രാൻഡ് സീഞ്ഞോർ ഹിസീർ റയീസിനെ ഇസ്താംബൂളിലേക്ക് വിളിപ്പിച്ചുവെന്നും അൾജീരിയയിലെ അടിമകൾ കൊല്ലപ്പെടുമെന്ന് ഭയപ്പെട്ടിരുന്നുവെന്നും അതിനാൽ ക്രിസ്തുമതത്തിന്റെ പേരിൽ അവരെ വാങ്ങാനുള്ള മാർപാപ്പയിൽ നിന്നും വാഗ്ദാനമുണ്ടെന്നും അവൻ പറഞ്ഞു. അവർ മൂന്ന് ദശലക്ഷം പെസോ അയച്ചിരിക്കുന്നു. അപ്പോഴാണ് ഞങ്ങൾ മനസ്സിലാക്കിയത്, ഒന്നുകിൽ മാർപ്പാപ്പയുടെ വെനീസിൽ അടിമകൾക്കിടയിൽ വളരെ വിലപ്പെട്ട ഒരാൾ ഉണ്ടായിരിക്കുമെന്ന്. ഞാൻ എല്ലാ രേഖകളും വെച്ച് ഞങ്ങളുടെ പക്കലുള്ള

ആളുകളെ പരിശോധിച്ചു. അത്ര പ്രാധാന്യമുള്ള ആരും ഉണ്ടായിരുന്നില്ല, പക്ഷേ എന്റെ ശ്രദ്ധ ആകർഷിച്ച ഒരു അപ്രധാന വ്യക്തി ഉണ്ടായിരുന്നു. മാർപ്പാപ്പ അയച്ച പെസോകൾ ഏകദേശം രണ്ട് ദശലക്ഷം ഓട്ടോമൻ ഗോൾഡൻ ലിറകളാണ്. അത് എല്ലാ അടിമകളുടെയും മൂല്യത്തേക്കാൾ കൂടുതലാണ്.

മൂന്ന് ദിവസത്തിനുള്ളിൽ ഹിസീർ റയീസ് മൂവായിരത്തോളം അടിമകളെ മോചിപ്പിക്കാൻ അനുവദിക്കുകയും അവർക്ക് നഗരം വിടാൻ അനുമതി നൽകുകയും ചെയ്തു. മുഴുവൻ പണവും നേതാവ് സുൽത്താൻ സുലൈമാന് സമ്മാനിക്കുക എന്നതായിരുന്നു അദ്ദേഹത്തിന്റെ ലക്ഷ്യം. ഇരുപത്തിനാല് കപ്പലുകൾ പണി തീർത്ത് ഇറക്കിയ ദിവസം. ഇസ്താംബൂളിലേക്ക് കൊണ്ടുപോകേണ്ട ദ്രവ്യം കപ്പലിൽ കയറ്റുന്നതിന് മേൽനോട്ടം വഹിക്കാൻ റയീസ് എന്നോട് ആവശ്യപ്പെട്ടു. രണ്ട് ഗാലിയറ്റുകൾ നിറയ്ക്കാനുണ്ടായിരുന്നു. ടോപ് സൈഡ് ഡേവിറ്റുകൾ എത്ര തവണ ഉയർത്തി താഴ്ത്തണമെന്ന് എനിക്ക് മനസ്സിലായില്ല. ഞാൻ മെയിൻട്രോപ്പുകളും പുള്ളി ബ്ലോക്കുകളും പരിശോധിച്ചു. ബൗളിൻ കെട്ടും ഹുക്ക് കെട്ടും അറിയാവുന്ന രണ്ട് ലെവന്റുമാരെയും റീഫ് നോട്ട് അറിയാവുന്ന രണ്ട് സൈനികരെയും ഞാൻ ഇതിനായി മാറ്റിനിർത്തി. അല്ലാഹുവിന്റെ തൊണ്ണൂറ്റി ഒമ്പത് പേരുകളെ പ്രതിനിധീകരിക്കുന്ന തൊണ്ണൂറ്റി ഒമ്പത് പെട്ടികൾ കൃത്യമായി എടുക്കാൻ റയീസ് ഞങ്ങളോട് കൽപ്പിച്ചു. അവയിൽ നിറയെ വാളുകളും കഠാരകളും ആഭരണങ്ങൾ പതിച്ച പാത്രങ്ങളും സ്വർണ്ണ കൊത്തുപണികളുള്ള ഖുറാൻ കെട്ടുകളും കൽക്കരി, മാണിക്യ ജപമാലകൾ, ഡയമണ്ട് കൊണ്ട് നിർമ്മിച്ച നേർത്ത ചിലമ്പുകളും മറ്റും. അവയ്ക്കരികിൽ പട്ട്, വെള്ളി, സ്വർണ്ണ നിലവിളക്കുകൾ തുടങ്ങിയവയും.

ലാറ്റിൻ ഭാഷയിലുള്ള പുസ്തകങ്ങൾ, ആന്റലൂഷ്യയിലെ ലൈബ്രറികളിൽ നിന്നുള്ള അപൂർവ കൈയെഴുത്തുപ്രതികൾ, ബൈൻഡിംഗ് സാമഗ്രികൾ, സ്വർണ്ണ മഷി, ചരിത്രരേഖകൾ ഇവയെല്ലാം നനയാതെ ലക്ഷ്യസ്ഥാനത്ത് എത്തണം. ഈ കാലാവസ്ഥയിൽ അത് ബുദ്ധിമുട്ടായിരുന്നു. ഹോസർമാർ പെട്ടികളെടുക്കാൻ തയ്യാറായിരുന്നു അപ്പോഴാണൊരു നാവികൻ അലറിയത്,

‘‘അതാ ഒരു മനുഷ്യൻ, കൊളുത്തിൽ ഒരു മനുഷ്യൻ.’’

എല്ലാ കണ്ണുകളും ഗാലിയറ്റിന്റെ മുകൾത്തട്ടിലേക്ക് തിരിഞ്ഞു. അവൻ കാക്കക്കൂട്ടിൽ തൂങ്ങിക്കിടക്കുകയായിരുന്നു. അവർ ഒരു പുള്ളി ഉപയോഗിച്ച് കാക്കയുടെ കൂട് ഉയർത്തി ഒരു കൊളുത്ത്

ഘടിപ്പിച്ചിരുന്നു. ഇപ്പോൾ അതിൽ ഒരു മനുഷ്യൻ തൂങ്ങിക്കിടക്കുന്നു ണ്ടായിരുന്നു. അത് അടിമകളിൽ ഒരാളായിരുന്നു. കൂടുതൽ സൂക്ഷിച്ചു നോക്കിയപ്പോൾ ഷർട്ട് മുൻവശത്ത് തുറന്നിരിക്കുന്നതായി കണ്ടു. ലെവൻഡിൽ ഒരാൾ മന്ത്രിച്ചു:

''നമ്മൾ കപ്പൽ കയറുന്നതിന് തൊട്ടുമുമ്പ്, ഇത് ഒരു മോശം ശകുനമാണ്.''

അത്തരം ഒരു ചിന്ത അണികൾക്കിടയിൽ പടർന്നാൽ, ഓരോ ദിവസവും അടിമകളുടെ ക്വാർട്ടേഴ്സിൽ ആരെങ്കിലും കൊല്ലപ്പെട്ടാൽ അത് പടയുടെ മനോവീര്യം കുറച്ചേക്കാം. ഞാൻ അവരോട് പറഞ്ഞു.

''ഒരാൾ സുൽത്താന്റെ അടുത്തേക്ക് പോകുമ്പോൾ ഒരു ആട്ടു കൊറ്റനെയല്ല, ഒരു വിജാതിയരെയാണ് ബലിയർപ്പിക്കേണ്ടത് എന്നാണ് വിശ്വാസം. തീർച്ചയായും ഇത് നല്ല ശകുനമാണ്.''

റയീസ് എത്തുന്നതിന് മുമ്പ് ഞങ്ങൾക്ക് ശരീരം താഴെയിറക്കാൻ കഴിഞ്ഞില്ല. ആളെ അറിയാവുന്ന ഒരാളെ ഞങ്ങൾ കണ്ടെത്തി. താൻ റെഡ് കോട്സിൽ ഒരാളാണെന്ന് അവൻ പറഞ്ഞു. എന്നാൽ കൗതുക കരമായ കാര്യം മൃതശരീരത്തിന്റെ നെഞ്ചിൽ ചന്ദ്രക്കല പച്ചകുത്തി യിരുന്നു എന്നതാണ്. സ്പെയിനിലെ കൊലപാതകം പോലെ തന്നെ യായിരുന്നു അത്. റയീസ് അത്ര ആശങ്കപ്പെട്ടില്ല. മൃതദേഹം പാറ യിൽ കെട്ടി തുറന്ന കടലിൽ തള്ളാൻ അവൻ ഉത്തരവിട്ടു. അപ്പോൾ പെട്ടികൾ ഉടനടി കയറ്റാനുള്ള തന്റെ കൽപ്പന അവൻ ആവർത്തിച്ചു. പിന്നെ ഒന്നും സംഭവിക്കാത്ത മട്ടിൽ ഞങ്ങൾ ജോലി തുടർന്നു. ഏറ്റവും സംരക്ഷിത പ്രദേശത്ത് പുസ്തകങ്ങളുടെ പെട്ടി സൂക്ഷിച്ചു. ഉച്ചയായപ്പോൾ, ഞങ്ങൾ പണി പൂർത്തിയാക്കി എന്ന് ഞാൻ അദ്ദേ ഹത്തെ അറിയിച്ചു.

''പ്രഭോ, അങ്ങയുടെ ഈ ദ്രവ്യസമ്മാനം, സമ്പത്ത് എന്നെ അതി ശയിപ്പിക്കുന്നു!''

അദ്ദേഹത്തിന്റെ പ്രതികരണം ഞാൻ പ്രതീക്ഷിച്ചില്ല: ''ഞാൻ ബില്ലൂറിനായി നീക്കിവച്ചിരിക്കുന്നത് നീ കാണണം.''

തുടർന്ന് ഒരു കൂട്ടയോഗം. അവൻ മകൻ ഹസന്റെ അരികിൽ ഇരുന്നു. അവൻ യുദ്ധവിദഗ്ധരെയും പണ്ഡിതന്മാരെയും ഷെയ്ക്കു കളെയും മാരബൗട്ടുകളെയും ക്ഷണിച്ചു. ഒരു ചെറിയ വിടവാങ്ങൽ പ്രസംഗം നടത്താൻ പോവുകയായിരുന്നു. തന്റെ പ്രസംഗത്തിനൊ ടുവിൽ തന്റെ മകനെ തന്റെ സ്ഥാനത്ത് ഇരുത്തി. ഹസൻ റയീസിന്റെ അനുയായി ആണെങ്കിലും തന്റെ ദത്തുപുത്രൻ സിനാൻ റയീസാ യിരിക്കും ഔദ്യോഗിക കാര്യങ്ങളെല്ലാം നോക്കുന്നത് എന്ന് അവൻ

വിശദീകരിച്ചു. ഞാൻ ഞെട്ടിപ്പോയി. ഹസനെ ഇസ്താംബൂളിലേക്ക് കൊണ്ടുപോകുന്നതിനെക്കുറിച്ച് അദ്ദേഹം ആലോചിച്ചില്ലേ? ഞാൻ മിണ്ടാതെ നിന്നു. വെള്ളിയാഴ്ച പ്രാർത്ഥനകൾക്ക് ശേഷം തുറ മുഖത്ത് കൂടുതൽ പ്രാർത്ഥനകൾ ചൊല്ലുകയും മൃഗങ്ങളെ ബലി യർപ്പിക്കുകയും ചെയ്തു, തുടർന്ന് സുസുവയുടെ ഒരു സംഘം തംബുരു, ഫ്രെയിം ഡ്രം, റീഡ് പൈപ്പുകൾ എന്നിവ വായിച്ചുകൊണ്ട് ഞങ്ങൾ ഇസ്താംബൂളിലേക്ക് പുറപ്പെട്ടു. ഹേ ഹോ! ഹേ ഹോ! സെമൈമയും അലാദുലെയും കൈറവീശി കാണിച്ചു.

യാത്ര തുടങ്ങി ഏതാനും മണിക്കൂറുകൾക്ക് ശേഷം, റയീസ് എന്നെ വിളിച്ച് പറഞ്ഞു:

''സീദി, നിന്നോട് ഒരു രഹസ്യം പറയാനുണ്ട്. നമുക്ക് കപ്പി ത്താന്റെ അറയിൽ കാണാം.''

അകത്ത് ഹസൻ ഒരു പുസ്തകം വായിക്കുന്നത് ഞാൻ കണ്ടു, എന്റെ ചങ്കിലെ വെള്ളം വറ്റി. ഞങ്ങളോട് അൽപ്പം മുൻപ് യാത്ര പറഞ്ഞ ഹസൻ.

''സീദി ആഗ, ആശ്ചര്യപ്പെടരുത്. ഒരു മുൻകരുതൽ മാത്രം.''

അതൊരു മികച്ച പദ്ധതിയായിരുന്നു. ഹസൻ അൾജീരിയയി ലായിരിക്കുമെന്നും സിനാൻസ് കമാൻഡറാണെന്നും എല്ലാവരും അനുമാനിച്ചു. ആൻഡ്രിയ ഡോറിയയ്ക്ക് ഇതിനെപ്പറ്റി സന്ദേശം അയച്ചതായി ഹസനിൽ ഞാൻ മനസ്സിലാക്കി: ഞങ്ങൾ ഇസ്താം ബൂളിൽ എത്തുന്നതുവരെ ഹസൻ ഈ അറയിൽ നിന്നിറങ്ങില്ല. തന്റെ മകനെ സംരക്ഷിക്കാനുള്ള എല്ലാ കാര്യങ്ങളും റയീസ് ചിന്തി ച്ചിരിക്കുന്നു. എന്റെ അച്ഛൻ ഈ ലോകത്തിൽ ഇല്ലല്ലോ എന്നോർത്ത് ഞാൻ ദുഃഖിച്ചു.

യാത്രാമധ്യേ കുരിശുയുദ്ധക്കാരുടെ കപ്പൽ മുക്കിയ ശേഷം ഇസ്താം ബൂളിൽ കയറണമെന്ന് റയീസിന് ആഗ്രഹമുണ്ടായിരുന്നു, പക്ഷേ അത് നടന്നില്ല, ഡോറിയയുമായി കണക്കുകൾ തീർക്കാൻ അപ്പോൾ സാധിച്ചില്ല. ഹാജിയ സോഫിയയുടെ വിശാലമായ താഴികക്കുട ത്തിൽ നിന്ന് ഉദയസൂര്യന്റെ കിരണങ്ങൾ മിന്നിമറയുന്ന ഒരു പ്രഭാത ത്തിൽ ഞങ്ങൾ സരായ്ബർണുവിനെ ചുറ്റി. സുൽത്താൻ ഞങ്ങളെ പ്രതീക്ഷിച്ചിരുന്നു, ഞങ്ങളുടെ ഓരോ ഗാലിക്കും ഇരുപത്തിനാല് പീരങ്കി വെടിവയ്ക്കാൻ അദ്ദേഹം ഉത്തരവിട്ടു. വെടിയൊച്ച കേട്ട പ്പോൾ ഇസ്താംബൂളിലെ ജനങ്ങൾ തുറമുഖത്തേക്ക് കുതിച്ചു. അത്തര മൊരു ഉത്സവം ഇസ്താംബൂളിൽ മാത്രമേ നടക്കൂ. ശ്രേഷ്ഠനായ

സുൽത്താൻ സുലൈമാൻ ഹാൻ തുറമുഖത്ത് വന്ന് റയീസിനെ ആലിംഗനം ചെയ്യുകയും നെറ്റിയിൽ ചുംബിക്കാനായുകയും ചെയ്തു, എന്നാൽ അടുത്തിരുന്ന രാഷ്ട്രതന്ത്രജ്ഞർ ഇത് ആചാരമല്ലെന്ന് പറഞ്ഞ് നിരുത്സാഹപ്പെടുത്തി.

അടുത്ത ദിവസം ഞങ്ങളെ സ്വീകരിക്കുമെന്ന് സുൽത്താൻ അറിയിച്ചു. ഒരു മാസം കാത്തിരിക്കുക എന്നതായിരുന്നു പതിവ് പതിവെങ്കിലും. റയീസ് എത്ര ബഹുമാനിക്കപ്പെടുന്നുവെന്ന് ഞങ്ങൾ ഈ തിടുക്കത്തിൽ നിന്ന് എനിക്ക് മനസ്സിലായി. കൊട്ടാരത്തിലേക്കുള്ള ഞങ്ങളുടെ യാത്രയ്ക്കുള്ള തയ്യാറെടുപ്പിൽ, ഞങ്ങൾ സമ്മാനമായി കൊണ്ടുവന്ന എല്ലാ പെൺകുട്ടികളും സ്പാനിഷ് രാജകുമാരിമാരെപ്പോലെ വസ്ത്രം ധരിച്ചു, ആഭരണങ്ങൾ കൊണ്ട് പൊതിഞ്ഞ പ്ലേറ്ററുകൾ അവർ നേതാവിന് സമ്മാനിച്ച ശേഷം ഞങ്ങൾ ടോപ് കാപ്പി കൊട്ടാരത്തിലേക്ക് പുറപ്പെട്ടു. മുന്നൂറ് അടിമകളുടെ വാളുകളും ഡൈനിംഗ് സെറ്റുകളും പുസ്തകങ്ങളും നിറഞ്ഞ പെട്ടികൾ ഞങ്ങളുടെ പുറകിൽ വന്നു. റയീസ് കുനിഞ്ഞ് സുൽത്താന്റെ മേലങ്കിയുടെ അറ്റത്ത് ചുംബിച്ച് പറഞ്ഞു.

> ‘‘നിങ്ങളുടെ എളിയ അടിമയായ ഹിസീർ റയീസ് നിങ്ങളുടെ അടുക്കൽ വന്നിരിക്കുന്നു. ഞങ്ങൾക്ക് നൽകാനുള്ളതെല്ലാം ഞങ്ങളിൽ നിന്ന് സ്വീകരിക്കുക.’’

പൊതുസ്ഥലത്ത് തനിക്ക് ചെയ്യാൻ കഴിയാത്തത് സുൽത്താൻ ചെയ്തു, അദ്ദേഹം റയീസിനെ നെറ്റിയിൽ ചുംബിക്കുകയും അവനെ വലതുവശത്ത് ഇരുത്തുകയും ചെയ്തു. സമ്മാനങ്ങൾ നൽകുന്ന ചടങ്ങിന് മേൽനോട്ടം വഹിക്കാൻ ഹിസീർ എന്നോട് ആവശ്യപ്പെട്ടിരുന്നു. തോക്കുകൾ മുതൽ ഉപകരണങ്ങൾ വരെ, കന്യകകൾ മുതൽ ഭാര്യമാർ വരെ, വേട്ടമൃഗങ്ങൾ മുതൽ കുതിരകൾ വരെ, ഓരോ ഇനത്തിന്റെയും വിശദാംശങ്ങൾ നൽകിക്കൊണ്ട് ഞങ്ങൾ എന്തിനാണ് ഓരോ ഇനവും അദ്ദേഹത്തിന് സമർപ്പിക്കുന്നതെന്ന് ഞങ്ങളുടെ നേതാവിന്റെ സാന്നിധ്യത്തിൽ ഞാൻ ഉച്ചത്തിൽ വിശദീകരിച്ചു. സമ്മാനങ്ങൾ, തുണികൾ, വിദേശ സുഗന്ധദ്രവ്യങ്ങൾ, ഡൈനിംഗ് സെറ്റുകൾ, ആഭരണങ്ങൾ എന്നിവയെല്ലാം അവതരിപ്പിക്കാൻ ഞങ്ങൾ ഒരു മണിക്കൂറെങ്കിലും ചെലവഴിച്ചു. ചില സമ്മാനങ്ങളെക്കുറിച്ച് സുൽത്താൻ എന്നോട് ചോദ്യങ്ങൾ ചോദിച്ചു. കണ്ണിൽ നോക്കാതെ കുനിഞ്ഞ തലയോടെയാണ് ഞാൻ അവന് മറുപടി പറഞ്ഞത്.

സുൽത്താൻ വളരെ സന്തോഷിച്ചു. റയീസ് സുൽത്താനെ പ്രാർത്ഥിച്ചശേഷം എഴുന്നേറ്റു. വിസിയർ, ആഘാമാർ, ഷെയ്ക്

അൽഇസ്ലാം, ഖജാൻജി, മറ്റ് രാഷ്ട്രതന്ത്രജ്ഞർ എന്നിവർ ഇതെല്ലം ശ്രദ്ധിച്ചു കണ്ടു. റയീസ് എഴുന്നേൽക്കാൻ വൈകി, അല്പം പരിഭ്രമിച്ചു. എന്നാൽ സുൽത്താൻ അവന്റെ കൈ പിടിച്ചു അവന്റെ മുതുകിൽ മൂന്നു പ്രാവശ്യം തടവി. അവനൊരു കൃഷ്ണരോമത്തിന്റെ മേലങ്കിയണിയിച്ചു.

“ബഹുമാന്യനായ റയീസ്, നീയെന്റെ ഏറ്റവും വിലപ്പെട്ട സേവകനാണ്. ഇപ്പോൾ സ്വർഗത്തിൽ അന്ത്യവിശ്രമം കൊള്ളുന്ന എന്റെ പിതാവ് സലിം ഹാനും നിങ്ങളുടെ സഹോദരനു വേണ്ടിയും പ്രാർത്ഥിക്കുന്നു. നാസ്റെദ്ദീനും ഹിസീർ ഹയറുദ്ദിനും ശപിക്കപ്പെട്ട ശത്രുക്കളുടെ മേൽ വിജയിക്കട്ടെ!”

നിങ്ങൾ ഇസ്താംബൂളിൽ നിന്ന് പുറപ്പെടുമ്പോൾ, പ്രഭുക്കന്മാരുടെ പ്രഭുവായി എന്റെ പ്രവിശ്യയിലേക്ക് പോകുക, ടുണീഷ്യൻ ദേശത്തെ പീഡിപ്പിക്കുന്ന വിജാതീയർക്കെതിരെ ആയുധമെടുക്കുക. കാർലോസ് രാജാവും സ്പെയിനും ആന്റലൂഷ്യയിലും ഫ്രാൻസിലും ഉള്ളവരുടെ അവകാശങ്ങളെ തടസ്സപ്പെടുത്തുന്നില്ലെന്ന് ഉറപ്പുവരുത്തുക. അതിലും പ്രധാനമായി, ഒരിക്കൽ പരാജയപ്പെട്ട എന്റെ അർമാഡയ്ക്ക് കരുത്ത് പകരുകയും എന്റെ കപ്പൽശാല പുതുക്കുകയും കഴിഞ്ഞ വർഷം ശത്രുവിന് കീഴടങ്ങിയ കോറോണിന് മുകളിൽ നമ്മുടെ പതാക ഉയർത്തുകയും ചെയ്യുക. ഇത് മനസ്സിൽ വെച്ചുകൊണ്ട് ഞാൻ നിന്നെ എന്റെ കടലിന്റെ നായകനായി പ്രഖ്യാപിക്കുന്നു.”

തുടർന്നുള്ള ദിവസങ്ങളിൽ ഇസ്താംബൂളിന്റെ സൗന്ദര്യവും ബില്ലൂറിനോടുള്ള എന്റെ ആഗ്രഹവും നിരന്തരം യുദ്ധത്തിലായിരുന്നു. ഞാൻ സന്തോഷവാനായിരുന്നു, പക്ഷേ അത് ഒരു കയ്പേറിയ സന്തോഷമായിരുന്നു. ഈ ആഗ്രഹവും കഷ്ടപ്പാടും നഗരത്തിന്റെ യഥാർത്ഥ സൗന്ദര്യം കാണുന്നതിൽ നിന്ന് എന്നെ തടഞ്ഞു. മഞ്ഞുകാലത്ത് പോലും ഇസ്താംബുൾ സ്വർഗീയമായിരുന്നു, പക്ഷേ മാലാഖയില്ലാത്ത സ്വർഗമായിരുന്നു അത്.

സാധ്യമായ ഉടൻ തന്നെ റയീസ് അലപ്പോയിലേക്ക് പോയി, അവിടെ അദ്ദേഹം തന്റെ മകനെ പർഗയിലെ വിസിയർ ഇബ്രാഹിം പാഷയ്ക്കൊപ്പം നിർത്തി. ഞാൻ അവനെ പിന്നീട് കണ്ടിട്ടില്ല. അലപ്പോയിൽ നിന്ന് മടങ്ങിയെത്തിയ അദ്ദേഹം കടലിന്റെ നായകനായി ജോലി തുടങ്ങി.

“അൾജീരിയയിൽ നിങ്ങൾ ചെയ്തതെല്ലാം ഗവർണർക്ക് വേണ്ടിയായിരുന്നു, എന്നാൽ ഇപ്പോൾ ഞങ്ങൾ ചെയ്യുന്നത് സുൽത്താൻ സുലൈമാൻ ദി മാഗ്നിഫിസന്റിനുവേണ്ടിയാണ്.”

ഒരുപാട് ജോലികൾ ചെയ്യാനുണ്ടായിരുന്നു. കപ്പൽശാലയിൽ ഞങ്ങൾക്ക് അച്ചടക്കം കൊണ്ടുവരേണ്ടതുണ്ട്. ഡോറിയയുടെ കൈകളിൽ നിന്ന് സുൽത്താന്റെ കപ്പൽ സേനയ്ക്ക് വളരെയധികം കേടുപാടുകൾ സംഭവിച്ചു, അത് പുനർനിർമിക്കേണ്ടതുണ്ട്. പുതിയ നാവികർക്ക് പരിശീലനം നൽകേണ്ടതുണ്ട്, പുതിയ കപ്പലുകൾ നിർമ്മിക്കേണ്ടതുണ്ട്. ഞങ്ങൾക്ക് കല്ല് സ്ലിപ്പ്‌വേകൾ നിർമ്മിക്കേണ്ടി വന്നു. എല്ലാ കപ്പിത്താന്മാരെയും ഗോൾഡൻ ഹോണിലെ കപ്പൽശാലയിലേക്ക് വിളിപ്പിച്ചു. അന്നുമുതൽ കപ്പൽശാല ഉണർന്നു. കാരണം ഞങ്ങൾ എത്തിയിരുന്നു.

വസന്തകാലത്ത് പുതിയ കപ്പലുകൾ കപ്പൽശാലയിൽ വിശ്രമിക്കുകയായിരുന്നു. ഗോൾഡൻ ഹോണിന്റെ തീരത്ത് മെഡിറ്ററേനിയൻ നാവികപാടവം കളിയാടി. ഭൂപടങ്ങളും കോമ്പസുകളും എങ്ങനെ നിർമ്മിക്കാമെന്നും കപ്പലുകളിൽ ഉപയോഗിക്കുന്ന ഏറ്റവും പ്രധാനപ്പെട്ട കെട്ടുകളെക്കുറിച്ചും ഞാൻ മുപ്പത് പേരെ പഠിപ്പിച്ചു ലെവെൻടുകളും സ്വതന്ത്രരായ അടിമകളും. ബദാം മരങ്ങൾ പൂക്കുമ്പോൾ ഞങ്ങൾ ഇസ്താംബൂൾ വിട്ടു. ഞങ്ങൾ എൺപത് കപ്പലുകളുടെ ഒരു പടയായിരുന്നു. ഹയറുദ്ദീൻ പാഷ അല്ലെങ്കിൽ കപ്പിത്താൻ പാഷ എന്നാണ് ഹിസീർ റയീസ് ഇപ്പോൾ അറിയപ്പെട്ടിരുന്നത്. കപ്പിത്താന്റെ ഗാലിയുടെ മുൻവശത്ത് ഇപ്പോൾ ഒരു ഓട്ടോമൻ പതാക ഉണ്ടായിരുന്നു. താഴത്തെ മാസ്റ്റിൽ പറക്കുന്ന അൾജീരിയയുടെ പച്ച പതാകയിൽ അവർ സോളമൻ രാജാവിന്റെ മുദ്രനക്ഷത്രം തുന്നിച്ചേർത്തു.

മുസ്ലീങ്ങൾ വർഷങ്ങളായി ഉപയോഗിച്ചിരുന്ന ദൈവിക ചിഹ്നമായ മൂന്ന് ത്രികോണങ്ങൾ കൊണ്ട് നിർമ്മിച്ച, ആറ് കുത്തുകളുള്ള ഒരു നക്ഷത്രമായിരുന്നു അത്. ജീനുകളേയും കാറ്റിനേയും നിയന്ത്രിക്കാനുള്ള ശക്തി സോളമൻ രാജാവ് ദൈവത്തോട് ആവശ്യപ്പെട്ടപ്പോൾ അല്ലാഹു അവന്റെ നൂറാമത്തെ പേര് സോളമനെ പഠിപ്പിച്ചു. അങ്ങനെ സോളമൻ, മോതിരത്തിന്റെ ആകൃതിയിൽ ഒരു മുദ്ര ഉണ്ടാക്കി, അതിന്മേൽ അല്ലാഹുവിന്റെ നൂറാമത്തെ പേരിന്റെ പ്രതീകമായ ഒരു മുദ്ര ആലേഖനം ചെയ്തു. അങ്ങനെ കാറ്റിനെയും ജീനികളെയും നിയന്ത്രിക്കാൻ അദ്ദേഹത്തിന് കഴിഞ്ഞു. ഈ ജീനികളുടെ ശക്തിയിൽ അദ്ദേഹം അൽഅഖ്സ മസ്ജിദ് നിർമ്മിച്ചു; കാറ്റിന്റെ ശക്തിയാൽ അവൻ ഷേബയിലെ രാജ്ഞിയെ പത്നിയായി കൊണ്ടുവന്നു.

സോളമൻ രാജാവ് കുളിമുറിയിൽ പോകുമ്പോൾ മാത്രം മോതിരം അഴിച്ചുമാറ്റി തന്റെ ഭാര്യയ്ക്ക് നൽകി, തിരികെ വന്നാൽ അവളിൽ നിന്ന് അത് വാങ്ങും. അങ്ങനെയിരിക്കെ, ഒരു ദിവസം വലിയ

ജീനികളിൽ ഒരാളായ ഒരു ഭീമൻ സോളമന്റെ വേഷം ധരിച്ച് ഒരു തന്ത്രം പയറ്റി അവന്റെ ഭാര്യയിൽ നിന്ന് മോതിരം കൈവശപ്പെടുത്തി. പിന്നീട് ആ ജീനി സോളമൻ നബിയുടെ സ്ഥാനം ഏറ്റെടുക്കുകയും മറ്റു ജീനികളെയും കാറ്റുകളെയും നിയന്ത്രിക്കുകയും ചെയ്തു. സോളമൻ രാജാവിന് താൻ യഥാർത്ഥത്തിൽ ആരാണെന്ന് തെളിയിക്കാൻ കഴിഞ്ഞില്ല, ഒരു ആൾമാറാട്ടക്കാരനാണെന്ന് മുദ്ര കുത്തി കൊട്ടാരത്തിൽ നിന്ന് സോളമൻ പുറത്താക്കപ്പെട്ടു.

ഭീമൻ ജീനി പിന്നീട് മോതിരം ആഴക്കടലിൽ എറിഞ്ഞു. സോളമൻ തീരത്തെ ഒരു പട്ടണത്തിൽ, ഒരു സാധാരണ മത്സ്യത്തൊഴിലാളിയായി ജീവിതം ആരംഭിച്ചു. ഏറെക്കാലത്തിനു ശേഷം ഒരു വൈകുന്നേരം സോളമൻ ഒരു മത്സ്യം മുറിച്ചപ്പോൾ മോതിരം കണ്ടെത്തി. ഭീമനെ നേരിടാൻ സോളമൻ കൊട്ടാരത്തിലേക്ക് മടങ്ങി. യഥാർത്ഥ സോളമൻ ആരാണെന്ന് ആർക്കും തീരുമാനിക്കാനായില്ല. ഒടുവിൽ അവർ പറഞ്ഞു: മോതിരമുള്ളയാൾ സോളമനാണ്. സോളമൻ തന്റെ മോതിരം പുറത്തെടുത്ത് കാറ്റിന്റെ നിയന്ത്രണശക്തി ഉപയോഗിച്ച് ഭീമനെ ഓടിച്ചു. തന്റെ പതാകയിൽ ആ മുദ്ര തുന്നിയാൽ കാറ്റിനെ നിയന്ത്രിക്കാൻ തനിക്ക് കഴിയുമെന്ന് റയീസ് വിശ്വസിച്ചിരുന്നു. മുദ്ര കാറ്റിനെ നയിക്കുമെന്നും ദുരാത്മാക്കളിൽ നിന്ന് ആളുകളെ സംരക്ഷിക്കുമെന്നും മുൻകാലങ്ങളിൽ മുസ്ലീങ്ങൾ വിശ്വസിച്ചിരുന്നു. അതുകൊണ്ടാണ് മസ്ജിദുകൾ, സത്രങ്ങൾ, പ്രാർത്ഥനാമുറികൾ തുടങ്ങിയ ഇടങ്ങളിൽ താഴികക്കുടങ്ങളിലെ മൂലക്കല്ലുകളിൽ ഈ മുദ്ര കൊത്തിയിരിക്കുന്നത്.

ആറാം ദിവസം ഞങ്ങൾ ഇസ്താംബൂളിൽ നിന്ന് പുറപ്പെടുമ്പോൾ, പഴയ മാതൃരാജ്യമായ മെന്റെഷോഗുല്ലാരിയിലേക്ക് കപ്പലിൽ നിന്ന് ഒരു തോണിയിറക്കി പോകാൻ ഞാൻ ആഗ്രഹിച്ചു. ഡാകുയിലെ യാസിക്കോയിയിലേക്ക് പോകാനും ബില്ലൂറിന്റെ ഒരു സുഹൃത്തിനെയോ ബന്ധുവിനെയോ കണ്ടെത്താനുമായിരുന്നു എന്റെ പദ്ധതി അങ്ങനെയൊരാൾ അവിടെയുണ്ടെങ്കിൽ ഞാൻ സ്നേഹിച്ച സ്ത്രീ നല്ല നിലയിലാണെന്ന് അവരോട് പറയുക; ഒരുപക്ഷേ അവളെ അറിയുന്ന ഒരാളുമായി സംസാരിച്ചാൽ എനിക്കല്പം ആശ്വാസം ലഭിച്ചേക്കാം. ഞാൻ തോണിയിൽ കയറി, അവർ എന്നെ കടലിലേക്ക് ഇറക്കുമ്പോൾ, ആരോ എന്റെ ചെവിയിൽ മന്ത്രിക്കുന്നത് ഞാൻ കേട്ടു. അത് റയീസ് ആയിരുന്നു:

‘‘ആ ശരീരം ചങ്ങലയിൽ തൂങ്ങിക്കിടന്നത് നിനക്ക് ഓർമ്മയുണ്ടോ സീദി?’’

ഞാൻ കരയിൽ എത്തിയപ്പോൾ അവന്റെ ശബ്ദം എന്റെ ചെവിയിൽ മുഴങ്ങിക്കൊണ്ടിരുന്നു, ഓട്ടോമൻ അർമാഡ പിന്നീട് പാടുന്ന പാട്ട് ദൂരെ നിന്ന് എനിക്ക് കേൾക്കാമായിരുന്നു:

''കടൽപ്പരപ്പിലൂടെ പായും ഞങ്ങൾ
ശത്രുവിനെ തിരയും ഞങ്ങൾ
ഒരു ദിവസം പ്രതികാരം തീർക്കും ഞങ്ങൾ
അന്ന് ഹയറുദ്ദിന്റെ പട എന്നറിയപ്പെടും ഞങ്ങൾ.''

1534

അവൾക്ക് കസ്തൂരിയുടെ മണമായിരുന്നു, മുറി പനിനീർ കൊണ്ട് കഴുകിയിരുന്നു. പഴയ ആന്റലൂഷ്യൻ പാരമ്പര്യങ്ങളായിരുന്നു അത്.

അവൾ കരഞ്ഞു. അവൾ തല കുനിച്ചു കരഞ്ഞു. കണ്ണുനീർ അവളുടെ കവിളിലൂടെ ഒഴുകി, അവൾ ഒരക്ഷരം മിണ്ടിയില്ല, ഒരു പ്രതിമ പോലെ നിശ്ശബ്ദയായി അവൾ കരഞ്ഞു.

''നിനക്ക് സുഖമാണോ? നീ എപ്പോഴാണ് ഇവിടെയെത്തിയത്? നിന്റെ യാത്ര എങ്ങനെയായിരുന്നു?''

പക്ഷേ അവൾ ഞാൻ പറയുന്നത് കേട്ടില്ല, അവൾ കരഞ്ഞു.

''നീ ഒരു പഞ്ചവർണ്ണ പക്ഷിയായിരുന്നു, ഞാൻ നിനക്കായി ഒരുക്കിയ കെണിയിൽ നിങ്ങൾ ഒരിക്കലും വന്നില്ല. ഭയാനകമായ കൊടുങ്കാറ്റുകളിൽ ഞാൻ എന്റെ ഹൃദയത്തിന്റെ കപ്പലുകളെ മുഴുവൻ കടലിലേക്ക് അയച്ചു, പക്ഷേ നിങ്ങൾ ഒരിക്കലും അവയിൽ യാത്ര ചെയ്തില്ല. നീ ഒരിക്കലും എനിക്ക് മധുരപലഹാരം അയച്ചില്ല. നിന്റെ കണ്ണുകളിലേക്ക് നോക്കാൻ ഞാൻ അതിയായി ആഗ്രഹിച്ചപ്പോൾ നീ എന്റെ നോട്ടം ഒഴിവാക്കി എന്നിൽ നിന്ന് അകന്നു. സൂര്യൻ നിന്റെ മുഖം എന്നിൽ നിന്ന് മറച്ചപ്പോൾ എന്റെ ബാല്യകാലം ഇരുട്ടിൽ മുങ്ങി. രാവും പകലും എനിക്ക് ശക്തിയില്ലായിരുന്നു, പക്ഷേ നീ ഒന്നും അറിഞ്ഞില്ല.''

അവൾക്ക് എന്നെ കേൾക്കാമായിരുന്നു. എന്നാൽ അവൾ എല്ലാം ഉള്ളിലാക്കി കരയുകയായിരുന്നു. അവൾ കരയുകയും കേൾക്കുകയും കേൾക്കുകയും കരയുകയും ചെയ്തു.

''ആ ദിവസങ്ങൾ എണ്ണപ്പെട്ടതായിരുന്നു, ആ പഴയ കോട്ടയിൽ നാം തനിച്ചായിരുന്നെങ്കിലും നാം സന്തുഷ്ടരായിരുന്നു... ഞാൻ ഒരു

അടിമയായി, പക്ഷേ രാജാവിനെപ്പോലെ ജീവിക്കുന്ന അടിമയായിരുന്നു; ഞാൻ ഒരു യാചകനായിരുന്നു, സമ്പത്തിൽ മുങ്ങിമരിക്കുന്ന യാചകൻ... എന്റെ രാജത്വവും സമ്പത്തും നീയായിരുന്നു. ഞാൻ ബില്ലൂറിന്റെ സുൽത്താൻ ആയിരുന്നു.''

അവൾ എന്റെ കണ്ണുകളിലേക്ക് ഒരിക്കലെങ്കിലും നോക്കണമെന്ന് ഞാൻ ആഗ്രഹിച്ചു. ഇത്രയും വർഷമായി ഞാൻ കാണാത്ത, ഞാൻ മറക്കാത്ത ആ മുഖം, അവളുടെ കണ്ണിൽ നോക്കിയാൽ എനിക്ക് എന്നെ നിയന്ത്രിക്കാൻ കഴിയുമോ എന്ന് എനിക്ക് ഉറപ്പില്ലായിരുന്നു.

''ഞാൻ നിന്റെ അടുത്തേക്ക് വന്നു, എന്റെ കണ്ണിലെ കൃഷ്ണമണി, എന്റെ ജീവിതത്തിന്റെ അർത്ഥമേ... എന്റെ വിശുദ്ധ അൽക്കാല. കടൽപ്പായൽ മണക്കുന്ന ആ സായാഹ്നങ്ങളിൽ നാം ഒളിച്ചിരുന്നത് എങ്ങനെയെന്ന് നീ ഓർക്കുന്നുണ്ടോ? അപ്പോൾ നാം സൂര്യാസ്തമയം കാണുകയും സ്വപ്നം കാണുകയും ചെയ്തു. എന്റെ രാജകുമാരൻ അൽക്കാല. ഈ ദാഹം എന്റെ ഹൃദയത്തെ വറ്റിച്ചു, അത് എന്റെ ശ്വാസകോശത്തെ പൊള്ളിച്ചു. എന്റെ ചുണ്ടുകളും വായും വരണ്ടിരിക്കുന്നു, എന്റെ കൈകളും കാലുകളും തകർന്നിരിക്കുന്നു. ഈ പനി മാറാൻ ഒരു തുള്ളി വെള്ളം കിട്ടിയിരുന്നെങ്കിൽ. നീ എനിക്ക് ഒരു തുള്ളി മാത്രം നൽകി, ജീവജലംകൊണ്ട് ഈ ഇരുട്ടിനെ അകറ്റൂ.''

സൂര്യൻ എപ്പോൾ അസ്തമിച്ചു എന്നൊന്നും എനിക്കറിയില്ലായിരുന്നു. കോൺറാഡിന വാതിലിൽ മുട്ടി വിള്ളലിലൂടെ മന്ത്രിച്ചു.

''അൽക്കാല രാജകുമാരൻ, നീ പോകണം.''

ഉച്ച മുതൽ ഭക്ഷണം കഴിക്കുകയോ കുടിക്കുകയോ വിശക്കുകയോ ദാഹിക്കുകയോ ചെയ്യാതെ ഞങ്ങൾ അവിടെ ഇരുന്നു. കരയുകയും നിശ്ശബ്ദരാവുകയും പിന്നീട് നിശ്ശബ്ദത ഭഞ്ജിക്കുകയും ചെയ്യുന്നു. പക്ഷേ എനിക്ക് പോകേണ്ടി വന്നു. ആളുകൾ എന്റെ ബില്ലൂറിനെക്കുറിച്ച് സംസാരിക്കാൻ ആഗ്രഹിക്കാത്തതിനാലും അവളുടെ ചുറ്റുമുള്ള ആളുകളുടെ മാനം കെടുത്താൻ ഞാൻ ആഗ്രഹിക്കാത്തതിനാലും എനിക്ക് പോകേണ്ടിവന്നു. അവളെ വീണ്ടും കാണാൻ വേണ്ടി മാത്രം എന്റെ ജീവൻ നൽകാൻ തയ്യാറായ എനിക്ക് എന്റെ പെരുമാറ്റം അവൾക്ക് വേദനയോ വിഷമമോ ഉണ്ടാക്കുമോ എന്ന ചിന്ത പോലും എനിക്ക് ഉൾക്കൊള്ളാൻ കഴിഞ്ഞില്ല. കഴിഞ്ഞ മുപ്പത്തിയഞ്ച് വർഷമായി മാന്യമായ ജീവിതം നയിച്ച ഒരു സ്ത്രീയുടെ അഭിമാനത്തെ ചോദ്യം ചെയ്ത് കിംവദന്തികൾ പ്രചരിപ്പിക്കുന്നത് എനിക്ക് അനുവദിക്കാനാവില്ല. ഒരിക്കൽ കൂടി ഞാൻ അവളോട് അപേക്ഷിച്ചു.

''ഒരിക്കൽ കൂടി എന്റെ മുഖത്തേക്ക് നോക്കിയിരുന്നെങ്കിൽ...''

എത്ര തവണ ഞാൻ അവളോട് ഇങ്ങനെ യാചിച്ചിവെന്ന് എനിക്കറിയില്ല, പക്ഷേ ഇത്തവണ അവൾ തല ഉയർത്താൻ പോകുകയാണെന്ന് തോന്നി. അവൾ കണ്ണുയർത്തിയോ അതോ ഞാനത് സങ്കൽപ്പിക്കുകയായിരുന്നോ? എനിക്ക് പറയാൻ കഴിഞ്ഞില്ല. പക്ഷേ അവൾ തല ഉയർത്തിയതുപോലെ തോന്നി. ഞാൻ സന്തോഷിച്ചു. അവളെ നന്നായി കാണാനായി ഞാൻ എന്റെ കണ്ണുകളിലെ കണ്ണുനീർ തുടച്ചു.

''ഓ എന്റെ പ്രിയേ... എന്തിനാണ് നിന്റെ കണ്ണുനീർ ഒഴുകുന്നത്? എന്തുകൊണ്ടാണ് നിനക്ക് ചിരിക്കാൻ കഴിയാത്തത്? എന്നെ ഒരിക്കലും മറക്കാത്ത നിനക്ക് എങ്ങനെ എന്നെ അംഗീകരിക്കാതിരിക്കാനാകും? എന്തുകൊണ്ടാണ് അവൾ എന്നോട് സംസാരിക്കാത്തത്?''

അപ്പോഴാണ് ഞങ്ങളുടെ കണ്ണുകൾ തമ്മിൽ കൂട്ടിമുട്ടിയത്. അവളുടെ ശബ്ദം വ്യക്തമായിരുന്നു.

''നീ ഇവിടെയുള്ളപ്പോൾ എങ്ങനെ ഞാൻ എന്നെക്കുറിച്ച് സംസാരിക്കും?''

ഒരു പഴയ കവിതയിൽ നിന്നായിരുന്നു അത്. ആന്റലൂഷ്യയിലെ എല്ലാവർക്കും അത് അറിയാമായിരുന്നു. അവൾക്കത് അറിയാമായിരുന്നു, പ്രശസ്ത പ്രണയിതാക്കളായ ലൈലയും മജ്നൂനും തമ്മിലുള്ള കൂടിക്കാഴ്ചയെക്കുറിച്ചുള്ള പരാമർശമായി ഇത് കണക്കാക്കപ്പെട്ടു; അവർ കാണുന്നതിന് മുമ്പ് മജ്നൂൻ ലൈലയോട് പറഞ്ഞു. എന്നാൽ അവൾ ഇപ്പോൾ ഈ വാക്കുകൾ പറഞ്ഞിരുന്നു. അവൾ അവ പറഞ്ഞു കരച്ചിൽ തുടർന്നു. എനിക്ക് ഇനി ശക്തിയില്ലായിരുന്നു. ഞാൻ വാതിലിനടുത്തേക്ക് പോകുമ്പോൾ എന്റെ ഉള്ളിൽ ഒരു കരച്ചിൽ അനുഭവപ്പെടാൻ തുടങ്ങി, എന്റെ തൊണ്ടയിൽ കുരുക്ക്, എന്റെ തോളുകൾ വിറയ്ക്കുന്നുണ്ടായിരുന്നു. ഞാൻ മുങ്ങിപ്പോകുന്നതുപോലെ തോന്നി. ബില്ലൂർ വായിച്ച കവിതയിൽ നിന്നുള്ള ഈരടി ഞാൻ ഓർത്തു.

''കമിതാക്കൾ കണ്ടുമുട്ടുമ്പോൾ
പിരിയാനുള്ള നേരം ഒരിക്കലും വരില്ല.
ചിരിക്കേണ്ട സമയത്ത് നാം കരയുന്നതെന്തിന്?''

പ്രണയത്താൽ കഠിനമായ ഞങ്ങളുടെ ഹൃദയങ്ങൾ പഴയ ഒരു കവിതയുടെ വരികൾക്കിടയിൽ കൂട്ടിയിടിച്ചു. മരവിച്ച് ഞങ്ങൾ അവിടെ തന്നെ നിന്നു. അവൾ കവിത തുടർന്നു:

''നീ എന്നെ തകർത്തു,
ഇപ്പോൾ നീ തിരിച്ചെത്തിയിരിക്കുന്നു.
എന്നാൽ കൊലയാളിയുടെ
ഹൃദയം ഇരക്കുവേണ്ടി ജ്വലിക്കുമോ?
മോഹം നിരാശയുടെ ഒരു രൂപമല്ലേ?
സ്നേഹത്തിന്റെ മൂല്യം അറിഞ്ഞാൽ മതി.''

അവൾ എന്നോട് എന്തോ പറയാൻ ശ്രമിക്കുകയായിരുന്നു. അല്ലെങ്കിൽ അവൾ എന്നോട് ഒരുപാട് പറയാൻ ശ്രമിച്ചു. പക്ഷേ അവൾ അന്ന് പറഞ്ഞതെല്ലാം പരിഗണിക്കാനുള്ള മനശ്ശക്തി എനിക്കില്ലായിരുന്നു. വിസ്മയത്തിന്റെ ഒരു വിമാനത്തിലേക്ക് സ്വയം ഇറങ്ങിപ്പോയ ഒരു ഡെർവിഷിനെപ്പോലെയായിരുന്നു ഞാൻ. എനിക്ക് പോകേണ്ടി വന്ന കാര്യം മാത്രമാണ് ചിന്തിച്ചത്. വിട പറയാൻ സമയമായി. ഞാൻ കൈ നീട്ടി. അവൾ എന്റെ കൈപ്പത്തിയിൽ തൊടണമെന്നെങ്കിലും ഞാൻ ആഗ്രഹിച്ചു. അവളുടെ കൈ പിടിക്കാൻ, കൈകോർക്കാൻ. പെട്ടെന്ന് അവൾ കൈ പിൻവലിച്ചു. അവളുടെ കൈയിലെ വെളുത്ത പാടുകൾ കാണാൻ കഴിയുമെന്ന് ഞാൻ കരുതി. എന്റെ മനസ്സ് എന്നെ ചതിക്കുകയാണെന്ന് കരുതിയപ്പോൾ അവൾ സംസാരിക്കാൻ തുടങ്ങി. ഹൃദയത്തിലൂടെ കടന്നുപോകുന്ന നുണക്കഷണങ്ങൾ പോലെ അവൾ മുറിച്ച് മുറിച്ച് പറഞ്ഞു.

''ഇല്ല, ഇതുവരെ ഇല്ല, ഇതല്ല തൊടാനുള്ള സമയം. നിങ്ങളെ എന്റെ അടുക്കൽ കൊണ്ടുവന്നതിന് മഹാനായ ദൈവത്തിന് നന്ദി. വർഷങ്ങൾക്കുശേഷം എന്റെ പ്രാർത്ഥന സ്വീകരിച്ചതിന് ദൈവത്തിന് മതിയായ നന്ദി പറയാതെ നമുക്ക് തൊടാനാവില്ല. അവനോട് നന്ദി പറയാനുള്ള ഏറ്റവും നല്ല മാർഗം, നീ എന്നോട് ചോദിക്കുന്നതിനെ നിഷേധിക്കുകയും അവന്റെ കൽപ്പന പാലിക്കുകയും ചെയ്യുക എന്നതാണ്. ആ രാത്രിയിൽ, കോട്ടയിൽ നാം കിടന്നുറങ്ങുമ്പോൾ, ഏതാനും ഇഞ്ച് അകലെ, നീ ചെയ്യാൻ എന്താണോ ആഗ്രഹിച്ചത് അത് നീ ചെയ്യുകയുണ്ടായില്ല.''

അവൾ ഇക്കാര്യം പറഞ്ഞപ്പോൾ എന്റെ ഞരമ്പുകളിലെ രക്തം മരവിക്കുന്നതുപോലെ തോന്നി. ആ രാത്രി അവൾ ഉറങ്ങുകയായിരുന്നെന്ന് ഞാൻ എപ്പോഴും കരുതിയിരുന്നു. അപ്പോൾ അതിനർത്ഥം അവൾക്കറിയാമായിരുന്നു, അന്നും ഞാൻ അവളെ സ്നേഹിച്ചിരുന്നുവെന്ന് അവൾക്കറിയാമായിരുന്നു. അത് എന്നെ സന്തോഷിപ്പിച്ചോ അതോ സങ്കടപ്പെടുത്തിയോ എന്ന് എനിക്കറിയില്ല.

''അൽക്കാല രാജകുമാരൻ, നീ ഒരു സുൽത്താനാണ്, ഞാൻ നിന്റെ അടിമയാണ്, നീയാണ് യജമാനൻ, ഞാൻ നിങ്ങളുടെ വെപ്പാട്ടിയാണ്. പക്ഷേ നമ്മെ വിപത്തിലേക്ക് നയിച്ചേക്കാവുന്ന കാരണങ്ങൾ

ഇല്ലാതാക്കുന്നതുവരെ നീ കൈ നീട്ടരുത്. സ്വർഗ്ഗത്തെക്കുറിച്ചുള്ള ഏറ്റവും മനോഹരമായ വിവരണങ്ങൾ സ്വർഗ്ഗത്തിന് അപ്പുറത്തുള്ള വയല്ലേ?''

മരവിച്ച എന്റെ കൈ അവളുടെ മുന്നിൽ തന്നെ ഉണ്ടായിരുന്നു. അവളുടെ ചുണ്ടുകൾ എന്റെ കൈപ്പത്തിയോട് അടുത്തു. അവളുടെ ശ്വാസത്തിന്റെ ചൂട് എനിക്ക് അനുഭവപ്പെട്ടു. അവൾ തല തിരിച്ചപ്പോൾ അവളുടെ കവിളിൽ നിന്ന് ഒരു തുള്ളി കണ്ണുനീർ എന്റെ കൈയിലേക്ക് വീഴുന്നത് കാണാൻ ഞാൻ നോക്കി. ഞങ്ങൾക്കിടയിലെ മെഴുകുതിരി വെളിച്ചത്തിൽ പ്രകാശിച്ച ഒരു തുള്ളിയായിരുന്നു അത്. ആ നിമിഷം എനിക്ക് ബോധം നഷ്ടപ്പെട്ടതാണോ അതോ ഞാൻ സ്വപ്നം കാണുകയാണോ എന്ന് ഉറപ്പില്ലായിരുന്നു; മെഴുകുതിരിവെളിച്ചത്തിൽ മിന്നിമറയുന്ന കണ്ണുനീർത്തുള്ളിയുടെ ഉൾഭാഗം അവളുടെ സ്ഫടികം പോലെയുള്ള മുഖത്തെ പ്രതിഫലിപ്പിക്കുന്നതായിരുന്നു. അത് ഞാൻ കണ്ടു. സമയം എത്ര കടന്നുപോയി എന്ന് അറിയില്ലായിരുന്നു; ആ ഒരു കണ്ണുനീർതുള്ളി എന്റെ കൈപ്പത്തിയിൽ ഒരു വലിയ ലോകമായി വളർന്നതും ഞാൻ കണ്ടു. എനിക്കും ബില്ലൂറിനും അവകാശപ്പെട്ട ഒരു ഇടം. അവൾ പറഞ്ഞു, അത് ഞാനെന്റെ ഹൃദയം കൊണ്ടാണ് കേട്ടത്.

''ഹൃദയങ്ങൾ ഉണർത്തേണ്ട സമയത്താണ് നമ്മൾ, അൽക്കാല രാജകുമാരൻ. അവയെ പൊതിഞ്ഞ് മൂടിയിരുന്ന തിരശ്ശീല ഉയർത്താനുള്ള സമയം. രക്ഷയിലേക്ക് ഓടാനുള്ള സമയം, തിന്മയിൽ നിന്നും വിരഹത്തിൽ നിന്നും വേർപാടിൽ നിന്നും ദുഃഖത്തിൽനിന്നും മോചനം നേടാനുള്ള സമയം. നിന്നോടുള്ള എന്റെ സ്നേഹം ഇപ്പോഴും തീക്ഷ്ണമായി തുടരുന്നു, അത് എന്നന്നേക്കുമായി നിലനിൽക്കും. അത് ഒരിക്കലും കുറയുകയില്ല, മരിക്കുകയുമില്ല എന്നറിയുക. മഹാനായ ദൈവം നിന്നെ എന്നിൽ നിന്നും എന്നെ നിന്നിൽനിന്നും സൃഷ്ടിച്ചു. ഇല്ലെങ്കിൽ, ഈ ഇരുപത് വർഷത്തിനിടയിൽ നീ സൂര്യനും ഞാൻ പൊടിപടലവും ഞാൻ പൂർണ്ണചന്ദ്രനും നീ പ്രകാശവുമാകുമായിരുന്നില്ല. ഇത് നിഗൂഢതയുടെ സമയമാണ്, അൽക്കാല രാജകുമാരൻ, നമ്മുടെ രക്ഷയുടെ രഹസ്യം. അതെ, ഇപ്പോൾ പോകൂ. എല്ലാം ശരിയാകുമ്പോൾ തിരികെ വരൂ.''

നെഞ്ചുറപ്പുള്ള ഒരാളാണ് ഞാൻ എന്നായിരുന്നു എന്റെ ധാരണ. പക്ഷേ, പെട്ടെന്ന് എല്ലാ ശക്തിയും ചോർന്നുപോയതുപോലെ തോന്നി. ആവേശം തകർന്നു, ചിന്തകൾക്ക് വ്യക്തതയില്ലാതായി. വീണ്ടും കണ്ണുനീർ ഒഴുകാൻ തുടങ്ങി. ഞാൻ മരിച്ചാൽ അവൾ

എന്നോട് ക്ഷമിക്കുമോ എന്ന് ഉറപ്പില്ലായിരുന്നു, അതുകൊണ്ട് അന്ന് എനിക്ക് മരിക്കാൻ കഴിയുമായിരുന്നില്ല. ഒരിക്കൽ മാത്രം എന്റെ കൈപ്പത്തിയിൽ അവൾ തൊടണമെന്ന് ആഗ്രഹിച്ചു. പക്ഷേ എന്റെ കൈയ്ക്ക് അപ്പോൾ തീ പിടിച്ചിരുന്നു. അവളുടെ കവിളിൽ നിന്ന് വീണ ആ കണ്ണുനീർ അപ്പോൾ എന്റെ കൈ പൊള്ളിക്കുകയായിരുന്നു.

കലർപ്പില്ലാത്ത പ്രണയത്തിന്റെ രൂപം ഒരു കണ്ണീർത്തുള്ളിയാക്കി അവൾ എന്റെ കൈയിൽ വെച്ചു, ആ പരിശുദ്ധി എന്റെ ചെറുത്തുനിൽപ്പിന്റെ ശക്തി പരീക്ഷിക്കുന്നതുപോലെ തോന്നി. പക്ഷേ എനിക്ക് ഒരു കാര്യം മനസ്സിലായി. എന്റെ കൈപ്പത്തിയിലെ കണ്ണുനീർ എത്ര ഉജ്ജ്വലമാണോ അത്രതന്നെ ഉജ്ജ്വലമാണ് അവളുടെ സ്നേഹവും. പ്രിയപ്പെട്ടവരെ സ്പർശിക്കാതെ സ്നേഹം അനുഭവിക്കുക, എന്നാൽ ജീവന്റെ യഥാർത്ഥ ഉടമയായ അല്ലാഹുവിന് ഹൃദയം സമർപ്പിക്കുക എന്നതാണ്. പ്രണയത്തെ സൗഹൃദം കൊണ്ട് വാർത്തെടുക്കുകയും ആ സൗഹൃദം കാത്തുസൂക്ഷിക്കുകയും ആയിരുന്നു അത്.

എന്റെ വിശ്വാസത്തിന്റെ ചങ്ങലയിലെ ദുർബ്ബലമായ കണ്ണിയെ ബലപ്പെടുത്താനാണോ അവൾ അതെല്ലാം പറഞ്ഞതെന്ന് ഞാൻ വിചാരിച്ചു. അതെ, എന്റെ എതിർവശത്ത് ഇരിക്കുന്നത് ബില്ലൂർ തന്നെയായിരുന്നു. അവൾ ഒരു നാനിയെപ്പോലെയായിരുന്നില്ല, മറിച്ച് ഒരു ജ്ഞാനിയായ മുനിയെപ്പോലെയായിരുന്നു. അവൾ പറഞ്ഞതെല്ലാം ഞാൻ കുനിഞ്ഞ ശിരസ്സോടെ എന്റെ ഹൃദയത്തോടും ശരീരത്തോടും കൂടി സ്വീകരിച്ചു. അവൾ എന്നെ ഏൽപ്പിച്ച ചുമതലകൾ എന്താണെന്ന് ഞാൻ മനസ്സിലാക്കിയ നിമിഷം എന്റെ കൈപ്പത്തിയിലെ കണ്ണുനീർ ആവിയായി. ഞാൻ എഴുന്നേറ്റു നിൽക്കാനെന്നപോലെ കുനിഞ്ഞു. എന്റെ കണ്ണുനീർ വീണ്ടും വറ്റി. ഞാൻ വീണ്ടും അവളുടെ കണ്ണുകളിലേക്ക് ഉറ്റുനോക്കി. എന്റെ കണ്ണുകളിൽ ഒരു അപേക്ഷ ഉണ്ടായിരുന്നു. അവൾ എന്നിൽ നിന്ന് മറച്ചുവെക്കുന്ന എല്ലാ രഹസ്യങ്ങളും പറയാൻ ആവശ്യപ്പെടുന്നതുപോലെ ഞാൻ അവളെ നോക്കി. പക്ഷേ പിന്നെ അവൾക്ക് പറയാൻ ഒന്നുമുണ്ടായിരുന്നില്ല.

ആന്റലൂഷ്യയിൽ ആളുകൾ പിരിയുന്നതിനു മുൻപ് ആലിംഗനം ചെയ്യുമായിരുന്നു. വീണ്ടും ആലിംഗനം ചെയ്യാനുള്ള അവസരത്തിനായി മാത്രം പരസ്പരം പിരിയാൻ തയ്യാറായ പ്രണയികളുടെ കഥകളുണ്ടായിരുന്നു. ഞാൻ അവളുടെ സഹോദരൻ യൂസുഫിനെ കണ്ടുമുട്ടിയപ്പോൾ അവൻ എന്നെ കെട്ടിപ്പിടിച്ചത് എനിക്ക് തടയാനാകാത്ത വിധത്തിലാണ്. യൂസുഫ് ജീവിച്ചിരിപ്പുണ്ടായിരുന്നു, ഇപ്പോൾ

ഞാൻ അവളിൽ നിന്ന് അത് പറയാതെ പിരിയുകയായിരുന്നു. എന്റെ ആത്മാവ് എന്റെ ശരീരം വിട്ടുപോയ ആ സമയങ്ങളിൽ പോലും വേർപിരിയലിനെക്കുറിച്ച് ഒരിക്കലും ഞാൻ പരാതിപ്പെട്ടില്ല. നേരെ മറിച്ച്, ആ വ്യക്തിയെ വീണ്ടും കാണാനുള്ള ആഗ്രഹത്താൽ ഞാൻ എപ്പോഴും സന്തുഷ്ടനായിരുന്നു,

ഞാൻ വീണ്ടും വരും. കൊള്ളാം, പക്ഷേ ഇതാണോ നമ്മുടെ പുനസ്സമാഗമം?

അടുത്ത കുറച്ച് ദിവസങ്ങളിൽ, ഞങ്ങളുടെ വേർപിരിയൽ വീണ്ടും വീണ്ടും എന്നിലൂടെ കടന്നുപോയി. അവളുടെ ഗന്ധം ഓർത്തു, ആസ്വദിച്ചു, അവൾ ഇരുന്ന സ്ഥലം കണ്ടു, പൊടി നിറഞ്ഞ വഴികളിലൂടെ അവളുടെ കാൽപ്പാടുകൾ കണ്ടു. ഞാൻ നിസ്സഹായനായി. ദിവസങ്ങളോളം എനിക്ക് സംസാരിക്കാൻ കഴിഞ്ഞില്ല. ക്ഷമയോടെ കാത്തിരിക്കുകയല്ലാതെ എനിക്ക് മറ്റ് മാർഗമില്ലെന്ന് അറിയാമായിരുന്നു. ഇനി അവളെ കാണുംവരെ വസ്ത്രം മാറില്ല എന്ന് ഞാൻ തീരുമാനിച്ചു. അവളെല്ലാതെ എനിക്ക് ഭൂമിയിൽ ഒന്നും ആവശ്യമില്ലെന്ന് ഞാൻ വിശ്വസിച്ചു, അതേ വസ്ത്രത്തിൽ അവളെ വീണ്ടും കാണുമെന്ന് ഞാൻ പ്രതിജ്ഞയെടുത്തു. എനിക്ക് എത്ര വയസ്സായാലും മരിച്ചാലും എന്റെ വസ്ത്രം എന്റെ കൂടെയുണ്ടാകും. എന്റെ മനസ്സും വസ്ത്രവും ഒരിക്കലും മാറില്ല മാറ്റില്ല.

അന്ന് വൈകുന്നേരം ഞങ്ങൾ ചർച്ച ചെയ്ത എല്ലാ കാര്യങ്ങളേയും കുറിച്ച് ഞാൻ ആലോചിച്ചു. ഞാൻ എന്ത് ചെയ്യണം അവൾ എന്ത് ചെയ്യണം എന്ന് പറഞ്ഞിരുന്നുവെങ്കിലും എനിക്ക് ആ വിഷയമോ വസ്തുവോ നൽകിയില്ല. ആദ്യം അവൾ പറഞ്ഞു,

‘‘പ്രതിമകൾ സംസാരിക്കുമ്പോൾ അവ നിങ്ങളെ എന്റെ അടുക്കൽ കൊണ്ടുവരും.’’

എന്നാൽ ഇപ്പോൾ അവൾ പറഞ്ഞു, ‘‘സ്വയം രക്ഷിച്ചു മടങ്ങി വരൂ.’’

രണ്ടും തമ്മിൽ എന്തെങ്കിലും ബന്ധം ഉണ്ടായിരുന്നോ? ഒരു പക്ഷേ പ്രതിമകൾ എന്താണ് പറയുന്നതെന്ന് മനസ്സിലാക്കേണ്ടി വന്നേക്കാം, അപ്പോൾ മാത്രമേ എന്നെ രക്ഷിക്കാൻ പോകുന്നത് എന്താണെന്ന് നിർണ്ണയിക്കാൻ എനിക്ക് കഴിയൂ.

അതിനായി എനിക്ക് അൾജീരിയയിലേക്ക് മടങ്ങുകയും റയീസിനെ കാണുകയും ചെയ്യേണ്ടി വരും. എന്നാൽ പോകുന്നതിന് മുമ്പ് കോൺറാഡിനയുമായി ഒരിക്കൽ കൂടി സംസാരിക്കാൻ ഞാൻ ആഗ്രഹിച്ചു. എന്നെ എങ്ങനെ രക്ഷിക്കണം അല്ലെങ്കിൽ ഒരു ലക്ഷ്യം

എന്നതിനെക്കുറിച്ചുള്ള ചില സൂചനകൾ എനിക്ക് ലഭിച്ചേക്കുമെന്ന് കരുതി. ഞങ്ങൾ രഹസ്യമായി കണ്ടുമുട്ടി, മാഡ്രിഡിലെ ജിപ്സിയുടെ അയൽപക്കത്തുള്ള ഒരു ഫ്ളിയസ്റ്റ സ്കൂളിൽ നൃത്തം പഠിപ്പിക്കുന്ന ഒരു സ്ത്രീയുടെ മുറിയിൽ, കാസ്റ്റാനറ്റുകളുടെ ശബ്ദങ്ങൾക്കിടയിൽ, ഞങ്ങൾ കുറച്ചുനേരം സംസാരിച്ചു.

ബിയാട്രിസ് ഇംഗ്ലണ്ടിൽ നിന്ന് പെട്ടെന്ന് തിരിച്ചെത്തിയതിനെക്കുറിച്ച് അവൾ പറഞ്ഞു. യോർക്കിലെ എലിസബത്തിന്റെ മകൻ ഹെൻറി എട്ടാമൻ രാജാവുമായുള്ള ആനി ബോളീനുമായുള്ള വിവാഹത്തെ അരഗണിലെ കാതറിനും നിരവധി പ്രഭുക്കന്മാരും എതിർത്തതായി അവൾ പറഞ്ഞു. കുറച്ചുകാലമായി രാജാവ് വൈറ്റ്ഹാൾ കൊട്ടാരത്തിന് പുറത്ത് കടന്നിരുന്നില്ല. അവൻ ക്ലീവ്സിലെ ഡച്ചസ് മരിയയെയും അവളുടെ മകളെയും അവിടെ നിർത്തിയിരുന്നു. അവർ ശീതകാലം അവിടെ ചെലവഴിച്ചു. വസന്തത്തിന്റെ പൂക്കൾ വിരിഞ്ഞപ്പോൾ ഞാൻ യാസിക്കോയിൽ ബില്ലൂറിന്റെ ബന്ധുക്കളെ സന്ദർശിക്കുമ്പോൾ യൂസഫിനെ കണ്ടെത്തിയ ദിവസം ഒരു നാവികൻ അവൾക്ക് ഒരു ഭൂപടം സമ്മാനിച്ചു. ഇംഗ്ലണ്ടിലേക്ക് പോയ ഒരു കപ്പലിലെ നാവികൻ അവൾക്ക് ഒരു ഭൂപടം നൽകിയെത്രെ. എന്നാൽ ഭൂപടം ലക്ഷ്യസ്ഥാനത്ത് എത്തിയോ എന്ന് തനിക്കറിയില്ലെന്ന് വസന്തകാലത്ത് ഫാദർ മാറ്റിയോ എന്നോട് പറഞ്ഞിരുന്നു. ബില്ലൂർ ഭൂപടത്തിൽ തൊട്ടപ്പോൾ അവൾക്ക് സന്തോഷവും സങ്കടവും തോന്നി. ഞാൻ അവളെ കണ്ടെത്തിയതിൽ അവൾ സന്തോഷിച്ചു, പക്ഷേ ഞാൻ തന്നെ വരുന്നതിന് പകരം ഒരു ഭൂപടം അയച്ചതിൽ സങ്കടം.

കോൺറാഡിന എന്നോട് എല്ലാത്തരം ചോദ്യങ്ങളും ചോദിച്ചുകൊണ്ടിരുന്നു. നല്ല മനസ്സോടെത്തന്നെ.

"ഞാൻ നിങ്ങളെ അൽക്കാല രാജകുമാരനെന്നോ ഹയറുദ്ദിന്റെ സീദിയെന്നാണോ വിളിക്കേണ്ടത്?"

"എന്റെ പ്രിയപ്പെട്ട സിസ്റ്റർ, നിനക്ക് ഇഷ്ടമുള്ളത്. എന്നെ മറ്റൊരു പേരിൽ ജീവിക്കാൻ നിർബന്ധിക്കുന്ന എല്ലാവരെയും ശപിക്കുക."

ഒരു മണിനാദവും പിന്നെ ഒരു കാലൊച്ചയും കേട്ടു. ഞാൻ ശപിക്കുന്നത് രാജാവ് അംഗീകരിച്ചിട്ടില്ലെന്ന് വ്യക്തം.

"നീ യഥാർത്ഥത്തിൽ ആരാണ്?"

അവൾ തുറന്ന് ചോദിച്ചു. ഞാനും തുറന്ന് സംസാരിക്കാൻ തീരുമാനിച്ചു.

"അച്ഛൻ ഇത് എന്നോട് പറയുമ്പോൾ എനിക്ക് നാല് വയസ്സ് മാത്രം. അദ്ദേഹം ക്രൂരമായി കൊല്ലപ്പെടുന്നതിന് മുമ്പ്. ആന്റലൂഷ്യയിലെ സുൽത്താനേറ്റ് ഇല്ലാതായപ്പോൾ മുസ്ലീങ്ങൾ ഒറ്റപ്പെട്ടു.

തുടർന്ന് സുൽത്താൻ മുഹമ്മദ് ബിൻ എമിർ ഗ്രാനഡ എമിറേറ്റ്സ് സ്ഥാപിക്കുകയും അക്കാലത്ത് അദ്ദേഹം നിർമ്മിച്ച അൽഹാംബ്ര കൊട്ടാരത്തിൽ മുൻ രാജാവായ ഫെർഡിനാൻഡുമായി അദ്ദേഹം അലിഖിതമായി പരസ്പര വിശ്വാസത്തിന്റെ പുറത്ത് ഒരു ഉടമ്പടി ഉണ്ടാക്കി. ഫെർഡിനാൻഡ് രാജാവ് കാസ്റ്റിലിയൻ രാജ്ഞി ഇസ ബെല്ലയെ വിവാഹം കഴിച്ചതിനുശേഷം അവർ ഗ്രാനഡ എമിറേ റ്റിനെ ശത്രുവായി പ്രഖ്യാപിച്ചുവെന്ന് നിങ്ങൾക്ക് അറിയാമല്ലോ. എമിർ മുഹമ്മദ് ഗ്രാനഡയെ അടിയറവ് വെക്കണമെന്ന് രാജാവ് ആദ്യം കല്പിച്ചു. കൽപ്പന ശ്രദ്ധിക്കപ്പെടാതെ വന്നപ്പോൾ, അവർ സാന്റാ ഫെയിൽ തീ വെക്കുകയും ജനങ്ങളെ ഉപദ്രവിക്കുകയും ചെയ്തു. ഓട്ടോമൻ സാമ്രാജ്യത്തിൽ നിന്ന് സഹായം ലഭിക്കുമെന്ന പ്രതീക്ഷയിലായിരുന്നു ഗ്രാനഡയിലെ ജനങ്ങൾ. എന്നാൽ നിർ ഭാഗ്യവശാൽ ഓട്ടോമൻ രാജകുമാരൻ സെം സുൽത്താനെ, ഫെർഡി നാൻഡിന്റെ പട പിടികൂടി, സാമ്രാജ്യത്തിന് ഒന്നും ചെയ്യാൻ കഴി ഞ്ഞില്ല. ബാക്കി നിങ്ങൾക്കറിയാം, ഗ്രാനഡ വീണു.''

''ഇപ്പോൾ എനിക്ക് സാഹചര്യം മനസ്സിലായി. നീ തന്നെയാണ യവൻ.''

''ആര്?''

''പ്രിയപ്പെട്ട ബിയാട്രിസിനെ ഭയപ്പെടുത്തുന്ന പുരുഷൻ മാത്ര മല്ല നീ, മരണം വരെ അവൾ സ്നേഹിക്കുന്ന പുരുഷനുമാണ്.''

ആ വാക്കുകൾ കേട്ടപ്പോൾ, 'സ്വയം രക്ഷിക്കൂ, എന്നിട്ട് വരൂ' എന്ന് ബിയാട്രിസ് പറഞ്ഞതിന്റെ അർത്ഥം എന്താണെന്ന് മനസ്സി ലായതായി എന്ന് എനിക്ക് തോന്നി. മറ്റെല്ലാ ആഗ്രഹങ്ങളിൽ നിന്നും ബാധ്യതകളിൽ നിന്നും ഞാൻ സ്വതന്ത്രനായിരിക്കണം. ഒരുപക്ഷേ, ഞാൻ ആരാണെന്ന് അവൾക്ക് ഇപ്പോഴും സംശയം ഉണ്ടായിരിക്കാം, എന്റെ യഥാർത്ഥ വ്യക്തിത്വം അവൾക്ക് കാണണം എന്നതാണ്.

ഞാൻ ആകാംക്ഷയോടെ കോൺറാഡിനയുടെ മുഖത്തേക്ക് നോക്കി. എന്റെ രഹസ്യങ്ങളും സത്യവും അവർ എങ്ങനെ അറിഞ്ഞു എന്ന് ഞാൻ അത്ഭുതപ്പെട്ടു. മിടുക്കിയായ ഈ സ്ത്രീ എന്റെ ഹൃദയം വായിക്കുന്നതുപോലെ. പെട്ടെന്ന് ഞാൻ അവളുടെ മുന്നിൽ പൂർണ്ണ മായും എന്നെ തുറന്നുകാണിച്ചു. എന്റെ എല്ലാ രഹസ്യങ്ങളും ആവി യായിപോയതുപോലെ. ഒരു നിമിഷം കൊണ്ട് ഞാൻ ആന്റലൂഷ്യ യിൽ നിന്നുള്ള ഒരു സാധാരണ മനുഷ്യനായി.

''ആന്റലൂഷ്യയിലെ അവസാനത്തെ എമിർ, സീദി അൽക്കാല നിങ്ങളാണ്, അല്ലേ. അത് മനസ്സിലാക്കാൻ വലിയ ബുദ്ധിമുട്ടില്ലായി രുന്നു.''

അവൾ പറഞ്ഞു. എന്റെ നാമത്തിലെ 'ക' അവൾ കടുപ്പിച്ചാണ് ഉച്ചരിച്ചത്. അതിന്റെ ശരിയായ ഉച്ചാരണം.

''എമിറേറ്റ് തകർന്നപ്പോൾ സുൽത്താൻ മുഹമ്മദിനും മക്കൾക്കും എന്താണ് സംഭവിച്ചതെന്ന് ഞങ്ങൾ ചോദിച്ചപ്പോൾ ഞങ്ങൾക്ക് എല്ലാം മനസ്സിലായി. നിങ്ങൾ അഭയം പ്രാപിച്ച മലാഗയിലെ കോട്ട എമിർ മുഹമ്മദിന്റെതായിരുന്നു എന്നതാണ് ബിയാട്രിസിനെ ആദ്യം അത്ഭുതപ്പെടുത്തിയത്. ഞങ്ങൾ ബൊഹീമിയയിൽ ആയിരുന്നപ്പോൾ നിങ്ങളും ആ കോട്ടയും തമ്മിൽ എന്തെങ്കിലും ബന്ധമുണ്ടോ എന്ന് അവൾ എപ്പോഴും ആശ്ചര്യപ്പെട്ടു, ആ സ്ഥലം നിങ്ങളെ ആവേശഭരിതനാക്കിയിരുന്നെന്ന് അവൾ പറഞ്ഞു.''

''അവൻ ഒരു ലക്ഷ്യത്തിന്റെ പുറകെയാണെന്ന് വ്യക്തമായിരുന്നു, ആ സമയത്ത് എനിക്ക് അത് മനസ്സിലായില്ല.''

അവൾ ഒരിക്കൽ പറഞ്ഞു, എന്നിട്ട് കൂട്ടിച്ചേർത്തു,

''തകർന്ന ഹൃദയങ്ങൾക്കും തകർന്ന വീടുകൾക്കും അവൻ കണക്ക് തീർക്കുന്നതുപോലെയായിരുന്നു അത്...''

''എന്നിട്ട് അവൾ ഉറക്കത്തിൽ നിങ്ങൾ ചിലത് പറഞ്ഞു എന്ന് പറഞ്ഞു. ഉദാഹരണത്തിന് നിന്റെ ശപഥങ്ങൾ.''

ആ ദിവസങ്ങൾ ഞാൻ നന്നായി ഓർക്കുന്നു. ഞാൻ സംഘർഷഭരിതനായിരുന്നു. എന്റെ പ്രതിജ്ഞയ്ക്കും ബില്ലൂറിനോടുമുള്ള പ്രണയത്തിനും ഇടയിൽ ഞാൻ ഉഴലുന്ന സമയമായിരുന്നു അത്. എന്റെ ഉത്കണ്ഠ അവളിൽ നിന്ന് മറയ്ക്കാൻ ഞാൻ ശ്രമിച്ചു, പക്ഷേ അത് അസാധ്യമായിരുന്നു. കാരണം ഞാൻ ഒരു രഹസ്യ ശപഥത്തിന്റെയും പരസ്യ കാമുകന്റെയും ഇടയിൽ കുടുങ്ങിയിരിക്കുകയായിരുന്നു. പരസ്പരം യുദ്ധത്തിലേർപ്പെട്ടിരുന്ന രണ്ട് വികാരങ്ങൾ.

''ആ കോട്ടയിൽ നിന്ന സമയത്ത് നിങ്ങളുടെ ഭൂതകാലത്തെക്കുറിച്ച് ബിയാട്രിസിന് ഉറപ്പില്ലായിരുന്നു. പിന്നെ എങ്ങനെയൊക്കെയോ ഞങ്ങൾ മാഡ്രിഡിലേക്ക് വന്നു. ഗ്രാൻഡ് സീഞ്ഞോറിന്റെ പട്ടാളക്കാർ ബൊഹീമിയ പിടിച്ചടക്കിയപ്പോൾ സ്പാനിഷ് രാജ്യങ്ങളിലേക്ക് തിടുക്കപ്പെട്ട് പിൻവാങ്ങുകയല്ലാതെ മറ്റ് മാർഗമില്ലായിരുന്നു ഞങ്ങൾക്ക്. ബിയാട്രിസ് എപ്പോഴും ഗ്രാനഡ എമിറേറ്റിനെ ഓർക്കുന്ന ആളുകളെ തേടിപ്പിടിച്ച് അവരുടെ കഥകൾ കേൾക്കുമായിരുന്നു. ഞങ്ങൾ ഏകദേശം ഒരു വർഷം അവിടെ ചെലവഴിച്ചു. അങ്ങനെയിരിക്കെ, ഒരു ദിവസം ഞങ്ങൾ കൊട്ടാരത്തിൽ നിന്ന് വിരമിച്ച മുൻ ചേംബർലെയിനെ കണ്ടു. ആ മനുഷ്യൻ വളരെ പ്രായമുള്ളവനായിരുന്നു, പക്ഷേ അദ്ദേഹത്തിന്റെ ഓർമ്മ അപ്പോഴും

പുതുമയുള്ളതായിരുന്നു, അയാളുടെ ശബ്ദം വിറയ്ക്കുന്നുണ്ടായിരുന്നു. അവൻ ഞങ്ങളോട് ഒരു കെട്ടുകഥ പറയുന്നതുപോലെ പറഞ്ഞു:

''അങ്ങനെയാണ് ഗ്രാനഡയുടെ പതനത്തിന് ശേഷം മൂന്ന് മാസം കഴിഞ്ഞു വിവാഹം കഴിച്ച എമിർ മുഹമ്മദിന്റെ മകൾ എസ്മയെയും അവളുടെ ഭർത്താവ് അബ്ദുല്ലയെയും രഹസ്യമായി ഈ കോട്ടയിലേക്ക് മാറ്റിപ്പാർപ്പിച്ചു. ഫെർഡിനാൻഡ് രാജാവും ഇസബെല്ല രാജ്ഞിയും ഇതിനെക്കുറിച്ച് അറിഞ്ഞപ്പോൾ അവർ സൈനികരെ വിട്ട് അവരെ കൊല്ലാൻ ഉത്തരവിട്ടു. ബലി പെരുന്നാളായിരുന്നു. ഒജെഡയെ എന്നു പേരുള്ള ഒരു യുവ വൈദികനെ മതവിചാരണ നടത്തുന്നതിന് നിയോഗിച്ചിരുന്നു. അവർ കൃത്യം ഇരുപത് പേരായിരുന്നു, ഇരുപത് ദിവസങ്ങൾക്ക് ശേഷം മഞ്ഞുവീഴ്ചയുള്ള ഒരു ദിവസം അവർ മഞ്ഞ പതാക വീശി മാഡ്രിഡിലേക്ക് മടങ്ങി.

മുസ്ലീം സമുദായത്തെ കളിയാക്കാൻ 'അല്ലാഹുവേക്കാൾ വലിയ വിജയി ഇല്ല' എന്ന് അറബിയിൽ എഴുതിയ പതാക വീശി അവർ ദിവസങ്ങളോളം തെരുവുകളിൽ കവാത്തു നടത്തി. അഹ്മറോഗുല്ലരിയുടെ അവസാന പതാകയായിരുന്നു അത്. പിന്നീട് ഭീകരമായ കൂട്ടക്കൊലയുണ്ടായി. വധശിക്ഷയ്ക്ക് ദൃക്സാക്ഷിയായിരുന്നു ഒജെഡ. സ്ത്രീകളും കുട്ടികളും പ്രായമായവരുമെല്ലാം കൊല്ലപ്പെടുന്നത് അദ്ദേഹം കണ്ടു, അവർ എങ്ങനെയാണ് കുരിശടയാളം കൊണ്ട് നെഞ്ചിൽ മുദ്ര കുത്തുന്നത് എന്ന് അദ്ദേഹം വിശദീകരിച്ചു. രാജാവിനും അദ്ദേഹത്തിന്റെ സൈനിക വിഭാഗത്തിനും പ്രതിഫലം ലഭിച്ചു. ഒജെഡയെ സെമ്മശാനായി സ്ഥാനക്കയറ്റം നൽകി രാജകീയ വിദ്യാലയത്തിൽ നിയമിച്ചു. പത്തു വർഷത്തിനു ശേഷമായിരുന്നു അത്. ആ ഇരുപതു സൈനികരിൽ ഒരാളെ കൂട്ടക്കൊലയുടെ വാർഷികമായ മഞ്ഞുവീഴ്ചയുള്ള ദിവസത്തിൽ കോട്ടയുടെ കവാടത്തിൽ തൂക്കിക്കൊന്ന നിലയിൽ കണ്ടെത്തി. അവന്റെ നെഞ്ചിൽ ചന്ദ്രക്കലയുടെ ഒരു അടയാളം പച്ചകുത്തിയിരുന്നു. അടുത്ത വർഷം അതേ ദിവസം മറ്റൊരു മൃതദേഹം വീണ്ടും ഒരു രാജകീയ സൈനികൻ ഒരു പള്ളിയുടെ മണിഗോപുരത്തിൽ തൂങ്ങിമരിച്ച നിലയിൽ കണ്ടെത്തി. അവന്റെ നെഞ്ചിൽ ചന്ദ്രക്കലയുടെ അടയാളവും ഉണ്ടായിരുന്നു. അന്നുമുതൽ ഓരോ സൈനികനെ വീതം ശൈത്യകാലത്തെ ആദ്യത്തെ മഞ്ഞുവീഴ്ചയിൽ കൊല്ലപ്പെട്ട നിലയിൽ കണ്ടെത്തി. അവരിൽ ഒരാളെ നമ്മുടെ കാർലോസ് രാജാവ് സിംഹാസനത്തിൽ കയറിയ രാത്രിയിലാണ് വധിച്ചത്; ഒരു ട്യൂഡർ ഡ്യൂക്കിന്റെ വില്ലയിലെ ഒരു ഗോപുരത്തിൽ അവനെ കണ്ടെത്തി.

കൊല്ലപ്പെട്ടവരുടെ എണ്ണം അഞ്ചായി ഉയർന്നപ്പോൾ, ഇപ്പോഴും ജീവിച്ചിരിക്കുന്ന, എസ്മയുടെയും അബ്ദുല്ലയുടെയും മകനായ അഞ്ച് വയസ്സുകാരനെക്കുറിച്ചുള്ള കിംവദന്തികൾ പ്രചരിച്ചു. സൈനികർ അദ്ദേഹത്തെ വധിച്ചതായാണ് കരുതുന്നതെങ്കിലും. എന്നാൽ ഒരു തുമ്പും ഈ കൊലയാളി അവശേഷിപ്പിച്ചില്ല. രാജാവ് ഇതറിഞ്ഞ പ്പോൾ കോട്ട തകർത്തവരെ അങ്ങോട്ട് അയച്ചു. ആ സ്ഥലം ശപിക്ക പ്പെട്ടതാണെന്ന് ആളുകൾ വിശ്വസിക്കുകയും ആളുകൾ അതിന ടുത്തുകൂടി പോകുന്നത് നിർത്തുകയും ചെയ്തു.

എന്നാൽ ശാന്തവും വിജനവുമായതിനാൽ കടൽക്കൊള്ളക്കാർ അവിടെ പോയിരുന്നു. തീർച്ചയായും കൂട്ടക്കൊലയിൽ പങ്കെടുത്ത സൈനികർ ജാഗ്രതയിലായിരുന്നു. എല്ലാ ശൈത്യകാലത്തും അവർ കടുത്ത മുൻകരുതലുകൾ എടുക്കും. ഇവരിൽ ചിലർ സേവനം ഉപേക്ഷിച്ചു, മറ്റുള്ളവർ രാജ്യം വിട്ടു. എന്നാൽ കൊലപാതകങ്ങൾ അവസാനിച്ചില്ല. എല്ലായ്പ്പോഴും ഒരേ ചന്ദ്രക്കലയും ഒരേ തീയതിയും ഉണ്ടായിരുന്നു. കഴിഞ്ഞ വർഷം പതിന്നാലാമത്തെ സൈനികനെ പള്ളിയിലെ ഗോപുരത്തിൽ തന്നെ കെട്ടിത്തൂക്കിയ നിലയിൽ കണ്ടെത്തി. അവസാനത്തെ സൈനികരിൽ ഒരാൾ ഭയത്താൽ ഭ്രാന്ത നായി, മറ്റൊരാൾ, ബാർബറോസയുടെ കപ്പലുകളിലൊന്നിൽ സഞ്ചരി ക്കുന്ന അടിമയെ അൾജീരിയൻ അടിമക്കുഴികളിൽ ഇട്ടതായി കേട്ടു.''

''അതിനുമുന്നേ മൃതദേഹം മത്സ്യം വിഴുങ്ങിയിരിക്കണം.''

''അങ്ങനെയാണോ പതിനേഴാമനെ കൊന്നത്?''

''അല്ല, പതിനെട്ടാമത്തേത്. എന്നാൽ ഞാൻ അവരെ കൊന്നു വെന്ന് ബിയാട്രിസ് എങ്ങനെ മനസ്സിലാക്കി?''

''നിങ്ങൾ കോട്ടയിൽ അവളെ പുറംതിരിഞ്ഞു ഉറങ്ങിയ ആ രാത്രി...''

''ഞാൻ ഒരിക്കലും ഉറങ്ങിയിട്ടില്ല.''

''അവളും ഉറങ്ങിയില്ല. ആ രാത്രി അവൾ ഒരിക്കലും മറക്കില്ല. പിറ്റേന്ന് രാത്രി അവൾ രഹസ്യമായി നിങ്ങളുടെ മുറിയിൽ കയറി. ഈ സമയം നിങ്ങൾ ഉറങ്ങുകയായിരുന്നു. അവൾ നിങ്ങളുടെ അരി കിൽ കിടന്നു. നിങ്ങൾ ചെയ്തതുപോലെ തന്നെ. അപ്പോൾ നിങ്ങൾ പിറുപിറുക്കാൻ തുടങ്ങി. നിങ്ങൾ സ്വപ്നം കാണുകയാണെന്ന് അവൾ ഊഹിച്ചു. പക്ഷേ, നിങ്ങൾ നന്നായി വിയർക്കാൻ തുടങ്ങി യപ്പോൾ, നിങ്ങൾ ഒരു പേടിസ്വപ്നം കാണുകയാണെന്ന് അവൾ മനസ്സിലാക്കി.''

''അവൾ എന്താണ് കേട്ടത്?''

''നീ പറഞ്ഞത് ഏകദേശം ഇങ്ങനെയാണത്രെ. ''എന്റെ ദൈവമേ, ഈ കോട്ടയിൽ ഒഴുകിയ രക്തം എന്നും ഓർമ്മിക്കപ്പെടും... മതത്തിന്റെ പേരിൽ ബലിയർപ്പിക്കപ്പെട്ട ആത്മാക്കൾക്ക് വേണ്ടി... മതഭ്രാന്തരുടെ വാളുകളാൽ മരിച്ചവർക്ക് വേണ്ടി... നിശ്ശബ്ദരാക്കപ്പെട്ട മുഎസ്സിന് വേണ്ടി, എനിക്ക് ജീവൻ തരൂ, അങ്ങനെ ഞാൻ അവരുടെ ജീവനെടുക്കട്ടെ...അങ്ങനെ ഞാൻ അടിച്ചമർത്തപ്പെട്ടവർക്കായി ജീവിക്കാം.''

എല്ലാ രാത്രിയിലും ഞാൻ ചൊല്ലിയ പ്രാർത്ഥനയുടെ തുടക്കവും അവസാനവും കോൺറാഡിന അറിഞ്ഞിരുന്നില്ല. ബില്ലൂർ എല്ലാം കേട്ടിട്ടുണ്ടാകണം, പക്ഷേ അവളിൽ നിന്ന് അത് മറച്ചുവെച്ചിരുന്നു. ജീവിതത്തിലുടനീളം ഞാൻ പലപ്പോഴും ആവർത്തിച്ച ആ വാക്കുകൾ പെട്ടെന്ന് എന്റെ നാവിൽ നിന്ന് പുറത്തു വന്നു.

''ഓ, അള്ളാഹു പ്രതികാരം ചെയ്യുന്നവരിൽ ഏറ്റവും അനുഗൃഹീതൻ, അവന്റെ സുഹൃത്തുക്കൾക്ക് ഉദാരമായി നൽകുന്ന അള്ളാഹുവേ...എന്റെ പ്രതികാരം ഞാൻ ചെയ്യട്ടെ. ഞാൻ പ്രകാശത്തെ രാത്രിയാക്കി മാറ്റട്ടെ. എന്റെ സാക്ഷിയാകൂ... എന്റെ സാക്ഷിയാകൂ, ഞാൻ ഈ വഴിയിൽ നിന്ന് തെറ്റിയാൽ അച്ചുതണ്ട് തിരിയട്ടെ. എന്റെ സാക്ഷിയാകുക, ഞാൻ ഭയപ്പെടുന്നുവെങ്കിൽ എന്റെ ഹൃദയം തകർക്കുക.''

''സ്വാഭാവികമായും നിങ്ങൾ ഉറക്കത്തിൽ അതെല്ലാം പിറുപിറുത്തതിനാൽ നിങ്ങൾ എന്താണ് ഉദ്ദേശിച്ചതെന്ന് മനസ്സിലാക്കാൻ ബിയാട്രിസിന് വളരെ എളുപ്പമായിരുന്നു. നിങ്ങൾ ആ കുട്ടിയായിരിക്കണം. എസ്മയുടെയും അബ്ദുല്ലയുടെയും അമീറിന്റെ മകനായിരിക്കണം നിങ്ങൾ. കാരണം നിങ്ങൾ ആ കോട്ടയിൽ ഒരുമിച്ച് താമസിക്കുമ്പോൾ ഓരോ മുക്കും മൂലയും നിങ്ങൾക്ക് അറിയാമായിരുന്നു. നിങ്ങളായിരുന്നു ആ കുട്ടി, അൽക്കാല, എമിർ അൽക്കാല?''

''എന്റെ ഹൃദയം കത്തുകയായിരുന്നു, കോൺറാഡിനാ, ഞാൻ ചെറുപ്പമായിരുന്നു, തനിച്ചായിരുന്നു, എനിക്ക് പിടിച്ചുനിൽക്കാൻ ഒന്നുമില്ലായിരുന്നു. എല്ലാ രാത്രിയിലും എന്റെ അമ്മയുടെയും അച്ഛന്റെയും കൊട്ടാരത്തിൽ കൊല്ലപ്പെട്ട എല്ലാവരുടെയും ആത്മാക്കൾ സ്വപ്നത്തിൽ എന്റെ അടുക്കൽ വന്നു, ഞാൻ അവരോട് സംസാരിച്ചു. സംസാരിച്ചു തുടങ്ങിയ എന്റെ രണ്ടു വയസ്സുള്ള സഹോദരി എന്നോട് മന്ത്രിച്ചു, പ്രതികാരം ചെയ്യണം. ഞാൻ എന്നും അർദ്ധരാത്രിയിൽ ഉണരും.''

"ഈ കാര്യം മനസ്സിലാക്കിയ ദിവസം മുതൽ അവൾ നിങ്ങളെ അൽക്കാല രാജകുമാരൻ എന്ന് വിളിച്ചു. കാരണം അവൾക്ക് എമിർ അൽക്കാല എന്ന് പറയാൻ കഴിയില്ലല്ലോ. ഒരു വിഡ്ഢി മാത്രമേ കൊലപാതകിയെ രാജകുമാരൻ എന്ന് വിളിക്കുകയുള്ളൂ അല്ലേ? അത് മറ്റാരുമല്ല, സ്നേഹത്താൽ അന്ധയായ എന്റെ ബിയാട്രിസ്."

ഞാൻ തല താഴ്ത്തി. അവൾ എന്നെ സ്നേഹിക്കുന്നു എന്ന് കേട്ടപ്പോൾ എന്നിൽ അഭിമാനം നിറഞ്ഞു.

"തീർച്ചയായും കൂടുതൽ കൂടുതൽ സൂചനകൾ കാലക്രമേണ വെളിച്ചത്തു വന്നു. നിങ്ങൾ സയ്യിദ് എൽകലാ എന്ന മുദേജർ വിളിപ്പേര് സ്വീകരിച്ച് അതിനെ ഒരു ക്രിസ്ത്യൻ വിശുദ്ധനോട് ചേർത്തതായി ഞങ്ങൾ മനസ്സിലാക്കിയപ്പോൾ വിശുദ്ധ അൽക്കാല, നിങ്ങളുടെ ബുദ്ധിയിൽ ഞങ്ങൾ അത്ഭുതപ്പെട്ടു."

"അതായിരുന്നു ഡീക്കൻ ഒജെഡയുടെ കഴിവ്. എനിക്ക് വെറും അഞ്ച് വയസ്സായിരുന്നു, കൂട്ടക്കൊലയിൽ നിന്ന് എന്നെ സംരക്ഷിച്ച ആ അത്ഭുത മനുഷ്യൻ ഞാൻ കോട്ടയുടെ നാഥനാണെന്ന് പറഞ്ഞു, അതിനാൽ അദ്ദേഹം എനിക്ക് ബഹുമാനപൂർവ്വം സെയ്ദ് എൽകല എന്ന് പേര് നൽകി. തന്റെ ജീവിതകാലം മുഴുവൻ, ആ ദുരന്തം തടയാനായില്ലെന്ന ചിന്ത അവന്റെ മനസ്സാക്ഷിയെ വേദനിപ്പിച്ചു, അതിനാൽ അദ്ദേഹം മുദേജറിനെ എപ്പോഴും സഹായിച്ചു. എന്നെ രാജകീയ വിദ്യാലയത്തിൽ പഠിപ്പിക്കണമെന്നത് അദ്ദേഹത്തിന്റെ ആശയമായിരുന്നു. പിന്നീട് അദ്ദേഹം എന്നോട് പറഞ്ഞു, വിശുദ്ധ ബൈബിളിലെ മോശെയുടെ കഥയിൽ നിന്നാണ് താൻ പ്രചോദനം ഉൾക്കൊണ്ടത്. ഫറോസിന്റെ ആലയത്തിലെ മോശെയെക്കുറിച്ച് നിങ്ങൾക്കറിയാം..."

"ഹേ മനുഷ്യാ, നിങ്ങളുടെ തല കറങ്ങുകയും കഴുത്ത് ഒടിയുകയും ചെയ്യട്ടെ. നിങ്ങൾ സ്വയം ഉപമിച്ച വിശുദ്ധ വ്യക്തിയെ നോക്കൂ വിശുദ്ധ റോമൻ ചക്രവർത്തി. ബിയാട്രിസ് നിന്നെ സ്നേഹിച്ചിരുന്നില്ലെങ്കിൽ, നിങ്ങളെ ആ ചന്ദ്രക്കല ചുമക്കുന്ന സൈനികരെപ്പോലെ ഞാൻ പീഡിപ്പിക്കും. നിന്റെ നെഞ്ചിൽ തീവെക്കുകയും നെറ്റിയിൽ കുരിശ് വരയ്ക്കുകയും ചെയ്യും. ഇരുമ്പ് കൊണ്ടല്ല, കത്തുന്ന കൽക്കരി കൊണ്ട്. രാജാവിൽ നിന്ന് ലഭിച്ച കൽപ്പനകൾ അനുസരിക്കുക മാത്രം ചെയ്യുന്ന ഈ സൈനികരെ നിങ്ങൾ പ്രതികാരത്തിനായി കൊല്ലുകയാണ്. കൊലപാതകി."

"അല്ല, നിങ്ങൾ തെറ്റിദ്ധരിച്ചിരിക്കുന്നു, ഞാൻ ഒരു കൊലപാതകിയല്ല, ഞാൻ അവരെ കൊല്ലുന്നില്ല, കാരണം അവർ അവരുടെ രാജാവിന്റെ ആജ്ഞകൾ പാലിക്കുന്നു. അങ്ങനെയാണെങ്കിൽ,

ആന്റലൂഷ്യയിൽ കൊല്ലപ്പെട്ട എല്ലാ മുസ്ലീങ്ങൾക്കും വേണ്ടി ഞാൻ പ്രതികാരം ചെയ്യേണ്ടിവരും.''

''പിന്നെ എന്തിനാ ഈ ആളുകളെ കൊല്ലുന്നത്?''

''തീർച്ചയായും രാജാവിനോടുള്ള അവരുടെ കടമകൾ നിറവേറ്റുന്നത് കഴിഞ്ഞവർ വളരെ ദൂരം പോകുന്നു, യുദ്ധത്തെ ഒരു കൂട്ടക്കൊലയാക്കി മാറ്റുകയും ചെയ്യുന്നു. കോട്ടയിലെ മൃതദേഹങ്ങൾ, ബലാത്സംഗത്തിനിരയായ സ്ത്രീകൾ, വയറു കീറി നിലത്ത് വീണ ഭ്രൂണങ്ങൾ, കൈകളും കാലുകളും അങ്ങോട്ടും ഇങ്ങോട്ടും ചിതറിക്കിടക്കുന്ന അമ്മമാർ, മർദനത്തിന്റെ അടയാളങ്ങൾ കണ്ടിരുന്നെങ്കിൽ.''

''ഇതും നിങ്ങൾക്ക് കൊല്ലാനുള്ള അവകാശം നൽകുന്നില്ല, നീതി തേടാനുള്ള അവകാശം മാത്രമാണ് നൽകുന്നത്.''

''നീതി തേടുക, അല്ലേ? ഇൻക്വിസിഷനുശേഷം റികൺക്വിസ്റ്റയും കഴിഞ്ഞു നീതി? എന്നെ ചിരിപ്പിക്കരുത്. ഒരു ജീവിതത്തിൽ എല്ലാ ദിവസവും മരിക്കുന്ന അനുഭവം എന്താണെന്ന് എനിക്ക് നിങ്ങളോട് പറയാൻ കഴിയില്ല. മരിക്കാനുള്ള അവകാശമില്ലാതെ ജീവിക്കുക, എല്ലാ ശൈത്യകാലവും വരുമ്പോൾ, നിങ്ങൾ വീണ്ടും നിങ്ങളോട് തന്നെ യുദ്ധം ചെയ്യുന്നു. നിങ്ങൾ നിങ്ങളുടെ സ്നേഹത്തെ ഒറ്റിക്കൊടുക്കുകയാണെന്ന് നിങ്ങൾക്ക് തോന്നുന്നു. അതുകൊണ്ടാണ് ഞാൻ ഒരിക്കലും മഞ്ഞ് ആസ്വദിക്കാത്തത്.''

''ഇനി നോക്കൂ, നിങ്ങളുടെ മനസ്സാക്ഷിപോലും നിങ്ങളെ ന്യായീകരിക്കുന്നില്ല. നിങ്ങൾ ആരാധിക്കുന്ന ദൈവത്തോട് നിങ്ങൾ എന്താണ് പറയുന്നത്?''

ഞാൻ എപ്പോഴും എന്നോട് തന്നെ ചോദിച്ചിരുന്ന ചോദ്യമാണ് കോൺറാഡിന ഉന്നയിച്ചത്. ഞാൻ ഒരിക്കലും ഉത്തരം കണ്ടെത്താത്ത ഒരു ചോദ്യം. ഞാൻ അതിൽ നിന്ന് പുറത്തുകടക്കാൻ ശ്രമിച്ചു.

''സിസ്റ്റർ കോൺറാഡിന, നിങ്ങൾ ഇത്രയും ഭക്തിയുള്ള ആളാണെന്ന് എനിക്കറിയില്ലായിരുന്നു.''

''ഞാൻ അങ്ങനെ അല്ലാത്തതിൽ ദൈവത്തിന് നന്ദി! ആയിരുന്നെങ്കിൽ ഞാൻ നിന്നെ സഭയിൽ ഏല്പിക്കുമായിരുന്നു, എനിക്കൊരു സൽകർമ്മം സമ്പാദിക്കുമായിരുന്നു.''

''ആ പട്ടാളക്കാരെ ശിക്ഷിക്കുന്നതിലൂടെ, സ്പെയിനിലെ മുസ്ലീങ്ങളെ ദയനീയ ജീവികളായി കാണരുതെന്ന് ഞാൻ ആളുകളെ ബോദ്ധ്യപ്പെടുത്തുകയാണ്.''

നിശ്ശബ്ദത പരന്നു. കോൺറാഡിന ബില്ലൂറിനെ സ്നേഹിക്കുന്നതുപോലെ എനിക്ക് ഒരിക്കലും ബില്ലൂറിനെ സ്നേഹിക്കാൻ കഴിയില്ലെന്ന് അപ്പോഴാണ് ഞാൻ തിരിച്ചറിഞ്ഞത്. ഞാൻ അവളെ ഒരു എതിരാളിയായി കണ്ടു. സ്നേഹത്തിനും സൗഹൃദത്തിനും ഇടയിലുള്ള സൂക്ഷ്മമായ രേഖ കാണാൻ ഞാൻ ശ്രമിച്ചു. അവർക്കിടയിൽ രഹസ്യങ്ങൾ പങ്കുവെക്കുന്നതിനുമപ്പുറമുള്ള ഒരു സ്നേഹബന്ധം ഉണ്ടായിരുന്നു. അവൾ എന്നോട് നീതിയെക്കുറിച്ചാണ് സംസാരിച്ചത്, പക്ഷേ അവൾ എന്നെ ഒരു രാക്ഷസനും കൊലപാതകിയും ആയി കണ്ടെങ്കിലും അവളുടെ സുഹൃത്ത് കാരണം അവൾക്ക് എന്നെ ഉപേക്ഷിക്കാൻ കഴിയുന്നില്ല. അവൾ അത്ര വിശ്വസ്തയായിരുന്നു. കോൺറാഡിനയ്ക്ക് വേണമെങ്കിൽ എന്നെ റെഡ്കോട്ടുകൾക്ക് വിട്ടുകൊടുക്കുകയും അതിന് പ്രതിഫലം വാങ്ങുകയും ചെയ്യാം. ബില്ലൂറിനോടുള്ള അവളുടെ സ്നേഹത്തിൽ എനിക്ക് അസൂയ തോന്നിയത് ശരിയാണെന്ന് ഞാൻ കരുതുന്നു. ഞാൻ എന്നെക്കുറിച്ച് ആലോചിച്ച് ലജ്ജിച്ചു.

1536

രണ്ടു വർഷം കഴിഞ്ഞ്

ദൂരെ നിന്നും ഗാലി അടിമകളുടെ ശബ്ദവും തിരമാലകൾക്കെതിരെ അവരുടെ തുഴയുടെ ശബ്ദവും എനിക്ക് കേൾക്കാമായിരുന്നു. എന്റെ മനസ്സ് ചിതറിക്കിടക്കുകയായിരുന്നു, ഞാൻ എന്താണ് കേൾക്കുന്നതെന്ന് മനസ്സിലായില്ല. ദിവസങ്ങളോളം ഞാൻ ഒരേ ഇരുട്ടിലായിരുന്നു. ഒരു ഗാലിയുടെ അടിയിൽ നഗ്നശരീരവുമായി, ഏകനായി, ശൂന്യതയിൽ, ചങ്ങലകളാൽ ബന്ധിക്കപ്പെട്ട ഞാൻ. തുഴകളുടെ ഓരോ ചലനത്തിലും ചങ്ങലകളുടെ കട്ടിയുള്ളതും തുരുമ്പിച്ചതുമായ വളയങ്ങൾ എന്റെ കണങ്കാലിലും കൈത്തണ്ടയിലും ഉള്ള മുറിവുകൾ വഷളാക്കി, ഓരോ ചലനവും ശ്വാസകോശത്തിലേക്കുവരെ വേദനയെത്തിച്ചു. എന്റെ ചിന്തകളിലൂടെ സഞ്ചരിക്കാൻ ശ്രമിക്കുമ്പോൾ, അവർ എന്നെ തിരമാലകൾക്കപ്പുറത്തേക്ക് കൊണ്ടുപോയി. പിന്നെ വീണ്ടും ഓർത്തെടുക്കണം. ഈ ശൂന്യതയിൽ അകപ്പെട്ടത് എന്റെ സമനില തെറ്റിച്ചു. എന്റെ തല ഇപ്പോൾ പൂർണ്ണമായും വായുവിൽ ആയിരുന്നു. എന്റെ കുടൽ തലകീഴായി കിടക്കുന്നതിനാൽ എനിക്ക് പുറംവേദന ഉണ്ടായിരുന്നു. എന്താണ് സംഭവിച്ചതെന്ന് ഓർത്തെടുക്കാൻ എത്ര ശ്രമിച്ചിട്ടും സാധിച്ചില്ല.

എന്നാൽ ഇതെല്ലാം ഒരു സ്വപ്നമായിരുന്നില്ല, അത് സാധ്യമല്ല. അതോ ഞാൻ മരിച്ചു നരകത്തിൽ എത്തിയോ? ഈ വേദനാജനകമായ കൊളുത്തുകളെല്ലാം എന്റെ തലച്ചോറിനെ കീറിമുറിച്ചുകൊണ്ടിരുന്നു. ഞാൻ മുരടനക്കി, എനിക്ക് വല്ലാത്ത ക്ഷീണം തോന്നി, പിന്നെ പേടി സ്വപ്നങ്ങൾ... പക്ഷേ, ഗാലി കാറ്റടിച്ച് ചരിഞ്ഞപ്പോഴെല്ലാം എന്റെ നാസാരന്ധ്രങ്ങൾ പൊള്ളിക്കുന്ന ആ ഭയങ്കരമായ ദുർഗന്ധമായിരിക്കണം ഏറ്റവും മോശം. ബെഞ്ചിലിരുന്ന ഗാലിഅടിമകൾ മൂത്രമൊഴിക്കുമ്പോൾ എന്റെ മുറിവുകളിലെ ഈച്ചകളെയാണ് ലക്ഷ്യം വച്ചത്. തീർച്ചയായും അവർ ഇത് ചെയ്തത് അവരുടെ ശാപവാക്കുകളുടെ അകമ്പടിയോടെയാണ്, അവർ ചിരിക്കുമ്പോഴെല്ലാം എന്റെ മറ്റൊരു മുറിവ് വീണ്ടും കത്തുമെന്ന് ഞാൻ അറിഞ്ഞു.

“**ബാ**ർബറോസ! ബാർബറോസ.”

കേട്ട നിലവിളികളും മനസ്സിലെ വിറയലും എന്തോ ഒരുതരം കളിയാണെന്നു തോന്നി. എന്നാൽ അല്ല, നാവികർ കൂടുതൽ വേഗത്തിൽ ചാട്ടകൾ വീശുകയും തുഴകൾ കൂടുതൽ വേഗത്തിൽ കടലിൽ തിരിയുകയും ചെയ്യുകയാണ്. കപ്പലിന്റെ താളത്തിലെ പെട്ടെന്നുള്ള വ്യതിയാനവും ഇടത്തുനിന്ന് വലത്തോട്ടുള്ള ആട്ടവും എന്റെ കണങ്കാലിനും കൈത്തണ്ടയ്ക്കും ചുറ്റുമുള്ള ചങ്ങലകൾ ആസ്വദിക്കുന്നപോലെ തോന്നി. എന്റെ മാംസം വേകുന്നതായും. നിലവിളിയുടെ ശബ്ദം കേൾക്കാതിരിക്കാനായി ഞാൻ നാവ് കടിച്ചു. ഡെക്കിൽ എന്താണ് സംഭവിക്കുന്നതെന്ന് ആദ്യം എനിക്ക് മനസ്സിലാക്കേണ്ടതുണ്ട്, പക്ഷേ ഒരു വഴിയുമില്ല; പക്ഷേയിപ്പോൾ ഒരു കൂട്ടം വേദനകളല്ലാതെ എനിക്ക് മറ്റൊന്നും തോന്നുന്നില്ല. പക്ഷേ വേദനയിലൂടെയും എനിക്ക് കേൾക്കാൻ കഴിഞ്ഞു ആക്രോശിക്കുന്ന ശബ്ദങ്ങളും മിസ്സൻ മാസ്റ്റിന്റെ ശബ്ദവും കരച്ചിലും ആക്രോശവും. ഗാലി അടിമകളുടെ ചങ്ങലകളാൽ അടക്കിപ്പിടിച്ച നിലവിളി, വാളേറ്റു ശരീരങ്ങൾ പിളരുന്ന ശബ്ദം.

ഇല്ല, ഇല്ല... ഇതൊരു സ്വപ്നമല്ല. എനിക്ക് കണ്ണ് തുറക്കാൻ ഭയമായിരുന്നു. ഒരു നിമിഷം ശാപങ്ങളിൽ നിന്നും വേദനകളിൽ നിന്നും അലർച്ചകളിൽ നിന്നും ദുർഗന്ധത്തിൽ നിന്നും ഞാൻ അകന്നുപോയതായി തോന്നി. എത്രയോ വർഷങ്ങൾക്ക് മുമ്പ് എനിക്ക് നഷ്ടപ്പെട്ട മനസ്സമാധാനം ഇതായിരിക്കണം എന്ന് കരുതി. കണ്ണുതുറന്നാൽ എല്ലാം പഴയതു പോലെ തന്നെ പോകുമോ എന്ന് ഭയന്നു.

അപ്പോൾ എന്റെ കൈയുടെ പുറകിൽ ഒരു കൈ ഉള്ളതായി

തോന്നി. അതൊരു സ്വപ്നമായിരുന്നില്ല. ഞാൻ ഭയത്തോടെ കണ്ണു തുറന്നു.

"അൽഅ!"

അലാദുലെ എന്നെ നോക്കി സന്തോഷത്തോടെ പുഞ്ചിരിച്ചു. അവൾ എന്റെ നെറ്റിയിൽ കൈ വച്ചു. വളർന്ന് നീണ്ട എന്റെ താടിയിൽ തലോടി. അവൾ ദൈവത്തോട് നന്ദി പറഞ്ഞു. എന്റെ ശരീരം മുഴുവൻ വരിഞ്ഞുകെട്ടിയിരുന്നു. സൈപ്രസിൽ എനിക്ക് എന്താണ് സംഭവിച്ചതെന്ന് ഞാൻ ഓർത്തുനോക്കി. എല്ലാ പ്രതീക്ഷകളും നഷ്ടപ്പെട്ട ആ നിമിഷങ്ങൾ ഞാൻ ഓർത്തു. എന്താണ് സംഭവിച്ചത്? ഞാൻ ഹിസീർ ഹയറുദ്ദിൻ പാഷയുടെ വീട്ടിലായിരുന്നു. ഞാൻ എങ്ങനെ അവിടെ എത്തി? ഞാൻ അനങ്ങാൻ ശ്രമിച്ചു, പക്ഷേ എനിക്ക് കഴിഞ്ഞില്ല.

"ശ്ശ്ശ്. നീ വിശ്രമിക്കണം."

ഏഴു ദിവസം ഞാൻ കട്ടിലിൽ കിടന്നു. എല്ലാ ദിവസവും റയീസ് എന്നെ കാണാൻ വന്നു, ഒപ്പം ഒരു ലെവെൻഡും രോഗശാന്തിക്കാരും ഡോക്ടർമാരും പച്ചമരുന്ന് ചികിത്സകനും. അലാദുലെ എപ്പോഴും എന്റെ അരികിലുണ്ടായിരുന്നു, എന്റെ നെറ്റിയിൽ തലോടി, എന്റെ കെട്ടുകൾ മാറ്റി, എന്റെ മനോവീര്യം ഉയർത്തി. ഇനി എനിക്ക് അപകടമൊന്നുമില്ലെന്നും ഇനി വേണ്ടത് വിശ്രമമാണെന്നും വൈദ്യന്മാർ പറഞ്ഞു. ഞാൻ മെല്ലെ സംസാരിക്കാൻ തുടങ്ങി. അപ്പോഴേക്കും നടന്ന സംഭവങ്ങളുടെ വിശദാംശങ്ങൾ ഓർത്തെടുക്കാൻ കഴിഞ്ഞു. അലാദുലെയുടെ മുഖത്ത് ഒരു വസന്തത്തിന്റെ സന്തോഷം ഞാൻ കണ്ടു.

"എന്തുകൊണ്ടാണ് അങ്ങുന്നേ, രാവിലെ നിങ്ങൾ സ്വന്തമായി പ്രഭാതഭക്ഷണം തയ്യാറാക്കാത്തത്?"

അനുകമ്പയുള്ള വാക്കുകൾ എന്റെ ആത്മാവിൽ തൊട്ടു. എനിക്ക് അവളെ കെട്ടിപ്പിടിക്കാനും നന്ദി പറയാനും തോന്നി. ഹയറുദ്ദിൻ പാഷ മുറിയിലേക്ക് വന്നു.

"എന്റെ പ്രഭോ നിനക്ക് നന്ദി."

"മറ്റെല്ലാവരേക്കാളും അലാദുലെയ്ക്ക് നന്ദി. വൈകുന്നേരത്തോടെ നിനക്ക് നേരെ നിൽക്കാൻ കഴിയുമോ എന്ന് നോക്കുക. നമുക്കൊരു ചതുരംഗക്കളി ആവാം. ശരി, നമുക്ക് പിന്നീട് സംസാരിക്കാം."

"നീ ഞങ്ങളെയൊന്ന് പേടിപ്പിച്ചു സീദി. അത് സാരമില്ല. ഇപ്പോൾ സുഖം തോന്നുന്നുണ്ടോ?"

അന്ന് വൈകുന്നേരം ഞാൻ അവനോട് ചോദിക്കേണ്ട ചോദ്യ ങ്ങൾകൊണ്ട് എന്റെ തല കറങ്ങുകയായിരുന്നു. പക്ഷേ, അവന് എന്നോടും അങ്ങനെ ആയിരിക്കും. ഞാൻ അൾജീരിയയിൽ കിടപ്പി ലാണ് എന്ന വസ്തുത കണക്കിലെടുക്കുമ്പോൾ പക്ഷേ, അവൻ എന്നോട് അവസാനമായി ചോദിച്ച ചോദ്യം എന്നോട് ചോദിക്കു മെന്നതിൽ എനിക്ക് സംശയമില്ല:

''കൊക്കിൽ തൂങ്ങിക്കിടക്കുന്ന ശരീരം ഓർമ്മയുണ്ടോ, സീദി?''

മിക്കവാറും അവൻ എന്നോട് ചോദിക്കും ഞാൻ ഇത്രയും നാൾ, രണ്ടു വർഷം എന്താണ് ചെയ്തിരുന്നത് എന്ന്. സത്യത്തിൽ ഞാൻ എവിടെ തുടങ്ങണമെന്ന് ഞാൻ തീരുമാനിച്ചിരുന്നു. എന്നാൽ പിന്നീട് അദ്ദേഹം എന്നോട് മറ്റൊരു കാര്യം ചോദിച്ചു:

''നീ യൂസുഫിനെ കണ്ടെത്തിയോ, എമിർ അൽക്കാല?''

''ഞാൻ അവനെ കണ്ടെത്തി പ്രഭോ, ഞാൻ അവനെ ഒരു അത്തി ത്തോട്ടത്തിൽ കണ്ടെത്തി. അവന് അവന്റെ സഹോദരിയുടെ കണ്ണു കളുണ്ടായിരുന്നു.''

''എങ്കിൽ പറയൂ എന്താണ് സംഭവിച്ചത്?''

അവൻ എന്നെ സീദി സാൻ എന്നതിനുപകരം എമിർ അൽക്കാല എന്ന് വിളിച്ചു. ഇതിനർത്ഥം അവൻ ഇപ്പോൾ എല്ലാം അറിയുന്നു എന്നാണ്. ഞാൻ എന്നെക്കുറിച്ചുള്ള കാര്യങ്ങൾ അവനിൽ നിന്ന് മറച്ചു വെച്ചതിൽ അവനു ദേഷ്യം തോന്നിയിരിക്കണം. പക്ഷേ ഞാൻ ഒരിക്കലും അവനോട് കള്ളം പറഞ്ഞിട്ടില്ല. ഞാൻ അവനോട് പറ ഞ്ഞത് അപൂർണ്ണമാണ്, പക്ഷേ എല്ലായ്പ്പോഴും സത്യമാണ്. ഞാൻ വിശദീകരിച്ചു:

''യാസിക്കോയിൽ നിന്ന് ഞാൻ റോഡ്സിലേക്ക് പോയി, ഹയ റുദ്ദിൻ പാഷ. കാക്കക്കൂട്ടിൽ തൂങ്ങിക്കിടക്കുന്ന ശരീരത്തെക്കുറി ച്ചാണ് നിങ്ങൾ ചിന്തിക്കുന്നതെങ്കിൽ, അൾജീരിയയിലേക്ക് വരാൻ എനിക്ക് മടിയായിരുന്നു. എനിക്ക് സ്പെയിനിലേക്ക് പോകാൻ കഴി ഞ്ഞില്ല, എന്റെ ദൗത്യം പൂർത്തിയാക്കാതെ ഞാൻ പിടിക്കപ്പെടുമോ എന്ന് ഞാൻ ഭയപ്പെട്ടു. എന്തിനധികം, ബില്ലൂർ എന്നോട് പറഞ്ഞു, 'സ്വയം രക്ഷിക്കൂ, എന്നിട്ട് തിരിച്ചുവരൂ' എന്ന്.

മെലില്ല, സാർഡിനിയ, ബലേറിക് ദ്വീപുകൾ, വെനീസ് എന്നി വിടങ്ങളിൽ ഞാൻ വേനൽക്കാലത്ത് യാത്ര ചെയ്തു. ഒരു ഘട്ടത്തിൽ ഞാൻ ഇസ്താംബൂളിലേക്ക് മടങ്ങിപ്പോകാൻ ആഗ്രഹിച്ചു. അവിടെ യാഹ്യ എഫെൻഡിയോട് അപേക്ഷിക്കുകയും ആത്മീയരക്ഷ

നേടുകയും ചെയ്യാം എന്ന് തോന്നി. പക്ഷേ ബില്ലൂർ എന്താണ് ഉദ്ദേശിച്ചതെന്ന് എനിക്ക് ഇപ്പോഴും ഉറപ്പിക്കാൻ കഴിഞ്ഞില്ല. ഒന്നുമില്ലെങ്കിലും അവൾ ഒരു മുൻ കന്യാസ്ത്രീ ആയിരുന്നു; അതിനാൽ ഒരുപക്ഷേ അവൾ ഉദ്ദേശിച്ചത് ഞാൻ ലോകത്തിൽ നിന്നോ എന്റെ ശരീരത്തിൽ നിന്നോ ഞാൻ ചെയ്ത കൊലപാതകങ്ങളിൽ നിന്നോ എന്നിൽ നിന്നോ രക്ഷിക്കപ്പെടണം, എന്നെ മാത്രമായി അവൾക്ക് സമർപ്പിക്കണം എന്നായിരിക്കാം.

ചുരുക്കിപ്പറഞ്ഞാൽ, ഒന്നുകിൽ എന്നിൽ നിന്നോ എമിർ എന്ന നിലയിലുള്ള എന്റെ പദവിയിൽ നിന്നോ രക്ഷപ്പെടാൻ ഞാൻ പാടുപെടുമ്പോൾ, നിങ്ങൾ ടുണീഷ്യയെ ഹഫ്സിയിൽ നിന്ന് രക്ഷിച്ചു, അത് ഓട്ടോമൻ സാമ്രാജ്യത്തോട് ചേർത്തു. കാർലോസ് രാജാവിനെതിരെ പോരാടാൻ സുൽത്താൻ ഹസൻ അങ്ങയെ വിളിച്ച സ്പെയിനിലെ യുദ്ധത്തിന് ഞാൻ വന്നു. സൈന്യത്തിന്റെ പകുതിയും യുദ്ധത്തിലായിരിക്കുമ്പോൾ ആരും എന്നെ കണ്ടെത്തില്ലെന്ന് എനിക്ക് ഉറപ്പായിരുന്നു. എനിക്ക് അയ്ഡൻ റയീസ് വഴി എളുപ്പത്തിൽ സന്ദേശം അയയ്ക്കാനും കഴിയുമായിരുന്നു.''

''അതെ, ഞങ്ങൾക്ക് എല്ലാം ലഭിക്കുന്നുണ്ടായിരുന്നു. ഇത് ഞങ്ങൾക്ക് വളരെ ഉപയോഗപ്രദമായിരുന്നു. നിങ്ങളിൽ നിന്ന് സന്ദേശങ്ങൾ വരുന്നുണ്ടെന്ന് മനസ്സിലായപ്പോൾ ഞങ്ങൾ സന്തോഷിച്ചു.''

''എന്റെ പ്രഭോ, എനിക്കറിയാം. പക്ഷേ അങ്ങയെ കാണാൻ വരാൻ എനിക്ക് കഴിഞ്ഞില്ല. ശീതകാലം അടുത്തിരുന്നു. അതിനാൽ ഞാൻ രഹസ്യമായി മാഡ്രിഡിലെത്തി.''

''അത്ര രഹസ്യമായല്ല. നീ സെബ്രയിൽ ആഗയെ വിവരം അറിയിച്ചു.''

''അതുകൊണ്ടാണ് ഞാൻ ഫാദർ മാറ്റിയോയുടെ അടുത്തേക്ക് പോയത്.''

''എത്ര ശരീരങ്ങൾ?''

കൊലപാതകം എന്ന വാക്ക് ഉപയോഗിച്ച കോൺറാഡിനയിൽ നിന്ന് വ്യത്യസ്തമായി, റയീസ് 'ശരീരം' എന്ന വാക്ക് തിരഞ്ഞെടുത്തു. എന്റെ നെറ്റിയിൽ നിന്ന് വിയർപ്പ് തുടച്ചുകൊണ്ടിരുന്ന അലാദുലെയുടെ മുന്നിൽ വെച്ച് അത്തരം കാര്യങ്ങളെക്കുറിച്ച് സംസാരിക്കാൻ എനിക്ക് ബുദ്ധിമുട്ടുണ്ടെന്ന് വ്യക്തമാക്കി.

''സാരമില്ല, എമിർ അൽക്കാല, അൾജീരിയയിലെ എല്ലാവർക്കും നിങ്ങളുടെ കഥ അറിയാം.''

അതെന്നെ സന്തോഷിപ്പിച്ചോ അതോ ദുഃഖിപ്പിച്ചോ എന്നെനിക്ക് ഉറപ്പില്ലായിരുന്നു.

‘‘എന്റെ പ്രഭോ, ഇത് അവസാനത്തെ ശരീരമായിരുന്നു, കാരണം അവൻ അവസാനത്തെ നീചനായിരുന്നു. അത് ബുദ്ധിമുട്ടാകുമെന്ന് എനിക്കറിയാമായിരുന്നു. എല്ലാ ദിവസവും എന്റെ വേഷം മാറുന്നത്, എപ്പോഴും മറ്റൊരു ഭാഷ സംസാരിക്കേണ്ടുന്നത്, ഒപ്പം എന്നോട് അടുപ്പമുള്ള എല്ലാവരെയും സംശയിക്കുന്നത്... ദൈവം എന്നെ ഒരു ബലിമൃഗമാക്കിയതുപോലെയായിരുന്നു അത്. എന്റെ ഇരകളും ഇത്രയും പിരിമുറുക്കത്തിലായിരുന്നിരിക്കണം.’’

‘‘തീർച്ചയായും, അത് എളുപ്പമല്ല.’’

‘‘വാൾ വീശുന്നത് എന്റെ സ്വന്തം തൊണ്ടയിൽ കത്തിയിറക്കുന്ന പോലെയായിരുന്നു എനിക്ക്.’’

‘‘സെമ്മാശൻ ഒജെയ്ഡയ്ക്ക് അറിയാമോ?’’

‘‘അദ്ദേഹം മരിച്ചപ്പോൾ ഞാൻ എന്റെ ദൗത്യത്തിന്റെ തുടക്കത്തിൽ ആയിരുന്നു; ഏഴു കാവൽക്കാരെ മാത്രമേ നരകത്തിലേക്ക് അയച്ചിട്ടുള്ളായിരുന്നു. പക്ഷേ അദ്ദേഹത്തിന് എല്ലാം അറിയാമായിരുന്നുവെന്ന് ഞാൻ കരുതുന്നു. ഫാദർ മാറ്റിയോയെ അല്ലെങ്കിൽ ഞാൻ ഒരിക്കലും പരിചയപ്പെടുമായിരുന്നില്ല. ഒരു യഹൂദന്റെ മകനായിരുന്നു മാറ്റിയോ. അവൻ ഒരു ഭക്തനായ ക്രിസ്ത്യാനിയാണെന്ന് ആളുകൾ കരുതി, പക്ഷേ അദ്ദേഹം യഥാർത്ഥത്തിൽ മുസ്ലീമായിരുന്നു.’’

‘‘അപ്പോൾ ബില്ലൂറിന്റെ വിപരീതം, അല്ലേ? അവൾ ഒരു മുസ്ലീം കുടുംബത്തിലെ മകളായിരുന്നു, എന്നാൽ പുറമെ ഒരു ക്രിസ്ത്യാനിയായി.’’

‘‘അത് സത്യമാണ് കർത്താവേ; എന്നിരുന്നാലും ബില്ലൂർ ഇപ്പോഴും ഒരു മുസ്ലീമാണെന്ന് എനിക്ക് തോന്നുന്നു. അവൾ ഒരു മുസ്ലീമാണ്, പക്ഷേ വിശ്വാസത്തെക്കുറിച്ച് അവൾക്ക് വളരെക്കുറച്ചേ അറിയൂ.’’

‘‘നാം വിഷയത്തിൽനിന്ന് വ്യതിചലിക്കുന്നു, അൽക്കാല. എങ്ങനെയാണ് മരണ ഉത്തരവ് വന്നത്?’’

‘‘എന്റെ കർത്താവേ, ഞാൻ നിങ്ങളുടെ സ്ഥാനപതിയായി കാർലോസ് രാജാവിന്റെ മുമ്പാകെ വന്നപ്പോൾ, ജിയോവാനി ഡോറിയയെ കൈമാറാൻ ഞങ്ങൾ അവിടെയെത്തിയപ്പോൾ, അദ്ദേഹത്തിന് എന്നെ ഓർമ്മയുണ്ട്. മുൻ ട്യൂഡർ ഡ്യൂക്കിന്റെ കോട്ടയിൽ എന്നെ കണ്ടതായി പറഞ്ഞു. ആ രാത്രി കൊല്ലപ്പെട്ട മനുഷ്യനെ അവൻ

ഓർക്കാതിരിക്കാൻ ലോകത്ത് ഒരു വഴിയുമില്ലെന്ന് തീർച്ചയായും എനിക്കറിയാമായിരുന്നു. പ്രതിമകളുടെ രഹസ്യങ്ങൾ പഠിച്ചിട്ടുണ്ടോ എന്ന് ജിയോവാനി ചോദിച്ചപ്പോൾ അവൻ എന്നെ സംശയിക്കാൻ തുടങ്ങി എന്ന് ഞാൻ കരുതി. അടുത്ത ശൈത്യകാലത്ത് അടുത്ത കാവൽക്കാരൻ കൊല്ലപ്പെട്ടപ്പോൾ, ഞാൻ നഗരത്തിലുണ്ടോ എന്ന് അദ്ദേഹം ആളുകളോട് ചോദിച്ചു, എന്നെ കണ്ടെത്താൻ സൈനികരെ അയച്ചു.''

റയീസിന്റെ ആത്മഗതം കേട്ട് ഞാൻ ഞെട്ടിപ്പോയി. ''അതുകൊണ്ടാണ് ജിയോവാനിയെ അവിടെ കൊണ്ടുപോകാൻ നീ പോകേണ്ടെന്ന് ഞാൻ ആഗ്രഹിച്ചതും.''

''എന്റെ പ്രഭോ, അങ്ങ് എന്റെ രഹസ്യം എങ്ങനെ മനസ്സിലാക്കി? എപ്പോൾ?''

''പത്തു വർഷം മുമ്പ്. ഞാനല്ല. മാഡ്രിഡിലെ സാന്താ മരിയ സിനഗോഗിലെ ഗോപുരത്തിൽ തൂങ്ങിക്കിടന്ന പത്താമത്തെ സൈനികനെ കണ്ടപ്പോൾ സെബ്രെയ്ൽ ആഗയ്ക്ക് അത് മനസ്സിലായി.''

''ആ സൈനികൻ ഒരു സെഫാർഡിം ആയിരുന്നു, ഇസബെല്ല രാജ്ഞിയുടെ കീഴിൽ പീഡനങ്ങൾക്ക് വിധേയരായ മുദേജറിനെപ്പോലെ. ഈ മനുഷ്യൻ മുസ്ലീങ്ങൾക്ക് വേണ്ടി യുദ്ധം ചെയ്യുന്നതിനുപകരം അവർക്കെതിരെ വാളെടുത്തു. ആ രാജ്യത്ത് നിന്ന് സെഫാർഡിക് ജൂതന്മാരെ രക്ഷിക്കാൻ എന്റെ ആളുകൾ ചെയ്ത സാഹസങ്ങൾ കണക്കിലെടുക്കുമ്പോൾ, ഈ സൈനികൻ ഒരു അധമനായ രാജ്യദ്രോഹിയാണ്.''

അപ്പോഴാണ് ഞാൻ ചിക്കോതത്തയെക്കുറിച്ച് ചിന്തിച്ചത്. അവന്റെ ശബ്ദം ചെവിയിൽ മുഴങ്ങുന്നത് പോലെ. റയീസ് പറഞ്ഞു.

''ചിക്കോ മരിച്ചിരുന്നില്ലെങ്കിൽ, 'അവൻ നശിക്കട്ടെ' എന്ന് പറയുമായിരുന്നു. എന്തായാലും പിന്നീടുള്ള വർഷങ്ങളിൽ നിന്നെ പിന്തുടരാൻ ഞാൻ സെബ്രെയ്ൽ ആഗയെ ചുമതലപ്പെടുത്തി. അപ്പോഴാണ് നീ മൃതശരീരത്തിന്റെ നെഞ്ചിൽ ചന്ദ്രക്കല കുത്തുന്നു എന്ന് ഞങ്ങൾ കണ്ടെത്തിയത്.''

''എന്റെ പ്രഭോ, ആന്റലൂഷ്യയിലെ എല്ലാ മുസ്ലീങ്ങൾക്കും ചന്ദ്രക്കല ഒരു ഭ്രാന്തായിരുന്നു. കരിഞ്ഞ മാംസത്തിൽ അത് വായിക്കാൻ കഴിയില്ല. പക്ഷേ ഓരോ ചന്ദ്രക്കലയിലും ഞാൻ എഴുതിയിരുന്നു 'ദൈവമാണ് വിജയി' എന്ന്.''

''ഗ്രാനഡ എമിറേറ്റിന്റെ പതാകയിൽ എഴുതിയിരിക്കുന്നത്, അല്ലേ?''

‘‘അതെ, പ്രഭോ. ദൈവത്തേക്കാൾ വലിയ വിജയി വേറെയില്ല.’’

‘‘കാർലോസ് രാജാവ് ഇതെല്ലം കണ്ടാൽ വെറുതെയിരിക്കില്ല.’’

‘‘ഇല്ല. അതുകൊണ്ടാണ് ഓരോ ചുവടും പരിശീലിച്ചുകൊണ്ട് പത്താമത്തെ ഗാർഡിനായി എനിക്ക് ശ്രദ്ധാപൂർവ്വം പദ്ധതികൾ തയ്യാറാക്കേണ്ടി വന്നത്. കാവൽക്കാരുടെ എണ്ണം കുറഞ്ഞപ്പോൾ കുരുക്ക് മുറുകുന്നത് ഞാനറിഞ്ഞു. ആന്റലൂഷ്യയിലെ ജനങ്ങൾ ഇതിൽ എന്തോ സമാധാനം കണ്ടെത്തിയിരുന്നു. ആദ്യത്തെ മഞ്ഞ് വീഴുമ്പോൾ എല്ലാവരും അടുത്ത കൊലയെക്കുറിച്ച് സംസാരിക്കാൻ തുടങ്ങും, സൈനികർ ചർച്ചയുടെ പ്രധാന വിഷയങ്ങളായി മാറും. പന്ത്രണ്ടാമന്റെ മരണശേഷം, ശീതകാലം മുഴുവൻ അവരെല്ലാവരും ഒരു സംരക്ഷിത പ്രദേശത്ത് താമസിക്കാനും അവിടെ രണ്ട് കാവൽ ക്കാരെ നിയോഗിക്കണമെന്നും രാജാവ് നിർദ്ദേശിച്ചു. അവരിൽ രണ്ടുപേർ അഹങ്കാരത്തോടെ, ഇത്തരമൊരു ഏർപ്പാട് അംഗീകരി ക്കാനാവില്ലെന്നും തങ്ങൾ തന്നെ തങ്ങളെ നോക്കുമെന്നും പറഞ്ഞു. അങ്ങനെയാണ് പേരുകളുടെ ക്രമം മാറിയത്. ബില്ലൂറിനെ കണ്ടെ ത്തിയ കാലത്ത് ഞാൻ നിർവഹിച്ച ദൗത്യമായിരുന്നു എന്റെ ഏറ്റവും പ്രയാസകരമായ ദൗത്യം. ഒന്നുകിൽ ഞാൻ എന്നെത്തന്നെ കൊല യ്ക്കു കൊടുക്കുകയാണ് അല്ലെങ്കിൽ ബില്ലൂറിനെ. ‘സ്വയം രക്ഷിക്കൂ, എന്നിട്ട് വരൂ’ എന്ന് അവൾ പറയുമ്പോൾ, അതാണ് അവൾ അർത്ഥ മാക്കുന്നതെന്ന് ഞാൻ കരുതുന്നു.’’

‘‘ദൗത്യം പൂർത്തിയാക്കി വരൂ എന്നാണോ?’’

‘‘അല്ല, പശ്ചാത്തപിച്ചിട്ട് വരൂ എന്ന്.’’

‘‘എന്നാൽ എന്തുകൊണ്ടാണ് നീ അത് ചെയ്യാത്തത്?’’

‘‘എന്റെ പ്രഭോ, എന്റെ ഈ ശപഥം, ദൗത്യം ബില്ലൂർ വരുന്നതിനു മുന്നേ ആരംഭിച്ചതാണ്. ആന്റലൂഷ്യയിലെ മുസ്ലീങ്ങൾക്ക് വേണ്ടി ഞാൻ ചെയ്യുന്നത് നിർത്താൻ എനിക്ക് കഴിയില്ല. അവർക്ക് ആത്മീയ ശക്തി പകരുന്ന ഒരുതരം വിശുദ്ധനെപ്പോലെയാണ് ഇപ്പോൾ ഞാൻ. ഗ്രാനഡയുടെ ഭാവി അമീർ ഒരു വിശുദ്ധന്റെ ജീവിതമാണ് നയി ക്കുന്നതെന്ന് അവർ അറിയാൻ ഞാൻ ആഗ്രഹിക്കുന്നു. ഞാൻ എന്റെ ദൗത്യം ഉപേക്ഷിച്ചാൽ ആന്റലൂഷ്യയിലെ മുഴുവൻ ചെറുത്തുനിൽപ്പും അവസാനിക്കുകയും അവർക്ക് അവർ പരാജയപ്പെട്ടതായി അനു ഭവപ്പെടുകയും ചെയ്യും. ആദ്യത്തെ മഞ്ഞ് വീഴാൻ തുടങ്ങുമ്പോൾ മെഴുകുതിരി കത്തിച്ച് ഖുർആൻ വായിക്കുമ്പോൾ അവരെല്ലാം എനിക്ക് വേണ്ടി പ്രാർത്ഥിക്കുന്നെന്ന് മനസ്സിലായാൽ അങ്ങാണെ ങ്കിൽ ഈ ദൗത്യം ഉപേക്ഷിക്കുമോ? മക്കൾക്ക് എമിർ എന്ന് പേരിട്ട്

അവർ എന്നെപ്പോലെ ആകുമെന്ന് പറഞ്ഞ അമ്മമാരെയും അച്ഛനെയും ഒറ്റിക്കൊടുക്കാൻ എനിക്ക് കഴിയില്ല. ഗ്രാനഡ എമിറേറ്റിന്റെ ഭാവി ഈ സൈനികരെ നരകത്തിലേക്ക് അയക്കുന്നതിനെ ആശ്രയിച്ചിരിക്കുന്നു. ഇരുപത് സൈനികരും മരിക്കണം.''

''പിന്നെ എന്തിനാ സൈപ്രസിൽ പോയത്? ഞങ്ങളുടെ കണ്ണിൽ പൊടിയിടാൻ?''

''കാരണം ഇരുപതാം സൈനികൻ അവിടെയായിരുന്നു, പ്രഭോ. ആദ്യമായിട്ടാണ് മഞ്ഞുകാലത്തിനു മുന്നേ ഒരു ദൗത്യം. തന്റെ സമയം മൂന്ന് വർഷം മുൻപേ ആയിരുന്നെന്നു മനസ്സിലാക്കി അവൻ അപ്രത്യക്ഷനായതാണ്. സാൽവഡോർ എന്നായിരുന്നു അവന്റെ പേര്. അറുപത് വയസ്സിനു മുകളിൽ പ്രായമുള്ള ഒരാൾക്ക് എന്നെ അങ്ങനെ എടുത്തെറിയാൻ കഴിഞ്ഞെന്ന് എനിക്ക് മനസ്സിലായില്ല. അവനെ വലയിലാക്കാനും പശ്ചാത്തപിക്കാനും എന്റെ ഭാരം ഒഴിവാക്കാനും പിന്നീട് ബില്ലൂറിലേക്ക് മടങ്ങാനും ഞാൻ പദ്ധതിയിടുകയായിരുന്നു. അവനെക്കുറിച്ച് എനിക്ക് കഴിയുന്നതെല്ലാം ഞാൻ പഠിച്ചു. അവന്റെ കാൽമുട്ടുകൾക്ക് പ്രശ്നമുണ്ടെന്ന് ഞാൻ മനസ്സിലാക്കി. അതിനർത്ഥം ഒളിക്കാനുള്ള സ്ഥലങ്ങൾ പരിമിതമാണെന്നാണ്.

അവൻ ചൂടുള്ള കാലാവസ്ഥയിലേക്ക് രക്ഷപ്പെട്ടിരിക്കണം. ഇസ്ലാമിന്റെ ശത്രുവായതിനാലും മുസ്ലീങ്ങളുമായി കൂട്ടുകൂടാൻ ആഗ്രഹിക്കാത്തതിനാലും ആഫ്രിക്ക തിരഞ്ഞെടുക്കാൻ സാധ്യതയില്ല. സൈപ്രസ് അല്ലെങ്കിൽ ക്രീറ്റ്, വെനീസിന്റെ ഭൂപ്രദേശങ്ങൾ, ഇവയായിരിക്കാം. സൈപ്രസ് വളരെ അകലെയും വരണ്ടതുമായിരുന്നു. അത് ശരിയാണെന്ന് തെളിഞ്ഞു. സാൽവഡോർ തന്റെ യുവഭാര്യയോടൊപ്പം കൈറേനിയയിലെ കോട്ടയ്ക്കടുത്തുള്ള ഒരു വീട്ടിൽ താമസിക്കുകയും സുവേദ തുറമുഖത്ത് ഉപ്പ് വ്യാപാരത്തിൽ ഏർപ്പെടുകയും ചെയ്തിരുന്നു. ഇനി എല്ലാം എളുപ്പമാകും എന്ന് ഞാൻ കരുതി.''

''പക്ഷേ കാര്യങ്ങൾ മറിച്ചായിരുന്നു അല്ലേ?''

''കാർലോസ് രാജാവിന് ട്യൂഡർ ഡ്യൂക്ക്, പ്രതിമകൾ, ജിയോവാനി ഡോറിയ എന്നിവയെക്കുറിച്ച് ഞാൻ പറഞ്ഞപ്പോൾ, സംഗീത സംഘാടകനായ വിശുദ്ധ അൽക്കാല സീദിയല്ലാതെ മറ്റാരുമല്ലെന്ന് അയാൾക്ക് ഉറപ്പായിരുന്നു. ഞാൻ സ്പെയിനിൽ എത്തിയപ്പോൾ അയാൾക്ക് എന്നെ ബന്ധനസ്ഥനാക്കാമായിരുന്നു. എന്നാൽ അയാളത് ചെയ്തില്ല. ഒരു സാധാരണ കൊലപാതകിയായി എന്നെ എടുക്കുന്നത് തന്റെ ഭരണത്തെ പ്രതികൂലമായി ബാധിക്കുമെന്ന്

അദ്ദേഹത്തിന് തോന്നി, ആന്റലൂഷ്യയിലെ ഒരു രാജവംശത്തിലെ അംഗമായി എന്നെ പിടികൂടണം. അങ്ങനെ ചെയ്യുന്നതിലൂടെ, അവൻ ആന്റലൂഷ്യയിലെ ജനങ്ങളെ ഭയപ്പെടുത്തുകയും അവരുടെ കൺ മുമ്പിൽ എന്നെ സ്തംഭത്തിൽ കുത്തി ചുടുമ്പോൾ അവരെയെല്ലാം നിശ്ശബ്ദരാക്കുകയും ചെയ്യും.''

''മറ്റൊരു രീതിയിൽ പറഞ്ഞാൽ ഇരുപതാം സൈനികൻ ഒരു ചൂണ്ടയിലെ ഇര.''

''അതുകൊണ്ടാണ് രാജാവിന് കൈറേനിയയിലെ ആ മനുഷ്യന്റെ വീടിന് ചുറ്റും മുപ്പത് വീടുകൾ സൈനികരെ നിയോഗിച്ചത്.''

''കൈറേനിയയിലെ കോട്ട അപ്പോൾ വെനീഷ്യക്കാരുടെ അല്ല സ്പെയിൻകാരുടെ കൈയിലായി അല്ലേ.''

''അതെ പ്രഭോ, ഓരോ നിമിഷവും സാൽവഡോറിൽ കുറഞ്ഞത് മൂന്ന് ജോടി കണ്ണുകളെങ്കിലും ഉണ്ടായിരുന്നു.''

''നീ എങ്ങനെ നുഴഞ്ഞുകയറി?''

''എനിക്ക് അതിനു കഴിഞ്ഞില്ല, പ്രഭോ. എന്റെ തല നിറയെ ബില്ലൂറായിരുന്നു. എനിക്ക് എന്റെ രക്ഷ കണ്ടെത്തുകയും എത്രയും വേഗം അവളിലേക്ക് മടങ്ങുകയും ചെയ്യേണ്ടതുണ്ട്. എന്തിനധികം, മുപ്പത്തിയഞ്ച് വർഷം മുമ്പ് ഒരു വൃദ്ധൻ ചെയ്ത ഒരു കാര്യത്തിന് പ്രതികാരം ചെയ്യുന്നത് എളുപ്പമായിരുന്നില്ല. സത്യത്തിൽ എനിക്ക് അവനോട് സഹതാപം പോലും തോന്നി. കൂട്ടക്കൊലയിൽ ഏറ്റവു മധികം അക്രമം കാണിച്ചത് അവനാണെന്നും എനിക്കറിയാമായിരുന്നു.''

''അപ്പോൾ നീ എന്താണ് ചെയ്തത്?''

''കൈറേനിയയിൽ ഞാൻ ഒരു ചെറിയ കപ്പലും മുപ്പത് ഗാലി അടിമകളെയും വാടകയ്ക്കെടുത്തു. സൈപ്രസിൽ തുറമുഖത്ത് നങ്കൂരമിട്ടപ്പോൾ നല്ല മഴക്കോളുണ്ടായിരുന്നു. ഞാൻ ഉപ്പ് ശേഖരി ക്കാനുള്ള തിരക്കിലാണെന്ന് പറഞ്ഞു എന്റെ ആളുകളെ അയച്ചു. മൂന്ന് പേരുടെ സംഭരണശാലകളിൽ ഉള്ള മൊത്തം ഉപ്പ് വേണ മെന്നും ഞാൻ ഉയർന്ന വില നൽകുമെന്നും പറഞ്ഞു. അവരിൽ ഒരാൾ സാൽവഡോർ ആയിരുന്നു. അവർ വഞ്ചികളിൽ ഉപ്പ് കൊണ്ടു വന്നു. ഞാൻ ഒരു മൂന്നുപേരെ കൂട്ടി ബോട്ടിന്റെ അമരത്ത് ചാക്കുകൾ കയറ്റി, എന്നിട്ട് ഞാൻ അവ രഹസ്യമായി കടലിലേക്ക് തള്ളി. ഞങ്ങൾക്ക് രക്ഷപ്പെടണമെങ്കിൽ കപ്പലിൽ അധിക ഭാരം ഉണ്ടാ കരുതല്ലോ. തുറമുഖത്തെ രണ്ട് വ്യാപാരികൾക്ക് ഞാൻ സ്വർണ്ണം എണ്ണിക്കൊടുത്തു. ഞാൻ സാൽവഡോറിനെ എന്റെ ഗാലിയിലേക്ക് ക്ഷണിച്ചു. അവൻ വരാമെന്ന് പറഞ്ഞു.''

''പക്ഷേ നീ അവനെ തിരിച്ചയച്ചില്ല.''

''ഇല്ല പക്ഷേ മൂന്ന് ഗാലികൾ പെട്ടെന്ന് ഞങ്ങളുടെ പിന്നാലെ വരുമെന്ന് എനിക്കറിയില്ലായിരുന്നു. ഞങ്ങൾ തുറമുഖം വിട്ട് അലൈയിലേക്ക് തിരിച്ചു. ആളുകൾ ഇത് പതുക്കെ മാത്രമേ അറിയൂ. മൃതദേഹം പിന്നീട് റോഡ്സിലെ വിളക്കുമാടത്തിൽ തൂങ്ങിക്കിടക്കും, അവിടെ നിന്ന് വാർത്ത നേരെ സ്പെയിനിലേക്ക് പോകും. ബില്ലൂർ തീർച്ചയായും അതിനെക്കുറിച്ച് കേൾക്കും. അലൈയിലേക്കുള്ള യാത്രയ്ക്കിടെ ഞാൻ സാൽവഡോർ എന്ന നായയെ ഡെക്കിൽ കെട്ടിയിട്ടു. ഞാൻ അവനോട് എല്ലാം വിശദീകരിക്കാൻ പോവുകയായിരുന്നു. ആ ദിവസം അനിവാര്യമായും വരുമെന്ന് അവനറിയാമായിരുന്നു. ഞാൻ ഒരു ചെറിയ ചൂണ്ട കൈയിൽ പിടിച്ചിരുന്നു. മറ്റെല്ലാ സൈനികരോടും ഞാൻ ഇതേ രീതിയിൽ തന്നെയാണ് പെരുമാറിയത്.''

''സത്യം മറച്ചുവെച്ചുകൊണ്ട് അവരിൽ ഒരാൾ എന്തെങ്കിലും പറയാൻ ശ്രമിച്ചാൽ, ഞാൻ അവരുടെ മാംസം കീറിമുറിക്കും. ഒരു നുണയ്ക്ക് ഒരു കൊളുത്ത്. സാൽവഡോറിന് അതറിയാമായിരുന്നു. അതിനാൽ പുതുതായി ഒന്നും കണ്ടുപിടിക്കാതെ അവൻ എന്നോട് സത്യം പറഞ്ഞു. താൻ ചെയ്ത കാര്യങ്ങളിൽ താൻ എത്രമാത്രം പശ്ചാത്തപിക്കുന്നുവെന്ന് അവൻ ആദ്യം പറഞ്ഞു. വർഷങ്ങളായി അവനെ കാർന്നുതിന്ന ഖേദമായിരുന്നു അത്. പതിനൊന്ന് വയസ്സുള്ള എന്റെ സഹോദരിയെ ബലാത്സംഗം ചെയ്യുന്നതിൽ നിന്ന് ഒരു സൈനികനെ തടഞ്ഞതും എന്റെ അമ്മായിയുടെ വയറ്റിൽ ഒരു കുഞ്ഞിനെ കുന്തം കയറ്റി കൊല്ലാൻ നോക്കിയവനെ തല്ലിയതിനെക്കുറിച്ചും അവൻ എന്നോട് പറഞ്ഞു. ഇതെല്ലാം സത്യമായിരുന്നു.

ആ മതഭ്രാന്തർ ഞങ്ങളുടെ വസ്ത്രമെല്ലാം അഴിച്ചുമാറ്റി ഒരു മുറിയിൽ നിറച്ചു. എന്നിട്ട് അവ കത്തിച്ചു. തുടർന്ന് അവർ പുരുഷന്മാരെ കെട്ടിയിട്ട് സ്ത്രീകളെ ബലാത്സംഗം ചെയ്യുന്നത് കാണാൻ നിർബന്ധിച്ചു. അവർ കുട്ടികളുടെ കണ്ണുകൾ ചൂഴ്ന്നെടുക്കുകയും അവരുടെ അമ്മമാരെ അവ വിഴുങ്ങാൻ നിർബന്ധിക്കുകയും ചെയ്തു. എന്റെ അമ്മയുടെ കരച്ചിലും അവർ അവരെ എങ്ങനെയാണ് കൊല്ലാൻ വിചാരിച്ചതെന്നും അവൻ വിവരിക്കുന്നത് കേട്ട് എനിക്ക് സഹിക്കാൻ വയ്യാതെ ഞാൻ ഒരു കൊളുത്ത് അവന്റെ കൺപോളയിൽ കുത്തി ചരടിന്റെ അറ്റം വലിച്ചുകെട്ടി. അവന്റെ കൺപോള അടയുകയോ കപ്പൽ കുലുങ്ങുകയോ ചെയ്യുമ്പോൾ അവന്റെ കൺപോള കീറും. സംഭവിച്ചതെല്ലാം അവൻ എന്നോട് പറഞ്ഞു. അപ്പോൾ ഒരു

ശബ്ദം കേട്ടു. സന്ധ്യ ആവാറായിരുന്നു. കടൽ പ്രക്ഷുബ്ധമായിരുന്നു. ഞാൻ വേഗം പുറത്തേക്കിറങ്ങി. ചുക്കാൻ പിടിക്കുന്നവരും ഗാലി അടിമകളും അത്ഭുതപ്പെട്ടു നിൽക്കുകയായിരുന്നു.

മൂന്ന് സ്പാനിഷ് ഗാലികൾ ഞങ്ങളെ പിന്തുടരുന്നുണ്ടായിരുന്നു, അവർ ഞങ്ങളോട് വെള്ളപതാക ഉയർത്താൻ ആവശ്യപ്പെട്ടു. ഞങ്ങൾക്ക് രക്ഷപ്പെടാൻ ഒരു വഴിയുമില്ലായിരുന്നു. മെഡിറ്ററേനിയൻ കടൽക്കൊള്ളക്കാരാണെന്നാണ് ആദ്യം കരുതിയത്. ഞാൻ സാൽവ ഡോറിനെ തീർത്തിട്ട് അവന്റെ ശരീരം ഗാലിയുടെ ഒരു വശത്ത് തൂക്കി. ഒരു ജോലി പൂർത്തിയാക്കുമ്പോൾ ലഭിക്കുന്ന മനസ്സമാധാനം ഞാൻ അനുഭവിച്ചു, സമാധാനത്തോടെ ഞാൻ മരിക്കാൻ തയ്യാ റായി. ഞങ്ങൾ കീഴടങ്ങി. ജോലിക്കാരെയും ഗാലി അടിമകളെയും മോചിപ്പിക്കുക എന്നതായിരുന്നു എന്റെ ആവശ്യം.

ഞങ്ങളുടെ യാത്ര തുടരാൻ അനുവദിക്കുകയാണെങ്കിൽ, അവർക്ക് ഒരു നിധി തന്നെ ഞാൻ വാഗ്ദാനം ചെയ്തു. അവർ ഗാലിയിൽ തിരച്ചിൽ നടത്തി. അവർ ഒരു മൃതദേഹമാണ് തിരഞ്ഞത്. ഞാൻ ആരാണെന്ന് അവർ എന്നോട് ചോദിച്ചുകൊണ്ടിരുന്നു. ഞാൻ ആല യേലിയിലെ ഒരു ഉപ്പു കച്ചവടക്കാരനാണെന്ന് അവരോട് പറഞ്ഞു. അവർ എന്നെ വിശ്വസിക്കുന്നതായി തോന്നി. പക്ഷേ അവർ എന്നെ കൊണ്ടുപോയി, സ്വർണവും. ആദ്യം ഞാൻ വാഗ്ദാനം ചെയ്ത ക്രീറ്റിലെ സ്വർണം എവിടെയാണെന്ന് ഞാൻ അവരോട് പറയണ മെന്ന് അവർ നിർബന്ധിച്ചു. അവിടെ എത്തുമ്പോൾ പറയാമെന്ന് ഞാൻ സമ്മതിച്ചു.

അവർ എന്റെ കൈകളും കാലുകളും ബന്ധിച്ച് എന്നെ കപ്പലിന്റെ അടിത്തട്ടിലേക്ക് എറിഞ്ഞു. ഞങ്ങൾ ക്രീറ്റിലേക്ക് പോകുമ്പോൾ അവർ എന്റെ പേര് പറഞ്ഞു, ആഘോഷിക്കാനായി ഒരു വീഞ്ഞിന്റെ പെട്ടി തുറന്നു. ഞാൻ ആരാണെന്ന് അവർ തിരിച്ചറിഞ്ഞിരുന്നു. അവർ വീണ്ടും എന്നോട് സ്വർണ്ണത്തെക്കുറിച്ച് ചോദിക്കാൻ തുടങ്ങി. സ്ഥിതി പരിതാപകരമായിരുന്നു. രാവിലെ വരെ ഞാൻ എല്ലാത്തരം അപമാനങ്ങൾക്കും പീഡനങ്ങൾക്കും അടിച്ചമർത്തലുകൾക്കും വിധേയനായി. എന്റെ കൈകൾ ബന്ധിച്ചിട്ടുണ്ടെങ്കിലും ഒന്നോ രണ്ടോ പേരെ എനിക്ക് കൈകാര്യം ചെയ്യാൻ കഴിയുമെന്ന് കരുതി, ഞാൻ അവരെ ആക്രമിച്ചു, എന്നിട്ട് ഓടി. പക്ഷേ നിർഭാഗ്യവശാൽ എന്റെ കൈകൾ പുറകിൽ കെട്ടിയിരിക്കുകയായിരുന്നു.

ഞാൻ ദൂരെ എത്തുന്നതിന് മുമ്പ് അവർ എന്റെ മാംസത്തിൽ ഒരു കൊളുത്ത് കുത്തിയിറക്കി എന്നെ ഡെക്കിലേക്ക് വലിച്ചിഴച്ചു. എന്നിട്ട് അവർ എന്റെ വസ്ത്രം ഉരിഞ്ഞ് ചങ്ങലയിൽ ബന്ധിച്ചു.

എന്റെ തലയ്ക്ക് എത്ര വിലയുണ്ടെന്ന് അവർ എന്നോട് പറഞ്ഞു, എന്റെ സ്വർണ്ണക്കുമ്പാരത്തിൽ നിന്ന് അവർ പ്രതീക്ഷിച്ചതിനേക്കാൾ കൂടുതൽ പണം കാർലോസ് രാജാവിൽ നിന്ന് കിട്ടും. അപ്പോഴാണ് അവർ എന്നെ കൊല്ലില്ലെന്ന് എനിക്ക് മനസ്സിലായത്. പക്ഷേ, അവരും ക്രീറ്റിലെ സ്വർണ്ണത്തെ കൊതിക്കുന്നുണ്ടെന്ന് അറിയാമായിരുന്നു. രാവിലെ അവർ എന്നെ വീണ്ടും പീഡിപ്പിച്ചു. ആദ്യം അവർ എന്റെ ശരീരഭാഗങ്ങളിൽ മുദ്ര കുത്തി. എന്റെ നഖങ്ങൾ പറിച്ചെടുത്തു. മെഡിറ്ററേനിയനിലെ കൊടുങ്കാറ്റിനേക്കാൾ ഉച്ചത്തിലുള്ളതായിരുന്നു എന്റെ നിലവിളി. മണിക്കൂറുകൾക്ക് ശേഷം എനിക്ക് ബോധം നഷ്ട പ്പെട്ടു. അതിനുശേഷം എന്താണ് സംഭവിച്ചതെന്ന് ഓർമ്മയില്ല.''

''അതിനു ശേഷം എന്താണ് സംഭവിച്ചതെന്ന് ഞാൻ പറയാം. യാത്രയിലുടനീളം അവർ കുടിച്ചു, മദ്യപിച്ചു ലക്കുകെട്ട് കിടപ്പായി. നീ സാൽവഡോർ, എന്ന് പറയുന്ന നായ സൈപ്രസിൽ ഉണ്ടെന്ന് അതിന് രണ്ട് ദിവസം മുമ്പ് സെബ്രയിൽ ആഘയ്ക്ക് വിവരം ലഭിച്ചു. സ്പെയിൻ നിന്റെ തലയ്ക്ക് വിലയിട്ടിട്ടുണ്ടെന്ന് ഞങ്ങൾക്കറിയാ മായിരുന്നു. നിങ്ങൾ മെഡിറ്ററേനിയനിൽ ഒരു ഇതിഹാസമായി മാറി യെന്ന് ഞങ്ങൾക്ക് മനസ്സിലായി. നീ കാരണം അവർ ഗ്രാനഡയിലെ എമിറേറ്റ് എങ്ങനെ പുനഃസ്ഥാപിക്കുമെന്നതിനെക്കുറിച്ച് സംസാരി ക്കാൻ തുടങ്ങിയിരിക്കുന്നു. വാസ്തവത്തിൽ, സ്ത്രീകൾ ചുവന്ന പശ്ചാത്തലത്തിൽ മഞ്ഞ നിറത്തിൽ 'ദൈവം മാത്രമാണ് വിജയി' എന്ന് എഴുതിയ പതാകകളുമായി ഇറങ്ങിയിരിക്കുന്നു. എന്തായാലും ആന്റലൂഷ്യയുടെ ആത്മാവിനെ ജ്വലിപ്പിക്കാനുള്ള ശ്രമം സജീവ മായി നിലനിർത്താൻ അവർ ഇന്ന് ആഗ്രഹിക്കുന്നുണ്ട്. അതുകൊണ്ടാണ് നിന്നെ ജീവനോടെ കണ്ടെത്താനും ഗ്രാനഡ എമിറേറ്റിനെ പുനരു ജ്ജീവിപ്പിക്കാനും ഞാൻ ആഗ്രഹിച്ചത്.

ഒരു അജ്ഞാതനായകനെക്കുറിച്ച് ആളുകൾ സംസാരിക്കാൻ തുടങ്ങിയാൽ കാർലോസ് രാജാവ് അസ്വസ്ഥനാകും. ഒരു ചെറിയ ചർച്ചയ്ക്ക് ശേഷം ഞങ്ങൾ ഉടൻ തന്നെ അൾജീരിയയിൽ നങ്കൂരമിട്ട് എട്ട് ഗാലികളുമായി ഇറങ്ങി. രാജാവിന്റെ ആളുകൾ കണ്ടെത്തുന്ന തിന് മുമ്പ് സൈപ്രസിൽ നിന്നെ കണ്ടെത്താനായിരുന്നു ഞങ്ങളുടെ പദ്ധതി. വഴിയിൽ നൈറ്റ്സ് ഓഫ് റോഡ്സ് സ്പെയിനിലേക്ക് അയച്ച ഒരു സന്ദേശപ്രാവിനെ ഞങ്ങൾ വശീകരിച്ച് പിടികൂടി. അവന്റെ കാലിലെ കുറിപ്പിൽ ഇങ്ങനെ എഴുതിയിരിക്കുന്നു,

''കോഴിയെ കഴുകൻ പിടിച്ചിരിക്കുന്നു. പക്ഷേ ഞങ്ങൾക്ക് കോഴിയെ വെറുതെയിരുത്താൻ ഉദ്ദേശ്യമില്ല.''

ഞങ്ങൾ ഈ കഴുകനെ പിടിക്കുന്ന പരുന്താകാൻ തീരുമാനിച്ചു. ഇവിടെയുള്ളവരെല്ലാം നിനക്കുവേണ്ടി ജീവൻ പണയപ്പെടുത്താൻ തയ്യാറായിരുന്നു. കടലിനെ സൂക്ഷ്മമായി നിരീക്ഷിച്ചുകൊണ്ട് ഞങ്ങൾ യാത്ര തുടർന്നു. വൈകുമോ എന്ന് ഞങ്ങൾ ഭയന്നു. ക്രീറ്റിനു പുറത്തുള്ള തുറസ്സായ കടലുകളിൽ ഞങ്ങൾ ഗാലികൾ കണ്ടപ്പോൾ നീ മരിച്ചുവെന്ന് ഭയപ്പെട്ടു. ഞാൻ ഇഷ്ടപ്പെടുന്ന ആളുകളെ നഷ്ടപ്പെടുന്നത് എന്നെ ശരിക്കും അസ്വസ്ഥനാക്കും, അത് എന്റെ സമനില തെറ്റിക്കും.''

അവൻ ഒരു നിമിഷം നിശ്ശബ്ദനായി. ഒരൂച്ച് റയീസിനെക്കുറിച്ചും ഇഷാഖിന്റെയും ഇല്യാസിന്റെയും പ്രാർത്ഥനയ്ക്കുള്ള ആഹ്വാനത്തെക്കുറിച്ചും അദ്ദേഹം ചിന്തിച്ചിരുന്നുവെന്ന് ഞാൻ കരുതുന്നു. അവന്റെ കരുണയെക്കുറിച്ച് എനിക്കറിയാമായിരുന്നു, പക്ഷേ ഇപ്പോൾ അവൻ കണ്ണുനീർ പൊഴിച്ചു. അവനു പ്രായമായെന്ന് എനിക്ക് തോന്നി. എന്നാൽ അവന്റെ ശബ്ദം ശക്തമായിരുന്നു:

''തിരമാലകളൊന്നും ഉണ്ടായിരുന്നില്ല. ഞങ്ങൾ കടലിന്റെ ശബ്ദത്തിനൊപ്പം പാഞ്ഞു.''

അവൻ കൈകൾ തടവി കടലിൽ നിന്നും പുറത്തേക്കും ഒഴുകുന്ന തുഴകളുടെ ശബ്ദം അനുകരിച്ചു. ''ഞങ്ങൾക്ക് ഗാലികൾ കണ്ട നിമിഷം കാലാവസ്ഥ പെട്ടെന്ന് മാറിയതുപോലെ, തണുപ്പ് പരന്നു. അപ്പോൾ ആകാശത്ത് എവിടെ നിന്നോ ഒരു പൊടിപടലം പ്രത്യക്ഷപ്പെട്ടു. അൽപ്പം കഴിഞ്ഞ് മേഘം ഞങ്ങളുടെ മേൽ പെയ്തു. തെക്കൻ കാറ്റ് വീശി. നമ്മുടെ തുഴക്കാർ ഏതാണ്ട് കടലിൽ വീണു. തിരമാലകൾ ഞങ്ങളുടെ ഇരയെ ചുറ്റിപ്പിടിക്കാൻ തുടങ്ങി. നമ്മുടെ ആളുകൾ അവരുടെ കഠാരകൾ വായിൽ വെച്ച്, യുദ്ധത്തിന് തയ്യാറായി, പീരങ്കികൾ കേബിൾവേയിലേക്ക് കയറ്റി. അവർ ഒന്നും രണ്ടും ആയി ഗാലികളിലേക്ക് ചാടാൻ തുടങ്ങി. വിജാതീയ ഗാലിഅടിമകൾ നിലവിളിച്ചു, പക്ഷേ സൈനികർക്ക് മദ്യപിച്ചതിനാൽ സ്വന്തം കാലിൽ നിൽക്കാൻ കഴിയുന്നില്ലായിരുന്നു. ഞങ്ങൾ മൂന്ന് ഗാലികൾ പിടിച്ചടക്കിയപ്പോൾ ഞങ്ങളുടെ ഏറ്റവും വലിയ ഭയം നിങ്ങൾ കൊല്ലപ്പെട്ടുവെന്നായിരുന്നു. തീർച്ചയായും നിങ്ങളുടെ ശരീരം ശത്രുവിന് അയയ്ക്കപ്പെടാൻ ഞാൻ ആഗ്രഹിച്ചില്ല.''

''ഞാനും അത് സമ്മതിക്കില്ല പ്രഭോ.''

ഞങ്ങൾ ചിരിച്ചു. അലാദുലെ എന്റെ മുഖത്തേക്ക് സ്നേഹത്തോടെ നോക്കി. ഞാൻ എന്റെ സാധാരണ ജീവിതത്തിലേക്ക് മടങ്ങുകയാണെന്ന് അവൾക്ക് തോന്നിയിരിക്കണം.

‘‘ഞങ്ങൾ എല്ലായിടത്തും നോക്കി. ഹോൾഡിലെ കക്കൂസ് കുഴിയായിരുന്നു അവസാന സ്ഥാനം. ഒരാൾ മൂക്ക് പിടിച്ച് അകത്തു കയറാൻ തയ്യാറായി. നഗ്നനായ നിന്നെ ഞങ്ങൾ പുറത്തെടുത്തു. നിന്നെ കണ്ടപ്പോൾ ഞങ്ങൾ ദുർഗന്ധത്തെക്കുറിച്ച് മറന്നു. ഞങ്ങൾ നിന്റെ ശരീരം വൃത്തിയാക്കി.’’

അലാദുലെ മുഖം ചുളിഞ്ഞു ചിരിച്ചു.

‘‘തമാശകൾ മാറ്റിനിർത്തിയാൽ, ഞങ്ങൾ നിന്നെ കഴുകി, എന്നിട്ട് നിന്നെ കമ്പിളിയിൽ പൊതിഞ്ഞു ചൂടാക്കാൻ ശ്രമിച്ചു. നിനക്ക് ഉണങ്ങാത്ത മുറിവുകൾ ഉണ്ടായിരുന്നു. ഞങ്ങളുടെ കൂടെ ഒരു വൈദ്യൻ ഉണ്ടായിരുന്നു. അയാൾ നീ ജീവിക്കും എന്ന് പറഞ്ഞു. നാല് ദിവസത്തിനുള്ളിൽ നാം അൾജീരിയയിൽ തിരിച്ചെത്തി. ഒരൂച്ച് റയീസിന്റെ കൈ ചികിത്സിച്ച വൈദ്യനെ ഞാൻ വരുത്തി. പ്രായമായ മനുഷ്യനായിരുന്നു അയാൾ. അയാൾ ഒരു വലിയ സഹായമായിരുന്നു. ഒപ്പം അലാദുവും.’’

അലാദുലെയ്ക്ക് നാണം വന്നതായി എനിക്ക് തോന്നി. അവളുടെ കണ്ണുകളിൽ കണ്ണുനീർ ഉണ്ടായിരുന്നു. തല താഴ്ത്തി അവൾ മുറി വിട്ടു. റയീസ് തുടർന്നു:

‘‘അലാദുലെ. ഇരുപത് ദിവസം അവൾ നിനക്കു വേണ്ടി പ്രാർത്ഥിച്ചും മുറിവുകളിൽ ലേപനം പുരട്ടിയും കെട്ടുകൾ മാറ്റിയും നിന്റെ അരികിൽ തന്നെയുണ്ടായിരുന്നു. ഏഴു ദിവസം ആ ദുർഗന്ധം നിന്റെ ശരീരത്തിലുമുണ്ടായിരുന്നു. അധികമാരും നിങ്ങളുടെ അടുത്ത് വരില്ലായിരുന്നു. പക്ഷേ എല്ലാ ദിവസവും രാവിലെയും രാത്രിയും അവൾ നിങ്ങളെ ചെറുചൂടുള്ള വെള്ളത്തിൽ കഴുകാൻ വന്നു, ഒരിക്കലും വെറുപ്പ് കാണിച്ചില്ല. ഇതിനു വേണ്ടി മാത്രം, സെമൈമ അവളുടെ ജോലികൾ മറ്റുള്ളവരെ ഏല്പിച്ചു. നീ കണ്ണുതുറക്കുന്നതുവരെ അവൾ പോകാൻ തയ്യാറായില്ല.’’

മുറിയിലാകെ ഒരു നിശ്ശബ്ദത തളംകെട്ടി. റയീസ് ബില്ലൂറിനെയും അലാദുലെയെയും താരതമ്യം ചെയ്യുകയാണ്, ഒരിക്കൽ കൂടി അവൻ എന്നെ അലാദുലെയുമായി അടുപ്പിക്കാൻ ശ്രമിക്കുന്നു. വീട്ടിലുള്ളതാണ് കാട്ടിൽ തേടുന്നതിനേക്കാൾ നല്ലത് എന്നാണ് അദ്ദേഹം ഉദ്ദേശിക്കുന്നത്. എനിക്ക് വിഷയം മാറ്റണം. ഞങ്ങൾ രണ്ടുപേരും മറ്റൊരാൾക്ക് ഏറ്റവും പ്രധാനപ്പെട്ട രണ്ട് ആളുകളുടെ പേരുകൾ ഒരേ സമയം ഉച്ചരിച്ചു.

‘‘ബില്ലൂർ...’’

‘‘ക്യാപ്റ്റൻ ഡോറിയ...’’

ഞാൻ വിജയിച്ചു. കാരണം അവൻ ഡോറിയ എന്ന പേര് കേട്ട പ്പോൾ അദ്ദേഹത്തിന്റെ യുദ്ധ ഞെരമ്പ് ഉണർന്നു.

‘‘നീ ഡോറിയ എന്നാണോ പറഞ്ഞത്? കഴിഞ്ഞ വേനൽക്കാലത്ത് അവൻ ഞങ്ങളെ പുറകിൽ നിന്ന് കുത്തി. എന്നാൽ വീഴ്ചയിൽ അവൻ പാഠം പഠിച്ചു. അവന്റെ എട്ട് ഗാലികളും രണ്ട് ഗാലിയറ്റുകളും നമ്മുടെ തുറമുഖത്ത് നീ കാണും. കൂടാതെ നൂറിലധികം അടിമ കളും ക്വാർട്ടേഴ്സിൽ കാത്തിരിക്കുന്നു. എന്നാൽ അവൻ നമ്മുടെ മൂന്ന് ആളുകളെയും കൃത്യം ഇരുനൂറ്റി എഴുപത് ഗാലിഅടിമകളെയും കൊണ്ടുപോയി.’’

ബില്ലൂറിന്റെ വിഷയം ഒഴിവാക്കുന്നതിന് സംസാരിക്കാൻ മറ്റെന്തെ ങ്കിലും കണ്ടെത്തേണ്ടതുണ്ടെന്ന് എനിക്കറിയാമായിരുന്നു. എനിക്ക് ഏറ്റവും ജിജ്ഞാസയുള്ള കാര്യം തന്നെ ഞാൻ ചോദിച്ചു.

‘‘എന്റെ പ്രഭോ, നിങ്ങൾ ഇപ്പോൾ കപ്പിത്താൻ പാഷയാണ്, രാഷ്ട്ര തന്ത്രജ്ഞൻ സുൽത്താൻ സുലൈമാൻ, അദ്ദേഹത്തിന്റെ മഹത്വം.’’

അവൻ എന്നെ മുഴുമിക്കാൻ അനുവദിച്ചില്ല.

‘‘ഇപ്പോഴല്ല എമിർ അൽക്കാല. നീ ഒരു നിമിഷം ഞാൻ പറ യുന്നത് ശ്രദ്ധിക്കുക. നമ്മുടെ ചതുരംഗക്കളിയെക്കുറിച്ച് നീ മറന്നു. ബില്ലൂറിനെക്കുറിച്ച് നീ എന്നോട് പറയും, പക്ഷേ നാളെ.’’

ഈ ഊഷ്മളത ഞാൻ ആസ്വദിച്ചു. അവൻ എന്നെ ഒരു കൊല പാതകിയയല്ല കണ്ടത്. മുറി വിടുന്നതിന് മുമ്പ് അവൻ എന്നെ ആലിം ഗനം ചെയ്തു. ഒരു പ്രിയ സുഹൃത്ത് എനിക്കുണ്ട് എന്ന് എന്നെ ഓർമ്മിപ്പിച്ചു. ആലിംഗനത്തിൽ അവൻ എന്റെ പേര് ആവർത്തിച്ചു:

‘‘സീദി സാൻ... മെഡിറ്ററേനിയൻ ഭൂപട നിർമ്മാതാവ്... സീദി സാൻ... ആൻഡലൂഷ്യയിലെ പ്രഭു... സീദി സാൻ... എന്റെ പ്രിയ സുഹൃത്ത്...’’

അവൻ മുറിയിൽ നിന്ന് ഇറങ്ങുമ്പോൾ ഞാൻ കരയുകയായി രുന്നു. പിന്നെ നിർത്തി. തല തിരിക്കാതെ അവൻ ചോദിച്ചു:

‘‘നിന്റെ യഥാർത്ഥ പേര് എന്താണ് സീദി സാൻ?’’

എന്റെ കണ്ണുകളിൽ നിന്ന് കണ്ണുനീർ തുടച്ചുകൊണ്ട് ഞാൻ പതുക്കെ പറഞ്ഞു.

‘‘മുറാദി, എന്റെ തമ്പുരാനേ, എന്റെ പേര് സെയ്യിദ് മുറാദി.’’

ഹിസീർ എങ്ങും പോകാതിരുന്നത് നന്നായി. പ്രതിമകൾ എന്താണ് പറഞ്ഞതെന്ന് ഞാൻ അവനോട് ചോദിക്കാൻ പോവുകയായിരുന്നു.

ബില്ലൂറിനെക്കുറിച്ച് അവനെന്താണ് പറയാനുള്ളതെന്നും അലാദുലെയുടെ വിഷയം എന്തിനാണ് എടുത്തിടുന്നതെന്നും ഒക്കെ ചോദിക്കണം. ഗ്രെനാഡ എമിറേറ്റ് ആണ് അതിലും പ്രധാന ചർച്ചാവിഷയം. ഞാൻ ശരിക്കും ഒരു ഭരണകൂടം സ്ഥാപിക്കാൻ പോകുകയാണെങ്കിൽ എനിക്ക് അദ്ദേഹത്തിന്റെ ഉപദേശം വേണം. അവൻ എന്നെ സഹായിക്കുമോ ഇല്ലയോ എന്ന് എനിക്ക് അറിയേണ്ടതായിരുന്നു. സൈപ്രസിൽ ഇരുപതാമത്തെ സൈനികൻ കൊല്ലപ്പെട്ടുവെന്ന വാർത്ത സ്പെയിനിൽ എത്തിയിരുന്നുവെന്നും ഒരു പെരുന്നാൾ പ്രഖ്യാപിച്ച് എന്നെ ഒരു മിശിഹയായി അവതരിപ്പിക്കുമെന്ന് മുദേജർ പ്രതീക്ഷിക്കുന്നുണ്ടെന്നും എനിക്കറിയാമായിരുന്നു. ഭാവി മുന്നിൽ തെളിയുന്നതുപോലെ എനിക്കു തോന്നി.

അൾജീരിയയിൽ രണ്ടുമാസത്തിനുശേഷം, അലാദുലെയുടെ സൂപ്പ് കുടിച്ച്, ഒടുവിൽ, ഞാൻ പൂർണ ആരോഗ്യവാനായി തിരിച്ചെത്തി. മാളികയിലെ ഏറ്റവും വലിയ മാറ്റം ചിക്കോ തന്റെ കൂട്ടിൽ ഇല്ലായിരുന്നു എന്നതാണ്. അവന്റെ സ്ഥാനത്ത് മറ്റ് പക്ഷികൾ ഉണ്ടായിരുന്നു, പക്ഷേ അവയൊന്നും 'അവൻ നശിക്കട്ടെ' എന്ന് പറഞ്ഞില്ല. ഞങ്ങൾക്ക് ഓർമകൾ മറന്ന് പ്രായമാകുകയായിരുന്നു. ഒരൂച്ച് റയീസ്ദ ഹൂക്കിന്റെ സഹോദരൻ ഇന്ന് അൾജീരിയയിലെ ഓട്ടോമൻ പ്രഭുവായ ഹയറുദ്ദിൻ പാഷയായി. സ്വാഭാവികമായും അദ്ദേഹത്തിന്റെ സ്വാധീനവും വ്യാപാരവും വർദ്ധിച്ചു. ഇസ്താംബൂളിൽ നിന്ന് മടങ്ങിയെത്തിയ അദ്ദേഹം മെഡിറ്ററേനിയൻ കടലിന്റെ എല്ലാ ഭാഗങ്ങളും പരിശോധിക്കാൻ തുടങ്ങി. അവൻ ഇറ്റലിയുടെ തീരങ്ങൾ ആക്രമിക്കുകയും പേപ്പൽ കപ്പലുകളിൽ നാശം വിതയ്ക്കുകയും ചെയ്തു, തന്റെ സഹോദരന്റെ ഓർമയ്ക്കായി അദ്ദേഹം ടുണീഷ്യ വീണ്ടെടുത്തുവെങ്കിലും കാർലോസ് രാജാവ് അയച്ച കുരിശുപടയുടെ സഹായത്തോടെ അവിടെയുള്ള ആളുകൾ അവനെ വീണ്ടും ചതിച്ചു. ടുണീഷ്യ നഷ്ടപ്പെട്ടെങ്കിലും ആന്റലൂഷ്യയിലെ പതിന്നാലു കിഴക്കൻ ദ്വീപുകളായ ഇബിസയിൽ തുടങ്ങി, പിടിച്ചെടുത്ത സ്പെയിനിന്റെ തീരങ്ങളിലേക്ക് ഒന്നൊന്നായി കപ്പൽ കയറ്റാൻ അദ്ദേഹം മടിച്ചില്ല. അപ്പോൾ അദ്ദേഹം ഇറ്റാലിയൻ തീരങ്ങളിൽ ഒരു പടയോട്ടം നടത്തുകയായിരുന്നു. ഒട്ടോമൻ രാജ്യങ്ങൾക്കായി ഈജിയനിലെ വെനീഷ്യൻ ദ്വീപുകൾ പിടിച്ചെടുക്കുന്ന തിരക്കിലായിരുന്നു അദ്ദേഹത്തിന്റെ കപ്പൽ പടയുടെ ഒരു വിഭാഗം.

മെഡിറ്ററേനിയനിലെ റയീസിന്റെ ആധിപത്യം ഒരു മുൻ കടൽക്കൊള്ളക്കാരന്റെ ശൈലിയിൽ നിന്ന് മാറി ഓട്ടോമൻ ഭരണരീതിയിലേക്കായി. കാർലോസ് രാജാവ് മെഡിറ്ററേനിയൻ പ്രദേശത്തിന്റെ

നിയന്ത്രണം തിരിച്ചു പിടിക്കാൻ ആവതും ശ്രമിച്ചു, ചാൾസ് എന്ന പേര് സ്വീകരിച്ച് ഫ്രഞ്ചുകാരുടെ അംഗീകാരം തേടുകയായിരുന്നു ഇതിൽ ഒരു നീക്കം. യൂറോപ്യൻ രാജ്യങ്ങൾ ഒരൊറ്റ കുടുംബ മാണെന്നും തങ്ങളുടെ കടമ നിറവേറ്റാൻ ക്രിസ്തുമതത്തിന്റെ പേരിൽ ഒരുമിച്ച് വരണമെന്നും അദ്ദേഹം മറ്റു രാജാക്കന്മാരെ ഓർമിപ്പിച്ചു. എല്ലാത്തിനുമുപരി, കാർലോസ് വിശുദ്ധ റോമൻ ചക്രവർത്തിയായതു കൊണ്ട് ഫ്രാൻസ്, സ്പെയിൻ, ജർമ്മനി, കാസ്റ്റിൽ, അരഗോൺ, നേപ്പിൾസ്, സിസിലി, ഫ്ളെമിഷ് ദേശങ്ങൾ എല്ലാം അവന്റെ കൽപ്പനകൾ ഉടനടി അനുസരിക്കാൻ തയ്യാറായി. കുടുംബത്തിലെ ഏറ്റവും വലിയ അംഗമായ ഇംഗ്ലണ്ട് ഈ പദ്ധതിയിൽ ചേർന്നപ്പോൾ അവരുടെ വിശുദ്ധ സഖ്യത്തിന്റെ എണ്ണം തികഞ്ഞു.

എന്നാൽ യൂറോപ്യൻ സഖ്യത്തിലെ എല്ലാ അംഗങ്ങളുടെയും കപ്പലുകൾ ഒന്നിച്ചപ്പോൾ അവർക്ക് ഹയറുദ്ദീൻ പാഷയെ മെഡിറ്ററേനിയന്റെ അറ്റത്തേക്കയയ്ക്കാൻ കഴിഞ്ഞു. തങ്ങളുടെ മൂക്കിന് താഴെ ഇബിസ വരെ എത്തിയ ഈ തുർക്കിയെ ഒരു പാഠം പഠിപ്പിക്കേണ്ട സമയം അതിക്രമിച്ചിരിക്കുന്നുവെന്ന് അവർക്ക് തോന്നി. സ്പെയിനിൽ തുടങ്ങി, മറ്റെല്ലാ രാജ്യങ്ങളിലെയും സൈനികർക്ക് യുദ്ധത്തിന്റെ മഹത്വത്തെക്കുറിച്ച് സന്ദേശങ്ങൾ പോയി. എല്ലാ കക്ഷികളെയും ഒരൊറ്റ ലക്ഷ്യത്തിനായി ഒരുമിച്ച് കൊണ്ടുവരുന്നതിനായി സഭ ഒരു ഏകീകൃത കുരിശുയുദ്ധം പ്രഖ്യാപിച്ചു. ഒരു കാലത്ത് ക്രിസ്ത്യൻ രാജ്യങ്ങൾ സലാഹുദ്ദീൻ എയ്യൂബിക്കെതിരെ അത്തരമൊരു കുരിശുയുദ്ധം പ്രഖ്യാപിച്ചിരുന്നു, ഇപ്പോൾ അവർ ബാർബറോസയ്ക്ക് എതിരെയും അതുതന്നെ ചെയ്യുന്നു. മുന്നിൽ നിൽക്കുന്നത് പുണ്യവാളൻ പിയറിയോ ഗോഡ്ഫ്രെ ബൂയിലോ ആയിരുന്നില്ല, ഡോറിയ, ആൻഡ്രിയ ഡോറിയ ആയിരുന്നുഹയറുദ്ദീൻ പാഷയുടെ മാരക ശത്രു, കടലിലെ പോസിഡോൺ എന്ന ദൈവത്തിന്റെ പ്രതിരൂപമായി സ്വയം അവരോധിച്ചവൻ. കാർലോസ് രാജാവിനു ബാർബറോസയുടെ മകൻ ഹസനെ സമർപ്പിക്കുന്നതിൽ പരാജയപ്പെട്ടെങ്കിലും തന്റെ രാഷ്ട്രീയ കരുനീക്കങ്ങളിലൂടെ മാർപ്പാപ്പയുടെ ബഹുമാനം സംരക്ഷിക്കുന്നതിൽ വിജയിച്ച മനുഷ്യൻ.

രണ്ട് ദിവസത്തിന് ശേഷം ഹയറുദ്ദീൻ പാഷ എന്നെ വിളിക്കുന്നുവെന്ന് പറയാൻ അലാദുലെ എന്റെ വാതിലിൽ മുട്ടി. ചതുരംഗം കൊണ്ടുവരാൻ എന്നോട് നിർദ്ദേശിച്ചു. ഞാൻ അകത്തു കടന്നപ്പോൾ ഹസൻ. അവൻ ഇസ്താംബൂളിൽ നിന്ന് തിരിച്ചെത്തിയ കാര്യം എനിക്കറിയില്ലായിരുന്നു. ഞങ്ങൾ ആശ്ലേഷിച്ചു. വീണ്ടും ഒന്നിച്ചതിൽ

ഏറെ സന്തോഷിച്ചു. ചതുരംഗത്തിൽ തന്റെ പ്രാരംഭ നീക്കത്തിന് ശേഷം, സുൽത്താൻ സുലൈമാനിൽ നിന്ന് ഒരു ഉത്തരവ് വന്നിട്ടുണ്ടെന്നും തന്നെ സ്വകാര്യമായി ഇസ്താംബൂളിലേക്ക് വിളിച്ചിട്ടുണ്ടെന്നും ഹിസീർ എന്നോട് പറഞ്ഞു. അതുകൊണ്ടാണ് ഹസൻ വന്നത്, കാരണം ഹിസീറിന്റെ അഭാവത്തിൽ അവൻ പാഷ എന്ന സ്ഥാനപ്പേരുള്ള അൾജീരിയയുടെ ബേയ് ആകണം. ഹിസീർ ഒരുക്കങ്ങൾ പൂർത്തിയാക്കി വെള്ളിയാഴ്ച പോകാനൊരുങ്ങുകയായിരുന്നു.

ഇത് ഞാൻ പ്രതീക്ഷിച്ചിരുന്നില്ല. ഹയറുദ്ദിൻ പാഷയ്ക്ക് അൾജീരിയയിലെ ജനങ്ങളെ അറിയാമായിരുന്നു അദ്ദേഹത്തിന് തന്റെ രണ്ട് മൂത്ത സഹോദരന്മാരെയും ഇളയ ഒരാളെയും നൂറുകണക്കിന് നാവികരെയും നഷ്ടപ്പെട്ടതാണ്. അവൻ ഈ ഭൂമി വിട്ടുകൊടുത്ത് പോകുമെന്ന് എനിക്ക് വിശ്വസിക്കാൻ കഴിഞ്ഞില്ല. ഇസ്താംബൂളിൽ അദ്ദേഹത്തിന് വലിയ പല കാര്യങ്ങളും ശ്രദ്ധിക്കേണ്ടതുണ്ടെന്ന് സംശയമില്ല, പക്ഷേ ഹിസീർ ഇല്ലാത്ത അൾജീരിയയെക്കുറിച്ച് ചിന്തിക്കുന്നത് അർത്ഥശൂന്യമാണെന്ന് തോന്നി. അവന് അൾജീരിയയും ആവശ്യമായിരുന്നു. എന്റെ മൗനം കണ്ട് അവൻ ഊഷ്മളമായി എന്റെ തോളിൽ കൈവെച്ച് കാര്യങ്ങൾ ബോധ്യപ്പെടുത്താൻ ശ്രമിച്ചു:

''എന്റെ മകൻ ഹസനാണ് അൾജീരിയയുടെ പുതിയ പ്രഭു, സീദി സാൻ.''

എനിക്കും ഇസ്താംബൂളിലേക്ക് വരാം എന്ന് ഹിസീർ വാഗ്ദാനം ചെയ്തപ്പോൾ ഞാൻ പറഞ്ഞു,

''താങ്കൾ ഗ്രാനഡയുടെ എമിറിനെ ഇസ്താംബൂളിലേക്ക് വിളിക്കുകയാണോ പ്രഭോ?''

ചെറിയ അമർഷത്തോടെയാണ് ഞാൻ സംസാരിച്ചത്.

''ബില്ലൂറിലേക്ക് നയിക്കുന്ന വഴിയിൽ നിന്ന് എന്നെ വഴിതെറ്റിക്കുന്നഒന്നിനും ഞാനില്ല പ്രഭോ. എനിക്ക് പ്രായമാകുകയാണ്, പ്രതീക്ഷ നഷ്ടപ്പെടുന്നു, എന്റെ സ്വപ്നങ്ങൾ മങ്ങുന്നു. ഞാൻ സ്പെയിനിലേക്ക് പോകുന്നില്ലെങ്കിൽ, ബില്ലൂറിനെക്കുറിച്ചോ എമിറേറ്റിനെക്കുറിച്ചോ സംസാരിക്കാൻ എനിക്ക് അവകാശമില്ലാതാകും.''

''നീ അങ്ങനെയാണ് ചിന്തിക്കുന്നതെന്ന് എനിക്കറിയാം. അതാണ് ശരി. അതുകൊണ്ടാണ് ഞാൻ നിനക്കായി ഒരു നിധി ഒരുക്കിയിരിക്കുന്നത്. ഇത് നിന്റെ ഭൂപടങ്ങളുടെ പോലെ വിലപ്പെട്ടതായിരിക്കില്ല, എന്നാൽ നീ എമിറേറ്റ് സ്ഥാപിക്കുമ്പോൾ ഇത് ഉപയോഗപ്രദമാകും.

ഞാൻ ഹസനോടൊപ്പം വിടുന്ന അറുപത്തിയാറ് ഗാലികൾ എപ്പോഴും നിന്റെ കൈയിലുണ്ടാകും. ഞാൻ ഇക്കാര്യം നമ്മുടെ സുൽത്താനെ അറിയിക്കും; ആർക്കറിയാം, ഒരുപക്ഷേ ഞാൻ, എന്റെ സ്വന്തം കപ്പലുമായി നിന്റെ സഹായത്തിന് വരും.''

''അല്ലാഹു അങ്ങേക്ക് ദീർഘായുസ്സും സമൃദ്ധിയും നൽകട്ടെ, നാഥാ.''

എനിക്ക് മറ്റൊന്നും പറയാൻ കഴിഞ്ഞില്ല. ''നിങ്ങളുടെ ഭൂപടത്തിനേക്കാൾ വിലയില്ല'' എന്ന് ഹിസീർ പറഞ്ഞപ്പോൾ ബില്ലൂറിനെ കൂടാതെ മറ്റെന്തെങ്കിലും അദ്ദേഹം സൂചിപ്പിച്ചിരുന്നോ എന്ന് എനിക്ക് ഉറപ്പില്ല. കാരണം, ഒരു നിധിയുമായി ബന്ധപ്പെട്ട്, എന്റെ ഭൂപടത്തെക്കുറിച്ച് അദ്ദേഹം ഇതുവരെ പറഞ്ഞിട്ടില്ല. എന്നാൽ സുവേദ, ഹൃദയത്തിന്റെ ഒരു നിധിയെ പ്രതിനിധീകരിക്കുന്നുണ്ടല്ലോ.

അൾജീരിയ വിട്ടുപോകാൻ ഹിസീറിനു സമ്മതമില്ലായിരുന്നു. ഇനിയൊരിക്കലും ഈ നഗരം കാണാതിരിക്കുമോ എന്ന ഭയം അവൻ പ്രകടിപ്പിച്ചു. ഒലിച്ചിറങ്ങിയ കണ്ണുനീർ മറയ്ക്കാൻ ശ്രമിച്ചു. എന്നിട്ട് വിറയാർന്ന സ്വരത്തിൽ ഇത് ഞങ്ങളുടെ അവസാന കൂടിക്കാഴ്ചയായിരിക്കരുതെന്നും തനിക്ക് ഹസനെ വിട്ടുപോകാൻ ആഗ്രഹമില്ലെന്നും സെമൈമയ്ക്കും അലാദുലെയ്ക്കും എന്റെ മേൽ കരുതലുണ്ടെന്നും പറഞ്ഞു. എനിക്ക് നൽകിയ പരിചരണത്തിനു നന്ദിയായി അവൻ അലാദുലെയെ വിട്ടയയ്ക്കും. ഞാൻ അവനോട് നന്ദി പറഞ്ഞു, ഞാൻ അലാദുലെയെ കൂടെ കൊണ്ടുപോകാൻ ആഗ്രഹിക്കുന്നുവെന്ന് പറഞ്ഞു. പിന്നെ ഞങ്ങൾ ബില്ലൂറിനെക്കുറിച്ച് സംസാരിച്ചു. അലാദുലെയ്ക്ക് അവളുമായി മത്സരിക്കാൻ കഴിയില്ലെന്ന് അവന് അറിയാമായിരുന്നു, ഞങ്ങളെ രണ്ടുപേരെയും ഒന്നിപ്പിക്കണമെന്ന് സെമൈമ നിർബന്ധിച്ചിട്ടുണ്ടെന്നും അദ്ദേഹം സമ്മതിച്ചു. അദ്ദേഹത്തിന്റെ അവസാന ചോദ്യം ബില്ലൂറിനെക്കുറിച്ചായിരുന്നു.

''നീ അവളുടെ അടുത്തേക്ക് പോകുമോ?''

''അവൾ എന്നോട് 'സ്വയം രക്ഷിക്കാൻ' പറഞ്ഞു. ഇപ്പോൾ ഞാൻ പല കാര്യങ്ങളിൽ നിന്നും എന്നെത്തന്നെ രക്ഷിച്ചിരിക്കുന്നു. എന്റെ രഹസ്യങ്ങളിൽ നിന്നും എന്റെ ശപഥത്തിൽ നിന്നും ഞാൻ എന്നെത്തന്നെ മോചിപ്പിച്ചിരിക്കുന്നു. ഇപ്പോൾ ഗ്രാനഡ എമിറേറ്റ് മാത്രമേ അവശേഷിക്കുന്നുള്ളൂ. ഒരു എമിറിനും ഭ്രാന്തമായി പ്രണയിക്കാം, അല്ലേ?''

''തീർച്ചയായും സീദി.''

ആദ്യമായും അവസാനമായും ഞങ്ങളുടെ ചതുരംഗം പൂർത്തിയാകാതെ അവശേഷിച്ചു.

വെള്ളിയാഴ്ച അൾജീരിയയിൽ മൃഗങ്ങളെ ബലിയർപ്പിച്ചു, പാരമ്പര്യത്തിന് വിരുദ്ധമായി, ഇത്തവണ ബലി കണ്ണീരിൽ കഴുകി. ഹയറുദ്ദീൻ പാഷ എന്നന്നേക്കുമായി അൾജീരിയ വിടുകയായിരുന്നു. നൂറ്റി അറുപത്തിയഞ്ച് കപ്പലുകളിൽ തൊണ്ണൂറ്റി ഒമ്പതും ഇസ്താംബൂളിലേക്ക് യാത്ര തിരിച്ചപ്പോൾ, എനിക്ക് മൂന്ന് വെനീഷ്യൻ ഗാലിയറ്റുകൾ തന്ന മനുഷ്യനോട് ഞാൻ പറഞ്ഞു, ''മലാഗയിലേക്കും തുടർന്ന് ഗ്രാനഡയിലേക്കും.''

ഒരുപാട് പെട്ടികളിൽ സുഗന്ധവ്യഞ്ജനങ്ങൾ വിൽപനയ്ക്കായി അതിൽ ഉണ്ടായിരുന്നു. എന്നാൽ നാലെണ്ണം സ്വർണ്ണം നിറച്ചതായിരുന്നു. കച്ചവടക്കാരുടെ വേഷം ധരിച്ച അമ്പത് മുദേജർ ഉണ്ടായിരുന്നു എന്റെ കൂടെ. എമിറേറ്റിലേക്കുള്ള യാത്രയിലെ എന്റെ ആദ്യ കൂട്ടാളികൾ അവരായിരുന്നു. തീർച്ചയായും ഏറ്റവും മൂല്യവത്തായ ചരക്ക് ബില്ലൂറിന്റെ ഭൂപടമായിരുന്നു. തുറമുഖത്ത് തൂവാലകൾ പറന്നുയരുന്നത് ഞാൻ കണ്ടു. ഒട്ടോമൻ കപ്പിത്താൻ ഹിസീർ ഹയറുദ്ദീൻ റയീസിന്റെ കപ്പലുകളുമായി ഞങ്ങൾ പതുക്കെ ഞങ്ങളുടെ ഗതി സജ്ജമാക്കി. ചക്രവാളത്തിൽ അപ്രത്യക്ഷമാകുന്നതുവരെ എന്റെ കണ്ണുകൾ അലദുലെയുടെ ചുവന്ന തൂവാലയിൽ ഉറച്ചു നിന്ന്.

'അലാദുലെ... ആന്റലൂഷ്യയിലെ ദുഃഖ പുഷ്പം.'

1537

''**ആ**രാണ്?''

''നിങ്ങളുടെ സഹായം ആവശ്യമുള്ള ഒരു യാചകൻ.''

അവൾ വാതിൽ തുറന്ന് ഉമ്മറപ്പടിയിൽ കാത്തുനിന്നു, തല കുനിച്ചു. അവൾ എന്റെ ശബ്ദം തിരിച്ചറിഞ്ഞിരിക്കണം. എന്റെ വ്യാജമായ താടിയും വിചിത്രമായ വസ്ത്രങ്ങളും കൊണ്ട് ഞാൻ മറ്റാരോ ആണെന്ന് അവൾക്ക് തോന്നാം. ഞാൻ അവളെ തന്നെ നോക്കി പക്ഷേ അവൾ എന്നെ നോക്കിയില്ല. തീർച്ചയായും അവൾ എന്നെ തിരിച്ചറിഞ്ഞിരുന്നു. ഒരുപക്ഷേ അവൾ എന്റെ ഗന്ധം ഓർത്തിട്ടുണ്ടാകാം. അവളുടെ മുഖഭാവത്തുനിന്ന് അവളുടെ ഉള്ളിൽ എന്താണെന്ന് വായിക്കാൻ എനിക്ക് കഴിഞ്ഞില്ല.

‘‘ഒരു കാമുകൻ തേടിയെത്തിയതായി ആരും അവകാശപ്പെടുന്ന വാർത്തകളില്ല. വാർത്തയുള്ളവരെ സംബന്ധിച്ചിടത്തോളം, അവരിൽനിന്ന് കൂടുതലൊന്നും കേൾക്കാനില്ല. പിന്നെ എന്തിനാ വന്നത്?’’

‘‘എന്നോട് ക്ഷമിക്കൂ. ഞാൻ നരകത്തിലല്ല ജീവിക്കുന്നത് എന്നുറപ്പിക്കാൻ നിന്നെ കാണാൻ വരേണ്ടി വന്നതാണ്. കാരണം എന്റെ ജീവിതത്തിലെ വിലപ്പെട്ടത് നിങ്ങളാണ്.’’

‘‘അപ്പോൾ നീ സ്വയം രക്ഷിച്ചോ?’’

‘‘എന്ന് ഞാൻ കരുതുന്നു. വേർപിരിയലിന്റെ നരകത്തിൽ നിന്ന് ഒഴികെയുള്ള എല്ലാത്തിൽ നിന്നും ഞാൻ രക്ഷിക്കപ്പെട്ടുവെന്ന് ഞാൻ കരുതുന്നു. നിങ്ങൾ പാപമോചനത്തിന്റെ ഇടത്താണെന്ന് എനിക്ക് മനസ്സിലാവും. സ്വർഗ്ഗത്തിലുള്ളവർ അതിനെ നരകം എന്ന് വിളിക്കുന്നതിൽ എനിക്ക് പ്രശ്നമില്ല.’’

‘‘പാവം, സഹനത്തിലൂടെയാണ് മോക്ഷം ലഭിക്കുന്നത് എന്നാണ് നീ കരുതുന്നത് അല്ലേ?’’

‘‘ഇല്ല എന്റെ പ്രണയം, അത് മരണത്തിനോടൊപ്പം വരുന്നു. ഞാൻ രക്ഷ നേടിയിട്ടില്ലെന്ന് നിങ്ങൾ എന്നോട് പറയുകയാണെങ്കിൽ, ഞാൻ മരിക്കാൻ തയ്യാറാണ്. ഞാൻ എന്റെ ശപഥങ്ങൾ പാലിക്കുമെന്ന് നിങ്ങൾക്കറിയാം.’’

‘‘നിങ്ങൾ മോക്ഷം നേടി എന്ന് പറയുന്നു, പക്ഷേ നിങ്ങൾ എന്തിനാണ് മോക്ഷം നേടിയതെന്ന് എന്നോട് ഇതുവരെ പറഞ്ഞിട്ടില്ല.’’

‘‘ആദ്യം ഞാൻ മോക്ഷം തേടുമെന്ന് സത്യം ചെയ്തു. നിങ്ങളുടെ വാക്കാണ് എന്റെ കൽപ്പന, അതിൽ കൂടുതലൊന്നും ഇല്ല. അനുമതി നൽകുക, ഞാൻ നിങ്ങളുടെ കമിതാവായിരിക്കും, അനുമതി നൽകുക, ഞാൻ മരിക്കും. നിങ്ങളുടെ സ്നേഹത്തിലൂടെയോ നിങ്ങളോടുള്ള സ്നേഹത്തിലൂടെയോ ഞാൻ രക്ഷിക്കപ്പെടണമെന്ന് നിങ്ങൾ ആഗ്രഹിക്കുന്നുവെങ്കിൽ, ഞാൻ നിങ്ങളുടെ അടിമയാണ്, പക്ഷേ എനിക്ക് സഹിക്കാൻ കഴിയാത്ത ഒരേയൊരു കാര്യം നിങ്ങളുടെ സ്നേഹത്തിൽ നിന്ന് രക്ഷിക്കപ്പെടുക എന്നതാണ്.’’

‘‘നിന്ദയേക്കാൾ അഭിലാഷമാണ് അഭികാമ്യമെന്ന് ഞാൻ നിങ്ങളോട് പറഞ്ഞു.’’

‘‘നിങ്ങളുടെ ഏറ്റവും വലിയ ആഗ്രഹം എന്നോടൊപ്പം വീണ്ടും ഒന്നിക്കണമെന്നാണ് അല്ലേ?’’

‘‘നിങ്ങൾ എന്നെ പൂർണ്ണമായി മനസ്സിലാക്കുകയോ ശ്രദ്ധയോടെ കേൾക്കുകയോ ചെയ്തിട്ടില്ലെന്ന് വ്യക്തം. നിങ്ങൾ എന്റെ സ്നേഹം

തേടുകയാണ്, പക്ഷേ നിങ്ങളുടെ ഹൃദയത്തിൽ ഇപ്പോഴും ഇരുപത് വൃത്തികെട്ട അടയാളങ്ങളുണ്ട്...രക്ഷിക്കപ്പെട്ടുവെന്ന് നിങ്ങൾ പറയുന്നു, പക്ഷേ നിങ്ങൾ പശ്ചാത്തപിച്ചില്ല, നിങ്ങൾ ഒരു കൊലയാളിയായി എന്റെ അടുക്കൽ വരുന്നു. റോസാദളങ്ങൾക്കായി ഞാൻ കൊതിക്കുന്നു, ആ കൂടയിലെ ആപ്പിളിന്റെ സുഗന്ധം നിങ്ങൾ മറന്നു. ഞാൻ നിങ്ങളോടൊപ്പം സ്വർഗം സ്വപ്നം കാണുന്നു, നിങ്ങളുടെ ഹൃദയത്തിൽ പക്ഷേ നരകമാണ്. നിങ്ങൾക്ക് നാൽപ്പത് വയസ്സായി, ഇപ്പോഴും രക്ഷിക്കപ്പെട്ടിട്ടില്ല. പക്ഷേ, എല്ലാ രാത്രികളിലും ഞാൻ പ്രാർത്ഥിക്കുന്നു. എല്ലാ രാത്രിയും എന്റെ സ്വപ്നങ്ങളിൽ നിങ്ങളെ കാണാതിരിക്കാൻ ഞാൻ പാടുപെടുന്നു, മോക്ഷത്തിലേക്ക് നടക്കാനുള്ള സമയമാണിതെന്നും രക്ഷ പങ്കിടാനുള്ള സമയമാണെന്നും ഞാൻ പറയുന്നു. എമിർ അൽക്കാലാ പോകൂ, സ്നേഹം ഒഴികെ എല്ലാത്തിൽ നിന്നും മോചിതനായശേഷം വന്ന് എന്നെ കൂട്ടിക്കൊണ്ടു പോകുക.''

അവൾ അകത്തേക്ക് കയറി വാതിലടച്ചു. ഞാൻ അവിടെ നിന്നു. മരവിച്ച, ഒരു ഭിക്ഷക്കാരന്റെ ഒഴിഞ്ഞ കൈ നീട്ടിക്കൊണ്ട്. എനിക്ക് കാലുകൾ അനക്കാൻ കഴിഞ്ഞില്ല. അവൾ വാതിലിന്റെ മറുവശത്ത് മരവിച്ചിരിക്കുന്നതായി ഞാൻ അറിഞ്ഞു. അവളുടെ കാലുകൾ അനങ്ങിയില്ല, അവൾ വാതിലിൽ ചാരി നിന്നിരിക്കണം. അവൾ എന്റെ നേരേ വാതിലടച്ചിരുന്നു എന്ന വസ്തുത കണക്കിലെടുക്കുമ്പോൾ ഞാൻ ഒരു പരിധി കടന്നിരിക്കാം, എനിക്ക് വീണ്ടും മുട്ടാൻ കഴിഞ്ഞില്ല. ഞാൻ മന്ത്രിച്ചു:

''പ്രതിമകളുടെ ദുരൂഹത പരിഹരിക്കാൻ കഴിയാത്തതുകൊണ്ടാണോ നിങ്ങൾ എന്നെ ഇങ്ങനെ പീഡിപ്പിക്കുന്നത്?''

''നിങ്ങളെ എന്നിലേക്ക് തിരികെ കൊണ്ടുവരാനുള്ള ഒരു മാർഗം മാത്രമായിരുന്നു അത്.''

''രഹസ്യമൊന്നുമില്ലെങ്കിൽ പിന്നെ എന്തിൽനിന്നാണ് ഞാൻ മോക്ഷം നേടേണ്ടത്?''

''രഹസ്യമൊന്നും ഉണ്ടാകാതിരിക്കുന്നതെങ്ങനെ?''

''ഞാൻ പ്രതിമകൾ മറ്റൊരാൾക്ക് കൊടുത്തതുകൊണ്ടാണോ?''

''ഇത് ഇരുപത് വർഷമായി, നിങ്ങൾ ഓർക്കുന്ന ഈ സ്ഥലവും പ്രതിമകളും നിങ്ങളുടെ ഭൂപടവും അർത്ഥശൂന്യമായ വിശ്വാസമല്ലാതെ മറ്റൊന്നുമല്ലെന്ന് നിങ്ങൾ അറിയണം.''

''പിന്നെ എന്തിനാ ഭൂപടം എടുത്തത്?''

''നീ എന്റെ ഹൃദയം കവർന്നതുകൊണ്ട്.''

എന്റെ എല്ലാ ചോദ്യങ്ങൾക്കും അവൾക്ക് ഉത്തരം ഉണ്ടെന്ന് വ്യക്തമായി. അവൾ വാതിൽ തുറക്കില്ലെന്ന് എനിക്കറിയാമായിരുന്നു. ഞാൻ അവിടെ തന്നെ നിന്നു. എന്ത് ചെയ്യണമെന്ന് എനിക്കറിയില്ലായിരുന്നു. നേരം ഇരുട്ടി. തണുത്ത കാറ്റ് വീശാൻ തുടങ്ങി. പ്രതീക്ഷയില്ലാതെ ഞാൻ മുഖം തിരിച്ചു. വർഷത്തിലെ ആദ്യത്തെ മഞ്ഞു വീഴ്ച എന്റെ പാതയെ വെള്ളയിൽ മൂടുകയായിരുന്നു. എന്റെ തലയിൽ ഒരായിരം ചോദ്യങ്ങൾ ഉണ്ടായിരുന്നു. ബില്ലൂർ എന്നെ ഒരു കൊലപാതകിയായിട്ടാണ് കാണുന്നത്. അവളോട് ഇത് വിശദീകരിക്കാൻ പ്രയാസമായിരുന്നു. അവസാനത്തെ സൈനികനെ കൊല്ലുന്നതിന് മുൻപ് ഞാൻ പശ്ചാത്തപിക്കണമെന്ന് അവൾ ആഗ്രഹിച്ചിരുന്നുവെന്ന് എനിക്ക് മനസ്സിലായി.

അവൾക്കുവേണ്ടി എല്ലാം ഉപേക്ഷിച്ച് അവളോടുള്ള പ്രണയത്തിനായി മാത്രം ജീവിക്കണമെന്ന് ആഗ്രഹിച്ച ഹൃദയമായിരുന്നു ബില്ലൂറിന്റേത്. എന്നാൽ എന്റെ ആദർശങ്ങൾ, എന്റെ സ്വപ്നങ്ങൾ, എന്നിലും ഗ്രാനഡ എമിറേറ്റിലും വിശ്വാസം അർപ്പിച്ച മുദേജാറിന്റെ കാര്യമോ?

അവരെല്ലാം അവളുമായി മത്സരിക്കുകയായിരുന്നോ? അവൾ എന്നെ സ്നേഹിക്കുന്നുവെന്നും കഴിഞ്ഞ ഇരുപത്തിയഞ്ച് വർഷമായി എന്റെ പ്രണയത്തിനായി അവൾ സ്വയം രക്ഷിച്ചു നിർത്തിയെന്നും അവൾ പറഞ്ഞു, എന്നിട്ടും എന്തുകൊണ്ടാണ് അവൾ എന്നെ അവളുടെ അടുത്തേക്ക് പോകാൻ അനുവദിക്കാത്തത്? ഒരു പക്ഷേ ഞാൻ അവളുമായി പ്രണയത്തിലാണെങ്കിൽ കാർലോസ് രാജാവിനോടുള്ള വിദ്വേഷത്തിൽ നിന്ന് ഞാൻ എന്നെത്തന്നെ മോചിപ്പിക്കുമെന്നും എന്റെ തോളിന്റെ മുകളിൽ തലയുണ്ടാകുമെന്നും അവൾ കരുതിയിരിക്കാം. പക്ഷേ ഇത്തവണയെങ്കിലും അവൾ പറഞ്ഞു, ''നീ മോക്ഷം നേടിയാൽ നിനക്ക് എന്നെ സ്വന്തമാക്കാം.''

അവൾ എന്റെ നേരെ വാതിൽ അടച്ചപ്പോൾ എന്നെ സംരക്ഷിക്കാൻ മാത്രമാണ് ശ്രമിച്ചതെന്ന് വ്യക്തമായിരുന്നു. സ്പെയിനല്ലാതെ മറ്റെവിടെയെങ്കിലും പോകാനുണ്ടായിരുന്നെങ്കിൽ അവൾ അങ്ങനെ പെരുമാറില്ലായിരുന്നു എന്നതിൽ സംശയമില്ല. എന്നാൽ ഗ്രാനഡയുടെ ചരിത്രം അങ്ങനെ തന്നെ തുടച്ചുനീക്കപ്പെടേണ്ടതുണ്ടോ? നാം അഭയം തേടിയ കോട്ടയിൽ വളരുന്ന ഗ്രാനഡയുടെ അവകാശികളെ സ്വപ്നം കാണുന്നത് കുറ്റമാണോ? ഇതെല്ലാം വെറുതെയായിരുന്നോ?

ഞാൻ ഗ്രാനഡയിലേക്ക് പോകാൻ തീരുമാനിച്ചു. വഴികൾ മഞ്ഞു മൂടുന്നതിന് മുമ്പ് എനിക്ക് അവിടെയെത്തേണ്ടതായിരുന്നു; ശൈത്യ കാലത്ത് മുദേജറുകളെ സംഘടിപ്പിക്കാനും വസന്തകാലത്ത് സ്വാത ന്ത്ര്യത്തിന്റെ പതാക ഉയർത്താനും ആഗ്രഹിച്ചു. അൾജീരിയയിൽ നിന്ന് എന്റെ കൂടെ കൊണ്ടുവന്ന ആളുകളെ ശേഖരിച്ചു. അവരെ അഞ്ചും പത്തും സംഘങ്ങളായി ആന്റലൂഷ്യയിലുടനീളം അയച്ചു. മലാഗ, ടോളിഡോ, മർസിയ, സെവില്ലെ... എന്നിങ്ങനെ സംഘം രൂപീകരിക്കാൻ അവരോട് പറഞ്ഞു, അങ്ങനെ ഞങ്ങൾക്ക് സമ്പർക്കം പുലർത്താൻ കഴിയും. അവസാനത്തെ സൈനികന്റെ കൊലപാതക ത്തിനുശേഷം ആന്റലൂഷ്യയിൽ മാത്രമല്ല, സ്പെയിനിലുടനീളം മുസ്ലീങ്ങൾ ഉയർന്നുവരുന്നു.

ആളുകൾ എന്നെ രക്ഷകൻ എന്ന് വിളിക്കാൻ തുടങ്ങി, ഞങ്ങ ളുടെ സംഘം രക്ഷകർ എന്നാണ് അറിയപ്പെട്ടിരുന്നത്. അവർ എന്നെ അങ്ങനെ വിളിക്കുന്നത് ഞാൻ സൈനികരെ കൊന്നതുകൊണ്ടാ ണെന്നും ഗ്രാനഡയെ സംരക്ഷിക്കുന്നതിനാലല്ലെന്നും എനിക്കറിയാം. വിധിയുടെ പ്രതികാരം. ഇപ്പോൾ ഞാൻ ശത്രുക്കളുടെ പേരിലാണ് അറിയപ്പെട്ടിരുന്നത്. കാർലോസ് രാജാവ് വെറുതെയിരിക്കുകയല്ലെന്ന് ഞങ്ങളുടെ യാത്രയിൽ മനസ്സിലാക്കി; 'രക്ഷകരിൽ' ചേരുന്ന മുസ്ലീ ങ്ങളെ പുറത്താക്കാൻ അദ്ദേഹം കാസ്റ്റിൽ, അരഗോൺ എന്നിവിട ങ്ങളിൽനിന്ന് കരുതൽ സേനയെ കൊണ്ടുന്നു. ഞങ്ങൾക്ക് ആയുധ ങ്ങൾ ശേഖരിക്കുകയും വിദൂര പ്രദേശങ്ങളിലേക്ക് ഭക്ഷണവും വെടിക്കോപ്പുകളും അയയ്ക്കുകയും യോദ്ധാക്കളെ അണിനിരത്തു കയും അവരുടെ ഒളിപ്പോർ യോദ്ധാക്കൾക്ക് വസ്ത്രങ്ങളും പാദ രക്ഷകളും വിതരണം ചെയ്യുകയും വെടിമരുന്ന് വാങ്ങുകയും ചെയ്യേ ണ്ടതുണ്ട്. അതെല്ലാം രഹസ്യമായി ചെയ്യണമായിരുന്നു. എന്നാൽ കാർലോസ് രാജാവ് എല്ലാം കണ്ടുപിടിച്ചു.

ഇസബെല്ലയെക്കാൾ ക്രൂരമായ രീതിയിൽ മുസ്ലീങ്ങളെ പീഡിപ്പി ക്കാൻ അദ്ദേഹം പുറപ്പെട്ടു. വിശുദ്ധ അൽക്കാല എന്ന പേര് ഞാൻ പണ്ടേ മറന്നിരുന്നു. ആ പേരിൽ ആരും എന്നെ അറിഞ്ഞില്ല. ഞാൻ ഇപ്പോൾ എന്റെ പേര് മുറാദി, എന്റെ അമ്മ അത് ഉച്ചരിക്കുന്നത് പോലെ സെയ്യിദ് മുറാദി. ഇത് ഒരു വിളിപ്പേരാണെന്ന് സുഹൃത്തു ക്കൾ അനുമാനിച്ചു. അൾജീരിയൻ അഭയാർത്ഥി, ഭിക്ഷാടകൻ മുറാദി എന്നൊക്കെ അറിയപ്പെട്ടതും എന്റെ നേട്ടമായി. ഒരു യാചകനായി എനിക്ക് എവിടെയും സഞ്ചരിക്കാമായിരുന്നു.

സമയം പറന്നു പോയി. രക്ഷകരുടെ തയ്യാറെടുപ്പുകൾ വേഗ ത്തിലായപ്പോൾ കാർലോസ് രാജാവിന്റെ ആളുകൾ കൂടുതൽ

അന്വേഷണങ്ങൾ നടത്തി. മഞ്ഞുകാലത്തിന്റെ മധ്യത്തിൽ രാജാവ് കൂടുതൽ മുസ്ലീങ്ങളുടെ വീടുകൾ കത്തിക്കുകയും നഗര ചത്വരങ്ങളിലും ചന്തകളിലും പണ്ഡിതന്മാരെയും മാരബൗട്ടുകളെയും അധ്യാപകരെയും വളയുകയും ചെയ്തു. ഇത് മുദേജാറിൽ ഒരു ഉത്തേജക സ്വാധീനം ചെലുത്തുമെന്നും ഞങ്ങളുടെ എണ്ണം വർദ്ധിപ്പിക്കുമെന്നും ഞാൻ പ്രതീക്ഷിച്ചിരുന്നു. എന്നാൽ സംഭവിച്ചത് അതല്ല. നിർഭാഗ്യവശാൽ അത് സംഭവിച്ചില്ല. രാജാവിന്റെ അക്രമാസക്തമായ പീഡനങ്ങളും വിചാരണയുടെ കാലത്ത് പ്രചാരത്തിലായ പീഡന രീതികളും മുദേജാറിന്റെ ആത്മാവിനെ തകർക്കുകയും അവരെ ഞങ്ങളുടെ ലക്ഷ്യത്തിൽ നിന്ന് അകറ്റുകയും ചെയ്തു. എങ്ങനെയാണ് ഈ മുസ്ലീങ്ങൾക്ക് ധൈര്യം നഷ്ടപ്പെട്ടത്; അവർ പ്രവാചകന്റെ കാലത്തെപ്പോലെയോ താരിഖ് ബിൻ സിയാദിന്റെ സൈനികരെപ്പോലെയോ ധീരരായിരുന്നില്ല. ഇസ്ലാമിന്റെ കാതലിൽ ഭയമോ ഹൃദയതളർച്ചയോ ഇല്ലാതിരുന്ന കാലം. സത്യനിഷേധികൾക്ക് മുന്നിൽ തലകുനിക്കുന്ന ശീലം മുദേജാറിനെ അലംഭാവമുള്ളവനാക്കി. രക്ഷകർക്ക് സാധനങ്ങൾ വിൽക്കാൻ ഭയപ്പെടുന്നവർ ആന്റലൂഷ്യയിൽ ഉണ്ടായിരുന്നു. ഈ സമരം ജീവനോടെ നിലനിർത്താൻ കൂടുതൽ പണം ചെലവഴിക്കേണ്ടതുണ്ടെന്ന് ഞാൻ മനസ്സിലാക്കി, അതിനാൽ ഞാൻ ഒരു സംഘം യോദ്ധാക്കളെ വിളിച്ചു, മഞ്ഞ് ഉരുകുന്നതിന് മുമ്പ് ഞങ്ങൾ മലാഗയിലെ പഴയ കോട്ടയിലേക്ക് പുറപ്പെട്ടു.

എല്ലാ വർഷവും ഒരു ദിവസം ഇവിടെ ചിലവഴിച്ചിരുന്നതിനാൽ, ഉണങ്ങിപ്പോയ ഭൂമിയും പൊളിഞ്ഞുവീഴാറായ പഴയ മതിലുകളും എന്റെ കൈകൾ പോലെ ഉണങ്ങിയ മരങ്ങളും എനിക്കറിയാം. ഇരുപത്തഞ്ചു വർഷത്തിനുള്ളിൽ പലതും മാറി. ഒരു ഭൂപടമുണ്ടെങ്കിലും എന്റെ ഓർമ്മകൾ എന്നെ ചതിക്കാൻ തുടങ്ങി. കോട്ടയുടെ തകർന്ന വാതിൽ ദ്രവിച്ച് വീണിരുന്നു. നിലത്തുകിടക്കുന്ന സിംഹത്തിന്റെ തല മാത്രമാണ് അവശേഷിച്ചത്. ഞാൻ അതെടുത്ത് അകത്തേക്ക് പോയി.

ചെന്നായ്ക്കൾ ഞങ്ങളെ ആക്രമിച്ചു. ശീതകാലരക്ഷയ്ക്കായി അവർ അവിടെ ഒരു ഗുഹ ഉണ്ടാക്കിയിരുന്നു, തങ്ങളുടെ കുഞ്ഞുങ്ങളെ അവിടെയായിരുന്നു പ്രസവിച്ചിരുന്നത്. അവരെ ഉപദ്രവിക്കാൻ ഞങ്ങൾ ആഗ്രഹിച്ചില്ല. അവർ കോട്ടയിൽ താമസിച്ചത് ഒരുപക്ഷേ നന്നായി. ഞങ്ങളുടെ ചില ഭക്ഷണവിഭവങ്ങൾ അവർക്ക് എറിഞ്ഞു കൊടുത്തു. 'മഴയിൽ നിന്ന് ഞങ്ങൾ അഭയം തേടിയ ഗുഹ' എന്ന്

എന്റെ ഭൂപടത്തിൽ ഞാൻ കാണിച്ച സ്ഥലത്താണ് അവർ താമസമാക്കിയത്.

ഞങ്ങൾ കണ്ടെത്തേണ്ടത് സുവെയ്ദ എന്ന് അടയാളപ്പെടുത്തിയ 'ഹൃദയത്തിന്റെ ഇടം' ആയിരുന്നു. ആദ്യം ഞാൻ എന്റെ സുഹൃത്തുക്കളോട് ഹൃദയത്തിന്റെ ഇടത്തെക്കുറിച്ച് പറഞ്ഞു. ഹൃദയഭൂമിയുടെ പ്രാധാന്യത്തെക്കുറിച്ചും ഒരു വ്യക്തിയുടെ യഥാർത്ഥ ഹൃദയഭൂമി ലൗകിക പ്രശ്നങ്ങൾക്ക് അതീതമാണെന്നും പറഞ്ഞു, അതിനാൽ ഹൃദയത്തിൽ നിന്ന് സ്വർഗത്തിലേക്ക് പോകുന്ന ഒരു പ്രത്യേക പാതയുണ്ടെന്നും ഈ വഴിയിലൂടെ പോകുന്നവർ ശാശ്വതമായ സന്തോഷം കണ്ടെത്തുകയും ചെയ്യുമെന്ന് ഞാൻ അവരോട് പറഞ്ഞു. അപ്പോൾ സുവേദയുടെ ഹൃദയത്തിന്റെ മധ്യത്തിൽ ഒരു തുള്ളി രക്തം ഉണ്ടായിരുന്നുവെന്നും ഓരോ ആശ്വാസവും അവിടെ നിന്നാണ് ഉയർന്നതെന്നും ഞാൻ കൂട്ടിച്ചേർത്തു. അതിനിടയിൽ ഞാൻ മഞ്ഞ് തുടച്ചു നീക്കി കൃത്യമായ സ്ഥലം കണ്ടെത്തുകയായിരുന്നു. അതെ, ഞാൻ കണ്ടെത്തി. ഒരു പാറയുടെ മൂർച്ചയുള്ള അറ്റം. ഞാൻ എന്റെ സുഹൃത്തുക്കളോട് ഈ അറ്റം കേന്ദ്രമാക്കി ഒരു പത്രത്തിന്റെ വലുപ്പത്തിൽ ഒരു ദ്വാരം കുഴിക്കാൻ പറഞ്ഞു.

ഭൂമി കഠിനവും കാലാവസ്ഥ തണുത്തതും ആയിരുന്നു. ചെന്നായ്ക്കൾ വീണ്ടും വേട്ടയ്ക്കിറങ്ങുന്നതിന് മുമ്പ് ഞങ്ങൾ ഇത് പൂർത്തിയാക്കേണ്ടതായിരുന്നു. പക്ഷേ കുഴിയെടുക്കുന്ന ശബ്ദം കേട്ട് അവർ അസ്വസ്ഥരായി. അത് അധികനാൾ നീണ്ടുനിന്നില്ല. കുഴിയെടുക്കുന്നവരിൽ ഒരാളുടെ കൈക്കോട്ട് പാറയിൽ തട്ടി എന്ന് തോന്നി. അവിടെ കണ്ട ഒരു ചതുരത്തിന് മുകളിൽ അവശേഷിച്ച അഴുക്ക് ഞാൻ നീക്കം ചെയ്തു. കൃത്യമായി ഞാൻ അന്വേഷിക്കുന്നത് അതായിരുന്നു; കൈത്തണ്ടയുടെ വലിപ്പമുള്ള പൊള്ളയായ ഒരു അരകല്ല് (മിൽ സ്റ്റോൺ). ഞാൻ വാതിലിൽ നിന്ന് എടുത്ത ഒരു തടിക്കഷണം ഒരു കല്ലുകൊണ്ട് പൊള്ളയിലേക്ക് തട്ടി. പെട്ടെന്ന് കല്ല് ഒരു വശത്തേക്ക് തെന്നി സ്വയം തിരിയാൻ തുടങ്ങി. ശബ്ദം കേട്ട് എന്റെ സുഹൃത്തുക്കൾ ഞെട്ടി എന്നെ നോക്കി. അവരോട് മുഴുവൻ കഥയും പറയണം:

''എനിക്ക് അഞ്ച് വയസ്സുള്ളപ്പോൾ, അച്ഛൻ എന്നെ രഹസ്യമായി ഇവിടെ കൊണ്ടുവന്നു, ഇത് ഞങ്ങളുടെ ഒരു കളിയായിരുന്നു ആരാണ് കല്ല് വേഗത്തിൽ കറക്കുന്നതെന്ന് ഞങ്ങൾ നോക്കും. ഇൻക്വിസിഷൻ കൂട്ടക്കൊലയ്ക്ക് രാജകീയ അനുമതി ലഭിച്ചപ്പോൾ ഞാനും ഒരു സുഹൃത്തും ഇവിടെ ഒളിച്ചു കളിക്കും. അങ്ങനെയിരിക്കെ

ഒരു ദിവസം എന്റെ സുഹൃത്തിന് എന്നെ വിട്ട് പോകേണ്ടിവന്നു, അവളുടെ പ്രതിമകളുമായി ഞാൻ അവശേഷിച്ചു. അവ അവൾ എവിടെ ഒളിപ്പിച്ചു വെച്ചിരിക്കുമെന്ന് നോക്കുമ്പോൾ ഞാൻ ഒരിക്കൽ എന്റെ അച്ഛനുമായി കളിച്ച ഈ കളി ഞാൻ ഓർത്തു. കൂട്ടക്കൊലയ്ക്ക് ശേഷമാണ് ഞാൻ ആദ്യമായി കല്ല് തുറന്നത്. മുകളിൽ ഒരു കുറിപ്പുള്ള ഒരു പെട്ടി കണ്ടപ്പോൾ ഞാൻ ഞെട്ടിപ്പോയി: ''എന്റെ രാജകുമാരാ, ഇത് ഗ്രാനഡയിലെ മുസ്ലീങ്ങൾക്കായി നീക്കിവച്ചിരിക്കുന്നു. ബുദ്ധിപൂർവ്വം ചെലവഴിക്കുക.'' കൂട്ടക്കൊലയ്ക്ക് മുന്നേ അച്ഛൻ അത് അവിടെ ഒളിപ്പിച്ച് എന്നെ ഏൽപ്പിച്ചിരിക്കുകയാണെന്ന് മനസ്സിലായി.

''എന്നാൽ അത് ഇപ്പോൾ എവിടെയാണ്?''

എന്റെ സുഹൃത്തുക്കളിൽ ഒരാൾ ചോദിച്ചു. ഞാൻ അപ്പോഴാണ് നോക്കിയത്, പിന്നെയും നോക്കി. എനിക്ക് ബോധം നഷ്ടപ്പെടാൻ പോവുകയായിരുന്നു. പെട്ടി അവിടെ ഉണ്ടായിരുന്നില്ല. ഗ്രാനഡ എമിറേറ്റിനെ ഏൽപ്പിച്ച സ്വർണമാണ് നഷ്ടപ്പെട്ടത്. അതിന്റെ സ്ഥാനത്ത് മണൽ അല്ലാതെ മറ്റൊന്നും ഉണ്ടായിരുന്നില്ല. ബില്ലൂറിനെ നഷ്ടപ്പെട്ട ദിവസം ഹൃദയംകൊണ്ട് ഞാൻ വരച്ച മണൽ ആയിരുന്നു അത്. ഞാൻ കുനിഞ്ഞ് മണലിലൂടെ വിരലുകൾ ഓടിച്ചു. ഞാൻ പറഞ്ഞത് ശരിയാണ്. മണലിനടിയിൽ ഒരു കുറിപ്പുണ്ടായിരുന്നു. പരിഭ്രമത്തോടെ ഞാൻ അത് തുറന്നു.

''അൽക്കാല രാജകുമാരൻ, ഗ്രാനഡയിലെ മുസ്ലീങ്ങൾക്ക് വേണ്ടിയാണ് ഈ നിധി. അശ്രദ്ധയരുത്.''

തീർച്ചയായും അത് എഴുതിയത് ബില്ലൂറാണ്. എന്നാൽ എപ്പോഴാണ് അവൾ അത് കണ്ടെത്തിയത്? അവൾ അത് ആർക്ക് കൊടുത്തു? പിന്നെ ഞാൻ എന്താണ് ചെയ്യാൻ പോകുന്നത്? എന്റെ ലക്ഷ്യത്തിൽ നിന്ന് എന്നെ നിരുത്സാഹപ്പെടുത്താനും മോക്ഷം തേടാൻ എന്നെ നിർബന്ധിക്കാനുമുള്ള ഒരു മാർഗമായി ഈയിടെ അവൾ ചെയ്തതാകാം. അവൾ അതിൽ വിജയിക്കുകയും ചെയ്തു. ഇപ്പോൾ എനിക്ക് ഒന്നുമില്ലായിരുന്നു. എന്റെ സുഹൃത്തുക്കളുടെ മുഖത്ത് വിചിത്രമായ ഭാവങ്ങൾ. എന്റെ യോഗ്യതയിൽ അവർ സംശയിച്ചിരിക്കണം. ഒരു ജനതയുടെ സമരത്തെ തടസ്സപ്പെടുത്തിയതിന് കോപിച്ച് എന്റെ സൈനികരുടെ മുന്നിൽ വച്ച് അവൾ എന്നെ അപമാനിച്ചതിനെകുറിച്ചുള്ള ചിന്തയിൽ രോഷാകുലനായ ബില്ലൂറിനോട് കോപിക്കാൻ ഞാൻ ആഗ്രഹിച്ചു; പക്ഷേ ഇല്ല, എനിക്ക് അതിന് കഴിഞ്ഞില്ല.

ഞങ്ങൾ വെറുംകൈയോടെ മാഡ്രിഡിലേക്ക് മടങ്ങി. നടന്നതെല്ലാം ഞാൻ ഓർത്തെടുക്കാൻ ശ്രമിച്ചു. എങ്ങനെയാണ് ബില്ലൂറും ഞാനും ആദ്യമായി പിരിഞ്ഞത്? ഒരു കാരണവുമില്ലാതെ ഞങ്ങൾ ഒരു സംഘർഷത്തിൽ അകപ്പെട്ടുവെന്ന് തോന്നിയത് എന്തുകൊണ്ട്? ഞങ്ങളുടെ സംഘർഷം ഉണ്ടാക്കിയ ഈ പിരിമുറുക്കം നമ്മുടെ പ്രണയത്തെ നശിപ്പിക്കുമോ? താൻ ആഗ്രഹിച്ച ഒരു കാമുകനുമായി വീണ്ടും കണ്ടുമുട്ടാൻ ബില്ലൂർ ഇരുപത് വർഷം കാത്തിരുന്നു, അവനെ കണ്ടെത്താൻ അവൾ എപ്പോഴും വഴികൾ തേടി. പക്ഷേ സമയമായപ്പോൾ അവൾ എന്തിനാണ് വൈകിയത്? അത് അവളുടെ വിശ്വാസങ്ങളുടെ ഫലമാണെന്ന് റയീസ് പറഞ്ഞത് ശരിയായിരിക്കാം. അവൾ ഒരിക്കൽ ഒരു കന്യാസ്ത്രീ ആയിരുന്നു, ഒരുപക്ഷേ ഇതാണോ അവൾക്ക് ഒരു മുസ്ലീമിനെ പ്രണയിക്കാൻ കഴിയാതിരുന്നത്? ശരിയാണ്, മെഡിറ്ററേനിയനിൽ നാശം വിതയ്ക്കുന്ന ഒരു മതയുദ്ധം ഉണ്ടായിരുന്നു, എന്നാൽ ഒരു മുസ്ലീം കുടുംബത്തിലെ ഒരു കുട്ടി ഒരു മുസ്ലീമിനെ സ്നേഹിക്കുന്നതിൽ നിന്ന് പിന്മാറുമോ ക്രിസ്തുമതത്തിന്റെ സ്വാധീനം കൊണ്ട്? ഇല്ല, ഇല്ല, അത് സാധ്യമല്ല. അവൾ ഒരിക്കലും എന്നെ മതത്തിന്റെ പേരിൽ നിരസിക്കില്ല.

ഒരുപക്ഷേ എന്റെ കൂടെ ജീവിക്കാൻ അവൾ ഭയപ്പെട്ടിരിക്കാം. എന്നോടൊപ്പമുണ്ടാകാൻ സ്വപ്നം കണ്ട് അവളുടെ ജീവിതം ശീലമാക്കിയിരിക്കണം; ആഗ്രഹവും ജീവിതമായി, ഇപ്പോൾ അവൾ അതിൽനിന്ന് മാറാൻ ആഗ്രഹിക്കുന്നില്ലായിരിക്കാം. ആ വർഷങ്ങളിലെല്ലാം അവളുടെ മനസ്സിൽ രൂപപ്പെടുത്തിയ, അൽക്കാലയ്ക്ക് ചേരാത്ത ഒരു അൽക്കാലയെ കണ്ടുമുട്ടാൻ ഭയപ്പെട്ടിരിക്കാം. വർഷങ്ങളോളം കൊതിച്ച അവളുടെ മനസ്സിൽ ഞാൻ അവൾക്ക് പല രൂപങ്ങൾ നൽകിയിരുന്നില്ലേ? എന്നെ അവളുടെ വാതിൽക്കൽ നിന്ന് പിന്തിരിപ്പിച്ച അതേ സ്ത്രീ തന്നെയാകുമോ എന്റെ മനസ്സിലെ ശൂന്യത?

''അവൾ ഇവിടെ ഉണ്ടായിരുന്നെങ്കിൽ അവൾ ഇതോ അതോ ചെയ്യും'' എന്ന് ഞാൻ എത്ര തവണ ചിന്തിച്ചുവെന്ന് ആർക്കറിയാം, ഒരുപക്ഷേ അവൾ നേരെ വിപരീതമായി പ്രവർത്തിക്കുമായിരുന്നു. എന്റെ ഹൃദയത്തെ സന്തോഷിപ്പിക്കുന്ന അവളുടെ ഒരു പ്രതിരൂപം ഞാൻ സൃഷ്ടിച്ചു, എന്നാൽ ഇപ്പോൾ ആ ചിത്രവും പ്രതിച്ഛായയും യാഥാർത്ഥ്യവുമായി ഏറ്റുമുട്ടുകയാണോ? യാഥാർത്ഥ്യവുമായി പൊരുത്തപ്പെടാത്ത അൽക്കാലയുടെ സ്വപ്നപതിപ്പുകൾ അവൾ മനസ്സിൽ സൃഷ്ടിച്ചു. ഏറ്റവും കുറഞ്ഞത് അവൾ സ്നേഹിച്ച അൽക്കാല

ഇരുപത് പേരെ കൊന്നൊടുക്കിയ ആളായിരിക്കരുത്. ഒരുപക്ഷേ അവളെ മാത്രം സ്നേഹിക്കുന്ന ഒരാളെ അവൾ സങ്കൽപ്പിച്ചിരിക്കാം, ഈ സ്നേഹം ഒരിക്കലും മറ്റൊരാളുമായി പങ്കിടില്ല, പക്ഷേ ഇപ്പോൾ ഗ്രാനഡയുടെ എമിറാകാൻ പാടുപെടുന്ന ആൾ അവളെ മാറ്റി നിർത്തുകയായിരുന്നു.

എന്റെ രക്ഷകസംഘവുമായി ഞാൻ സ്ഥാപിച്ച സ്വാതന്ത്ര്യ പാത ഞങ്ങളുടെ സ്വപ്നമായി കാണാതെ ബില്ലൂർ എന്നെ മാറ്റിനിർത്തുന്നത് എന്തുകൊണ്ടാണെന്ന് എനിക്കറിയണമായിരുന്നു, അപ്പോൾ മാത്രമേ ഞാൻ എല്ലാത്തിൽ നിന്നും രക്ഷപ്പെടുകയുള്ളൂ. ബില്ലൂർ 'മോക്ഷം' എന്ന് ഉദ്ദേശിച്ചത് സംശയത്തിൽ നിന്നുള്ള മോക്ഷമാണ്, ഞാൻ ഇത് മനസ്സിലാക്കിയിരുന്നില്ല. വീണ്ടും ആട്ടിയോടിക്കപ്പെടാനുള്ള സാധ്യത ഉണ്ടെങ്കിലും ഞാൻ അവളുടെ വാതിലിലേക്ക് മടങ്ങാൻ തീരുമാനിച്ചു.

‘‘**നാം** ഒരുമിച്ച് ഭൂപടങ്ങൾ ഉണ്ടാക്കിയ നാളുകൾ ഓർമ്മയുണ്ടോ സീദി?’’

അവൾ ആദ്യം ചോദിച്ചു, ഇത്തവണ അവൾ എന്നെ അൽക്കാല രാജകുമാരൻ എന്ന് വിളിച്ചില്ല. ഞാൻ വരുമെന്ന് അവൾക്കറിയാമായിരുന്നു; പക്ഷേ അവൾ എന്റെ മുഖത്ത് നോക്കാൻ മടിച്ചു.

‘‘ഞാൻ നന്നായി ഓർക്കുന്നു, ബില്ലൂർ. ഹൃദയത്തിന്റെ ഇടം നീ ഓർക്കുന്നുണ്ടോ?’’

‘‘ഉണ്ട്. ഞാൻ നിന്നെക്കുറിച്ച് ചിന്തിക്കുമ്പോഴെല്ലാം നാം അവിടെ ഒരുമിച്ച് താമസിക്കുന്നതായി സ്വപ്നം കണ്ടു. നീയും ഞാനും സീദി, ഹൃദയത്തിന്റെ ഇടം, നീയും ഞാനും മാത്രം... നാം രണ്ടുപേരും ഒന്നായി, ദമ്പതികൾക്കപ്പുറം ഒന്നായി ലയിക്കുന്നു. എല്ലാ ശ്രമങ്ങളിൽനിന്നും മുക്തൻ... എല്ലാവരെയും ഉപേക്ഷിച്ച്, നീ മാത്രം ഞാൻ മാത്രം.’’

മറ്റൊരു വ്യക്തിയെയോ വസ്തുവിനെയോ അനുവദിക്കാതെ ഞങ്ങൾ രണ്ടുപേരും മാത്രമുള്ള ഹൃദയത്തിന്റെ ഇടം മാത്രമാണ് ബില്ലൂർ സങ്കൽപ്പിച്ചത്. സ്വർണ്ണത്തെക്കുറിച്ച് ചോദിക്കാൻ സമയമായി.

‘‘അതുകൊണ്ടാണോ നിങ്ങൾ സുവേദയിൽ കുഴി കുത്തിയത്?’’

‘‘അല്ല, നീയാണ് അത് ചെയ്തത്. ഞാൻ ക്ലീവ്സിൽ ആയിരിക്കുമ്പോൾ മറ്റൊരു ഭൂപടം വരയ്ക്കാൻ ഞാൻ ആവശ്യപ്പെട്ടപ്പോൾ, നീ ഹൃദയത്തിന്റെ ഇടം അടയാളപ്പെടുത്തി, അതിൽ സ്വർണ്ണ

പ്രതിമകൾ കൊത്തിവച്ചിരുന്നു, പക്ഷേ നീ സുവേദയെ അടയാള പ്പെടുത്തിയില്ല. പിന്നീട് ഞങ്ങൾ സ്പെയിനിലേക്ക് മടങ്ങിയപ്പോൾ എനിക്ക് കോട്ടയിലേക്ക് പോകാൻ അവസരം ലഭിച്ചു. ഭൂപടത്തിൽ പൊടിയും പഴക്കവും നിറഞ്ഞു; ഞാൻ എന്റെ ഭൂപടം ഒളിപ്പിച്ചിരുന്ന താണ്, പക്ഷേ ഹൃദയത്തിന്റെ ഇടത്ത് മാത്രം പുതിയ എന്തോ ഒന്ന്. അതിനർത്ഥം നീ വീണ്ടും അവിടെ പോയി എന്നാണ്.''

''എല്ലാ വർഷവും എനിക്ക് നിന്നെ നഷ്ടപ്പെട്ട ദിവസത്തിന്റെ വാർഷികത്തിൽ, ഒക്ടോബറിലെ അവസാന നാളിൽ, നീ വരുമെന്ന പ്രതീക്ഷയിൽ ഞാൻ ഹൃദയത്തിന്റെ ഇടത്ത് നിനക്കായി കാത്തി രുന്നു.''

''എല്ലാ വർഷവും?''

''എല്ലാ വർഷവും.''

''...സീദി...''

''ബില്ലൂർ... എന്റെ പ്രിയേ...''

അവളുടെ കവിളിലെ കണ്ണുനീർ തുടയ്ക്കാൻ ഞാൻ കൈ നീട്ടി. അവൾ തല വെട്ടിച്ചു. ഞാൻ ചോദിച്ചു.

''സുവേദ?''

''നീ ഇത് വരയ്ക്കാൻ മറക്കുമെന്ന് ഞാൻ കരുതിയില്ല. അപ്പോൾ ഞാൻ വിചാരിച്ചു നിനക്ക് അതിനോടുള്ള താൽപര്യം നഷ്ടപ്പെട്ടി രിക്കാം എന്ന്. അപ്പോഴാണ് ഞാൻ സുവേദയെ തിരയാൻ തുടങ്ങി യത്. സുവേദ എല്ലാ രക്തചംക്രമണത്തിന്റെയും കേന്ദ്രമായി എനിക്ക്. അവിടെ നിന്ന് രക്തം ശരീരത്തിലൂടെ ഒഴുകുകയും പിന്നീട് മടങ്ങു കയും ചെയ്യുന്നു. എല്ലാ വർഷവും നീ തിരിച്ചുവരുന്നെന്ന് എനിക്ക റിയില്ലായിരുന്നു, പക്ഷേ നീ അവിടെയുണ്ടായിരുന്നുവെന്നും ചുറ്റും നടന്നിരുന്നുവെന്നും എനിക്ക് മനസ്സിലായി. അപ്പോഴാണ് 'സുവെയ്ദ' എന്നാൽ 'പ്രണയം' എന്നാണ് അർത്ഥം എന്ന് ഞാൻ മനസ്സിലാക്കി യത്. നമ്മുടെ പ്രണയത്തിന് ജീവൻ നൽകുന്ന ഒന്ന് നിങ്ങൾ കുഴി ച്ചിട്ടിരിക്കുകയാണെന്ന് എനിക്ക് മനസ്സിലായി.

''സ്നേഹം പ്രകടമാക്കപ്പെട്ട ഇടമാണ് സുവെയ്ദ എന്ന് സെമ്മാ ശൻ ഒജെഡ എന്നോട് പറഞ്ഞു. ഒരുപക്ഷേ അദ്ദേഹം നിന്നോടും ഇതുതന്നെ പറഞ്ഞിട്ടുണ്ടാകുമെന്ന് കരുതി, ഞാൻ സുവേദ എന്ന് ഞാൻ ആ ഇടം അടയാളപ്പെടുത്തി. അതുകൊണ്ടാണ് ഒക്ടോബറിലെ അവസാന ദിവസം നാം പിരിഞ്ഞുപോയപ്പോൾ, നീ എന്നെ ഉപേ ക്ഷിച്ച പ്രതിമകൾ അവിടെ അടക്കം ചെയ്യാൻ ഞാൻ ആലോചിച്ചത്.

ഞാൻ ഒരിക്കലും മനസ്സിലാക്കാത്ത രഹസ്യങ്ങളായ ആ പ്രതിമ കൾ...''

''ഒരു സ്വർണ്ണ പെട്ടി കണ്ടെത്തിയതിൽ ഞാൻ ഞെട്ടിപ്പോയി, സങ്കടപ്പെട്ടു. നിന്റെ അച്ഛൻ വച്ചിട്ട് പോയ കുറിപ്പ് ഞാൻ വായിച്ചു. അപ്പോൾ ഞാൻ ചിന്തിച്ചു, നിങ്ങൾക്ക് നിധിയെക്കുറിച്ച് പോലും അറിയില്ലായിരിക്കാം. പക്ഷേ അല്ല, നീ ഭൂപടത്തിൽ നൽകിയ ചിഹ്നം പരിഗണിച്ചാൽ നിനക്കതറിയാം. എന്നാൽ രണ്ടാമത്തെ ഭൂപടത്തിൽ നീ സുവേദ അടയാളപ്പെടുത്തിയില്ല. നിങ്ങൾ സ്വർണ്ണം ഉപേക്ഷി ച്ചിട്ടുണ്ടാകുമെന്ന് ഞാൻ കരുതി. മൂന്ന് വർഷം മുമ്പാണ് ഞാൻ നിന്നോട് പറഞ്ഞത്, നീ മോക്ഷം തേടണമെന്ന് ഞാൻ ആഗ്രഹി ക്കുന്നു. നീ അൾജീരിയയിലേക്ക് പോയി, കൊല്ലപ്പെട്ട സൈനികർ കാരണം കാർലോസ് ചക്രവർത്തി മുദേജർക്കെതിരായ പീഡനം വർദ്ധിപ്പിച്ചു. നീ എവിടെയാണ് ഒളിച്ചിരിക്കുന്നതെന്ന് അവർ പറ യാത്തതിനാൽ അവർ ആയിരക്കണക്കിന് ആളുകളെ കൂട്ടിക്കൊണ്ടു പോയി പീഡിപ്പിക്കുകയായിരുന്നു. നീ എവിടെയാണെന്ന് എല്ലാ മുസ്ലീങ്ങൾക്കും അറിയാമെന്ന് വിഡ്ഢി രാജാവ് അനുമാനിച്ചു. അവൻ അവരെയെല്ലാം ദിവസങ്ങളോളം വിശപ്പും ദാഹവും അനു ഭവിപ്പിച്ചു.''

''പിന്നെ അവരെയെല്ലാം ഒരു വെനീഷ്യൻ വ്യാപാരിക്ക് വിറ്റതായി ഞാൻ കേട്ടു; ഒരു ചെറിയ തുകയ്ക്കല്ല.''

''നിനക്കറിയാമോ?''

''ഫാദർ മാറ്റിയോ...''

''ആ വെനീഷ്യൻ വ്യാപാരി ആരാണ് എന്നാണ് നിനക്ക് തോന്നു ന്നത്?''

''ഓ എന്റെ ദൈവമേ, ഇത് സാധ്യമാണോ?''

''അതെ, ഞാൻ ഓരോ ആൾക്കും മൂന്ന് പവൻ സ്വർണം നൽകി.''

''സുവേദയിൽ നിന്നുള്ള സ്വർണ്ണം?''

''അതേ. ഓരോന്നിനും ഓരോ മണൽത്തരി ഞാൻ അവശേഷി പ്പിച്ചു; സ്വർണ്ണത്തേക്കാൾ വിലയേറിയ മണൽതരികൾ നീ കണ്ടെത്തു മെന്ന് ഞാൻ പ്രതീക്ഷിച്ചു.''

എന്റെ കണ്ണുകൾ നിറഞ്ഞൊഴുകി. അവൾ ഉള്ളിൽ കരയുകയാ ണെന്ന് എനിക്കറിയാമായിരുന്നു. അവൾ എന്റെ നെഞ്ചിൽ ചാരി കരഞ്ഞാൽ എനിക്ക് അവളെ ആശ്വസിപ്പിക്കാനാകുമോ എന്ന് ഞാൻ ചിന്തിച്ചു.

“അന്നാണ് സീദി നിന്നോട് ദേഷ്യം തോന്നിയ ആദ്യ ദിവസം. നീ മനുഷ്യരെ കൊല്ലുകയും മറ്റുള്ളവരെ കഷ്ടപ്പെടുത്തുകയും ചെയ്തു. നിനക്ക് കഴിയുന്നതെല്ലാം ചെയ്യുന്നുവെന്ന് നീ കരുതി, പക്ഷേ മറ്റുള്ളവരുടെ വേദന നീ പരിഗണിച്ചില്ല. ഇത്രയും സ്വാർത്ഥനായ ഒരു കാമുകനെ ഓർത്ത് ഞാൻ എന്തിനാണ് കണ്ണീർ പൊഴിക്കുന്നത് എന്ന് ഞാൻ ആദ്യമായി എന്നോട് തന്നെ ചോദിച്ചു.”

എന്റെ ആഗ്രഹങ്ങളിൽ നിന്നും തത്ത്വങ്ങളിൽ നിന്നും സ്വപ്നങ്ങളിൽ നിന്നും മുക്തനായി ഞാൻ ഒരു സാധാരണക്കാരനാകാൻ അവൾ ആഗ്രഹിച്ചിരുന്നോ? അവളെ സ്നേഹിച്ച ഒരു മനുഷ്യൻ; അല്ല, അവൾ എന്നെ സംരക്ഷിക്കാനും എന്റെ ജീവൻ രക്ഷിക്കാനും ആഗ്രഹിച്ചതുകൊണ്ടായിരിക്കണം, ഞാൻ സ്വാർത്ഥനായതുകൊണ്ടല്ല. തീർച്ചയായും അവൾക്ക് മതം, രാഷ്ട്രം, മാനവികത, പ്രതികാരം, സ്വാതന്ത്ര്യം ഇവയെക്കുറിച്ചെല്ലാം ഉന്നതമായ ആശയങ്ങൾ ഉണ്ടായിരുന്നു. സ്വന്തം കൺമുന്നിൽ വെച്ച് കൊല്ലപ്പെട്ട ഒരു മുസ്ലീം അമ്മയുടെയും അച്ഛന്റെയും മകൾ, പിന്നീട് അടിമയായി വളരെയധികം അടിച്ചമർത്തലുകൾ അനുഭവിക്കുകയും സ്വന്തം നാട്ടിലേക്ക് മടങ്ങാൻ ആഗ്രഹിക്കുന്ന മുസ്ലീങ്ങളോട് കടമയില്ലാതിരിക്കുക അസാധ്യമായിരുന്നു. അത്തരം സാഹചര്യങ്ങളിൽ ഒരു വ്യക്തിക്ക് സ്വാർത്ഥനാകാതിരിക്കുക അസാധ്യമാണ്, എന്നാൽ അവൾ സ്നേഹിക്കുന്ന, തീവ്രമായി സ്നേഹിക്കുന്ന ഒരാളുടെ മുമ്പിൽ അവൾക്ക് സ്വാർത്ഥനാകാം. അതുകൊണ്ടായിരിക്കാം ഞാൻ മാറാനും എന്റെ സ്വത്വം ത്യജിക്കാനും എന്നിൽ നിന്ന് എന്നെ രക്ഷിക്കാനും അവൾ ആഗ്രഹിച്ചത്. ഞാൻ പശ്ചാത്തപിച്ചു.

“എന്റെ ദൈവമേ, ഞാൻ അറിഞ്ഞും അറിയാതെയും ചെയ്ത എല്ലാത്തിനും എന്നോട് ക്ഷമിക്കൂ. നിങ്ങൾക്ക് കഴിയുന്നില്ലെങ്കിൽ, നിങ്ങൾ എന്നെ ശിക്ഷിക്കണം, അല്ലെങ്കിൽ എന്നെ അന്ധനാക്കണം.”

“ദൈവമേ, നിങ്ങളുടെ എളിയ അടിമയായ മുഹമ്മദ് മുസ്തഫയുടെ ഈ ബന്ധുവിന്റെ പ്രാർത്ഥന സ്വീകരിക്കുകയും അവന്റെ നല്ല ഉദ്ദേശ്യങ്ങൾക്കായി അവനോട് ക്ഷമിക്കുകയും ചെയ്യുക.”

“ആമേൻ.”

“ആമേൻ.”

ആ നിമിഷം ബില്ലൂർ എന്നെ സ്വീകരിച്ചു. അവൾ അല്ലാഹുവിനോട് ക്ഷമ ചോദിക്കുകയും മുഹമ്മദ് മുസ്തഫയുടെ നാമത്തിൽ അപേക്ഷിക്കുകയും ചെയ്തു. ഞങ്ങൾ ഒരുമിച്ച് പ്രാർത്ഥന ആവർത്തിച്ചു. എന്റെ കണ്ണിൽ നിന്നും കണ്ണുനീർ ഒഴുകുന്നുണ്ടായിരുന്നു.

അവൾ കൈ നീട്ടി... ഞാൻ അവളുടെ കൈപിടിച്ചു. എന്റെ ദേഹമാകെ തീപിടിക്കുന്നതുപോലെ തോന്നി. അവളുടെ ശബ്ദം എന്റെ ചെവിയിൽ മുഴങ്ങി, സ്വർഗ്ഗത്തിന്റെ സംഗീതം.

‘‘സീദി, എനിക്ക് ടർക്കിഷ് കേൾക്കണം. നിന്നോടൊപ്പം ടർക്കിഷ് സംസാരിക്കുന്ന നാട്ടിൽ പോകാൻ ഞാൻ ആഗ്രഹിക്കുന്നു.’’

1538

സെപ്തംബർ അവസാനത്തോടെയായിരുന്നു അത്. ദിവസങ്ങളോളം ഞങ്ങൾ പ്രക്ഷുബ്ധമായ കടലിൽ ഡോൾഫിനുകളുമായി മത്സരിച്ചു. ഒടുവിൽ ഞങ്ങൾ പാക്സോസിനെ പിന്നിലാക്കി. വടക്കൻ കാറ്റിനെതിരെ തലയുയർത്തി നിൽക്കാൻ ശ്രമിക്കുന്ന എന്റെ യോദ്ധാക്കളെ ഞാൻ നോക്കി. സുഖപ്രദമായ കട്ടിലിൽ ഉറങ്ങാൻ ശീലിച്ച അവർ ഇപ്പോൾ കാറ്റിൽ പറക്കുന്ന തമ്പുകളിൽ ഉറങ്ങുന്നു. രാവും പകലും നനച്ച ഉണങ്ങിയ റസ്കുകളും ഫാവ ബീൻസും കഴിച്ചു, അവർ ഒരിക്കലും പരാതിപ്പെടില്ല, എന്നോടൊപ്പം വരാൻ വിസമ്മതിച്ചില്ല. ലക്ഷ്യം നേടാൻ ത്യാഗം.

മുറിവുകൾ ഹൃദയം കൊണ്ട് അനുഭവിച്ചവരുമായിരുന്നു അവർ. ഗ്രാനഡ എമിറേറ്റിൽ ഇപ്പോഴും പ്രതീക്ഷകൾ വച്ചുപുലർത്തുന്ന അവസാനത്തെ മനുഷ്യർ ഇവരാണ്, കാർലോസ് രാജാവിന്റെ ക്രൂരതകൾ അനുഭവിക്കുന്ന ആന്റലൂഷ്യയിലെ ജനങ്ങളെ മോചിപ്പിക്കുമെന്ന വാഗ്ദാനങ്ങളോടെയാണ് ഞാൻ അവരെ ഈ കപ്പലിൽ കയറ്റിയത്. രാജാവിന്റെ ക്രൂരമായ രീതികൾ ആന്റലൂഷ്യയിലെ എല്ലാ പുരുഷന്മാരെയും ഭയപ്പെടുത്തി, എന്നും അവരെ പ്രോത്സാഹിപ്പിക്കാൻ ശ്രമിച്ച സ്ത്രീകൾ വരെ ഭയം ശീലിച്ചു അല്ലെങ്കിൽ രാജാവ് കൂടുതൽ ബന്ധുക്കളെ കൂട്ടിക്കൊണ്ടുപോകും. രാജാവിനെ സ്വയം നേരിടാൻ എനിക്ക് ശക്തിയില്ലായിരുന്നു എനിക്ക് പണമില്ലായിരുന്നു.

എന്റെ യോദ്ധാക്കൾ എല്ലാറ്റിനുമുപരിയായി മനുഷ്യരായിരുന്നു, ഞാൻ അവർക്ക് ഒരു പുതിയ ജന്മനാട് വാഗ്ദാനം ചെയ്യുമ്പോൾ അവർ എന്നോട് അപ്പവും വെള്ളവും ആവശ്യപ്പെട്ടു. ആന്റലൂഷ്യയിലെ മുസ്ലീങ്ങളെക്കുറിച്ചുള്ള പ്രതീക്ഷ എല്ലാ അർത്ഥത്തിലും നഷ്ടപ്പെട്ടുവെന്ന് എന്റെ ചില സുഹൃത്തുക്കൾ നിരന്തരം പറഞ്ഞുകൊണ്ടിരുന്നു, ജീവിക്കാനുള്ള അടിസ്ഥാന അവകാശങ്ങൾ പോലുമില്ലാത്ത മനുഷ്യരെ പോരാളികളും ആക്കുക അസാധ്യമാണെന്ന്

വീണ്ടും വീണ്ടും പറഞ്ഞു. എങ്കിലും ഞാൻ ശാഠ്യത്തോടെയും ക്ഷമയോടെയും എന്റെ ജോലി തുടർന്നു.

മൂന്ന് മാസത്തിനുള്ളിൽ നാല് വ്യത്യസ്ത സന്ദർഭങ്ങളിൽ പിടിക്കപ്പെടുന്നതിൽ നിന്ന് ഞാൻ കഷ്ടിച്ച് രക്ഷപ്പെട്ടു. ഓരോ ദിവസവും എനിക്ക് ചുറ്റുമുള്ള കാർലോസ് രാജാവിന്റെ വല മുറുകിക്കൊണ്ടിരുന്നു, അത് ഞാൻ അവനെ ബില്ലൂറിലേക്ക് നയിച്ചേക്കാവുന്ന ഘട്ടത്തിലെത്തി. ഞാൻ ഏറ്റവും ഭയപ്പെട്ടതും അതായിരുന്നു. ഒടുവിൽ ഗ്രാനഡ എമിറേറ്റ് പുനഃസ്ഥാപിക്കുന്നതിൽ വിശ്വസിച്ചിരുന്ന ഈ മുന്നൂറുപേരുമായി ഞാൻ കപ്പൽ കയറി; അതെന്റെ അവസാന പ്രതീക്ഷയും അവസാന അവസരവുമായിരുന്നു.

ദൂരെ പീരങ്കിയുടെ ശബ്ദം കേട്ടപ്പോൾ ഞങ്ങൾ ആവേശഭരിതരായി. ഞങ്ങൾ വൈകിയാലോ എന്ന് ഭയപ്പെട്ടു. കനത്ത മൂടൽമഞ്ഞ് ഞങ്ങളുടെ വേഗത കുറച്ചിരുന്നു. മെഡിറ്ററേനിയൻ കടലിൽ ഇത്രയും മൂടൽമഞ്ഞ് ഞാൻ മുമ്പ് കണ്ടിട്ടില്ല. അത്തരമൊരു മൂടൽമഞ്ഞിൽ നാം ഒരു പാറയിൽ ഇടിക്കാം അല്ലെങ്കിൽ പേപ്പൽ അർമാഡയുടെ നടുവിൽ കുടുങ്ങിപ്പോയേക്കാം. ഒരു കോമ്പസും എന്റെ ഭൂപടങ്ങളും മാത്രമായിരുന്നു ഞങ്ങളെ നയിക്കാനുണ്ടായിരുന്നത്. ഞങ്ങൾ ഡെക്കിൽ നിന്ന് നോക്കി. ഞങ്ങൾ ഗോമറെസ് ഉൾക്കടലിൽ നിന്നും പ്രെവ്സ് കടലിടുക്കിലേക്ക് കപ്പൽ കയറ്റുമ്പോൾ കപ്പലിന്റെ മുൻഭാഗം ആ കുതിച്ചുചാട്ടത്തിൽ തകർന്നു, കടലിടുക്കിലേക്ക് വെറും പത്ത് ലീഗുകൾ മാത്രം. ഞങ്ങൾ പീരങ്കിക്ക് മുന്നിലാണെന്ന് മനസ്സിലായി, പക്ഷേ ഞങ്ങൾക്ക് അക്രമികളെ കാണാൻ കഴിഞ്ഞില്ല, പക്ഷേ അവർക്ക് ഞങ്ങളെ കാണാൻ കഴിയും. എന്റെ ഭൂപടങ്ങളും കോമ്പസും അനുസരിച്ച് പീരങ്കിയുടെ തീ കരയിൽ നിന്ന് വരുന്നതല്ല.

മൂടൽമഞ്ഞ് കറുത്ത പുക പോലെയായി. ഞങ്ങൾ പൂർണ്ണമായും അന്ധരായി. ഞാൻ എന്റെ ആളുകളോട് എന്നെ ഹള്ളിൽ നിന്ന് തൂക്കിയിരിക്കണമെന്ന് പറഞ്ഞു. മൂടൽമഞ്ഞ് ഒരിക്കലും കടലിന് തൊട്ടു മുകളിൽ എത്തില്ല. താഴെ നിന്ന് നോക്കുമ്പോൾ ഏകദേശം ഒരു മീറ്ററോളം വ്യക്തമായി കാണാം. എനിക്ക് മറ്റൊരു കപ്പലോ വെളിച്ചമോ പാറയോ കണ്ടെത്താൻ കഴിയുമെന്ന് അറിയാമായിരുന്നു. വെള്ളത്തിൽ കൈ വച്ചു ഞാൻ പരിസരം വീക്ഷിച്ചു. എന്റെ ദൈവമേ, അത് തുറന്ന കടൽ പോലെ തോന്നുന്നില്ലല്ലോ. അൾജീരിയൻ തുറമുഖം പോലെ. എന്നാൽ അതിന്റെ വിപരീതമായ ഘടനയും.

ഞങ്ങളുടെ വലതുവശത്ത് കുരിശ് പതിച്ച കപ്പലുകളുടെ കൂട്ടം ഉണ്ടായിരുന്നു, അവയിൽ ഓരോന്നിന്റെയും ഹള്ളിൽ നിന്ന് ഓരോ

മനുഷ്യർ എന്നെപ്പോലെ തൂങ്ങിക്കിടക്കുന്നുണ്ടായിരുന്നു. കടലിനു മുകളിൽ എന്തോ ഉത്സവം നടക്കുന്നുണ്ടെന്ന് തോന്നി, ഞങ്ങൾ അവിടേക്ക് തന്നെ ഓടിച്ചു കയറ്റുകയും ചെയ്തു. ഗാലിയറ്റുകളും ഗാലിയനുകളും ഗാലികളും ഗാലിയസുകളും ഉണ്ടായിരുന്നു. ബ്രോഡ് സൈഡിനായി (ആയുധശേഖരത്തിന്റെ തയ്യാറെടുപ്പ്, കപ്പൽ തിരിച്ചിൽ) ഞാൻ ആജ്ഞ നൽകി. ഞങ്ങൾ പിന്നോട്ട് വലിയുമ്പോൾ മറ്റൊരു സ്ഫോടനത്തിൽ ഞങ്ങളുടെ കാലുകൾ വിറച്ചു.

ഗ്രേപ്പ്ഷോട്ട് (ഉണ്ടകൾ ചിന്നിച്ചിതറുന്ന ഒരു തരം വെടി) ഞങ്ങളുടെ മേൽ പെയ്യുന്നു, അവ നിലത്ത് വീണ് പൊട്ടിത്തെറിച്ചു, ഞങ്ങളുടെ തുഴകൾ കത്തിച്ചു. ഒരു ചെമ്പ് പീരങ്കി പന്ത് കൃത്യമായി വന്നു. എന്നാൽ വെടിവെപ്പിന്റെ ഗതി തെറ്റായിരുന്നു. അവർ മറ്റൊരാളെ ലക്ഷ്യം വയ്ക്കുന്നതായി തോന്നി. ഈ മൂടൽമഞ്ഞിൽ അവർ എങ്ങനെയാണ് ലക്ഷ്യം വയ്ക്കുന്നു എന്ന് ഞാൻ ആശ്ചര്യപ്പെട്ടു, ഞങ്ങളുടെ ബൗസ്പ്രിറ്റ് പെട്ടെന്ന് ഒരു ഗാലിയുടെ മുനമ്പിലേക്ക് കയറി. നിലവിളികൾക്കും ആർപ്പുവിളികൾക്കും ഇടയിൽ യോദ്ധാക്കൾ വാളെടുത്തു. എന്റെ ഗാലി അടിമകൾ ഓരോരുത്തരും അവരുടെ തുഴകൾ ഉപേക്ഷിച്ച് പ്രതിരോധിക്കാൻ ഒരു മൂലയിൽ ഒതുങ്ങി, ഒരുപക്ഷേ അവർ ആദ്യമായിട്ടാണ് ഒരു യുദ്ധം കാണുന്നത്. പെട്ടെന്ന് അവിടെ നിശ്ശബ്ദമായി. എല്ലാ കണ്ണുകളും ചുറ്റുപാടുകളെ നിരീക്ഷിച്ചു. ഒരു ഏറ്റുമുട്ടൽ ഉണ്ടായാൽ എന്തുചെയ്യുമെന്ന് അവർ ചിന്തിക്കുകയായിരിക്കാം. ഞങ്ങൾ ഇടിച്ചുകയറിയ ഗാലിയിലേക്ക് ഞാൻ നോക്കി. അത് ഉപേക്ഷിക്കപ്പെട്ടതായി തോന്നി. സാവധാനം ഞങ്ങൾക്ക് വ്യക്തമായി കാണാൻ കഴിഞ്ഞു, ഒരുപക്ഷേ കാറ്റ് മൂടൽമഞ്ഞിനെ അലിയിക്കുന്നതാണ് അല്ലെങ്കിൽ മഞ്ഞിന് ഇവിടെ സാന്ദ്രത കുറവാണ്.

എന്റെ യോദ്ധാക്കൾ എന്താണ് സംഭവിക്കാൻ പോകുന്നതെന്നറിയാതെ കാത്തിരിക്കുന്നു ഞങ്ങൾ ഇടിച്ചുനിരത്തിയ ഗാലി കണ്ടപ്പോൾ, ഒരു മനുഷ്യൻ ഞങ്ങളുടെ അടുത്തേക്ക് നീങ്ങുന്നത് കണ്ട നിമിഷം വല്ലാത്തൊരു പൊട്ടിത്തെറി. നാവികപ്പട ചാടിവീണു. അവർ അലറിവിളിച്ചു: അല്ലാഹ്! ഞങ്ങൾ ഞങ്ങളുടെ സ്വന്തം ആളുകളെ ആക്രമിക്കുകയായിരുന്നു. 'മുസ്ലീങ്ങളെ!' ഞാൻ നിലവിളിച്ചു, 'അവർ മുസ്ലീങ്ങളാണ്' ഞാൻ ഇസ്ലാമിക പാരായണം ചെയ്യാൻ തുടങ്ങി. എന്റെ ചില യോദ്ധാക്കൾ ആന്റലൂഷ്യൻ ഉച്ചാരണത്തോടെയും മറ്റ് പ്രാർത്ഥനകളോടെയും 'അല്ലാഹു അക്ബർ' എന്ന് വിളിച്ചു. ഒടുവിൽ കാര്യങ്ങൾ ശാന്തമായപ്പോൾ ഞാൻ കണ്ടു, എന്റെ രണ്ട് ആളുകൾ

മരിച്ചു, അമ്പത് പേർക്ക് പരിക്കേറ്റു. അവർ ഞങ്ങളെ റയീസിന്റെ അടുത്തേക്ക് കൂട്ടിക്കൊണ്ടുപോയി.

ഞങ്ങൾ അവന്റെ അടുത്തെത്തിയപ്പോഴേക്കും മൂടൽമഞ്ഞ് മാറി. അവനു പ്രായമേറിയിരിക്കുന്നു. അറുപത് കഴിഞ്ഞിട്ടുണ്ടാകുമെന്ന് തോന്നി. എന്നാലും അവൻ അപ്പോഴും ചടുലനായിരുന്നു. ഞാൻ ഡെക്കിലേക്ക് ഇറങ്ങുമ്പോൾ അദ്ദേഹം ചോദിച്ചു: ''കേൾക്കൂ, ഇല്യാസ് വീണ്ടും പ്രാർത്ഥന വായിക്കുകയാണ്. നിനക്ക് അവനെ കേൾക്കാമോ?'' ഞാൻ ശ്രദ്ധിച്ചു, ഒന്നും കേട്ടില്ല, ഞാൻ കേട്ടതായി നടിച്ചു. സ്വാഭാവികമായും അവൻ എന്നെ വിശ്വസിച്ചില്ല, എനിക്ക് അവനെ കബളിപ്പിക്കാൻ കഴിയില്ലെന്ന് അവന് നന്നായി അറിയാമായിരുന്നു. അവൻ ചിരിച്ചുകൊണ്ട് പറഞ്ഞു,

''ഇപ്പോൾ നിനക്കും കേൾക്കാം.''

എന്നിട്ട് ഞങ്ങൾ കെട്ടിപ്പിടിച്ചു. എന്റെ പേര് വീണ്ടും പറയുമ്പോൾ, അവൻ ഇപ്പോഴും എന്നെ വളരെയധികം സ്നേഹിക്കുന്നുണ്ടെന്ന് ഞാൻ മനസ്സിലാക്കി. തന്റെ ആളുകൾക്ക് മേൽ ആജ്ഞകൾ വർഷിച്ചുകൊണ്ട് അദ്ദേഹം സഖ്യസേനയുടെ രൂപീകരണം നടത്തി, അതേസമയം എന്നോട് സംസാരിച്ചു.

''നീ എന്തിനാ വന്നത്?''

''അങ്ങയെ സഹായിക്കാൻ, അല്ലതെന്തിന്?''

അവൻ ഒരു നിമിഷം നിശ്ശബ്ദനായി.

''അങ്ങയെ പുറത്താക്കാൻ പോപ്പ് പോളോ മൂന്നാമൻ മെഡിറ്ററേനിയനിലെ എല്ലാ രാജ്യങ്ങളെയും ഒരുമിച്ചുകൂട്ടുമ്പോൾ ഞാൻ വെറുതെ ഇരിക്കുമെന്ന് നിങ്ങൾ കരുതുന്നുണ്ടോ?''

''സീദി സാൻ, ഈ കടലിന് മുകളിൽ ദൈവവചനം പ്രചരിപ്പിക്കാനും വിശുദ്ധ റോമൻ സാമ്രാജ്യത്തിന്റെ ആധിപത്യം അവസാനിപ്പിക്കാനുമാണ് ഞങ്ങൾ ഇവിടെ വന്നത്.''

''എന്റെ പ്രഭോ, നിങ്ങളെപ്പോലെയാണ് പോപ്പും ചിന്തിക്കുന്നത്, കാരണം സുൽത്താൻ സുലൈമാനെയും ഓട്ടോമൻ സാമ്രാജ്യത്തെയും മെഡിറ്ററേനിയൻ നശിപ്പിക്കാൻ അനുവദിക്കില്ലെന്ന് അവനും പറയുന്നു. ഒരു വിശുദ്ധ കുരിശുയുദ്ധം ആവശ്യപ്പെടാൻ അദ്ദേഹം രാജാവിന് കത്തെഴുതിയതിന്റെ കാരണം കോർഫു ഉപരോധിക്കാനല്ല, തുർക്കികളെ ഈ വെള്ളത്തിൽ നിന്ന് പുറത്താക്കി മധ്യേഷ്യയിലേക്ക് തിരികെ അയയ്ക്കാനാണ്.''

''ഈജിപ്തിലെ സുൽത്താൻ പ്രതിവർഷം അയച്ചിരുന്ന നിധിയും

നികുതിയും പിടിച്ചെടുക്കാനാണ് അവർ ഈ പടയെ ക്രീറ്റിലേക്ക് അയച്ചുവെന്നതിൽ എനിക്ക് സംശയമില്ല.''

കഴിഞ്ഞ വർഷം ബാഴ്സലോണ തുറമുഖത്തെ അഭിമുഖീകരിക്കുന്ന മോണ്ട്ജൂയിക് കാസിലിലെ ഒരു നാവികനിൽ നിന്ന് ആൻഡ്രിയ ഡോറിയ ആണ് ഈ കപ്പൽപ്പടയുടെ അഡ്മിറൽ എന്ന് ഞാൻ കേട്ടു. തന്റെ പഴയ എതിരാളിയെക്കുറിച്ച് അവൻ എന്താണ് ചിന്തിക്കുന്നതെന്ന് അറിയാൻ എനിക്ക് ആകാംക്ഷയായി. കാരണം, ഈ യുദ്ധത്തിന്റെ ഉപരിപ്ലവമായ കാരണം ദൈവത്തിന്റെ നാമം പ്രചരിപ്പിക്കുകയും മെഡിറ്ററേനിയൻ ശുദ്ധീകരണവുമായിരുന്നെങ്കിലും അത് രണ്ട് കപ്പിത്താന്മാർ തമ്മിലുള്ള മത്സരത്തെക്കുറിച്ചുമായിരുന്നു. സംഭാഷണം ആ ദിശയിലേക്ക് നീക്കാൻ ഞാൻ ശ്രമിച്ചു:

''അപ്പോൾ അങ്ങ് ഇസ്താംബൂളിൽ നിന്ന് ഡോറിയയെ തടയാൻ വന്നതാണെന്ന് ആണോ പറയുന്നത്?''

അയാൾ അൽപ്പം പോലും അസ്വസ്ഥനായതായി തോന്നിയില്ല. ഞാൻ അവന്റെ പേര് ഉച്ചരിക്കുമ്പോൾ പോലും അവൻ പതറിയില്ല, ഞാൻ എന്താണ് അന്വേഷിക്കുന്നതെന്ന് അവന് മനസ്സിലായെങ്കിലും അവൻ ഒന്നും പ്രകടമാക്കാൻ പോകുന്നില്ലെന്ന് വ്യക്തമാക്കി. എന്നാൽ അദ്ദേഹത്തിന്റെ സംസാരത്തിന്റെ സ്വരവും ശൈലിയും മാറി:

''എമിർ അൽക്കാല, നാം ദ്വീപുകളെയും കടലിനെയും വെനീഷ്യക്കാരിൽ നിന്ന് രക്ഷിക്കണം. ഇല്ലെങ്കിൽ ഈജിപ്തിന്റെ സമ്പത്ത് സംരക്ഷിച്ചുകൊണ്ട് സാലിഹ് റയീസിനൊപ്പം മറ്റൊരു ഇരുപത് ഗ്യാലികൾ ഇസ്താംബൂളിലേക്ക് അയച്ചു നാം തൃപ്തരാകേണ്ടിവരും.

എന്നാൽ വെനീസിന് പുറമെ പോർച്ചുഗൽ, മാൾട്ട, ജെനോവ എന്നിവയുമുണ്ട്. എല്ലാറ്റിനും ഉപരിയായി കാർലോസ് രാജാവിന്റെ റെഡ്കോട്ടുകൾ ഉണ്ട്. സ്പെയിനിലെ സംസാരമനുസരിച്ച്, മെഡിറ്ററേനിയൻ ഇതുവരെ കണ്ടിട്ടുള്ളതിൽ വച്ച് ഏറ്റവും വലിയ കപ്പൽപ്പടയാണിത്.''

''അത് ശരിയാണ്. ഇനി കൂടുതൽ കപ്പലുകൾ വന്നില്ലെങ്കിൽ, മൊത്തം നൂറ്റി നാൽപത് കപ്പൽ ഗാലിയറ്റുകളും നൂറ്റി അറുപത്തിയെട്ട് ഗാലികളും അമ്പത്തി രണ്ട് ബാർജുകളും. ഞങ്ങൾ മൂന്ന് ദിവസമായി പോരാടിയത് ആകെ ഇരുനൂറ്റി എഴുപത് കപ്പലുകളെ. അവർക്ക് ആകെ അമ്പത്തയ്യായിരം സൈനികരുണ്ടെന്ന് ഞങ്ങൾ മനസ്സിലാക്കി. അത് പ്രധാന കപ്പലിന് ചുറ്റുമുള്ള ചെറുകപ്പലുകളെ കൂട്ടാതെ. ആ പിശാച് ഒരു ഗാലിയടറ്റിൽ ഒരു ആശുപത്രി പോലും സജ്ജീകരിച്ചിട്ടുണ്ടെന്ന് നിനക്കറിയാമോ?''

അവൻ ദൂരദർശിനിയിലൂടെ നോക്കി, അരികിലുള്ള സഹായികൾക്ക് ആജ്ഞകൾ വർഷിച്ചു. മൂടൽമഞ്ഞ് മാറിയെങ്കിലും കാറ്റ് ഡോറിയയ്ക്ക് അനുകൂലമായി വീശുന്നുണ്ടായിരുന്നു. എല്ലാ പ്രശ്നങ്ങൾക്കും റയീസിന് ഒരു പരിഹാരം ഉണ്ടായിരുന്നു. അപ്പോഴാണ് എനിക്കാ ബോധം വന്നത്. പഴയ ഹിസീർ അല്ലിത്. അവന്റെ സ്ഥാനത്ത് മെഡിറ്ററേനിയനിലെ മഹാകപ്പിത്താൻ ഹയറുദ്ദീൻ പാഷയാണ്.

പണ്ട് ഞാൻ ഇപ്പോൾ നാവികരും സഹായികളും വെവ്വേറെയായിരുന്നു ഇപ്പോൾ അങ്ങനെയല്ല. അവന് ഇന്ന് അറുപതോളം കപ്പിത്താന്മാരും ഉപസേനാപതികളും ഉണ്ടായിരുന്നു. ജാനിസറികൾ, ലെവെൻഡുകൾ, ചുമട്ടുകാർ, പീരങ്കിവെടിക്കാർ, തുഴച്ചിൽക്കാർ, ഗാലിയറ്റ് കമാൻഡർമാർ. ആകെ നൂറ്റിയിരുപത്തിരണ്ട് ഗാലികളും ഇരുപതിനായിരം സൈനികരും. പക്ഷേ, ഡോറിയ അപ്പോഴും അവനെക്കാൾ മുന്നിലായിരുന്നു. ഇപ്രാവശ്യം തന്റെ ആജന്മശത്രുവിനെ പ്രിവെസിൽ വച്ച് തകർക്കാനും അവന്റെ മകൻ ഹസനെ അടിമയായി കൊണ്ടുപോയി കാർലോസ് രാജാവിന്റെ മുമ്പിൽ ഹാജരാക്കാനും ഡോറിയ തുനിഞ്ഞിറങ്ങിയതായി തോന്നി.

മാർപ്പാപ്പ അവന്റെ കീഴിൽ സേവിക്കാൻ പ്രശസ്ത കപ്പിത്താന്മാരായ ജനറൽ ഡി ഗോൺസാഗ, മാർക്കോ ഗ്രിമാനി, വിസെൻസോ കപെല്ലോ, അലസ്സാൻഡ്രോ കോണ്ടാൽമിയേറോ എന്നിവരെ ചുമതലപ്പെടുത്തിയിരുന്നു. അവരെ എതിർത്തത് കപ്പിത്താൻ സെയ്ദി, സാലിഹ്, കഫെർ, സിനാൻ, സബാൻ എന്നിവരാണെന്ന് ഞാൻ മനസ്സിലാക്കി, എന്നാൽ ഡോറിയ കൂടുതൽ ശക്തമായ നിലയിലാണെന്ന് തോന്നുന്നു. റയീസ് എനിക്ക് ഉത്തരം നൽകില്ലെന്നും അവന്റെ പദ്ധതികൾ വെളിപ്പെടുത്തില്ലെന്നും എനിക്കറിയാമായിരുന്നു, എന്നാലും എനിക്ക് ചോദിക്കേണ്ടി വന്നു:

"ഈ ശക്തിയെ അങ്ങ് എങ്ങനെ നേരിടും?"

"ശരി ഇപ്പോൾ നീ ഇവിടെയുണ്ട്, സീദി? പരുന്തിനെപ്പോലെ വേഗതയുള്ള ഒരു ഗാലിയറ്റിനെ നീ ഞങ്ങൾക്ക് കൊണ്ടുവന്നു!"

അവൻ ചിരിച്ചു. തുടർന്ന് പുതിയ ആജ്ഞകൾ പുറപ്പെടുവിച്ചു. അവൻ വിവിധ കപ്പലുകളുടെ സ്ഥാനം ക്രമീകരിച്ചു, ഏത് കപ്പൽ കാറ്റിന്റെ ദിശയിൽ പോകണം, ഏത് വിപരീത ദിശയിൽ പോകണം, ആക്രമണത്തിൽ അവർ എങ്ങനെ പ്രതികരിക്കണം, എന്നിങ്ങനെ. ഏത് നിമിഷവും സാഹചര്യങ്ങൾക്കനുസരിച്ച് തീരുമാനങ്ങൾ മാറ്റേണ്ടി വരുമെന്ന് അവനു ബോധ്യമുണ്ടായിരുന്നു. പ്രിവെസിലെ സൈനികരെ പുറത്തെടുക്കുകയും ശത്രുവിനെ പ്രകോപിപ്പിക്കുകയും

ചെയ്യുന്ന ഒരു തന്ത്രം അദ്ദേഹത്തിന് ആവശ്യമായിരുന്നു. കരയിൽ ഡോറിയയുടെ സൈന്യത്തെ നശിപ്പിക്കുക എന്നതായിരുന്നു അവന്റെ ഉദ്ദേശം. എന്നാൽ ആദ്യം അദ്ദേഹം അത്തരമൊരു സാഹചര്യത്തിലേക്ക് കാര്യങ്ങൾ നീക്കേണ്ടതുണ്ട്. ഈ ലക്ഷ്യത്തിൽ അദ്ദേഹത്തെ സഹായിക്കാൻ എനിക്ക് കഴിഞ്ഞു. എനിക്ക് ഡോറിയയുടെ കപ്പലുകളുടെ ശ്രദ്ധ തിരിക്കാനാകും, കരയിൽ ഒരു യുദ്ധം തുടങ്ങാൻ ഞാൻ അവനെ പ്രേരിപ്പിച്ചു. റയീസ് അത് നടക്കുമോ എന്ന് കളിയായി ചോദിച്ചു. ഞാൻ ആത്മവിശ്വാസത്തോടെ സാധിക്കും എന്ന് പറഞ്ഞു.

''ശവംതീനി കഴുകന്മാർക്ക് ഇടയിൽ ഒരു പരുന്ത്...''

''സീദി, ഇതൊരു പരുന്തിനേക്കാൾ ഒരു രാപ്പാടിയെ പോലെയാണ്, ഈ ശ്രമത്തിനു ഒരു രാപ്പാടി മതിയോ?''

''എന്റെ പ്രഭോ, നിങ്ങളോട് ഒരു കഥ പങ്കിടാൻ എന്നെ അനുവദിക്കൂ?''

''കഥ പറയാൻ പറ്റിയ സമയം, അല്ലേ?''

''എന്റെ ചെറുപ്പത്തിൽ അച്ഛൻ പറഞ്ഞു തന്ന കഥയാണ്. വിശുദ്ധ അബ്രഹാമിനെ കെട്ടിയിട്ട് നഗരചത്വരത്തിൽ തീ കൊളുത്താൻ നെമ്രൂട്ട് ഉത്തരവിട്ടിരുന്നു. തീജ്വാലകൾ അവനിൽ എത്തിയില്ല. അപ്പോൾ അവർ അബ്രഹാമിനെ ഒരു വലിയ കവണ ഉപയോഗിച്ച് തീയിലേക്ക് അബ്രഹാമിനെ എറിഞ്ഞു. അവൻ വായുവിലൂടെ തീയുടെ അടുത്തേക്ക് പറക്കുമ്പോൾ ഒരു പക്ഷി പ്രത്യക്ഷപ്പെട്ടു. അവനെ പിടിക്കാൻ അവൻ ചിറകു വിരിച്ചു. അബ്രഹാം ചോദിച്ചു,

''നീ എന്താണ് ചെയ്യാൻ ശ്രമിക്കുന്നത്?'' പക്ഷി മറുപടി പറഞ്ഞു,

''ഞാൻ നിങ്ങളെ സഹായിക്കാൻ വന്നതാണ്, നിങ്ങൾക്ക് എന്താണ് വേണ്ടതെന്ന് എന്നോട് പറയൂ, അത് ഞാൻ ചെയ്തുതരാം.''

അപ്പോൾ അബ്രഹാം പറഞ്ഞു, ''നിനക്ക് എന്നെ എങ്ങനെ സഹായിക്കാനാകും? ഉടൻ തന്നെ ഇവിടെ നിന്ന് പോകൂ, എന്നോടൊപ്പം എരിയാതെ രക്ഷപ്പെടുക.''

പക്ഷി പറഞ്ഞു, ''അതെ, എനിക്ക് നിങ്ങളെ സഹായിക്കാൻ കഴിയില്ല, പക്ഷേ എനിക്ക് നിങ്ങളോടൊപ്പം എരിയാം, കാരണം നമ്മുടെ വിശ്വാസം ഒന്നാണ്. നമ്മുടെ വിശുദ്ധി എല്ലാവരും അറിയട്ടെ.''

കഥ കേട്ട് റയീസ് ഉണർന്നു. അവൻ പെട്ടെന്ന് തന്റെ ദൂരദർശിനി താഴ്ത്തി എന്റെ മുഖത്തേക്ക് ദീർഘമായി നോക്കി, എന്നെ കളിയാക്കിയതിൽ ഖേദിച്ചു. അവൻ വിഷയം മാറ്റാൻ ശ്രമിച്ചു.

‘‘പിന്നെ പക്ഷിക്ക് എന്ത് സംഭവിച്ചു?’’

‘‘അവൻ അബ്രഹാമിനൊപ്പം തീയിൽ വീണു. അപ്പോൾ ദൈവം പക്ഷിയുടെ ഓർമ്മയ്ക്കായി അഗ്നിയുടെ സിന്ദൂരത്തെ ഒരു റോസാപ്പൂവാക്കി മാറ്റി. അതുകൊണ്ടാണ് റോസാപ്പൂക്കൾ തീനാളം പോലെയും ചുവന്നുമിരിക്കുന്നത്. അതൊരു രാപ്പാടി ആയിരുന്നു, പ്രഭോ.’’

ഹയറുദ്ദീൻ പാഷ എന്നെ കെട്ടിപ്പിടിച്ചു. ഞങ്ങൾ അൾജീരിയയിൽ പിരിഞ്ഞ ദിവസം പോലെ അവന്റെ കണ്ണിൽ ഒരു തുള്ളി പൊടിഞ്ഞു. വിറയ്ക്കുന്ന ശബ്ദത്തിൽ ഞാൻ ചോദിച്ചു.

‘‘എന്റെ പ്രഭോ, നിന്നെ സഹായിക്കാൻ ഞാൻ പക്ഷികളെ കൊണ്ടുവന്നു, രാപ്പാടികളല്ല, വാനമ്പാടികൾ. മുന്നൂറു പോരാളികൾ. അവരെ കൂടെകൂട്ടുന്നത് എളുപ്പമായിരുന്നില്ല, പ്രഭോ. അതുകൊണ്ടാണ് ഞാൻ ഇത്ര വൈകിയെത്തിയത്.’’

‘‘ഹാ... വാനമ്പാടികളെക്കൊണ്ട് നമ്മൾ എന്ത് ചെയ്യും, സീദിക്ക് കഴിയുമോ?’’

‘‘ഇന്ന് രാത്രി നമുക്ക് ഡോറിയയെ പരാജയപ്പെടുത്താൻ കഴിഞ്ഞില്ലെങ്കിൽ ഞാൻ അവരെ യാത്രയാക്കും, അവർ എത്രത്തോളം ഉപയോഗപ്രദമാകുമെന്ന് നാളെ അങ്ങ് കാണും, ഇന്ന് രാത്രി എനിക്ക് ഒരു ചെറുകപ്പൽ തരൂ. വാനമ്പാടികൾ രാത്രിയിൽ അപൂർവ്വമായി മാത്രമേ കാണാറുള്ളൂ, അവയ്ക്ക് ദൂരെക്ക് പറക്കാൻ കഴിയില്ല. ഇന്ന് രാത്രി ഞാൻ ഒരു ചെറുകപ്പലിൽ ഡോറിയയുടെ കപ്പലിലേക്ക് പോയി അവരെയെല്ലാം ഞാൻ അവിടെ വിടും.’’

‘‘എന്നിട്ട്?’’

‘‘വാനമ്പാടികൾക്ക് നല്ല അനുകരണശേഷിയുണ്ട് പ്രഭോ, പ്രത്യേകിച്ച് വിസിലുകൾ.’’

അവൻ നിശ്ശബ്ദനായി.

‘‘ബോട്ട്സ്വെയ്ൻ പൈപ്പുകളുടെ ശബ്ദം അങ്ങേക്കറിയില്ലേ? ഉയർന്ന പിച്ചുകൾ?’’

‘‘ഓവർസിയർമാർ ഉപയോഗിക്കുന്ന വിസിലുകളെക്കുറിച്ചാണോ നിങ്ങൾ പറയുന്നത്?’’

‘‘ഗലിഅടിമകളും പോരാളികളും ആ ശബ്ദങ്ങളോട് പ്രതികരിക്കുന്നു, അവർ തുഴയുകയോ നിർത്തുകയോ ഇരിക്കുകയോ നിൽക്കുകയോ ചെയ്യുന്നു.’’

‘‘എനിക്കറിയാം, നമ്മുടെ ഗാലിഅടിമകളും പോരാളികളും നമ്മുടെ മന്ത്രങ്ങളോട് പ്രതികരിക്കുന്നതുപോലെ...’’

‘‘അതെ. അവരുടെ കപ്പലുകളിൽ ഓരോ വിസിലിനും നീളമുള്ളതോ ചെറുതോ വ്യത്യസ്തമായ അർത്ഥമുണ്ട്, കർത്താവേ. ഈ കൽപ്പന കളാണ് ഗാലിഅടിമകൾ ആദ്യം പഠിക്കുന്നത്.’’

‘‘എനിക്ക് അത് അറിയാം, സീദി, പക്ഷേ...’’

‘‘എന്റെ പ്രഭോ, വാനമ്പാടികൾ ആ കപ്പലിൽ കയറിക്കിട്ടിയാൽ നമ്മുടെ കാര്യങ്ങൾ എളുപ്പമാകും. നമ്മുടെ ആളുകൾ കൽപ്പനകൾ അനുകരിക്കാൻ തുടങ്ങുമ്പോൾ, ഗാലി അടിമകൾ മേലുദ്യോഗസ്ഥർ പറയുന്നത് കേൾക്കില്ല, അവരുടെ കല്പനകൾ മാറിമറിയും. വാർത്താ വിനിമയ സംവിധാനം തകരും. ഡോറിയയുടെ ഓരോ കപ്പലുകളും വ്യത്യസ്ത കമാൻഡുകൾ അനുസരിച്ച് നീങ്ങും, പരസ്പരം ഏറ്റു മുട്ടും. വാനമ്പാടികളെ അനുസരിക്കണോ അതോ വിസിലുകൾ അനുസരിക്കണോ എന്ന് ആർക്കും മനസ്സിലാകാതെ എല്ലാം താറു മാറാകും?’’

‘‘ഇന്ന് രാത്രിക്ക് ചെറുകപ്പൽ തയ്യാറാക്കുക, പക്ഷേ ഞാൻ നിങ്ങളെ ശത്രു ഗാലികളുമായുള്ള യുദ്ധത്തിലേക്ക് അയയ്ക്കില്ല, മറ്റാരെങ്കിലും പോകട്ടെ.’’

വൈകുന്നേരമായിട്ടും ചെറുകപ്പൽ തിരിച്ചെത്തിയില്ല. ആ ദൗത്യ ത്തിൽ എട്ട് പേർ മരിച്ചു. അങ്ങനെ, യുദ്ധം ആരംഭിക്കുന്നതിന് മുമ്പ് തന്നെ ഏറ്റുമുട്ടലുകളുടെ ആറാം ദിവസത്തിൽ നഷ്ടപ്പെട്ടവരുടെ എണ്ണം തൊണ്ണൂറ്റി ആറായി ഉയർന്നു. അന്ന് രാത്രി ഞങ്ങൾ ഉറങ്ങി യത് രണ്ട് മണിക്കൂർ മാത്രം. കരയിലെ ജാനിസറികളുടെ (ഓട്ടോമൻ പടയാളികൾ) യുദ്ധഗാനങ്ങൾ ഉയർന്നുവരുന്നതായി ഞങ്ങൾക്ക് കേൾക്കാമായിരുന്നു. സൂര്യൻ ഉദിക്കുന്നതിന് തൊട്ടുമുമ്പ് ഏഴ് ഹാഫിളു കൾ ഖുറാനിലെ സൂക്തങ്ങൾ പാരായണം ചെയ്തു. ഞാൻ എല്ലാ രാത്രിയും ഇത് ചെയ്യുമോ എന്ന് അവരോട് ചോദിച്ചു, ‘‘ഇല്ല, ഇന്ന് ഇത് ചെയ്യാൻ കപ്പിത്താൻ ആജ്ഞാപിച്ചു‘ അപ്പോഴാണ് ഡോറിയ തന്റെ എതിരാളിയെ നേരിടാൻ പോകുകയാണെന്ന് എനിക്ക് മന സ്സിലായത്. ഇത് ചരിത്രത്തിൽ ഇടംപിടിക്കേണ്ട നിമിഷമാണ് ഒന്നു കിൽ ജുമാദ അൽഅവ്വൽ 945 ശനിയാഴ്ച ഹയറുദ്ദീന്, അല്ലെങ്കിൽ ആൻഡ്രിയ ഡോറിയയ്ക്ക് ശനിയാഴ്ച 1538 സെപ്റ്റംബർ 28 വിജയ ത്തിന്റെ ഒരു ദിവസം. എന്നാൽ ഭാഗ്യത്തിന്റെ മുഖം ആരുടെ മേലാണ് തെളിയുകയെന്ന് ഇതുവരെ വ്യക്തമായിട്ടില്ല.

റയീസിന്റെ അറയിൽ മെഴുകുതിരികൾ കത്തിച്ചു. ഞാൻ അനു വാദം ചോദിച്ച് അവനെ കാണാൻ പോയി. ചെറുകപ്പൽ തിരിച്ചെത്തി യിട്ടില്ലെന്ന് കേട്ടപ്പോൾ സങ്കടം തോന്നി. ഞാൻ പ്രവേശിക്കുന്നത് കണ്ടപ്പോൾ അവൻ എഴുന്നേറ്റു.

‘‘ഞാനൊരു സ്വപ്നം കണ്ടു, സീദി സാൻ.’’

‘‘അത് ശുഭകരമായിരുന്നുവെന്ന് ഞാൻ പ്രതീക്ഷിക്കുന്നു, പ്രഭോ.’’

‘‘ഞാൻ എന്റെ തല പ്രധാന കൊടിമരത്തിലേക്ക് ചാരി ദൈവത്തോട് പ്രാർത്ഥിക്കുകയും അപേക്ഷിക്കുകയും ചെയ്തു, ‘‘ദൈവമേ ഈ ശത്രുവിനെതിരെ എനിക്ക് ശക്തി നൽകേണമേ. ഇസ്ലാമിന് ഭാഗ്യവും അനുഗ്രഹവും നൽകേണമേ.’’

തുറമുഖത്തുള്ള ആ വലിയ വീട് നിങ്ങൾ കാണുന്നില്ലേ, അതിന്റെ ചുറ്റുമുള്ള മണ്ണിൽ നിന്ന് ചെറിയ ചെറിയ മത്സ്യങ്ങൾ മുകളിലേക്ക് വരുന്നു. ഞാൻ അവരെ നോക്കിക്കൊണ്ടിരിക്കെ, അവരിൽ ഒരാൾ പെട്ടെന്ന് എന്റെ നേരെ പറന്നു വന്നു, ഒരു കുതിരയുടെ തലയുമായി എന്റെ മുന്നിൽ നിന്നു. ചെറുമീൻ നിറച്ച ഒരു സഞ്ചി എന്റെ കൈയിൽ തന്നുകൊണ്ട് അദ്ദേഹം പറഞ്ഞു. ‘‘ഹയറുദ്ദിൻ, ഇവ കരുണാമയനായ സുൽത്താൻ സുലൈമാനെ ഏൽപ്പിക്കൂ.’’

എന്നിട്ട് അദ്ദേഹം ഒരു ചെറിയ കടലാസ് എന്റെ കൈയിൽ തന്നിട്ട് അപ്രത്യക്ഷനായി.

ഞാൻ അത് തുറന്ന് വായിച്ചു. പച്ച മഷിയിൽ എഴുതിയിരുന്നു: ‘‘ഖുർആനിലെ ഈ വാക്യം നിങ്ങൾക്കറിയാമോ? അത് ഇങ്ങനെയാണ്: ‘‘ഹേ മൊഹമ്മദ്, വിശ്വാസികൾക്ക് സഹായത്തിനുള്ള സന്തോഷവാർത്ത ദൈവത്തിൽ നിന്ന് വരും, ഒരു വിജയമുണ്ടാകും.’’

അപ്പോൾ ഞാൻ സ്വപ്നത്തിൽ നിന്ന് ഉണർന്ന് ദൈവത്തിന് നന്ദി പറഞ്ഞു, സുൽത്താന്റെ പതാക കൊണ്ടുവരാൻ എന്റെ ആളുകളോട് ആവശ്യപ്പെട്ടു. എന്റെ തയ്യൽക്കാരനെയും വിളിപ്പിച്ചു.

‘‘ഇമാമുമാരിൽ ഒരാളെ വിളിക്കണ്ടേ?’’

‘‘വേണ്ട. കാരണം, എനിക്കെല്ലാം വ്യക്തമാണ്. ദൈവം ഇച്ഛിച്ചാൽ ആ ചത്ത മത്സ്യങ്ങൾ അവിശ്വാസികളുടെ ചെറിയ കപ്പലുകളിൽ എത്തും. നമ്മുടെ പടയാളികൾക്ക് യുദ്ധത്തിന്റെ കൊള്ളമുതൽ ലഭിക്കും. മഹത്വവും വിജയവും നൽകുന്ന പ്രവാചകന്റെ ദൈവത്തിൽനിന്ന് സഹായം വരും എന്നതിന്റെ അടയാളമായിരുന്നു കടലാസ് തുണ്ടിലെ വിജയത്തിന്റെ വാക്യം.’’

‘‘എന്നാൽ അങ്ങ് ഉണ്ടാക്കിയ തയ്യാറെടുപ്പുകൾക്കും പദ്ധതികൾക്കും അനുസൃതമായി തന്നെ നീങ്ങേണ്ടേ?’’

‘‘തീർച്ചയായും. എന്റെ ചില കപ്പിത്താന്മാരുടെ തയ്യാറെടുപ്പിന്റെ നിലവാരത്തെക്കുറിച്ച് എനിക്ക് സംശയമുണ്ടെങ്കിലും.’’

അൾജീരിയയിൽ അദ്ദേഹം പറഞ്ഞതൊന്നും എതിർക്കുന്ന ആരെയും ഞാൻ ഒരിക്കലും കണ്ടിട്ടില്ല, അദ്ദേഹം ഓട്ടോമൻ സാമ്രാജ്യത്തിന്റെ സേവനത്തിൽ പ്രവേശിച്ചപ്പോൾ കാര്യങ്ങൾ മാറി. കടലിന്റെ

കപ്പിത്താൻ എന്ന പദവിക്ക് തങ്ങളും യോഗ്യരാണെന്ന് കരുതുന്ന എത്ര കപ്പിത്താന്മാരും പാഷകളും അദ്ദേഹത്തിന്റെ ഗാലികളിൽ ഉണ്ടെന്ന് ആർക്കറിയാം?

''അവർ നിങ്ങളെ എതിർക്കുന്നുണ്ടോ?''

''എതിർപ്പല്ല, മറിച്ച് കുറച്ച് മുൻകരുതലുകൾ എടുക്കാനും ശത്രുക്കളുമായി ചെറിയ ഏറ്റുമുട്ടലുകളിൽ ഏർപ്പെടാനും അവർ ഉത്സാഹിക്കുന്നു. പട്ടാളക്കാരില്ലാതെ പതിന്നാല് ഗാലിയയ്റ്റുകളെ തുർഗുട്ട് റയീസിനായി അയച്ചപ്പോൾ അവർ എന്നെ ചോദ്യം ചെയ്തു. ''കാരണം ആവശ്യമെങ്കിൽ.'' ഞാൻ പറഞ്ഞു.''

''പ്രേതക്കപ്പലുകൾ?''

''അതെ, പ്രേതക്കപ്പലുകൾ, ആഴം കുറഞ്ഞ വെള്ളത്തിൽ മൂന്ന് മൈൽ മണലിൽ. ലംബസൂത്രം ഞങ്ങൾ കണക്കുകൂട്ടിയത് ശരിയാണെന്ന് തെളിയിച്ചു. പ്രേതക്കപ്പലുകൾ വെള്ളത്തിൽ നങ്കൂരമിട്ട് കാത്തുനിൽക്കുന്നു. അവയിൽ ഓരോന്നും നിറയെ വെടിമരുന്നും വെടിക്കോപ്പുകളും നിറച്ച പെട്ടികൾ കൊണ്ട് നിറച്ചിട്ടുണ്ട്. എന്നാൽ എന്റെ എല്ലാ കപ്പിത്താന്മാരോടും എനിക്ക് ഇത് പറയാൻ കഴിയില്ല. ആ പതിന്നാല് കപ്പലുകളിൽ രണ്ടെണ്ണം മാത്രമായി തുർഗുട്ട് റയീസ് മടങ്ങുന്നത് കാണുമ്പോൾ ഒരു സംസാരമുണ്ടാകും. അവരിൽ അഞ്ചോ ആറോ പേർ ശത്രുവിനെ നിരീക്ഷിക്കാൻ കരയിലേക്ക് പോയി, നേരത്തെയുള്ള ഒരു ആക്രമണത്തിനുള്ള തയ്യാറെടുപ്പിനായി അവരുടെ സൈനികരെ വിഭജിച്ചു. വിഷയം ചർച്ച ചെയ്യാൻ ഞാൻ ഒരു യോഗം വിളിച്ചു. എന്റെ എല്ലാ ദയയും സംഭരിച്ച് ഞാൻ പറഞ്ഞു, ''എന്റെ മക്കളേ, യോദ്ധാക്കളെ, യോഗം എന്നത് പ്രവാചകന്റെ പാരമ്പര്യമാണ്. ഒപ്പം യുക്തിയും പരമപ്രധാനമാണ്. കടലിലെ നമ്മുടെ ഒരുക്കങ്ങളെക്കുറിച്ച് നിങ്ങളുടെ ഹൃദയത്തിലുള്ളത് എല്ലാവരും പറയണമെന്ന് ഞാൻ ആഗ്രഹിക്കുന്നു. നമ്മുടെ ചില സഹയാത്രികർ കൽപ്പനകൾ ശ്രദ്ധിക്കുന്നില്ലെന്ന് നിങ്ങൾ വ്യക്തമാക്കി, അത്തരം കാര്യങ്ങൾ ഒരു പാഷയ്ക്ക് ചേരില്ല. അതുകൊണ്ട് ഇപ്പോൾ പറയാനുള്ളതെല്ലാം എന്നോട് പറയൂ.''

''അത് നന്നായി പ്രഭോ. പക്ഷെ അങ്ങ് അയവു കാണിക്കരുത്.''

''പക്ഷേ, നിർഭാഗ്യവശാൽ അവരുടെ അനുസരണക്കേട് നമുക്ക് മൂന്ന് ഗാലികളും അഞ്ഞൂറ് സൈനികരും നഷ്ടപ്പെടുത്തി. ഇന്നലെ ഒരു യഥാർത്ഥ പരാജയദിനമായിരുന്നു.''

''ദൈവം ആഗ്രഹിക്കുന്നുവെങ്കിൽ ഇന്ന് നമുക്ക് വിജയത്തിന്റെ ദിവസമായിരിക്കും, എന്റെ പ്രഭോ, വിശ്വസിക്കുക.''

‘‘ദൈവം തയ്യാറാണെങ്കിൽ സീദിക്ക് കഴിയും. നേരം പുലരുമ്പോൾ ഈ കലഹം അവസാനിക്കുകയും അവരെല്ലാം എന്റെ കൽപ്പന അനുസരിക്കുകയും ചെയ്യും, ഞാൻ നിങ്ങൾക്ക് എന്റെ വാക്ക് തരുന്നു.’’

അന്ന് ബാർബറോസ് ഹയറുദ്ദീൻ പാഷ തന്റെ ശത്രുവിനെ പരാജയപ്പെടുത്താൻ തീരുമാനിച്ചു, ആ ലക്ഷ്യം നേടുന്നതിന് ആവശ്യമായ എല്ലാ കണക്കുകൂട്ടലുകളും നടത്തി. തന്റെ ശത്രുവിനെ പ്രീവെസിൽ കുഴിച്ചിടുക എന്നതായിരുന്നു അവന്റെ ഉദ്ദേശ്യം. അതുകൊണ്ടാണ് ഒരു പ്രതിരോധ കോട്ടയുണ്ടാക്കാൻ അവൻ പടയാളികളെ കരയിലേക്ക് അയച്ചത്. പിന്നെ അവനെ തോൽപ്പിക്കാൻ ഡോറിയയ്ക്ക് തന്റെ കപ്പലുകളിൽ നിന്ന് സൈനികരെ കരയിലേക്ക് അയയ്ക്കുകയല്ലാതെ മറ്റ് മാർഗമില്ല. പിന്നീട് പാഷ സൈനികർ ഇറങ്ങിയ കപ്പലുകളെ തീ ഉപയോഗിച്ച് മറ്റു കപ്പലുകളിൽ നിന്ന് വേർപെടുത്തും. അങ്ങനെ ചെയ്യുന്നതിലൂടെ അവൻ കരയിലെ കപ്പലുകളെയും സൈനികരെയും തുടച്ചുനീക്കുകയും വിജയം കൈവരിക്കുകയും ചെയ്യും. തീർച്ചയായും ഡോറിയ ഇതിനെക്കുറിച്ച് ചിന്തിച്ചിരിക്കണം. പിന്നെ എന്തെല്ലാം കെണികളാണ് അവൻ ഒരുക്കിയതെന്ന് അറിയില്ല.

ഇത്രയും വർഷങ്ങൾ നീണ്ട പോരാട്ടം അവർക്ക് പരസ്പരം നന്നായറിയാമായിരുന്നു. കെണിക്ക് പകരം കെണി, ദ്വീപിനു പകരം ദ്വീപ് ഇങ്ങനെ പാഷയും ഡോറിയയും തമ്മിലുള്ള കസർത്ത് തുടർന്നു. അവരിൽ ഒരാൾ ധ്രുവനക്ഷത്രത്തിലേക്ക് നോക്കിയാൽ മറ്റെയാൾ അതേ വെളിച്ചത്തിനായി തിരയും. ഇത്തവണ അവർ തങ്ങളുടെ മക്കളെ യുദ്ധത്തിന് കൊണ്ടുവന്നു...സുഹൃത്തുക്കളായി മാറിയ അവരുടെ മക്കൾ... ഓരോ അർമാഡയുടെയും മധ്യത്തിൽ ഈ രണ്ട് ആൺമക്കൾ ഏറ്റുമുട്ടും പിതാക്കന്മാർ തമ്മിലുള്ള മത്സരം മക്കളിലേക്ക് കൈമാറിവരുമെന്നു ഞാൻ ഭയപ്പെട്ടു. ഹസനെ അടിമയായി സ്പെയിനിലേക്ക് കൊണ്ടുപോകാൻ ഡോറിയയ്ക്ക് കഴിഞ്ഞില്ലെങ്കിൽ.

ഒരു കാലത്ത്, അന്റോണിയസിന്റെയും ക്ലിയോപാട്രയുടെയും അപകീർത്തിക്ക് സാക്ഷ്യം വഹിച്ച പ്രെവെസിലെ പാറക്കെട്ടുകൾ ഇപ്പോൾ പൂർണ്ണ ശോഭയുള്ള പ്രഭാതത്തെയും വടക്കൻ കൊടുങ്കാറ്റിനെയും അഭിവാദ്യം ചെയ്തു. ഡോറിയയും ഹിസീറും ഏറ്റുമുട്ടി. പ്രിവേസ് കടലിലെ ഓരോ സൈനികനും മുസ്ലീമോ ക്രിസ്ത്യാനിയോ യുദ്ധത്തിന്റെ മുറവിളി വിടാൻ തയ്യാറായി അന്ന് ഉണർന്നിരുന്നു.

രണ്ട് കപ്പലുകളുടെയും കപ്പലുകളിലെ തിരക്കേറിയ പ്രവർത്തനം. ഡോറിയയ്ക്ക് അനുകൂലമായി കാറ്റ് വീശുന്നുണ്ടായിരുന്നു, അയമവ്ര ദ്വീപിന് സമീപം അദ്ദേഹത്തിന്റെ കപ്പലിൽ ചില പ്രവർത്തനങ്ങൾ നടന്നു. മെഡിറ്ററേനിയൻ കടലിലെ കയ്പുനീരിൽ നുരഞ്ഞുപൊന്തുന്ന കഴുകന്മാരുടെ ചിറകുകൾ പോലെ ഗാലി തുഴകൾ പൊങ്ങുമ്പോൾ, റയീസ് ആരുടെയോ നേരെ തിരിഞ്ഞ് 'ഇന്നാണ് ആ ദിവസം, തയ്യാറാകൂ' എന്ന് മൃദുവായി പറയുന്നത് ഞാൻ കേട്ടു. അരമണിക്കൂറോളം അവൻ ഡോറിയ വരുന്നത് വെറുതെ നോക്കി, കാറ്റിന്റെ വേഗത അളന്നു.

ഡോറിയ തന്റെ ഗാലിയറ്റുകളെ മധ്യഭാഗത്ത് സ്ഥാപിച്ചു, കപ്പൽപ്പട വിടർത്തി, ഗാലിയുടെ വേഗത ക്രമീകരിക്കുകയും അവ മുന്നോട്ട് നീങ്ങുകയും ചെയ്തു. റോമാക്കാർ കാർത്തജീനിയക്കാരുടെ മേൽ കപ്പൽ കയറിയതിനുശേഷം മെഡിറ്ററേനിയൻ അത്തരമൊരു ബൃഹത്തായ കപ്പൽനിര കണ്ടിട്ടുണ്ടാകില്ല എന്ന് എനിക്ക് തോന്നി. ആകെ ഇരുന്നൂറോളം കപ്പലുകൾ മുന്നിൽ നിന്ന് പിന്നിലേക്ക് നിരന്നു കിടക്കുന്നു. നോക്കുന്ന ആരുടെയും നട്ടെല്ലിൽ വിറയൽ വീഴ്ത്താൻ അത് മതിയായിരുന്നു.

അങ്ങനെ ഒരു വേട്ടയാടലിന്റെ തുടക്കമായി. ഗാലി അടിമകളുടെ വായിൽ നിന്ന് പുറപ്പെടുന്ന ശപഥങ്ങളും പ്രാർത്ഥനകളും തിരമാലകൾക്കും ബോട്ട്സ്വെയ്നിന്റെ വിസിലിനും കുറുകെ ചിറകടിച്ചുയർന്ന ഗാലി തുഴകളുടെ വിലാപ ശബ്ദവും എല്ലാം സമ്മിശ്രമായി ഉയർന്നു. നഗ്നരായ ഗാലി അടിമകളുടെ മുതുകിൽ മേൽനോട്ടക്കാരുടെ വിള്ളലുകൾ. അവരുടെ ഹൃദയം സ്വാതന്ത്ര്യത്തിനായി ജ്വലിക്കും. ഓരോ അടിമയുടെ ഹൃദയത്തിലും സ്വാതന്ത്ര്യത്തിന്റെ തീയുണ്ട്. ചാട്ടയുടെ അടി ഒരു നിമിഷം വൈകിപ്പിക്കാൻ മാത്രം കൂടുതൽ ശക്തിയിൽ തുഴകൾ വലിച്ചു.

ഡോറിയ ഞങ്ങളുടെ നേരെ കുതിച്ചുകയറുന്നതും പ്രിവേസിലേക്ക് കുതിക്കുന്നതും ഞങ്ങൾ കാണുമ്പോൾ, ആകാശത്ത് നിന്ന് ഈ ഗാലികൾ കാണുന്നത് എങ്ങനെയായിരിക്കുമെന്ന് ഞാൻ ആശ്ചര്യപ്പെട്ടു, കുരിശുയുദ്ധ ഗാലികൾ. ഞാൻ ഒരു കടൽക്കാക്ക ആയിരുന്നെങ്കിൽ, ആകാശത്തേക്ക് ഉയരത്തിൽ കയറാൻ കഴിയുമെങ്കിൽ, ഓരോ തുഴയിലും അഞ്ച് ഗാലി അടിമകളെ എനിക്ക് കാണാൻ കഴിയും. ആകെ ഇരുനൂറ്റി അറുപത് പുരുഷന്മാർ എല്ലാവരും ഒരേ താളത്തിൽ മുന്നോട്ട് നീങ്ങുകയും അവരുടെ തുഴ വലിക്കുകയും ചെയ്യുന്നു. തുഴകൾ പരുന്തിനെപ്പോലെ ഒരു നിമിഷം വായുവിൽ തങ്ങി

നിൽക്കുന്നു. തൽക്ഷണം അവിടെ ചുറ്റിത്തിരിയുന്നു. തുടർന്ന് തുഴ കടലിലേക്ക് മുങ്ങുന്നു. അടിമകൾ അവരുടെ ശ്വാസം വിടുന്നു. കുറച്ച് നിമിഷങ്ങൾക്ക് ശേഷം ഗാലിയുടെ കൂറ്റൻ ഫ്രെയിം മുന്നോട്ട് നീങ്ങുന്നത് കാണാൻ. ഒരുപക്ഷേ അത്ഭുതം വെള്ളത്തിൽ ഒരു വലിയ പക്ഷി. എന്നാൽ ഇത് യുദ്ധമായിരുന്നു. കാഴ്ചക്കാർക്ക് വേണ്ടിയുള്ള ഒന്നല്ല.

കാവൽക്കാരുടെ കൈകളിലെ നിഷ്കരുണമായ ചാട്ടവാറോ ഗാലി അടിമകളുടെ മുതുകിൽ നിന്ന് ഒഴുകുന്ന രക്തമോ അവരുടെ നെറ്റിയിലെ വിയർപ്പോ എന്താണ് മെഡിറ്ററേനിയന് അതിന്റെ കയ്പേറിയ രുചി നൽകിയത്? പണത്തിനു വേണ്ടി തുഴയാൻ വിധിക്കപ്പെട്ട ദരിദ്രരായ എന്നാൽ സത്യസന്ധരായ വ്യക്തികളെക്കുറിച്ച് ഞാൻ ചിന്തിച്ചു. പകലോ രാത്രിയോ എന്ന് ഒരിക്കലും ഉറപ്പിക്കാൻ കഴിയാത്ത, ചെറിയ ഒരു ദ്വാരത്തിലൂടെ മാത്രം പുറംലോകം മാത്രം കണ്ട മനുഷ്യർ. കുടുംബത്തലവന്മാർ, പിതാവ്, ഭർത്താക്കന്മാർ, പുത്രന്മാർ. അടിവസ്ത്രമല്ലാതെ മറ്റൊന്നും ധരിക്കാത്തവർ, ബീൻസും ഉണക്കമീനും അല്ലാതെ മറ്റൊന്നും കഴിക്കാത്തവർ, സൂര്യോദയത്തിലും സൂര്യാസ്തമയത്തിലും ഡെക്കിൽ അൽപനേരം മാത്രം അലഞ്ഞു നടന്നവർ. ഡോറിയയും ഹയറുദ്ദീനും തമ്മിലുള്ള ശത്രുതയെക്കുറിച്ച് കേട്ടിട്ടില്ലാത്ത ആയിരക്കണക്കിന് മനുഷ്യർ ഈ യുദ്ധത്തിൽ ഉണ്ടെന്ന് എനിക്കറിയാമായിരുന്നു, എന്തിനെന്നറിയാതെ അവർക്കുവേണ്ടി മരിക്കാൻ.

പാറക്കെട്ടുകളിൽ സ്ഥാപിച്ചിരിക്കുന്ന കോട്ടത്താവളത്തിലെ സൈനികരെയും കുന്നുകളിലേക്ക് രക്ഷപ്പെട്ട ആളുകളെയും ഒഴിച്ച്, ഓട്ടോമൻ കപ്പലുകളിലെ ആർക്കും മരണത്തെക്കുറിച്ച് ചിന്തിക്കാതിരിക്കാൻ കഴിഞ്ഞില്ല. ഞാൻ എത്തുമ്പോൾ എന്റെ ഗാലിയറ്റിന് കേടുപാടുകൾ സംഭവിച്ചതിനാൽ അത് കടവിലേക്ക് അടുപ്പിച്ചു. ആന്റലൂഷ്യയിലെ എന്റെ യോദ്ധാക്കളെ എന്നോടൊപ്പം ഹയറുദ്ദീൻ പാഷയുടെ കപ്പലിലേക്ക് കൊണ്ടുപോയി. അനുഭവപരിചയമില്ലാത്ത യോദ്ധാക്കളെ സംരക്ഷിക്കാൻ അദ്ദേഹം ആഗ്രഹിച്ചതിനാലാണ് ഇങ്ങനെ ചെയ്തതെന്ന് പിന്നീട് ഞാൻ മനസ്സിലാക്കി.

ഈ യുദ്ധത്തിലെ എന്റെ കർത്തവ്യം കൊടികൾ ഉപയോഗിച്ച് അവന്റെ കൽപ്പനകൾ കപ്പലിലെ മറ്റ് കപ്പിത്താന്മാരെ അറിയിക്കുക എന്നതായിരുന്നു. ഞാൻ വടം ഉപയോഗിച്ച് ഒരു കേബിൾവേ സംവിധാനം സജ്ജീകരിച്ചു. മൂന്നോ നാലോ പതാകകളുടെ സംയോജനത്തിലൂടെ എനിക്ക് കപ്പിത്താന്മാരുമായി ആശയവിനിമയം നടത്താൻ കഴിയും: 66 ആക്രമണം, 28 പായ താഴ്ത്തുക, സ്റ്റാർബോർഡിലേക്ക്

93 ടാക്ക്, 17 ഗ്രാപ്ലിംഗ് ഹുക്കുകൾ, 35 ഫയർ പീരങ്കികൾ, 71 തുറമുഖത്തേക്ക്, 60 ഒഴിഞ്ഞുമാറുക എന്നിങ്ങനെ.

കുരിശുകപ്പൽ അടുത്തെത്തിയപ്പോൾ എനിക്ക് സാഹചര്യം കൂടുതൽ വ്യക്തമായി മനസ്സിലായി. വെനീഷ്യക്കാർ, സ്പെയിൻകാർ, ഇറ്റലിക്കാർ, പോർച്ചുഗീസ്, ജെനോയിസ് എന്നിവർ പ്രത്യേക കപ്പലുകളിലായിരുന്നു. ആക്രമണത്തിനു മൂന്ന് ഗാലികൾ ഉണ്ടായിരുന്നു. ജിയോവാനി ഡോറിയ, നൈറ്റ്സ് ഓഫ് മാൾട്ട, കപ്പിത്താൻ ഗോൺസാഗ എന്നിവരായിരുന്നു കമാൻഡർമാർ. ആൻഡ്രിയ ഡോറിയയുടെ കൊടിമരത്തിന് മുന്നിൽ അവർ കപ്പൽ കയറി. മകൻ ജിയോവാനി അരികിലുണ്ടായിരുന്നു. അദ്ദേഹത്തിന് പിന്നിൽ മാർക്കോ ഗ്രിമാനിയും വിസെൻസോ കപെല്ലോയുടെ നേതൃത്വത്തിൽ പട്ടാളക്കാർ നിറഞ്ഞ വഞ്ചികളും ഉണ്ടായിരുന്നു. പിന്നിൽ അലസ്സാൻഡ്രോ കോണ്ടൽമിയോയുടെ നേതൃത്വത്തിൽ വിതരണ വഞ്ചികളും. ഇന്നലത്തെ യുദ്ധ യോഗത്തിൽ നിന്ന് ഹയറുദ്ദീൻ പാഷയ്ക്ക് ഇതെല്ലാം അറിയാമായിരുന്നുവെന്ന് തോന്നി, മറ്റ് കപ്പിത്താന്മാരെ വിവരം അറിയിച്ചു, അവർ കപ്പലുകൾകൊണ്ട് ഒരു ചന്ദ്രക്കലയുടെ ആകൃതിയിൽ മുന്നോട്ടു നീങ്ങുമെന്ന് എല്ലാവർക്കും അറിയാമായിരുന്നു.

ഇടത് അറ്റത്ത് സെയ്ദി റയീസും വലത് അറ്റത്ത് സാലിഹ് റയീസും. യുദ്ധം ആരംഭിക്കുമ്പോൾ, കപ്പലുകൾ മധ്യത്തിലായിരിക്കും, അദ്ദേഹത്തിന്റെ മുൻനിര കപ്പലും അദ്ദേഹത്തോടൊപ്പം മകൻ ഹസനും കഫേറും സിനാനും സബാൻ റയീസും ഉണ്ടായിരുന്നു. യുദ്ധത്തിലെ ഏറ്റവും മാന്യനായ കപ്പിത്താൻ തുർഗുട്ട് റെയിസ് ആയിരുന്നു.

ഹയറുദ്ദീൻ പാഷ തന്റെ കപ്പലിലെ ക്വാർട്ടർഡെക്കിന്റെ പാളങ്ങളിൽ ചാരി ചുറ്റുപാടുകൾ നിരീക്ഷിച്ചുകൊണ്ടിരുന്നപ്പോൾ, മധ്യഭാഗത്ത് സഞ്ചരിക്കുന്ന അഞ്ച് കപ്പലുകളോട് അദ്ദേഹം ആംഗ്യം കാണിച്ചു. "ലജ്ജാകരം." അദ്ദേഹം പറഞ്ഞു.

ഞാൻ നോക്കി. കപ്പലുകളിൽ ചുവന്ന കുരിശുകളുള്ള വലിയ കപ്പലുകളായിരുന്നു അവ... ആഡംബരപൂർണമായി അലങ്കരിക്കപ്പെട്ടവ. അവൻ കാറ്റിനെ ശ്രദ്ധാപൂർവ്വം പരിശോധിച്ചു, എന്നിട്ടും ഒരു കമാൻഡ് നൽകിയില്ല. ഡോറിയയുടെ കപ്പലുകൾ കാൽ മണിക്കൂർ മാത്രം അകലെയായിരുന്നു. കുറച്ച് കഴിഞ്ഞ് പീരങ്കിയുടെ ആദ്യത്തെ വെടി ഞങ്ങൾക്ക് ലഭിക്കും. ഇപ്പോൾ ക്വാർട്ടർ മാസ്റ്റർമാർ അതേ ആജ്ഞ ആവർത്തിച്ചു, 'വഴി തരൂ', ഹയറുദ്ദീൻ പാഷ ശാന്തനായി കാണപ്പെട്ടു. അവൻ എന്തിനോ വേണ്ടി കാത്തിരിക്കുന്നപോലെ. അവൻ എന്നെ അവന്റെ അടുത്തേക്ക് വിളിച്ചു.

"എഴുതൂ, സിദീ." അവൻ പറഞ്ഞു,

“ഒരു തൂലികയും തോൽക്കടലാസും കണ്ടെത്തി എഴുതൂ.”

ഞാൻ എന്റെ എഴുത്ത് സാമഗ്രികൾ എടുത്തു. ഞാൻ ഖുർആനിൽ നിന്ന് രണ്ട് ചെറിയ വാക്യങ്ങൾ രണ്ട് തവണ എഴുതി:

“ദൈവം അങ്ങനെ ഇച്ഛിക്കുന്നെങ്കിൽ അവൻ കടലിന് മുകളിലൂടെയുള്ള കാറ്റ് തടയും, അത് നിശ്ചലമാകും (ഷൂറ 33)”

“ഓ വിശ്വാസികളേ, ദൈവത്തിന്റെ അനുഗ്രഹം ഓർക്കുക. സൈന്യങ്ങൾ നിങ്ങളോട് യുദ്ധം ചെയ്യുന്നു, പക്ഷേ ഞങ്ങൾ അവർക്ക് എതിരായി ഒരു കാറ്റിനെയും നിങ്ങൾക്ക് കാണാൻ കഴിയാത്ത ഒരു സൈന്യത്തെയും അയച്ചിരിക്കുന്നു. (അഹ്സാബ് 9)”

ഇത് പറഞ്ഞിട്ട് അവൻ കപ്പലിന്റെ അണിയത്ത് ഇത് കത്തിച്ചു പുക ശത്രുവിന്റെ നേരെ വിടണമെന്ന് പറഞ്ഞു. എന്നിട്ട് ഞങ്ങൾ രണ്ടു വാക്യവും കത്തിച്ചു, ഞങ്ങളുടെ ശത്രുവിന് നേരെ ഊതി. അപ്പോൾ കപ്പലിലെ രണ്ട് ഇമാമുകളും ഹുസൈനി മഖ(തുർക്കിയിലെ ക്ലാസിക് വിഷാദഗാനം)ത്തിന്റെ ഈണത്തിൽ രണ്ട് വാക്യങ്ങൾ ഉറക്കെ വായിച്ചു. ഞാൻ വീണ്ടും അവന്റെ അരികിലേക്ക് ഓടി. ഏഴ് ഹാഫിസ് ലെവെന്റുകൾ അദ്ദേഹത്തിന് ചുറ്റും വൃത്താകൃതിയിൽ ഇരിക്കുന്നത് ഞാൻ കണ്ടു. അവർ ഫെതിഹ് വാക്യങ്ങൾ വായിക്കുകയായിരുന്നു, അവർ തുടങ്ങിയപ്പോൾ ഞാൻ അൾജീരിയയുടെ പതാക ഉയർത്തി. എനിക്കറിയാവുന്ന കൊടിയായിരുന്നു അത് പക്ഷേ ഇത്തവണ ഞാൻ കണ്ടിട്ടില്ലാത്ത വാക്കുകൾ കണ്ടു. സൂറത്തുൽ ഫാത്തിഹായിരുന്നു അത്: നിങ്ങളുടെ മുൻകാല തെറ്റുകൾ അല്ലാഹു പൊറുക്കട്ടെ. നിന്നെ നേർവഴിയിൽ നയിക്കുകയും ചെയ്യട്ടെ. തലേദിവസം രാത്രി കണ്ട സ്വപ്നത്തിന് ശേഷം പതാകയിൽ ആ വാക്കുകൾ എഴുതിയിട്ടുണ്ടെന്ന് തെളിഞ്ഞു. മഹാകപ്പിത്താന്റെ കപ്പലിൽ ഈ പതാക, വിജയത്തിന്റെ പതാക, ഇപ്പോൾ ഒരു പുതിയ ലിഖിതം എന്നിവ കണ്ട എല്ലാ നാവികരും പ്രചോദിതരായി. നൂറ്റിയിരുപത്തിരണ്ട് കപ്പലുകളിലുള്ളവർ ഒരേ സ്വരത്തിൽ ശബ്ദമുയർത്തി.

ഹയറുദ്ദീൻ പാഷ പ്രാർത്ഥിച്ചു.

“ദൈവമേ, മഹാനായ ഗുരു, മോശയ്ക്കുവേണ്ടി കടൽ പിളർന്നതുപോലെ ഈ കടലിനെ എന്റെ ഇഷ്ടപ്രകാരം വളയ്ക്കുക. സോളമനുവേണ്ടി വീശിയടിക്കുന്നതുപോലെ ഈ കാറ്റുകളെ എന്റെ അരികിലേക്ക് അയയ്ക്കുക. അബ്രഹാമിനെതിരെ പ്രയോഗിച്ച അഗ്നി മയപ്പെടുത്തിയതുപോലെ എന്റെ ശത്രുക്കളുടെ തീ കെടുത്തുക. നിങ്ങൾ ദാവീദിന് നൽകിയ ഇരുമ്പ് പോലെ, ഈ കപ്പലുകൾക്കും ശക്തി നൽകുക. അവരെ സംരക്ഷിക്കുക. അവിശ്വാസികളായ ശത്രുക്കളെ

അന്ധരാക്കുക. നിങ്ങളുടെ സ്നേഹത്തിനും വിശ്വാസത്തിനും മഹത്വത്തിനുമായി... പ്രിയപ്പെട്ട പ്രവാചകനായ മുഹമ്മദ് നബിക്ക് നിങ്ങൾ സന്തോഷവാർത്ത അയച്ചതുപോലെ ഞങ്ങൾക്ക് സഹായം അയയ്ക്കുക, വിജയത്താൽ ഞങ്ങളെ അനുഗ്രഹിക്കുക. ആമേൻ, കർത്താക്കളുടെ കർത്താവേ, മഹാനായ ദൈവമേ.''

ഹിസീർ ഹയറുദ്ദിൻ പാഷയുടെ പ്രാർത്ഥന മരണഭയം ഇല്ലാതാക്കുന്നതായിരുന്നു. അവന്റെ കണ്ണുകളിൽ നിന്ന് കണ്ണുനീർ കഴുകി. അവൻ എന്റെ നേരെ തിരിഞ്ഞ് എനിക്ക് ആദ്യത്തെ കൽപ്പന നൽകി:

''ഹേ ഹോ, ദൈവത്താൽ, സീദി കപ്പലുകൾ തയ്യാറാക്കൂ.''

ഞാൻ പതാക ഉയർത്തിയപ്പോൾ ലെവൻ ഒരു നിമിഷം നിർത്തി. അപ്പോൾ ഞങ്ങൾ പക്ഷികളുടെത് പോലൊരു ശബ്ദം കേട്ടു. വിസിൽ മുഴങ്ങുന്നു. അത് കുരിശുയുദ്ധക്കപ്പലിൽ നിന്നാണെന്ന് ഞങ്ങൾക്ക് മനസ്സിലായി. മെഡിറ്ററേനിയൻ കടലിലെ എല്ലാ ലെവെൻഡുകളും അവരുടെ കപ്പലുകളിൽ നിന്നുള്ള വിസിൽ ശബ്ദങ്ങൾ അറിഞ്ഞിരുന്നു. ഞങ്ങൾ പുറത്തിറക്കിയ വാനമ്പാടികളെക്കുറിച്ച് അറിയാത്തതിനാൽ നിരവധി ദ്രുതആജ്ഞകൾ വീണ്ടും വീണ്ടും ആവർത്തിക്കുന്നത് കേട്ട് ആദ്യം അവർ ഭയന്നു. കാരണം, കമാൻഡുകൾ നിലയ്ക്കുന്നില്ലായിരുന്നു. ഓരോ ഗാലി അടിമയും സ്വന്തം വിസിൽ ഊതുന്ന ഒരു മേൽനോട്ടക്കാരനായതുപോലെയും എല്ലാ ചാട്ടവാറുകളും നിശ്ശബ്ദമായിരിക്കുന്നതുപോലെയും തുഴച്ചിൽക്കാർ വേഗത്തിൽ പോകുന്നതുപോലെയും ഉള്ള പ്രതീതിയാണ് ഇവിടെ കിട്ടിയിരുന്നത്. ഞങ്ങളുടെ പടയെ സംബന്ധിച്ചിടത്തോളം, ഒരേസമയം ഇത്രയധികം ആജ്ഞകളോടെ മുന്നോട്ട് കുതിക്കുന്ന ഒരു യുദ്ധക്കപ്പൽ തങ്ങൾ മുമ്പൊരിക്കലും നേരിട്ടിട്ടില്ലാത്തതിനാൽ ഡോറിയ രോഷാകുലനാണെന്ന് ചിന്തിച്ച് അവർ ആശങ്കയിലായിരുന്നു.

ഞാൻ ഹയറുദ്ദിൻ പാഷയുടെ കണ്ണിൽ പെട്ടു. നന്ദി എന്ന മട്ടിൽ അവൻ എന്നെ നോക്കി. മേലുദ്യോഗസ്ഥർ ഒരു കൽപ്പന പുറപ്പെടുവിച്ചാൽ, വാനമ്പാടികൾ അവയെ അനുകരിക്കും ഗാലി അടിമകളും തുഴക്കാരും പോരാളികളും വിസിലുകളെയും വാനമ്പാടികളെയും വേർതിരിച്ചറിയാൻ പാടുപെട്ടു, പക്ഷേ അവയെല്ലാം കൂടിച്ചേർന്നതിനാൽ തുഴക്കാർ കുഴങ്ങി. ഡോറിയ പീരങ്കി വെടിവയ്പ്പിന്റെ നിരയിലേക്ക് കടക്കുമ്പോൾ കപ്പലുകൾ പോകേണ്ട ഗതിയെക്കുറിച്ച് ഉറപ്പില്ലാത്തതും അവിടെ നിന്ന് എന്തുചെയ്യണമെന്ന് അറിയാതെ കുഴങ്ങുന്നതും കണ്ടു. തീയുടെ നിരയിലേക്ക് പ്രവേശിക്കുന്ന കപ്പലുകളിലെ എല്ലാ പോരാളികളും തോക്കുധാരികളും വില്ലാളികളും

തങ്ങളുടെ പോസ്റ്റുകൾ ഉപേക്ഷിച്ച് കപ്പലിന്റെ എല്ലാ കോണുകളിലും മുനമ്പിലും അമരത്തും ക്വാർട്ടർഡെക്കിലും ഹോൾഡിലുമുള്ള വാന മ്പാടികൾക്കായി തിരയാൻ തുടങ്ങി. സ്വന്തം കപ്പലുകളുമായി സ്വന്തം നാവികർ യുദ്ധം ചെയ്യുന്നത് കണ്ട് ഡോറിയ ദേഷ്യപ്പെട്ടു. ഹയറു ദ്ദിൻ പാഷ തന്റെ ശത്രുവിന്റെ ദുരവസ്ഥ കണ്ട് ചിരിച്ചുവെങ്കിലും കാറ്റിന്റെ വേഗത്തിലും ദിശയിലും അദ്ദേഹത്തിന് ഒരു കണ്ണുണ്ടാ യിരുന്നു. കാറ്റിന്റെ ദിശ മാറി തനിക്ക് അനുകൂലമായി വീശുമെന്ന് അയാൾ പ്രതീക്ഷിച്ചു; അത് അവൻ വിശ്വസിച്ചു. അവന്റെ ജീവിത ത്തിലുടനീളം അവന്റെ സ്വപ്നങ്ങൾ യാഥാർത്ഥ്യമാകുമെന്ന് എനി ക്കറിയാമായിരുന്നു. ഖുറാനിൽ നിന്നുള്ള ആ വാക്യങ്ങൾ മുഹമ്മദ് നബിയെ അറിയിക്കാനും സഹായം ചോദിക്കാനുമുള്ള ഒരു മാർഗ മായി അദ്ദേഹം മനസ്സിലാക്കി, ദൈവിക സൈന്യം തന്നെ രക്ഷി ക്കാൻ വരുമെന്ന് അദ്ദേഹത്തിന് അറിയാമായിരുന്നു. ഏതാനും നിമിഷങ്ങൾക്കുശേഷം ദിവ്യ സൈന്യം കാറ്റിന്റെ രൂപത്തിൽ വന്നു, പെട്ടെന്ന് തുർക്കി കപ്പലുകൾ പ്രവർത്തനത്തിലേക്ക് കുതിച്ചു. അപ്പോൾ രണ്ടാമത്തെ ആജ്ഞ വന്നു. പ്രഭാത സൂര്യൻ ജ്വലിച്ചു:

''എല്ലാ കപ്പലുകളും മുന്നോട്ട്! നമ്മുടെ വിജയം അനുഗൃഹീത മാകട്ടെ!''

താമസിയാതെ കുരിശുയുദ്ധക്കപ്പലുകൾ അമ്പ് ദൂരത്തിൽ എത്തി, വില്ലാളികൾ അമ്പുകളുതിർത്തു. കുരിശുയുദ്ധക്കപ്പലുകൾ സൈനി കരെ അവരുടെ കവചത്തിൽ ഞാൻ ആദ്യമായി കണ്ടു. ഏറ്റുമുട്ടലു കൾ രണ്ട് മണിക്കൂർ നീണ്ടുനിന്നു, സാവധാനം എതിരാളികൾ തമ്മി ലുള്ള വിടവ് കുറഞ്ഞു, ഗ്രാപ്ലിംഗ് ഹുക്കുകൾ എതിർ കപ്പലുകളി ലേക്ക് വലിച്ചെറിഞ്ഞു, ആളുകൾ കുറുകെ ചാടാൻ തുടങ്ങി. കടലിന്റെ ഉപരിതലം നരകമായി മാറി. തീജ്വാലകൾ ആകാശത്തേക്ക് ഉയർന്നു, സ്ഫോടനങ്ങൾ, കരച്ചിൽ, ശാപങ്ങൾ...എന്നാൽ പിന്നീട് എന്തോ സംഭവിച്ചു, ഒരു നിമിഷം എല്ലാ മുസ്ലീം കപ്പലുകളും പ്രാർത്ഥനയുടെ ശബ്ദമുയർത്തി. ആവേശം വർദ്ധിച്ചു, അവർ ദൈവ ത്തിന്റെ നാമം വിളിച്ചു, ഓരോ വാളും ഒരു നിലവിളി പോലെ ആകാശ ത്തേക്ക് ഉയർന്നു. പീരങ്കിപ്പന്തുകളുടെ ഇരമ്പലും ആർക്യൂബസ് തീയും; കഠാരകളുടെയും വാളുകളുടെയും ഏറ്റുമുട്ടൽ, ചങ്ങലകളു ടെയും കവചങ്ങളുടെയും മുഴക്കം, എല്ലാ ശബ്ദങ്ങളും ഒരേ സ്വര ത്തിൽ പ്രാർത്ഥിക്കുന്നു. ആവേശം മാത്രം, ക്ഷീണമോ ഭയമോ ഇല്ല.

യുദ്ധം പൊട്ടിപ്പുറപ്പെട്ട നിമിഷം മുതൽ, സമയബോധം അസാധ്യ മാണ്. പകലിന്റെ അവസാന വെളിച്ചം ബാർബറോസയുടെ പതാക യിൽ തുന്നിക്കെട്ടിയ വാക്യത്തിന്റെ സ്വർണ്ണനൂലുകളിൽ മിന്നിമറയു മ്പോൾ, സന്തോഷവും സങ്കടവും, ചിരിയും കണ്ണീരും എല്ലാം

പ്രെവേസിൽ കൂടിച്ചേർന്നു. ഹാഫിസ് ഏഴാം വാക്യം പൂർത്തിയാക്കിയപ്പോൾ, വിജയം വ്യക്തമായിരുന്നു, കടൽ നിറഞ്ഞു കത്തുന്ന ഗാലിയറ്റുകളും മുങ്ങാറായ ഗാലികളും വെള്ളത്തിൽ പൊങ്ങിക്കിടക്കുന്ന കപ്പലുകളുടെ കഷണങ്ങളും. ചുഴലിക്കാറ്റിൽ അകപ്പെടാത്ത കപ്പലുകളെ സംബന്ധിച്ചിടത്തോളം, അവ കാറ്റിലേക്ക് ഓടിപ്പോയി, ഒഴുക്കിൽ കരയിൽ ഒലിച്ചുപോയി, തീക്ക് സ്വയം വിട്ടുകൊടുത്തു. പ്രേതക്കപ്പലുകൾ അവയുടെ പണി ചെയ്തു. ഡോറിയ തന്റെ പിൻവാങ്ങൽ തുടങ്ങിയപ്പോൾ രാത്രി വീണു തുടങ്ങിയിരുന്നു. വിളക്ക് പോലും കത്തിക്കാതെ അവൻ പോയി. അന്നു രാത്രി പല വെനീഷ്യൻ ദ്വീപുകളും കോട്ടകളും ഓട്ടോമൻ നിയന്ത്രണത്തിലേക്ക് വീണു. യുദ്ധനഷ്ടം നികത്താൻ എത്ര സ്വർണം വേണമെന്ന് ഗ്രാൻഡ് സീഞ്ഞോർ സുൽത്താൻ സുലൈമാൻ തീരുമാനിക്കും.

സന്തോഷത്തിന്റെ നിലവിളികളും നന്ദിയുടെ പ്രാർത്ഥനകളും. രക്തസാക്ഷികളെ സംസ്കരിക്കൽ, മുറിവേറ്റവരെ ചികിത്സിക്കൽ, വിജയത്തെ തുടർന്നുള്ള തിരക്കേറിയ ജോലികൾ അടയാളപ്പെടുത്തിയ ഒരു ദിവസം, അവർക്ക് വാർത്തകൾ ലഭിച്ചു. സുൽത്താന്റെ സൈന്യം ബോഗ്ദാൻ പിടിച്ചടക്കി. ഹയറുദ്ദീൻ പാഷ അതിയായി സന്തോഷിക്കുകയും പ്രെവെസ് തുറമുഖത്ത് എല്ലാവർക്കും ഒരു ഉത്സവം സംഘടിപ്പിക്കുകയും ചെയ്തു, അവിടെ സുൽത്താന്റെ സൈനികതലവന്റെ കത്ത് വായിച്ചു:

‘‘എന്റെ ഗുരു ഹയറുദ്ദീൻ പാഷ, അങ്ങയുടെ വിജയം കടലിന്മേൽ നിലനിൽക്കട്ടെ. ശീതകാലം ആരംഭിക്കുന്നു. ഇസ്താംബൂളിലേക്ക് പടിപടിയായി, വേഗത്തിൽ പോകുക.’’

സുൽത്താൻ കപ്പലുകളെ ഇസ്താംബൂളിലേക്ക് വിളിക്കുകയും യോദ്ധാക്കൾക്ക് ഇത് സന്തോഷവാർത്തയായി ലഭിക്കുകയും ചെയ്തു. ഓരോരുത്തരും അവരുടെ രണ്ട് അടിമകൾക്ക് വീതം സ്വാതന്ത്ര്യമനുവദിച്ചു. അന്നു വൈകുന്നേരം ഹയറുദ്ദീൻ പാഷ ആഘോഷങ്ങളിൽ പങ്കെടുത്തു, പലപ്പോഴും ഡോറിയയെക്കുറിച്ച് സംസാരിച്ചു, ‘‘അവൻ വിളക്കുകൾ പോലും കത്തിക്കാതെ പാഞ്ഞ വഴി!’’

അവന്റെ വയർ തുളുമ്പി ചിരിച്ചു, അവൻ ചിരിച്ചു. അതെ, അവൻ വിജയിച്ചു; ഒരൂച്ച് റയീസിന് വേണ്ടി സ്പെയിനിനോട് പ്രതികാരം ചെയ്തുകൊണ്ട് അവൻ തന്റെ മാരക ശത്രുവിനെ മുട്ടുകുത്തിച്ചു. ‘‘നിനക്കറിയുമോ സിദീ, എനിക്ക് അൾജീരിയ നഷ്ടപ്പെട്ടപ്പോൾ എന്റെ ആളുകളുടെ മുമ്പിൽ ദേഷ്യത്തിൽ എന്റെ ഉടുപ്പ് വലിച്ചുകീറിയപ്പോൾ ഞാൻ വളരെ ലജ്ജിച്ചു, പക്ഷേ ഇന്ന് ഡോറിയ അവന്റെ

ഉടുപ്പ് കീറുന്ന ദിവസമാണ്'' എന്ന് അവൻ പറഞ്ഞപ്പോൾ എനിക്ക് ഒരു കാര്യം വ്യക്തമായി. അന്നുമുതൽ അവൻ ഉപ്പു കടലിലെ ഒരു പഴയ ശത്രുവായി ഓർമ്മിക്കപ്പെട്ടില്ല, മറിച്ച് ഒരു മഹാനായ നായകനായി: ബാർബറോസ, കാലാവസാനം വരെ മെഡിറ്ററേനിയനിൽ ആളുകളെ വിറപ്പിക്കും.

വിജയത്തിന്റെ തലേന്ന് എല്ലാവരും സന്തോഷിക്കുമ്പോൾ എനിക്ക് മാത്രം സങ്കടം നിറഞ്ഞു. എന്റെ യോദ്ധാക്കൾക്കൊപ്പം ആഘോഷിക്കുമ്പോൾ ഞാൻ സന്തോഷകരമായ മുഖം കാണിച്ചു, പക്ഷേ ഞാൻ ഉള്ളിൽ തകർന്നു. ഹയറുദ്ദിൻ പാഷയ്ക്ക് അവൻ ആഗ്രഹിച്ചത് ലഭിച്ചു. എന്റെ കാര്യമോ? ഞാൻ അന്വേഷിക്കുന്നത് എനിക്ക് ലഭിക്കുമോ? ഗ്രാനഡ എമിറേറ്റ് പുനഃസ്ഥാപിക്കുന്നതിന് ആദ്യം അവനെ സഹായിക്കുകയും തുടർന്ന് സഹായം തേടുകയും ചെയ്യുക എന്നതായിരുന്നു എന്റെ പദ്ധതി. എന്നാൽ സുൽത്താൻ തന്റെ ഉത്തരവ് അയച്ചു. റയീസിന് ഇസ്താംബൂളിലേക്ക് മടങ്ങേണ്ടിവന്നു. വസന്തകാലത്ത് മെഡിറ്ററേനിയനിലേക്കും അൾജീരിയയിലേക്കും മടങ്ങാനും ആന്റലൂഷ്യയിൽ എനിക്ക് ചെയ്യാൻ കഴിയാത്തത് ചെയ്യാനും ഞാൻ എങ്ങനെ അവനോട് ആവശ്യപ്പെടും? ''എന്റെ മുഴുവൻ സൈന്യത്തിന്റെയും വ്യാപ്തി ഇതാണോ? എമിറേറ്റിന് മുന്നൂറ് യോദ്ധാക്കൾ മതിയോ?'' ഞാൻ എന്റെ എല്ലാ ആളുകളെയും കൂട്ടി അവന്റെ അടുക്കൽ കൊണ്ടുവന്നു, ഇപ്പോൾ അവന്റെ ഊഴമല്ലേ?

ആ രാത്രിയും അതിനു ശേഷമുള്ള രാത്രിയും ഞാൻ വിഷയം ഉന്നയിച്ചില്ല. ആരോടും സഹായം ചോദിക്കാൻ ഞാൻ ഒരിക്കലും മിടുക്കനായിരുന്നില്ല. പക്ഷേ അദ്ദേഹം എന്നോട് ബില്ലൂറിനെക്കുറിച്ച് ചോദിച്ചുകൊണ്ടിരുന്നു, ഒരിക്കലും ഗ്രാനഡയെക്കുറിച്ച് ചോദിച്ചില്ല. അവൻ അത് മനപ്പൂർവം ചെയ്യുന്നതാണെന്ന് എനിക്ക് തോന്നിയില്ല; ഒരുപക്ഷേ അവൻ ഇസ്താംബൂളിലേക്ക് പോകുന്നതിനാലും സെമൈമയെ വീണ്ടും കാണാൻ കൊതിച്ചതിനാലും അവൻ മറ്റൊന്നും ചിന്തിക്കുന്നുണ്ടാവില്ല. അൾജീരിയയിൽ നിന്ന് പിരിഞ്ഞതുപോലെ, ഞങ്ങൾ ഒരുമിച്ച് അവസാന ദിവസം വിട പറഞ്ഞപ്പോൾ, അദ്ദേഹം എനിക്ക് ഒരു പെട്ടി സ്വർണ്ണം നൽകി നന്ദി പറഞ്ഞു:

''ഇത് ഗ്രാനഡ എമിറേറ്റിന് വേണ്ടിയാണ്.''

ഐബിസയിലേക്കുള്ള നാല് ദിവസത്തെ യാത്രയിൽ, ഞങ്ങളുടെ ആളുകൾ കര കാണുന്നതുവരെ വിജയത്തിന്റെ സന്തോഷത്തിൽ ചിരിച്ചും നൃത്തം ചെയ്തും ആഘോഷിച്ചു. രാത്രിയുടെ ഇരുണ്ട

വസ്ത്രം കടലിനെ മൂടിയപ്പോൾ, തുർക്കി നാടൻ പാട്ടുകൾ ഞങ്ങളുടെ കാതുകളിൽ മുഴങ്ങി, ബെന്ദീറിന്റെയും സന്തൂറിന്റെയും എന്റെ മനുഷ്യരുടെ സന്തോഷത്തിന്റെ ശബ്ദത്തിന്റെയും കടലിന്റെയും കാറ്റിന്റെയും കപ്പലുകളുടെ ആട്ടത്തിന്റെയും അകമ്പടിയോടെ. കൊതിയും ആഹ്ലാദവും നിറഞ്ഞ പാട്ടുകളായിരുന്നു അവ:

സ്വർണ്ണ നൂലുകളുള്ള ഒരു കപ്പൽ
ചുവന്ന കപ്പലുകളും പച്ച കൊടിമരവും
യോദ്ധാക്കൾ സിംഹഹൃദയങ്ങളുമായി
ദൈവകൃപ നമ്മെ കരയിലേക്ക് കൊണ്ടുവരട്ടെ
ആദ്യം കരയിലേക്കും പിന്നീട് ആയുധങ്ങളിലേക്കും

യാത്രയിലുടനീളം എന്റെ ചിന്തകൾ അവരുടേതിൽ നിന്ന് തികച്ചും വ്യത്യസ്തമാണെന്ന് എനിക്കറിയാമായിരുന്നെങ്കിലും, ഞാൻ കേട്ടിരുന്ന ഈണം ഒരു വീരഗാഥയായി രൂപാന്തരപ്പെട്ടു, എന്റെ ആളുകൾക്കൊപ്പം ഞാൻ മൃദുവായി പാടി,

ഗ്രാനഡയ്ക്ക് മുമ്പ് മുന്തിരിത്തോട്ടങ്ങളുണ്ട്
ഒപ്പം ആന്റലൂഷ്യയിലെ മലനിരകളും കാണാം
എന്നാൽ അടിച്ചമർത്തപ്പെട്ടവർ കരയുന്നു
ദൈവകൃപ നമുക്ക് ഒരു ജനതയെ പ്രദാനം ചെയ്യട്ടെ
ഒരു രാജ്യവും അതിനു വേണ്ടതെല്ലാം കൂടി.

പക്ഷേ അത് വെറുതെയായി... ഞങ്ങൾ രണ്ട് വ്യത്യസ്ത ലോകങ്ങളിൽ ആണെന്ന് തോന്നി. മലാഗയിലെ കുന്നുകൾ ചക്രവാളത്തിൽ പ്രത്യക്ഷപ്പെട്ടപ്പോൾ, അഞ്ച് പേരടങ്ങുന്ന ഒരു സംഘം എന്റെ അടുത്ത് വന്ന് യുദ്ധത്തിൽ നിന്ന് കൊള്ളയടിച്ചതും ഹയറുദ്ദീൻ പാഷ എനിക്ക് നൽകിയ പണവും പങ്കുവയ്ക്കാൻ കഴിയുമോ എന്ന് ചോദിച്ചു. എന്റെ സംഘത്തിലെ എല്ലാവരുടെയും ആഗ്രഹം അതായിരുന്നുവെന്ന് അവർ പറയുന്നു. ആ സ്വർണവും കൊള്ളയും എമിറേറ്റിൽ ചെലവഴിക്കണമെന്ന് ഞാൻ അവരോട് പറഞ്ഞു. അവർ പ്രതിഷേധിച്ചില്ല, പക്ഷേ അവർ സംതൃപ്തരാണെന്ന് തോന്നിയില്ല. അപ്പോഴാണ് ഞാൻ എന്താണ് ചെയ്യുന്നതെന്ന് ഞാൻ സ്വയം ചോദിച്ചത്. പടിഞ്ഞാറൻ മെഡിറ്ററേനിയനിൽ ഒരു കിഴക്കൻ രാജ്യം തിരിച്ചുപിടിക്കാനാണ് ഞാൻ ഇവിടെ വന്നത്, പക്ഷേ അവർക്ക് കൊള്ളയടിക്കാൻ ഒരു അവസരമായിരുന്നു ഇത്? ഞാൻ ഈ ആഗ്രഹത്തിൽ ഉറച്ചുനിൽക്കുകയും ബില്ലൂറിനെ വ്രണപ്പെടുത്തുകയും ചെയ്തപ്പോൾ ഇവർ തങ്ങളുടെ ഭാര്യമാരെയും കുട്ടികളെയും എത്രമാത്രം ആഗ്രഹിക്കുന്നു എന്നതിനെക്കുറിച്ച് സംസാരിക്കുകയായിരുന്നു. കൊള്ളയടിക്കുന്ന ഓരോ പൈസയും ഒരു ലക്ഷ്യത്തിനായി ഉപയോഗിക്കാൻ

ഞാൻ പദ്ധതിയിട്ടിരുന്നു, അവർ അവരുടെ കുട്ടികൾക്കായി വാങ്ങുന്ന സമ്മാനങ്ങളെക്കുറിച്ച് ചിന്തിക്കുകയായിരുന്നു.

ആന്റലൂഷ്യയെ തുടച്ചുനീക്കാൻ ആഗ്രഹിക്കുന്നവരെ എതിർക്കാൻ മുസ്ലീം എമിറേറ്റിലെ ഐബീരിയൻ ഉപദ്വീപിൽ ഒരു കോട്ട പണിയാൻ ആയിരുന്നു എന്റെ പദ്ധതി. എന്നാൽ അവർ തങ്ങളുടെ ലളിതമായ ജീവിതത്തിലേക്ക് മടങ്ങുന്നതിൽ സംതൃപ്തരായി. ഒരു പുതിയ രാഷ്ട്രത്തിനായി ഞാൻ ഒരു യുദ്ധം ആഗ്രഹിച്ചു, അവർ മദ്യപിക്കാൻ ആഗ്രഹിച്ചു. ഗ്രാനഡയെ പുനരുജ്ജീവിപ്പിക്കാനുള്ള സമയം ഇതുവരെ വന്നിട്ടില്ലെന്ന് ഞാൻ മനസ്സിലാക്കി. മുദേജർക്ക് ഇനിയും ഒരുപാട് കഷ്ടപ്പാടുകൾ ഉണ്ടാകുമെന്ന് എനിക്കറിയാമായിരുന്നു. ഞാൻ അവരോട് യാചിച്ചില്ല. ഞാൻ അവർക്ക് എന്റെ മുഴുവൻ അനുഗ്രഹവും നൽകി, സ്വർണ്ണം വിതരണം ചെയ്ത് അവരെ യാത്രയാക്കി.

ദിവസം അവസാനിക്കാറായിരുന്നു, അടുത്ത ദിവസം നവംബർ അവസാന ദിവസമായിരുന്നു. ഒരു ദിവസം നേരത്തെ കോട്ടയിലേക്ക് പോകാം എന്ന് കരുതി ഞാൻ എന്റെ ഭിക്ഷക്കാരന്റെ വസ്ത്രം ധരിച്ചു. ഞാൻ മല കയറിയപ്പോൾ എന്റെ കണ്ണിൽ നിന്ന് കണ്ണുനീർ എന്റെ കാലിലേക്കും നെഞ്ചിലേക്കും വീണു. ശക്തമായ കാറ്റ് ഉണ്ടായിരുന്നു, എനിക്ക് കണ്ണുനീർ തടയാൻ കഴിഞ്ഞില്ല. ഗ്രാനഡയ്ക്ക് വേണ്ടി ഞാൻ ചെലവഴിച്ച ഈ വർഷങ്ങളെല്ലാം ഒരു സ്വപ്നമായി മാറിയോ? അതോ കാൽനൂറ്റാണ്ടായി ഹൃദയത്തിൽ സൂക്ഷിച്ചിരുന്ന ഒരു പ്രണയത്തോട് വിശ്വസ്തത പുലർത്താൻ എനിക്ക് കഴിഞ്ഞില്ല എന്നോ?

ഞാൻ കരയുന്നത് ഏതിനുവേണ്ടിയാണെന്ന് എനിക്കറിയില്ല. ഞാൻ കരയുകയായിരുന്നു. കോട്ടയിലെത്തിയപ്പോൾ എനിക്ക് ശ്വാസം മുട്ടുകയും ഞാൻ വിയർക്കുകയും ചെയ്തു. ഞാൻ ഹൃദയത്തിന്റെ ഇടത്തിലെ കല്ല് വലിച്ചു മാറ്റി അകത്തേക്ക് പോയി. എന്റെ അസ്ഥി വരെ മരവിച്ച പോലെ തോന്നി. ഞാൻ ഒരു പിടി ബില്ലൂറിന്റെ മണൽ എടുത്തു.

മഞ്ഞ് കുറഞ്ഞു, ആകാശത്ത് നക്ഷത്രങ്ങൾ തിളങ്ങി. അവ വളരെ അടുത്തായിരുന്നു, എന്റെ വിരലുകളിലൂടെ മണൽ ഒഴുകാൻ ഞാൻ അനുവദിച്ചു, എന്നിട്ട് ഞാൻ കൈകൾ ആകാശത്തേക്ക് ഉയർത്തി ഞാൻ കരഞ്ഞു. ഞാൻ പിറുപിറുക്കുകയാണെന്ന് എനിക്ക് മനസ്സിലായില്ല:

‘‘ഓ, ഞാൻ നിന്നെ ഒരിക്കലും മറന്നിട്ടില്ല; നീയും മറന്നിട്ടില്ല, അല്ലേ? എന്തിനാണ് ഞാൻ എപ്പോഴും നിന്നിൽ നിന്ന് അകന്നിരിക്കുന്നത്? നീ എന്നോടൊപ്പമുണ്ടെന്ന് എനിക്കറിയാം, പക്ഷേ എന്തു

കൊണ്ടാണ് നാം എപ്പോഴും അകന്നിരിക്കുന്നത്? ഓ, ശക്തനായ ദൈവമേ എനിക്ക് ഗ്രാനഡയെ തിരികെ കൊണ്ടുവരാൻ കഴിഞ്ഞില്ല, ഞാൻ പരാജയപ്പെട്ടു, അതിനാൽ എന്നോട് ക്ഷമിക്കൂ. എന്റെ പ്രവൃത്തി കളിലും മൗനങ്ങളിലും വാക്കുകളിലും ഭാവങ്ങളിലും സ്വപ്നങ്ങളിലും ഓർമ്മകളിലും സംശയങ്ങളിലും ഊഹാപോഹങ്ങളിലും നിന്നോ ടുള്ള അപേക്ഷയുണ്ട്. ഞാൻ ഒരിക്കലും മടിയനോ നിസ്സഹായനോ പിശുക്കനോ ആയിരുന്നില്ല, സ്വേച്ഛാധിപതികൾക്ക് മുന്നിൽ ഞാൻ ഒരിക്കലും തല കുനിച്ചിട്ടില്ല, പക്ഷേ ഞാൻ കുറ്റകൃത്യങ്ങൾ ചെയ്തു, ഞാൻ എന്നെത്തന്നെ രക്ഷിച്ചില്ല. ഗ്രാനഡയെ തിരികെ കൊണ്ടു വരാനും വിശ്വാസം ഉയർത്താനും എനിക്ക് കഴിഞ്ഞില്ല. അതുകൊണ്ട് അത് എന്നിൽ നിന്ന് എടുത്ത് ആ കർമ്മം നിർവഹിക്കാൻ കഴിയുന്ന ഒരാൾക്ക് നൽകുക. എന്റെ ദൈവമേ, നിന്നെക്കാൾ വലിയവൻ ആരു മില്ല.''

പിന്നീട് എന്ത് സംഭവിച്ചു! രാത്രി ഞാൻ എങ്ങനെ ചെലവഴിച്ചു, എങ്ങനെ തണുത്തുറയാതെ ഞാൻ കാറ്റിനെ പ്രതിരോധിച്ചു എന്നൊന്നും എനിക്ക് ഓർമയില്ല. എന്നാൽ നേരം പുലർന്നപ്പോൾ എന്റെ കൈകൾ ആകാശത്തേക്ക് തുറന്നിരിക്കുന്നത് ഞാൻ കണ്ടു. ഞാൻ അപ്പോഴും എന്തൊക്കെയോ പിറുപിറുത്തു കൊണ്ടിരുന്നു പക്ഷേ എന്താണ് പറയുന്നതെന്ന് എനിക്കറിയില്ല. ഒരു ജോടി ചിറകുകൾ ഉള്ളതു പോലെ എനിക്ക് തോന്നി, ഞാൻ ഒരു പക്ഷിയെപ്പോലെ വായുവി ലേക്ക് ഉയർന്നു. എനിക്കൊരു ലാഘവത്വം തോന്നി. ഞാൻ ശുദ്ധീ കരിക്കപ്പെട്ടതായി തോന്നി, എനിക്ക് മോക്ഷം കിട്ടി. ഇരുപതു പേരുടെ ജീവൻ അപഹരിച്ച ആ കൈകൾ എന്റെയല്ല എന്ന മട്ടിൽ. ഞാൻ എഴുന്നേറ്റു. ഞാൻ സുവേദയുടെ മൂടി അടച്ചിട്ട് ഞാൻ വാതിലിലേക്ക് നടന്നു.

ഇല്ല, ഇല്ല, ഇതൊരു സ്വപ്നമായിരിക്കണം... ഞാൻ മലാഗയിലോ മാഡ്രിഡിലോ ആയിരുന്നോ? എന്റെ കണ്ണുകൾ ഇമവെട്ടാതെ, എന്റെ നോട്ടം അവളിലേക്ക് തന്നെ. പകലിന്റെ ആദ്യവെളിച്ചം നെറ്റിയിൽ മിന്നിമറയുന്നതുപോലെ അവൾ എപ്പോഴും ഒളിച്ച ആ കണ്ണുകൾ ഇപ്പോൾ എന്റെ കണ്ണുകളിലേക്ക് ആഴ്ന്നിറങ്ങുന്ന പോലെ തോന്നി. അവളോട് കാണിച്ച സ്നേഹത്തിനും കൊതിക്കും ഒരു പ്രതിഫലം എന്ന മട്ടിൽ അവൾ എന്റെ മുഖത്തേക്ക് നോക്കി പുഞ്ചിരിക്കുന്നു ണ്ടായിരുന്നു. പെട്ടെന്ന് അവൾ അപ്രത്യക്ഷയായേക്കുമെന്ന് എനിക്ക് തോന്നി പക്ഷേ ഇല്ല, ഞാനിപ്പോൾ അവളുടെ അരികിലായിരുന്നു. അപ്പോൾ ഞാൻ തീക്കനൽ പോലൊരു ശബ്ദം കേട്ടു.

''അൽക്കാല രാജകുമാരൻ. എന്റെ നാഥാ.''

1546

എട്ട് വർഷങ്ങൾക്ക് ശേഷം

''ആരാണ് സുൽത്താന്റെ അരികിൽ നിൽക്കുന്നത്, അച്ഛാ?''

''അദ്ദേഹത്തിന്റെ വലതുവശത്തുള്ളത് ഷെയ്ഖ് അൽഇസ്ലാം എബുസുദ് എഫെൻഡിയാണ് യൂസഫ്, ഇടതുവശത്തുള്ളത് ഹിസ് എക്സലൻസി ഗ്രാൻഡ് വിസിയർ റസ്റ്റം പാഷയാണ്. അവന്റെ പുറകിൽ ഉള്ളവർ...''

''അങ്ങ് കരയുകയാണോ അച്ഛാ?''

''ഒരു വ്യക്തിയുടെ ഉദ്ദേശ്യങ്ങൾ നല്ലതാണെങ്കിൽ...''

''ദൈവം വലിയവനാണ്.''

ഇസ്താംബൂളിലെ സമാനതകളില്ലാത്ത ആ ദിവസം ശവപ്പെട്ടിക്ക് മുമ്പുള്ള ഫാത്തിഹിലെ മസ്ജിദിലെ പ്രാർത്ഥനയിൽ ഉടനീളം കരയുന്ന ദുഃഖിതരുടെ കൂട്ടത്തിൽ ഞാൻ മാത്രമായിരുന്നില്ല. ഹയറുദ്ദിൻ പാഷയുടെ ഏറ്റവും പ്രിയപ്പെട്ട അയൽവാസിയായ ബെസിക്താസിലെ യഹ്യ എഫെൻഡി, തന്റെ സുഹൃത്തിന്റെ ശവപ്പെട്ടിയിൽ കൈവെച്ച്, മരണത്തെക്കുറിച്ച് ജനങ്ങളെ അഭിസംബോധന ചെയ്ത ശേഷം, രാഷ്ട്രം നൂറു വർഷം കരഞ്ഞാൽ മതിയാകില്ലെന്ന് അദ്ദേഹം തുടർന്നു പറഞ്ഞു.

ആദ്യം വിലപിച്ചത് നമ്മുടെ മഹാനായ സുൽത്താൻ സുലൈമാൻ ആയിരുന്നു, നിയമങ്ങളുടെ സംരക്ഷകൻ ദൈവം അദ്ദേഹത്തിന് ദീർഘായുസ്സ് നൽകട്ടെ. ഹയറുദ്ദിൻ പാഷ വളരെ പ്രിയപ്പെട്ടവനായിരുന്നു. അദ്ദേഹത്തിന്റെ ശവപ്പെട്ടിക്ക് മുന്നിൽ കൈകോർത്ത് നിൽക്കുന്ന ഉന്നത ഔദ്യോഗിക രാഷ്ട്രതന്ത്രജ്ഞരെ നോക്കുമ്പോൾ, ഇത്രയും ബഹുമാനവും ഐക്യദാർഢ്യവും നേടിയെടുത്ത അപൂർവ വ്യക്തികളിൽ ഒരാളാണ് അദ്ദേഹം എന്ന് ഞാൻ അറിഞ്ഞു.

ഞാൻ എന്റെ കണ്ണുനീർ തുടച്ചു. ഇസ്താംബൂളിലെ ജനങ്ങൾ പൊടി നിറഞ്ഞ സെയ്റെക്ക് തെരുവിലൂടെ ഗോൾഡൻ ഹോണിലേക്ക് ഓടി, ശവപ്പെട്ടി കടന്നുപോകുമ്പോൾ പ്രാർത്ഥിക്കാൻ കാത്തു നിൽക്കുന്നു. വേനൽക്കാലത്തിന്റെ മധ്യത്തിലായിരുന്നു, ശക്തമായ കാറ്റ് വീശുന്നുണ്ടായിരുന്നു. ശവപ്പെട്ടി ചുമക്കുന്നവർ ഭാരം ഉയർത്തിയപ്പോൾ അത് അവരുടെ ചുമലിൽ നിന്ന് വീണു. ജനക്കൂട്ടത്തിനിടയിൽ ശവപ്പെട്ടിക്ക് മുന്നോട്ട് നീങ്ങാൻ കഴിഞ്ഞില്ല, പക്ഷേ അത് കൈകളിൽ നിന്ന് കൈകളിലൂടെ കടന്നുപോയി. ഞങ്ങൾ ഗോൾഡൻ

ഹോണിൽ എത്തിയപ്പോൾ കടൽ മുമ്പത്തേക്കാൾ പ്രക്ഷുബ്ധമായിരുന്നു. തിരമാലകൾ വീർപ്പുമുട്ടുകയും കരയിലേക്ക് അടിച്ചു കയറുകയും കടൽത്തീരത്തെ മാളികകളുടെ പൂമുഖത്ത് എത്തുകയും മതിലുകൾ തകർത്ത് നഗരത്തിലേക്ക് വെള്ളം ഒഴുകുകയും ചെയ്തു. ഗോൾഡൻ ഹോണിലെ വെള്ളം ഒരിക്കലും അത്ര പ്രക്ഷുബ്ധമായിരുന്നില്ല എന്നും ഈ ഭീമാകാരമായ തിരമാലകൾ സാധാരണമല്ലെന്നും ഇസ്താംബൂളിനെ അറിയുന്നവർ പറഞ്ഞു. ഗോൾഡൻ ഹോണിൽ ഇത്രയും മോശം കാലാവസ്ഥ കണ്ടപ്പോൾ എല്ലാവരും ഞെട്ടിപ്പോയി; എല്ലാവരും പ്രാർത്ഥിച്ചുകൊണ്ടിരുന്നു. ഞാനും ആ രംഗം കണ്ട് ഭയന്നു.

ഞാൻ ഹയറുദ്ദിൻ പാഷയ്ക്കൊപ്പം വർഷങ്ങളോളം ചെലവഴിച്ചു, മെഡിറ്ററേനിയനിൽ എല്ലാത്തരം കാലാവസ്ഥയും ഞാൻ കണ്ടിട്ടുണ്ട്, എന്നാൽ ഇത്രയും ആഴം കുറഞ്ഞ വെള്ളത്തിൽ ഇത്രയും കനത്ത തിരമാലകൾ ഞാൻ കണ്ടിട്ടില്ല. ആളുകൾക്ക് അസ്വസ്ഥതയും ഭയവും തോന്നിത്തുടങ്ങി. അവർ തെരുവിലൂടെ നീങ്ങുന്നത് നിർത്തി. സുൽത്താന്റെ കുതിര വിറച്ചു, തുടർന്ന് അദ്ദേഹത്തിന്റെ കാവൽക്കാരും സംരക്ഷകരും അദ്ദേഹത്തിനെ ജനക്കൂട്ടത്തിൽ നിന്ന് പുറത്തുകൊണ്ടു വരാൻ ശ്രമിച്ചു. യൂസഫിനെ പിടിച്ച് ഞാൻ ശവപ്പെട്ടിക്കടുത്തേക്ക് ഓടി.

പ്രവേസിൽ ഹയറുദ്ദിൻ പാഷ, കാറ്റിൽ ഉയർത്തിയ പതാക ഇപ്പോൾ നാലായി ചുരുട്ടി ശവപ്പെട്ടിക്ക് മുകളിൽ വച്ചിരിക്കുന്നു. ഞാൻ അത് പിടിച്ച് കടലിലേക്ക് നീട്ടി. എല്ലാത്തിനുമുപരി, അതിൽ സോളമന്റെ മുദ്ര ഉണ്ടായിരുന്നു. ഒരുപക്ഷേ അത് ദൈവത്തിന്റെ ഒരു പ്രവൃത്തിയായിരിക്കാം, പക്ഷേ ഞാൻ പതാക ഉയർത്തിയപ്പോൾ പെട്ടെന്ന് കാറ്റ് കുറയുകയും കടൽ ശാന്തമാവുകയും ഇസ്താംബൂളിലെ മറ്റൊരു വേനൽക്കാല ദിനമായി അത് മാറുകയും ചെയ്തു.

ഷെയ്ഖ് അൽ ഇസ്ലാമിന്റെ സർജന്റുകൾ ശവപ്പെട്ടി കഅബ കഫ്താൻ കൊണ്ട് മൂടി. പതാക ഞാൻ കൈയിൽ എടുത്ത് കടൽപ്പുലി, അഥവാ പെലെങ്ഐ ദേര്യ എന്ന ഞങ്ങളുടെ ആദ്യകാല കപ്പലിന്റെ കൊടിമരത്തിന് മുകളിൽ ഉയർത്തി, അത് ബോസ്ഫറസിലൂടെ ഒഴുക്കി.

ഇവിടെയാണ് രണ്ടാമത്തെ അത്ഭുതം, ഇസ്താംബൂളിലെ ജനങ്ങളെ അമ്പരപ്പിച്ചത്. ഇപ്പോൾ ഞാൻ തലയുയർത്തി നോക്കിയപ്പോൾ ബോസ്ഫറസിലെ വെള്ളം എതിർദിശയിലേക്ക് ഒഴുകുന്നത് കണ്ടു. ഡോൾഫിനുകളും മത്സ്യങ്ങളും കപ്പലിനിടയിൽ നീന്തുകയും

ഘോഷയാത്രയെ അനുഗമിക്കുകയും ചെയ്തു, അവ കടലിൽ നിന്ന് കുതിച്ചു. 'ഹേയ്യാ മേവ്ലാ' എന്ന് കണ്ണീരിൽ കുതിർന്ന ലെവെന്റ് വിളിക്കുമ്പോൾ, അവർ ഒഴുക്കിനെതിരെ തുഴയുന്നതു പോലെ തോന്നിയില്ല. ഞാൻ കാണുന്നത് എല്ലാവരും കാണുന്നു ണ്ടെന്ന് എനിക്ക് മനസ്സിലായി, പക്ഷേ ആരും ഒന്നും മിണ്ടിയില്ല. ഞങ്ങൾ ബെസിക്തസിൽ നിന്ന് നങ്കൂരമിടുന്ന സ്ഥലത്ത് എത്തിയ പ്പോൾ പീരങ്കികൾ വെടിവച്ചു. ഹാഫിസ് വിശുദ്ധ വാക്യങ്ങൾ ചൊല്ലി ശവപ്പെട്ടി അതിന്റെ വിശ്രമസ്ഥലത്തേക്ക് കൊണ്ടുവന്നു. അപ്പോൾ അത്തരം നിലവിളികളും വിലാപങ്ങളും ആകാശത്തേക്ക് ഉയരുകയും ഹൃദയങ്ങൾ കത്തുകയും ചെയ്തു. ജനക്കൂട്ടത്തിനിടയിൽ വേറെ യും നിലവിളികൾ ഉണ്ടായിരുന്നു. ജനക്കൂട്ടത്തെ നോക്കിയപ്പോൾ ഗ്രീക്ക് സ്ത്രീകളെയും കുട്ടികളെയും കുന്നുകളിൽ കണ്ടു. തങ്ങളുടെ അഭ്യുദയകാംക്ഷി പോയത് കണ്ട് അവർക്കെല്ലാം സങ്കടമായി. തന്റെ ശവപ്പെട്ടി ഉമ്മറപ്പടിക്കല്ലിൽ വയ്ക്കണമെന്നും സെമൈമ കല്ലിനോട് വിടപറയുമെന്നും അദ്ദേഹം തന്റെ വിൽപ്പത്രത്തിൽ വ്യക്തമാക്കി യിരുന്നു. അവളുടെ വരവും കാത്ത് ആൾക്കൂട്ടം നിശ്ചലമായിരുന്നു. യൂസഫ് എന്റെ കൈയിൽ പിടിച്ചുകൊണ്ട് ചോദിച്ചു.

''എന്തുകൊണ്ടാണ് അവർ അതിനെ ഉമ്മറപ്പടി എന്ന് വിളിക്കു ന്നത്, അച്ഛാ?''

ആദ്യം ഞാൻ വിരൽ ചുണ്ടിലേക്ക് ഉയർത്തി 'ശ്ശ്'എന്ന് ആംഗ്യം കാണിച്ചു. ശവസംസ്കാര ചടങ്ങുകൾക്കായി കാത്തിരിക്കുമ്പോൾ സംസാരിക്കുന്നത് ശരിയല്ലല്ലോ. എന്നാൽ ഒരു കൊച്ചുകുട്ടിയുടെ ജിജ്ഞാസയും പഠിക്കാനുള്ള ആകാംക്ഷയും നിരസിക്കാൻ തോന്നി യില്ല. ഏറ്റവും മൃദുവായ ശബ്ദത്തിൽ ഞാൻ വിശദീകരിച്ചു.

''നിന്റെ മുത്തച്ഛൻ പാഷയും എന്റെ രാജാവും ഇസ്കെൻഡറു ണിൽ നിന്ന് ഈ മാർബിൾ സ്ലാബ് കൊണ്ടുവന്ന് കപ്പൽ കരയിലേക്ക് കയറ്റുമ്പോൾ സ്ലിപ്പ്‌വേ ആയി ഉപയോഗിച്ചു. കപ്പൽ സ്ലിപ്പ്‌വേയിൽ ആയിരിക്കുമ്പോൾ, കടത്തുതൊഴിലാളികൾക്ക് അവരുടെ വഞ്ചികൾ നങ്കൂരമിടാൻ കഴിയുന്ന തരത്തിൽ അദ്ദേഹം അതിനോട് ചേർന്ന് നിരകൾ പോലെ അഞ്ച് കല്ലുകൾ സ്ഥാപിച്ചു. ഇവിടെ തുറന്ന മനോഹരമായ ഒരു കാഴ്ചയായിരുന്നു കല്ലുകൾ. അതിനാൽ ആളു കൾ ഇവിടെ താമസിക്കുകയും പിന്നീട് അവർ ഒരു ചന്ത സ്ഥാപി ക്കുകയും ചെയ്തു. വർഷങ്ങൾക്ക് മുമ്പുള്ള ഒരു ഐതിഹ്യത്തിന്റെ അടിസ്ഥാനത്തിൽ ഇത് യേശു പ്രവാചകന്റെ തൊട്ടിലാണെന്ന് പറഞ്ഞ് പോലും ചിലർ വന്നു. അവസാനം, എന്റെ രാജകുമാരൻ

ഈ സ്ഥലത്തെ തൊട്ടിൽക്കല്ല് എന്ന് വിളിക്കാൻ തുടങ്ങി, ഒട്ടക ചത്വരം എന്ന പഴയ പേര് മറന്നു. പാഷ സിനാനെ വിളിച്ച് പറഞ്ഞു, ''ഇത് ആളുകൾക്ക് താമസിക്കാൻ ഇഷ്ടപ്പെടുന്ന സ്ഥലമാണ്, എന്റെ ആളുകൾ എപ്പോഴും കപ്പലുകൾ ഇവിടെ നങ്കൂരമിടട്ടെ. ഇവിടെ എനിക്കായി ഒരു ശ്മശാനം ഉണ്ടാക്കാം. അങ്ങനെ ഞാൻ എപ്പോഴും അവരോടൊപ്പം ഉണ്ടായിരിക്കും. നിങ്ങൾ വെള്ളത്തിൽ കാണുന്ന ഈ ശവകുടീരം അവൻ ഉണ്ടാക്കിയതാണ്.''

''മുത്തച്ഛൻ പാഷ എപ്പോഴും വെള്ളത്തിനടിയിലായിരിക്കുമോ?''

''ഇല്ല ഇല്ല. നിങ്ങൾ സൂക്ഷിച്ചുനോക്കിയാൽ ശവകുടീരത്തിനടുത്തുള്ള ചെറുവഞ്ചികൾ കാണാമല്ലോ. പാഷയുടെ ശവകുടീരം വെള്ളത്തിനടിയിലാണ്, പക്ഷേ അവന്റെ ശരീരം വെള്ളത്തിന് മുകളിലാണ്, മറ്റൊരു വിധത്തിൽ പറഞ്ഞാൽ, അവൻ കരയിലായിരിക്കും. ഞാൻ മരിക്കുമ്പോൾ, മുത്തച്ഛൻ പാഷയുടെ അരികിൽ നീ എനിക്കായി ഒരു ശവകുടീരം തീർക്കണം. ഞാൻ എന്നും അദ്ദേഹത്തിന്റെ അടുത്തായിരിക്കണ്ടേ?''

യൂസഫ് വിചിത്രമായ ഭാവത്തോടെ എന്നെ നോക്കി കണ്ണുകൾ തിരുമ്മി. അപ്പോഴാണ് സെമൈമ എത്തിയത്. അവർ വളരെ നേരം പ്രാർത്ഥിച്ചു. തുടർന്ന് അവൾ വിസിയർ റസ്റ്റം പാഷയോട് അനുശോചനം രേഖപ്പെടുത്തി.

''ജനങ്ങളേ, ശരീരത്തിന്റെ കൊടിമരങ്ങൾ വീണ് ചരടുകൾ ഒടിഞ്ഞു കയറുന്ന ദിവസം വരും. കാറ്റിനെ പിന്തുടർന്ന് എന്നന്നേക്കുമായി സഞ്ചരിക്കാൻ കഴിയുന്ന ഒരു കപ്പലും ലോകത്തിലില്ല. മക്കയിലേക്ക് തിരിയുന്ന കോമ്പസും ഭൂപടത്തിൽ വഴിയും ഇല്ലാത്ത ഒരു കപ്പലിനും സുരക്ഷിതമായും ശാന്തമായും കടലിൽ സഞ്ചരിക്കാനാവില്ല. ഇന്ന് ലോകം കടലിന്റെ തമ്പുരാന്റെ നാമം ഓർക്കുന്നു. ഇത് അവന്റെ അവസാന യാത്രയാണ്, അവന്റെ ശരീരം എന്ന കപ്പൽ ഇപ്പോൾ അവൻ എന്നേക്കും സഞ്ചരിക്കുന്ന ദൈവത്തിലേക്ക് പോകാൻ തയ്യാറാണ്. നോഹയ്ക്കുശേഷം അദ്ദേഹമായിരുന്നു സമുദ്രത്തിന്റെ ഭരണാധികാരി. എന്നാൽ മരണത്തിന്റെ കാറ്റ് അവനെ പിടിച്ചുകൊണ്ടുപോയി, അവനു കപ്പൽപ്പായ താഴ്ത്തേണ്ടിവന്നു. അവന്റെ ആത്മാവ് പറുദീസയിൽ പറക്കും. പരേതർ കൊടുങ്കാറ്റിൽ അകപ്പെടുമ്പോഴെല്ലാം അവൻ തന്റെ പായ വിടർത്തി രക്ഷയുടെ തീരത്തേക്ക് എന്നെന്നേക്കുമായി തന്റെ ഗാലിയറ്റിന്റെ ചുക്കാൻ പിടിക്കും. മെഡിറ്ററേനിയൻ കടലിൽ രക്ഷയുടെ തീരം കണ്ടെത്തിയത് അവനാണ്.''

ഗ്രാൻഡ് വിസിയർ റസ്റ്റെം പാഷ കണ്ണുനീരിൽ തളർന്ന് സംസാരം നിർത്തി. ആൾക്കൂട്ടം ഒന്നടങ്കം കണ്ണീരിൽ മുങ്ങി. അൽപ്പം കഴിഞ്ഞ് അദ്ദേഹം വിറയാർന്ന ശബ്ദത്തിൽ തുടർന്നു:

''ഇനി മുതൽ ഹിസീർ ഹയറുദ്ദിൻ പാഷയുടെ വിശുദ്ധ സ്മരണ യെന്ന നിലയിൽ, ഓട്ടോമൻ അർമാഡ കപ്പലിൽ കയറുന്നതിന് മുമ്പ് അവന്റെ സ്മരണയ്ക്കായി പ്രാർത്ഥിക്കുന്നതിന് ഇവിടെയെത്തു മെന്നും മടങ്ങിവരുമ്പോൾ അവർ വിജയത്തിന്റെ പ്രാർത്ഥന വായിക്കു മെന്നും നമ്മുടെ സുൽത്താൻ പ്രഖ്യാപിച്ചിരിക്കുന്നു. ഇനി മുതൽ അവന്റെ ശവകുടീരത്തിലൂടെ സഞ്ചരിക്കുന്ന ഓരോ കപ്പലും വേഗത കുറയ്ക്കുകയും ആശംസകൾ അറിയിക്കുകയും വിളക്കുകൾ താഴ്ത്തു കയും ചെയ്യും. ഈ സ്തംഭം ദാനധർമങ്ങൾ നടത്താനുള്ള ഒരു ഇടം കൂടിയാകും.''

''നന്ദി! എന്നാൽ അവന്റെ ഇഷ്ടം തന്റെ ശവകുടീരം രാവും പകലും വെളിച്ചത്തിൽ നിറയുകയും ഒരു ഭക്തനായ ഒരു ശവകുടീര പാലകൻ എപ്പോഴും ഒരു ഖുർആനുമായി തന്റെ അരികിൽ കാത്തിരി ക്കണം എന്നതുമായിരുന്നു.''

''ബഹുമാനയായ സെമൈമ, നിങ്ങളുടെ ആഗ്രഹം ഉടനടി നിറ വേറ്റപ്പെടുമെന്ന് അറിയുക.''

''കൂടാതെ പാഷ തന്റെ പതാക ശവകുടീരത്തിന്റെ മേലിൽ തൂക്കി യിടാൻ ആവശ്യപ്പെട്ടിരുന്നു.''

''തീർച്ചയായും, സയ്യിദ് മുറാദി, അങ്ങനെ തന്നെ.''

ഞാൻ ഹിസ് എക്സലൻസി ഗ്രാൻഡ് വിസറിനെ സമീപിക്കുകയും പതിഞ്ഞ സ്വരത്തിൽ അദ്ദേഹത്തോട് സംസാരിക്കുകയും ചെയ്തു. എന്റെ വാഗ്ദാനം സ്വീകരിച്ച ശേഷം അവൻ എന്റെ കൈ പിടിച്ചു കുലുക്കി, എന്നിട്ട് യൂസഫിന്റെ കവിളിൽ തഴുകി.

ഹയറുദ്ദിൻ പാഷയുടെ മൃതദേഹം ഭൂമിയിലേക്ക് താഴ്ത്തുകയും അദ്ദേഹത്തിന്റെ ശവകുടീരത്തിന്റെ മേൽ പതാക തൂക്കുകയും ചെയ്ത ശേഷം, കുറച്ചുനേരം ഞാൻ അവിടെ നിന്നു. അദ്ദേഹത്തിന്റെ മകൻ ഹസനോട് അനുശോചനം രേഖപ്പെടുത്തി. ഹാഫിസിന്റെ പ്രാർത്ഥനകളും യൂസഫ് അക്ഷമനായി. അവൻ അഞ്ച് വയസ്സുള്ള ഒരു കുട്ടി മാത്രമായിരുന്നു. ഞങ്ങൾ വീട്ടിലേക്ക് പുറപ്പെട്ടു.

എന്റെ മകൻ എത്രമാത്രം വളർന്നുവെന്ന് ഞാൻ വഴിയിൽ ശ്രദ്ധിച്ചു. അവൻ മരണത്തെയും മരിച്ചവനെയും കണ്ടു. ഭൂമിയിൽ കിടക്കുന്ന പർവ്വതം പോലെ വലിയ ഒരു മനുഷ്യനെ അവൻ കണ്ടു. അവൻ ചോദിച്ചു.

''അച്ഛാ, മുത്തച്ഛൻ പാഷ എപ്പോഴെങ്കിലും ഗ്രാനഡ കണ്ടിട്ടുണ്ടോ?''

മകന്റെ ജിജ്ഞാസ കണ്ടപ്പോൾ ഏറെ സന്തോഷമായി. ഗ്രാനഡ യെക്കുറിച്ച് അവൻ ചോദിക്കുമ്പോഴെല്ലാം അത് എന്നെ സന്തോഷി പ്പിച്ചു. ഞാൻ വിശദീകരിച്ചു.

''രണ്ട് അവസരങ്ങളിൽ ഞങ്ങൾ പോകാൻ ആഗ്രഹിച്ചു, എന്റെ രാജകുമാരാ. ഞങ്ങൾ രണ്ടുതവണ ശ്രമിച്ചു. ആദ്യമായി ഒരു സന്ദർശ നത്തിനായിരുന്നു, അന്ന് നീ ജനിച്ചിട്ടില്ല. ഇംഗ്ലീഷ് കൊട്ടാരത്തിലെ ആൻ രാജകുമാരിയുടെ വിവാഹത്തിന് എനിക്ക് നിന്റെ അമ്മയെ കൊണ്ടുപോകണമായിരുന്നു. ആൻ ഫലത്തിൽ നിന്റെ സഹോദരി യാണെന്ന് നിനക്കറിയാം. പാഷാ മുത്തച്ഛൻ വരാൻ ആലോചിക്കുക യായിരുന്നു വേഷം മാറി. കാർലോസ് രാജാവ് സ്വർണ്ണപ്രതിമകളെ നിന്റെ സഹോദരി ആൻ ഓഫ് ക്ലീവസിന് വിവാഹ സമ്മാനമായി നൽകിയതായി ഞങ്ങൾക്ക് വാർത്ത ലഭിച്ചു, ആ പ്രതിമകൾ എന്താണ് പറയുന്നതെന്ന് അറിയാൻ പാഷ എപ്പോഴും ആഗ്രഹിച്ചിരുന്നു. അതിലും പ്രധാനമായി, അൾജീരിയ, ജന്മനാട്, സ്വന്തം സ്ഥലവും രാജ്യവും എല്ലാം വീണ്ടും കാണാൻ അദ്ദേഹം ആഗ്രഹിച്ചുവെന്ന് ഞാൻ കരുതുന്നു. പക്ഷേ, തുർക്കിയുടെ മഹാകപ്പിത്താൻ ഒരു കള്ളനെപ്പോലെ രഹസ്യയാത്ര നടത്താൻ താൻ അനുവദിക്കില്ലെന്ന് സുൽത്താൻ പറഞ്ഞു, പാഷ പ്രതിഷേധിച്ചില്ല.''

''അപ്പോൾ സിസ്റ്റർ ആൻ അമ്മയ്ക്ക് പ്രതിമകൾ കൊടുത്തോ?''

''അന്ന് കല്യാണത്തിന്റെ രാത്രി ആയിരുന്നു. സഹോദരി ആൻ ആവേശഭരിതയായിരുന്നു. അവൾ നിന്റെ അമ്മയുടെ കൈകളിൽ മുഖം പൂഴ്ത്തി പറഞ്ഞു. ''നിന്റെ കൈകൾ പഞ്ഞിപോലെയായിരി ക്കുമ്പോൾ നിങ്ങൾ എനിക്കായി അവ കത്തിച്ചു, കൈപ്പത്തിയിൽ മുറിവുണ്ടാക്കി, ദയവായി എന്നോട് വീണ്ടും ക്ഷമിക്കൂ.'' എന്നിട്ട് അവൾ മുഖം ഈ പ്രതിമയിൽ വെച്ചു. നിങ്ങളുടെ അമ്മ അവളുടെ കൈകൾ ചുറ്റിപ്പിടിച്ചു, ''എന്റെ പ്രിയ അണ്ണാൻകുഞ്ഞേ'' എന്ന് മാത്രം പറഞ്ഞു. കരച്ചിലിനിടയിൽ കൂടുതൽ പറയാൻ കഴിഞ്ഞില്ല.

ആ നിമിഷം ബില്ലൂറിന്റെ വിടർന്ന കണ്ണുകൾ എനിക്ക് കാണാൻ കഴിഞ്ഞു.

കണ്ണുകളിൽ അതേ പ്രകാശത്തോടെ ഞാൻ എന്റെ അരികിൽ നടന്നുവരുന്ന യൂസുഫിനെ നോക്കി.

''എന്റെ യൂസുഫ്, കല്യാണം ശരിക്കും മനോഹരമായിരുന്നു. നിങ്ങളുടെ സഹോദരി ഇംഗ്ലീഷ് രാജാവിനെ വിവാഹം കഴിച്ചു, ഞങ്ങൾ സന്തുഷ്ടരായിരുന്നു. ഏകദേശം ഒരു വർഷത്തോളം ഞങ്ങൾ

അവരോടൊപ്പം താമസിച്ചു. കാർലോസ് രാജാവിൽ നിന്ന് അകന്നായിരുന്നു ഞങ്ങൾ നിന്നിരുന്നത്. നിന്റെ അമ്മയും ഞാനും മലാഗയിൽ ഒരാഴ്ച തങ്ങാൻ തീരുമാനിച്ചു, ഒരിക്കൽ ഞങ്ങൾ അഭയം പ്രാപിച്ച ഒരു പഴയ കോട്ടയിൽ നിന്ന് നക്ഷത്രങ്ങളെ വീക്ഷിക്കാൻ എല്ലാ രാത്രിയും ചെലവഴിച്ചു. അപ്പോഴാണ് ഞങ്ങൾ ഒരു കുഞ്ഞിനെ വേണമെന്ന് തീരുമാനിച്ചത്. അതുകൊണ്ടാണ് നിങ്ങൾ യഥാർത്ഥത്തിൽ ഗ്രാനഡയിൽ ജനിച്ചത്.''

സ്വാഭാവികമായും ഞാൻ എന്താണ് ഉദ്ദേശിച്ചതെന്ന് അവനു മനസ്സിലായില്ല.

''പിന്നെന്താ പാഷ ഗ്രാനഡയിലേക്ക് പോകാഞ്ഞത്?''

''രണ്ടാം തവണ ഞങ്ങൾ ഒരുമിച്ച് പോകാൻ പദ്ധതിയിട്ടപ്പോൾ, നമ്മുടെ സുൽത്താൻ ഫ്രാൻസിലെ ഫ്രാങ്കോയിസ് രാജാവിനോട് സഹായം അഭ്യർത്ഥിച്ചു. ഇത്തവണ ഞങ്ങൾ രാജകീയ കപ്പൽപടയ്ക്കൊപ്പമാണ് പോയത്. എന്നാൽ ദുഃഖകരമെന്നു പറയട്ടെ, ഞങ്ങൾ സ്പെയിനിൽ എത്തുന്നതിന് മുമ്പ് കാർലോസ് രാജാവ് എതിരെ വന്നു. ഞങ്ങൾ ജെനോയിസുകാരുമായി യുദ്ധം ചെയ്തു, നൈസ് നഗരം കീഴടക്കിയപ്പോൾ എല്ലാ അഡ്മിറലുകളും കരുണയ്ക്കായി യാചിച്ചു. ഞങ്ങളുടെ ലക്ഷ്യം ആന്റലൂഷ്യയിൽ എത്തുക എന്നതായിരുന്നു, കാരണം എനിക്ക് അവിടെ പൂർത്തിയാകാത്ത ഒന്ന് ഉണ്ടായിരുന്നു. ഞങ്ങൾ ഏറെക്കുറെ മെഡിറ്ററേനിയന്റെ മധ്യത്തിലായിരുന്നു, മുത്തച്ഛൻ പാഷയ്ക്ക് പടിഞ്ഞാറു പോയി ഗ്രാനഡയിൽ എത്തണോ അതോ വിജയത്തിന്റെ വാർത്തയുമായി ഇസ്താംബൂളിലേക്ക് മടങ്ങണോ എന്ന് അറിയില്ലായിരുന്നു. എന്നാൽ നാവികസേനയും ഫ്രാങ്കോയിസിന്റെ സൈനികരും നാട്ടിലേക്ക് തിരിച്ചു പോകാൻ ആഗ്രഹിച്ചു. അതുകൊണ്ട് അത് നടന്നില്ല... അതിനാൽ നിന്റെ മുത്തച്ഛന് ഒരിക്കലും ഗ്രാനഡ കാണാൻ കഴിഞ്ഞില്ല. വന്നിരുന്നെങ്കിൽ എനിക്കത്ര സമാധാനം ലഭിച്ചേനേ.''

''അതിന്റെ അർത്ഥം എന്താണ് അച്ഛാ?''

''യൂസുഫ്, വലുതാകുമ്പോൾ നിനക്ക് മനസ്സിലാകും. ഗ്രാനഡയെ കാണുമ്പോൾ നിനക്ക് മനസ്സിലാകും.''

''അത്ര മനോഹരമായ സ്ഥലമാണോ?''

''ഓ, വളരെ, എന്റെ മകനേ, വളരെ മനോഹരമാണ്. ആന്റലൂഷ്യ മുഴുവൻ... വളരെ മനോഹരം...''

എന്റെ ജീവിതത്തിലെ ആദ്യത്തെ അഞ്ച് വർഷങ്ങളിൽ മാത്രമേ ഞാൻ ഗ്രാനഡയെ അത്തരമൊരു പറുദീസയായി മാത്രമേ കാണുകയും അറിയുകയും ചെയ്തിട്ടുള്ളൂ. പിന്നീടുള്ള വർഷങ്ങളിൽ ഈ

സ്ഥലം അധിനിവേശത്തിൻ കീഴിലുള്ള എന്റെ ജന്മനാടായിരുന്നു, കയ്യേറ്റക്കാർ അതിനെ ഒരു നരകമാക്കി മാറ്റി.

യൂസുഫിന് ഇന്നലെ അഞ്ച് വയസ്സ് തികഞ്ഞിരുന്നു. മുത്തച്ഛൻ, ദൈവത്തിലേക്കുള്ള യാത്ര പുറപ്പെടുന്ന ദിവസമായിരുന്നു അത്. ഗ്രാനഡയുടെ കഥ അച്ഛൻ പറയുമ്പോൾ എനിക്കും അഞ്ചു വയസ്സായിരുന്നു. അതിനർത്ഥം യൂസഫിനോട് തന്റെ മുത്തച്ഛന്റെ മുഴുവൻ കഥയും പറയാൻ സമയമായി എന്നായിരിക്കണം. സുൽത്താൻ സുലൈമാൻ, ദൈവം അദ്ദേഹത്തെ കാത്തുരക്ഷിക്കട്ടെ. അദ്ദേഹത്തിന് എന്റെ കൈയെഴുത്തു പ്രതി സമർപ്പിക്കുന്നതിന് മുമ്പ് ഓർമ്മക്കുറിപ്പുകളുടെ ഒരു പകർപ്പ് ഞാൻ ഉണ്ടാക്കിയത് നന്നായി. ഞങ്ങൾ വീട്ടിലെത്തിയപ്പോൾ ഞാൻ എന്റെ മകനെ മുട്ടുകുത്തി ഇരുത്തി, ഞാൻ എഴുതിയതെല്ലാം ഒരു യക്ഷിക്കഥ പോലെ വായിച്ചു കേൾപ്പിച്ചു. ഒരുപക്ഷേ അവന്റെ അമ്മയുടെ ചില ഓർമ്മകൾ പങ്കുവെക്കാൻ ഞാൻ അവളോട് ആവശ്യപ്പെട്ടാൽ അവൾക്കൊരു ആശ്വാസമാകും.

ഞങ്ങളുടെ വീട്ടിലെത്തിയപ്പോൾ ഓർമ്മക്കുറിപ്പിൽ താൽപ്പര്യമുള്ള മറ്റൊരാളെ കണ്ടു. ഞങ്ങളുടെ മകന്റെ അതേ പേരുള്ള ബില്ലൂറിന്റെ അമ്മാവൻ എത്തിയിരുന്നു. വർഷത്തിലൊരിക്കൽ അദ്ദേഹം ഇസ്താംബൂളിൽ വന്നിരുന്നു. ഇപ്രാവശ്യം അവൻ മരണത്തിന്റെ മാലാഖയുടെ തൊട്ടുപിന്നാലെയാണ് വന്നത്, അത് ആശ്വാസമായി തോന്നി. ഞങ്ങൾ ഊഷ്മളമായി ആലിംഗനം ചെയ്തു. ബില്ലൂർ ഞാൻ ചിന്തിച്ചത് തന്നെ കൃത്യമായി ചെയ്തു, അവളുടെ സഹോദരനെ നെഞ്ചോട് ചേർത്തുപിടിച്ചതിന് ശേഷം, മരണത്തെക്കുറിച്ചുള്ള ചിന്തയെ അകറ്റാൻ അവൾ മേശ ഒരുക്കി, ഞങ്ങൾക്ക് പുതിയ പഴങ്ങൾ തന്നു. വീണ്ടും ഒന്നിച്ചതിൽ ഞങ്ങൾ എല്ലാവരും വളരെ സന്തോഷത്തിലായിരുന്നു. ഒരു ഘട്ടത്തിൽ, അവളുടെ കൈപ്പത്തിയിലെ പാടുകളിലേക്ക് നോക്കിക്കൊണ്ട് ബില്ലൂർ കരയുന്നത് ഞാൻ ശ്രദ്ധിച്ചു. അവൾ ആനിനെക്കുറിച്ചാണ് ചിന്തിക്കുന്നതെന്ന് എനിക്കറിയാമായിരുന്നു. അവളെക്കുറിച്ച് ചിന്തിക്കുമ്പോൾ അവൾ എപ്പോഴും അവളുടെ കൈകളിലേക്ക് നോക്കും. ഇളംകാറ്റ് വീശുന്നുണ്ടായിരുന്നു, സായാഹ്ന സൂര്യൻ ഉസ്കൂദാറിലെ പച്ചക്കുന്നുകളിൽ നിന്ന് തിളങ്ങുന്നു, പൈൻ മരങ്ങൾക്ക് തീപിടിച്ചതായി തോന്നി.

ബാർബറോസ ഹിസീർ ഹയറുദ്ദിൻ പാഷയുടെ ശവകുടീരത്തിന്റെ വാതിൽക്കൽ വിളക്ക് കൊളുത്താൻ രണ്ട് ലെവൻഡുകൾ ഒരുങ്ങുകയായിരുന്നു. കടൽപ്പുലിയുടെ വിളക്കുകളായിരുന്നു അവ.

ബില്ലൂർ ഞങ്ങളുടെ മകനെ ഇരുത്തി അലമാരയിൽ നിന്ന് മൂന്ന് സ്വർണ്ണ പ്രതിമകൾ എടുത്ത് തന്റെ കഥ ആരംഭിച്ചു.

''എന്റെ പ്രിയപ്പെട്ട യൂസുഫ്, സെമ്മാശൻ ഒജെഡ അദ്ദേഹത്തിന് ശാന്തി ഈ പ്രതിമകൾ എനിക്ക് നൽകിയപ്പോൾ ഞാൻ നിന്നെപ്പോലെ ഒരു ചെറിയ കുട്ടിയായിരുന്നുവെന്ന് നിനക്കറിയാമോ. കാഴ്ചയിൽ ഒരുപോലെയാണെങ്കിലും ഇവ തികച്ചും വ്യത്യസ്തരാണെന്നും എനിക്ക് അവയുടെ രഹസ്യം കണ്ടെത്താൻ കഴിയുമെങ്കിൽ അവർ എന്നോട് സംസാരിക്കുമെന്നും സെമ്മാശൻ ഒജെഡ എന്നോട് പറഞ്ഞു.''

ഈ ദിവസം വരെ ഞാൻ എത്ര തവണ ചോദിച്ചാലും പ്രതിമകൾ എന്താണ് പറയുന്നതെന്ന് അവൾ എന്നോട് പറഞ്ഞിട്ടില്ല. ഞാൻ ചോദിച്ചപ്പോഴെല്ലാം അവൾ പറഞ്ഞു, ''അവർ സംസാരിച്ചു, അവർ നിങ്ങളെ എന്റെ അടുക്കൽ കൊണ്ടുവന്നു.'' സുവേദയിലെ മണലിൽ വരച്ച ഹൃദയത്തിലെ അമ്പടയാളം പിന്തുടരുന്ന കടലാസിൽ ഞാൻ വായിച്ചു,

''ഈ മൂന്ന് പ്രതിമകളും എന്റെ ഭൂതത്തെയും വർത്തമാനത്തെയും ഭാവിയെയും പ്രതിനിധീകരിക്കുന്നു. ഇപ്പോൾ അവയെല്ലാം നിങ്ങളുടേതാണ്.'' ആ കുറിപ്പ് ഇപ്പോഴും എന്റെ പക്കലുണ്ട്.

വർഷങ്ങളായി എന്നിൽ നിന്ന് മറച്ചു വെച്ച ഒരു രഹസ്യം അവൾ ഞങ്ങളുടെ മകൻ യൂസഫുമായി പങ്കുവെക്കുന്നത് കണ്ട് എനിക്ക് അസൂയയും സന്തോഷവും തോന്നി. അവളുടെ ജീവിതകാലം മുഴുവൻ നിറഞ്ഞുനിന്ന രഹസ്യം വെളിപ്പെടുത്താൻ പോകുന്ന അത്തരമൊരു നിമിഷത്തിൽ ആരാണ് ആവേശഭരിതനാകാത്തത്?

ഒരു കൊച്ചു കുട്ടിയെപ്പോലെ ഞാൻ പായയിൽ ഇരുന്നു കേൾക്കാൻ തുടങ്ങി. അവൾ പറഞ്ഞു:

ഒജെഡ എന്നോട് പറഞ്ഞു, ''ജ്ഞാനി തന്റെ ചെവിയിൽ മന്ത്രിക്കുന്നത് അവളുടെ ഹൃദയത്തിൽ സൂക്ഷിക്കുന്നു.'' ഞങ്ങൾ ആ കോട്ടയിൽ അഭയം പ്രാപിച്ചു. എനിക്ക് ആരോടെങ്കിലും സംസാരിക്കണമെന്ന് തോന്നി, ഞാൻ പ്രതിമകൾ എന്റെ എതിർവശത്ത് സ്ഥാപിച്ച് അവരോടൊപ്പം കളിക്കും. അവർ എന്നോട് എങ്ങനെ സംസാരിക്കും എന്ന് ആശ്ചര്യപ്പെട്ടു, പിറുപിറുത്തു. അവ എങ്ങനെ പരസ്പരം വ്യത്യസ്തമാണെന്ന് ഞാൻ ആദ്യം കണ്ടെത്തി.

നീലയും തവിട്ടുനിറവും മഞ്ഞയും. അവയെല്ലാം ഒരേ ഭാരവും ഉയരവും ഉള്ളതായി തോന്നി. അവരുടെ സ്രഷ്ടാവിനോട് അസൂയപ്പെടാതിരിക്കാൻ പ്രയാസമായിരുന്നു. എനിക്ക് ഒരു വ്യത്യാസവും കണ്ടെത്താൻ കഴിഞ്ഞില്ല. ഒടുവിൽ ഒരു ദിവസം ഞാൻ ജ്ഞാനികളെക്കുറിച്ച് പറഞ്ഞ ആ വാക്കുകൾ ഓർത്തു, ഞാൻ പ്രതിമകളുടെ ചെവികളിലേക്ക് നോക്കി.

കോട്ട നിശ്ശബ്ദമായിരുന്നു, സൂര്യൻ തിളങ്ങുന്നുണ്ടായിരുന്നു. ഒരു പ്രതിമയുടെ ചെവിയിൽ ഒരു ചെറിയ ദ്വാരം കാണുന്നത് പോലെ തോന്നി. കൂടുതൽ സൂക്ഷ്മമായി നോക്കിയപ്പോൾ ഏതാണ്ട് അദൃശ്യമായ ഒരു ചെറിയ ദ്വാരം ഞാൻ കണ്ടു. എന്റെ അമ്മ ഉണ്ടാക്കിയ വസ്ത്രത്തിൽ നിന്ന് ഒരു നേർത്ത വെള്ളിനൂൽ ഞാൻ വലിച്ചെടുത്തു. ആശ്ചര്യം! നേരിയ നൂൽ കഷണം വലത്തേക്ക് പോയി മറ്റേ ചെവിയിൽ നിന്ന് പുറത്തേക്ക് വന്നു.

ഞാൻ നീല പ്രതിമയുടെ ചെവിയിൽ നൂൽ പരീക്ഷിച്ചു. ഇത്തവണ പ്രതിമയുടെ വായിൽ നിന്നാണ് നൂൽ വന്നത്.

അവസാന പ്രതിമയിൽ ഞാൻ മെല്ലെ ആ നൂൽ അകത്തേക്ക് കയറ്റി. ഇല്ല, അത് ഇത്തിരി മാത്രം അകത്തേക്ക് പോയി, പിന്നെ നിന്നു. ഞാൻ ദൂരം അളന്നു. പിന്നെ ഞാൻ പ്രതിമ അളന്നു. നൂൽ പ്രതിമയുടെ ഹൃദയത്തിലേക്ക് നീണ്ടു, അവിടെ നിന്നു. എനിക്ക് ഉറപ്പാകുന്നതുവരെ ഞാൻ വീണ്ടും വീണ്ടും ഇത് ആവർത്തിച്ചു. അപ്പോഴാണ് അവ തമ്മിലുള്ള വ്യത്യാസം എനിക്ക് മനസ്സിലായത്. കാരണം ഓരോരുത്തരും എന്നോട് എന്തോ പറയുന്നുണ്ടായിരുന്നു. എന്നാൽ അവസാനത്തേത് ആയിരുന്നു ഏറ്റവും അർത്ഥവത്തായത്.

ബില്ലൂർ ആ മനോഹരമായ ശബ്ദത്തിൽ സംസാരിക്കുമ്പോൾ, അവൾ വർഷങ്ങളായി മുറുകെപ്പിടിച്ച ഒരു നിഗൂഢതയുടെ കുരുക്ക് അഴിച്ചുമാറ്റുകയായിരുന്നു. യൂസഫ് ഞങ്ങളെ ഞെട്ടിച്ചുകൊണ്ട് ചോദിച്ചു.

''അമ്മേ അവൻ എന്താ പറഞ്ഞത്?''

''ആദ്യ പ്രതിമ, യൂസുഫ്, ഉപദേശം ശ്രദ്ധിക്കാത്ത ഒരാളുടെ അവസ്ഥ വിശദീകരിക്കുകയായിരുന്നു വാക്കുകൾ ഒരു ചെവിയിലും മറ്റേ ചെവിയിലും പോകുന്നു, അതിനോട് മന്ത്രിക്കുന്നത് വെറുതെയാണ്. രണ്ടാമത്തെ പ്രതിമ അത് കേട്ടതെല്ലാം പുറത്തു പറയുന്നു. എന്നാൽ മൂന്നാമൻ മറ്റുള്ളവരിൽ നിന്ന് വ്യത്യസ്തനാണെന്ന് ഒജെഡ പറഞ്ഞിരുന്നു.''

ബില്ലൂർ ഇതുവരെ ഏറ്റവും പ്രധാനപ്പെട്ട വാക്കുകൾ ഉച്ചരിച്ചിട്ടില്ല; അവൾക്ക് രഹസ്യം വെളിപ്പെടുത്തേണ്ടി വന്നു. എന്റെ ജിജ്ഞാസയെ പരിഹസിക്കാൻ അവൾ വലതു കൈകൊണ്ട് എന്റെ ഇടതു ചെവിയിൽ നുള്ളുമായിരുന്നു.

ഒരുപക്ഷേ, പഴങ്ങളുടെ ഒരു പാത്രത്തിന് ചുറ്റും ഇത്രയധികം ജിജ്ഞാസ ഉണർത്താൻ അവൾക്ക് മാത്രമേ കഴിയൂ. ഇത്തവണ ഞങ്ങൾ എല്ലാവരും അവളോട് ഒരേസമയം ചോദിച്ചു.

‘‘പിന്നെ പ്രതിമ എന്താണ് പറയുന്നത്?’’

‘‘ആ പ്രതിമ പറയുന്നു: ‘‘കേട്ടത് ഹൃദയത്തിൽ സൂക്ഷിക്കുന്ന വ്യക്തിയാണ് പ്രിയപ്പെട്ടവൻ.’’

അവൻ ഒരു നിമിഷം ആലോചിച്ചു. അവന്റെ മനസ്സിൽ എന്താണ് നടക്കുന്നതെന്ന് എനിക്കറിയില്ലായിരുന്നു. അവൻ ഒരു ചോദ്യം രൂപപ്പെടുത്തുകയാണെന്ന് വ്യക്തമായി. എന്നാൽ അവൻ തന്റെ അമ്മാവനെ തിരഞ്ഞെടുത്തു.

‘‘അമ്മാവാ, എന്തിനാ അച്ഛൻ എന്നെ രാജകുമാരൻ എന്ന് വിളിക്കുന്നത്?’’

‘‘കാരണം അദ്ദേഹം നിന്നെ വളരെയധികം സ്നേഹിക്കുന്നു ചെറിയ യൂസുഫ്.’’

ഞാനും ബില്ലൂറും പരസ്പരം നോക്കി. ഞങ്ങളുടെ കണ്ണുകളിൽ ഒരായിരം കഥകൾ ഉണ്ടായിരുന്നു. യൂസുഫ് എന്റെ കണ്ണുകളിൽ സൂക്ഷിച്ചു നോക്കി, എന്നിട്ട് അവൾ അവന്റെ തലയിൽ ചുംബിച്ചു കൊണ്ട് പറഞ്ഞു,

‘‘അത് അച്ഛൻ പറഞ്ഞു തരണം.’’

അവൻ എന്റെ നേരെ തിരിഞ്ഞു. അതെ, ഞാൻ എന്തിനാണ് അവനെ രാജകുമാരൻ എന്ന് വിളിച്ചതെന്നും പാതിവഴിയിൽ നിർത്തിയ ദൗത്യത്തിൽ ഞാൻ എങ്ങനെ പരാജയപ്പെട്ടെന്നും അത് അവന്റെ ഹൃദയത്തിൽ എങ്ങനെ തീ ആളിക്കുമെന്നും എന്റെ മകനോട് വിശദീകരിക്കേണ്ട സമയമാണിത്. ആറ് വയസ്സ് തികഞ്ഞിട്ടേയുള്ളൂ, എല്ലാം മനസ്സിലാക്കാനുള്ള പ്രായമായിരുന്നു. എന്നാൽ കുറച്ച് വാചകങ്ങളിൽ അത് സംഗ്രഹിക്കുന്നതിന് പകരം ഞാൻ എഴുതിയത് വായിക്കാൻ ഞാൻ തീരുമാനിച്ചു. ഒട്ടകചത്വരത്തിലെ ജനക്കൂട്ടം അപ്പോഴേക്കും പിരിഞ്ഞു പോയിരുന്നു. ഞാൻ എന്റെ റയീസിന്റെ ശവകുടീരത്തിലേക്ക് നോക്കി. ബോസ്ഫറസിന് മുകളിൽ ഒരു ചൂടുള്ള തെക്കൻ കാറ്റ് വീശാൻ തുടങ്ങി. ആ ഒക്ടോബർ മാസങ്ങളിൽ ഇസ്താംബൂൾ ആന്റലൂഷ്യയെപ്പോലെ ദുഃഖിതമായിരുന്നു. ഒരു നിമിഷം ഞാൻ ആ പഴയ കോട്ടയിൽ ആണെന്ന് തോന്നി. യൂസുഫ് എന്റെ മടിയിലിരുന്നു.

‘‘**ലെ**സ്ബോസ് കടൽത്തീരത്ത് രണ്ടു സഹോദരന്മാർ കല്ലിന്മേൽ കയറി നിന്ന് ചക്രവാളത്തിലേക്ക് നോക്കി. പുലർച്ചയുടെ വെളിച്ചക്കീറ് അവരെ വിദൂരതയിലേക്ക് വലിച്ചു. ഇതിഹാസനായകന്മാർ

ഉരുവെടുക്കുന്നത് കടലിലാണ്, ഈ സഹോദരന്മാർ ഒരുനാൾ എഫ് സെയ്ൻ: സമുദ്രനായകന്മാർ എന്നറിയപ്പെടും. ആ നാൾ പക്ഷേ ഇന്നല്ല. ഇന്ന് ഹിസീറിനും ഇല്യാസിനും അവർക്ക് സൗഭാഗ്യം കൊണ്ടുവരാനിരിക്കുന്ന ഗാലിയറ്റ് പായ്ക്കപ്പലുകളെക്കുറിച്ച് യാതൊരു പൂർവസൂചനയും ഇല്ല, അവരുടെ ജീവിതത്തിൽ ഏറ്റവും നിർണാ യകപങ്കു വഹിക്കാനിരിക്കുന്ന വലിയ പങ്കായക്കപ്പലുകളെക്കുറിച്ച് അവർ സ്വപ്നം പോലും കണ്ടിട്ടുണ്ടായിരുന്നില്ല. പക്ഷേ ആ കപ്പലു കൾ സന്ധ്യയ്ക്ക് നങ്കൂരമിടാനും പുലർച്ചെ തുറമുഖം വിടാനും അവരുടെ വിധിയുടെ വഴി തിരിക്കാനും ഒരുങ്ങിയിരിക്കുകയായി രുന്നു.''

■

www.ingramcontent.com/pod-product-compliance
Lightning Source LLC
LaVergne TN
LVHW060209051026
849517LV00005B/1341